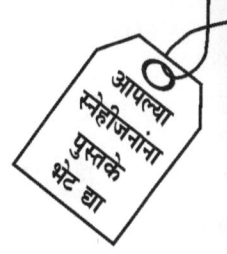

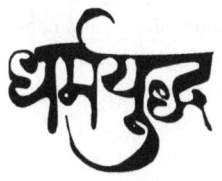

धर्मयुद्ध

डॉ. रवींद्र ठाकूर

AA000760

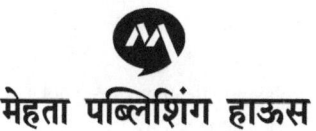

मेहता पब्लिशिंग हाऊस

Please contact us at **Mehta Publishing House,** Pune.
Email : production@mehtapublishinghouse.com
Website : www.mehtapublishinghouse.com

DHARMAYUDDHA by RAVINDRA THAKUR

धर्मयुद्ध : डॉ. रवींद्र ठाकूर / कादंबरी

Email : author@mehtapublishinghouse.com

© सौ. नलिनी रवींद्र ठाकूर

प्रकाशक : सुनील अनिल मेहता, मेहता पब्लिशिंग हाऊस,
१९४१, सदाशिव पेठ, माडीवाले कॉलनी, पुणे - ३०.

मुखपृष्ठ : चंद्रमोहन कुलकर्णी

प्रकाशनकाल : मार्च, २००३ / २०१२ / २०१६ /
मेहता पब्लिशिंग हाऊसची चौथी आवृत्ती : सप्टेंबर, २०१९

P Book ISBN 9789353173135
E Book ISBN 9789353173142
E Books available on : play.google.com/store/books
www.amazon.in

चि. शर्मिष्ठा आणि
प्रसाद यांना....

धर्मयुद्ध : कर्णकथेचा वास्तवदर्शी वेध

व्यासरचित महाभारत म्हणजे भारतीय महाकाव्य! शेकडो लहान-मोठ्या व्यक्तिरेखा आणि नानाविध घटनांचा महागोफ उलगडत जाणारी महाभारत ही एक महान कलाकृती आहे. असे म्हटले जाते की, जगात जे अनुभवास येते ते सर्व महाभारतात पाहावयास मिळते. भारतीय जनमानसात रुजलेले एक महामिथक म्हणून या कथाकाव्याला अनन्यसाधारण महत्त्व आहे. याच पार्श्वभूमीवर महाभारताची कथा प्रत्येक सुजाण वाचकाला आकर्षित करत असते. अनेक कथानकांची गुंफण असणाऱ्या या महाकाव्यात अवघी जीवनमूल्यं कसोटीला लावणारे प्रसंग येतात.

दैवतत्त्व प्राप्त झालेल्या अन् आभाळाएवढ्या उंचीच्या अनेक व्यक्तिरेखा या महाकाव्यात आहेत. या प्रत्येक व्यक्तिरेखेचे व्यक्तिमत्त्व निराळे आणि प्रेरणाही वेगळ्या आहेत. सत्तासंघर्ष, कौटुंबिक कलह, त्यातून आलेले वैमनस्य, ताणतणाव, भावसंघर्ष, त्याचबरोबर चमत्कार, वर-शाप-उःशाप यांच्या दैवी कथा, तसेच सामान्यांना न उकलणाऱ्या अनेक घटना इत्यादींनी हे महाकाव्य गुंतागुंतीचे आणि अद्‌भुतरम्य झाले आहे. म्हणूनच या सर्व गोष्टींमध्ये घट्ट रुतून बसलेली व्यक्तिमत्त्वे आपल्याला दैवी वाटतात. परंपरेने दैवतत्त्व बहाल केलेल्या व्यक्तिरेखांची ही कथा वाचताना शाप-उःशापांच्या पडद्याआड लपलेली माणसं मात्र आपण नजरेआड करतो.

रामायण, महाभारतादी आर्ष महाकाव्यांमधील दैवतत्त्व प्राप्त झालेल्या अनेक व्यक्तिरेखांचा आज अनेक लेखकांनी मानवंशशास्त्रीय दृष्टीने शोध सुरू केलेला आहे. उदाहरणार्थ, कन्नड भाषेमधील डॉ. एस.एल. भैरप्पा यांची 'पर्व', मराठीमध्ये अलीकडे प्रसिद्ध झालेली रामायणातील शूर्पणखा या एका महत्त्वाच्या व्यक्तिरेखेवर प्रकाश टाकणारी आणि वाचकांच्या मनातील राम-लक्ष्मण यांच्या विषयीच्या रूढ कल्पनांनाच छेद देणारी तारा वनारसे यांची 'श्यामिनी', सुषमा शाळिग्राम यांनी गुजरातीतून मराठीत अनुवादित केलेली 'अयोध्येचा रावण आणि लंकेचा राम' (मूळ लेखक : दिनकर जोषी) आणि नव्या समाजशास्त्रीय दृष्टीने महाभारताची

चिकित्सा करणारी डॉ. रवींद्र ठाकूर यांची 'धर्मयुद्ध' अशा काही कादंबऱ्या या संदर्भात उल्लेखनीय आहेत.

महाभारतातील कर्ण या व्यक्तिरेखेने नानाविध पैलूंमुळे अनेक कलावंतांना भुरळ घातली आहे. कोणालाही लाजवेल अशी क्षमता, योग्यता आणि सामर्थ्य असूनही पदोपदी डावलला गेलेला कर्ण हे तेजोभंगाचे जिवंत प्रतीक आहे. अखंड संघर्षाने जीवनभर होरपळून निघालेल्या या व्यक्तिमत्त्वाचा वेध घेण्याचा प्रयत्न अनेकांनी आपल्या पद्धतीने केला आहे. नाटके, वैचारिक लेखन वगळता, या व्यक्तिरेखेला कादंबरीच्या रूपात शिवाजी सावंत, गो. नी. दान्डेकर, रणजित देसाई, आनंद साधले आणि अगदी अलीकडे रवींद्र ठाकूर यांनी वेगवेगळ्या रूपांत आपल्यासमोर सादर केले आहे. त्याचबरोबर रवींद्र शोभणे यांची 'उत्तरायण', काका विधाते यांची 'दुर्योधन', विनोद गायकवाड यांची 'युगान्त', अनंत मनोहर यांची 'ज्येष्ठ' अशा अजून काही महाभारताधारित कादंबऱ्या आहेत. याही कादंबऱ्यांतून कर्णाची व्यक्तिरेखा चित्रित झालेली आहे; परंतु कर्णकथा हा या कादंबऱ्यांचा विषय नाही. त्यामुळे या कादंबऱ्यांचा विचार येथे केलेला नाही. मराठीतील कर्णकथेवर बेतलेल्या कादंबऱ्यांमध्ये कर्णाकडे पाहण्याचा लेखकांचा विशिष्ट असा दृष्टिकोन दिसतो. रवींद्र ठाकूर यांची 'धर्मयुद्ध' वगळता कर्णाकडे पाहण्याचा इतरांचा दृष्टिकोन पारंपरिकतेकडे झुकलेला दिसतो. कवचकुंडले, संजयाची दिव्यदृष्टी, श्रीकृष्णाचे सुदर्शनचक्र, त्याचा गोवर्धन पर्वत बोटावर उचलण्याचा पराक्रम, द्रौपदीच्या वस्त्रहरणप्रसंगी कृष्णाकडून तिला पुरविण्यात आलेली वस्त्रे अशा अनेक चमत्कृतिपूर्ण घटनांची साखळी महाभारतात आढळते. तरीही तत्कालीन वर्णव्यवस्थेविरुद्ध वेळोवेळी बंड पुकारणारा कर्ण इतर अनेक सामर्थ्यशाली व्यक्तिरेखांच्या भाऊगर्दीत प्रकर्षाने नजरेत भरतो.

आधुनिक मानववंशशास्त्रीय आणि समाजशास्त्रीय संकल्पनांच्या प्रकाशझोतात महाभारताकडे पाहत, या कथेतील सर्वच व्यक्तिरेखा मानवी संसारातील सुखदुःखे अनुभवत असल्याची जाणीव होते. दैवी शाप-उःशापाच्या पडद्याआड लपलेली ही माणसेही आपल्यासारखीच संसारातील समस्यांना सामोरी जाताना दिसतात. नेमका हाच दृष्टिकोन स्वीकारून आणि पारंपरिक दृष्टी निग्रहाने अव्हेरून कर्णकथेचा वेध घेणारी रवींद्र ठाकूर यांची 'धर्मयुद्ध' ही कादंबरी याचसाठी वेगळी ठरते. कर्णकथेवरील मराठी कादंबरी आणि 'धर्मयुद्ध'मधील कर्ण असा विचार करत असताना डॉ. एस.एल. भैरप्पा या विख्यात कन्नड कादंबरीकाराच्या 'पर्व' या कादंबरीचा उल्लेख प्रथम करू; कारण इतर मराठी कादंबऱ्यांमध्ये चित्रित झालेल्या कर्णापेक्षा 'धर्मयुद्ध'मधील कर्ण 'पर्व'मधील मातीचे पाय असलेल्या व्यक्तिरेखांच्या अधिक जवळचा आहे.

'पर्व' या कादंबरीवर हिंदूंच्या श्रद्धा आणि परंपरांना धक्का दिला म्हणून जेवढी टीका झाली, तेवढेच तिचे कौतुकही झालेले आहे. 'धर्मयुद्ध'ची तुलना 'पर्व'शी करण्याचे अजून एक कारण, 'पर्व' ही मूळ महाभारतकथेच्या सर्वाधिक जवळ जाणारी कादंबरी आहे, हे आहे. डॉ. सुप्रिया सहस्रबुद्धे यांनी आपल्या 'व्यासांचे महाभारत आणि पर्व' या शोधनिबंधामध्ये हे साधार दाखवून दिले आहे. त्याशिवाय लोकसाहित्याच्या आधाराने जनमानसाचा विचार करता, तेदेखील महाभारतातील व्यक्तिरेखांना सर्वसामान्य माणसे म्हणूनच स्वीकारते. या संदर्भात लोकगीतांतील जांभुळाख्यानाचे उदाहरण पाहता येईल. या आख्यानामध्ये 'कर्णाला पाहून द्रौपदीचं मन पाकुळलं' असे म्हटले आहे ते आवर्जून लक्षात घेतले पाहिजे.

तथापि, या गोष्टी नजरेआड करून महाभारतातील सर्व व्यक्तिरेखा आणि घटना यांचे दैवतीकरण करण्यात आले आहे आणि त्याच एका पारंपरिक धारणेतून ही कथा भारतीय मनावर बिंबवली गेली आहे. त्यामुळे 'धर्मयुद्ध', 'पर्व', 'श्यामिनी'सारख्या कादंबऱ्यांमधून आपल्या समोर येणारी व्यक्तिमत्त्वे आपली पारंपरिक मानसिकता स्वीकारत नाहीत. ही मानसिकता एवढी प्रबळ आहे की, अशा कादंबऱ्यांमधून चित्रित झालेल्या व्यक्तिरेखांनाच काल्पनिक ठरवते आणि निकालात काढते.

पारंपरिक धारणा बाजूला ठेवून विचार करता असे दिसून येते की, 'धर्मयुद्ध' ही कादंबरी केवळ कर्णकथेचाच नव्हे, तर महाभारतकथेचा पट अत्यंत वास्तवतापूर्ण रीतीने उलगडून दाखविण्यात यशस्वी झालेली आहे. महाभारतीय जीवननाट्याच्या पटावर कर्णाच्या व्यक्तिमत्त्वाचा शोध घेत असताना, कर्णाच्या मनातील प्रश्नांचा गुंता, त्याच्या मनाचा झालेला कोंडमारा या कादंबरीमध्ये अत्यंत प्रत्ययकारकपणे अभिव्यक्त झालेला आहे.

जीवनभर स्वतःच्या जन्मरहस्याचा शोध घेऊन थकलेल्या कर्णाला आयुष्याच्या एका कठीण वळणावर त्याचे जन्मरहस्य सांगितले जाते. या गौप्यस्फोटानंतर तो अधिकच गोंधळात पडतो. ज्या प्रश्नाच्या उत्तरासाठी तो जन्मभर झगडत होता, त्याच प्रश्नाच्या उत्तराने तो पूर्णपणे उद्ध्वस्त होतो. आपली जन्मपरंपरा कोणती याचं उत्तर मिळाल्यावर रक्ताचं नातं की मित्रप्रेम अशा द्विधा मनःस्थितीत तो सापडतो. विचाराअंती रक्ताच्या नात्यापलीकडे असणाऱ्या मित्रप्रेमासाठी सर्वस्व अर्पण करायला तयार होतो.

मानवी मनाचा अगम्य गुंता समजून घेण्यासाठी आधाराला घेतले जाणारे समाजशास्त्र, मानसशास्त्र, राज्यशास्त्र इत्यादी शास्त्रांच्या अभ्यासाने तयार झालेल्या नव्या दृष्टिकोनातून महाभारताकडे 'धर्मयुद्ध'पर्यंत कोणीही पाहिलेले नाही. तरीही 'मृत्युंजय'सारखी कादंबरी प्रचंड लोकप्रिय झाली. खांडेकरांच्या 'ययाति'चेही तेच

झाले. या कादंबऱ्यांच्या लोकप्रियतेची कारणमीमांसा स्पष्ट करताना डॉ. अविनाश सप्रे म्हणतात, 'जिथे विचारापेक्षा भावनेला, शोधापेक्षा रंजकतेला आणि बदलापेक्षा आहे तेच टिकवू पाहण्याकडे कल असतो, त्या आपल्या समाजरचनेत प्राक्कथांकडे बघण्याचा दृष्टिकोनही परंपरेपलीकडे जाण्यापेक्षा परंपरेतून रेडिमेड उत्तरं शोधून देण्याकडेच झुकलेला दिसतो आणि याचा फार मोठा फायदा लेखकांना मिळतो. मराठीतल्या पौराणिक कादंबऱ्यांच्या यशामागचे हे कारण सांगता येईल.' त्याचबरोबर याआधी उल्लेखिलेली आपली भारतीय मानसिकता, हेही या कादंबऱ्यांच्या यशामागचे एक महत्त्वाचे कारण आहे, हे येथे नमूद करावे लागेल.

मराठीतील पौराणिक कादंबऱ्यांमध्ये १९६७मध्ये प्रकाशित झालेली शिवाजी सावंत यांची 'मृत्युंजय' ही कादंबरी बरीच लोकप्रिय ठरली. मोठा वाचक वर्ग तिला लाभला. याचे कारण वरील विवेचनात दडलेले आहे. शिवाजी सावंतांनी 'मृत्युंजय'मध्ये परंपरेने वाचकांच्या मनात रुजलेला कर्ण चित्रित केला. सावंत स्वतःच्या आणि वाचकांच्या मनात रुजलेला 'कर्ण' रेखाटण्यात यशस्वी झाले आहेत, असेच या कादंबरीला मिळालेल्या प्रचंड लोकप्रियतेवरून म्हणावे लागेल.

कर्णाचे जीवनचरित्र सांगणारी आणखी एक महत्त्वाची कादंबरी म्हणजे रणजित देसाई यांची 'राधेय' ही होय. या कादंबरीत कर्णाखेरीज आणखी दोन महत्त्वाच्या व्यक्तिरेखा आलेल्या आहेत. त्या म्हणजे कर्णाचा जिवापाड सांभाळ करणारी त्याची राधामाता आणि त्याच्या आयुष्यात त्याला समजून घेणारी त्याची पत्नी वृषाली या दोघींवरही त्याचे खूप प्रेम आहे. राधामातेवर प्रेमाबरोबरच निष्ठा आणि भक्ती आहे. दुर्योधन हा कर्णाचा मित्र असला तरी तो त्याच्या दुःखातील भागीदार नव्हे. पदोपदी अव्हेरला गेलेला कर्ण तेजोभंगाचे दुःख अविरत सोसतो आहे; परंतु हे सर्व चित्रण पारंपरिक दृष्टिकोन समोर ठेवूनच करण्यात आले आहे. देसाईंनीच म्हटले आहे त्याप्रमाणे प्रत्येकाच्या मनात एक कर्ण दडलेला असतो, त्याचीच ही कथा आहे.

या दोन्ही कादंबऱ्यांप्रमाणे कर्णाची कहाणी सांगण्यासाठी आणखी दोन कादंबऱ्या लिहिल्या गेल्या आहेत. त्या म्हणजे आनंद साधले यांची 'महापुरुष' आणि गो. नी. दान्डेकर यांची 'कर्णायन'. कर्तृत्व असूनही अव्हेरला गेलेला, दानशूर, पराक्रमी, देखणा नायक अशा कर्णाच्या अनेक गुणांच्या प्रेमात पडूनच या दोन्ही कादंबऱ्या लिहिल्या गेल्या आहेत.

हीदेखील कर्णाची भावुक चरित्रे आहेत. कर्णामध्ये दडलेला माणूस शोधण्याचा, त्याच्या वर्तनाचा शोध घेण्याचा प्रयत्न या कादंबऱ्यांमध्ये दिसत नाही. तत्कालीन घटना-प्रसंगांतील संगती न शोधता किंवा त्या प्रकारच्या कोणत्याही फंदात न अडकता पारंपरिक साच्यातील 'कर्ण' पुन्हा सांगितला गेला आहे. त्यामुळे या

कादंबऱ्यांमध्येही कर्णाच्या व्यक्तिरेखेला न्याय मिळाला आहे, असे दिसत नाही.

म्हणूनच कर्णाची चरित्रकहाणी सांगणाऱ्या वरील सर्व कादंबऱ्यांच्या पार्श्वभूमीवर नव्या विचाराने आणि दृष्टीने लिहिली गेलेली 'धर्मयुद्ध' ही कादंबरी तिच्या निराळेपणाने उठून दिसते. आजवरच्या मराठी कादंबरीत आविष्कृत न झालेली कर्णकथा या कादंबरीत तत्कालीन सामाजिक वास्तवाच्या पार्श्वभूमीवर प्रत्ययकारकपणे साकार झालेली आहे. म्हणूनच ती विशेष भावते.

कर्णासाठी धनुर्विद्येची याचना करणारा त्याचा पिता सूतप्रमुख अधिरथ द्रोणाकडून अपमानित होतो. 'सूतप्रमुख असलास म्हणून काय झालं, तू क्षत्रिय नाहीस. सारथ्याच्या मुलाला राजपुत्रांसोबत शिकता येत नाही.' तापलेल्या सळईने डाग दिल्यासारख्या शब्दांनी कर्ण घायाळ होतो. आधीच जन्मतःच नदीच्या पात्रात सोडून दिले जावे असा कोणता अपराध मी केला होता, या प्रश्नाचा विचार करून थकलेल्या त्याच्या मनाला या नव्या प्रश्नाने पुन्हा नवी घरे पडतात. दमलेल्या शरीराचा दाह शांत करण्यासाठी तो गंगेच्या प्रवाहात स्वतःला झोकून देतो. शरीराचा दाह त्यामुळे थोडा कमी होतो; पण मनाचे काय? अशा अनेक प्रश्नांच्या साखळीने वेढला गेलेला कर्ण या कादंबरीच्या सुरुवातीलाच वाचकांच्यासमोर येतो आणि संपूर्ण कादंबरीभर 'मी कोण' या प्रश्नाचा शोध घेत जीवनसंघर्षात अथकपणे झुंजत राहतो.

'मी कोण' या प्रश्नाचा गुंता कर्णाला सुटता सुटत नाही. एक गाठ सुटावी आणि ती सुटताना दुसरी तयार व्हावी, असेच काहीसे त्याच्या आयुष्याचे झालेले आहे. या प्रश्नांचा शोध घेत तो तत्कालीन धर्मशास्त्रापर्यंत येऊन थांबतो आणि गोंधळून जातो. पारंपरिक धर्मशास्त्राविषयी कर्णाच्या मनात अनेक शंका साचून राहिलेल्या आहेत, ज्या तो कोणाजवळही व्यक्त करू शकत नाही. आन्वीक्षिकी, वार्ता, लोकायत इत्यादी शास्त्रांत पारंगत असणारा कर्ण स्वतः मात्र स्वतःविषयीच्या प्रश्नांनी ग्रस्त आहे. धनुर्विद्येची रहस्ये शिकण्यासाठी शिष्यत्व स्वीकारण्याची त्याची याचना आचार्य द्रोण दुसऱ्यांदा नाकारतात. अपमान करून त्याला परत पाठवतात. तेव्हा तो विचारांच्या तंद्रीत जवळच असणाऱ्या चार्वाक मुनींच्या आश्रमात शिरतो. आचार्य चंद्रकेतूंच्या स्पष्टीकरणाने त्याच्या मनातील संभ्रम बराच कमी होतो. माझ्या मनातील अनेक शंकांची उत्तरे मला मिळाली आहेत, असे सांगून तो आचार्यांचा निरोप घेतो. कर्ण एकाच वेळी दोन आचार्यांकडून धर्माविषयी परस्परभिन्न मते ऐकतो. एकाची मते गोंधळात टाकणारी तर दुसऱ्याची मनातील गोंधळ दूर करणारी असतात.

सूतपुत्र म्हणून वेळोवेळी अपमान सहन करणारा 'कर्ण' प्रचंड सहनशील, पराक्रमी, संयमी, शूर, दानशूर, विचारी, धाडसी आणि राजनीतीचा जाणकार

होता. हस्तिनापूरच्या प्रेक्षणगृहामध्ये अर्जुनाला आव्हान देऊन तो तत्कालीन धर्मशास्त्राविरुद्ध सर्वांत पहिले बंड पुकारतो. 'तुझ्या कुलगोत्राचा परिचय मला नाही; तू कोणत्या देशाचा राजपुत्र आहेस ते मला सांग.' कृपाचार्यांच्या या प्रश्नावर कर्ण निरुत्तर होतो. 'तो क्षत्रिय राजपुत्र नसेल तर त्याने कोणत्या देशाचा राजा आहे ते सांगावं,' असे म्हणताच, कर्णाची धाडसी वृत्ती आणि पराक्रमामुळे त्याच्या प्रेमात पडलेला दुर्योधन कर्णाला स्वतःचा मित्र बनवून तत्काळ अंगदेशाचा राजा घोषित करतो. मूर्तिमंत असंतोषाचे प्रतीक असलेल्या दुर्योधनाचा हेतू कर्णाला क्षत्रिय घोषित करून अर्जुनाच्या तोडीचा प्रतिस्पर्धी बनवावे, असा असला तरी, आर्यधर्माच्या विरोधात जाऊन तो कर्णाला राजा करतो, हे लक्षात घेतले पाहिजे. यावरून क्षत्रियत्व ही गोष्ट महाभारतकाळात जन्मसिद्ध नव्हती, हेच सिद्ध होते. 'पराक्रम हीच क्षत्रियत्वाची खूण असते. या वीराचं कूळ काय पाहता; याचं शस्त्रकौशल्य पाहा...' असे आव्हान देऊन दुर्योधन कर्णाच्या बंडाला जाहीर पाठिंबा देतो.

परंतु राजा होऊनदेखील कर्णाचे प्रश्न त्याचा पिच्छा सोडत नाहीत. पदोपदी तो अपमान सहन करतच जगत राहतो. द्रौपदीच्या स्वयंवरमंडपात 'या सूतपुत्राला स्वयंवरमंडपात कोणी बोलावलं? मी क्षत्रियकन्या आहे; त्यानं पण जिंकला तरी मी त्याला वरणार नाही.' हे शब्द द्रौपदीकडूनच कर्णाला ऐकावे लागतात. भीमासह द्रोणाचार्य, कृपाचार्य, विदुर, भीष्म यांच्याकडून पावलोपावली हेटाळणी सहन करावी लागते. या वेळी त्याला समजून घेणारी, त्याच्यावर श्रद्धा ठेवणारी एकच व्यक्ती उरते आणि ती म्हणजे त्याची पत्नी वृषाली. द्रोणाचार्यांनी शिष्यत्व नाकारल्यानंतर कर्ण वेषांतर करून आचार्य परशुरामांचे शिष्यत्व स्वीकारतो; पण परत येतो तो मनोभंगाचे प्रचंड दुःख पाठीशी घेऊनच. 'तुझ्यासारखा धनुर्धर आर्यावर्तात होणार नाही; पण कपटानं मिळवलेली ही विद्या तुला लाभणार नाही,' असा शाप देऊन आचार्य परशुराम कर्णाच्या कष्टांवर पाणी ओततात.

उपेक्षित आणि अवमानित ठरलेल्या कर्णाविषयीच्या सहानुभूतीतून उदात्तीकरणाचा रूढ आणि सोपा मार्ग या कादंबरीत लेखकाने अवलंबिलेला नाही. कर्णाच्या अंतःकरणात शिरून त्याची दुःखे जाणून घेण्याचा प्रामाणिक प्रयत्न येथे दिसतो. जखमेवर फुंकर घालून शमवावे, असे कर्णाचे दुःख नव्हते. कर्णाच्या मनाला झालेल्या जखमा आतून सतत भळभळत होत्या. त्या जखमांची खपली दूर करून त्याच्या दुःखाचे दर्शन घडविणारी ही कादंबरी वाचताना हाडामासाच्या आणि लढाऊ वृत्तीच्या माणसाची कथा वाचत असल्याचा अनुभव येतो. या कादंबरीतील व्यक्तिरेखा जेव्हा स्वतःचे मन मोकळे करू लागतात, तेव्हा त्यांचे दुःख वाचकाला आपले वाटू लागते. या व्यक्तिरेखा आपल्या सभोवताली वावरणाऱ्या

सर्वसामान्य माणसांसारख्या वाटतात.

तत्कालीन वर्णव्यवस्था बळकट करणाऱ्या जाचक धर्मशास्त्राच्या नियमांमध्ये कर्ण गुरफटून जातो. 'मी कौंतेय आहे. मीच ज्येष्ठ पांडव आहे,' हे माहीत झाल्यावरदेखील त्याला नव्या प्रश्नांनी ग्रासले. 'मी कोण' या प्रश्नाचा शोध घेणारे त्याचे मन त्या प्रश्नाचे उत्तर मिळाल्यावरही नव्या प्रश्नव्यूहात सापडते. पर्यायाने धर्मसंकटात सापडते. आयुष्यभर पाठ न सोडणाऱ्या दुःखात नव्या दुःखाची भर पडते. अशा त्याच्या दुःखमय तरीही धीरोदात्त जीवनाचा वेध घेत असताना, लेखकाने तत्कालीन जीवनपद्धती, वर्णव्यवस्था, प्रथा, परंपरा, रीतिरिवाज, दैनंदिन व्यवहार यांचा सूक्ष्म अभ्यास केल्याचा प्रत्यय ही कादंबरी वाचताना सतत येत राहतो. त्याचबरोबर सर्वसामान्य वाचकाला सहज आकलन न होणारी व्यक्तिमत्त्वे, त्यांची स्वभाववैशिष्ट्ये, विचारपद्धती, परस्परांवरील राग-लोभ, बंधुप्रेम, मित्रनिष्ठा, राजनिष्ठा, स्वामिनिष्ठा इत्यादी अनेक बारीकसारीक तपशिलाच्या जागाही जणू नव्या प्रकाशझोताने झळाळून सोडणारी कादंबरीतील ओघवती आणि स्वाभाविक भाषा वाचकांची उत्कंठा टिकवून ठेवते.

शेकडो व्यक्तिरेखांच्या नातेसंबंधांसह त्यांची नावे, त्यांची राज्ये, सीमा, अरण्ये, अरण्यातील नानाविध वनस्पती, त्यांचे उपयोग, जंगली श्वापदे, प्रत्येकाच्या रथांचे अश्व, अश्वांची नावे, त्यांच्या जाती, रथांचे अनेक प्रकार, त्यांच्यावरील निरनिराळी ध्वजचिन्हे, कोण कोणाचा मित्र-शत्रू, कोणाची कुणावर कृपादृष्टी या सर्व गोष्टी कौशल्याने टिपत, अनेक सूक्ष्म संदर्भ देत हा भव्य जीवनपट पुढे सरकत राहतो. या स्वरूपाच्या कादंबरीत येणारी युद्धवर्णने अनेक वेळा साचेबद्ध असतात; परंतु या कादंबरीचे आणखी एक वैशिष्ट्य असे की, तिच्यातील युद्धवर्णने इतकी वेगवान आणि वास्तव आहेत की, ती प्रत्यक्ष डोळ्यांसमोर उभी राहतात.

थोडक्यात, कर्णकथेच्या प्रेमात पडून परंपरेने दिलेल्या अद्‌भुत गोष्टीलाच उदात्त रूप देणे निराळे आणि त्या कथेकडे वास्तवनिष्ठ दृष्टीने पाहणे निराळे. दैवतकथांचा नव्या दृष्टीने शोध घेण्याचे अलीकडच्या काळात जे थोडे लक्षणीय प्रयत्न झाले आहेत, त्यामध्ये 'श्यामिनी' (तारा वनारसे), 'पर्व' (एस. एल. भैरप्पा) आणि 'अयोध्येचा रावण आणि लंकेचा राम' (दिनकर जोषी) या कादंबऱ्यांचा उल्लेख अपरिहार्य ठरतो. त्यात आता 'धर्मयुद्ध' या कादंबरीचाही उल्लेख करावा लागेल; कारण तत्कालीन समाजवास्तवाच्या पार्श्वभूमीवर महाभारतीय जीवननाट्याचा शोध घेण्याचा 'धर्मयुद्ध'मधील प्रयत्न निश्चितच अभिनंदनीय आणि दखलपात्र आहे.

–डॉ. नंदकुमार मोरे

१

१.

आखाड्याच्या मातीत खेळून दमलेलं शरीर कर्णानं गंगेच्या प्रवाहात झोकून दिलं. गार पाण्याचा सुखद स्पर्श होताच घामेजल्या अंगाचा दाह थोडा कमी झाला. वाहत्या प्रवाहासोबत तो तसाच पुढे जात राहिला. गंगेच्या प्रवाहात एका जागी स्थिर राहायचं म्हटलं तरी सारखे हात चालवायला हवेत. पण आज असं तरंगत जाणंच बरं वाटतं. पोहायला उत्साहच वाटत नाही. विचार करकरून जिथं मनालाही थकवा आला आहे तिथं शरीराचं काय? पण नाही... प्रवाहाच्या विरुद्ध दिशेनं पोहायची जिद्द उरात घेऊनच तर कर्ण जन्माला आला आहे. तो असा वाहत जाणार नाही...

इतका वेळ आखाड्यात सुरू असलेला दंगा आता गंगेच्या काठावर सुरू झाला. आखाड्याच्या लाल मातीत खेळून दमलेले विद्यार्थी गंगेच्या प्रवाहात उड्या घेऊ लागले. मनसोक्त पोहत एकमेकांच्या अंगावर पाणी उडवत हसू खिदळू लागले.

युद्धशाळेच्या मागच्या बाजूला असलेला हा निर्जन घाट रोज या वेळी असा फुलून जातो. हस्तिनापूरच्या कुठल्यातरी महाराजांनी म्हणे तो मुद्दाम बांधून घेतला आहे. घामाच्या धारांनी निथळणाऱ्या मल्लांना तापलेलं शरीर थंड करण्यासाठी इतकी चांगली जागा कुठली? इथं डुबकी मारली की त्यांचा सगळा शीण नाहीसा होतो. अंगात जणू नवा उत्साह संचारतो. पुन्हा नव्या दमानं आखाड्यात उतरावंसं वाटतं.

युद्धशाळेत पाळले जाणारे भेद इथं घाटावरही पाळले जातात. वरच्या बाजूला राजपुत्र पोहतात, तर घाटाच्या थोडं खाली इतर क्षत्रियांची आणि सूतांची मुलं. राजपुत्रांना मल्लविद्येचे धडे देणारे सामान्य मल्लही इथंच.

गंगेच्या वाहत्या प्रवाहात जणू कोणीतरी अदृश्य रेषा ओढली आहे. अदृश्य

असूनही ती प्रत्येकाला दिसते. तिचा संकेत बिनतक्रार पाळला जातो. हे असं का म्हणून कोणीच विचारत नाही. आणि कदाचित इच्छा असली तरी विचारू शकत नाही.

थोडा वेळ पोहून कर्ण काठावर आला. अंगाखांद्याला लागलेली माती धुवून काढली. अंग घासून पुन्हा डुबकी मारली. पुरेसं पोहून झाल्यावर तो बाहेर आला. वस्त्रं बदलली. ओली वस्त्रं पाण्यात खळबळून घेऊन खांद्यावर टाकली आणि तो अश्वशाळेकडे चालू लागला.

हा नित्यक्रम तसा ठरलेला. सकाळी लवकर उठून वडिलांसोबत गंगास्नान आणि अल्पोपाहार आटोपून युद्धशाळेत हजर व्हायचं. राजपुत्र वगळता इतर क्षत्रियांच्या आणि सारथ्यांच्या मुलांसोबत कधी धनुर्विद्येचे, कधी मल्लविद्येचे तर कधी सारथ्यकर्माचे धडे घ्यायचे. दुपारच्या या आंघोळीनंतर जेवण आणि त्यानंतर थोडी विश्रांती घेतली की तिसरे प्रहरी पुन्हा पाय वळतात ते युद्धशाळेकडेच.

आचार्य द्रोण म्हणतात, युद्धभूमीवर वावरायचं तर सारथ्यालाही पुरेशी धनुर्विद्या अवगत असली पाहिजे. घायाळ झालेल्या योद्ध्याची काळजी प्रसंगी त्यालाच घ्यायची असते. युद्धाच्या धुमश्चक्रीतून आपला रथ बाजूला काढून दूर नेणं, रथातल्या योद्ध्याचं रक्षण करणं, त्याला सावध करून पुन्हा युद्धभूमीवर आणणं, युद्धप्रसंगी त्याचं मनोबल वाढवणं हे कौशल्याचं काम आहे. उत्तम सारथीच ते करू शकतो. सारथी धनुर्विद्याप्रवीण असेल तर तो आपलं हे काम अधिक उत्तमपणे पार पाडू शकेल. रथनीडावर बसून अश्वांचे वेग हाताळणाऱ्या सारथ्याला धनुष्याची प्रत्यंचाही तेवढ्याच कौशल्यानं हाताळता आली पाहिजे.

कृपाचार्यही तेच म्हणतात, पुरेशी धनुर्विद्या, पूर्ण नव्हे ! कारण ब्राह्मण आणि क्षत्रिय हेच तिचे स्वामी. त्यातही ब्राह्मणांनी दिली तर क्षत्रियांना मिळणार आणि आमच्यासारखी सारथ्यांची पोरं त्या दोघांच्या तोंडाकडे पाहत राहणार ! हा म्हणे धर्म; आणि जन्मानं नेमून दिलेलं कर्म ! त्याला कोणीही आव्हान द्यायचं नाही. हे असंच का म्हणून विचारायचं नाही. आणि विचारलंच तर? ...विचारलंच तर तोही म्हणे अधर्म ठरतो.

आचार्य द्रोण एकीकडे भीम, अर्जुन, दुर्योधन, दुःशासन या सर्व राजपुत्रांना धनुर्विद्येचे धडे देत असतात, तेव्हा दुसरीकडे कृपाचार्य सारथ्यांच्या मुलांना ती 'पुरेशी धनुर्विद्या' शिकवत असतात. एकाला करून दाखवलं की इतरांनी त्याचं अनुकरण करायचं, ही कृपाचार्यांची शिकवायची पद्धत. त्यांचा सगळा वेळ होमहवन आणि पूजेअर्चेची सिद्धता, यांतच जातो. युद्धशाळेत किती विद्यार्थी आहेत हेही त्यांना माहीत नसावं आणि त्याची गरजही त्यांना कधी भासत नसावी. युद्धशाळेचे प्रधान आचार्य गुरू द्रोण यांना तर सारथ्यांची पोरं काय शिकतात आणि काय

करतात याच्याशी काही कर्तव्यच नसतं. सर्व जण त्यांना आचार्य म्हणतात म्हणून सारथ्यांच्या पोरांनीही म्हणायचं. अत्यादरपूर्वक त्यांच्या पायांवर मस्तक ठेवायचं. त्यांच्या पायावर डोकं ठेवायला मिळालं म्हणून स्वतःला धन्य समजायचं.

सारथ्यांच्या मुलांकडे ते कधी विद्यार्थी म्हणून पाहतच नाहीत. त्यांचा विद्यार्थी एकच. आणि तो म्हणजे अर्जुन ! सध्या तर त्यांनी आपलं संपूर्ण लक्ष अर्जुनावरच केंद्रित केलं आहे. त्यामुळे दुर्योधनासारखे इतर राजपुत्र त्याचा दुःस्वास करू लागले आहेत. परंतु त्याची चिंता ते करत नाहीत...

...पण हे सारं कशासाठी चाललं आहे? एकट्या अर्जुनाला हाताशी धरून त्यांना काय मिळवायचं आहे? येत्या वसंतपौर्णिमेची शस्त्रस्पर्धा हा त्याचाच एक भाग आहे. त्या दिवशी ते अर्जुनाला आपला सर्वविद्यानिपुण असा सर्वश्रेष्ठ विद्यार्थी घोषित करणार आहेत.

इतर सर्वांकडे दुर्लक्ष केलं तर कोणीतरी एक श्रेष्ठ, सर्वश्रेष्ठ ठरणारच!

पोटात भूक कडाडली होती. पण जेवावंसंच वाटत नव्हतं. अनिच्छेनं चार घास खाऊन कर्णानं गवताच्या चटईवर अंग पसरलं. झोप येणार नव्हतीच. निदान थोडी डुलकी लागली तर बरं होईल...भडकल्या डोक्याला थोडी विश्रांती मिळेल...रात्रीसुद्धा झोप अशी नाहीच. अंगाखालची चटई गरम वाटू लागली. ती काढून कर्ण खाली शिळेवर पडला आणि थोड्याच वेळात पुन्हा उठून बसला. शिळेचा गारवा उघड्या पाठीला सुखद वाटत होता. परंतु स्वस्थ पडून राहणंही अशक्य झालं होतं.

गंगेच्या शीतल पाण्यानं अंगाचा दाह कमी झाला. परंतु मनाचा? तो तर खाली केलेल्या पोताप्रमाणे पुनःपुन्हा उफाळून वर येतो आहे...वसंतपौर्णिमेचा तो दिवस एकेका घटकेनं, एकेका क्षणानं जवळ येतो आहे...त्या दिवशी सगळे राजपुत्र आपापल्या कौशल्याचं प्रदर्शन करतील. सर्वश्रेष्ठ धनुर्धर म्हणून अर्जुनाच्या नावाची घोषणा होईल आणि कोणत्याही गुरूशिवाय ती सारी कौशल्यं हस्तगत करणाऱ्या कर्णाकडे कोणी ढुंकूनही पाहणार नाही.

हस्तिनापूर नगरी अर्जुनाच्या कोडकौतुकात आणि जयजयकारात बुडून गेलेली असेल, तेव्हा कर्णाच्या मनाचं मूक आक्रंदन कोणालाही ऐकू जाणार नाही...पण कर्ण सूतपुत्र असला म्हणून काय झालं? तोही त्याच युद्धशाळेचा विद्यार्थी आहे. स्पर्धा सर्वांसाठी आहे. स्वतः आचार्य द्रोण यांची घोषणाही तशीच होती.

'सूतप्रमुख असलास म्हणून काय झालं? तू क्षत्रिय नाहीस. सारथ्याच्या मुलाला राजपुत्रांसोबत शिकता येत नाही हे तुला सांगायला पाहिजे असं नाही...' आचार्य द्रोणांचे ते शब्द अजूनही तापल्या सळईनं डाग दिल्याप्रमाणे कर्णाच्या काळजावर चरचरत आहेत.

'...त्याला धनुर्विद्या शिकायची असेल तर क्षत्रियांच्या इतर मुलांसोबत शिकू

देत. जा. कृपाचार्यांना विनंती कर.' आचार्य द्रोण पुढे म्हणाले होते.

बाबा हात जोडून कृपाचार्यांसमोर उभे राहिले. सूतप्रमुखाची ती विनंती ऐकताच त्यांच्याही कपाळावर तीच आठी उमटली.

'द्रोणाचार्यांना भेटलात?' त्यांनी विचारलं होतं.

'त्यांनीच आपणाकडे पाठवलं आहे आचार्य.' बाबा म्हणाले होते.

'ठीक आहे.' कृपाचार्य एवढंच म्हणाले.

— आणि त्या दिवसापासून सूतप्रमुख अधिरथाचा मुलगा वसुषेण कर्ण आचार्य द्रोणांच्या, नव्हे कृपाचार्यांच्या युद्धशाळेतला एक स्नातक बनला.

तेव्हापासून दैनंदिनी ठरून गेली. सकाळी लवकर उठून गंगास्नान उरकायचं आणि त्याच पावली युद्धशाळेत दाखल व्हायचं. एकाग्र मनानं प्रत्येक विद्येतलं कौशल्य आत्मसात करत राहायचं. कृपाचार्य सांगतील ते ऐकायचं, ते लक्षात ठेवायचा प्रयत्न करायचा, ते करून दाखवतील त्याचं अवलोकन करायचं आणि त्याप्रमाणे तंतोतंत अनुकरण करायचं.

दुपारपर्यंत विद्याभ्यास झाल्यावर पुन्हा गंगेत मनसोक्त पोहणं. त्यानंतर भोजन आणि थोडी विश्रांती. तिसऱ्या प्रहरापासून पुन्हा मल्लविद्येचे धडे...

दिवसभर एवढं सगळं झाल्यावर संध्याकाळी झोप झडप घातल्याप्रमाणे अंगावर कोसळते...पण जाग येते ती आचार्य द्रोणांच्या त्या शब्दांनी ! पहिली झोप ओसरली की ते शब्द कानामनात घोंगावू लागतात...वाटतं आपण इथं हस्तिनापुरात आलोच नसतो तर? ...पण आलो नसतो तर या यातनांपासून मुक्ती मिळाली असती? बाबाही तेच म्हणत, 'पुत्र वसुषेण, सारथ्याच्या अंगीसुद्धा आवश्यक तेवढं युद्धकौशल्य असावंच लागतं. त्याशिवाय तो चांगला सारथी होऊ शकत नाही.'

आपला मुलगाही आपल्यासारखाच सारथीप्रमुख व्हावा ही त्यांची उत्कट इच्छा. त्यांना पुरेशी धनुर्विद्या येत होती. परंतु मुलाला शिकवत बसायला तेवढा वेळ कुठला? मात्र आपला हा मुलगा द्रोणाचार्यांच्या नजरेखाली शिकला तर आपले मनोरथ निश्चित पूर्ण होतील, एवढी खूणगाठ मनाशी बांधून ते मुलासह हस्तिनापूरला निघून आले.

'सूतांच्या मुलांमध्येच राहायचं बरं बाळ. कृपाचार्यांच्या आशीर्वादानं मिळेल तेवढं ज्ञान ग्रहण करायचं.' बाबा पुनःपुन्हा सांगत होते. परंतु मुलाचा हट्ट आडवा आला. '...शिकेन तर द्रोणाचार्यांकडेच. धनुर्धर म्हणून नाव मिळवीन तर त्यांचा शिष्य म्हणूनच.'

मुलाच्या हट्टापायी बापानं आचार्य द्रोणांपुढे हात जोडले. परंतु पदरी आला तो विखारी अपमान. बाबा तो अपमान कदाचित विसरून जातील किंवा विसरण्याचा प्रयत्नही करत असतील; परंतु हा कर्ण तो अपमान कधीही विसरू शकणार नाही...

आचार्य द्रोण, मी त्या अपमानित पित्याचा पुत्र आहे. तुम्ही केलेल्या अपमानाचा निखारा काळजावर ठेवून मी धनुर्विद्या ग्रहण करतो आहे. एके दिवशी तुम्हाला पश्चात्ताप करायला भाग पाडीन, योग्यता सिद्ध करून दाखवीन आणि त्या अपमानाचा सूड घेईन, तरच नावाचा कर्ण!

तो प्रश्न अजूनही मन कुरतडतो... बाबांनी तो अपमान गिळला की गिळल्यासारखं दाखवलं? मग त्यांची मुद्रा जिव्हारी बाण लागल्यासारखी व्याकूळ का झाली होती? त्यानंतर त्यांनी घडल्या गोष्टीचा कधी उच्चारही केला नाही. जणू जे घडलं त्यात त्यांना काहीच अनपेक्षित वाटलं नव्हतं... म्हणजे ते द्रोणाचार्यांसमोर उभे राहिले होते ते अपमान झेलण्यासाठीच. आणि तेही मुलाच्या हट्टासाठी! काय घडणार आहे ते माहीत असून !

वडिलांचा त्याग आठवून कर्णाचं मन ग्लानीनं भरून आलं. आपणच बाबांच्या अपमानाला कारणीभूत ठरलो... एक मन दुसऱ्या मनाला खाऊ लागलं...

किती वर्षं झाली त्या गोष्टीला? सातआठ तरी निश्चितच. पण मनावर झालेला तो आघात अजूनही विसरत नाही. उलट तो प्रसंग आठवला की, तो आणखीच ताजा होतो आणि ठसठसत्या जखमेतून असह्य कळ येत राहावी तशी, ती अपमानाची जाणीव पुन्हा सोबत करू लागते.

"अशाच एका उगवत्या पहाटे आपली गंगामाई तुला आमच्या पदरात घालून गेली आहे बरं बाळ वसू..." बाबा सांगत. लहानपणी ते सारं खोटंच वाटायचं. बाबा उगाचच चिडवतात असं वाटायचं. मग रुसून बसलो की तेच मायेनं जवळ घेत. आई कौतुकानं पाहत असायची. एकदा रागावून म्हणालो," मग देऊन टाका मला गंगेकडे परत." त्या दिवशी मला जवळ घेऊन आई इतकी रडली की तो दिवस मी कधीच विसरू शकणार नाही. आणि बाबा...? त्यानंतर त्यांनी तशी थट्टा कधीच केली नाही.

शत्रुंजय आणि संग्रामजित यांच्यापेक्षा आईची माया या कर्णाच्याच वाट्याला अधिक आली. त्या दोघांवर रागावणारी आई कर्णाचं मन दुखावू नये म्हणून अजूनही जपते. ही मातेची माया आहे की तो एका अश्राप मुलाकडे कणवेनं पाहणारा दयाभाव आहे? आईच्या मायेचं हे रहस्य मला कधीच कळालं नाही. आणि ते कळून घेऊन मातेच्या त्या निर्व्याज मायेचा अपमान करायचा कर्णाला अधिकारही नाही.

वाहती गंगा कोणा एक अज्ञात दुर्दैवी मातेचा ठेवा तिच्या हाती सोपवून गेली आहे. तो आहे तसा परत करण्यासाठीच की काय आई त्याला एवढं जिवापाड जपते आहे. त्यापायी ज्यांना तिनं जन्म दिला आहे त्या माझ्या भावांकडे तिचं काहीसं दुर्लक्ष झालं आहे. परंतु त्याचा विचारही ती करत नाही.

कोण असेल ती माझी आई? विचारलं तर अजूनही बाबा तो विषय टाळतात.

मनाची ती गुप्त मंजूषा त्यांनी जणू कायमची बंदच करून टाकली आहे. पण नंतर आईकडूनच हळूहळू सारं कळत गेलं...

...त्या दिवशी सकाळी नेहमीप्रमाणे बाबा गंगेवर स्नानासाठी गेले होते. सकाळ होऊ लागली होती. कोवळे सूर्यकिरण गंगेच्या लाटांवर ठरत नव्हते. तो चमचमता सोनेरी रंग धारण करून लाटा पुढे पुढे धावत होत्या. अशा त्या सकाळी कमळांच्या जाळ्यात अडकून लाटांसोबत हेलकावे खाणारी ती पेटी त्यांना दिसली होती. बाबांनी ती काठावर ओढून आणली आणि पाहतात तर काय...पेटीत सुवर्णगौर कांतीचं एक नवजात अर्भक पहुडलेलं. रडरडून दमल्यानं त्याचा वर्ण तप्त सुवर्णासारखा झाला होता. नाक आणि डोळ्यांच्या तुलनेत कान थोडे मोठे. अंगावर आणि आजूबाजूला भरपूर सोन्या-मोत्यांचे आणि हिऱ्यांचे अलंकार. जणू अलंकारांच्या शय्येवरच त्याला निजवलं होतं. ते गोजिरवाणं मूल, ते अलंकार हे सारं सारं पाहून बाबा हरखून गेले. जणू उगवत्या हिरण्यगर्भ सूर्यानं त्यांना अजोड किमतीचा झळझळीत नजराणाच बहाल केला होता. हर्षातिरेकानं ती पेटी उचलून घेऊन त्यांनी त्याच पावली घर गाठलं. पेटीतलं मूल काढून आईच्या मांडीवर ठेवलं... आणि आश्चर्य घडलं. ते आईवेगळं मूल पाहताच माझ्या राधाईच्या मातृहृदयातली कणव जिवंत झऱ्यासारखी उचंबळून आली. तोवर लौकिकार्थानं माता होऊ न शकलेल्या त्या मातेला पान्हा फुटला...रडरडून कोरड्या झालेल्या ओठांवर मातेच्या दुधाची अमृतधार झरू लागली. जन्मतःच नदीत सोडून दिलेल्या एका बाळजीवाला आयुष्याचं दान मिळालं. आई व्हायचं असेल तर का मुलाला जन्मच द्यावा लागतो? कर्णाला जन्म न देताही ती त्याची आई झाली.

...पण जन्मतःच नदीत सोडून दिलं जावं, असा कोणता अपराध त्यानं केला होता? आणि मातृत्व हेच जीवितसाफल्य मानणाऱ्या एका स्त्रीवर तरी ती वेळ का आली होती? नुकतंच जन्मलेलं आपल्याच हाडामांसाचं जिवंत रूप...पटापट मुके घेऊन त्याला उराशी कवटाळावं, त्याच्यावर मायेचा वर्षाव करावा, आनंदाश्रूंनी त्याला न्हाऊ घालावं, असं तिला वाटलं नसेल? आपलंच मूल नदीच्या फेसाळत्या काळलाटांवर सोडून देताना तिला काहीच का वाटलं नसेल? आपल्याच बाळानं फोडलेला भुकेजला टाहो तिला ऐकू आला नसेल? मातेच्या उदरातला तो मायेचा झरा त्या वेळी कुठं दडून बसला होता? तो का म्हणून उचंबळून आला नाही? तिला माया नव्हती की मी तिच्या कुठल्यातरी पापाचं नकोसं झालेलं फळ होतो?

विचार करकरून डोकं फुटायला येतं; पण या प्रश्नांची उत्तरं मिळत नाहीत... आणि मिळतील असं वाटत नाही...कितीतरी हट्ट केल्यावर अगदी जपून ठेवून दिलेली ती पेटी आईनं दाखवली होती... तिला चारही बाजूंनी दिलेला मेणाचा लेप कधीच कोरडा झालेला होता. झाकणावरचे कुंकवाचे डाग मात्र अजूनही तसेच होते.

उगवत्या सूर्याच्या साक्षीनं घरी आलो म्हणून बाबा कधी सूर्यपुत्र म्हणतात, तर कधी सुवर्णासारख्या वर्णाचा दिसतो म्हणून वसुषेण म्हणतात. इतर अवयवांच्या मानानं कान थोडे मोठे आहेत म्हणून कधी कधी कर्णही म्हणतात. म्हणतात, कर्णराज हेच नाव तुला शोभून दिसतं. असाच शिकत राहिलास तर धृतराष्ट्र महाराजाला सांगून...

नाही ! जन्म दैवाधीन असला तरी माझा पराक्रम दैवाधीन नाही. कुठल्याही क्षत्रियाला आवश्यक असलेल्या सर्व विद्या मी स्वकष्टांनी मिळवल्या आहेत. बाहूबळ आणि शस्त्रविद्या यापेक्षा क्षत्रियत्व ते आणखी वेगळं काय असतं? आणि क्षत्रियत्व म्हणजे तरी काय? ते कोणी ठरवलं? बाबांसमोर असं म्हटलं तर ते अश्वशाळेत वाघ शिरावा तसे भिऊन जातात. असं म्हणू नये म्हणून समजावतात. परंतु रात्रंदिवस छळणाऱ्या त्या प्रश्नाचं उत्तर मिळत नाही ते नाहीच.

— नाही कर्णा ! दुसरं मन आक्रंदू लागलं. क्षत्रियांच्या सैन्यात तुला साधा पदाती म्हणूनही स्थान मिळणार नाही. कुठल्यातरी क्षत्रियाचं सारथ्य करण्यातच तुझं आयुष्य खर्ची पडणार... मग ही धनुर्विद्या, मल्लविद्या, ती मिळवण्यासाठीचे हे कष्ट, हे सगळं कशासाठी? शेवटी घोडेच हाकायचे आहेत तर वेसण धरता आली तरी पुरेसं आहे...

वाऱ्याच्या झोताबरोबर वाहत आलेला अश्वशाळेतील मलमूत्राचा उग्र वास नाकात शिरला. बाबांसह इथं आलो तेव्हापासून हा वास नाकात शिरला तो कायमचा. कुठं बाहेर गेलो तरी तो सोबत असल्यासारखाच वाटतो...या उग्र वासापासून दूर गेलं पाहिजे. खूप खूप दूर गेलं पाहिजे...मला हवे आहेत ते वायुवेगानं धावणाऱ्या रथांचे खडखडाट, रणवाद्यांचे जल्लोष, प्रत्यंचेचे टणत्कार, भीषण रणकंदन, सैनिकांचे विजयोन्माद, जयजयकाराचे ध्वनी आणि त्यातून येणारा वाहत्या उष्ण रक्ताचा उग्र वास...ताज्या रक्ताचा उग्र दाहक वास...

मनाला आलेली उद्विग्नता स्वस्थ बसू देणार नव्हती. कर्ण उठून बाहेर आला. दावणीला बांधलेले अश्व पुढे टाकलेला चारा खात स्वस्थ उभे होते. सिंधुसौवीर, कांबोज, गांधार आदी देशांहून मागवलेले जातिवंत अश्व...त्यांतला प्रत्येक अश्व बाबांच्या ओळखीचा आहे. त्यांच्या सवयी, त्यांचे आजार आणि उपचार हे सारं त्यांना चांगलं माहीत आहे. ते गुणी अश्वांवर प्रेम करतात, तसे नाठाळ अश्वांना चांगलं वठणीवरही आणतात.

कुठल्याही राजाच्या पदरी अधिरथ व्हायचं असेल तर हे सारं आलंच पाहिजे, असं त्यांचं म्हणणं. म्हणतात, बाळ वसू, धनुर्विद्येतली तुझी गती पाहून मला फार संतोष होतो. सारं नीट शिकून घे. आता मीही थकलो. एके दिवशी महाराजाला सांगून...

— पण त्यांचं हे वाक्य कधीच पूर्ण होत नाही. ‘कधीही नाही... सैनिक म्हणून मेलो तरी चालेल, पण मी कोणाचा सारथी होणार नाही.’ कर्णाचं हे उत्तर ठरलेलं.

सारथीप्रमुखाच्या मुलाचं ते उत्तर ऐकून इतर सारथी हसतात. म्हणतात,

“अधिरथराज, तुझा मुलगा कुठल्या देशाचा राजा होणार आहे कोणास माहीत! उद्या आमच्या मुलांना तुझ्या राज्यात आश्रय दे रे कर्ण महाराजा...’

थकवा येईपर्यंत मल्लक्रीडा केली तरी झोप का येत नाही? शरीर कितीही थकलं तरी मन मात्र जागंच आहे. ते विश्रांती घेत नाही आणि शरीरालाही विश्रांती घेऊ देत नाही. विचार करकरून डोकं फुटेल; पण विचार संपत नाहीत. अस्वस्थता थांबत नाही. निदान रात्री थोडी झोप यायची असेल तर अजून खूप खूप थकवा आला पाहिजे. त्यासाठी भरपूर भटकून आलं पाहिजे. अगदी अंग दुखेपर्यंत भटकलं पाहिजे...

२.

कांबोज जातीच्या आपल्या शुभ्र अश्वावर स्वार होऊन कर्ण निघाला. सूतघाट, चार्वाक मुनींचा आश्रम मागे पडताच कर्णानं अश्वाला टाच दिली. दुडक्या चालीनं पळणारं ते जनावर आता वाऱ्याच्या वेगानं धावू लागलं.

हस्तिनापूर मागे पडलं. वळून पाहिलं तर स्पष्ट दिसतील असे राजवाड्याचे आणि मंदिरांचे कळसही आता दिसेनासे झाले. गंगेचा संथ आणि विस्तीर्ण प्रवाह तेवढा सोबतीला होता. उजव्या बाजूनं गंगेच्या पात्रापर्यंत पसरलेल्या रानातून लहानशी पायवाट गेलेली होती. तिच्यावरून धावणारा कर्णाचा अश्व सफाईनं वाट काढत निघाला होता.

गंगेच्या प्रवाहाची सोबत संपली. आता चहूबाजूंनी फक्त दाट अरण्य. एक-दीड प्रहर अशी दौड केल्यावर अरण्य संपून पुन्हा गंगेचं विस्तीर्ण पात्र समोर येतं. तिथं थोडी मोकळी जागा आहे. तिथं अरण्य थोडं विरळ झालं आहे म्हणून तिला मोकळी जागा म्हणायचं इतकंच. तिथूनही पुन्हा दाट अरण्य सुरू होतं ते थेट पांचाल राज्याच्या सीमेपर्यंत. वाटेत कुठलासा डोंगर आहे. तिथं म्हणे हिडिंब लोक राहतात. आणि गंगेच्या पलीकडे यक्ष, किन्नर, गंधर्व आणि राक्षस या लोकांच्या वसाहती असलेलं निबीड द्वैतवन. त्याच्याही पलीकडे थोडा कुरुराज्याच्या बाजूला अगदी सीमेलगत आहे तो निषाद पर्वत. तिथं निषाद लोक राहतात म्हणून त्या पर्वताला निषाद पर्वत म्हणतात. तिथं हिरण्यधन्वा नावाचा राजा राज्य करतो. त्या राजाचा मुलगा एकलव्य. आचार्य द्रोणांची कीर्ती ऐकून त्यानंही म्हणे कर्णासारखाच निश्चय

केला होता. म्हणून पुत्राला सोबत घेऊन एके दिवशी निषादराज स्वतः हस्तिनापुरात आला होता. दोघांच्या पाठीला वेळूच्या बाणांचे भाते होते. त्यांच्या डोक्यावरील शिरस्त्राणावर पक्ष्यांची नयनरम्य पिसं खोवलेली होती. तसेच त्यांचे बाणही चित्रविचित्र पिसांनी सजवलेले होते. लोहधातूपासून बनवलेली त्या बाणांची चमकदार टोकं आपल्या अणकुचीदारपणाची साक्ष देत होती. बाणांची गती सारखी राहावी म्हणून त्यांना लावलेली पक्ष्यांची पिसंही अगदी निवडक अशीच होती.

त्यांच्या खांद्यावरची सुंदर धनुष्यंही बाकदार वेळूपासून बनवलेली होती. टणक वेळूची ती धनुष्यं कितीही वाकवली तरी न मोडणारी अगदी चिवट अशी असावीत. हातात घेऊन पाहिलं असतं तर समजलं असतं. परंतु ती संधीच मिळाली नाही.

विद्येच्या आशेनं आलेल्या त्या तरुणाला आल्या पावली परत जावं लागलं. आर्यांची धनुर्विद्या निषादांना देणं, हा म्हणे अधर्म ठरणार होता आणि असा अधर्म करायला आचार्य द्रोण कदापि तयार नव्हते. निषादराजानं हात जोडून विनंती केली. परंतु ते आपल्या निर्णयापासून कणभरही विचलित झाले नाहीत.

एकलव्य परतला खरा; पण त्यानं धनुर्विद्येचा ध्यास सोडला नाही. आचार्य द्रोणांना गुरुस्थानी मानून त्यानं त्यांचा पुतळा समोर ठेवला आणि त्याच्या साक्षीनं आपली साधना सुरू केली. तो निष्णात धनुर्धर झाला. परंतु ज्या आचार्यांना गुरुस्थानी मानलं त्यांच्याकडून एकलव्याला काय मिळालं? आणि जे मिळालं त्याला आशीर्वाद म्हणायचं की शिक्षा?

एकदा सारे राजपुत्र वनविहारासाठी निषाद पर्वताकडे गेले होते. रथ, अश्व, सेवक, शिकारी कुत्री हा लवाजमा सोबत होताच. वनात कुठंतरी भटकत गेलेला एक कुत्रा तळावर परत आला तेव्हा त्याचं तोंड बाणांनी भरलेलं होतं. बाण अशा कौशल्यानं मारलेले होते की, कुत्र्याचं तोंड तर बंद व्हावं; परंतु रक्ताचा थेंबही सांडू नये. सगळे एकमेकांकडे पाहू लागले. कुणा अज्ञात धनुर्धराचा तो असामान्य पराक्रम पाहून अर्जुनाची मान लज्जेनं खाली गेली. त्याच्यासारखाच शब्दवेध करणारा आणखी एक धनुर्धर त्या वनात होता, हे निश्चित. ते सगळे त्या धनुर्धराच्या शोधात निघाले. एका वटवृक्षाखाली तो निषाद तरुण एकाग्र चित्तानं धनुर्विद्येचा अभ्यास करत होता. विचारपूस करताच त्यानं सारं सांगून टाकलं. अभिमानानं पुढे होऊन आपल्या आदरणीय आचार्यांचा पुतळाही त्यानं दाखवला. ते सारं पाहून अर्जुनाचा द्वेषाग्नी भडकला. वनातून परत आल्यापासून तो आचार्यांवर रुष्टच होता म्हणे. इतका की, स्वतः आचार्यांनाच मनधरणी करून त्याच्या मनातलं शल्य काढून घ्यावं लागलं. अर्जुनानं त्यांना आपल्या वचनाची आठवण करून दिली. तुला म्हणे सर्वश्रेष्ठ धनुर्धर बनवीन. आणि आता तो निषाद राजपुत्र तुमचं शिष्यत्व सांगतो आहे, त्याचं काय?

आचार्य द्रोण त्याच पावली निषाद पर्वताकडे निघून गेले. आर्यांनी निर्माण केलेल्या धनुर्विद्येचं हरण करणाऱ्या त्या निषाद राजपुत्राला पुरती अद्दल घडवायचा निर्धार करूनच ते निघाले होते. एकलव्याची भेट होताच त्याची नम्रता आणि गुरुनिष्ठा पाहून क्षणभर त्यांचं कठोर मन द्रवलं; परंतु निश्चय ढळला नाही. त्यांनी एकलव्याकडे गुरुदक्षिणेची मागणी केली. आणि मागितला तोही त्याच्या उजव्या हाताचा अंगठा ! कुठल्याही धनुर्धराचा दुसरा प्राण असलेला उजव्या हाताचा अंगठा!

आजवर कुठल्याही गुरूनं आपल्या कुठल्याही शिष्याकडे मागितली नसेल अशी ती जगावेगळी गुरुदक्षिणा. परंतु आचार्य द्रोणांनी त्या मागणीचा उच्चार करताच क्षणाचाही विलंब झाला नाही. तत्क्षणी एकलव्यानं कमरेचं कृपाण काढलं आणि उजवा आंगठा तोडून आचार्यांच्या पायाजवळ ठेवला.

...शिष्यावरील प्रेमापोटी एका निरपराध तरुणाचा बळी घेणारी ही कुठली वचननिष्ठा? आर्यांची धनुर्विद्या हरण करायला त्याला काय धनुर्विद्या येत नव्हती? खरं तर कुठल्याही गुरूशिवाय असामान्य कौशल्य हस्तगत करणारा तो निषाद राजपुत्र कुठल्याही आर्य राजपुत्रापेक्षा सहस्र पटींनी श्रेष्ठ होता. आणि धनुर्विद्येवर जगात काय फक्त एकट्या आर्यांचाच हक्क आहे? अर्जुनाला सर्वश्रेष्ठ धनुर्धर बनवायचं होतं तर त्याला एकलव्यापेक्षा अधिक ज्ञान द्यायचं होतं...की तेवढं ज्ञान मुळात द्रोणांजवळच नव्हतं? एकाची नसलेली योग्यता सिद्ध करण्यासाठी दुसऱ्याची असलेली योग्यता नाकारायचा नव्हे, हिरावून घ्यायचा हा हीन खटाटोप कशासाठी? योग्यतेला चिरडून त्या जागी अयोग्याची स्थापना करण्याचं हे कृष्णकारस्थान का म्हणून खेळलं गेलं? आणि हे अश्लाघ्य कृत्य करून आचार्य द्रोणांनी कोणते हेतू साध्य केले? ज्याला त्यांनी काहीही दिलेलं नव्हतं अशा त्या निषाद राजपुत्राचा अंगठा तोडून घेण्याचा त्यांना कोणता अधिकार होता? असा शिष्यवंचक गुरू आजवर कोणा शिष्यानं पाहिला तरी असेल का?

...घनदाट अरण्य संपून विरळ झाडी सुरू झाली. जवनिका बाजूला होऊन रंगभूमीवरचं दृश्य समोर यावं त्याप्रमाणे गंगेचं विशाल पात्र समोर दिसू लागलं. गर्द झाडीमुळे अंगावर न पडणारं उन आता जाणवू लागलं. परंतु त्याचा ताप फारसा जाणवत नव्हता. किनाऱ्यालगत छानशी हिरवळ पाहून कर्ण खाली उतरला. अश्वाला पाणी पाजून चरायला सोडलं आणि मुखप्रक्षालन करून तोही गंगेच्या वाळूवर विसावला.

उंचच उंच शाल, डेरेदार अशोक, रथासाठी लागणारं कठीण लाकूड देणारे धुरंधर, शिंशुप आणि खदीर, अरुंधतीच्या वेलींनी वेढलेले किंशुक आणि पलाश, घनदाट सावली देणारे प्रचंड विस्ताराचे वट अशा कितीतरी प्रकारच्या वृक्षांनी आणि

अस्ताव्यस्त पसरलेल्या वेळूच्या बेटांनी गंगेकाठचं ते अरण्य गजबजून गेलं होतं. नाना प्रकारच्या वेली झाडांच्या खोडांना लपेटून वर वर गेलेल्या होत्या. शाल्मली वृक्षाला लटकलेले वाळलेल्या शेंगांचे घोस वाऱ्याच्या झोताबरोबर मंजूळ आवाज करत हलत होते...या शेंगांचा आवाज मंजूळ येतो खरा, परंतु शाल्मलीची बीजं किती विषारी असतात ! त्यांचा अर्क लावलेला बाण म्हणजे प्राणाशी गाठ ! खाली वाळूत कितीतरी विषारी बीजं विखुरली होती. कधी त्यांच्याकडे पाहत, तर कधी दूरवर दिसणाऱ्या निषाद पर्वताकडे पाहत कर्ण विचार करत पडून राहिला...

आर्ययुद्धात विषारी बाणांची योजना करत नाहीत. किरात, नाग, गंधर्व असे काही लोक विषारी बाण वापरण्यात फार कुशल असतात. म्हणूनच तर त्यांना कूटयोद्धिन् असंही म्हणतात. परंतु आता काही आर्य जमातीही बाणांना विष लावण्याची ती कला आत्मसात करू लागल्या आहेत...काही अंतरावर एक मत्स्यगरुड आकाशात घिरट्या घालत होता. डौलदार मंडलं घेत तो क्षणात खाली येत होता तर क्षणात एखाद्या बाणासारखा आकाशात झेपावत होता.

कर्ण उठून बसला. त्याची दृष्टी पुनःपुन्हा निषाद पर्वताकडे जात होती. राजपुत्र एकलव्य आता काय करत असेल? तो आपल्या डाव्या हातानं बाण चालवायचा सराव करत असेल की उरलेल्या चार बोटांनी बाण धरायचा प्रयत्न करत असेल? की आपल्या तुटलेल्या अंगठ्याकडे पाहत विषण्ण पश्चात्ताप करत असेल? कर्णानं आपल्या उजव्या हाताच्या अंगठ्याकडे पाहिलं. प्रत्यंचा घासून त्याच्यावर घट्टे पडले होते...क्षत्रियत्व हे शौर्यादी गुणांवर अवलंबून आहे म्हणून सांगायचं आणि गुण हे जन्मावर अवलंबून आहेत असंही म्हणायचं. म्हणजे हे कोडं आहे तरी काय? कर्ण नावाचा कोणी शिष्य आपल्या युद्धशाळेत शिकतो आहे, हे आज आचार्य द्रोणांना माहीतही नसेल; परंतु उद्या या अंगठ्याचं कौशल्य पणाला लागलं तर तोही असाच गमवावा लागेल की काय, या विचारानं कर्ण एकदम दचकलाच!

मालिनी नदीच्या काठी घडलेला प्रसंग त्याला आठवला...त्या दिवशी स्वतः आचार्य द्रोण सर्व राजपुत्रांना सोबत घेऊन जलविहारासाठी गेले होते. मनसोक्त जलविहार करून सगळे राजपुत्र डोहाबाहेर पडू लागले. त्यांच्यापासून थोड्या अंतरावर पोहत असलेली सारथ्यांची मुलंही प्रवाहाबाहेर आली. अर्घ्यदान आटोपून आचार्य मागे वळतात तोच त्यांनी हृदयभेदी किंकाळी फोडली. एका महाकाय सुसरीनं त्यांचा डावा पाय धरला होता. आयतं सापडलेलं भक्ष्य ती खोल पाण्याकडे नेऊ पाहत होती. दोन्ही हात उभारून आचार्य मदतीची याचना करत होते. क्षणभर काय झालं आहे तेच समजलं नाही. सर्व राजपुत्र एकदम गोंधळूनच गेले होते. जो तो आपापली शस्त्रं शोधत होता. आचार्यांची किंकाळी कानावर पडताच कर्णाचा हात धनुष्याकडे गेला होता. काय घडलं आहे हे त्यानं क्षणात ओळखलं होतं. तो वेगवान

जलप्रवाह भेदून थेट सुसरीच्या मस्तकाच्या चिंध्या उडवील असा दणकट लोहबाण धनुष्यावर चढवून त्यानं प्रत्यंचा खेचली. क्षणात बाण सुटणार तोच दुसरीकडून आलेल्या तशाच एका बाणानं सुसरीच्या मस्तकाचा वेध घेतला. विक्राळ जबडा वासून सुसर तडफडू लागली. पायाला पडलेली मगरमिठी सुटताच आचार्य प्राणभयानं तत्काळ बाहेर आले. पाण्यात लालभडक रेषा उमटवत सुसर थैमान घालत होती.

आकर्ण ओढलेली प्रत्यंचा कर्णानं पूर्ववत सैल केली. धनुष्यावर चढवलेला बाण थोड्या अंतरावर जाऊन पडला. काय घडलं आहे हे कोणाच्या लक्षातही आलं नाही.

प्रवाहाबाहेर आलेल्या आचार्यांनी कमरेला खोवलेलं कृपाण काढून सेवकाच्या हातात दिलं आणि आपल्या प्रिय शिष्याला- अर्जुनाला- प्रेमातिरेकानं मिठीत घेतलं. सुसरीचा लक्ष्यवेध करणारा तो बाण त्यानंच सोडला होता...

म्हणजे? आचार्यांना खरंच जलविहार करायचा होता की शिष्यांची परीक्षा घ्यायची होती? अन्यथा कृपाण कमरेला खोवून पाण्यात उतरायचं कारण? निश्चितच ही परीक्षा होती ! ...अर्जुनाच्या आधी आपल्या बाणानं सुसरीच्या मस्तकाचा वेध घेतला असता तर? आचार्यांनी कौतुक केलं असतं की तू माझा शिष्य नसताना बाण का टाकलास म्हणून झिडकारलं असतं? की एकलव्यासारखा अंगठा मागितला असता?

भास पक्ष्याचा डोळा छेदून पहिली परीक्षा उत्तीर्ण झालेला अर्जुन दुसऱ्या परीक्षेतही उत्तीर्ण झाला आणि तेव्हापासून आचार्यांचा आणखीच लाडका होऊन बसला. इतर अनेक विद्यार्थ्यांना त्या परीक्षा द्यायची कधी संधीच मिळाली नाही. का...? तर ती सारथ्यांची पोरं आहेत म्हणून !

गर्द सावल्यांनी गंगेचा किनारा झाकला गेला. भोवतालचं निर्जन अरण्य आता भयावह वाटू लागलं. आणखी प्रहरभरानं सायंकाळ होईल. अंधार पडण्यापूर्वी अरण्यातून बाहेर पडलं पाहिजे...

खांद्यावरचं धनुष्य सावरून कर्णानं अश्वावर मांड ठोकली. भोवतालच्या घनदाट अरण्यातून वाट काढत कर्णाचा तो अश्व वायुवेगानं धावू लागला. अश्वाचं संपूर्ण शरीर हलत असलं तरी डोळे आणि कान स्थिर होते. कांबोज जातीच्या अश्वाचं हेच वैशिष्ट्य असतं. तो कितीही वेगात असो, त्याचे डोळे आणि कान सतत स्थिर असतात. त्याची घ्राणेंद्रियंही तेवढीच तीक्ष्ण असतात. धावताना हवेत उंचावलेली त्याची शेपटी सहसा कधीच खाली वळत नाही. कुठल्याही संकटाची चाहूल त्याच्या पाठीवरच्या अश्वसादाआधी त्याला लागते. दोनदा नाक फुरफुरवून आणि शेपटी झटकून तो एकाएकी चारही पायांवर उधळला की जवळपास कुठंतरी संकट रेंगाळतं आहे, हे निश्चित ओळखावं.

सावल्या आणखी गर्द झाल्या. पायवाट अस्पष्ट होऊ लागली. परंतु अश्वाची गती कमी झाली नाही. सर्वत्र हिंस्र पशूंचा वावर असलेल्या त्या अरण्यातून बाहेर पडताना आपल्या चपळ अश्वावर विसंबून कर्ण निश्चिंत होता.

...चार्वाक मुनींच्या आश्रमातील दिवे दिसू लागले. अश्वाचा वेग आपोआपच कमी झाला. चार्वाक मुनींचा तो आश्रम कर्ण दुरूनच पाहत असतो. त्या आश्रमाविषयी नगरीत चांगलं बोललं जात नाही. तिथली माणसं कधीतरी नगरीत येऊन जाताना दिसतात तेवढीच. एरवी तो आश्रम हस्तिनापूर नगरीत असून नसल्यासारखाच आहे. लोक म्हणतात की, यज्ञयागादी कर्मकांडांना, जन्मसिद्ध श्रेष्ठत्वाच्या स्वार्थी सिद्धान्तांना ते प्रखर विरोध करतात. नगरीत त्यांची सर्वत्र नास्तिक, पाखंडी, सुखवादी या शब्दांत हेटाळणी केली जाते. खरं काय आहे ते एकदा जाऊन पाहिलंच पाहिजे...

३.

सूतप्रमुख अधिरथ मुलासाठी जेवायचा थांबला होता. त्यानं विचारलेल्या प्रश्नांना जेवढ्यास तेवढी उत्तरं देत, जाईल तेवढं अन्न पोटात ढकलून कर्ण अंथरुणावर पडला. इतकी लांबची रपेट करून आल्यानं प्रचंड थकवा आलेला होता. परंतु आजही डोळ्यांवर झोप यायला तयार नव्हती. वाटलं, बाबांना विचारावं, जन्मजात गुणांवरून कर्मं ठरतात असा आर्यधर्म आहे, तर द्रोणाचार्यांनी क्षत्रिय कर्मं कशी स्वीकारली? ती ब्राह्मणांना निषिद्ध नसतील तर सूतांना का निषिद्ध असावीत? जे कर्म एकाला विहीत आहे, ते दुसऱ्याला का विहीत नसावं? हा कुठला न्याय आहे?

...पण यावर बाबा काय म्हणतील ते तर आता तोंडपाठ झालं आहे. इकडे तिकडे पाहून घेत हळू आवाजात म्हणतील, असं म्हणू नये बाळ वसू. कोणी ऐकलं तर मोठाच अनर्थ होईल. ब्राह्मण सर्व वर्णांचे गुरू आहेत. त्यांना सर्व कर्मं विहीत आहेत. त्यांनीच नाही का सर्वांची कर्मं ठरवून दिली? ते स्वतः मात्र त्यांना पाहिजेत ती कर्मं स्वीकारू शकतात आणि त्यांचं आचरण करू शकतात; इतरांना ती संधी नाही.

बाबा सांगतात, पूर्वी म्हणे असे भेद नव्हते. पंचनद आणि गांधार देशाच्याही पलीकडे असलेल्या प्रदेशातून गाईगुरांची खिल्लारं घेऊन प्रवास करत आलेले आपले पूर्वज कित्येक वर्षं या भूमीत सुखानं नांदत होते. इथल्या लोकांनीही त्यांना आपल्यात सामावून घेतलं होतं. परंतु त्यानंतरही टोळ्याटोळ्यांनी आणखी काही लोक आले. त्यांनी कुरणं आणि नदीकाठच्या जमिनीवरून इथल्या लोकांशी आणि

आधी आलेल्या आर्यांशी संघर्ष सुरू केला. त्यांची घरंदारं लुटली, जमिनी बळकावल्या. अशा प्रकारे त्यांचं दमन करून त्यांच्यावर अनेक बंधनं लादली. नाग, राक्षस, किरात या इथल्या मूळच्या रहिवाशांवरही त्यांनी पक्की दहशत बसवली. त्यांना रानावनात आश्रय घ्यायला भाग पाडलं. अनेकांना तर त्यांनी आपलं दास्य पत्करायला भाग पाडलं. आर्य-अनार्य, वंश-जात असे अनेक प्रकारचे भेदाभेद तिथूनच सुरू झाले.

आर्य ब्राह्मण आणि आर्य क्षत्रिय या दोघांनी आपसात संगनमत करून हे भेद निर्माण केले आणि अधिकाधिक पक्के केले. माणसांच्या जाती केल्या. त्यांना जन्मजात कामं नेमून दिली. या सगळ्या गोष्टींना धर्माचं खरंखोटं अधिष्ठान दिलं. आणि हे सगळं करताना स्वतःला मात्र वगळलं. इतर वर्णांना त्यांनी नेहमीच दासासारखं वागवलं. त्यांच्या स्त्रियाही उपभोग्य मानल्या. सूतांची उत्पत्ती त्यातूनच झाली आहे.

क्षत्रिय पुरुष आणि ब्राह्मण कुलोत्पन्न स्त्री यांच्या संबंधातून निर्माण झालेली संतती पुढे सूत म्हणून ओळखली गेली. आई ब्राह्मण असली तरी पिता क्षत्रिय म्हणून त्यांना ब्रह्मकर्मं निषिद्ध ठरली. आणि आई ब्राह्मण म्हणून क्षत्रियकर्मंही निषिद्ध ठरली. ब्राह्मण स्त्रीला उपभोगणारा तो क्षत्रिय पुरुष आणि त्याच्या गळ्यात पडणारी ती ब्राह्मण स्त्री या दोघांवरही ब्राह्मणांनी चांगलाच सूड उगवला. त्यांच्या संततीला क्षत्रियसेवेची कामं नेमून दिली. असं म्हणतात की तेव्हापासून हे असंच चालत आलं आहे.

क्षत्रियांची सेवा हेच सूतांचं जन्मजात कर्तव्य आहे. प्रत्येक सूताच्या जन्मापूर्वीच ते निश्चित झालं आहे. पुरुष असेल तर त्यानं राजाचा स्तुतिपाठक तरी व्हायचं, नाही तर सारथी तरी व्हायचं. आणि स्त्री असेल तर तिनं राजाची भोगदासी होण्यात धन्यता मानायची. सूत आईकडून ब्राह्मण आहेत म्हणून त्यांना वेदपठणाचा अधिकार आहे; परंतु सांगायचा मात्र नाही. आम्ही सांगितलीच तर म्हणे पुराणं सांगावीत. काही सूतजन तो व्यवसाय करून उपजीविका करताना दिसतात ते यामुळेच.

सत्याचरण, तपाचरण करतो तो ब्राह्मण आणि शूर, पराक्रमी असेल तो क्षत्रिय, असं म्हणायचं आणि तसं वागायचा आग्रह धरला तर 'जुन्या काळी तसं होतं, आता तसं होत नाही' म्हणून सांगायचं... पण हे असं का? या गोष्टी जुन्या झाल्या असतील तर त्यांचे दाखले द्यायचे तरी कशाला? की त्या फक्त बोलायच्या गोष्टी आहेत? ...बाबा, कशाला ही शस्त्रं हाती दिलीत? आखाड्याच्या तांबड्या मातीची ओळख करून दिलीत? त्यापेक्षा घोड्यांची लीद काढायला, खरारा करायला शिकवलं असतं तर किती बरं झालं असतं. ...या यातना तरी टळल्या असत्या.

"कर्णा, तू सूतपुत्र आहेस. तुला शस्त्रस्पर्धेत भाग घेता येणार नाही..."

कोणीतरी म्हणालं. जवळ आलेली झोप पुन्हा दूर निघून गेली. "...एवढंच नव्हे, तर धनुर्विद्या शिकायचाही अधिकार नाही. त्याशिवाय का आचार्यांनी एकलव्याचा अंगठा हिसकावून घेतला? एकलव्याचा अंगठा तोडून घेऊन त्यांनी अर्जुनावरचं प्रेम व्यक्त केलं नाही, तर अनार्यांना धनुर्विद्येचा अधिकार नसल्याचाच स्पष्ट निर्वाळा दिला.'' कोणीतरी वाऱ्यावर बडबडत असल्यासारखा तो आवाज अजूनही कानावर येत होता.

स्पर्धा होण्यापूर्वीच स्पर्धेचा निकाल तयार होता! ...पण नाही! हा कर्ण तसं घडू देणार नाही. पौरजनांना तो आपलं कौशल्य दाखवल्याशिवाय राहणार नाही. धनुर्विद्येची मक्तेदारी मिरवणाऱ्या आचार्य द्रोणांचा नक्षा उतरायचा असेल तर कर्णा, तुला पुढे झालं पाहिजे. आचार्य द्रोण परवानगी देणार नाहीत. बाबा तर सरळ कानावर हात ठेवतील. तो निर्णय आता आपणच घेतला पाहिजे. मग जे काय व्हायचं असेल ते होवो. परिणामांना तोंड द्यायला कर्ण समर्थ आहे !

४.

हस्तिनापूर नगरीच्या पूर्व दिशेला एका विस्तीर्ण मैदानावर उभारण्यात आलेल्या त्या अतिभव्य प्रेक्षणगृहाकडे आज सकाळपासून पौरजनांची रीघ लागली होती. पश्चिमाभिमुख प्रेक्षणगृहाच्या डाव्या-उजव्या बाजूला वेगवेगळ्या शस्त्रविद्यांच्या प्रदर्शनासाठी अनेक लहान-मोठे आखाडे तयार करण्यात आले होते. प्रत्येक आखाड्यात कौशल्यप्रदर्शनासाठी लागणारी शस्त्रं मुबलक प्रमाणात उपलब्ध होती. कितीही वाकवली तरी न मोडणारी पेरेदार टणक वेळू आणि चिवट लोहपट्टिका यांपासून तयार करण्यात आलेली अनेक प्रकारची लहान-मोठी नक्षीदार धनुष्यं, नित्य सहाणेवर घासून आणि तेलपाणी करून धारदार बनवलेले सर्पमुख, सूची, भल्ल, नाराच, सन्नतपर्व, निशित, क्षुरप्र, आञ्जलिक, बस्तिक, गृध्रपत्र यांसारखे कितीतरी प्रकारचे बाण, सुवर्णाचं नक्षीकाम केलेल्या नाना प्रकारच्या अवजड गदा, खेरीज प्रास, भृशुंडी, तोमर, शूल, त्रिशूल, चक्र आणि अनेक प्रकारची बळकट मुठींची धारदार खड्गं अशी कितीतरी शस्त्रं तिथं सज्ज ठेवण्यात आली होती.

प्रवेशद्वारात उभं राहून समोर पाहिलं तर उंच व्यासपीठ सहज नजरेत भरत होतं. त्यावर कितीतरी सुवर्णमंडित आणि रत्नजडित आसनं ठेवलेली होती. मध्यभागी ठेवलेल्या सिंहासनाच्या वरच्या बाजूला कुरुजांगल राज्याचं प्रतीक असलेला रुपेरी चंद्रध्वज सकाळवाऱ्याच्या हळुवार लाटांवर हलकेच आंदोळत होता. व्यासपीठाच्या उजव्या बाजूला अनेक शस्त्रांनी युक्त अशा शस्त्रागाराची योजना करण्यात आलेली

होती, तर डाव्या बाजूला खास म्हणून तयार करवून घेण्यात आलेल्या गवाक्षात राजपरिवारातील स्त्रियांची आसनं ठेवलेली होती. त्यांवर पारदर्शक जवनिका सोडण्यात आलेल्या होत्या.

उर्वरित तीनही बाजू पौरजनांसाठीच होत्या. संपूर्ण प्रेक्षणगृह सहज नजरेच्या टप्प्यात यावं, प्रत्येक आखाड्यात सुरू असलेलं शस्त्रप्रदर्शन प्रत्येकाला विनासायास पाहता यावं, अशी ती कुशल योजना होती. आचार्य द्रोणांच्या इच्छेनुसार महामंत्री विदुर यांच्या देखरेखीखाली तयार करण्यात आलेल्या त्या प्रेक्षणगृहाच्या रचनेत कुठलीच उणीव म्हणून राहिलेली नव्हती. त्यात सर्व प्रकारच्या खेळांची व्यवस्था केलेली होती, तशी सहस्रावधी लोक ते सर्व खेळ स्वस्थपणे पाहू शकतील अशी बैठक व्यवस्थाही करण्यात आलेली होती.

प्रेक्षणगृहाच्या प्रवेशद्वारावर रणवाद्यांचा जल्लोष सुरू होता. वातावरणात एक वेगळंच चैतन्य भरून राहिलं होतं. पौरजनांना आज आपल्या राजपुत्रांचं युद्धकौशल्य पाहायला मिळणार होतं.

उन्मत्त हत्तीशी झुंज घेऊन त्याला गदेच्या प्रहारांनी ठार करणाऱ्या भीमाचं अचाट साहस, नकुलाचं खड्गचापल्य, दुर्योधन-दुःशासन या बंधुद्वयाचं गदायुद्ध कौशल्य यांविषयी आतापर्यंत खूप ऐकलं आहे. आज ते सारं प्रत्यक्ष पाहायला मिळणार... दुर्योधन मोठा कृतिवीर योद्धा झाला आहे म्हणतात ! आणि द्रोणाचार्यांचा प्रिय शिष्य अर्जुन तर म्हणे शब्दवेधी बाण मारण्यातही मोठाच कुशल आहे ! तोच आज सर्वश्रेष्ठ धनुर्धर ठरणार, यात शंकाच नको...

प्रेक्षणगृहाच्या तीनही बाजू पौरजनांनी भरून गेल्या. महाराज धृतराष्ट्र, पितामह भीष्म, महामंत्री विदुर यांनी आणि इतर अनेक देशांहून निमंत्रित करण्यात आलेल्या क्षत्रिय राजांनी आपापली आसनं ग्रहण केली. गवाक्षावरील पारदर्शक जवनिका हलली. महाराणी गांधारी तिथं बसून आपल्या मुलांचं कौतुक ऐकणार होती. आणि पांडवांची आई कुंती तिच्या शेजारी बसून तिला सारं सांगणार होती.

प्रवेशद्वाराजवळ सुरू असलेला रणवाद्यांचा आवाज एकदम वाढला. आचार्य द्रोण पुत्र अश्वत्थामा याच्यासह प्रेक्षणगृहात प्रवेश करत होते. शुभ्र वस्त्रं परिधान केलेल्या आचार्यांनी शुभ्र पुष्पमाला धारण केलेली होती आणि अंगालाही चंदनाचा शुभ्र लेप लावलेला होता. त्या संपूर्ण शुभ्र वेशाच्या पार्श्वभूमीवर त्यांच्या सावळ्या चेहऱ्यावरची शुभ्र दाढी अधिकच उठून दिसत होती आणि त्यांच्या व्यक्तिमत्त्वाला वेगळंच गांभीर्य प्रदान करत होती.

...द्रोणाचार्य आधी कोणाला पाचारण करतील? युवराज युधिष्ठिराला की दुर्योधनाला? की सर्वांत आधी शक्तिशाली भीम आपल्या बळाचं प्रदर्शन घडवील?

...सावळ्या वर्णाचे आणि तरतरीत अंगकाठीचे आचार्य द्रोण पंचविशीचा

तरुणही लाजेल अशा आत्मविश्वासानं ते उंच व्यासपीठ चढून महाराज धृतराष्ट्रापुढे उभे राहिले. नम्रपणे मस्तक झुकवून त्यांनी स्पर्धा सुरू करण्याची अनुमती मागितली. अस्वस्थपणे पापण्यांची उघडझाप करत बसलेल्या महाराजांनी हात उंचावून संमती दर्शवली. अनुज्ञा मिळताच आचार्य दोन पावलं चालून पुढे आले. रणवाद्यांचा जल्लोष थांबला. सर्वत्र नीरव शांतता पसरली.

संपूर्ण प्रेक्षणगृहाला ऐकू जाईल एवढ्या आवाजात आचार्य द्रोण बोलू लागले. सर्वप्रथम त्यांनी प्रेक्षणगृहाच्या आयोजनाचा उद्देश सांगितला आणि सर्वांत आधी युवराज युधिष्ठिराला आपलं शस्त्रकौशल्य दाखवण्याची आज्ञा दिली.

पुन्हा रणवाद्यांचा तोच जल्लोष सुरू झाला आणि आचार्यांच्या त्या आज्ञेची वाटच पाहत असल्याप्रमाणे उभा असलेला युधिष्ठिर आखाड्यात उतरला. युधिष्ठिरानं खड्ग उपसून पवित्रा घेताच त्याच्यावर चौघे सैनिक चालून गेले. परंतु तो हल्ला त्यानं सहज परतवून लावला. त्यानंतर खड्ग खाली ठेवून त्यानं धनुर्विद्येतलं कौशल्य दाखवलं. तेवढ्यात काही गदाधारी सैनिक त्याच्यावर चालून गेले. धनुष्य खाली ठेवून युधिष्ठिरानं गदा पेलली आणि त्यांचाही हल्ला परतवून लावण्यात तो यशस्वी ठरला.

गदायुद्धातलं खरं कौशल्य दाखवलं ते त्याच्या नंतर आलेल्या दुर्योधनानं. विजेच्या वेगानं फिरणाऱ्या दुर्योधनाच्या हातातल्या गदेवर नजर ठरत नव्हती. त्याच्यावर चाल करून आलेल्या त्या योद्ध्यावर तो भुकेल्या लांडग्यासारखा तुटून पडला होता. बराच वेळ चाललेलं ते गदायुद्ध शेवटी कृपाचार्यांनाच पुढे होऊन थांबवावं लागलं. राजपुत्र दुःशासनानंही तेच कौशल्य प्रकट केलं.

आंधळा राजा विदुराच्या तोंडून मुलांचं कौतुक ऐकत होता. दुःशासन आखाड्यातून बाहेर पडताच खड्गयुद्धकुशल नकुल आणि धनुर्विद्याकुशल सहदेव आखाड्यात उतरले. एकाच वेळी दोन-तीन घोड्यांवर आरोहण करणारा नकुल सर्वांच्या कौतुकाचा विषय ठरला. दुर्मुख, दुर्जय, दुर्धर्ष, दुर्मर्षण, सह, दुःसह, चित्र, उपचित्र, विविंशती, विकर्ण, पुरुमित्र, प्रमथ, भीमबल, भीमरथ इत्यादी अनेक दुर्योधन बंधू आपापलं कौशल्य दाखवून गेले.

सर्वांना आता प्रतीक्षा होती ती भीमाची. उन्मत्त हत्तीशी टक्कर घेणारा भीम! महाशक्तिशाली गदायुद्धप्रवीण भीम! ...भरपूर मद्य पाजून उन्मत्त केलेला तो महाकाय हत्ती आखाड्याच्या आवारात सोडण्यात आला. गुंजेसारख्या लाल झालेल्या डोळ्यांतून ठिणग्या सांडत तो समोर येणाऱ्या शत्रूचा शोध घेऊ लागला. शक्तिशाली भीम दाण्कन उडी मारून पुढ्यात उभा ठाकताच त्या मदोन्मत्त गजराजाचं मस्तकच पेटलं. सोंडेचा विळखा पसरून तो भीमावर चालून गेला; परंतु सोंडेचा स्पर्श होण्यापूर्वीच भीम शिताफीनं निसटला आणि हत्तीच्या पाठीमागे गेला. संतप्त

चीत्कार करत एकेका तुळईसारखे पुढचे दोन्ही पाय उचलून हत्ती मागे वळतो तोवर भीम त्याच्या पोटाखाली गेला आणि तसाच पाठीवर चढला. हत्ती त्याला पाठीवरून खाली फेकण्याचा प्रयत्न करू लागला. बराच वेळ ही झटापट चालली. भीम हरला नाही आणि हत्तीही थकला नाही. तो आता अधिकच इरेला पेटला. हत्तीला चकवून भीमानं जमिनीवर उडी घेतली. हातात प्रचंड आकाराची लोहगदा घेऊन ती गरगरा फिरवत तो पाठलाग करत येणाऱ्या त्या हत्तीसमोर उभा ठाकला आणि दुसऱ्याच क्षणी ती प्रचंड लोहगदा हत्तीच्या मस्तकावर आदळली. मद्य प्राशनामुळे आधीच बेधुंद झालेला तो हत्ती एकदम तिरमिरलाच. तो आघात सहन न होऊन प्राणांतिक चीत्कार करत तो सैरावैरा धावू लागला. विषारी बाण मारून सैनिकांनी त्याला खाली पाडलं.

जिवाची प्राणांतिक तडफड होऊन हत्ती शांत झाला.

उपस्थित जनसमुदायात भीमाच्या जयजयकाराचे आवाज घुमू लागले. रणवाद्यांचा आवाज आसमंत भेदून वर चढला.

आपला प्रिय शिष्य अर्जुन याच्या खांद्यावर हात ठेवून आचार्य द्रोण महाराजांसमोर उभे राहिले. त्यांनी हात वर करताच वाद्यघोष थांबला. प्रेक्षणगृहात उपस्थित असलेल्या प्रत्येक माणसाला स्पष्टपणे ऐकू जाईल अशा आवाजात ते म्हणाले, ''हे कुरुश्रेष्ठ, हा माझा शिष्य अर्जुन, जो मला माझ्या मुलापेक्षाही अधिक प्रिय आहे, एकाग्रता आणि बुद्धिसामर्थ्य या दोहोंच्या बळावर ज्यानं सर्व प्रकारची शस्त्रकौशल्यं आत्मसात केली आहेत, त्या अर्जुनाचं अद्वितीय कौशल्य आता आपण पाहावं.''

आचार्य आणि पितामहांचे आशीर्वाद घेऊन अर्जुन व्यासपीठावरून खाली उतरला आणि क्षणाचाही विलंब न करता एका पाठोपाठ दुसऱ्या आखाड्यात उतरून आपलं कौशल्य दाखवू लागला. एका आखाड्यातून दुसऱ्या आखाड्यात तळपत निघालेल्या अर्जुनाच्या वेगवान हालचालींवर नजर ठरत नव्हती. अश्वारोहण, गजारोहण, खड्गयुद्ध, गदायुद्ध, मल्लयुद्ध अशी कितीतरी कौशल्यं प्रकट केल्यानंतर त्यानं धनुर्विद्याकौशल्य दाखवण्यासाठी धनुष्य हातात घेतलं. इतके परिश्रम होऊनही तो अजून क्षणभरदेखील विश्रांतीसाठी थांबला नव्हता की थकल्यासारखा वाटत नव्हता.

प्रेक्षणगृहाच्या मध्यभागी उभारलेल्या खांबांबर हरणांची मस्तकं खोवलेली होती. धनुर्विद्येतली पहिली कसोटी. धावत्या अश्वावर आरूढ होऊन असे बाण सोडायचे की प्रत्येक बाण दोन्ही शिंगांच्या फटीतून पलीकडे गेला पाहिजे. सावळ्या वर्णाचा देखणा अर्जुन अश्वावर बसून मंडलाकार वळणं घेऊ लागला. अश्वाला अपेक्षित गती मिळताच धनुष्याला बाण जोडून त्यानं अचूक शरसंधान केलं. उंच आकाशात फेकलेली फळं वरचेवर छेदून दाखवली. अचूक लक्ष्यवेध करणारे सूची

बाण, ज्याच्यावर बाण टाकायचा त्याला चकवण्यासाठी सर्पासारखे जाणारे सर्पमुख बाण, खच्कन शरीरात घुसून गळासारखे तिथंच रुतून बसणारे बस्तिक बाण, एकाच घावात प्राण घेणारे दणकट असे लोहयुक्त भल्ल बाण, धनुष्यातून सुटल्यानंतर बाणाची गती सारखी राहावी म्हणून गिधाडाची पिसं लावलेले गृध्रपत्र बाण, अत्यंत धारदार असे क्षुरप्र बाण, फूल खुडावं इतक्या सहजतेनं शत्रूचं मस्तक उडवणारे आञ्जलिक बाण, खेरीज सन्नतपर्व, निशित, नाराच, वैतास्तिक अशा कितीतरी बाणांची प्रात्यक्षिकं त्यानं करून दाखवली. ते अजोड कौशल्य पाहून संपूर्ण प्रेक्षणगृह आश्चर्यानं थक्क झालं.

परंतु अर्जुनाचं खरं कौशल्य प्रेक्षणगृहानं अजून पाहिलंच नव्हतं. शब्दवेध... धनुर्विद्येचा कळस...अर्जुनाचं ते कौशल्य पाहण्यासाठी सारे उत्कंठित झाले.

अर्जुनाच्या डोळ्यांवर पट्टी बांधण्यात आली. स्वतःभोवती चार गिरक्या घेऊन तो स्थिर झाला तेव्हा त्याचं तोंड पाठीमागे काही अंतरावर बांधलेल्या कुत्र्याच्या विरुद्ध दिशेला होतं.

धनुष्यावर सूची बाण चढवून अर्जुन सावधपणे चाहूल घेऊ लागला. आवाजाचा वेध घेण्यासाठी त्याचे प्राण कानात गोळा झाले. सर्वत्र अगदी श्वासही ऐकू यावेत एवढी स्तब्धता पसरली.

सैनिकानं डिवचताच कुत्रा भुंकू लागला. आणि त्याच क्षणी मागं वळून अर्जुनानं बाण टाकला. कुत्र्याच्या तोंडातून रक्ताची धार भळभळली. भुंकणं थांबवून तो प्राणांतिक विव्हळू लागला.

“ — महाधनुर्धर राजपुत्र अर्जुनाचा ऽ ऽ ” कोणीतरी घोषणा दिली.

“ — विजय असो ऽ ऽ ” त्या घोषणेला तेवढाच जोरदार प्रतिसाद मिळाला.

घोषणांच्या आवाजात कुत्र्याचं विव्हळणं विरून गेलं.

दोन्ही बलदंड हात छातीवर बांधून प्रेक्षणगृहाच्या भव्य प्रवेशद्वारात उभा असलेला कर्ण ते दृश्य एकटक पाहत होता. अर्जुनानं दाखवली होती ती सगळी कौशल्यं त्याच्याही बाहूंत विद्यमान होती. ती दाखवण्यासाठी त्याचेही बाहू फुरफुरत होते. मन उतावीळ झालं होतं. परंतु अजून निर्णय होत नव्हता...

सकाळपासून सुरू असलेल्या स्पर्धा आता संपत आल्या होत्या. प्रेक्षणगृहाच्या प्रवेशद्वाराची सावली अर्धअधिक मैदान व्यापून पुढे सरकली होती. सूर्यास्त व्हायला आता फार तर घटकाभराचाच अवकाश उरला होता.

अर्जुनाच्या जयजयकाराचे ध्वनी अजूनही आकाशात घुमत होते... अपेक्षा होती तसंच घडलं. लक्ष्यवेध पाहायला मिळाला. डोळे तृप्त झाले. खरोखर असा शिष्य मिळाला तो गुरू धन्य, असा लोकोत्तर पुत्र मिळाला तो पिता धन्य, ती माता धन्य... आता गुरू द्रोणाचार्य गौरवमाला घालून त्याचा सन्मान करतील. तो प्रसंग पाहायला

मिळावा म्हणून लोक पुन्हा उत्कंठित झाले. एका हातात नीलोत्पलांची माला घेतलेले आचार्य द्रोण दुसरा हात वर उभारून पौरजनांना शांततेचं आवाहन करत होते. आपल्या शिष्यानं गाजवलेल्या पराक्रमाचा आनंद त्यांच्याही मुखावर ओसंडून वाहत होता.

आजच्या शस्त्रस्पर्धेत सर्वश्रेष्ठ ठरलेल्या अर्जुनानं आपलं विजयी धनुष्य खांद्याला अडकवलं आणि तो गौरवमालेचा स्वीकार करण्यासाठी आत्मविश्वासानं त्या उंच व्यासपीठाच्या पायऱ्या चढू लागला.

जनसंमर्दात पूर्ववत् स्तब्धता पसरली.

“ — थांबा ऽ ऽ ! स्पर्धा अजून संपलेली नाही !”

द्रोणाचार्यांचे कौतुकोद्गार ऐकायला उत्सुक असलेल्या कानांवर वेगळेच शब्द आदळले होते. सर्वांचे डोळे प्रेक्षणगृहाच्या प्रवेशद्वाराकडे वळले. कारण ते शब्द तिकडूनच आले होते. प्रवेशद्वारात उभ्या असलेल्या त्या तरुणानंच ती हाक दिली होती आणि आता दंड थोपटत तो आखाड्यात उतरला होता. त्याचे भरदार रुंद खांदे वृषभासारखे डौलदार होते. त्यावर काळाकरंद कुरळा केशकलाप रुळत होता. मावळत्या सूर्यकिरणांच्या प्रकाशात त्याचं बलदंड गौर शरीर तप्त सुवर्णासारखं झळाळत होतं. त्याची उंच सडसडीत शरीरयष्टी, कसलेले स्नायू पाहताक्षणी नजरेत भरत होते. त्याच्या बलशाली बाहूंमधून सामर्थ्य प्रस्फुटित होत होतं. तेजस्वी गौर चेहऱ्यावर निर्भयता नांदत होती, तर त्याच्या डोळ्यांमध्ये प्रतिस्पर्ध्याला आव्हान देणाऱ्या सिंहाचं धाडस दिसत होतं. त्याच्या हालचालींमध्ये विजेचं चापल्य होतं तशी वाघाची सावधगिरीही जाणवत होती.

तो आगंतुकपणे प्रेक्षणगृहात शिरला होता यात शंकाच नव्हती. परंतु तो विचार करायला वेळच मिळाला नाही. तो काय करतो आहे याकडेच सर्वांचं लक्ष वेधलं गेलं. त्याची तडफ, त्याच्या वेगवान हालचाली हे सारं पाहून संपूर्ण प्रेक्षणगृह जणू भांबावून गेलं होतं... सर्वांना एकच प्रश्न पडला होता...अर्जुनासारख्या सर्वश्रेष्ठ धनुर्धराला आव्हान देणारा हा वीर आहे तरी कोण?

द्रोणाचार्य, कृपाचार्य यांच्याकडे पाहून त्यानं औपचारिक प्रणाम केला आणि मोठमोठी पावलं टाकत तो थेट व्यासपीठावर चढून अर्जुनासमोर उभा राहिला. द्रोणाचार्यांकडे पूर्ण दुर्लक्ष करत सरळ अर्जुनाला उद्देशून तो म्हणाला,“अर्जुना, आता तू प्रकट केलंस त्यापेक्षा अधिक कौशल्य मी दाखवू शकतो. हे पाहा—” असं म्हणत त्यानं धनुष्यावर प्रत्यंचा चढवली आणि बाण चढवून आकाशाकडे पाहिलं. उंच आकाशात एक ससाणा तरंगत होता. त्याचा वेध घेत तो म्हणाला,“तो ससाणा पाहिलास? आधी त्याला इथं हजर करतो.”

दुसऱ्याच क्षणी धनुष्यातून बाण सुटला आणि काही क्षणांतच आकाशात संथ

घिरट्या घालणारा तो पक्षी फडफडत खाली कोसळला.

टाळ्यांचा प्रचंड कडकडाट झाला. अनेकांच्या मुखांतून उत्स्फूर्त कौतुकोद्गार बाहेर पडले...कोण कुठला तरुण प्रेक्षणगृहात शिरतो काय, द्रोणशिष्य अर्जुनाला आव्हान देतो काय आणि क्षणार्धात अचूक लक्ष्यवेध करून आकाशातला पक्षी जमिनीवर आणतो काय...सारंच अनपेक्षित घडत होतं. त्या तरुणाचं नाव माहीत असतं तर कदाचित त्याचा जयजयकारही झाला असता; परंतु त्याचं नाव कोणालाही माहीत नव्हतं.

त्याच्या प्रत्येक हालचालीतली सहजता डोळे खिळवून ठेवत होती. धनुष्य बाजूला ठेवून त्यानं आता आखाड्यात उडी घेतली. अश्वारोहण, गजारोहण, खड्गयुद्ध, गदायुद्ध... एकानंतर दुसरं... अशी कितीतरी कौशल्यं तो दाखवू लागला. ते असामान्य कौशल्य पाहून पौरजन टाळ्यांचा गजर करू लागले. त्याला प्रोत्साहन देऊ लागले. एका अनोळखी तरुणाचं ते असामान्य धाडस आणि त्याचा तो डोळे दिपवून टाकणारा अर्जुनापेक्षाही वरचढ असा पराक्रम पाहून युवराज दुर्योधनाला तर आनंदाच्या उकळ्या फुटल्या. भीमार्जुनांचा पराक्रम पाहून काळवंडून गेलेलं त्याचं तोंड उजळून निघालं. अर्जुनाला आव्हान देणारा वीर जगात होता आणि तो याच आखाड्यात अगदी त्याच्या डोळ्यांसमोर हस्तिनापूरच्या पौरजनांना आपलं असामान्य शस्त्रकौशल्य दाखवत होता. अधिक उशीर न करता त्याचं अभिनंदन करायला पाहिजे होतं आणि शक्य झालं तर आज नव्हे याच क्षणी त्याच्याशी मैत्री करायला पाहिजे होती...

कृपाचार्यांच्या नजरेखाली धनुर्विद्या शिकणाऱ्या सूत मुलांमध्ये त्या तरुणाला त्यानं पाहिलं होतं. त्याच्या सडसडीत परंतु पिळदार अशा बलदंड देहयष्टीनं आणि धनुर्विद्येतल्या कौशल्यानं त्याचं लक्ष वेधून घेतलं होतं. परंतु तो कोण, कुठला याची चौकशी करायची कधी गरजच भासली नव्हती.

न राहवून दुर्योधन आखाड्यात उतरला आणि आत्मविश्वासानं त्या तरुणाला मिठीत घेत तो म्हणाला, "शाब्बास ! शाब्बास ! सामर्थ्यशाली वीर तरुणा, कुरूंच्या राजधानीत तुझं स्वागत आहे. मी युवराज दुर्योधन आणि आमचं कुरुराज्य तुझी आज्ञा ऐकण्यासाठी उत्सुक आहोत."

कर्ण म्हणाला, "युवराज, मी तुझा आभारी आहे. मी वसुषेण कर्ण. अंगदेशातील चंपानगरीहून मी आलो आहे. युवराज, तुझ्या कृपेशिवाय मला आणखी काही नको."

कर्णाच्या भरदार खांद्यावर आपला आश्वासक हात ठेवत दुर्योधन पुढे म्हणाला, "तुझ्यासारखा मित्र मिळायला भाग्य हवं. तुला काय हवं ते सांग. आज मी तुझ्यावर प्रसन्न आहे."

"युवराज, तुझं हे प्रेम असंच राहो. अर्जुनाशी द्वंद्वयुद्ध करायची संधी मिळावी एवढीच माझी इच्छा आहे."

...काय घडत आहे हे कळायच्या आत खूप काही घडून गेलं होतं. आचार्य द्रोण आता पूर्ण भानावर आले होते. त्या तरुणाचा तो धृष्टपणा थांबवायलाच पाहिजे होता. आचार्यांचा संताप झालेला पाहून आता अर्जुनाला धाडस आलं. त्या तरुणाचा तो आगंतुकपणा त्यालाही फारच असह्य झाला होता. दुर्योधन आणि त्याच्या भावांनी वेढलेला तो तरुण आता सर्वांच्याच नजरेत भरू लागला होता. आपल्या विजयाच्या वाटेत उभ्या असलेल्या त्या तरुणाला पाहून अर्जुनाच्या अंगाची आग आग झाली. झट्कन खांद्यावरचं धनुष्य हातात घेत कर्णाला उद्देशून तो म्हणाला,"उगाच बडबडू नकोस. इथं तुला कोणी बोलावलं नव्हतं. आगंतुकपणे जाऊन तोंड खुपसणाऱ्यांची काय गत होते ते तुला आता दिसेलच."

अर्जुनाच्या डोळ्याला डोळा भिडवत तेवढ्याच बाणेदारपणे कर्ण म्हणाला, "फार चढून जाऊ नकोस. तू ज्या युद्धशाळेचा विद्यार्थी आहेस त्याच युद्धशाळेचा मीही एक विद्यार्थी आहे. इथं तुझं एकट्याचं कौतुक ते कशाला? प्रेक्षणगृह सर्वांसाठी आहे. ज्याच्या बाहूंत सामर्थ्य असेल तोच सर्वश्रेष्ठ ठरेल. फार चर्चा कशाला? शब्द हे दुबळ्यांचं शस्त्र असतं. वीर असशील तर धनुष्यबाण घेऊन सामोरा ये."

कर्णानं दिलेलं आव्हान तत्क्षणी स्वीकारत अर्जुन म्हणाला,"तुला मरायची एवढीच घाई असेल तर मी युद्धासाठी सिद्ध आहे. "

अर्जुनानं घाईघाईनं आचार्यांना वंदन केलं, गळाभेट घेऊन भावांच्या शुभेच्छा घेतल्या आणि तो द्वंद्वयुद्धासाठी सज्ज झाला. तोवर दुर्योधनाच्या आणि त्याच्या भावांच्या शुभेच्छा स्वीकारून कर्णही आखाड्यात उतरला.

तेवढ्यात इतका वेळ अस्वस्थपणे उभे असलेले कृपाचार्य एकदम पुढे येऊन म्हणाले,"थांबा — हे द्वंद्व होण्यापूर्वी काही गोष्टी स्पष्ट झाल्या पाहिजेत. राजपुत्र अर्जुन कुरुकुलाचा वंशज आहे. क्षत्रिय राजपुत्र आहे. उच्च कुलात जन्मलेले क्षत्रिय उच्च कुलोत्पन्न क्षत्रियांशीच युद्ध करतात. ज्याचं ज्ञातिकुल माहीत नाही अशा कुठल्याही आडवाटेच्या वाटसरूशी नव्हे." आणि एवढं बोलून किंचित्काळ थांबलेले कृपाचार्य कर्णाकडे वळून पुढे म्हणाले, "सामर्थ्यशाली वीर तरुणा, तू कुठल्या तरी उच्च कुलात जन्म घेतला आहेस हे निश्चित. तुझ्या जन्मानं विभूषित झालेल्या त्या थोर कुलाचं नाव सांगून सभाजनांची जिज्ञासा तृप्त कर...त्यानंतरच या द्वंद्वयुद्धाला प्रारंभ होऊ शकेल."

अतिवृष्टीनं वाकलेल्या कमलपुष्पासारखी कर्णाची मान एकदम खाली झुकली. ...काय पण शब्द आहेत...तुझ्या जन्मानं विभूषित झालेल्या त्या थोर कुलाचं नाव

सांगून सभाजनांची जिज्ञासा तृप्त कर...

कर्ण निरुत्तर झालेला पाहून कृपाचार्य म्हणाले, "तू माझ्या युद्धशाळेत विद्या ग्रहण केली असलीस तरी तुझ्या कुलगोत्राचा परिचय मला नाही आणि तूही तो कधी दिला नाहीस. अर्जुन क्षत्रिय राजपुत्र आहे. क्षत्रिय राजपुत्रच त्याच्याशी युद्ध करू शकेल. आता अधिक विलंब करू नकोस. तू कुठल्या देशाचा राजपुत्र आहेस ते सांग."

कर्ण काहीच उत्तर देत नाही किंवा देऊ शकत नाही असं पाहून कृपाचार्य जिंकल्याच्या आविर्भावात इकडे तिकडे पाहू लागले. तो उत्तर देऊ शकणार नाही हे त्यांना माहीत होतं. तो राजपुत्र असता तर आतापर्यंत ती गोष्ट त्यांच्यापासून मुळीच लपून राहिली नसती. तो राजपुत्रच नव्हे, तर साधा क्षत्रियदेखील नसावा. सारथीप्रमुख अधिरथच नाही का एके दिवशी त्याला घेऊन आला होता? आणि 'आचार्य, माझ्या या पोराला विद्याभ्यास शिकवा' म्हणून हात जोडून समोर उभा राहिला होता...असं असल्यावर तो कोण, कुठला, काय असल्या नस्त्या चौकशा करायची गरजच काय होती?

कृपाचार्यांचा तो चोंबडेपणा दुर्योधनाला मुळीच सहन झाला नाही. एकदम उसळून तो म्हणाला,"— आणि तो क्षत्रिय राजपुत्र नसेल तर?" दुर्योधनाच्या कपाळावरच्या दाट भिवया आणखीच वक्र झाल्या होत्या.

"तो कुठल्या देशाचा राजा आहे हे त्यानं सांगावं."

"एक गोष्ट नेहमी लक्षात ठेवा आचार्य..." दुर्योधन म्हणाला." क्षत्रियत्व ठरतं ते बाहुबळावर; कुलावरून नव्हे ! या वीराचं कूळ काय पाहता? त्याचं बाहूबळ पाहा, सामर्थ्य पाहा. त्याच्यासारख्या असामान्य वीराला त्याच्या अंगी असलेलं क्षात्रतेज दाखवायची संधी मिळालीच पाहिजे. आणि कुरूंच्या या नगरीत त्याचा वीरोचित सन्मान झालाच पाहिजे. तो राजा नाही एवढीच अडचण असेल तर... मी — मी युवराज दुर्योधन... आत्ता या क्षणी, त्याला अंगदेशाचा राजा घोषित करतो."

इतका वेळ महामंत्री विदुराकडून माहिती घेत असलेला महाराजा काहीसा गोंधळलेला दिसत होता खरा; परंतु घडलेल्या सगळ्या गोष्टी त्याच्या ध्यानात आल्या होत्या. अर्जुनाला आव्हान देणारा कोणीतरी वीर प्रेक्षणगृहात अवतरला असून, त्यानं अर्जुनाइतकंच किंबहुना त्याच्याहूनही अधिक कौशल्य दाखवलं आहे, हे त्याला समजलं होतं. आणि आता तर त्याचा गुणग्राहक पुत्र- युवराज दुर्योधन- त्याला आवडेल असंच काहीतरी सांगत होता. आपल्या प्रिय पुत्राचे ते शब्द ऐकून त्याला फार आनंद झाला. खरोखर युवराजाला साजेसं असंच तो बोलत होता. अर्जुनाला आव्हान देणाऱ्या त्या वीराचा सन्मान व्हायलाच पाहिजे होता. परंतु मनाला झालेला आनंद मुखावर दिसू न देता तो तसाच मख्खपणे बसून राहिला.

महाराजाची मूक संमती ओळखून त्याच्या आज्ञेची वाट न पाहता दुर्योधनानं भराभर आज्ञा दिल्या. सेवकांची धावपळ उडाली. थोड्याच अवधीत रत्नजडित सिंहासन आलं. त्यासोबत रत्नखचित सुवर्णकिरीट आला. उंची राजवस्त्रं आली. नद्यांचं पवित्र जल आणि छत्रचामरंही आली. दुर्योधनानं स्वतः पुढे होऊन कर्णाला सिंहासनावर बसवलं. राजपुरोहितांच्या मंत्रघोषात कर्णाच्या मस्तकावर पवित्र जलाचा अभिषेक सुरू झाला. अभिषेक पूर्ण होताच दुर्योधनानं स्वतःच्या हातानं कर्णाच्या मस्तकावर राजकिरीट ठेवला.

सूतपुत्र कर्ण आता अंगराज कर्ण झाला होता. अर्जुनाशी द्वंद्व करायला आता कुठलीच आडकाठी यायचं कारण नव्हतं.

" — अंगराज कर्णाचा ऽ ऽ " जनसंमर्दात कोणीतरी घोषणा दिली.

" — विजय असो ऽ ऽ " तेवढाच जोरदार प्रतिसाद मिळाला.

दोन तुल्यबळ योद्ध्यांचं द्वंद्व पाहायला मिळणार म्हणून पौरजन पुन्हा उत्कंठित झाले. रणवाद्यांचा पुन्हा तोच जल्लोष सुरू झाला. कर्णराजाचा सुरू असलेला जयघोष त्या जल्लोषात विरून गेला.

अंगराज कर्ण कृतज्ञतेनं दुर्योधनाकडे पाहत होता. कृतज्ञतेनं ओथंबून आलेले त्याचे डोळे जणू विचारत होते, ...युवराज, आज तू माझा, एका सूतपुत्राचा मोठाच सन्मान केलास. माझ्या अंग देशाचा मी राजा झालो... आज तू मला जन्माचं ऋणी केलंस... या सन्मानाप्रीत्यर्थ मी तुझ्यासाठी काय करू ते सांग...

मनात आलेले शब्द ओठावर यायला धडपडत होते. परंतु दुर्योधनानं त्याला बोलूच दिलं नाही. कर्णाला कडकडून आलिंगन देत तो म्हणाला," अंगराज कर्ण... तुझ्या स्नेहाशिवाय मला आणखी काही नको."

सूर्यास्त व्हायला आता थोडाच अवधी उरला होता. त्यामुळे घाई करायला पाहिजे होती.

विजय किंवा मृत्यू हे दोनच पर्याय आता समोर उभे होते. शस्त्रसज्ज होऊन कर्ण युद्धभूमीवर उतरणार तेवढ्यात उजव्या बाजूला पौरजनांच्या गर्दीत काहीतरी गडबड झाली. एक वृद्ध माणूस व्यासपीठाकडे येऊ पाहत होता. इतका वेळ आसुसल्या डोळ्यांनी पुत्राच्या पराक्रमाचा आणि राज्याभिषेकाचा सोहळा पाहत असलेला सूतप्रमुख अधिरथराज आपल्या मुलाला अडवण्यासाठी युद्धभूमीकडे निघाला होता. त्याचं एक मन आनंदानं वेडावून गेलं होतं तर दुसरं मन भीतीनं कापत होतं.

कुरुश्रेष्ठ भीष्म, महाराज धृतराष्ट्र, महामंत्री विदुर, आचार्य द्रोण आणि देशोदेशींहून आलेले अनेक क्षत्रिय राजे यांच्यासमोर एका सारथ्याच्या पोराला राज्याभिषेक झाला होता. डोळ्यांवर विश्वास बसू नये असं काहीतरी प्रत्यक्ष घडलं होतं. आपण जागे

आहोत की स्वप्नात आहोत, तेच अधिरथराजाला कळेना...परंतु घडलं होतं ते खरंच होतं. वस्तुस्थितीची जाणीव होताच त्याला अधिक धीर धरवला नाही. हातातली काठी उचलून घेऊन तो मंतरल्या बाहुलीसारखा तरतरा चालू लागला. खांद्यावरचं उत्तरीय ओघळून पायाखाली आलं आहे याचंही भान त्याला राहिलं नव्हतं.

अधीरपणे पुढे येत असलेल्या बाबांना पाहून कर्णाचं मन आनंदानं उचंबळून आलं. तो धावतच त्यांच्याकडे गेला आणि त्यानं वडिलांच्या पायांना गच्च मिठीच मारली.

अधिरथाच्या वृद्ध डोळ्यांतून आनंदाश्रू ओघळू लागले. पवित्र जलानं भिजलेलं कर्णाचं मस्तक वडिलांच्या अश्रूमय प्रेमवर्षावानं न्हाऊन निघालं. मुलाला वर उचलून घेत पित्यानं त्याला उराशी कवटाळलं. पिता-पुत्राची ती भावपूर्ण गळाभेट संपूर्ण प्रेक्षणगृह डोळे विस्फारून पाहत राहिलं.

क्षणभर रणवाद्यांचा दणदणाटही थांबला होता. प्रेक्षणगृहाच्या प्रवेशद्वारातून आलेले मावळतीचे सूर्यकिरण आता थेट व्यासपीठाच्या पायऱ्यांवर चढले होते. पिता-पुत्राची ती अपूर्व भेट पाहायला जणू सूर्यही थबकला होता.

"— अरे हा तर एका सारथ्याचा पोर आहे —" निर्माण झालेल्या शांततेचा भंग करत भीम ओरडला. " घोडे सांभाळायचं सोडून तू इथं रे कशाला आलास? अर्जुनाच्या हातून मरायचीदेखील तुझी योग्यता नाही. आणि अंगदेशाचा राजा व्हायला निघालास? यज्ञवेदीवरला पुरोडाश कुत्र्याला घालणं अयोग्य; तद्वत तुझ्यासारख्या एका सारथ्याच्या पोराला अंगदेशाचा राजा करणं अयोग्य. जा... जा घोडे वळायला शीक. हातात घोड्यांचे वेग घ्यायचे तिथं धनुष्यबाण कशाला?"

"जीभ आवर भीमा — !" गरगरा डोळे फिरवत दुर्योधनानं गर्जना केली. आपले क्रुद्ध डोळे भीमावर रोखत तो म्हणाला," पराक्रम हीच क्षत्रियत्वाची खूण असते. या वीराचं कूळ काय पाहतोस? त्याचं सामर्थ्य पाहा. त्याचं शस्त्रकौशल्य पाहा. या द्वंद्वाशी त्याच्या कुलाचा संबंधच काय? गुरुवर्य द्रोणाचार्य, कृपाचार्य हे क्षत्रिय कुलात जन्मलेले नाहीत. तरीही त्यांनी असामान्य पराक्रम केले आहेतच ना? अशी किती उदाहरणं तुला दाखवून देऊ? आणि कुलाचंच म्हणशील तर तुझा आणि तुझ्या सर्व भावांचा जन्म कसा झाला आहे, ते मला चांगलं माहीत आहे... पाहा, जरा नीट डोळे उघडून या सामर्थ्यशाली वीराकडे पाहा. हे असीम पराक्रमी बाहू घेऊन जन्मलेला हा वीर निश्चितच असामान्य कुलात जन्मलेला आहे. अरे, हत्तीच्या पोटात धडकी भरवणारे सिंह हरिणीच्या उदरात जन्म घेत नसतात. या असामान्य वीराची आईसुद्धा त्याला शोभेल अशीच असली पाहिजे. अंग देशाचाच काय, पण पृथ्वीचा स्वामी होण्याची योग्यता त्याच्या ठायी आहे... मी युवराज दुर्योधन... तुलाच काय पण संपूर्ण प्रेक्षणगृहाला आव्हान देतो- ज्याला हा सन्मान

योग्य वाटत नसेल त्यानं शस्त्रसिद्ध होऊन सामोरं यावं...''

संपूर्ण प्रेक्षणगृहावर भीषण स्तब्धता पसरली. दुर्योधनानं दाखवलेली गुणग्राहकता पाहून इतका वेळ त्याची प्रशंसा करणारे लोक भीमानं काढलेल्या अनुद्गारांबद्दल त्याची निंदा करू लागले. व्यासपीठावरील क्षत्रियसभेत अस्वस्थ कुजबूज सुरू झाली. दोघा राजपुत्रांत उपस्थित झालेलं ते भांडण आणि त्याला लागलेलं ते अनिष्ट वळण पाहून लोक नापसंती व्यक्त करू लागले. काही लोक तर पुरते गोंधळून गेले. त्यांना कोणाचं कौतुक करावं आणि कोणाची निंदा करावी, तेच कळेना.

''अंगराज कर्ण आजपासून माझा मित्र आहे. आणि मित्राची निंदा खपवून घेणं मला शक्य नाही. तो राजा आहे. असामान्य वीर आहे. कुठल्याही क्षत्रियापेक्षा त्याची योग्यता कमी नाही...'' दुर्योधन किंचाळत होता.

सूर्यास्त होऊन एव्हाना बराच काळ लोटला होता आणि सर्वत्र धूसर संधिप्रकाश पसरू लागला होता. द्वंद्वयुद्ध होण्याची आता कुठलीच शक्यता उरली नव्हती. तशातच ठिकठिकाणी पलिते पेटू लागले. म्हणजे आता शस्त्रं खाली ठेवण्याची वेळ झालीच आहे. तेव्हा आता कसलीच वाट पाहायला नको.

शस्त्रस्पर्धा संपल्याची वेगळी घोषणा करावी लागली नाही. थकलेल्या योद्ध्यांनी हातातली शस्त्रं कधीच खाली ठेवली होती. भीम निरुत्तर झालेला पाहून दुर्योधनही अधिक थांबला नाही. कर्णाला सोबत घेऊन तो व्यासपीठाच्या पायऱ्या उतरला आणि त्याच्यासह आपल्या रथावर आरूढ झाला.

दुर्योधनाचा रथ प्रेक्षणगृहाबाहेर पडला तेव्हा व्यासपीठावरील चंद्रप्रतिमा कोरलेल्या भिंतीमागून वसंतपौर्णिमेचं चंद्रबिंब हळूहळू वर सरकत होतं. पौरजन आपसांत बोलत प्रेक्षणगृहाबाहेर पडू लागले. कोणी अर्जुनाचं कौतुक करत होतं, कोणी कर्णाची स्तुती करत होतं, तर कोणी दुर्योधनाच्या गुणग्राहकतेची चर्चा करत होतं...

५.

द्रोणाचार्यांच्या दृष्टीनं आजचा दिवस कृतकृत्यतेचा ठरायला हवा होता. त्यांचे सर्व विद्यार्थी आज स्नातक दशेतून मुक्त होणार होते. कुठल्याही गुरूनं आपल्या शिष्यांना मन भरून आशीर्वाद द्यावेत आणि त्यांच्याकडून गुरुदक्षिणा स्वीकारावी असा तो दिवस... विद्या प्रदान केल्यानंतर गुरूच्या मनाला लाभणाऱ्या निरपेक्ष कृतकृत्यतेच्या समाधानाचा दिवस; परंतु द्रोणाचार्यांना ते समाधान लाभलं नाही. अर्जुनाला सर्वश्रेष्ठ वीर म्हणून घोषित केल्यानंतर संपूर्ण प्रेक्षणगृहाच्या साक्षीनं आपल्या शिष्यांकडे ते गुरुदक्षिणेची मागणी करणार होते. परंतु एका सारथ्याच्या

पोरानं त्यांची ती योजना पूर्णपणे धुळीला मिळवली होती.

...आणि त्याला राजा घोषित करणारा तो उर्मट दुर्योधन. तो शिष्यासारखा कधी वागलाच नाही. सदान्कदा युवराज असल्याच्या तोऱ्यात... पलीकडे अश्वत्थामा झोपला होता. त्याला तसं अस्ताव्यस्त पसरलेलं पाहून आचार्यांना संतापच आला. ...पडलाय पाहा कसा जनावरासारखा. कसले गुण घेऊन जन्माला आला आहे कोणास ठाऊक ! हा एकाग्र चित्तानं शिकला असता तर या द्रोणाला आज असं दुसऱ्याच्या तोंडाकडे कशाला पाहावं लागलं असतं? फुटक्या पात्रात पाणी ओतून तरी काय उपयोग होणार? घेणारं पात्र चांगलं असेल तरच त्याचा उपयोग !

मुलगा म्हणून अधिक विद्या द्यायचा प्रयत्न केला तरी ती त्याला कधीच घेता आली नाही. ते करावं अर्जुनानंच. जमीन खोदखोदून झरे शोधून काढावेत तशी विद्या मिळवतो आणि आणखी हवं, आणखी हवं म्हणून हट्ट धरतो... माझा प्रिय शिष्य अर्जुन माझं ते स्वप्न विफल होऊ देणार नाही. तसाच तो महाशक्तिशाली भीम. त्या दोघा भावांनाच ती गुरुदक्षिणा मागितली पाहिजे. उन्मत्त द्रुपदावर सूड उगवलाच पाहिजे. किती दिवसांपासून ते शल्य या द्रोणाच्या उरात ओल्या जखमेसारखं ठसठसतं आहे...

...अग्निवेश मुनींचा आश्रम सोडल्यापासूनचे खडतर दिवस द्रोणाचार्यांना आठवले... धनुर्विद्या संपादन करून गुरुगृहातून बाहेर पडलो. अकिंचन आयुष्याची वणवण तर सदाचीच पाठीशी लागलेली होती. पण मनाशी एक निश्चय पक्का होता. जन्मभर दारिद्र्य भोगावं लागलं तरी चालेल... पण हा द्रोण कोणाची सेवा म्हणून करणार नाही. त्याच दिवसांत कृपाचार्यांची भगिनी कृपी हिच्याशी विवाह झाला. संसार पाठीशी लागला. परंतु आश्रयासाठी कोणाच्या दारात उभं राहायची इच्छाच होत नव्हती. धनुर्वेद जाणणारा विद्यावंत द्रोणाचार्य दारिद्र्यात दिवस कंठत होता. लहानगा अश्वत्थामा मुलांमध्ये खेळायला जायचा. घरोघर मुलं दूध पितात हे पाहून त्यानंही एके दिवशी आईकडे दुधासाठी हट्ट धरला. दूध मिळत नाही असं दिसताच रडरडून आकांत केला. आई तरी काय करणार? मन घट्ट करून तिनं पिठात पाणी कालवलं आणि तेच दूध म्हणून त्याला प्यायला दिलं... 'मी दूध प्यालो, मीही दूध प्यालो...' असं म्हणत अश्वत्थामा नाचू लागला. बाहेर जाऊन मुलांना सांगू लागला. परंतु एकमेकांकडे पाहून मुलं त्याला हसत होती. त्याची चेष्टा करत होती. ते पाहून आईचं काळीज विदीर्ण झालं, तिथं पित्याच्या मनाचं काय झालं असेल? अश्रू ढाळून स्त्रिया दुःख व्यक्त करू शकतात. प्रसंगी तेच त्यांचं सामर्थ्यही ठरतं. पण तेच अश्रू पुरुषाच्या डोळ्यांतून ओघळले तर तो त्याचा दुबळेपणा ठरतो.

मुलाचा हट्ट पूर्ण झाला खरा; पण आता त्याच्या मातेचा हट्ट सुरू झाला. डोळ्यांत पाणी आणून ती म्हणाली, "कांपिल्यनगरीचा द्रुपद राजा तुमचा एवढा

मित्र आहे म्हणून सांगता तर त्याच्याकडे का जात नाही? मिळाला त्याच्या राज्यात आश्रय तर काय वाईट आहे? नाहीच काही तर निदान चार गाई तरी...''

कृपी म्हणाली ते खरंच होतं. द्रोणाला काही कोणाची भीक नको. कोणी आश्रय दिला तर त्याबद्दल द्यायला त्याच्याकडेही धनुर्विद्या आहे. इतके दिवस हे कसं सुचलं नाही म्हणून स्वतःचाच राग आला.

खरंच...! माझा मित्र द्रुपद आता राजा झाला असेल. महाराजा पृषत् जाऊन आता बरेच दिवस नाही का उलटले? गुरुगृही असताना तो नेहमी म्हणायचा, 'मित्रा, उद्याची काळजी करू नकोस. युवराज द्रुपदाचा मित्र आहेस तू. थोडा धीर धर. अरे, उद्या मी राजा झाल्यावर तुला काळजी कशाची? माझं राजवैभव तुझंच आहे असं समज. आपण दोघं आनंदानं एकत्र राहू.'

काय ते दिवस ! आम्ही दोघे मित्र एकत्र अभ्यास करत असू, खेळत असू. फार काय जेवणं, राहणंही एकत्रच. कोणी पाहिलं तर त्याला वाटावं दोघं अगदी सख्खे भाऊच आहेत. द्रुपदही आहेच तसा. राजपुत्र असला तरी मैत्रीचा भुकेला. द्रोणासारख्या गरीब मित्रासाठी प्राण टाकणारा. आणि ही मैत्री तरी का आजची आहे? तिला दोन पिढ्यांचा इतिहास आहे. पिता भरद्वाज आणि महाराजा पृषत् यांची दृढ मैत्री आजन्म टिकून होती. तेही असेच आमच्यासारखे सहाध्यायी होते... शेवटी एके दिवशी कृपी आणि अश्वत्थामा यांना सोबत घेऊन कांपिल्यनगरी गाठली. माझा मित्र युवराज द्रुपद खरोखरच राजा झालेला होता आणि सत्यजितासारख्या पराक्रमी भावासह आनंदानं राज्य करत होता.

दारावरच्या राजसेवकाजवळ निरोप दिला. म्हटलं, राजाला सांग... म्हणावं, तुझा बालमित्र द्रोण तुला भेटायला आला आहे. थोडा वेळ प्रतीक्षा केल्यावर राजाला भेटायची परवानगी मिळाली. वाटलं होतं की, मित्र द्रोणाचं नाव ऐकताच सिंहासनावरून उठून कदाचित राजाच बाहेर येईल... पण तसं काही झालं नाही. राजाच तो. कामात असेल म्हणूनच थांबला. नाही तर द्रोणाचं नाव ऐकताच सिंहासनावरून उठून बाहेर आला असता आणि आपल्या जिवलग मित्राच्या हाताला धरून त्याला सन्मानानं राजसभेत घेऊन गेला असता. दृष्टभेट व्हायचा अवकाश. सर्वांत आधी त्यानं मित्राची गळाभेटच घेतली असती...

समोर राजा दिसताच अगदी राहवलं नाही. म्हणालो,' राजा, अरे मी तुझा बालमित्र द्रोण... तुला भेटायला आलो आहे.' वाटलं, राजा उठून उभा राहील. बाहू उभारून आपल्या प्रिय मित्राला हृदयाशी धरील. त्याला सन्मानानं आपल्या अर्ध्या आसनावर बसवून घेईल...त्याला आपले ते शब्द आठवतील...म्हणेल, मित्रा...अरे किती दिवसांनी भेटतो आहेस? मित्राला विसरलास की काय? अरे, राजा झालो म्हणून का मी तुला परका झालो? ... बरं ते असू दे. फार बरं झालं तू आलास.

मी काय सांगितलं होतं ते आठवतं ना? माझं हे वैभव तुझंच आहे. काय हवं ते सांग. संकोच करू नकोस... परंतु तसं काहीच झालं नाही.

"मूर्ख ब्राह्मणा, तुझी बुद्धी चळली आहे !'' एका दरिद्री ब्राह्मणानं दाखवलेली ती सलगी पाहून क्रुद्ध झालेला द्रुपद कडाडला होता. "मला मित्र म्हणून हाक मारताना तुला लाज कशी वाटली नाही? मी एक वैभवशाली राजा आहे आणि तू एक दरिद्री भिक्षुक आहेस हे कदापि विसरू नकोस. मैत्री या शब्दाचा अर्थ तरी तुला कळतो का? मैत्री फक्त बरोबरीच्या नात्यातच असू शकते. तू माझा सहाध्यायी होतास हे खरं; पण आज मी राजा आहे आणि तू एक क्षुद्र भिक्षुक आहेस. गरीब आणि श्रीमंत, विद्वान आणि अविद्वान, शूर आणि कापुरुष यांच्यात मैत्री असू शकत नाही. बालपणातली ती मैत्री आता विसर. आलास तसा चालता हो आणि आपल्याहून श्रेष्ठ असलेल्या लोकांशी बरोबरीचं नातं जोडण्याचा असला मूर्खपणा पुन्हा करू नकोस.''

निरभ्र आकाशातून अचानक वीज कोसळावी तसं झालं. सत्तामदानं माणूस इतका उन्मत्त होऊ शकतो? मनात उचंबळून आलेले मैत्रीचे भाव क्षणात नष्ट झाले. मन दगडासारखं कठोर झालं. संतप्त ओठातून शब्द फुटले...'' उन्मत्त राजा, मिळालेल्या वैभवानं इतका हुरळून जाऊ नकोस. मी दरिद्री असेन; पण दुर्बल नाही. ज्या राजपदाच्या बळावर तू एवढा उन्मत्त झाला आहेस तेच राजपद मी एके दिवशी हिरावून घेईन. तुझी ही मस्ती जिरवल्याखेरीज हा भरद्वाजपुत्र द्रोण सुखाची निद्रा घेणार नाही, हे निश्चित समज...!''

सत्तामदानं उन्मत्त झालेल्या द्रुपदाला ते शब्द ऐकवले खरे; पण केलेली प्रतिज्ञा पूर्णत्वाला नेण्याइतकं बळ या द्रोणात कुठं होतं? अजूनही तो प्रसंग अगदी कालच घडला असावा इतका मनात ताजा आहे...

...वाटलं होतं, तो रागावेल ते वेगळ्या कारणासाठी. म्हणेल, 'मित्रा अरे इतके दिवस तुला माझी आठवण कशी आली नाही? आणि इतके दिवस होतास तरी कुठं? इकडे का आला नाहीस? तुझा मित्र द्रुपद राजा झाला आहे हे तुला माहीत नव्हतं का?' मित्राची समजूत काढण्यासाठी आपण सांगू...' बाबा रे, तू म्हणतोस ते सगळं खरं आहे. पण तू पांचाल देशाचा राजा, मी एक साधा गरीब ब्राह्मण. तुझ्या दारी कसा येऊ? खरं सांगू? मला संकोच वाटला. अरे, पण निदान तू तरी तुझ्या या गरीब मित्राची आठवण ठेवायची होतीस. तू राजा झाल्यावर मित्राला विसरलास हेच खरं. पण ते जाऊ दे. आता तरी मी आलो आहे ना?' यावर तो म्हणेल, 'मित्रा, तू अजूनही अगदी तसाच राहिला आहेस बघ. म्हणे जन्मभर दरिद्री राहीन; पण कोणाची सेवा म्हणून करणार नाही. अरे पण तुझा मित्र द्रुपद एवढा राजा असताना तुला सेवा करायला सांगितलं आहे कोणी? मी काय सांगितलं होतं ते आठवतं ना?

आता कुठं जाऊ नकोस. तुझ्या विद्येचा उपयोग माझ्या राज्याला होऊ दे' ...पण घडलं ते वेगळंच. अगदीच अनपेक्षित. पिढ्यांच्या मैत्रीचं रूपांतर शत्रुत्वात करणारं...

त्याच पावली कांपिल्यनगरी सोडली ते थेट हस्तिनापूर गाठलं. नगराजवळ आलो तेव्हा गळ्याला शोष पडला होता. भुकेनं आतडी पिळवटून निघाली होती. भुकेल्या पोटात निदान पाणी तरी ढकलावं म्हणून विहीर शोधू लागलो तर जवळच एका विहिरीत काही मुलं डोकावून पाहत होती. पेहरावावरून ते निश्चितच हस्तिनापूरचे राजपुत्र असावेत. खेळता खेळता त्यांची विटी विहिरीत पडली होती. डोकावून पाहिलं तर विहिरीत पाण्याऐवजी दगडगोट्यांचाच खच पडलेला दिसत होता. दोन दगडांच्या सांदरीत फसलेली ती विटी आता काढावी तरी कशी, हाच एक प्रश्न त्या मुलांना पडला होता. म्हटलं, "राजपुत्रांनो...अरे, एवढीशी विटी काढता येत नाही? मी काढून दिली तर काय द्याल?"

एका दरिद्री भिक्षुकाच्या त्या वक्तव्यावर काही मुलं हसली. परंतु त्यांच्यातला एक पोक्त वाटणारा तरुण राजपुत्र म्हणाला, "कृपाचार्यांच्या घरी तुम्हाला सुग्रास भोजन मिळेल. ते आमचे आचार्य आहेत."

एक उत्तम सूची बाण निवडून घेऊन त्याच्या शेपटाला सूक्ष्मशी दोरी बांधत म्हणालो, "राजपुत्रा, तू सांगितलं नाहीस तरी ते मला मिळेलच. कारण मी त्यांच्याकडेच निघालो आहे." आणि आता हे पाहा... असं म्हणून बाण सोडला. धनुष्यावरून निघालेला तो बाण सरसरत गेला तो खच्कन विटीत रुतला आणि जागीच कलंडून स्थिर झाला. दोरीसोबत विटीसह येणारा तो बाण पाहून सगळे राजपुत्र आश्चर्यानं थक्कच झाले. धनुर्विद्येतलं एवढं कौशल्य त्यांनी अजून पाहिलं नव्हतं. त्यांच्या आचार्यांनाही निश्चितच एवढी धनुर्विद्या येत नव्हती.

"क्षमा करा, आपण आहात तरी कोण?" मघाचा तो राजपुत्र म्हणाला होता. म्हटलं, मी द्रोण. पितामह भीष्मांना जाऊन सांग. म्हणावं, अग्निवेश मुनींचा शिष्य द्रोण कुरुराज्याच्या आश्रयाला आला आहे. भेटीची अनुज्ञा मागतो आहे."

ती वार्ता कळताच भीष्म स्वतः भेटायला आला होता. दोन्ही हात जोडून त्यानं कुरूंच्या युद्धशाळेचं आचार्यपद स्वीकारायची विनंती केली होती. अशा रीतीनं द्रोणाचा द्रोणाचार्य झाला. 'जन्मभर दरिद्री राहीन, पण कोणाची सेवा म्हणून करणार नाही,' अशी प्रतिज्ञा करून निघालेल्या द्रोणानं दुसरी प्रतिज्ञा खरी करण्यासाठी आपली पहिली प्रतिज्ञा मोडली !

...उन्मत्त राजा...तुला क्षमा नाही ! त्या अपमानाचा सूड घेतल्याशिवाय हा द्रोण सुखाचा श्वास घेणार नाही. रात्रंदिवस सलत असलेलं अपमानाचं ते शल्य उरात घेऊन मी जगतो आहे. तुझ्याही उरात तशीच दाहक जखम केल्याशिवाय हा द्रोण स्वस्थ बसणार नाही. थोडं थांब... तुझा समूळ नाश करतील असे शिष्य मी तयार केले आहेत...

६.

"राजकुमारांनो...गुरुदक्षिणा देण्याची तुमची इच्छा समजली. परंतु मला कुठल्याही प्रकारे संपत्तीची अभिलाषा नाही.'' आचार्य द्रोण आपल्या शिष्यांना उद्देशून बोलत होते. "कुरुराज्याचा आश्रय मिळाला, तुमच्यासारखे राजपुत्र शिष्य म्हणून लाभले तो माझा भाग्याचा दिवस होता. तुमच्यासारखे शिष्य तयार करू शकलो याचं मला अतीव समाधान आहे...गुरुदक्षिणा म्हणजे गुरुऋणातून मुक्त होणं...पांचाल नरेश द्रुपद राजानं माझा घोर अपमान केला आहे. अपमानाचं ते शल्य मी कधीच विसरू शकलो नाही. उलट दिवसेंदिवस बळावत जाणाऱ्या दुर्धर व्याधीप्रमाणे ते अधिकच वाढत गेलं आहे. तुम्हाला माझ्या ऋणातून मुक्त व्हायचं असेल तर माझ्या मनात सलत असलेलं ते अपमानाचं शल्य दूर करा. तीच माझी गुरुदक्षिणा. तुमच्यासारखे शिष्य असताना—''

"— तेच मी म्हणतो आचार्य,'' द्रोणांना अधिक बोलू न देता अर्जुन म्हणाला. "आम्ही आपले शिष्य इथं असताना आपण अपमानाचं दुःख सहन करत जगावं, हे आम्हाला लांछनास्पद आहे. धिक्कार असो आमच्या जगण्याला. आपण फक्त आज्ञा द्यावी आचार्य.''

अर्जुनाच्या त्या वक्तव्यानं प्रसन्न होऊन आचार्य म्हणाले, '' वत्सा, तुझं कल्याण असो. पांचाल देश जिंकून आणि त्या उन्मत्त द्रुपद राजाला बंदिवान करून माझ्यासमोर घेऊन या. एवढं केलंत म्हणजे माझी गुरुदक्षिणा मला पोचली, असं मी समजेन.''

अर्जुनाचं निमित्त करून आचार्य सर्वांना उद्देशून बोलत असले तरी त्यांची दृष्टी भीमार्जुनांकडेच होती. कदाचित तेच आपली अपेक्षा पूर्ण करतील, हे त्यांना माहीत असावं. ते पाहून दुर्योधनाचा जळफळाट झाला. तो युद्धशाळेतून बाहेर पडला तेव्हा दुःशासन आणि कर्ण त्याच्यासोबतच होते. दुःशासनाच्या डोक्यात युद्धनीतीची चक्रं फिरू लागली होती, तर दुर्योधनाच्या मनात वेगळाच विचार उफाळून आला होता. कर्ण मात्र शांत होता.

रथात बसून तिघं राजमहालावर आले. संतापानं धुमसत असलेला दुर्योधन कर्णाला म्हणाला, "मित्र अंगराज, भीम आणि अर्जुन हेच आचार्यांना अधिक प्रिय वाटतात हे तुला माहीत आहेच. त्याची कारणं काहीही असोत; त्याच्याशी आपल्याला कर्तव्य नाही. पण मला वाटतं, त्यांचं मन जिंकायची संधी चालून आली आहे. भीमार्जुनांच्या आधी आपण पांचालांवर हल्ला करून द्रुपद राजाला बंदिवान केलं तर आचार्य आपले कायमचे ऋणी होऊन राहतील. पांचालांचे गुप्तचर कांपिल्यनगरी

गाठण्याच्या आत हल्ला करू या.''

थोडा वेळ विचार करून दुर्योधनाच्या घाऱ्या डोळ्यांत पाहत कर्ण म्हणाला, ''युवराज, तुझं म्हणणं खरं आहे. तुझ्या नेतृत्वाखाली मी केव्हाही युद्धाला तयार आहे. परंतु हे युद्ध म्हणजे आचार्यांनी मागितलेली गुरुदक्षिणा आहे. मी कुरुराज्याच्या युद्धशाळेचा विद्यार्थी असलो तरी द्रोणाचार्यांचा विद्यार्थी नाही. त्यांनी माझ्याकडे कधी शिष्य म्हणून पाहिलंच नाही. मी कोण, कुठला हेही त्यांना माहीत नव्हतं. अशा स्थितीत मी त्यांना गुरुदक्षिणा द्यायला गेलो आणि ती त्यांनी स्वीकारली नाही तर? तुझ्यासारखी मलाही गुरुऋणातून मुक्त व्हायची संधी मिळाली असती तर मी भाग्यवान ठरलो असतो. पण कर्ण तेवढा भाग्यशाली नाही...'' आणि विषण्णपणे हसून कर्ण पुढे म्हणाला,'' ज्याच्या ऋणातून मुक्त व्हावं असा गुरू कर्णाला लाभला नाही आणि आता द्रोणांसारख्या पक्षपाती माणसाचं मन सांभाळण्यासाठी काही करावं असं वाटत नाही.''

मित्रकार्यात आपण मदत करू शकत नाही याचं दुःख कर्णाच्या प्रत्येक शब्दातून व्यक्त होत होतं. शेवटी तो म्हणाला,''पण तुझी अनुमती असेल तर तुझा एक सैनिक म्हणून —''

''— नाही अंगराज,'' ताड्कन दुर्योधन म्हणाला. ''दुर्योधनाचा मित्र कर्ण अंगदेशाचा राजा म्हणूनच या युद्धात भाग घेईल. माझा पराभव झाला तरी चालेल; परंतु हा दुर्योधन मैत्रीच्या नात्याला कदापिही बाधा येऊ देणार नाही.''

''तुझ्या तोंडी पराजयाची भाषा शोभत नाही युवराज. जय-पराजयाची क्षिती न बाळगता युद्धात उतर. विजय तुझाच आहे. तुझा मित्र म्हणून मी या युद्धात उतरेन. मग तर झालं?''

कर्णानं युद्धात भाग घ्यायला संमती दिलेली पाहून दुर्योधनाच्या आनंदाला सीमा राहिली नाही. त्यानं सैन्यप्रमुखांना तातडीनं आज्ञा देण्यास सुरुवात केली. ती रात्र युद्धाच्या पूर्वतयारीतच संपली.

७.

दुसऱ्या दिवशी सकाळी हस्तिनापूरचा आसमंत शंखभेरींच्या आणि रणदुंदुभींच्या आवाजांनी भरून गेला. युवराज दुर्योधन आणि अंगराज कर्ण कांपिल्य नगरी काबीज करायला निघाले होते. दुःशासन, दुर्मुख, दुःसह, दुर्मर्षण, विविंशती, विकर्ण, चित्र, उपचित्र, युयुत्सू इत्यादी अनेक दुर्योधनबंधू त्यांच्यासोबत रथांवर आरूढ होऊन युद्धासाठी सज्ज होऊन निघाले. महाराज धृतराष्ट्रानं पुत्रांसाठी कुरुराज्याचं अवघं

चतुरंग दल उपलब्ध करून दिलं होतं.

सैन्यव्यूहाच्या मुखस्थानी दुर्योधनाचा रथ उभा होता. त्यावरील नागचिन्हांकित केशरी ध्वज सर्पजिव्हेप्रमाणे वाऱ्यावर फरफरत होता. त्याच्या मागे सैन्यव्यूहाच्या हृदयस्थानी कर्णाचा नागकक्षांकित ध्वज असलेला शस्त्रसज्ज रथ उभा होता. रथारूढ होण्यापूर्वी कर्णाला सोबत घेऊन दुर्योधन मातेच्या दर्शनाला जाऊन आला. दोघांनी माता गांधारीच्या पायावर मस्तक ठेवून आशीर्वाद मागितला. दोघांना आशीर्वाद देताना गांधारी म्हणाली, "विजयी भव..."

दोघे मित्र रथारूढ होताच प्रस्थानाचे शंख फुंकले गेले. कर्ण आणि दुर्योधन घोंगावत्या वादळासारखे ससैन्य पुढे सरकू लागले. मार्गात येणारा संपूर्ण प्रदेश हस्तगत करत ते कांपिल्यनगरीवर चालून जाणार होते आणि द्रुपद राजाला शरण यायला भाग पाडून त्याला द्रोणाचार्यांसमोर फरफटत आणणार होते.

तिकडे पांडवांचीही निवडक सैन्यासह पांचालांवर हल्ला करायची तयारी सुरू होती; परंतु ते केव्हा आणि कोणत्या दिशेनं हल्ला करणार आहेत हे अजून पुरेसं स्पष्ट झालेलं नव्हतं.

पांचाल देशाचा भूभाग अश्वांच्या टापांखाली तुडवत निघालेलं कुरुसैन्य महापुरासारखं कांपिल्य नगरीवर जाऊन धडकलं. नित्यकर्मात गुंतलेले बेसावध नगरजन त्या अचानकपणे झालेल्या हल्ल्यानं बावचळलेच. परंतु अशा आकस्मिक संकटांना कसं तोंड द्यावं, हे त्यांना चांगलं माहीत होतं. धनुष्यबाण, खड्ग, गदा, तोमर, मुसळ, गोफणी एवढंच काय पण नित्यकर्माची शेतीची अवजारं, ऐन वेळी हाताला येईल ते शस्त्र घेऊन किंवा हाताला येईल त्या वस्तूचं शस्त्र करून पांचाल कुरुसैन्यावर तुटून पडले. परचक्र आल्याची वार्ता कळताच राजा द्रुपद त्याचा कनिष्ठ बंधू सत्यजित याच्यासह कुरुसैन्यावर कोसळला. तुंबळ युद्ध सुरू झालं. अंगराज कर्णानं द्रुपदावर बाणांचा वर्षाव सुरू केला. द्रुपदासारखा एक कसलेला योद्धा आणि कर्णासारखा नव्या दमाचा तरुण यांची ती झुंज पाहून कुरुसैन्याचा उत्साह वाढला. परंतु कांपिल्यनगरीच्या लोकशक्तीपुढे कुरूंचं सैन्यबळ कमी पडलं. खुद्द युवराज दुर्योधन आणि त्याचा प्रिय बंधू दुःशासन घायाळ होऊन रथातच कोसळले.

युवराजाला कसं बसं सावध करून सारथ्यानं त्याचा रथ कांपिल्यनगरीच्या सीमेबाहेर काढला. कर्ण आणि युयुत्सु प्रयत्नांची शर्थ करत होते. परंतु शेवटी त्यांचाही पराभव झाला. प्राणांतिक जखमा अंगावर घेऊन त्यांनाही माघार घ्यावी लागली. जखमी झालेला दुर्योधन भावांसह हस्तिनापूरला पोचतो न पोचतो तेवढ्यात कांपिल्यनगरी पराभूत झाल्याची वार्ता येऊन थडकली. भीमार्जुनांनी म्हणे द्रुपद राजाला बंदिवान केलं होतं.

ती वार्ता ऐकताच दुर्योधन सापासारखे फुत्कार टाकू लागला. मित्राची ती

अवस्था पाहून कर्णालाही भीमार्जुनांचा मत्सर वाटल्यावाचून राहिला नाही. युद्धाचा पूर्वानुभव नसलेले दुर्योधन आणि कर्ण युद्धनीती आखण्यात कमी पडले होते हेच खरं. कारण दुर्योधनाचं सैन्य पश्चिमेकडून पांचालांवर चालून जात होतं, तेव्हा पांडवांचं सैन्य दक्षिणेकडून पांचाल देशात शिरलं होतं. अचानक झालेला पहिला हल्ला परतवून नगरजन विश्रांतीचा श्वास घेतात न घेतात तोच दक्षिणेकडून आलेले रणवाद्यांचे आवाज त्यांच्या कानावर पडले होते. भीम, अर्जुन, नकुल आणि सहदेव या चारही भावांनी नगरीला वेढा दिला होता आणि त्यांचा ज्येष्ठ बंधू युधिष्ठिर द्रुपद राजाला युद्धाचं आव्हान देत पुढे सरकत होता.

ते आव्हान स्वीकारून द्रुपद राजा पुन्हा एकदा सत्यजितासह युधिष्ठिरावर घसरला. ते पाहताच अर्जुनानं आपला रथ पुढे घालून युधिष्ठिराला संरक्षण दिलं. नकुल-सहदेव हेही त्याच्या मदतीला धावले. आपली प्रचंड आकाराची लोहगदा घेऊन भीम पांचालांच्या हत्तीदलावर चालून गेला. गदेच्या एकेका प्रहारात एकेका हत्तीला लोळवत त्यानं शत्रुसैन्याला पुढे सरकणं अशक्य करून सोडलं. द्रुपदाचा रथही त्यातच अडकला. वेगानं पुढे येत असलेला द्रुपदाचा रथ जागीच खोळंबलेला पाहून अर्जुनानं संधी घेतली. अचूक शरसंधान करून त्यानं प्रथम द्रुपदाचं धनुष्य तोडलं. शत्रूला निःशस्त्र करून तो विद्युत्वेगानं आपल्या रथावरून खाली उतरला आणि त्यानं द्रुपदाच्या रथावर झेप घेतली. राजा द्रुपद दुसरं धनुष्य घेऊन लढायला सिद्ध होतो आहे तेवढ्यात अर्जुनानं दोन्ही हातांनी वेढून त्याला जखडून टाकलं. आपला राजा बंदिवान झालेला पाहून पांचाल सैन्याचा धीरच खचला. भयभीत होऊन ते वाट दिसेल तिकडे पळत सुटलं. सैन्याचा पाठलाग करण्यात वेळ न घालवता अर्जुनानं द्रुपदाचे हात-पाय बांधले. त्याला कशासाठी बंदिवान केलं आहे, हेही सांगून टाकलं. तोवर तिकडे भीमानं द्रुपदाच्या सेनापतीलाही ताब्यात घेतलं.

युद्ध करून थकलेलं पांचाल सैन्य पांडवांनी सहज झोडपून काढलं. द्रुपद राजाला बंदिवान करून ते तत्काळ हस्तिनापूरला घेऊन आले. हात बांधलेल्या अवस्थेत त्याला द्रोणाचार्यांसमोर उभं केलं तेव्हा प्राणभयानं दीन झालेल्या राजाला द्रोणाचार्यांनी पुरतं अपमानित केलं. म्हणाले, ''उन्मत्त राजा, तुझं जीवित आता माझ्या हातात आहे. परंतु भिऊ नकोस. मी तुला ठार करणार नाही. क्षमाशील ब्राह्मण आहे मी.''

हात जोडून द्रुपद म्हणाला,''क्षमा कर मित्रा. तुझं सामर्थ्य थोर आहे. तशीच तुझी क्षमाशीलता...''

द्रुपदाला पुढे बोलू न देता कुत्सित हसून द्रोणाचार्य म्हणाले,'' राजा... अरे, काही झालं तरी तू माझा बालमित्र आहेस. मैत्रीचं ते नातं तू विसरला असलास तरी मी विसरलेलो नाही. आपल्या त्या मैत्रीच्या नात्याला आज मी उजाळा देणार आहे.

आज तुझी सर्व सत्ता आणि संपत्ती माझी झाली आहे. सत्ता आणि संपत्ती या दृष्टीनं जे तुल्यबळ असतात त्यांच्यातच मैत्री असू शकते असं तूच म्हणाला होतास... ठीक आहे. तुझ्या इच्छेप्रमाणे होऊ दे. पांचाल देशाचे मी दोन भाग करतो. गंगेच्या पलीकडचा उत्तर पांचाल माझ्या ताब्यात राहील. दक्षिण पांचाल मी तुला देतो. कांपिल्यनगरीवर तुझंच राज्य राहील. बरोबरीची वाटणी झाली. आता तरी तू मला मित्र मानायला तयार आहेस ना?''

... पुरेसं अपमानित केल्यावर द्रोणाचार्यांनी द्रुपदाला मुक्त केलं. माझ्या मित्राला सीमेपर्यंत सोडून ये म्हणून अर्जुनाला आज्ञा दिली. द्रोणांचा निरोप घेऊन द्रुपद परत कांपिल्यनगरीला गेला तो अपमानाचं शल्य उरात घेऊनच...

८.

पिता अधिरथ याच्यासह कर्ण गंगा किनाऱ्यालगतच्या सूतवस्तीत राहायला आला त्याला आता बरेच दिवस उलटले. आता अंगदेशातून राधामातेला आणि लहान भाऊ संग्रामजित यांनाही बोलावून घ्यावं असा विचार तो करत होता. दास—दासींनी आणि माणसांनी तो मोठाच्या मोठा दुमजली वाडा गजबजून गेला होता. वाड्याच्या सौधावर उभं राहिलं की गंगेचं विशाल पात्र तर समोर दिसतंच, पण त्याहीपेक्षा दूरवरचा निषाद पर्वतसुद्धा नजरेच्या टप्प्यात येतो.

तसं पाहिलं तर शेती हाच येथील सूतजनांचा प्रमुख व्यवसाय आहे. काही लोक रथ तयार करतात, तर काही जण बाणांचे भाते आणि धनुष्यं तयार करण्यातही कुशल आहेत. युद्धाच्या दिवसांत युद्धरथ तयार होतात. एरवी प्रवासासाठी लागणारे रथ तयार करायचं काम चाललेलं असतं. देशोदेशी हिंडून व्यापार करणाऱ्या सार्थवाह लोकांकडून त्यांना चांगली मागणी असते. काही लोक रथांसाठी लागणारं धुरंधर व खदिराचं टणक लाकूड, धनुष्यासाठी लागणारे बांबू आणि ताडाच्या झाडांची खोडं पुरवायचं काम करतात. युद्धरथ हाकणारे सूत रथ तयार करणाऱ्या सूतांना कनिष्ठ समजतात. बरेचसे सूतजन युद्धाच्या दिवसांत सैन्यात जातात. लढाई त्यांच्या रक्तातच भिनलेली असल्यानं ते स्वतःला क्षत्रियच समजतात. असं म्हणतात की क्षत्रिय पुरुष आणि ब्राह्मण स्त्री यांच्या वर्णसंकरातून सूतांची उत्पत्ती झाली आहे. त्यामुळे बीजक्षेत्रन्यायानं स्वतःला क्षत्रिय म्हणवून घेण्याचा अधिकार त्यांना आहेच. सूत स्त्रिया शेतातली कामं करतात किंवा दिवसभर घरीच असतात. काही स्त्रिया राजमहालात दासी—बटकीची कामं करतात.

युवराज दुर्योधनाचा मित्र अंगराज कर्ण सूतवस्तीत राहायला आल्यापासून

त्यांच्या अंगावर मूठभर मांस चढलं आहे. कर्ण महाराजा आपल्या शेजारी येऊन राहिला आहे याचा त्यांना मोठाच अभिमान वाटतो. युवराज दुर्योधन अधून मधून कर्णाकडे येऊन जातो किंवा निरोप पाठवून त्याला बोलावून घेतो. राजवाड्यात काय चाललं आहे हे कर्णाला त्याच्याकडूनच कळतं.

पांडवांनी कांपिल्यनगरी जिंकल्यापासून त्यांची लोकप्रियता फार वाढली आहे. पांडू राजाचा मोठा मुलगा म्हणून लोक आतापासूनच युधिष्ठिराकडे हस्तिनापूरचा भावी राजा म्हणून पाहू लागले आहेत. न्यायप्रिय, सत्यनिष्ठ, आर्यधर्मप्रवण युवराज म्हणून आतापासूनच त्याची कीर्ती सर्वत्र पसरू लागली आहे. प्रजेत मिसळून गुप्त वार्ता आणणारे गुप्तचरसुद्धा वेगळं काहीच सांगत नाहीत. लोक म्हणे असं म्हणतात की युवराज युधिष्ठिर तरुण असला तरी त्याची बुद्धी वृद्धासारखी परिपक्व आहे. राजा व्हायला दुर्योधनापेक्षा तोच अधिक योग्य आहे. भीमार्जुनांसारखे सद्वर्तनी आणि पराक्रमी भाऊ त्याला लाभले आहेत. नकुल आणि सहदेव हेही कुठल्याही बाबतीत कमी नाहीत. ते युधिष्ठिराचे सावत्र भाऊ आहेत हे सांगावं लागतं, एवढं त्यांचं एकमेकांवर प्रेम आहे. खरंच मोठा भाऊ असावा तर युधिष्ठिरासारखा. शिवाय पितामह भीष्म, आचार्य द्रोण, महात्मा विदुर यांचे आशीर्वाद त्यांच्याच पाठीशी आहेत.

हे सारं पाहून महाराज धृतराष्ट्र आणि दुर्योधन हे मात्र मनातून फार अस्वस्थ आहेत. महाराजांना तर दिवसा शांतता लाभत नाही आणि रात्री झोप म्हणून लागत नाही. दुर्योधन रात्रंदिवस महाराजाच्या कानीकपाळी ओरडत असतो... 'आमच्या दुर्दैवामुळे आणि त्या कृतघ्न विदुराच्या कुटील नीतीमुळे दुसऱ्यांच्या घशात गेलेलं राज्य योगायोगानंच परत मिळालं आहे. ते आता पुन्हा हातातून घालवू नका. मोठे असूनही तुम्ही जन्मांध असल्यामुळेच केवळ पांडू राजाला सिंहासनावर बसवण्यात आलं होतं, हे कधीही विसरू नका. तशीच वेळ आली तर महाराज विचित्रवीर्यांचा थोरला मुलगा म्हणून राज्यावर माझाच हक्क आहे आणि माझ्या नंतर माझ्या मुलांचा हक्क आहे म्हणून ठणकावून सांगा. युधिष्ठिर राजा झाला तर आम्ही नगण्य झालो म्हणून समजा. उद्या दोन वेळच्या अन्नासाठीसुद्धा आम्हाला त्यांच्या तोंडाकडे पाहायची वेळ येईल आणि तसं झालं तर जिवंत राहण्यापेक्षा मी मरण पत्करीन हे पक्कं लक्षात ठेवा...'

तो रोज एकदा तरी कर्णाची भेट घेतोच. म्हणतो, "मित्रा अंगराज, तूच सांग... हे राज्य कोणाचं आहे? माझे वडील महाराज धृतराष्ट्र यांचंच ना? ते जन्मांध होते म्हणून पितामहांनी या विदुराच्या सांगण्यावरून पांडू राजाला सिंहासनावर बसवलं. तोच आधार घेऊन आता ती कुंतीची पोरं राज्यावर हक्क सांगायला निघाली आहेत. पण आता आम्ही मोठे झालो आहोत. आता आमचं राज्य आम्हाला परत मिळायला

नको का? आणखी असं पाहा, आम्ही जसे धृतराष्ट्र महाराजांचे पुत्र आहोत, तसं त्यांना पांडू राजाची मुलं म्हणता येईल का? पांडू राजा कोणतं दुःख सोबत घेऊन मरण पावला, हे तर सर्वांनाच माहीत आहे. अपत्यसुख नसल्यामुळेच तो वनात निघून गेला होता. मग ही मुलं आली तरी कुठून? असं असताना तो युधिष्ठिर मोठा धर्मराज होऊन युवराज म्हणून मिरवतो आहे, हे बरं तरी दिसतं का? आणि आमचे आदरणीय पितामह भीष्म आणि तो कृतघ्न दासीपुत्र विदुर मोठ्या गुणाची नातवंडं म्हणून त्यांना गळ्याशी लावत असतात याला काय म्हणावं?

यावर काय सांगावं, कोणत्या शब्दांत दुर्योधनाची समजूत घालावी, हे कर्णाला कळत नाही. परंतु मित्राची व्यथा पाहून तो अस्वस्थ होतो. म्हणतो, "तुझं बरोबर आहे युवराज. पण पितामह, विदुर, द्रोणाचार्य यांचं काय म्हणणं आहे? त्यांना महाराजांच्या मनाचा विचार करावाच लागेल ना?"

दुःखद निःश्वास टाकून दुर्योधन म्हणतो, "आचार्यांचं मत तुला माहीत आहेच. पितामह आणि तो दासीपुत्र विदुर हेही त्यांचेच पक्षपाती आहेत. त्यांना माझे दोष तेवढे दिसतात.

वाऱ्यासारखा आलेला दुर्योधन पुन्हा तसाच वाऱ्यासारखा निघून जातो. मित्राची ती अस्वस्थता पाहून कर्णाच्या मनाची फार उलघाल होते. परंतु दुर्योधनाचं समाधान कसं करावं, हेच त्याला समजत नाही...

डोळ्यांत साकळून आलेले अश्रू डोळ्यांतच जिरवत आंधळा राजा रोज मुलाची समजूत घालत असतो. म्हणतो, 'पुत्र दुर्योधन, घाई करू नकोस. त्यांना ठार करायचे तू आजवर थोडे का प्रयत्न केलेस? सध्या त्यांना अनुकूल दिवस आले आहेत. पितामह, विदुर यांचंही मत त्यांच्याविषयी अनुकूल आहे. अशात त्यांच्या जिवाचं काही बरंवाईट झालं तर प्रजाजन आम्हालाच जबाबदार धरतील. तशीच वेळ आली तर आम्हाला हाकलून देऊन युधिष्ठिराला सिंहासनावर बसवतील. ...तेव्हा विचारपूर्वक पावलं टाकायला हवीत. म्हणून म्हणतो थोडा धीर धर...मीही तोच विचार करतो आहे...'

प्रिय पुत्राला हे सांगताना त्याचे कान सावध कानोसा घेत असतात. चेहरा इतका निर्विकार असतो की कोणाला वाटावं, महाराजा पुत्राचं क्षेमकुशल विचारतो आहे. परंतु त्याच्या डोळ्यांच्या खाचा फार बोलक्या आहेत. त्यांच्यात साकळून आलेलं पाणी सारं काही सांगून टाकतं. त्या आंधळ्या डोळ्यांना सगळं दिसतं हे पाहून दुर्योधनही पुरता थक्क होऊन जातो. आणि तो निघून गेल्यावर भरून आलेले डोळे महाराजा हलकेच पुसून घेतो.

गांधार देशाचा राजा शकुनी सध्या हस्तिनापुरात येऊन राहिला आहे. दुर्योधनाचा मुख्य सल्लागार तोच आहे. महाराजाचाही त्याच्यावर मोठाच विश्वास आहे. विदुर

विद्वान खरा; पण तो शेवटी पांडवांचाच पक्षपाती आहे, हे त्याला पक्कं माहीत आहे.

कोणाला चाहूल लागू न देता महाराजा मंत्र्यांचा अंदाज घेत होता. कोणाला कसं वश करता येईल याचे आडाखे बांधत होता. कणक याच्यासारखे काही मंत्री त्याच्या मनासारखा विचार करत असले तरी इतर मंत्री युधिष्ठिरालाच सिंहासनावर बसवावं या मताचे आहेत, हे त्याला पुरतं माहीत आहे. हे सारं लक्षात येऊन तो आणखीच अस्वस्थ होतो. त्याचं आणखी एक दुःख असं की, तो हे सगळं कोणाजवळ बोलूनही दाखवू शकत नाही. दुर्योधनाजवळ तरी किती बोलणार? गांधारी तर गांधारीच आहे. तिला या राजकारणात मुळीच रस नाही. डोळ्यांप्रमाणेच तिनं बुद्धीवरही पट्टी बांधून घेतली आहे की काय कोणास ठाऊक ! सहज विषय काढला तर पुत्र युधिष्ठिर किती सद्गुणी आहे ते मलाच सांगू लागते. ते ऐकताना मनाला किती इंगळ्या डसतात! आणि म्हणे स्त्रियांना पुरुषांची मनं कळतात. निदान धृतराष्ट्राला तरी अशी स्त्री लाभली नाही हेच खरं... युधिष्ठिराचं कौतुक ऐकून घेण्यापेक्षा तिच्याशी न बोलणंच बरं असं त्याला वाटतं. मनात एक आणि ओठांत एक, असं त्याचं चाललं आहे.

याबाबत मंत्री कणक याच्याशी बोलून काहीतरी निर्णय घ्यावा, असं त्याला फार वाटतं. परंतु या बाबतीत कणकावरच काय; पण कोणावरही त्याचा विश्वास नाही. कणक फार बुद्धिमान आणि चाणाक्ष आहे यात शंकाच नाही. यापूर्वी काही काळ तो सौवीर देशात राजा शत्रुंजयाच्या आश्रयाला होता. त्यानंच तर कणकाला धृतराष्ट्राच्या मदतीसाठी हस्तिनापूरला पाठवलं आहे.

शेवटी न राहवून त्यानं कणकाला बोलावून घेतलं. निरपेक्ष सल्ला विचारत असल्याचं भासवत धृतराष्ट्र म्हणाला,"हे विद्वत, राजनीती शास्त्रात तू अत्यंत पारंगत आहेस, अशी तुझी ख्याती आहे. मी काय करावं म्हणजे माझी मुलं सुखी होतील तेवढं मला सांग."

महाराजांचा अंतःस्थ हेतू चाणाक्ष कणकाच्या लक्षात आल्याशिवाय राहिला नाही. तो म्हणाला, "महाराजा, स्पष्ट बोलतो म्हणून रागावू नकोस. तू स्वतः राजनीतीकुशल आहेस. तरीही तू मला विचारतो आहेस म्हणून सांगतो. राजानं नेहमी कासवासारखं वागावं. सोयीनुसार त्यानं कधी बहिरं व्हावं तर कधी आंधळंही व्हावं. किंवा कधी कधी काही गोष्टी मुळीच कळत नसल्याचं सोंग घ्यावं. राजानं आपले खरे हेतू कधीही उघड होऊ देऊ नयेत; अन्यथा एखादं लहानसं छिद्रही अनर्थाला कारणीभूत ठरतं. राग आला तरी राजाला हसून बोलता आलं पाहिजे. इच्छा नसली तरी त्याला मनातली कटुता झाकून गोड बोलता आलं पाहिजे. शत्रूचा उत्कर्ष तोच राजानं आपला अपकर्ष समजावा. महाराजा, पांडवांची कीर्ती पसरत चालली आहे...

ते आणखी प्रबळ होत नाहीत तोवरच उपाय कर...

"...उद्याचा विचार करून आज कृती करावी. पायात मोडलेला काटा वेळीच काढावा; अन्यथा तो तिथं घर करून जखम तयार करतो. शत्रूही तसाच असतो. आपला असो वा परका, शत्रू तो शत्रूच. त्याचा कधीही भरवसा धरू नये. तो पुत्र, मित्र, बंधू, पिता वा गुरू कोणीही असो. शक्य असतील ते सर्व उपाय योजून त्याचा सर्वनाश करावा. याबाबत राजानं मासेमारी करणाऱ्या धीवरासारखं असावं. माशांचा संहार केल्याशिवाय धीवर जगू शकत नाही, त्याप्रमाणे शत्रूचा संहार केल्याशिवाय राजाचं ऐश्वर्य वाढत नाही...

"...शत्रू दुर्बल असला तरी त्याच्याकडे दुर्लक्ष करू नये. कारण वणवा पेटायला एवढीशी ठिणगीसुद्धा पुरेशी ठरते. कृष्णसर्प लहान असला तरी तो तेवढाच विषारी असतो. प्रसंगी गोड बोलून, फूट पाडून, मुद्रा चारून, अत्याचार करून, गळफास देऊन, विष घालून, सापळा रचून, जाळपोळ करून किंवा विश्वासघात करून शत्रूचा उच्छेद करावा. झाडाचं मूळ तोडल्यावर त्याच्या फांद्याही सुकून जातात त्याप्रमाणे मुख्य शत्रूचा नाश केल्यावर त्याच्या हितचिंतकांचा नाश करायला वेळ लागत नाही...

"...हे राजा, सामर्थ्य नुसतं असून चालत नाही; प्रसंगी ते प्रकट करावं लागतं. अप्रकट सामर्थ्यावर विश्वास तो कोण ठेवणार? शत्रूवर प्रहार करण्यापूर्वी त्याच्याशी गोड बोलावं. प्रहार करून झाल्यावरही गोडच बोलावं. परंतु प्रहार मात्र निर्दयपणेच करावा. हवं तर नंतर पाहिजे तेवढा शोक व्यक्त करावा. अगदी गळा काढून रडून दाखवायलाही कमी करू नये. परंतु राजानं आपला हेतू साध्य केल्याशिवाय मुळीच राहू नये...

"...तिथं अनाठायी दयामाया दाखवू नये किंवा नीती-अनीतीचा व्यर्थ विचार करू नये... पांडूराजाची मुलं बलवान होत चालली आहेत. त्यांच्यापासून तुझ्या मुलांचं रक्षण कर. आज त्यांचा अंत झाला नाही तर उद्या तुझ्या मुलांचा अंत होईल, हे ध्यानात ठेव. पांडव मेल्याशिवाय हे वैर शांत होण्याचा दुसरा उपाय मला दिसत नाही."

- त्यानंतर काय काय शिजलं कोणास ठाऊक! एके दिवशी युधिष्ठिराला बोलावून घेऊन महाराजा म्हणाला,"पुत्र युधिष्ठिर, तुझा उत्कर्ष पाहून मला किती आनंद होतो म्हणून सांगू...आज माझा सहोदर बंधू पाहिजे होता...पण तेवढं भाग्य या दुर्दैवी धृतराष्ट्राच्या नशिबी कुठलं? ...मला वाटतं, नेहमीच्या दगदगीनं तू फार थकला आहेस. गंगेकाठी वसलेली आपली वारणावत नगरी फार सुंदर आहे म्हणतात. थोडे दिवस भावांसह वारणावताला जाऊन ये. तिथलं पुरातन शिवालय फार प्रसिद्ध आहे. या दिवसांत तिथं मोठा उत्सव असतो. तोही पाहून या. तिथल्या

आपल्या प्रजाजनांना खांडव वनातले नाग लोक फार उपद्रव करत असतात. तुम्ही जाऊन आलात म्हणजे त्यांनाही थोडा वचक राहील. आणि बरं का पुत्र युधिष्ठिर, तुम्हा भावांची कीर्ती वारणावतापर्यंत जाऊन पोचली आहे, हे तुला माहीत आहे का? ते लोक तुमचं स्वागत करायला फार उत्सुक आहेत म्हणतात. तिथं तुमच्या निवासाची फार उत्तम व्यवस्था झाली आहे. काही लागलं तर पुरोचनाला सांगा. कुंतीही तुमच्यासोबत असू दे. डोळ्यांना दिसलं असतं तर महाराणीला सोबत घेऊन मीही आलो असतो. पण काय करणार? हस्तिनापूर सोडून मला कुठंच जाता येत नाही.''

युधिष्ठिर मनातून खूप चरफडला. महाराजाचा नेमका हेतू त्याच्या लक्षात आला नाही तरी यामागे काहीतरी काळंबेरं आहे, हे त्यानं ओळखलं. अत्यंत नाइलाजानंच त्यानं महाराजाची आज्ञा मान्य केली. भीम तर म्हणे जायलाच तयार नव्हता; पण युधिष्ठिराच्या आज्ञेबाहेर जायचं धाडस त्यानं केलं नाही. एके दिवशी माता कुंती आणि भावांसह युवराज युधिष्ठिर वारणावताला निघून गेला.

जाण्यापूर्वी राजसभेत त्यांना सन्मानपूर्वक निरोप देण्यात आला होता. निघण्यापूर्वी त्यांनीही सर्वांची भेट घेतली. वडीलधाऱ्या मंडळीचे आशीर्वाद घेतले. तेव्हा युधिष्ठिर विदुराजवळ जरा जास्तच रेंगाळला होता. ती गोष्ट आंधळ्या राजाला दिसली नाही तरी दुर्योधनाच्या काकदृष्टीतून सुटली नव्हतीच.

हस्तिनापूरच्या गुप्तचरांनी कांपिल्यनगरीतून आणलेली ती वार्ता फार दिवस गुप्त राहिली नाही. कानोकानी पसरत ती हळूहळू प्रत्येकाच्या तोंडात आली. द्रोण आणि द्रुपद यांच्यातलं सूडचक्र नव्यानं गतिमान झालं होतं. अपमानाच्या दुःखानं धुमसणाऱ्या द्रुपदानं आपला ज्येष्ठ पुत्र धृष्टद्युम्न याच्या नेतृत्वाखाली पुन्हा युद्धाची तयारी सुरू केली होती. आता जगलो तरी सुडासाठी आणि मेलो तरी सुडासाठी या जिद्दीनं पेटलेला द्रुपद द्रोणाला अद्दल घडवल्याशिवाय स्वस्थ बसणार नव्हता.

परंतु तो जेवढा स्वाभिमानी होता, तेवढाच चतुरही होता. आचार्य द्रोणांपुढे त्यानं आता एक नवाच पेच टाकायचं ठरवलं होतं. 'धनुर्विद्या शिकवणं हा तुझा आचार्यधर्म आहे ना? तर माझ्या मुलाचा- धृष्टद्युम्नाचा शिष्य म्हणून स्वीकार कर अशी मागणी तो करणार होता. आर्यधर्माप्रमाणे आता तूही तुझ्या आचार्यधर्माला जाग, शिवाय आता तू माझा मित्रही आहेस तर मित्रकर्तव्यालाही जाग,' असा निरोप तो द्रोणाचार्यांना पाठवणार होता. एकंदरीत द्रोणाचार्यांना त्यानं चांगलंच पेचात पकडायचं ठरवलं होतं.

पांडव वारणावताला निघून गेल्यापासून दुर्योधन मात्र आनंदात होता. परंतु त्याच्या मनात काय चाललं आहे याचा थांग लागत नव्हता. अशात एके दिवशी गुप्तचरांनीच ती कुवार्ता आणली. वारणावत नगरीत खास पांडवांसाठी म्हणून

उभारण्यात आलेला महाल त्यांच्यासह जळून खाक झाला होता. त्यानंतर वारणावताचे लोकही तेच सांगत आले. अपरात्री अगदी अचानकपणे वणवा लागावा तशी आग भडकली होती. तिचा जोर एवढा भयावह होता आणि ती इतक्या वेगानं धडाडत गेली होती की, ते पाच भाऊ आणि त्यांची आई यांच्यापैकी कोणीही जिवंत बाहेर येऊ शकलं नव्हतं. सकाळी त्यांची अर्धवट जळालेली प्रेतं तेवढी सापडली. आधीच जळालेल्या शवांवर पुन्हा वेगळे अंत्यसंस्कार करायची गरजही भासली नाही.

ती वार्ता कळताच हस्तिनापूर नगरीवर शोककळा पसरली. पांडवांच्या पराक्रमाच्या आठवणी काढून लोक हळहळू लागले. त्यांचे आवडते राजपुत्र त्यांच्या साध्वी मातेसह त्यांना सोडून गेले होते. खरंच, युवराज युधिष्ठिर किती सद्गुणी होता! एकाच प्रहारात उन्मत्त हत्तीला लोळवणारा शक्तिशाली भीम आणि तसाच तो महाधनुर्धर अर्जुन. केवळ गुरूची आज्ञा म्हणून द्रुपदासारख्या बलाढ्य राजाला त्यानं एखाद्या नाठाळ जनावरासारखं बांधून आणलं होतं. आणि ते दोघे जुळे भाऊ ! तेही काही कमी नव्हते...

महाराजा धृतराष्ट्राच्या दुःखाला सीमा राहिली नाही. प्रिय बंधू पांडूच्या वियोगाचं दुःख कमी होतं म्हणूनच की काय, क्रूर दैवानं त्याच्यावर हा आणखी एक दुःसह आघात केला होता. भेटेल त्याला डोळ्यांच्या खाचांतून पाणी गाळत तो रडून दाखवू लागला. तेवढ्यानं भागलं नाही म्हणूनच की काय, लोक आता काय काय म्हणतील तेही आपणच बोलून दाखवू लागला. धृतराष्ट्रानं आणि त्याच्या सर्व मुलांनी राजवस्त्रं टाकून शोकनिदर्शक पांढरी वस्त्रं परिधान केली. गंगेवर जाऊन पांडवांचा प्रतीकात्मक दहनविधी करून ते शोकाकुल अंतःकरणानं राजवाड्यात परत आले.

परंतु लोकांना काय संशय यायचा तो आलाच आणि हळूहळू सत्यही बाहेर आलं. महाराजांच्या आणि दुर्योधनाच्या आदेशावरूनच पुरोचनानं लाखेसारखे ज्वालाग्राही पदार्थ वापरून ते निवासस्थान तयार करवून घेतलं होतं आणि त्याला आग लावायची योजनाही तयार ठेवली होती. परंतु ती वेळच आली नाही. पुरोचनानं ठरवलेल्या वेळेआधीच एके दिवशी रात्री तो महाल धडधडून पेटून उठला होता.

ऊठसूट पांडवांची कड घेणाऱ्या विदुराला मात्र कुठलंच दुःख झालेलं दिसत नव्हतं. गुडघ्यात डोकं खुपसून बसलेले पितामह भीष्म हेही हळूहळू नातवंडांच्या मृत्यूच्या दुःखातून सावरून नित्यकर्मात गढून गेले.

दरम्यान धृष्टद्युम्नासह आलेला राजदूत आचार्य द्रोणांची भेट घेऊन मार्गस्थही झाला. धर्मसंकटात सापडलेल्या आचार्यांपुढे धृष्टद्युम्नाचा शिष्य म्हणून स्वीकार करण्याशिवाय दुसरा कुठलाच मार्ग उरला नव्हता. आचार्यधर्माच्या नावाखाली

एकलव्याचा अंगठा तोडून घेणारे आचार्य द्रोण आचार्यधर्माच्या नावाखाली शत्रूच्या मुलाला धनुर्विद्येचे धडे देऊ लागले...

९.

"मित्रा, अंगराज म्हणून तुझ्या नावाची घोषणा झाली, त्याला आता कितीतरी दिवस झाले. तू आता चंपानगरीला जाऊन ये." निश्चिंत मनानं दुर्योधन बोलत होता.

दुर्योधन अगदी कर्णाच्या मनातलंच बोलत होता. अंगदेशाचा राजा झाल्यापासून केव्हा एकदा चंपानगरीला जाऊन येईन, असं त्याला झालं होतं. मनानं तर तो कधीच आपल्या आवडत्या चंपानगरीत जाऊन पोचला होता.

ती आनंदवार्ता सोबत घेऊन बाबा कधीच अंगदेशाला निघून गेले होते. कारण ते आता सारथ्यकर्मातून निवृत्त झाले होते. कर्ण राजा झाल्यापासून महाराजा धृतराष्ट्रानंच त्यांना आज्ञा दिली होती. ज्या नगरीत त्यांचा पुत्र वसुषेण लहानाचा मोठा झाला, गंगेकाठच्या ज्या वाळवंटावर तो खेळला-बागडला त्या भूमीवर तो राजा म्हणून पाऊल ठेवील, तेव्हा त्यांना किती कृतार्थ वाटेल !

संपूर्ण चंपानगरी राजाला पाहण्यासाठी, त्याचं अभीष्टचिंतन करण्यासाठी गंगेच्या काठी लोटलेली असेल. तो क्षण पाहण्यासाठी, तिचा लाडका वसू राजा झाला आहे हे डोळ्यांनी पाहण्यासाठी आई किती आतुर झाली असेल! ज्यांच्या समवेत गंगेच्या वाळवंटात खेळलो, शंखशिंपले वेचले आणि भांडणेही केली ते बंधू शत्रुंजय आणि संग्रामजित हे तर आनंदानं वेडेच झाले असतील ! ...कर्णाचं मन आनंदाच्या लाटांवर हेलकावे खाऊ लागलं...

...खरंच! ज्यांनी लहानाचं मोठं केलं, त्या माता-पित्यांना आणि ज्यांच्या समवेत बालपण घालवलं त्या प्रिय भावंडांना आनंदित झालेलं पाहणं, यात केवढी कृतार्थता आहे! आणि आज तर त्यांचा पुत्र वसुषेण, त्यांचा मोठा भाऊ वसुषेण त्यांच्या आनंदाचं कारण झाला आहे...

यापूर्वी एकदोनदा कर्णानं दुर्योधनाची परवानगी घेण्याचा प्रयत्न केलाही; परंतु दुर्योधनाचं त्याच्या बोलण्याकडे लक्षच नव्हतं. त्याच्या डोक्यात एकच विषय होता आणि तो म्हणजे पांडवांचा. त्याशिवाय त्याला दुसरं काही सुचतच नव्हतं. परंतु आज युवराज दुर्योधन स्वतःच त्याला 'चंपानगरीला जाऊन ये' म्हणून आग्रह करत होता.

दुसऱ्याच दिवशी सर्व तयारीनिशी अंगराज कर्ण चंपानगरीकडे मार्गस्थ झाला.

निवडक हत्ती, शतावधी अश्वसाद आणि पदाती त्याच्या सोबतीला होते. स्वतः युवराज दुर्योधन आणि त्याचा भाऊ दुःशासन कुरुराज्याच्या सीमेपर्यंत कर्णराजाला निरोप द्यायला आले होते. मित्राला निरोप देताना दुर्योधनाला असीम दुःख झालं. कर्णाच्या रथावरचा नागकक्षांकित ध्वज नजरेसमोरून दूर होईपर्यंत तो सीमेवर उभा होता.

मित्राचा निरोप घेऊन कर्णानं प्रवास सुरू केला खरा; परंतु त्याच्या मनात पुन्हा नेहमीसारखा तोच उलटसुलट विचारांचा गुंता निर्माण झाला आणि जसजसे आणखी विचार मनात येऊ लागले, तसतसा तो वाढतच गेला. लोक मोठे दुटप्पी असतात. एकीकडे राजा म्हणून स्वागत करतील, जयघोष करतील आणि दुसरीकडे सूतपुत्र राजा झाला म्हणून दात काढून हसतील.

बाबा तर म्हणतात, काही देशांमध्ये सूतांनासुद्धा क्षत्रियच मानतात. मत्स्य देशाचा राजा विराट याची राणी सुदेष्णा ही केकय देशातील सूतकन्याच आहे. केकय देशाच्या राजाची ती औरसकन्या आहे. राजा दीर्घतम याचा देश म्हणून ओळखला जाणारा आपला अंगदेश हाही पुरातन कालापासून सूतांचाच प्रदेश मानला जातो. फार पूर्वी या देशाचा राजा सूतच होता. आज आर्यावर्तात जेवढे म्हणून क्षत्रिय राजे आहेत त्यांच्या आश्रयाला असलेले अनेक सारथी आणि सारथीप्रमुख मूळचे अंगदेशातलेच आहेत.

अंगदेशाच्या पलीकडे किरातांचा राजा भगदत्त याचं राज्य आहे. महाराजा पांडू याच्याशी त्याचे मैत्रीचे संबंध होते. इतके की पांडूराजाला तो आपला सहोदर बंधूच समजत असे. पांडूनं त्याला वंग देशाविरुद्धच्या लढाईत मदत केली होती. तेव्हा त्यानंच पांडूला अंगदेश भेट म्हणून दिला होता. तेव्हापासून अंगदेश कुरुराज्याचा भाग झाला आहे खरा; परंतु त्याला निश्चित असा शासकच नाही. कुरुराज्याचा अमात्य कधीतरी चंपानगरीत येऊन जिकडे तिकडे शांतता असल्याची खात्री करून घेऊन करभार घेऊन जातो.

पांचाल, दाशार्ण, वत्स, करुष, कोसल, मगध असे अनेक देश ओलांडून कर्ण अंगदेशाच्या सीमेवर येऊन पोचला. गंगेकाठी वसलेली अंगदेशाची सुंदर राजधानी चंपानगरी आपल्या राजाच्या स्वागतासाठी सहर्ष सिद्ध होती.

कर्णराजाचं आगमन होताच नगरजनांत आनंद पसरला. शत्रुंजयानं अत्यादरानं कर्णराजाच्या पायांवर मस्तक ठेवलं. त्याला उराशी कवटाळून घेताना कर्णाचे डोळे संग्रामजिताला शोधत होते. संग्रामजित आता केवढा मोठा दिसू लागला होता! तो संकोचानं दूर उभा आहे असं पाहून त्याला जवळ ओढून घेत कर्ण म्हणाला, ''बंधो, अरे तू असा दूर का उभा आहेस? राजा झाला म्हणून का तुझा वसुदादा तुला इतका परका झाला? धनुर्विद्या शिकायची आहे ना? आता माझ्यासोबत हस्तिनापूरला ये. मी स्वतः तुला शिकवीन.''

कर्णराजाला पाहून राधा मातेच्या डोळ्यांत आनंदाचा पूर दाटून आला. कर्णराजानं माता-पित्याच्या पायांवर डोकं ठेवलं. त्यांनी उच्चारलेले आशीर्वचनपर शब्द नगरजनांच्या जयजयकारात विरून गेले.

"किती दिवस आम्ही तुझी वाट पाहत होतो महाराजा." हे सांगताना नगरजनांच्या डोळ्यांत आनंदाश्रू उचंबळून आले.

नगरजनांचे ते प्रशंसोद्गार ऐकताना कर्णाला दुर्योधनाचे शब्द आठवत राहिले... 'मित्रा... फार दिवस चंपानगरीत रमू नकोस. लवकर परत ये...' निरोप देताना दुर्योधन म्हणाला होता.

परंतु काही झालं तरी निदान पंधरा दिवस तरी चंपानगरीतून बाहेर पडायचं नाही असं त्यानं ठरवूनच टाकलं. कारण हस्तिनापूरला परतण्यापूर्वी बरीच कामं उरकायची होती. कधी काळी वंगदेशाच्या राजानंच हा प्रदेश इथल्या सूत राजाचा पाडाव करून बळकावला होता. भगदत्त आणि पांडू राजामुळे तो मुक्त झाला खरा; परंतु त्याला म्हणावा असा शासक कधी लाभलाच नाही. तेव्हा आता तरी असा शासक नेमायची नितांत गरज होती. चंपानगरी अंगदेशाची राजधानी म्हणून ओळखली जाते खरी; परंतु ती गोष्टही आता नाममात्रच उरली आहे. हे सारं बदलायच्या निश्चयानंच कर्ण हस्तिनापूरहून आला आहे.

आसपासचे ग्रामणी, ग्रामीक, नगरश्रेष्ठी आणि नगरजन यांची तातडीची सभा कर्णानं बोलावली. सारे ग्रामणी करभार सोबत घेऊनच राजाच्या भेटीला आले. श्रेष्ठींनीही अनेक मौल्यवान नजराणे राजाला सादर केले. झालेल्या सभेत अंगदेशाचं राज्य हे कुरूंच्या अधिछत्राखालील गणराज्य असल्याचं घोषित करण्यात आलं. त्यासोबतच कर्णराजाचा भाऊ शत्रुंजय याची अंगराज्याचा शासक म्हणून नियुक्ती करण्यात आली. सेनापती, अश्वपाल, अविपाल, राष्ट्रीक यांच्याही नियुक्त्या झाल्या.

हस्तिनापूरला परत जायचा दिवस जवळ येऊ लागला तसतशी कर्णाच्या मनाची अस्वस्थता वाढू लागली. ज्या नगरीत बालपण गेलं, ती प्रिय चंपानगरी सोडून जावंसंच वाटत नव्हतं. एक मन अंगदेशाच्या मातीकडे ओढत होतं, तर दुसऱ्या मनाला मित्राची हाक ऐकू येत होती. ' ... अंगराज तू दुर्योधनाचा उजवा हात आहेस हे विसरू नकोस. तू मला नेहमी माझ्याजवळ हस्तिनापुरातच हवा आहेस. अंगदेशाची व्यवस्था लावून लवकर परत ये...' निरोप देताना दुर्योधन म्हणाला होता.

रोज सकाळी गंगेत स्नान करताना कर्णाच्या मनात बालपणातल्या स्मृती फेर धरून नाचू लागत. गंगेच्या याच वाळवंटात त्यानं बंधू शत्रुंजय याच्यासोबत शंख शिंपले गोळा केले होते. लहान बंधू संग्रामजिताचे हट्ट पुरवले होते. त्याच्या हातात ओंजळी भरभरून शंख-शिंपले ओतताना त्याच्या चेहऱ्यावर ओसंडून आलेला

आनंद पाहिला होता. श्रुतायु, सोमदत्त अशा मित्रांसोबत मनसोक्त जलक्रीडा केल्या होत्या. पण कर्णाचं मन या आठवणींमध्ये फार काळ रमत नाही. कारण कर्ण आता काही लहान राहिलेला नाही. तो अंगदेशाचा राजा झाला आहे... वाटतं, बालपणातले ते सुंदर दिवस आता खूप मागे राहून गेले आहेत. इथून पुढे दिसतो आहे तो केवळ संघर्षमय जीवनप्रवास... ज्यावरून मागे वळायचं म्हटलं तरी परतीची वाट नाही... आणि कदाचित असलीच तरी कर्ण तिच्यावर पाऊल ठेवणार नाही ! कर्णाचं जीवन म्हणजे आता केवळ अथक संघर्षाचा अटळ प्रवास आहे. इथून पुढे कर्ण म्हणजे संघर्ष... आणि संघर्ष म्हणजे कर्ण...

वयाबरोबर आलेली पक्वतेची जाणीव आणि राजा झाल्याची जबाबदारी यामुळे कर्णाच्या मनात काही आमूलाग्र बदल होऊ लागले आहेत. प्रत्येक गोष्टीकडे जणू तो नव्यानं पाहतो आहे.

एके काळी गंगेच्या पात्रात उभं राहून सायंकाळची सूर्यप्रार्थना म्हणताना सूर्याला झाकून टाकणाऱ्या अस्ताचलाच्या डोंगराचा त्याला खूप राग यायचा. पण आता तोच डोंगर त्याला वरदानासारखा वाटतो आहे. कारण त्याच डोंगरानं अंगदेशाच्या पश्चिम बाजूच्या सुरक्षिततेची जबाबदारी पेलली आहे. उत्तरेला नगाधिराज हिमालय आहे तर पूर्वेला गंगेचं विशाल पात्र आहे. गंगेच्या पलीकडे वंग, पौण्ड्र, कलिंग, उत्कल आणि मगध या देशांच्या सीमारेषा एकमेकींत मिसळल्यासारख्या अगदी जवळ आल्या आहेत. परंतु गंगेची स्वाभाविक मर्यादा ओलांडून त्या अंगदेशात शिरतील, असं मुळीच वाटत नाही. आणि तसा प्रयत्न झालाच तर दुर्योधनाचा सखा अंगराज कर्ण ते खपवूनही घेणार नाही.

हस्तिनापूरच्या कुरुराज्याशी वैर घेणं आर्यावर्तात कोणालाही शक्य नाही. राहता राहिली उत्तर बाजू. तिकडे किरातांचा राजा भगदत्त राज्य करतो. हस्तिनापूरच्या कुरूंशी त्याचे संबंध सलोख्याचे असले तरी त्याचा मित्र पांडूराजा आता मरण पावला आहे आणि आता त्याची मुलंही आगीच्या भक्ष्यस्थानी पडली आहेत म्हटल्यानंतर त्याच्या मनाचा कल काय असेल, हे ओळखणं सध्या तरी कठीण आहे.

गंगेपलीकडे नैर्ऋत्य दिशेला दूर क्षितिजापर्यंत येऊन पोचलेली वराहगिरी पर्वताची एक शाखा इथूनही स्पष्ट दिसते. त्या पर्वतापलीकडे मगधराज जरासंधाचं विस्तीर्ण साम्राज्य पसरलं आहे. सुवर्णगिरी, शुभचैत्यक, विपुलगिरी आणि वराहगिरी या पर्वतरांगांच्या मध्ये शोण नदीच्या काठी वसलेली त्याची गिरिव्रज नगरी कोंदणात बसवलेल्या रत्नमण्यासारखी अगदी सुरक्षित आहे. महाराजा जरासंध जेवढा बलाढ्य आहे, तेवढाच चतुर योजक आहे. आपली राजधानी मालिनीनगरीहून गिरिव्रज इथं नेण्याची कल्पक योजना त्याचीच.

याच कल्पकतेच्या बळावर तो आज अजिंक्य ठरला आहे. कंसाला ठार करणाऱ्या मथुरेच्या वृष्णी-अंधकांना त्यानं इतकं त्रस्त करून सोडलं, की शेवटी त्यांना पळून जाऊन थेट पश्चिम समुद्राकाठी असलेल्या सुराष्ट्र आणि आनर्त या देशांचा आश्रय घ्यावा लागला. श्रीकृष्णानं तिथं म्हणे द्वारका नावाची मोठी वैभवशाली नगरी वसवली आहे. युयुधान सात्यकी, कृतवर्मा यांच्यासारख्या बलवान वीरांच्या नेतृत्वाखाली मोठी चतुरंग सेनाही उभारली आहे. परंतु अजूनही त्याच्या मनातली जरासंधाची भीती गेलेली नाही. कारण तो फिरून मथुरेला कधी आलाच नाही. म्हणूनच तर आज आर्यावर्तातील अनेक राजे जरासंधाचे अंकित आहेत.

युवराज दुर्योधनाच्या मदतीनं अंगदेशाला आणि माझ्या चंपानगरीला मीही असाच लौकिक मिळवून देईन. युवराज दुर्योधनाची मदत मिळाली तर काहीच अशक्य नाही. कर्ण विचार करत होता... परंतु त्यासाठी दुर्योधनाच्या खांद्याला खांदा लावून लढलं पाहिजे. मित्र म्हणून त्याचा विश्वास संपादन केला पाहिजे... परंतु सर्वांत आधी प्रजेचं प्रेम संपादन केलं पाहिजे. त्याशिवाय कुठलाही राजा यशस्वी लोकपाल होऊ शकणार नाही.

निरोप घ्यायचा दिवस उजाडला. कर्णानं माता-पित्याचा आणि सर्व सुहृदांचा जड अंतःकरणानं निरोप घेतला. शत्रुंजयाच्या हाती शासकपदाची सूत्रं सोपवताना तो म्हणाला,"बंधो, आपल्या देशाची जबाबदारी मी तुझ्यावर सोपवून जातो आहे. एक लक्षात ठेव, राजाची धान्याची कोठारं नेहमी भरलेली असावीत. त्यावर विश्वासू अधिकारी नेमलेले असावेत. माशी ज्याप्रमाणे फुलाला इजा पोहचू न देता मध घेते, त्याप्रमाणे राजानं प्रजेकडून कररूपानं धन घ्यावं आणि त्याचा पुन्हा प्रजेच्या कल्याणासाठीच व्यय करावा. जो राजा कर घेऊनही आपल्या प्रजेचं रक्षण करायला असमर्थ ठरतो, त्याला सिंहासनावर हक्क सांगण्याचा अधिकार उरत नाही. एवढंच नव्हे, तर त्याला पदच्युत करण्याचा अधिकार प्रजेला आहे. राज्यकारभार करताना या गोष्टींचं स्मरण तुला सतत असू दे..."

युवराज दुर्योधन कर्णराजाच्या स्वागतासाठी हस्तिनापूरच्या नगरसीमेवर उभा होता. रथातून उतरलेल्या कर्णाजवळ जात तो म्हणाला,"ये अंगराज, तुझी मी किती आतुरतेनं वाट पाहत होतो म्हणून सांगू?"

प्रिय मित्राला कडकडून आलिंगन देताना कर्ण म्हणाला,"मलाही तुझ्या भेटीची तशीच ओढ लागली होती युवराज."

परंतु दुर्योधनाच्या मिठीतली अनाम अधीरता, त्याच्या स्वरातली अस्वस्थता कर्णापासून लपून राहिली नाही. दुर्योधनाच्या डोक्यावर कुठल्यातरी काळजीचे ढग तरंगत आहेत, असंच त्याला जाणवलं.

दुर्योधनाच्या रथातून राजवाड्यावर पोचल्यावर कर्ण म्हणाला," युवराज, तू

असा अस्वस्थ का?''

"कोणीही अस्वस्थ व्हावं असंच घडलं आहे. गुप्तचरांनी एक वार्ता आणली आहे. कोणा एका शक्तिशाली तरुणानं बकासुराला मल्लयुद्धात ठार केलं आहे.''

राक्षसप्रमुख अलायुधाचा भाऊ बकासुर वेत्रकीगृहाच्या अरण्याचा अनभिषिक्त सम्राट होता. वेत्रकीगृहाचा राजा त्याच्या भयानं इतका निष्प्रभ झालेला होता की संपूर्ण वेत्रकीगृहावर बकासुराचंच अनिर्बंध अधिराज्य नांदत होतं. तो कोणा अज्ञात वीराच्या हातून ठार व्हावा, ही गोष्ट निश्चितच विचारप्रवृत्त करणारी होती.

विचार करत दुर्योधन म्हणाला, "तो भीम तर नसेल? द्वैतवनातील हिडिंब आणि त्याचा भाऊ जटासुर यांचीही अशीच हत्या झाल्याचं वृत्त आहे.''

दुर्योधनाच्या त्या शंकेनं कर्णही विचारात पडला. परंतु वारणावताला नेमकं काय घडलं याची काहीच कल्पना नसल्यानं त्याचा तर्क चालेना. थोडा विचार करून कर्ण म्हणाला, "म्हणजे ते जळून मेले नाहीत असंच तुला वाटतं का? स्वत: पुरोचनसुद्धा त्यात जळून मेल्यानं जळून मेले ते पांडवच होते की आणखी कोण हे कसं ठरवणार? तुझी शंका खरी आहे. पण तो भीम असेल तर तो फार काळ लपून राहू शकणार नाही.''

कर्णाच्या या विधानावर दुर्योधन दचकलाच. परंतु तो अधिक काही बोलला नाही.

१०.

कांपिल्यनगरीहून आलेलं ते स्वयंवराच्या निमंत्रणाचं ते भूर्जपत्र वाचताना दुर्योधनाच्या भिवया आक्रसल्या. त्याची उग्र मुद्रा त्रासिक वाटू लागली. संशय आणि द्वेषाच्या भावनेनं त्याचं मन जळू लागलं. हा कुठला पण? पाण्यात पडलेल्या प्रतिबिंबाकडे पाहून म्हणे डोक्यावर फिरणाऱ्या यंत्रावरील माशाच्या डोळ्याचा वेध घ्यायचा... असा वेध घेणारे किती क्षत्रिय वीर या द्रुपदाला सापडतील? अनार्यांच्या अशा भलभलत्या प्रथा-परंपरा या लोकांनी घेतल्या आहेत. यांना आर्य तरी कोण म्हणणार आणि कसं म्हणणार? की असा कोणी धनुर्धर द्रुपदानं आधीच हेरून ठेवला आहे? सामर्थ्याचीच परीक्षा घ्यायची असेल तर धनुर्विद्येचं एवढं कौतुक ते कशाला?

अर्जुन आज जिवंत नाही ते बरंच झालं म्हणायचं ! नाही तर हा पण त्यानं निश्चित जिंकला असता. कर्ण जिंकू शकेल; पण त्याला स्वयंवरात भाग घेता येईल? दुर्योधन विचारात पडला...पांचाल राज्याशी सख्य जोडायची चांगली संधी

चालून आली आहे. ती दवडली तर आपल्यासारखे करंटे आपणच. तशात द्रुपद राजकुमारी पांचाली फार लावण्यवती आहे म्हणतात. तिच्या सौंदर्याची कीर्ती कधीच दशदिशांना पोचली आहे. पाहिल्याबरोबर अभिलाषा निर्माण व्हावं असं मोहक रूप तिला लाभलं आहे म्हणतात. तिचे केस म्हणे निळसर कुरळे आहेत आणि तिच्या सावळ्या अंगाला कमळांचा सुगंध येतो...अशी ती लावण्यवती द्रौपदी दुर्योधनाला मिळणार नसेल तर कर्णाला मिळू दे आणि कर्णानं मित्रऋणातून मुक्त होण्यासाठी म्हणून ती मित्रालाच अर्पण केली तर? जिंकली गेल्यावर राजकन्या काय किंवा इतर कुठलीही स्त्री काय जिंकणाऱ्याची दासीच. कर्ण पराक्रमी आहे. धनुर्विद्याकुशल वीर आहे. अंगदेशाचा राजा आहे. क्षत्रियत्व ते आणखी यापेक्षा वेगळं काय असतं? त्याला स्वयंवरात भाग घेता येणार नसेल तर हा दुर्योधन स्वयंवर उधळून लावून द्रौपदीला जिंकून आणील. म्हणे पोरींची स्वयंवरं मांडतात... !

कधी निमंत्रण द्यायला आलेल्या दूताकडे तर कधी समोरच्या आसनावर बसलेल्या कर्णाकडे पाहत दुर्योधन विचार करत होता. धृतराष्ट्राची आज्ञा घेण्यासाठी तिष्ठत उभा असलेला दूतही अधूनमधून कर्णाकडे पाहत होता. महाराजा काहीतरी बोलेल ही त्याची अपेक्षा होती. परंतु शेवटी न राहवून तोच म्हणाला, ''स्वयंवराला येताना युवराजानं कर्णराजालाही सोबत आणावं अशी द्रुपद राजाची इच्छा आहे महाराजा. ऐकतो आहेस ना अंगराज? द्रुपद राजाच्या वतीनं मी तुला विनंती करतो आहे.''

दुर्योधनाच्या मनावर आलेलं शंकांचं मळभ क्षणात दूर झालं. त्याची मुद्रा पूर्ववत उल्हसित दिसू लागली. द्रुपद राजाची इच्छा आहे म्हटल्यावर प्रश्नच मिटला. निमंत्रित राजा म्हणून कर्ण आता कांपिल्यनगरीला येऊ शकेल आणि स्वयंवरात भागही घेऊ शकेल. दुर्योधनाच्या मित्राची, कर्णाची कीर्ती आता पांचाल देशापर्यंत जाऊन पोचली तर !

''ठीक आहे. महाराजांची इच्छा असेल तर माझा मित्र कर्ण या स्वयंवराला अवश्य उपस्थित राहील.'' दुर्योधन म्हणाला.

महाराजाची आज्ञा घेऊन दूत निघून गेला. दूतानं द्रुपद राजाची इच्छा प्रकट करताच कर्णाचं मन आनंदाच्या लाटांवर हेलकावे खाऊ लागलं होतं. परंतु दुसऱ्याच क्षणी सावध झालेलं दुसरं मन सांगू लागलं... असं होतं तर तो दूत आधी तुलाच का बोलला नाही? की कर्ण समोर दिसला म्हणून केवळ उपचार पाळायचा म्हणून तो तसं म्हणाला?

''पण युवराज —'' कर्ण म्हणाला.

''आता कुठलीही शंका काढू नकोस अंगराज.'' घाईघाईनं मध्येच बोलत दुर्योधन म्हणाला. ''तू क्षत्रिय आहेस. अंगदेशाचा राजा आहेस. म्हणूनच तुला द्रुपद

राजानं स्वयंवराचं निमंत्रण पाठवलं आहे. तू माझा मित्र आहेस म्हणूनच केवळ दूतानं माझ्यासमोर सांगितलं इतकंच.'' दुर्योधनानं कर्णाला पुढे बोलूच दिलं नाही.

कर्णासह राजसभेबाहेर पडत दुर्योधन म्हणाला,''मुळात मला हा स्वयवराचा प्रकारच मान्य नाही. परंतु राजा द्रुपदाशी सख्य झालं तर कुरुराज्याचं सामर्थ्य आणखी वाढेल म्हणूनच केवळ या स्वयंवराला गेलं पाहिजे. तू धनुर्विद्याप्रवीण आहेस. तू हा पण निश्चित जिंकशील.''

मित्राचा आग्रह टाळणं कर्णाला अशक्य झालं. ठरल्या दिवशी दुर्योधन त्याच्या भावांसह आणि कर्ण लहान बंधू संग्रामजित याच्यासह कांपिल्यनगरीकडे मार्गस्थ झाला.

११.

नववधूसारखी सजलेली अवघी कांपिल्यनगरी आनंदानं न्हाऊन निघाली होती. राजकन्या द्रौपदीचा विवाह हा प्रत्येकाला जणू आपल्या घरचाच सोहळा वाटत होता. सुगंधी जलाचे सडे शिंपलेल्या रस्त्यांवर विविधरंगी रंगावल्या रेखाटून स्त्रियांनी आपली हृदयंच जणू स्वागतासाठी अंथरली होती. देशोदेशींहून येणाऱ्या याचकांची आणि दानदक्षिणेच्या आशेनं येणाऱ्या ब्राह्मणांची सर्वत्र एकच रीघ लागली होती.

आर्यावर्तातला सर्वश्रेष्ठ धनुर्धर कोण याची परीक्षा होणार...त्या सर्वश्रेष्ठ वीराला राजकुमारी द्रौपदी शुभ्र फुलांची वरमाला अर्पण करणार...आयुष्यभर जपून ठेवावा अशा आनंदाचा तो दुर्मिळ क्षण पाहायला मिळावा, डोळ्यांत साठवायला मिळावा, म्हणून पौरजन कधीपासून आसुसले होते.

...तो दिवस आज उजाडला होता. राजवाड्यासमोरील भव्य विवाहमंडपात सहस्रावधी लोकांची दाटी झाली. मंत्रघोषाच्या आवाजांनी आणि होमहवनाच्या धुरानं आसमंत कोंदटून गेला. मंडपाच्या मध्यभागी सर्वांना सहज दिसेल अशा चौथऱ्यावर जलकुंड तयार करण्यात आलं होतं. त्यात बसवलेल्या यंत्राला काष्ठमत्स्याची प्रतिमा लावण्यात आलेली होती.

जरासंध, चेदी नरेश शिशुपाल, भोजराज अंशुमान, कोसल नरेश बृहद्बल, श्रीकृष्ण, त्याचा ज्येष्ठ बंधू बलराम, सात्यकी, कृतवर्मा, महाराज धृतराष्ट्राच्या वतीनं आवर्जून उपस्थित असलेले महामंत्री विदुर, दुर्योधन, दुःशासन, कर्ण, उत्तर आणि श्वेत या पुत्रांसह मत्स्यनरेश विराट, कांबोजराज सुदक्षिण, भूरी, भूरिश्रवा आणि शल या पुत्रांसह आलेला बाल्हिक नरेश सोमदत्त, अनिरुद्ध, उग्रायुध, उग्रदत्त,

व्याघ्रदत्त, वीरधन्वा असे कितीतरी राजे, महाराजे आणि राजप्रतिनिधी आसनांवर विराजमान झाले. खुद्द राजा द्रुपद सिंहासनाधिष्ठित झाला. आता प्रतीक्षा होती ती द्रौपदीची. त्यासाठीच सर्वांच्या नजरा आता प्रवेशद्वाराकडे लागल्या होत्या.

सुशोभित गजराज भव्य स्वयंवरमंडपासमोर येऊन उभा राहिला. वधूवेशात सजलेल्या द्रौपदीच्या रूपानं मूर्तिमंत लावण्य हत्तीवरून खाली उतरू लागलं. पाहताक्षणीच मदनबाधा व्हावी असं ते मोहक रूप. सहस्रावधी डोळे त्यावर अनिमिष रोखले गेले.

शिडीची शेवटची पायरी येताच युवराज धृष्टद्युम्नानं तिला हात दिला. पायाखाली येणारं अधोवस्त्र सावरत द्रौपदीनं जमिनीवर पाऊल ठेवलं. असामान्य पुरुषी सौंदर्य लाभलेला राजपुत्र धृष्टद्युम्न द्रौपदीचा हात हाती घेऊन तिच्यासह स्वयंवरमंडपाकडे चालू लागला.

नववधूनं स्वयंवरमंडपात प्रवेश करताच वाद्ययंत्रांच्या आवाजानं स्वयंवरमंडप भरून गेला. धगधगत्या यज्ञकुंडात आहुती पडल्या. शांतिघोष सुरू झाले. धृष्टद्युम्न द्रौपदीसह सिंहासनाजवळ आला. दासींनी झटकन पुढं होऊन सोन्याच्या तबकात ठेवलेली शुभ्र वरमाला द्रौपदीच्या हाती दिली.

धृष्टद्युम्नाचा हात वर झालेला दिसताच वाद्ययंत्रं थांबली. त्यांनी निर्माण केलेले ध्वनी शोषून घेतल्याप्रमाणे विरून गेले आणि सर्वत्र नीरव स्तब्धता पसरली.

"पांचाल राजकन्या द्रौपदीच्या स्वयंवरासाठी आलेल्या क्षत्रिय वीरहो..." धृष्टद्युम्न म्हणाला. शांत जलाशयात खडा पडावा त्याप्रमाणे सभाजनांची तंद्री भंग पावली. द्रौपदीचं लावण्य पिऊन अतृप्त राहिलेले डोळे धृष्टद्युम्नाकडे वळले. नजरेसमोर धृष्टद्युम्न दिसत होता; परंतु अंतःचक्षूंना अजूनही ती असामान्य रूपवती, श्यामलवदना द्रौपदीच दिसत होती...

"...कांपिल्यनगरीत आपलं स्वागत आहे." धृष्टद्युम्न पुढे बोलत होता... "अत्यंत सुलक्षणी आणि अद्वितीय सुंदर अशा या माझ्या भगिनीच्या स्वयंवरासाठी तसाच अद्वितीय आणि संस्मरणीय पण असावा, अशी आमची इच्छा होती. सभेच्या मध्यभागी असलेल्या चौथऱ्यावर जलकुंड तयार करण्यात आलेलं आहे. त्यात एक यंत्र बसवण्यात आलं असून, कळ फिरवताच ते स्वतःभोवती फिरू लागेल. त्या यंत्रावर काष्ठमत्स्याची आकृती आहे. इथं ठेवलेल्या या लोहधनुष्याच्या साहाय्यानं जो क्षत्रिय वीर पाण्यातील प्रतिबिंबाकडे पाहून काष्ठमत्स्याच्या डोळ्याचा छेद घेईल, त्याला माझी ही भगिनी द्रौपदी वरमाला घालील. आर्यावर्तातील आपणासारख्या पराक्रमी क्षत्रियांना हा पण अवघड वाटू नये. महाप्रतापी शल्य, जरासंध, शिशुपाल, दुर्योधन, कर्ण यांचं धनुर्विद्याकौशल्य सर्वज्ञात आहे. आर्यावर्तातल्या आपणा क्षत्रिय वीरांना मी आवाहन करतो, की आपण आपलं धनुर्विद्याकौशल्य पणाला लावून

राजकन्या द्रौपदीसाठी घोषित केलेला हा पण जिंकून आपलं धनुर्विद्याकौशल्य सिद्ध करावं...''

मत्स्ययंत्राजवळ उभ्या असलेल्या सेवकाला संकेत मिळताच त्यानं कळ फिरवून यंत्राला गती दिली. आता सर्वांत आधी कोण उठतो आणि आपलं कौशल्य पणाला लावतो, याकडे सर्वांचं लक्ष लागून राहिलं.

मगधाधिपती जरासंधाचा सेनापती चेदीराज शिशुपाल आसनावरून उठला. उत्तरीय कमरेला कसून त्यानं लोहधनुष्य उचललं. पाण्यात फिरणाऱ्या माशाच्या प्रतिकृतीकडे पाहत त्यानं एकापाठोपाठ पाच बाण सोडले; परंतु त्याचा एकही बाण लक्ष्यवेध करू शकला नाही. पराभव मान्य करून त्यानं ते अवजड लोहधनुष्य खाली ठेवलं आणि तो पूर्ववत् आपल्या आसनावर जाऊन बसला. आपल्या सेनापतीला अपयश आलेलं पाहून जरासंधानं ते आव्हान स्वीकारलं. परंतु त्याचाही प्रयत्न असफल ठरला. सिंधुराज वृद्धक्षत्र याचा पुत्र जयद्रथ, कलिंगनेरश चित्रांगदाचा पुत्र श्रुतायु, राजा व्याघ्रदत्त यांनीही आपलं धनुर्विद्याकौशल्य पणाला लावलं. परंतु मत्स्ययंत्राचा भेद करण्यात कोणालाही यश आलं नाही. समस्त आर्यावर्तातील क्षत्रिय राजांकडे उपेक्षेनं पाहत ते मत्स्ययंत्र आपल्या अविरत गतीनं पूर्ववत् गरगरत राहिलं.

सर्व सभाजनांचे डोळे आता कर्णावर खिळले होते. तोच आता हे आव्हान स्वीकारून क्षत्रियांची लाज राखील, असं प्रत्येकाला वाटू लागलं.

दुर्योधनानं हलकेच कर्णाला संकेत दिला आणि इतका वेळ एकटक नजरेनं शरसंधान पाहत असलेला कर्ण भानावर आला.

अचूक लक्ष्यवेध करायचा तर इतरांनी केलेल्या चुका टाळायलाच पाहिजे होत्या. मनाशी काही आडाखे निश्चित करून कर्ण जलकुंडासमोर येऊन उभा राहिला. जलकुंडाच्या मध्यभागी रोवण्यात आलेल्या स्तंभावर बसवण्यात आलेलं ते मत्स्ययंत्र विशिष्ट गतीनं फिरत होतं. त्यावरील माशाचं प्रतिबिंब जलकुंडाच्या नितळ पाण्यात त्याच गतीनं गिरक्या घेत होतं. लाकडी चौथऱ्यावर ठेवलेलं ते लोहधनुष्य लीलया उचलून घेत कर्णानं आत्मविश्वासाचा एक कटाक्ष द्रौपदीकडे टाकला. हातात शुभ्र कमलपुष्पांची वरमाला धारण करून उभं असलेलं ते मूर्तिमंत लावण्य त्याच्याकडेच पाहत होतं.

किंचित निळसर छटा असलेले कुरळे कुंतल पाठीवर रुळत होते. नाजूक शरीराचा भार उजव्या पायावर टाकून आणि डावा पाय किंचित उचलून ती उभी होती. त्यामुळे कमरेला बांधलेल्या सुवर्णमेखलेतून खाली उतरलेल्या मोत्यांच्या माला डाव्या मांडीवर विसावल्या होत्या. खांद्यावरून पुढे आलेलं तलम वस्त्र कंचुकीला लपेटून घेत जमिनीवर उतरलं होतं. त्या मोहक चेहऱ्यावर सावळेपणाची

छटा होती. उन्हाच्या वेळी जलाशयात पडलेल्या कृष्णछायेसारखा सावळा; परंतु सुवर्णासारखा उजळ असा तिचा वर्ण पाहून कर्ण क्षणभर लुब्ध झाला. कुठल्याही गौर वर्णावर मात करील असं लावण्यतेज त्या चेहऱ्यावर विलसत होतं. ते जिंकून घेण्याची लालसा अनावर होऊन कर्णानं वीरासन घेतलं. माशाच्या डोळ्यावर नजर स्थिर करत धनुष्याला बाण लावला —

— आता कुठल्याही क्षणी माशाचा डोळा छेदला जाणार होता आणि लावण्यवती द्रौपदी कर्णाची अर्धांगिनी होणार होती ! नव्हे अंगराज कर्ण आपला प्रिय मित्र दुर्योधन याला एक लावण्यभेट अर्पण करणार होता. त्यासाठी आणि त्यासाठीच फक्त तो हा पण जिंकणार होता...

"थांबा — "

स्वयंवरमंडपात पसरलेल्या शांततेवर एकदम चरा ओढला गेला. कर्णाच्या बाणावर स्थिर झालेले डोळे क्षणकाल विचलित झाले.

होय... धृष्टद्युम्नाच्या शेजारी उभ्या असलेल्या नववधूच्या वेशातील द्रौपदीनंच तो शब्द उच्चारला होता.

सभाजनांचं लक्ष तत्काळ द्रौपदीकडे वेधलं गेलं. तिरस्काराच्या भावनेनं तिच्या चेहऱ्यावरचे स्नायू ताणले गेले होते. त्यावरचे मृदुकोमल भाव अदृश्य होऊन तो चेहरा कठोर झाला होता.

"या सूतपुत्राला स्वयंवरमंडपात कोणी बोलावलं? मी क्षत्रियकन्या आहे. त्यानं पण जिंकला तरी मी त्याला वरणार नाही." क्रुद्ध नागिणीसारखी द्रौपदी फुत्कारली.

...त्या शब्दांऐवजी स्वयंवरमंडपाचं छत डोक्यावर कोसळलं असतं तर अधिक बरं झालं असतं...शक्तिपात झाल्याप्रमाणे कर्णाच्या हातातलं बळ नष्ट झालं. कानापर्यंत ताणल्या गेलेल्या प्रत्यंचेवरील पकड सैल होताच वाकलेलं धनुष्य एकदम सरळ होत ताड्कन हातातून निसटलं आणि काही अंतरावर जाऊन पडलं. धनुष्यावर चढवलेला बाण दिशाहीनपणे छतापर्यंत गेला आणि तसाच खाली येत खण्कन जमिनीवर आदळला. फेकलं गेलेलं धनुष्य उचलून घेऊन कर्णानं ते चौथऱ्यावर ठेवलं आणि तो पराभूत मनानं आसनाकडे वळला. अपमानाच्या जाणिवेनं कोणाकडे नजर उचलून पाहायचंही धाडस होत नव्हतं. जन्मानं सूतपुत्र असून तो क्षत्रियांच्या सभेत येऊन बसला होता, हेच मोठं धाडस त्यानं केलं होतं आणि त्याबद्दल हातात वरमाला घेऊन उभ्या असलेल्या एका रूपगर्वितेनं त्याचा कठोर अपमान केला होता.

"कर्ण अंगदेशाचा राजा आहे. श्रेष्ठ धनुर्धर आहे. महाराज द्रुपद यांच्या इच्छेनुसारच तो इथं उपस्थित आहे. आपल्या बाहुबळाच्या सामर्थ्यावर जगाला वाकवू शकतो तोच क्षत्रिय. इथं उपस्थित असलेल्या कुठल्याही क्षत्रिय राजापेक्षा

त्याचं धनुर्विद्याकौशल्य श्रेष्ठ आहे...'' भर सभेत आसनावरून उठून दुर्योधन गर्जू लागला... ''त्याचा असा अपमानच करायचा होता तर — ''

''युवराज —'' दुर्योधनाला अडवत धृष्टद्युम्न म्हणाला, ''तुझ्यासोबत आलेला कर्ण श्रेष्ठ धनुर्धर आहे ही गोष्ट निर्विवाद आहे. तो अंगदेशाचा राजा आहे म्हणूनच आम्ही त्याला निमंत्रण पाठवलं आहे; परंतु हे एका क्षत्रिय राजकन्येचं स्वयंवर आहे. तिची इच्छा नसेल तर त्याला स्वयंवरात भाग घेता येणार नाही.''

ते उत्तर ऐकताच दुर्योधन वाचा गेल्याप्रमाणे गप्पच झाला आणि धुसफुसत खाली बसला. सभागृहात सुरू असलेली कुजबूज हळूहळू थांबली. वातावरण थोडं निवळल्यासारखं झालं. राहिलेल्या क्षत्रिय राजांनी आपापलं कौशल्य पणाला लावून पहिलं; परंतु कोणीही यशस्वी झालं नाही.

हा कुठला जगावेगळा पण? सभाजनांच्या मुखावर आता त्रस्तपणाची जाणीव प्रकटली होती.

''आम्ही मांडलेलं हे स्वयंवर जिंकू शकेल असा एकही क्षत्रिय वीर या सभेत उपस्थित नाही का?'' धृष्टद्युम्न म्हणाला.

यज्ञकक्षात बसलेल्या ऋषिजनांत हालचाल झाली. त्यांच्यात बसलेला एक ऋषिकुमार उठून पुढे आला. त्याच्या खांद्याला धनुष्य होतं आणि पाठीला बाणांचा भाता होता. निश्चितच तो कोणी प्रवासी असावा. जलकुंडाच्या चौथऱ्याजवळ येऊन त्यानं आपलं धनुष्य बाजूला ठेवलं. पाठीला लावलेला बाणांचा भाता काढून ठेवला. उपस्थित क्षत्रिय वीर जो पण जिंकायला असमर्थ ठरले होते, तो पण जिंकायला एक ऋषिकुमार पुढे सरसावला होता. तो कोण, कुठला याची चौकशी करयची गरजच नव्हती. कारण कुठल्याही राजकन्येच्या स्वयंवरात भाग घ्यायचा जन्मसिद्ध अधिकार त्याला होताच.

ते अवजड असं लोहधनुष्य सहजपणे पेलून त्यानं वीरासन घेतलं. त्याच्या आत्मविश्वासपूर्ण हालचाली पाहून अपयशी ठरलेल्या क्षत्रियांच्या मनात मत्सराची आग पेटली. परंतु त्याला थांबवण्याचं सामर्थ्य त्यांच्या ठायी नव्हतं. जे काही घडत होतं ते आर्यधर्माप्रमाणेच घडत होतं. कोणाच्या इच्छेचा आणि अनिच्छेचा प्रश्नच तिथं उपस्थित होत नव्हता.

त्या ऋषिकुमारानं धनुष्यावर बाण चढवताच प्रत्येकाचे डोळे माशावर खिळले. धनुष्यावरून सुटलेला तो सूची बाण माशाच्या डोळ्यातून आरपार जाऊन आणि तसाच वरचे कापडी छत भेदून नाहीसा झाला. एका पाठोपाठ तसेच आणखी पाच बाण सोडून त्या ऋषिकुमारानं आपलं कौशल्य निर्विवादपणे सिद्ध केलं.

सिंहासनावर बसलेल्या द्रुपद राजाच्या मुखावर समाधानाचं हास्य तरळलं. त्यानं लावलेला पण जिंकणारा वीर या सभेत उपस्थित होता तर !

पायापर्यंत येणारी शुभ्र फुलांची वरमाला हातात घेऊन उभी असलेली द्रौपदी सलज्जपणे पुढे झाली आणि तिनं ती वरमाला त्या ऋषिकुमाराच्या गळ्यात घातली.

"- हा आम्हा क्षत्रियांचा अपमान आहे !" कमरेचं खड्ग उपसत शिशुपाल ओरडला.

"होय, हा आमचा अपमान आहे." मगधराज जरासंध म्हणाला.

"त्या ऋषिकुमाराला क्षत्रिय राजकन्येच्या स्वयंवरात भाग घ्यायचा कोणता अधिकार आहे?" मद्रराज शल्यानंही तीच हरकत घेतली.

"धरा त्याला."

"जाऊ देऊ नका."

सर्वत्र एकच गलका सुरू झाला. अनेक क्षत्रिय राजे आपापली शस्त्रं घेऊन त्या ऋषिकुमाराकडे धावले.

परंतु तो ऋषिकुमार भ्याला नाही. ते आव्हान त्यानं स्वीकारलं होतं. द्रौपदीला पाठीशी घालून तो युद्धासाठी सिद्ध झाला. परंतु हे काय? त्याला झाकून टाकू शकेल इतक्या उंचीचा दुसरा कोणी आणखी एक ऋषिकुमार त्याच्या पुढ्यात येऊन उभा राहिला. त्याच्या हातात भली मोठी गदा होती. आलेला हल्ला थोपवून धरत तो स्वयंवर मंडपाच्या मुख्य स्तंभाजवळ आला आणि पाहता पाहता स्वयंवरमंडपाचं रूपांतर रणांगणात झालं.

"अरे हा तर भीम आहे —"

"आणि तो अर्जुन...!" गर्दीत कोणीतरी ओरडलं.

परंतु ते कोणालाही ऐकू गेलं नाही की काही कळलं नाही. भीमाच्या गदाप्रहारांनी स्वयंवरमंडपाचा मुख्य स्तंभ काड्काड् आवाज करत मोडला आणि तो विशाल स्वयंवरमंडप खाली कोसळला. प्रत्येक जण कुठे तरी, कोणाशी तरी लढत होता; परंतु कर्ण अपमानाच्या दुःखानं बधिर झालेल्या मनानं निश्चलपणे बसून होता.

"तो निश्चित अर्जुनच आहे..." दुर्योधन सांगत होता..."...ऊठ, त्याचा पराभव करून अपमानाचं शल्य दूर कर. त्या अहंमन्य राजकन्येचं हरण करून तिला हस्तिनापूरच्या राजवाड्याची झाडलोट करायची आज्ञा दे."

दुर्योधनाचे शब्द कर्णाच्या कानावर पडत होते; परंतु तो ऐकत होताच असं नाही. अवतीभोवती जे काय घडत होतं ते डोळ्यांना दिसत असलं तरी कर्ण ते पाहत होताच, असं नाही...

समोर मद्रदेशाचा राजा शल्य भीमावर कोसळला होता. शिशुपालाला पराभूत करून अर्जुनानं जरासंधाचं आव्हान स्वीकारलं होतं. त्याच्या गळ्यातली वरमाला तुटून इतस्ततः विखुरली होती. अनेकांच्या पायांखाली तुडवली जात होती.

कृष्ण, बलराम, सात्यकी हे मात्र तटस्थपणे दूर उभे होते. धृष्टद्युम्न नववधू

द्रौपदीसह त्यांच्याजवळ थांबला होता. या सर्व गदारोळात बंधू संग्रामजित कुठं दिसत नव्हता. कदाचित तोही कुठेतरी कोणाशीतरी लढत असावा.

द्वंद्वप्रवीण जरासंध अर्जुनापुढे टिकाव धरू शकला नाही. घायाळ होऊन तो परावृत्त होताच अर्जुनानं संधी घेतली. द्रौपदीला सोबत घेऊन तो बाहेर पडू लागला.

"थांब अर्जुना, कर्ण जिवंत असताना तू कांपिल्यनगरीतून बाहेर पडू शकणार नाहीस !" कर्णानं आव्हान दिलं.

अर्जुन थबकलाच. कर्णाचं ते आव्हान त्याला स्वीकारायलाच पाहिजे होतं.

कर्णानं सोडलेला बाण वरचेवर छेदून अर्जुनानं बाणांचा वर्षाव सुरू केला. कर्णही तेवढ्याच त्वेषानं अर्जुनावर तुटून पडला. पाहता पाहता बाणांचा खच पडला. दोन्ही योद्धे जखमांनी जर्जर झाले; परंतु कोणीही मागे हटायला तयार नव्हतं.

"ऊठ, त्याचा पराभव करून अपमानाचं शल्य दूर कर. त्या अहंमन्य राजकन्येचं हरण करून..." कर्णाच्या कानात दुर्योधनाचे शब्द घोंगावत होते. त्या अहंमन्य राजकन्येचा आणि कर्णाला कःपदार्थ समजणाऱ्या त्या द्रोणशिष्य अर्जुनाचा दर्प आज उतरायलाच हवा होता.

द्रौपदीचे ते शब्द कर्णाच्या कानामनावर अजूनही तसेच आदळत होते. '... या सूतपुत्राला स्वयंवरमंडपात कोणी बोलावलं? मी क्षत्रिय राजकन्या आहे. त्यानं पण जिंकला तरी मी त्याला वरणार नाही...' कंठाच्या धमन्या ताणून ती उर्मट राजकन्या बडबडली होती.

हे स्वयंवरच होतं तर मग हा पण कशासाठी ठेवला होता? एखाद्या धनुर्धरानं पण जिंकूनही त्या राजकन्येचं स्वातंत्र्य अबाधितच राहत असेल तर असा अवघड पण ठेवण्याचं कारण तरी काय होतं? की हा एक बनाव होता? सारं काही आधीच ठरवून घडवून आणलेला बनाव? ...कर्णाच्या मस्तकात उलटसुलट विचारांची गर्दी उसळली. ...असं असेल तर कशासाठी कोणासाठी लढतो आहे मी? द्रोणशिष्य अर्जुनाला पराभूत करण्यासाठी? जन्मजात क्षत्रियत्वाचा दर्प मिरवणाऱ्या त्या अहंमन्य राजकन्येसाठी? की दुर्योधनाच्या इच्छेसाठी?

सण्णकन् येऊन रुतलेल्या एका बस्तिक बाणानं कर्णाचा उजवा खांदा गंभीर जखमी झाला. वेदनेची तीव्र धार मस्तकात शिरताच कर्णाचा त्वेष पुन्हा उफाळून आला. खोलवर रुतलेलं बाणाचं टोक उचकटून काढताच रक्ताची धार भळभळू लागली. ती वेदना दातांखाली चिरडून टाकत कर्णानं अर्जुनाशी सुरू असलेलं ते युद्ध तसंच पुढे सुरू ठेवलं. परंतु भात्यातून बाण काढून धनुष्यावर चढवताना बाहूत असह्य वेदना होऊ लागल्या.

तरीही सूं सूं करीत एकामागून एक बाण सुटत होते... बाणांवर बाण आदळून ठिणग्या झडत होत्या. परंतु अपमानित झालेलं मन हवी ती एकाग्रता साधू शकत

नव्हतं. लक्ष्यवेधासाठी प्रसिद्ध असलेले कर्णाचे बाण आज हवं ते लक्ष्य साधू शकत नव्हते...

"सूतपुत्रा, अर्जुनावर बाण टाकण्याआधी माझ्या या गदेचा प्रहार सहन कर..." तीच संधी घेऊन भीम पुढे सरसावला. अर्जुनाला द्रौपदीसह बाहेर पडायचा मार्ग उपलब्ध करून देऊन तो कर्णासमोर उभा राहिला.

"हात आवर भीम —" कृष्ण ओरडला." हा स्वयंवरमंडप आहे. युद्धभूमी नव्हे. स्वयंवर संपन्न झालं आहे. तो तरुण अर्जुनच आहे हेही आता सर्वांना समजलं आहे."

कृष्णाचं हे बोलणं केवळ भीमालाच नव्हे तर सर्वांनाच विशेषतः जरासंध आणि शिशुपाल यांना उद्देशून होतं. कृष्णाची आज्ञा स्वीकारून भीम मागे सरकला.

कृष्ण म्हणाला ते खरंच होतं. स्वयंवर संपन्न झालं होतं. जिचं स्वयंवर होतं तिचा निर्णय कधीच झाला होता. आणि सगळे ज्याला गोसावडा समजले होते तो अर्जुनच होता, तर मग आता युद्धाचं कारणच उरलं नव्हतं.

द्रौपदीला सोबत घेऊन पांडव निघून गेले. क्षत्रिय राजकन्येचं स्वयंवर आणि त्या वेळी घडू शकणारा संभाव्य रक्तपात ही गोष्ट कांपिल्यनगरीला अनपेक्षित नसली तरी झाल्या घटनेनं सर्वांचाच विरस झाला होता. जरासंध आणि शिशुपाल त्याच पावली आपापल्या देशांना निघून गेले. कृष्ण मात्र आपला मोठा भाऊ बलराम, सात्यकी आणि कृतवर्मा यांच्यासह कांपिल्यनगरीतच थांबला.

पांडव जिवंत असल्याचं पाहून दुर्योधन संतापानं वेडा झाला. त्याला आता कांपिल्यनगरीत क्षणभरही थांबणं शक्य नव्हतं. हिडिंब, जटासुर आणि बकासुर यांच्या हत्येचं गूढ त्याला कधीच उलगडलं होतं. जे त्याला डोळ्यांसमोरही नकोसे वाटत होते, त्या पांडवांचं आज बलाढ्य अशा पांचाल देशाशी सख्य झालं होतं. आणि त्यांचा हितचिंतक म्हणवणारा तो कृष्ण कांपिल्यनगरीतच थांबणार होता. दुर्योधनाच्या डोक्यातलं सूडचक्र आज पुन्हा नव्यानं गतिमान झालं...

तीच अवस्था त्याच्या मित्राची- कर्णाची झाली होती. आज अर्जुनाशी झालेल्या पहिल्या युद्धात त्याला पराभव स्वीकारावा लागला होता. आणि गदा घेऊन धावलेला तो तापट डोक्याचा भीम...त्यानं आज पुन्हा एकदा त्याच्या जन्माचा उद्धार केला होता. अपमानाचा आणखी एक जिव्हारी झोंबणारा डंख उरात वागवत कर्णानं कांपिल्यनगरी सोडली...

कर्णाची मनःस्थिती ओळखून दुर्योधन म्हणाला,"अंगाधिराज, आज तुझा नव्हे माझा अपमान झाला आहे. त्या अहंमन्य राजकन्येला अश्रू ढाळायला लावीन, तरच हा दुर्योधन कर्णाचा मित्र म्हणवील, एवढं तुझ्या लक्षात असू दे..."

१२.

दुर्योधन आणि कर्ण यांच्या पुढे असलेला महामंत्री विदुराचा रथ हस्तिनापूरच्या दिशेनं उधळला होता. कुरू-पांचालांची सोयरीक झालेली पाहून आनंदानं वेडावून गेलेल्या विदुराला केव्हा एकदा धृतराष्ट्राला भेटेन असं झालं होतं. परंतु घोडे कितीही वेगानं पिटाळले तरी गंगेकाठी असलेल्या त्याच्या वाड्यावर पोचायला त्याला मध्यरात्र उलटली.

एवढ्या रात्री महाराजांना उठवणं प्रशस्त नव्हतंच...शिवाय ही वार्ता त्याला अप्रिय वाटण्याचीच शक्यता अधिक. तेव्हा...फार घाई न केलेलीच बरी...

विदुर महामंत्री असला तरी त्याची स्थिती एखाद्या सेवकासारखीच आहे. भीष्माची आज्ञा म्हणूनच केवळ त्यानं महामंत्र्याचं पद स्वीकारलं आहे. परंतु महामंत्री असूनही तो गंगेकाठी या झोपडीवजा वाड्यात राहतो. त्याच्या आयुष्यात कदाचित एवढंच स्वतःच्या इच्छेप्रमाणे घडलं. नाही तरी त्याच्या इच्छेला आणि मतालाही वेगळी किंमत आहेच कुठं? तुला निष्कांचनच राहायचं तर निदान वाड्यात तरी राहा म्हणून महाराजांनी त्याला हा वाडा बांधून दिला आहे. आपल्या परिवारासह तो इथंच राहतो.

दोन घास खाऊन विदुर मंचकावर पडला खरा, पण त्याला झोप कशी ती आलीच नाही. विचारांची अनेक उलटसुलट चक्रं त्याच्या डोक्यात गरगरत राहिली...पहाटे पहाटे गंगेवरून येणाऱ्या नावाड्यांच्या हाका ऐकू येऊ लागल्या तेव्हा कुठे त्याची तंद्री भंग पावली. त्याला आता अधिक धीर धरवला नाही. डोळ्यांवर तरंगू लागलेली झोप झटकून तो उठला. प्रातर्विधी आटोपून राजवाड्यात निरोप पाठवला आणि निरोप घेऊन गेलेल्या दूतापाठोपाठ तोही राजवाड्यात दाखल झाला.

महाराजा विदुराची वाटच पाहत होता. तशात विदुराचा निरोप मिळताच त्याच्या उत्सुकतेला पारावार राहिला नाही. घाईघाईनं सारं आवरून तो राजवाड्याच्या मुख्य दालनात येऊन बसला. कांपिल्यनगरीहून आलेल्या रथांचे खडखडाट रात्री त्याच्या कानांवर आले होते; परंतु तेव्हा खूपच उशीर झालेला होता. त्याच्या शयनकक्षाच्या खिडकीखालून जाणारे सैनिक काहीतरी बोलत होते खरं... 'कुरू-पांचालांचं सख्य झालं... द्रौपदी कुरूंची सून झाली...' असं काहीतरी ते बोलत होते. अस्पष्टसं कानावर येत होतं; परंतु स्पष्ट काहीच कळलं नाही...खरंच का द्रुपदाची कन्या कुरूंची सून झाली आहे? माझ्या धनुर्धर पुत्रानं तो अवघड पण जिंकला की काय? कल्पनासुद्धा किती छान वाटते ! पुत्र दुर्योधन आहेच तसा पराक्रमी. वाटलं, असंच जाऊन कोणाला तरी विचारावं...खरंच का द्रौपदी कुरूंची सून झाली आहे? -पण

विचारायचं तरी कोणाला आणि कसं? महामंत्री विदुर बहुधा तीच आनंदवार्ता सांगण्यासाठी एवढ्या सकाळी धावत आला असेल. पण अशी आनंदवार्ता देण्यासाठी दूत पाठवायचा औपचारिकपणा कशाला? हा विदुरसुद्धा कधीकधी उगीच अंत पाहतो झालं...

" कुरू-पांचालांचा विजय असो !" धृतराष्ट्राला सामोरा येऊन त्याच्या पायाला स्पर्श करत विदुर म्हणाला.

आनंदाच्या अनावर लाटांनी धृतराष्ट्राचं मन उचंबळून आलं. उत्साहित होऊन तो म्हणाला," मी...हे काय ऐकतो आहे विदुर? खरंच का कुरू-पांचालांची सोयरीक झाली आहे?"

" होय महाराजा, तू ऐकलंस ते सत्य आहे. द्रुपदराजकुमारी कुरुकुलाची सून झाली आहे."

" -शाब्बास विदुर, शाब्बास! यासारखी आनंदाची गोष्ट नाही. माझा दुर्योधन तो पण जिंकल्याशिवाय राहणार नाही, याची मला खात्रीच होती. आता आपल्या भाग्याला सीमा राहिली नाही. फार फार चांगलं झालं. कुरू-पांचालांचे दुरावलेले संबंध आता पुन्हा पूर्ववत् होतील. द्रुपदाशी संबंध आल्यामुळे अनेक बलाढ्य राजे आता आपले मित्र होतील. आपण आता पूर्वीपेक्षा अधिक बलवान झालो आहोत विदुर."

"महाराजा-" विदुर म्हणाला.

"विदुरा जा, वधूवरांच्या स्वागताची तयारी करायला सांग. राजकन्या द्रौपदीला अलंकारांनी मढवून आमच्या आशीर्वादासाठी घेऊन या म्हणावं..."

"गैरसमज होतोय महाराज... द्रौपदी कुरुकुलाची सून झाली आहे हे खरं... पण... तिच्यासाठी ठेवलेला पण दुर्योधनानं नव्हे, अर्जुनानं जिंकला आहे."

"अर्जुन...? म्हणजे...? हे काय सांगतो आहेस तू विदुर?" धृतराष्ट्राच्या मस्तकावर जणू वीज कोसळली होती. अर्जुनाचं नाव ऐकताच झालेल्या वेदना तो लपवू शकला नाही. परंतु तशातही स्वतःला सावरत तो पुढे म्हणाला, "म्हणजे...म्हणजे ते जिवंत आहेत? ...तसं असेल...तर मला किती आनंद होतो आहे म्हणून सांगू ! खरोखर ती मुलं किती गुणी आहेत. फार चांगलं झालं. तेही मला माझ्या मुलांसारखेच आहेत... नाही का विदुर? त्यांना जाळून टाकायला निघालेला तो दुष्ट पुरोचन स्वतःच जळून खाक झाला ते बरंच झालं म्हणायचं. आज आमच्यावरचा मोठाच कलंक धुवून निघाला."

एवढं बोलून महाराजा जो गप्प झाला तो पुढे बोलेचना. कारण कोणीतरी येत असल्याची चाहूल त्याला लागली होती. बहुतेक दुर्योधनच. त्याच्यासोबत कर्ण, दुःशासन आणि शकुनी हेही असावेत.

“युवराज दुर्योधन, अंगराज...” सेवकानं सांगितलं.

“ये पुत्र दुर्योधन, शकुनी आणि अंगराज तूही ये. हा विदुर काय सांगतोय ते तुम्ही ऐकलंत का?”

“ऐकलं...अगदी सगळं ऐकलं.” धसमुसळेपणानं आसनावर बसत दुर्योधन म्हणाला. त्याच्या बोलण्यातील तुटकपणा आणि संताप सहजच लक्षात येण्यासारखा होता. एक विचित्र अवघडलेपण निर्माण झालं.

“आज्ञा असेल तर मी जातो महाराजा...” विदुर म्हणाला आणि महाराजांच्या आज्ञेची वाट न पाहता तो उठलाच. पण जाण्यापूर्वी त्याला एक विचारायचं होतं. तो म्हणाला,“ आज्ञेप्रमाणे वधूवरांच्या स्वागताच्या सूचना देतो महाराजा.”

“ तर...तर...वधूवरांचं स्वागत झालंच पाहिजे.” आंधळ्या डोळ्यांमध्ये साकळून आलेले विखारी अश्रू डोळ्यांतच जिरवत महाराजा म्हणाला.

विदुर पुरेसा दूर जाताच इतका वेळ साचून राहिलेला दुर्योधनाचा संताप एकदम उफाळून आला. संतापानं फणफणत तो म्हणाला,“ तुमच्या तोंडून शत्रूची स्तुती ऐकून आज धन्य धन्य झालो मी. आता खुद्द आमचे वडील शत्रूच्या कल्याणाची कामना करू लागले आहेत. छान ! आम्ही त्यांना लाक्षागृहात जाळून मारण्याचा प्रयत्न केला, हे त्यांना कळून चुकलं आहे. आता आम्ही त्यांच्या हातून मरण तरी पत्करलं पाहिजे नाही तर आत्मघात तरी करून घेतला पाहिजे. काय करायचं तेवढं फक्त सांगा.”

धृतराष्ट्राला ऐकून घेणं भागच होतं. दुर्योधनाचं बोलणं शांतपणे ऐकून घेऊन तो म्हणाला,“दुर्योधन, पुत्रा... तुला राग येणं साहजिक आहे. पण ते सारं ऐकून मला खरोखरच आनंद झाला आहे असं का तुला वाटतं? पण विदुराशी तसंच बोलायला नको होतं का? अरे त्या कपटी माणसासमोर मी दुसरं काय बोलू शकणार होतो? तो तुला माहीत नाही का? त्याच्याशी तसंच बोललं पाहिजे... तरच आपले हेतू साध्य होतील. आता तरी झालं ना समाधान? अरे, ते जळून मेल्याचं वृत्त आलं तेव्हा सगळ्यात जास्त आनंद कोणाला झाला असेल तर तो मला. पण मी तो कोणाजवळ व्यक्तही करू शकत नव्हतो. तुम्ही आनंदानं नाचला असाल; पण मला प्रजेच्या समाधानासाठी अश्रू ढाळावे लागले. आता या स्वयंवराच्या वृत्तानं माझी काळजी अधिकच वाढली आहे. द्रुपदासारखा बलाढ्य राजा त्यांचा मित्र झाला आहे. आणि त्यामुळे आमचा मार्ग आता आणखीच कठीण झाला आहे. अंगराज, ये...असा माझ्याजवळ बस. तूही मला सल्ला दे.”

एवढं झाल्यावर दुर्योधनाचा संतापाग्नी थोडा शांत झाला. तो म्हणाला, “हस्तिनापूरचं राज्य आता आमच्या हाती आलं आहे. ते मागायला ते कोणत्याही परिस्थितीत हस्तिनापुरात पाऊल ठेवणार नाहीत असंच काहीतरी केलं पाहिजे.”

“काय करता येईल असं तुला वाटतं? ” धृतराष्ट्र म्हणाला.

“मी असं ऐकतो की ते पाचही भाऊ द्रौपदीशी लग्न करणार आहेत. आणि तीच गोष्ट आमच्या पथ्यावर पडणार आहे. सुंदर स्त्रिया आणि गुप्तचरांच्या मदतीनं आधी त्या पाचही भावांमध्ये द्रौपदीवरून आणि त्यांच्या सावत्रपणावरून वैमनस्य निर्माण करू या. नाही तर द्रौपदीच्या मनात त्यांच्याविषयी विष कालवू. शक्य झालं तर द्रुपदालाही काहीतरी नजराणा पाठवून आपलासा करू. आणि काहीही करून आधी त्या भीमाचा बंदोबस्त करू या. आपला सर्वांत मोठा शत्रू तोच आहे. त्या पाचही भावांत तोच अधिक बलवान आणि धोकादायक आहे. किंवा असं करू या... त्या पाचही भावांनी हस्तिनापुरात येणं त्यांच्या दृष्टीनं हिताचं नाही अशी वदंता पसरवू.”

ती सगळी चर्चा ऐकत असलेला कर्ण स्वतःशीच हसला आणि चर्चेत प्रथमच हस्तक्षेप करत म्हणाला,“ ही निष्फळ चर्चा कशाला हवी आहे युवराज? तुझा एकही पर्याय मला व्यवहार्य वाटत नाही. या युक्त्यांचा खरंच उपयोग होईल असं का तुला वाटतं? मग ते इथं हस्तिनापुरात असताना तू काय करत होतास? जेव्हा ते लहान होते, पंख न फुटलेल्या पाखरांसारखे असहाय होते, तेव्हा जे शक्य झालं नाही ते आता कसं शक्य आहे? आणि तेही अनुभवाचं शहाणपण आणि द्रुपदासारख्या बलाढ्य राजाचं पाठबळ असताना? ...आता ते शक्य नाही. आता तुझी कुठलीही युक्ती कामी येणार नाही. द्रौपदीच्या मनात त्यांच्याविषयी विष कालवणं सोपं आहे असं का तुला वाटतं? मुळात एकापेक्षा अधिक पती असणं स्त्रियांना आवडतं. शिवाय क्षुद्र भिक्षुकाच्या वेशात असलेल्या अर्जुनाचा जिनं सहज स्वीकार केला, ती स्त्री तिला मिळालेले पती पांडव आहेत हे कळाल्यानंतर त्यांचा त्याग करेलच कशी? तेव्हा तेही शक्य नाही. त्याचप्रमाणे महाराजा द्रुपद हाही कुठल्या प्रलोभनाला बळी पडेल, असं मला वाटत नाही. माझं ऐकणार असशील तर सांगतो. आता ते सावध झाले आहेत. आता कामी येईल ते फक्त बाहूबळ. तेवढा एकच पर्याय आता शिल्लक आहे. महाराजा द्रुपद आज त्यांच्या पाठीशी आहे. द्वारकेचा राजा श्रीकृष्ण त्यांचा हितचिंतक आहे. तो आणि इतर मित्र राजे त्यांना येऊन मिळण्याच्या आत... म्हणजेच ते अधिक प्रबळ होत नाहीत तोच अचानक हल्ला करून त्यांचा निःपात करू या. त्यांचा कायमचा बंदोबस्त करायचा असेल तर तो वीरोचित मार्गानंच करावा लागेल आणि तो मार्ग युद्ध हाच आहे ! लहानशी ज्योत वाऱ्याच्या झोतापुढे विझून नामशेष होते; परंतु तीच ज्योत जर ठिणगी होऊन जंगलात पडली, तर तोच वारा तिच्या मदतीला येऊन वणवा पेटवत जातो. त्याचप्रमाणे दुर्बल लोकांना सामान्य शत्रूही सहज चिरडून टाकू शकतात. परंतु तेच सामर्थ्यानं तळपू लागतात, तेव्हा प्रबल शत्रूही त्यांचे मित्र होतात.”

“अंगराज, तू असामान्य वीर आहेस आणि वीर योद्ध्याला शोभावं असंच तू

बोललास.'' समाधानानं धृतराष्ट्र म्हणाला. ''परंतु मला वाटतं... घाई कशाला? अजून थोडा विचार करू या. भीष्म, द्रोणाचार्य, विदुर हे काय म्हणतात तेही पाहू या. मगच काय तो निर्णय घेऊ या.''

कर्णाच्या त्या वक्तव्यानं सर्वांच्याच अंगात वीरश्री संचारली होती. अनेक युक्त्याप्रयुक्त्या सुचवणाऱ्या दुर्योधनालासुद्धा कर्णाचं म्हणणं मनोमन योग्यच वाटलं होतं. परंतु घाई न करण्याचा सल्ला देऊन महाराजा धृतराष्ट्रानं सर्वांच्या ओसंडून आलेल्या उत्साहावर थंड पाणी ओतलं होतं.

सर्वांचा विरस झालेला पाहून धृतराष्ट्र म्हणाला, ''नाही म्हणजे, या विषयावर मला त्यांच्याशी फक्त औपचारिकपणे बोलू द्या. शेवटी निर्णय आपल्यालाच घ्यायचा आहे.''

'' ठीक आहे '' दुर्योधन चडफडला.

दुर्योधनाचं अजून समाधान झालेलं नाही हे पाहून धृतराष्ट्र म्हणाला, '' पुत्र दुर्योधन, अरे, तूही माझं मन अजून ओळखलं नाहीस हेच माझं सर्वांत मोठं दुःख आहे. कुरुराज्याचा खरा उत्तराधिकारी मी असताना लहान भावाला राज्याभिषेक होतो आहे हे पाहून मला काय वाटलं असेल? आंधळा म्हणून जन्मल्यामुळे माझा सिंहासनावरील हक्क हिरावून घेण्यात आला. त्या कटात हा हा राजनीतीधुरंधर दासीपुत्र विदुरसुद्धा सहभागी होता. म्हणाला, जो स्वतःचा सांभाळ करू शकत नाही अशा अंध किंवा अपंग व्यक्तीला राजा करू नये, असं राज्यशास्त्र आहे. फार कुटील आहे हा दासीपुत्र. पण जन्मजात अंधत्वामुळे माझा हक्क हिरावून घेतला गेला म्हणून काय झालं; माझी मुलं तर आंधळी नाहीत ना? सिंहासनावरचा त्यांचा हक्क का हिरावून घेतला जावा? याबद्दल त्याच्या तोंडून कधी एक अवाक्षरही निघत नाही. महामंत्र्याच्या आसनावर बसून न्यायनिवाडा करणाऱ्या या विदुराला हा अन्याय का दिसत नाही?''

बोलता बोलता धृतराष्ट्राच्या डोळ्यांच्या खाचांमध्ये पाणी साकळून आलं होतं. आता काही बोलायचं शिल्लक राहिलं नव्हतंच. भीष्म, द्रोण आणि विदुर हे पांडवांचे पक्षपाती आहेत, हे सर्वांनाच माहीत होतं. त्यामुळे होणारी चर्चा राजसभेतच व्हावी आणि जो काय निर्णय घ्यायचा असेल तो फक्त महाराजांनीच घ्यावा या निष्कर्षावर बैठक संपली.

महाराजा आज इतकं बोलला होता की कदाचित यापूर्वी तो कधीच इतकं बोलला नसावा. त्यामुळे एकीकडे मन हलकं झाल्यासारखं वाटत असलं तरी दुसरीकडे खरं काय ते सांगून टाकल्यामुळे अनामिक भीतीचं दडपण त्याच्या मनाला ग्रासू लागलं. भोवतालचा एकांत नकोसा वाटू लागला. परंतु पुत्र दुर्योधनाची समजूत काढायची तर एवढं सांगायलाच पाहिजे होतं, नाही का? धृतराष्ट्र आता स्वतःच्याच

मनाची समजूत घालू लागला. गांधारीच्या पावलांची चाहूल लागताच त्याला जरा बरं वाटलं.

"ये गांधारी" गांधारीचा आश्वासक हात हाती घ्यावा म्हणून धृतराष्ट्र म्हणाला, "विदुर काय म्हणाला ते ऐकलंस ना? आता उठल्याबसल्या पुन्हा कुंतीच्या मुलांचं कौतुक ऐकावं लागणार."

गांधारीने एक दीर्घ निःश्वास सोडला आणि ती म्हणाली," कुंतीची मुलं? पांडूची नव्हेत?"

धृतराष्ट्र काहीच बोलला नाही.

"इतका द्वेष बरा नाही महाराजा. तीही तुझ्या भावाचीच मुलं आहेत ना? पण तूही त्यांना कधी पांडव म्हणत नाहीस. मला तर किती आनंद झाला आहे म्हणून सांगू... ऐकतच राहावं असं बोलणारा युधिष्ठिर पुन्हा केव्हा भेटेल, असं मला झालं आहे. आणि तुला एक सांगू? तू समजतोस तसा माझ्या मनात कुंतीचा द्वेष कधीच नव्हता."

गांधारीचा तो निरिच्छपणा पाहून धृतराष्ट्राला आणखीच संताप आला. आता काय ते स्पष्टच सांगून टाकायला पाहिजे होतं. हाती घेतलेला गांधारीचा हात तसाच सोडून देत धृतराष्ट्र म्हणाला,"माझी मुलं सिंहासनावर बसलेली पाहिल्याशिवाय मला समाधान लाभणार नाही गांधारी. इतकी वर्षं सोबत केलीस; पण माझ्या इच्छा, आकांक्षा तुला कधीच कळल्या नाहीत."

"डोळ्यांवर पट्टी बांधली म्हणून मी आंधळी झाले नाही महाराजा. नवऱ्याला त्याची बायकोच सर्वाधिक ओळखते. तुझी कुचंबणा मला दिसत नाही असं का तुला वाटतं? पण मला तुझ्या आकांक्षांशी समरस होता येत नाही. माझा दुर्योधन मला तुझ्याइतकाच प्रिय आहे; पण युधिष्ठिराचं, अर्जुनाचं बोलणं ऐकलं की त्यांच्याशी कपट करावं, हा विचारच मनात येत नाही. त्या पाचही भावांच्या पराक्रमाच्या गोष्टी कानावर आल्या..."

".... बस....बस. तूही त्या विदुराच्या पंक्तीला जाऊन बसलीस." धृतराष्ट्र किंचाळला.

त्याला वाटलं, असंच उठावं, थयथया अकांडतांडव करावं, ओरडून सांगावं, जा... निघून जा माझ्या समोरून... पण तो काहीच बोलला नाही. अस्वस्थ हातवारे करत तो आसनावर तसाच असहायपणे बसून राहिला.

त्याला सिंहासनापासून वंचित करणाऱ्या पांडूच्या मुलांचं कौतुक करणाऱ्या गांधारीचा स्पर्शही त्याला आता नकोसा वाटत होता. गांधारीही तशीच मूकपणे बसून राहिली... दोघांमध्ये पूर्ववत् मौनाचा अथांग सागर पसरला.

१३.

पांडव जिवंत आहेत, द्रुपदाच्या राज्यात सुरक्षित आहेत आणि एवढंच नाही, तर राजकन्या द्रौपदीसाठी ठेवलेला अवघड पण जिंकून त्याचे जावई झाले आहेत हे ऐकून पितामह भीष्म आनंदून गेले. परंतु गेल्या काही दिवसांपासून त्यांच्या कानावर आणखीही काहीबाही येऊ लागलं आहे. ते ऐकून त्यांना अगदी राहवलं नाही. सरळ धृतराष्ट्राच्या महालात जाऊन ते म्हणाले,''हे मी काय ऐकतो आहे महाराजा? पांडव हे कुरुराज्याचे वारस नाहीत, ही वदंता कोणी पसरवली? पांडव हे पांडूराजाचे नियोगपुत्र असल्यानं राज्याचे वारस ठरत नसतील तर त्याच न्यायानं तू आणि तुझे पुत्रही राज्याचे वारस ठरत नाहीत. नियोग ही आर्यांची प्राचीन कुलपरंपरा आहे. त्याच परंपरेनं जन्मलेला तू सिंहासनावर बसलास. आणि आता पांडवांचा तो अधिकार नाकारण्यासाठी ते पांडूराजाचे पुत्रच नाहीत म्हणतोस?''

धृतराष्ट्र वाचा गेल्याप्रमाणे बसून होता. दृष्टीहीन बुबुळांची अस्वस्थ उघडझाप सुरू होती. त्याला बोलावंसं वाटत होतं; पण बोलता येत नव्हतं.

पितामह पुढे म्हणाले, ''राज्यात पसरणाऱ्या वदंतांनाही राजाच जबाबदार असतो आणि ही वदंता तर हेतुतःच पसरवली गेलेली दिसते. आता या समस्येवर एकच उपाय मला दिसतो. तो मी राजसभेत सांगेन. उद्याच राजसभा भरवायची व्यवस्था कर.''

धृतराष्ट्रानं घाईघाईनं विदुराला बोलावून घेऊन राजसभा भरवायची व्यवस्था केली. पितामहांच्या आज्ञेवरून बोलावण्यात आलेल्या राजसभेत काहीतरी महत्त्वाचा निर्णय होणार, या अपेक्षेनं सभाजनांची अपूर्व गर्दी लोटली.

आजच्या सभेत सर्वप्रथम पितामहच बोलणार, हे सांगायला नकोच होतं. अपेक्षेप्रमाणे ते बोलायला उभे राहिले. शरीर आता वार्धक्याकडे झुकलं असलं तरी मनाचा कणखरपणा, बुद्धीची विवेकशीलता वृद्ध चेहऱ्यावर दृग्गोचर होत होती. परंतु त्याचबरोबर त्या जराजर्जर चेहऱ्यावर आज विकलता जाणवत होती. खरंच... माणूस पिकत जातो, तसतसं त्याचं मन अधिकाधिक कोवळं होत जातं की काय? अंतःकरणापासून बाहेर पडणारा त्यांचा एक एक शब्द सभाजन आतुरतेनं ऐकू लागले.

''महाराजा, कौरव माझे आहेत तसे पांडवही माझेच आहेत. कौरवांचं रक्षण करणं हे माझं कर्तव्य आहे, तसं त्यांचंही रक्षण करणं हे माझं कर्तव्य आहे. एवढंच नव्हे तर तुझंही ते कर्तव्य आहे. हे राज्य कौरवांचं आहे तसं पांडवांचंही आहे. या

राज्यावर त्यांचाही तेवढाच हक्क आहे. खरं तर तो यापूर्वीच त्यांना मिळायला पाहिजे होता. परंतु अजूनही वेळ गेलेली नाही. सन्मानपूर्वक बोलावून घेऊन राज्याचा अर्धा हिस्सा त्यांना दे. त्यातच सर्वांचं कल्याण आहे... आणि प्रजाजनांचीही तीच इच्छा आहे. वारणावताला जे काय घडलं, त्याविषयी ते काय बोलतात ते तुला माहीत आहेच— ''

बोलायला उत्सुक असलेल्या दुर्योधनाला उद्देशून आणि किंचित आवाज चढवून ते म्हणाले,''लोक दूषणं देत आहेत ती तुला, पुरोचनाला नव्हे. अजूनही शहाणा हो. त्यांना अर्धं राज्य दिलंस तर दुष्कीर्तीचा तो कलंक तरी धुऊन निघेल. त्याऐवजी भलताच काही विचार केलास तर अपयशाचा आणि दुष्कीर्तीचा धनी होशील हे पुरतं ध्यानात ठेव... ''

सभेत सर्वत्र जीवघेणी स्तब्धता पसरली होती. इतका वेळ पितामहांना अडवून बोलायला उत्सुक असलेला दुर्योधनही गप्पच झाला होता. परंतु तो फार वेळ गप्प बसणार नाही, हे त्याच्या हालचालींवरून सहज जाणवत होतं.

पितामहांचं बोलून झालं की द्रोणाचार्यांनी बोलायचं, ही सभेची आजवर चालत आलेली रीत पाहता सभाजनांचे डोळे साहजिकच द्रोणाचार्यांकडे ओढले गेले.

''आपला काय सल्ला आहे आचार्य?'' महाराजा म्हणाला.

द्रोणाचार्य म्हणाले, ''भीष्मांनी व्यक्त केलेल्या विचारांशी मी सहमत आहे. दूत पाठवून पांडवांना बोलावून घ्या. राजकन्या द्रौपदीशी झालेल्या विवाहाबद्दल आनंद व्यक्त करणारा संदेश पाठवा. राजा द्रुपदाचाही आहेर देऊन सन्मान करा. आणि ते इथं आल्यावर कुठलाही भेदभाव न करता त्यांना सन्मानानं वागवा. हाच आर्यधर्म आहे महाराजा.''

''वा ऽ ऽ ! काय पण सल्ला आहे !'' दुर्योधन म्हणाला, ''कुरुराज्याचे आधारस्तंभ राज्याची विभागणी करण्याचा चांगला हिताचा सल्ला देत आहेत !''

दुर्योधनानं केलेला आरोप द्रोणाचार्यांना मुळीच सहन झाला नाही. ते म्हणाले, ''आम्ही चुकीचा सल्ला देतो आहोत असं तुला वाटत असेल तर काय न्याय्य ठरेल ते तूच सांग. नाही तर त्यांच्याविषयी तुला द्वेष वाटतो हे मान्य कर.''

''महाराज- '' द्रोणाचार्यांनी दिलेलं आव्हान स्वीकारून दुर्योधन म्हणाला, ''कुरुराज्याचे उत्तराधिकारी तुम्हीच आहात. ते तुम्हालाच मिळालं पाहिजे. ते शक्य नसेल तर तुमच्यानंतर ते तुमच्या वंशजांना मिळालं पाहिजे. तेच न्याय्य ठरेल. मग काय व्हायचं असेल ते होवो...''

आणि द्रोणाचार्यांकडे पूर्ण दुर्लक्ष करून कर्णाला उद्देशून तो म्हणाला, ''तुला काय वाटतं अंगराजा —? ''

कर्ण म्हणाला,''कुरुराज्यात ज्यांना धनवैभव, मानसन्मान सारं काही मिळालं

त्यांनीच असा सल्ला द्यावा यासारखी आश्चर्याची आणि खेदाची गोष्ट नाही. महाराजांनी अशा सल्लागारांचं जरूर ऐकून घ्यावं; परंतु अंतिम निर्णय मात्र स्वतःच घ्यावा. आपल्या बलशाली राज्याची विभागणी करणं योग्य ठरेल की अयोग्य, याचाही त्यांनी विचार करावा. कोणत्याही परिस्थितीत राज्याची विभागणी हितावह ठरणार नाही, असंच मला वाटतं.''

द्रोणाचार्यांच्या अंगाचा आणखीच भडका उडाला. कर्णाचा रोख लक्षात येताच एकदम संतापून ते म्हणाले, ''दुष्ट माणसा, महाराजाला चुकीचा सल्ला देऊ नकोस. आम्ही कुरुराज्याचे हितचिंतकच आहोत. आमच्या सल्ल्याप्रमाणे घडलं नाही तर राज्याचा विनाश अटळ आहे, हे निश्चित समज.''

'' महाराजा...'' महामंत्री विदुर धृतराष्ट्राच्या विनवण्या करू लागला... ''जे कार्य सामोपचारानं साधण्यासारखं आहे ते युद्ध करून साध्य करावं असं म्हणणारा माणूस करंटाच म्हणावा लागेल. कुरुश्रेष्ठ भीष्म सांगतात तेच हितावह ठरेल. द्रोणाचार्य अनुभवी आणि ज्ञानी आहेत. ते चुकीचं सांगणार नाहीत. महाराजा द्रुपद, द्वारकेचा राजा श्रीकृष्ण हे ज्यांचे मित्र झाले आहेत त्यांचा पाडाव अशक्य आहे. आपण त्यांना लाक्षागृहात जाळून मारण्याचा प्रयत्न केला हा प्रवाद अजूनही मिटलेला नाही; तोच ते जिवंत असल्याची वार्ता आल्यानं लोक आनंदित झाले आहेत. केव्हा एकदा ते पाचही भाऊ डोळ्यांना दिसतील असं त्यांना झालं आहे. त्यांच्या मनाला संतोष होईल असाच निर्णय घे. तू प्रथम राजा आहेस आणि त्यानंतर पिता आहेस. प्रथम राजाचं कर्तव्य कर. दुर्योधनाचं ऐकून विनाशाला निमंत्रण देऊ नकोस. एवढं सगळं झाल्यावर तरी चुकीचा सल्ला देणारे कोण आणि हितावह सल्ला देणारे कोण, याचा विचार कर. हा कर्ण मूर्ख आहे. त्याचं ऐकू नकोस. दुर्योधन, कर्ण आणि हा शकुनी यांचं कोणाचंही ऐकू नकोस. राजकारण त्यांना कळत नाही. ते अपरिपक्व आहेत...गांगेय भीष्मांचाच सल्ला योग्य आहे. पांडवांना अर्धं राज्य देऊन हा तंटा मिटव महाराजा...''

'' मूर्ख दासीपुत्रा,'' दुर्योधन कडाडला. ''त्यांना पांडव म्हणताना तुझी जीभ झडत कशी नाही? दिवंगत महाराजांशी त्यांचा संबंध जोडू नकोस. ते असलेच तर कौंतेय आहेत; पांडव कदापिही नाहीत.''

इतका वेळ ऐकत असलेला असलेला महाराजा काही नुसताच ऐकत बसला नव्हता. एवढं सगळं ऐकून घेतल्यावर तोही एका निर्णयावर येऊन पोचला होता.

दुर्योधनावर खेकसून तो म्हणाला,''तू गप्प बस पाहू. युद्ध टाळायचं असेल तर काहीतरी मार्ग काढायलाच हवा. भीष्म वडील आहेत. ते सांगतील ते तू ऐकायला हवंस.''

दुर्योधन चडफडत गप्प बसला.

महाराजानं घेतलेल्या निर्णयानं सभाजन संतुष्ट झाले खरे, परंतु त्याची बुद्धी स्थिर राहील याची खात्री नव्हतीच.

तरी विदुर म्हणालाच,"महाराजा, वयाच्या शंभर वर्षांपर्यंत तुझी बुद्धी अशीच स्थिर राहो —"

१४.

पांडवांना विधिवत् निमंत्रण पाठवण्यात आलं. महामंत्री विदुराचीच त्या महत्त्वाच्या कामावर नियुक्ती करण्यात आली होती.

तिकडे कांपिल्यनगरीतही बरंच काही काही घडलं होतं. भुज्यतामिती... तुम्ही पाचही भाऊ हिचा उपभोग घ्या... मातेनं दिलेल्या या आज्ञेप्रमाणे आम्ही पाचही भाऊ द्रौपदीशी विवाह करणार आहोत, असं युधिष्ठिरानं सांगताच महाराजा द्रुपद म्हणे फार संतापला होता. 'माझी कन्या म्हणजे तुला भिक्षा वाटली की काय?' द्रुपद ओरडलाच. युधिष्ठिराचा निषेध करून तो म्हणाला, 'असं करायला मी काही अनार्य नाही.' त्यावर युधिष्ठिर म्हणाला, "तू ज्यांच्यावर राज्य करतोस त्या अनार्य जमातींमध्ये ही रीत अस्तित्वात आहे. अनार्यांच्या कितीतरी चालीरीती आर्यांनी स्वीकारल्या आहेत. आणि बहुपतिकत्वाचंच म्हणशील तर आर्य जमाती सप्तसिंधूंच्या पलीकडे राहत होत्या, तेव्हा त्यांच्यात बहुपतिकत्वाची रीत होतीच. असे अनेक विवाह यापूर्वी झाले आहेत. जटिलेनं सात ऋषींशी विवाह केला होता. कण्व ऋषींची कन्या वार्क्षी हिनं दहा तपस्वी भावांशी विवाह केला होता. अशी कितीतरी उदाहरणं त्यानं सांगितली तेव्हा कुठं म्हणे महाराजा युधिष्ठिराच्या विचाराशी सहमत झाला. द्रौपदीला विचारायची गरजच पडली नाही. तिची संमती गृहीतच धरली गेली."

स्वयंवर पार पडलं होतंच. आता विधिवत् विवाहसोहळाही संपन्न झाला. त्या निमित्तानं द्रुपदानं आणि श्रीकृष्णानं पुन्हा अनेक राजे-महाराजे गोळा केले. स्वतः श्रीकृष्ण त्याचा मोठा भाऊ बलराम, सेनापती कृतवर्मा, युयुधान, सात्यकी यांच्यासह कांपिल्यनगरीतच थांबला होता.

कुंतीची भेट घेऊन विदुरानं तिला सगळा वृत्तान्त सांगितला. मुलांसह हस्तिनापुरात यायचं म्हणताच तिला फार भीती वाटू लागली. परंतु विदुरावर भिस्त टाकून तिनं यायचं मान्य केलं. स्वतः श्रीकृष्णही त्यांच्यासोबत असणार होताच. आत्याची मुलं म्हणून श्रीकृष्णाला त्यांच्या हिताची काळजी वाहणं गरजेचं वाटत होतं.

हस्तिनापूरच्या राजमहालात पांडवांचं सपत्नीक भव्य स्वागत करण्यात आलं.

कित्येक लोक त्यांच्या स्वागतासाठी थेट नगरसीमेपर्यंत गेले होते. नववधूला पाहण्यासाठी स्त्रियांचीही तेवढीच गर्दी लोटली. नगरात जिकडे तिकडे नववधूच्या रूपागुणांची तोंड भरभरून वाखाणणी झाली. पाचही भावांच्या भाग्याचा अनेकांना हेवा वाटला.

राजवाड्यात एकीकडे आनंद आणि उत्साह ओसंडत होता, तर त्याच वेळी दुसरीकडे दुःखाचे उसासे बाहेर पडत होते. दुर्योधन, दुःशासन, शकुनी किंवा कर्ण यांपैकी कोणीही त्यांच्या स्वागतासाठी गेलं नव्हतं, की त्यांची भेट घेऊ इच्छित नव्हतं.

आपल्या मुलांचं वागणं ध्यानात घेऊन मग महाराजा धृतराष्ट्रानंच पुढाकार घेतला. दूत पाठवून युधिष्ठिराला बोलावून घेतलं. त्याला मायेनं जवळ घेत तो म्हणाला, "पुत्र युधिष्ठिर, तुझा पिता पांडूराजा याच्या पराक्रमामुळेच आपलं हे कुरुजांगल राज्य एवढ्या वैभवाप्रत गेलं आहे...

"पण तुला एक सांगू? मोठा भाऊ म्हणून तो मला फार मान देत असे. अगदी माझ्या सल्ल्याशिवाय तो काहीही करत नसे. तू त्या पराक्रमी पित्याचा पुत्र आहेस. तूही तुझ्या या आंधळ्या काकाला तेच प्रेम दिलं पाहिजेस बरं... तुझे हे भाऊ किती हट्टी आहेत ते तुला माहीत आहेच. तेव्हा तुम्हा भावाभावात भांडण नको म्हणून मी एक ठरवलंय. तुला मी खांडवप्रस्थाचं राज्य देतो. तुम्ही पाचही भाऊ तिथं राहून सुखात राज्य करा.

"तुला माहीत आहे का पुत्र युधिष्ठिर... महाराज पुरुरवा, महाराज नहुष, महाराज ययाति यांच्या काळात खांडवप्रस्थ हीच कुरुजांगलांची राजधानी होती. आपल्या त्या राजधानीला तुझ्यामुळे पुन्हा ते वैभवाचे दिवस दिसतील, असं मला वाटू लागलं आहे... माझ्या या विचाराला तुझी संमती आहे ना पुत्र युधिष्ठिर?

"आणखी असं पाहा, तुम्ही पाचही पराक्रमी भावंडं तिथं असलात तर खांडववनातल्या नाग लोकांनाही आपला वचक राहील आणि त्यांचा आपल्या कुरुराज्याला होणारा उपद्रवही थांबेल. तुम्ही तिथं असलात तर माझी ती काळजी कायमची दूर होईल."

धृतराष्ट्राची ती साखरपेरणी, तो करत असलेल्या गयावया हे सारं पाहता मनमिळाऊ स्वभावाच्या युधिष्ठिराला नाही म्हणणंच अशक्य झालं. त्याची मूकसंमती गृहीत धरून महाराजानं युधिष्ठिर खांडवप्रस्थाचा राजा झाल्याची घोषणाही करून टाकली.

एका दगडात दोन पक्षी मारायचा धृतराष्ट्राचा डाव कृष्णानं कधीच ओळखला होता. परंतु तरीही त्यानंच पांडवांची समजूत घातली. कौरव-पांडवांमधील तंटा मिटायचा दुसरा मार्ग त्यालाही दिसत नव्हताच. स्वतःच पुढे होऊन तो आत्या कुंती

आणि पांडवांसह खांडवप्रस्थाला निघून गेला.

खांडवप्रस्थ म्हणजे काय साधी गोष्ट नव्हे ! उत्तरेला कुरुजांगल राज्याची दक्षिण सीमा आणि दक्षिणेला शूरसेन राज्याची उत्तर सीमा यांना व्यापून असलेल्या विस्तीर्ण भूप्रदेशात खांडववन पसरलं आहे. त्याच निबीड अरण्यातून वाट काढत निघालेली दक्षिणाभिमुख यमुना थोडी पुढे गेल्यावर गंगेच्या भेटीसाठी आतुर होऊन पूर्वाभिमुख झाली आहे.

खांडवप्रस्थ ही जुन्या काळी कुरुजांगल राज्याची राजधानी असली तरी खांडववनातील नाग लोकांनी त्यांना कधीच सुख लाभू दिलं नाही. त्याचाच परिणाम म्हणून हस्तिन् नावाच्या राजानं दूर गंगेकाठी हस्तिनापूर वसवलं आणि कुरूंची राजधानी तिकडे नेली.

कुरूंच्या त्या प्राचीन राजधानीचे अवशेष खांडववनात अजूनही तसेच आहेत. पुन्हा नव्या नगरीची स्थापना करायची तर मोठेच कष्ट उपसायला हवेत. नागांशी संघर्ष करायची तयारी ठेवायला हवी...

बापानं केलेली मखलाशी ध्यानात यायला दुर्योधनाला थोडा वेळच लागला. तरीही राज्याचा अर्धा भाग असा फुकापासरी जावा, हे त्याला आवडलं नाहीच. आपली व्यथा कर्णाजवळ बोलून दाखवताना तो म्हणाला, ''नाही अंगराज, कुरूंच्या या राज्यावर त्या कुंतीच्या मुलांची सावलीसुद्धा पडायला नको होती. पितामह आणि हा कपटी विदुर यांच्यामुळे महाराजांना हा अप्रिय निर्णय घ्यावा लागला...थोडं थांबा म्हणावं, कुरुराज्याचा उद्याचा अधिपती मीच आहे. त्या दिवशी त्या युधिष्ठिराचं सिंहासन खाली खेचल्याशिवाय मी स्वस्थ बसणार नाही. त्या वेळी तुझी मदत मला मिळेल ना?''

कर्ण म्हणाला, ''तुझ्या मनात ही शंका आलीच कशी युवराज? मृत्यूच्या दारातसुद्धा कर्ण तुझ्यासोबत आहे, हे निश्चित समज.''

१५.

युधिष्ठिर दुर्योधनापेक्षा वयानं मोठा असला तरी भीम आणि अर्जुन हे त्याच्या बरोबरीचे आहेत. नकुल-सहदेव हे तर लहानच म्हणावे लागतील. असं असूनही त्या पाचही भावांची लग्नं झाली, द्रुपद राजासारखा बलाढ्य राजा मित्र म्हणून लाभला, हे सारं पाहून धृतराष्ट्राच्या वैषम्याला सीमा राहिली नाही. शिवाय कृष्णासारखा हितचिंतक त्यांच्या पाठीशी आहे ते वेगळंच. त्यामुळेच तर त्यांना खांडवप्रस्थाचं राज्य द्यावं लागलं. नाही तर...

गुप्तचर रोज नवनव्या वार्ता आणत असतात. खांडवप्रस्थाला पोचताच पाचही भावांनी शस्त्रं खाली ठेवून कुऱ्हाडी हातात घेतल्या. कुरूंच्या प्राचीन नगरीभोवती पसरलेलं घनदाट अरण्य साफ करून कृषियोग्य जमिनी तयार केल्या. वाडे-हुडे नव्यानं बांधायला सुरुवात झाली. नव्यानं उभारण्यात येत असलेल्या नगरीला इंद्रप्रस्थ हे नाव देण्यात आलं. देशोदेशींहून येणाऱ्या वास्तुशिल्पींना आणि कलावंतांना इंद्रप्रस्थ नगरीत उदार आश्रय मिळाला. देशोदेशी हिंडून व्यापार करणाऱ्या सार्थवाहांना इंद्रप्रस्थ नगरीतल्या प्रशस्त बागा, हे मोठंच विसाव्याचं ठिकाण झालं.

इंद्रप्रस्थ नगरीची रचनाच सुनियोजित पद्धतीची होती. नयनरम्य हिरवळ आणि शुभ्र कारंजांनी सुशोभित असलेला नगरीतला प्रत्येक मार्ग नगरीच्या मध्यभागी असलेल्या राजमहालावर जाऊन पोचत होता. संपूर्ण नगरीच्या रक्षणासाठी चहुबाजूंनी रुंद चर खोदण्यात आला होता आणि त्यात सुसरींसारख्या हिस्त्र श्वापदांची योजना करण्यात आलेली होती.

हे सारं कृष्णाच्या मार्गदर्शनाखालीच चाललं होतं. त्यानंच द्वारकेहून धनसंपत्तीचा आणि मनुष्यबळाचा ओघ इंद्रप्रस्थ नगरीकडे वळवला होता.

पांडवांचं सामर्थ्य असंच वाढत राहिलं तर...? महाराजा धृतराष्ट्र अस्वस्थ होता. म्हणूनच कलिंगराज चित्रांगदाच्या कन्येच्या स्वयंवराचं राजपुराहून आलेलं निमंत्रण मिळताच त्याला कधी नाही एवढा आनंद झाला. दुर्योधनाचाही हरवलेला उत्साह पुन्हा परत आला.

आर्यावर्ताच्या पूर्वेला असलेल्या समुद्र किनाऱ्यालगतचा कलिंग देश म्हणजे संरक्षणाच्या दृष्टीनं निसर्गाचा वरदहस्त लाभलेलं महाराजा चित्रांगदाचं बलाढ्य साम्राज्य. त्यानं राजकन्या भानुमतीचं स्वयंवर मांडलं होतं. एखाद्या राजकन्येचं स्वयंवर म्हणजे तेथील राजाशी मैत्री जोडण्याची संधीच. आणि अशी संधी व्यर्थ दवडील तो दुर्योधन कसला! सध्या त्याच्या डोक्यात वेगळेच विचार मूळ धरत होते. परंतु तो कर्ण काय म्हणतो याची वाट पाहत होता.

"युवराज," अपेक्षेप्रमाणे एके दिवशी कर्ण म्हणालाच,"राजकन्या भानुमतीच्या स्वयंवराबाबत काय ठरवलं आहेस?"

"अंगराज, तू माझ्याहून वयानं मोठा आहेस. कदाचित त्या युधिष्ठिरापेक्षाही तू मोठा असावास. असं असूनही स्वतःच्या विवाहाची चिंता करण्याऐवजी मित्राच्या विवाहाची चिंता वाहणारा तुझ्यासारखा मित्र आगळाच म्हणावा लागेल. पण एक लक्षात घे, तुझा विवाह झाल्याशिवाय मी कदापि विवाह करणार नाही."

"असं म्हणू नकोस युवराज. ही संधी पुन्हा येणार नाही. राजकन्या भानुमती तुझ्याच गळ्यात वरमाला घालील, याची मला खात्री वाटते."

"एवढी खात्री कशावरून?" दुर्योधन म्हणाला.

"कुरुराज्याच्या सामर्थ्याची आणि समृद्धीची कीर्ती आज संपूर्ण आर्यावर्तात दुमदुमते आहे. अशा स्थितीत कुरुराज्याशी मैत्री जोडायची चालून आलेली संधी महाराजा चित्रांगद व्यर्थ दवडील असं वाटत नाही.''

"पण पित्याला वाटतं तेच राजकन्येला वाटेल हे कशावरून? स्त्रियांच्या मताला नसतं महत्त्व देणाऱ्या या अनार्य प्रथा हे आर्य क्षत्रिय कधी टाकतील कोणास ठाऊक ! त्या पोरी उठतात आणि स्वयंवराच्या नावाखाली भलत्याच्याच गळ्यात माळ घालून मोकळ्या होतात.''

"असं का म्हणतोस? स्वयंवर ही मला तरी फार सुंदर प्रथा वाटते...''

"स्त्री ही पुरुषाच्या सेवेसाठी निर्माण झालेली आहे, हीच माझी धारणा आहे. तिच्या मताला अवाजवी महत्त्व देणं, हा पुरुषांचा अपमान आहे. द्रौपदीस्वयंवराच्या वेळी काय घडलं? एका यःकश्चित पोरीनं भर सभेत उद्धटपणे बोलून तुझा अपमान करावा? त्याआधीच तिचं हरण केलं असतं तर आम्हाला अपमानित व्हायची वेळच आली नसती. स्त्रियांना अमर्याद स्वातंत्र्य देणाऱ्या या अनार्य रीती मला मान्य नाहीत. पाच भावांचा एका स्त्रीशी विवाह, ही आर्यांची रीत नाही. कुंतीची ती मुलंसुद्धा आर्य नाहीत. कारण त्यांचा जन्म कोणापासून झाला आहे हे फक्त त्यांच्या मातेलाच माहीत आहे. आर्यधर्मप्रणीत बीजक्षेत्रन्यायानुसार मातेच्या पोटी जन्माला येणारी संतती फक्त पित्याची असते; मातेची नव्हे. भीमाचा हिडिंबेशी झालेला विवाह हे कशाचं उदाहरण आहे? हिडिंबेचा मुलगा मातेजवळ राहतो आहे. पांडूराजाचा कुंतीशी झालेला विवाह हाच मुळात कुरुकुलातला एक अपघात होता. त्याच वेळी कुरूंचा यादवकुळातील भोज लोकांशी प्रथम संबंध आला. त्या वेळी झालेली चूक आज भोवते आहे. पुन्हा आर्यधर्माची स्थापना करायची असेल तर ते रूढ करू पाहत असलेल्या प्रथा चिरडूनच टाकायला हव्यात.''

विषयावरून विषय निघत दुर्योधन कुठल्याकुठे भरकटत निघाल्यासारखा बोलत होता. जणू बरेच दिवस पोटात साठून राहिलेलं आज संधी मिळताच असं भडभडा बाहेर पडत होतं.

ते सारं ऐकून कर्ण गोंधळलाच. दुर्योधनाला नेमकं काय म्हणायचं आहे हेच कर्णाला कळेना. पण तो तर ऐकून होता की जुन्या काळी स्त्रियांना पुरुषांपेक्षाही अधिक स्वातंत्र्य होतं. एवढंच नव्हे तर स्त्रियाच सर्वाधिकारी होत्या. कुल ओळखलं जात असे ते मातेच्या नावावरून; पित्यावरून नव्हे. एवढंच कशाला, असं म्हणतात की उत्तर कुरुराज्यात स्त्रियांना स्वातंत्र्य देणारा धर्म आजही अस्तित्वात आहे. तिथं स्त्रियांना हवा तो पुरुष निवडायचं स्वातंत्र्य आहे. मग ते आजच का नसावं? असं म्हणतात की, या देशातल्या लोकांशी संबंध येऊ लागला तेव्हापासून आर्यांमध्ये विवाहप्रथा उदयास आली...

दुर्योधनाचं म्हणणं कर्णाला पटेना."पण युवराज," कर्ण म्हणाला, "आजही कुल ओळखलं जातं ते मातेच्या नावावरूनच ना? "

"ते खरं असलं तरी ते नाममात्रच खरं आहे. विवाहप्रथेतूनच पुढे वंशसातत्यासाठी नियोग प्रथा जन्माला आली. पुत्र वंश चालवतो तो पित्याचा; मातेचा नव्हे. पिता मरण पावला तर मातेला नियोगाची परवानगी आहे. परंतु तिनं नियोग करायचा आहे तो पतीच्या कुळातील कोणा जवळच्या व्यक्तीशी; कोणा भलत्याच पुरुषाशी नव्हे. महाराज विचित्रवीर्य यांच्या अकाली मृत्युमुळे नियोगपिता व्यासाच्या कृपेनं जन्मलेले महाराज धृतराष्ट्र आणि महाराज पांडू हे कौरव आहेत. महाराज धृतराष्ट्र यांचे पुत्र म्हणून आम्हीही कौरव आहोत. परंतु पांडूराजाची मुलं कौरव तर नाहीतच; परंतु पांडवसुद्धा नाहीत. कारण त्यांचा नियोगपिता कोण आहे हे कदाचित त्यांच्या धर्मपित्याला, पांडूराजालाही माहीत नसावं! हा आर्यधर्म नाही अंगराज !"

कर्णाच्या मस्तकात उसळलेला गोंधळ काहीसा कमी झाला. दुर्योधन सांगत होता ते निश्चितच विचारात टाकणारं होतं.

"आज पुन्हा एकदा तो आर्यधर्म प्रस्थापित केला पाहिजे." दुर्योधन पुढे म्हणाला."त्याला अनुसरूनच पितामहांनी महाराज विचित्रवीर्य यांच्यासाठी काशीराजाच्या तीनही मुली पळवून आणल्या होत्या. त्याच आर्यधर्माला अनुसरून गांधार देशाची राजकन्या माता गांधारी हिचा विवाह महाराज धृतराष्ट्र यांच्याशी झाला आहे. नकुल-सहदेव यांची माता माद्री हिचा विवाह याच प्रथेला धरून झाला होता. कुंतीचा विवाह हे मात्र स्वयंवर होतं. स्वयंवरासारख्या या अनार्य प्रथा मला मोडीत काढायच्या आहेत. महाराजा चित्रांगदाला कौरवांशी मैत्री जोडायची आहे की नाही हा त्याचा प्रश्न आहे; परंतु त्याच्याशी मैत्री जोडणं ही आमची गरज आहे. आणि त्यासाठी हे स्वयंवर आम्हाला जिंकलंच पाहिजे."

"म्हणजे? ...राजकन्या भानुमतीचं हरण करायचं?" कर्ण म्हणाला.

"नाही तर काय तिनं गळ्यात वरमाला घालावी म्हणून भिकाऱ्यासारखं तिष्ठत बसायचं? बोल अंगराज, तुझा मित्र कोणा एका रूपगर्वितेच्या कृपाकटाक्षासाठी असा तिष्ठत बसलेला तुला आवडेल?"

"कदापि नाही. तू हस्तिनापूरच्या सिंहासनाचा भावी वारस आहेस. उद्याचा महाराजा आहेस. महत्त्वाकांक्षा हाच राजाचा मोठा सद्गुण असतो. ज्याच्या ठिकाणी महत्त्वाकांक्षा नसेल तो क्षत्रिय तरी कसला आणि प्रसंगी जे पणाला लागत नाही ते सामर्थ्य तरी कसलं! कर्ण हे दुर्योधनाचं सामर्थ्य आहे. या प्रसंगी ते पणाला लागेल हे निश्चित समज."

"तुझ्याकडून मला हेच आश्वासन हवं होतं अंगराज." कर्णाची गळाभेट घेत दुर्योधन म्हणाला.

१६.

राजपूर नगरीला वळसा घालून पूर्व समुद्राकडे निघालेल्या महानदीकाठी देशोदेशींहून आलेल्या राजांची शिबिरं विसावली होती. शिबिरांच्या कळसावर बांधलेले लांबलचक ध्वज सर्पजिव्हांप्रमाणे पश्चिम वाऱ्यावर फरफरत होते.

ताम्रलिप्ती देशापलीकडे कामरूप देशात राहणाऱ्या किरातांचा राजा भगदत्त, मगध देशाचा राजा जरासंध आणि त्याचा सेनापती चेदीनरेश शिशुपाल, काशीनरेश बृहद्बल, भोजराज अंशुमान असे अनेक बलशाली राजे स्वयंवरासाठी आलेले होते. त्याचबरोबर दक्षिण पांचाल देशाची राजधानी कांपिल्यनगरीहून युवराज धृष्टद्युम्न, मत्स्य देशातील विराटनगरीहून युवराज श्वेत, त्रिगर्तनरेश सुशर्मा, पंचनद प्रदेशातील सिंधुराज वृद्धक्षत्र याचा मुलगा जयद्रथ, सप्तसिंधूच्या पलीकडील गांधार देशाहून शकुनीचे बंधू वृक आणि अचल, हिमालयाच्या दुर्गम प्रदेशात राज्य करणारे कुलिंद आणि पुलिंद देशाचे राजे सुकुमार अणि सुमित्र, दीर्घवेणू तांगण जमातीचा राजा सुबाहू असे अनेक राजे सहस्त्रावधी योजनांचा प्रवास करून स्वयंवरासाठी आलेले होते.

हस्तिनापूरहून आलेल्या युवराज दुर्योधनानं आपला तळ मुद्दामच थोड्या अंतरावर टाकला होता. त्याचे गुप्तचर या ना त्या वेशात सर्वत्र हिंडत होते. त्याच्यासोबत आलेला अंगदेशाचा राजा कर्ण अनेकांच्या कुतुहलाचा व कौतुकाचा विषय झालेला होता. परंतु स्वतः कर्ण मात्र कुठंही फारसा मिसळत नव्हता. त्याच्या डोक्यात काय चाललं होतं, हे फक्त त्याला आणि दुर्योधनालाच माहीत होतं.

एक एक करून स्वयंवराचा दिवस जवळ येत चालला; तसतशी उत्कंठा आणि अस्वस्थता वाढत चालली. राजा चित्रांगद आणि त्याचा मोठा मुलगा श्रुतायू आपल्या अच्युतायू, नियतायू आणि दीघायू या तिघा बंधूंसह आलेल्या राजांना भेटून त्यांची विचारपूस करत होता. कुठे काही कमी पडणार नाही याची काळजी घेत होता.

शिगेला पोचलेली उत्कंठा पोटात घेऊन राजकन्या भानुमतीच्या स्वयंवराचा दिवस उजाडला. नगरीतील सर्व रस्त्यांवर सुगंधी जलाचा सडा शिंपून त्यावर कुलस्त्रियांनी चित्रविचित्र रंगावली रेखाटल्या होत्या. महाराजा चित्रांगदाच्या राजवाड्यासमोर उभारलेला भव्य स्वयंवरमंडप सहजच प्रत्येकाचं लक्ष वेधून घेत होता. मंडपाच्या चारही बाजूंना लटकलेल्या मोत्यांच्या झालरी वाऱ्याच्या मंद झुळुकांसवे हलकेच आंदोळत होत्या. स्वयंवरमंडपाच्या खांबांवरील कलाकुसर, त्यावर रेखाटलेली सुवर्णचित्रं या सर्व गोष्टींतून कलिंगराजाचं वैभव ओसंडून वाहत होतं.

स्वयंवरमंडपातील रत्नखचित आसनांवर देशोदेशीहून आलेले राजे आणि विवाहोत्सुक युवराज स्थानापन्न झाले. जरासंध, शिशुपाल, भगदत्त, दुर्योधन, दुःशासन, धृष्टद्युम्न, श्वेत इत्यादी अनेकांनी आपापली आसनं ग्रहण केली. प्रत्येक राजामागे त्याच्या अंगरक्षकांची आसनं होती. दुर्योधनाच्या मागे त्याचा अंगरक्षक म्हणून स्वतः अंगराज कर्ण बसला होता. तो स्वतः या स्वयंवरात भाग घेणार नव्हता, हे उघडच दिसत होतं. परंतु अनेकांच्या नजरा दुर्योधनाऐवजी त्याच्या मागे बसलेल्या कर्णावरच खिळल्या होत्या. प्रत्येकाच्या मनात कदाचित एकच प्रश्न घोळत असावा. दुर्योधनाशेजारच्या आसनावर त्याचा बंधू दुःशासन याच्याऐवजी कर्ण असता तर...? अनेकांच्या नजरा कर्णावर खिळलेल्या असताना स्वतः दुर्योधन मात्र युवराज जयद्रथाकडे पाहत होता. पंचनद प्रदेशातील सिंधू देशाचा राजा वृद्धक्षत्र याचा तरुण मुलगा जयद्रथ आपल्याच मस्तीत धुंद असलेल्या गजराजासारखा समोरच्या आसनावर बसला होता. त्याचा कसलेला बलदंड देह पाहताक्षणीच नजरेत भरत होता आणि त्याहीपेक्षा त्याच्या सामर्थ्याची आणि वैभवाची मुद्रा उमटवणारा त्याचा आत्मविश्वास कुणालाही हेवा वाटावा असाच होता. त्याला पाहताच दुर्योधनाच्या मनात भगिनी दुःशलेचा विचार डोकावून गेला. दुःशलेचं स्वयंवर —? छे ! तिचा विवाह अशाच एका राजपुत्राशी... नव्हे — जयद्रथाशीच...

स्वयंवरमंडपात विहरणारी मंगलवाद्यांच्या स्वरावलींची मालिका खंडित होताच दुर्योधनाची विचारमालिका खंडित झाली. राजकन्या भानुमती स्वयंवर मंडपात प्रवेश करत होती. सर्वांचे डोळे उत्सुकतेनं प्रवेशद्वाराकडे वळले. युवराज श्रुतायु भगिनी भानुमतीचा हात धरून चालत होता. राजकन्येमागोमाग येत असलेल्या दासीच्या हातात भलं मोठं तबक होतं. त्यात नानाविध रंगांच्या फुलांनी नटलेली वरमाला ठेवलेली होती. त्या दासीनंसुद्धा तिच्या स्वामिनीप्रमाणेच उंची वस्त्रप्रावरणांचा आणि आभूषणांचा साजशृंगार केलेला होता. मंद पावलं टाकत सलज्जपणे पुढे येत असलेल्या भानुमतीकडे संपूर्ण सभा आसुसल्या नजरेनं पाहत होती. प्रत्येकाचे डोळे जणू त्या सौंदर्याचं आकंठ पान करत होते.

"राजकन्या भानुमतीच्या स्वयंवरासाठी उपस्थित झालेल्या क्षत्रिय सभाजनहो," विशिष्ट अंतरावर येऊन उभा राहिलेला युवराज श्रुतायू बोलू लागला, "कलिंग देशाच्या या राजधानीत आपणा सर्वांचं स्वागत आहे. प्रथेप्रमाणे माझी उपवर भगिनी भानुमती आज स्वतः तिच्या पतीची निवड करणार आहे. मी तिला क्रमाक्रमानं आपला परिचय करून देतो. तिचा निर्णय घेण्यास ती समर्थ आहे."

...आणि एवढं बोलून तो भानुमतीला पहिल्याच आसनावर बसलेल्या जरासंधाचा परिचय करून देऊ लागला..." हा मगधाधिपती जरासंध. कलिंग देशाच्या सीमेला लागून असलेल्या पूर्व आर्यावर्तातील बलाढ्य अशा मगध साम्राज्याचा अधिपती

जरासंध आपल्या अतुलनीय बाहुबळासाठी ख्यातनाम आहे...त्याला पराभूत करील असा वीर अजून जन्मलेला नाही...''

परंतु पुढचं ऐकायला भानुमती थांबलीच नाही. श्रुतायुचं वाक्य पूर्ण होण्याच्या आत ती पुढे सरकली.

''हा चेदीनरेश शिशुपाल. जरासंधाचा सेनापती...''

परंतु त्याच्याकडेही दुर्लक्ष करून ती पुढे सरकली.

श्रुतायू तिला एकेका राजाचा परिचय करून देत होता आणि ती त्याच्याकडे पाहिलं न पाहिल्यासारखं करून पुढे जात होती. जणू राजकन्या भानुमती आपल्या प्रत्येक नाजूक पावलागणिक एकेका मनाची पायघडी तुडवत पुढे निघाली होती. ती जवळ येताच ती आपल्याला वरील या आशेनं उजळलेला प्रत्येक राजाचा चेहरा ती पुढे जाताच निराशेनं काळवंडत होता. राजकन्येनं काय ठरवलं होतं हे कदाचित तिलाच माहीत असावं.

''हा कुरुसम्राट धृतराष्ट्र महाराजाचा सुपुत्र युवराज दुर्योधन...'' युवराज श्रुतायू दुर्योधनाचं वर्णन करू लागला. किंचित्काळ थबकलेली भानुमती पुढे सरकणार की युवराज दुर्योधनाला वरमाला घालणार, या संभ्रमात पडलेले सभाजन अनिमिषपणे तिच्या हालचाली न्याहाळू लागले. राजकन्या कसला विचार करत होती? ती द्विधेत सापडली होती की काय? की तिचा निर्णयच होत नव्हता ...?

— तोच काहीतरी गडबड उडाली. टप्प्यात आलेल्या सावजावर अचानक झडप घालावी त्याप्रमाणे दुर्योधनानं भानुमतीला उचललं आणि तो तत्काळ प्रवेशद्वाराकडे सरकला. युवराज श्रुतायूचा हात कमरेला लटकलेल्या खड्गाकडे गेला. परंतु त्याच्या हाताची काही हालचाल होण्यापूर्वीच त्याचे दोन्ही हात दुःशासनाच्या बळकट बाहूंमध्ये जखडले गेले. प्रवेशद्वारावर पोचलेला दुर्योधन शेवटच्या पायरीवर ठेवलेला उजवा पाय तसाच ठेवून सिंहासारखा गर्रकन् मागे वळला आणि सर्वांना ऐकू जाईल एवढ्या मोठ्या आवाजात म्हणाला,''आर्यावर्तातील समस्त क्षत्रिय वीरांनो, मी कुरुयुवराज दुर्योधन या राजकन्येचं हरण करतो आहे. सामर्थ्य असेल त्यानं माझा रथ अडवावा.''

एवढं बोलून तो वळला आणि त्वरेनं स्वयंवरमंडपाबाहेर उभ्या असलेल्या रथाकडे निघाला. आधीच ठरल्याप्रमाणे सारथी प्रतिकामी रथ घेऊन सिद्धच होता.

''मूर्ख राजपुत्रा, जरासंध या सभेत उपस्थित असताना तू हे औद्धत्य करू शकत नाहीस ! '' सर्वांना ऐकू जाईल एवढ्या आवाजात जरासंध गर्जत उठला आणि लांबलांब पाय टाकत प्रवेशद्वाराकडे निघाला. तोवर दुःशासनाच्या मगरमिठीतून सुटलेल्या श्रुतायूनं दुर्योधनाला अडवण्यासाठी धाव घेतली.

''अडवा, अडवा त्याला... जाऊ देऊ नका —'' एकच गलका झाला.

सगळे क्षत्रिय राजपुरुष आपापली शस्त्रं परजत बाहेर पडण्यासाठी सिद्ध झाले. परंतु प्रवेशद्वारावर अंगराज कर्ण धनुष्य सरसावून उभा होता. दुर्योधनाला अडवायला निघालेला श्रुतायू दहा पावलं पुढे जात नाही तोच कर्णाच्या बाणानं विद्ध होऊन खाली कोसळला. तशाही स्थितीत हातातलं खड्ग त्यानं कर्णावर भिरकावलं. तो प्रहार चुकवून कर्ण प्रवेशद्वारात पुन्हा पहाडासारखा उभा राहिला. या वेळी महाप्रतापी जरासंध हाच त्याच्या बाणाचं लक्ष्य ठरला. क्षणार्धात हातातली गदा आडवी धरून जरासंधानं तो प्रहार चुकवला खरा; परंतु कर्णानं जरासंधावर बाणांचा इतका अविरत वर्षाव सुरू ठेवला की जरासंधाला गदा टाकून धनुष्य घेण्याइतकीही उसंत मिळाली नाही. ज्याच्या हातात धनुष्य नाही अशा जरासंधासारख्या वीरावर बाण टाकायची कर्णाची मुळीच इच्छा नव्हती. परंतु दुर्योधनाला पुरेशी उसंत मिळायची असेल तर जरासंधासकट सर्वांना असंच जखडून ठेवायला पाहिजे होतं.

राजा जरासंधाची त्रेधा उडालेली पाहून संतप्त झालेला त्याचा सेनापती शिशुपाल किंचाळलाच,"अधम सूतपुत्रा, तुझ्याहून श्रेष्ठ असलेल्या क्षत्रिय वीरांना अडवायचं औद्धत्य करू नकोस. व्यर्थ प्राणास मुकशील."

शिशुपालाचं ते आव्हान स्वीकारत कर्ण म्हणाला,"जन्मजात क्षत्रियत्वाचा एवढा अभिमान वाटतो तर आधी या सारथीपुत्राशी सामना करून तुझं युद्धकौशल्य सिद्ध कर. व्यर्थ बडबड करू नकोस." आणि त्यानं शिशुपालावर असे काही अमोघ बाण टाकले, की हातात धनुष्य असूनही शिशुपाल पुरता गोंधळून गेला. त्याची एकाग्रता भंगली असल्याचं लक्षात येताच कर्णानं दुसऱ्या एका बाणानं त्याच्या हातातलं धनुष्य उडवून लावलं. निःशस्त्र झालेल्या शिशुपालानं खड्ग घेऊन कर्णावर चाल केली; परंतु कर्णानं त्याच्या हातातलं खड्गही उडवून लावलं.

कर्णावर आता चहुबाजूंनी बाणांचा वर्षाव सुरू झाला. दुःशासन, शकुनी आणि त्यांच्या सोबत आलेले निवडक पदाती कर्णाला साथ देऊ लागले. संपूर्ण स्वयंवर-मंडप रक्ताच्या सड्यानं माखून निघाला.

"नीच कुलोत्पन्न सूतपुत्रा, धनुर्विद्याकौशल्य दाखवलंस तेवढं पुरेसं आहे. मी जरासंध तुला द्वंद्वयुद्धाचं आव्हान देतो. समोर ये आणि मित्रकर्तव्य केल्याच्या आनंदात समाधानानं प्राण सोड." जरासंधानं पुन्हा गर्जना केली.

जरासंधानं दिलेलं ते आव्हान ऐकताच डिवचलेल्या भुजंगासारखा कर्ण फुत्कारलाच. हातातलं धनुष्य खेळण्यासारखं भिरकावून देत तो म्हणाला,"उन्मत्त जरासंध, तुझं बाहूबळ पाहायला मीही तेवढाच उत्सुक आहे."

इतका वेळ स्वयंवरमंडपात सुरू असलेलं युद्ध आता स्वयंवरमंडपाबाहेर आलं. सर्व जण द्वंद्वयुद्ध पाहायला गोळा झाले. या सगळ्या धांदलीत भानुमतीला पळवून नेणाऱ्या दुर्योधनाला अडवणं बाजूलाच राहिलं.

पाठीवरचा बाणांचा भाता आणि कवच उतरवून ठेवून कर्णानं शड्डू ठोकला. दुपारच्या सूर्यकिरणांत त्याचं गौर शरीर तप्त सुवर्णासारखं झळाळू लागलं. कर्ण द्वंद्वासाठी सिद्ध होतो आहे तोवर जरासंधही आखाड्यात उतरला. जरासंधासारख्या बलशाली वीरापुढे आज कर्णासारखा नवतरुण उभा होता. कर्ण जरासंधाइतका अनुभवी नसला तरी त्याच्या ठिकाणी अदम्य आत्मविश्वास होता आणि शरीरावयवांत विजेला लाजवील असं चापल्य होतं.

कर्णाला ठार करून जरासंध कुरुसत्तेला आव्हान द्यायला निघाला होता. कुंतीच्या रूपानं यादवकुलाशी संबंध जोडणाऱ्या कुरूंनाही तशीच अद्दल घडवायला हवी होती. परंतु त्याआधी संपूर्ण क्षत्रियसभेला आव्हान देणारा हा दुर्योनाचा मित्र सूतपुत्र कर्ण संपवायला पाहिजे होता.

एखाद्या जीर्ण वृक्षाची शुष्क फांदी अचानक कोसळावी त्याप्रमाणे जरासंधाचा दणकट हात कर्णाच्या स्कंधप्रदेशावर आदळणार, तोच कर्णानं विजेच्या चापल्यानं खाली झुकून तो प्रहार चुकवला आणि हेलपाटत पुढे गेलेल्या जरासंधाच्या पाठीत दोन्ही मुठी एकत्र बांधून जोराचा प्रहार केला. संतापलेल्या जरासंधानं मागे वळून कर्णावर अगणित मुष्टीप्रहार केले. त्याला प्रत्युत्तर म्हणून कर्णानंही तेवढेच प्रहार केले. प्रचंड देहाचा जरासंध हळूहळू थकल्यासारखा दिसू लागला. कर्णाचे प्रहार न सोसून दीर्घ निःश्वास टाकू लागला; परंतु तरीही तो हरला नाही. इतका वेळ लढा देणारा प्रतिस्पर्धीच त्याला आजवर लाभला नव्हता.

इरेला पेटून तो पुन्हा कर्णावर कोसळला. परंतु जरासंधाचा हाच बेसावध क्षण कर्णाच्या पथ्यावर पडला. क्षणार्धात जरासंधाच्या पाठीमागे जाऊन त्यानं दोन्ही बाहूंची घट्ट कव घालून जरासंधाला जखडून टाकलं. दातओठ खात जरासंध सुटण्याची धडपड करू लागला. लाथा झाडू लागला. परंतु कर्णानं पकड ढिली होऊ न देता जरासंधाला तसाच जमिनीवर पाडला. आता तो जरासंधाच्या पाठीवर स्वार झाला होता. आणि जरासंधाला ठार करणं त्याला सहज शक्य होतं. बेमुर्वतखोर शत्रूला उताणा पाडून प्राण जाईपर्यंत त्याच्या छातीवर बेदम मुष्टीप्रहार करावेत, असं त्याला वाटू लागलं. परंतु तो मोह कर्णानं आवरला. कारण त्या प्रयत्नांत जरासंधाला कर्णाच्या मजबूत बाहूंतून सुटायची आयतीच संधी प्राप्त झाली असती.

आणि अधिक विचार न करता कर्णानं आपला बाहुकंटक डाव टाकला. दोन्ही हात जरासंधाच्या मानेखाली घालून निग्रहानं आवळायला सुरुवात केली. भरभक्कम दोराचा फास आवळला जावा त्याप्रमाणे जरासंधाचा कंठनाल आवळला जाऊ लागला. उजवा गुडघा त्याच्या पाठीवर रोवून कर्णानं जरासंधाच्या सर्व हालचालीच थांबवल्या होत्या. जरासंधाचा अवजड देह कार्मुक धनुष्यासारखा वाकला. त्याची मृत्युघटिका जवळ आली. मृत्यू किंवा शरणागती हे दोनच पर्याय जरासंधासमोर उभे

राहिले. परंतु तो शरण आला नाही की त्यानं प्राणदानाची याचना केली नाही.

भोवती जमलेले क्षत्रिय राजे श्वास रोखून ते अद्भुत द्वंद्व पाहत होते. जरासंधाचा सेनापती शिशुपाल दातओठ खात हात चोळू लागला. परंतु द्वंद्वयुद्धाच्या नियमाप्रमाणे त्याला युद्धात उतरता येत नव्हतं.

कर्णाला माहीत होतं, जरासंधासारखा मानी योद्धा मरण पत्करील; पण प्राणदानाची याचना करणार नाही. ...परंतु विजय किंवा मृत्यू हा तर द्वंद्वयुद्धाचा पहिला नियम आहे. तेव्हा — पण नाही ! वीर योद्ध्यांची मनं वीर योद्धेच जाणू शकतात.

जरासंधाचा पूर्ण पराभव झाला होता. आता तो उठून उभा राहिला असता तरी कर्णाशी लढू शकला नसता. आणि त्यानं तसा प्रयत्न केला असता तर ते त्यालाच लांछनास्पद ठरलं असतं. अधिक विचार करायला वेळ नव्हता. क्षणाचाही विलंब न करता कर्णानं आपल्या बाहुकंटक डावाची अमोघ पकड ढिली केली. जरासंध मुक्त झाला. क्षणभर काय झालं तेच जरासंधाला कळालं नाही. मृत्यूची प्रतीक्षा करणाऱ्या जरासंधाला प्राणदान मिळालं आणि तेही न मागता मिळालं...

कर्णासारख्या वीरानं एका वीर योद्ध्याला वीरासारखं वागवलं होतं. त्यानं ठरवलं असतं तर तो आज महाप्रतापी जरासंधाला ठार करणारा वीर ठरला असता. दशदिशांना त्याची कीर्ती पसरली असती. पराभवाच्या ग्लानीनं नव्हे, तर कर्णाच्या त्या असीम औदार्यानं जरासंधाचं मन भरून आलं.

"शाब्बास कर्ण, तुझ्यासारखा पराक्रमी योद्धा आजवर मी पाहिला नव्हता !" जरासंध उद्गारला आणि कर्णाचा उजवा हात हाती घेऊन वर उंचावत तो म्हणाला, "समस्त क्षत्रिय वीरहो, कुठल्याही योद्ध्याला ज्याच्याकडून पराभूत होतानाही धन्यताच वाटावी असा हा असामान्य वीर आहे. त्याच्या बाहुबळावर प्रसन्न होऊन मी अंगराज्याच्या सीमेजवळील माझी मालिनी ही नितांतसुंदर नगरी त्याला भेट म्हणून देतो. अंगराज कर्ण हा आजपासून मगधराज जरासंधाचा मित्र झाला आहे."

अंगराज कर्ण आणि मगधाधिपती जरासंधाच्या जयजयकाराच्या घोषणा आसमंतात दुमदुमल्या. जरासंधानं केलेली ती घोषणा कर्णालाही अनपेक्षितच होती. आताच ज्याच्याशी एवढं अटीतटीचं जीवघेणं युद्ध केलं, त्या शत्रूच्या मनाचा एवढा उदारपणा तो आज प्रथमच अनुभवत होता. कृतज्ञतेनं कर्णाचं मन भरून आलं.

"मगधराज-" दोन्ही बाहू उभारून कर्ण जरासंधासमोर उभा होता.

"अंगराज —" आपल्या विशाल बाहूंत जरासंधानं कर्णाला सामावून घेतलं दोन मित्र एकमेकांना कडकडून भेटत होते.

१७.

एका भीषण द्वंद्वाची सांगता सलोख्यात झालेली पाहून शिशुपालासारखे काही लोक सोडले तर सर्वांनाच आनंद झाला. महाराज चित्रांगद, युवराज श्रुतायू हे तर मनातून सुखावूनच गेले. ज्या सभेत कर्णासारखे असामान्य वीर आहेत अशा कुरुसभेशी त्यांचे संबंध जोडले जाणार होते.

तिकडे भानुमतीसह कितीतरी योजने दूर निघून गेलेला दुर्योधन एका सुरक्षित स्थळी कर्णाची वाट पाहत थांबला होता. काही सैनिक उंच झाडांवर चढून कर्णाच्या आगमनाची चाहूल घेत होते. कर्णाच्या वाटेवर डोळे लावून बसलेला दुर्योधन मागे परतून राजपुरावर हल्ला करायचा विचार करू लागला. बऱ्याच वेळानं राजपूर नगरीकडून हाती पांढरे ध्वज घेतलेले अश्वसाद येताना दिसू लागले. अश्वसाद जवळ येऊन पोचताच दुर्योधनाला वस्तुस्थिती कळली.

युवराज दुर्योधन राजकन्येसह राजपुरात परत आला. कटुता दूर झाली. सर्वांनी परस्परांना प्रेमालिंगनं दिली. स्वयंवर आटोपलं होतंच. आता विवाहसोहळ्याची तयारी सुरू झाली. राजपूर नगरीला पुन्हा एकदा आनंदाचं भरतं आलं. ज्या स्वयंवरमंडपात रक्तपात झाला, एकमेकांना द्वंद्वाची आव्हानं दिली गेली, त्याच स्वयंवर मंडपात विधिवत् विवाहसोहळाही संपन्न झाला.

नववधूसह ज्येष्ठांचे आशीर्वाद घेत निघालेला दुर्योधन कर्णाच्या पदस्पर्शासाठी वाकला. परंतु त्यापूर्वीच कर्णानं आपल्या प्रिय मित्राला हृदयाशी कवटाळलं. दुर्योधनाच्या डोळ्यांतून कृतज्ञतेचे अश्रू ओघळले. कुठल्याही शब्दांशिवायच दोघा मित्रांचा हृदयसंवाद झाला. समोर कलिंग राजकन्या भानुमती ओठंगून उभी होती. तिच्या सुंदर डोळ्यांतून कर्णाविषयीचा असीम आदर ओसंडून वाहत होता. संपूर्ण क्षत्रिय सभेला अडवणारा अणि जरासंधासारख्या असामान्य योद्ध्याला धूळ चारणाऱ्या वीराला ती जवळून पाहत होती. एवढंच नव्हे, तर तो वीरपुरुष तिच्या पतीचा जिवलग मित्र होता. त्याचे आशीर्वाद घ्यायलाच पाहिजे होते. परंतु तो जेवढा पराक्रमी होता तेवढाच नम्र होता. आताच नाही का त्यानं दुर्योधनाला पदस्पर्शही करू दिला नव्हता.

भानुमतीनं सहेतुकपणे सोबत असलेल्या आपल्या सखीकडे पाहिलं. कर्णराजाचा तो पराक्रम राजवाड्याच्या सौधावरून तिनं डोळे भरून पाहिला होता आणि भानुमतीची भेट झाल्यावर घडलेल्या प्रत्येक क्षणाचं इत्थंभूत वर्णन केलं होतं. भानुमतीनं आपल्या सखीकडे पाहिलं खरं, परंतु सखीचं लक्ष तिच्याकडे नव्हतंच. तिची सखी वृषाली तो असामान्य पराक्रम करणाऱ्या वीराकडेच पाहत होती.

दुर्योधनाच्या मनातील कृतज्ञतेचे भाव शब्दरूप झाले. तो म्हणाला, "अंगराज, तुझ्या पायाला स्पर्श करायची संधी तू मला घेऊ दिली नाहीस. ती निदान या नववधूला तरी घेऊ दे. तिला मिळालेला आशीर्वाद माझ्या कामी येईल."

चट्कन ती संधी घेऊन भानुमती कर्णाच्या पायांवर वाकली. कर्ण आशीर्वादाचे शब्द उच्चारू लागला. तोच भानुमतीची सखी वृषाली त्याच्या पायाला स्पर्श करण्यासाठी पुढे झाली.

कर्ण गोंधळून थोडा मागे सरला. भानुमती म्हणाली, "क्षमा असावी. ही माझी सखी वृषाली. सारथीप्रमुखांची कन्या. द्वंद्वयुद्धातील आपला पराक्रम पाहिल्यापासून तिला आपल्या दर्शनाची फार उत्सुकता होती."

कर्णानं कौतुकपूर्ण दृष्टीनं वृषालीकडे पाहिलं. इतका वेळ हीच तरुणी त्याच्याकडे कधी चोरून तर कधी धीटपणे एकटक पाहत होती. परंतु आता त्यानं सरळ पाहिलं तर नजर वर उचलायचंही धाडस होत नसल्याप्रमाणे तिचे डोळे जमिनीवर खिळले होते. मधूनच ते कर्णाच्या निमुळत्या पायांपर्यंत पोचत होते आणि तिथूनच मागे फिरत होते. तिच्या चेहऱ्यावरील सलज्ज भाव पाहून कर्णालाही संकोचल्यासारखं झालं. त्याच्याकडे इतक्या आदरानं पाहणारी इतकी सुंदर तरुणी तो पहिल्यांदाच पाहत होता. आणि तिच्या डोळ्यांत तर आदर, भक्तिभाव याबरोबरच आणखीही खूप काही उचंबळून आलेलं दिसत होतं. ते काय असावं याची अस्पष्टशी चाहूल लागताच कर्ण नि:शब्द झाला. तनमनात अनाम सुखाच्या लाटा उचंबळून आल्या. दृष्टी अंतर्मुख झाली. स्वत:शीच हसून कर्ण खाली पाहू लागला.

चट्कन पुढे होऊन वृषालीनं कर्णाचे पाय शिवले आणि पुन्हा एकदा कर्णाकडे पाहून घेऊन ती इतरांच्या दर्शनासाठी पुढे गेलेल्या भानुमतीच्या पाठोपाठ निघून गेली.

जरासंधाला जिंकणारा कर्ण त्या अर्धोन्मीलित डोळ्यांच्या पापण्यांत बंदिवान झाला होता. कर्णाला आठवलं... जाताना तिनं डोळे उचलून पुन्हा तसंच धीटपणे पाहिलं होतं. कदाचित पुन्हा डोळाभेट होईल न होईल या आशंकेने की काय? त्याला ते धीट डोळे आठवत राहिले. त्या टपोर डोळ्यांवरील अर्धोन्मीलित पापण्या कमळाच्या पाकळ्यांसारख्याच होत्या. आणि तिच्या गोड चेहऱ्याचा वर्णही ताज्या रजतकमळांच्या देठांप्रमाणे तांबूस—गौर, किंबहुना पांचालीसारखा काहीसा श्यामल होता. निश्चितच... पाहता क्षणीच प्रेमात पडावं असंच ते सौंदर्य होतं.

१८.

दुर्योधन-भानुमती विवाहसोहळा थाटानं पार पडला. नवपरिणित वधूवरांनी हस्तिनापूरकडे प्रस्थान ठेवलं. अख्खं राजपूर आपल्या लाडक्या राजकन्येला निरोप द्यायला महानदीच्या तीरावर लोटलं होतं. राजकन्येला अखेरचं म्हणून डोळे भरून पाहून घेत होतं. हस्तिनापूर...आपल्या राजपूरपासून कित्येक योजने दूर असलेली कुरूंची अतिप्राचीन नगरी...गंगेच्या तीरावर वसलेली ती एक अत्यंत सुंदर अशी नगरी आहे म्हणतात. रथातून गेलं तरी एका पक्षाचा प्रवास आहे म्हणे. तिकडून येणारे सार्थवाह तिथल्या कितीतरी गोष्टी सांगत असतात. अशा त्या दूरच्या नगरीला राजकन्या भानुमती निघाली आहे. खरंच महाराजा चित्रांगद भाग्यवान, आपण भाग्यवान, आपलं राजपूर भाग्यवान. म्हणून हा दिवस पाहायला मिळाला.

पाणावल्या डोळ्यांनी राजकन्येनं राजपूर नगरीचा निरोप घेतला. रथ हस्तिनापूरच्या दिशेनं मार्गस्थ झाले. सर्वांत पुढे दुःशासनाचा रथ होता. त्याच्या मागे अंगराज कर्ण, शकुनी यांचे रथ चालू लागले. युवराज दुर्योधनानं नववधू भानुमतीसह पुष्पमालांनी शृंगारलेल्या रथावर आरोहण केलं. दुर्योधनाच्या रथामागे आणखी एक रथ होता. भानुमतीला सोबत म्हणून दिलेल्या दासी आणि तिच्या सख्या त्या रथातून निघाल्या होत्या.

मोती-पोवळ्यांच्या राशी आणि अमाप धनसंपत्तीची ओझी लादलेल्या मजबूत रथांचे आस करकरा वाजू लागले. महाराजा चित्रांगदानं हस्तिनापूरच्या राजासाठी ती भेट पाठवली होती. दुर्योधनापुढे हात जोडून त्या भेटीचा स्वीकार करण्याची विनंती त्यानं केली होती. पितामह भीष्मांना प्रणाम सांगितला होता.

कर्ण हस्तिनापूरकडे निघाला होता. पण त्याचं मन रथावर फडकणाऱ्या नागकक्षांकित ध्वजपताकेप्रमाणे राजपूरकडे ओढत होतं. त्या कमलदलांसारख्या अर्धोन्मीलित पापण्यांमध्ये बंदिवान झालेलं कर्णाचं मन अजूनही तिथंच घुटमळत होतं. पुन्हा त्या डोळ्यांची भेट होईल? तिला पाहताच द्रौपदीची...पांचालीची आठवण झाली होती. पांचालीसारखाच श्यामल वर्ण. म्हटलं तर काहीसा तांबूस-गौर आणि कमलफुलांच्या देठांसारखा सतेज. आणि नाव वृषाली... पांचाली...वृषाली...

...आणि जरासंधाचं ते असामान्य औदार्य. वीर असावा तर असा. शत्रूच्याही गुणांचा आदर करणारा. गंगाकिनारी वसलेली सुंदर मालिनी नगरी कर्णाच्या डोळ्यांसमोर उभी राहिली. प्राचीन काळी तीच मगधांची राजधानी होती. तिथंच पैल तटावर आपला प्रिय अंगदेश आहे... हस्तिनापूरकडे निघालेल्या कर्णाचं मन विजयाच्या आनंदलाटांवर आंदोळत होतं. परंतु राजकन्येच्या त्या सखीची- वृषालीची- आठवण

होताच कसली तरी अनाम हुरहुर मनाला ग्रासत होती.

राजपूरची सीमा मागे पडली. दुर्योधन कर्णराजाच्या रथात येऊन बसला. दुःशासन, शकुनी हेही आले. राजपुरात घडलेल्या गोष्टींच्या आठवणी निघत राहिल्या.

दिवस उगवले आणि मावळले. रात्री आल्या आणि गेल्या. प्रवास सुरूच राहिला. संपत्तीच्या ओझ्यानं वाकलेल्या रथांचे आस करकरा वाजत राहिले. मगध, महाकोसल, करुष, वत्स असे अनेक देश मागे पडले. अनेक नद्या, पर्वत आणि अरण्ये ओलांडत वाटचाल सुरूच राहिली.

केव्हा एकदा हस्तिनापूर येईल असं प्रत्येकाला झालं होतं. आणि तोही दिवस उजाडला. सारी हस्तिनापूर नगरी जणू बाहू उभारून नवपरिणित वधूवरांच्या स्वागतासाठी उभी होती. पौरजनांना आज युवराज दुर्योधन आणि त्याचा मित्र कर्ण यांचा मोठाच अभिमान वाटत होता. दुर्योधन आणि कर्ण या दोघा मित्रांनी कलिंग राजकन्या जिंकून आणली होती. भानुमतीचं हरण करून राजपुत्र दुर्योधनानं आणि जरासंधासारख्या महाबलाढ्य राजाला पराभूत करून अंगराज कर्णानं मोठाच पराक्रम गाजवला होता. त्याला आणि विशेषतः नवपरिणित वधूला डोळे भरून पाहण्यासाठी सारी हस्तिनापूर नगरी आसुसली होती.

नगरसीमेवर पुष्पमालांनी सजवलेला युद्धरथ सिद्ध होता. नवपरिणित वधूवरांनी त्यावर आरूढ होऊन नगरप्रवेश करावा यासाठी सर्व सिद्धता झाली होती.

सर्व तयारी झाली. शंख-भेरींच्या आवाजानं आसमंत भरून गेला. नवा वेश परिधान करून युवराज दुर्योधनानं रथावर आरूढ होण्यासाठी उजवं पाऊल उचललं. पिवळं अंशुक परिधान केलेली राजकन्या भानुमती त्याचं अनुकरण करत होती. पिवळ्या अंशुकामुळे तिचा पितगौर वर्ण तप्त सुवर्णासारखा उजळून निघाला. निळं अंशुक परिधान केलेल्या एका सखीनं राजकन्येपाठोपाठ रथावर पाऊल ठेवलं आणि हलकेच वळून ती भानुमतीच्या मागे जाऊन उभी राहिली...कर्णाचा डोळ्यांवर विश्वासच बसेना...ती वृषाली होती ! गेले पंधरा दिवस तो जिचा सारखा विचार करीत होता, ती वृषाली राजकन्या भानुमतीशेजारी रथात उभी होती. पण तिची दासी म्हणून की सखी म्हणून? बहुधा तिची सखी म्हणूनच वृषाली सोबत आली असावी.

नवपरिणित वधूवरांना पाहण्यासाठी राजमार्गावर दुतर्फा पौरजनांची गर्दी लोटली. जिच्यासाठी एवढं युद्ध झालं त्या कलिंग देशाच्या राजकन्येला- भानुमतीला पाहण्यासाठी उंच महालांच्या सौधांवर स्त्रियांनी दाटी केली. आणि जरासंधासारख्या पराक्रमी राजाला पराभूत करणारा तो अजिंक्य वीर...कर्ण...तो तर कधीच सर्वांच्या आदराचा आणि कौतुकाचा विषय ठरला आहे. खरंच अंगराज कर्ण जेवढा पराक्रमी आहे; तेवढाच रूपवानही आहे. त्याच्याकडे एकदा पाहिलं की पुन्हा पाहावंसं वाटतं. पुन्हा

पाहिलं तरी सारखं पाहावंसं वाटतं. आणि राजकन्या भानुमतीच्या मागे उभी आहे ती कोण? तिची सखी की आणखी कोणी? वर्णानं काहीशी सावळी असली तरी रूपात राजकन्येपेक्षा उजवी दिसते...

मुलाला आणि सुनेला आशीर्वाद देताना महाराजा धृतराष्ट्राच्या आंधळ्या डोळ्यांत पाणी डबडबून आलं. आपल्याला डोळे नाहीत याचं आज त्याला कधी नाही एवढं दुःख झालं. महाराणी गांधारीनं भानुमतीला जवळ घेऊन तिच्या मुखावरून आपला प्रेमळ हात फिरवला. अधीर बोटांनी तिचं मुख चाचपलं. आज महाराणीच्या बोटांना जणू डोळे फुटले होते आणि त्या डोळ्यांनीच जणू ती भानुमतीला पाहत होती.

दुर्योधनाचं मस्तक हुंगून त्याला आशीर्वाद दिल्यावर कर्णाला उराशी कवटाळत महाराजा म्हणाला, "ये, पुत्र कर्ण. तुझा पराक्रम ऐकला. माझे वृद्ध कान धन्य झाले. अंगराज, पुत्र दुर्योधनाची निवड तू सार्थ ठरवलीस."

"आपला आशीर्वाद असावा महाराज." महाराजाचे आणि माता गांधारीचे पाय शिवत कर्ण म्हणाला.

"आयुष्यमान हो पुत्र कर्ण." गांधारी म्हणाली. खळ्कन ओघळलेले पापण्यांआडचे अश्रू डोळ्यांवर बांधलेल्या पट्टीत विरून गेले.

माता गांधारीचे पाय शिवताना कर्णाला ओढ लागली होती ती राधामातेच्या दर्शनाची. मातेचा आशीर्वाद घेतल्याशिवाय मनाला स्वस्थता लाभणार नव्हती. घाईघाईनं दुर्योधनाचा निरोप घेऊन तो रथावर आरूढ झाला. आईची भेट घ्यायला कर्ण जेवढा उतावळा झाला होता, तेवढीच आपल्या पराक्रमी पुत्राचं स्वागत करायला माताही आतुर झाली होती...

११.

युवराज दुर्योधनाच्या विवाहाप्रीत्यर्थ हस्तिनापूर नगरी दुधातुपात लोळत होती. सर्वत्र होमहवनांचा धूर दरवळत होता आणि मद्य-मांसाचा वास घमघमत होता. राजवाड्यात तर आनंदाला उधाण आलं होतं.

अंगराज कर्ण राहत होता ती सूतवस्तीही आनंदानं न्हाऊन निघाली होती. सूतजनांना आज आपल्या कर्णराजाचा मोठाच अभिमान वाटत होता. एका सूतराजानं जरासंधासारख्या महाबलाढ्य योद्ध्याला धूळ चारावी, ही काही सामान्य गोष्ट नव्हती. आणि तशात आज स्वतः युवराज दुर्योधन आपल्या नवपरिणित वधूसह राधामातेच्या आणि अधिरथराजाच्या दर्शनासाठी कर्णाच्या वाड्यावर येणार होता. आज आपल्या जीवनाचं सार्थक झालं, असंच अधिरथराजाला वाटलं. अंगराजासारखा

पुत्र मिळाला, त्यानं एवढा मोठा पराक्रम केला, कुरुराजकुमार युवराज दुर्योधनाशी मैत्री संपादन केली, त्याचाच परिणाम म्हणून आज युवराजाचे पाय सपत्नीक आपल्या घराला लागणार आहेत. एका सारथ्याच्या जीवनात यापेक्षा आणखी आनंदाचं आणि भाग्याचं ते काय घडणार? अधिरथराजाच्या उरात आज राहून राहून गहिवर दाटत होता. अधून मधून ओलावणाऱ्या डोळ्यांच्या कडा तो हलकेच पुसून घेत होता. त्याचं वृद्ध मन आज कधी नाही इतकं कोवळं, भावकातर झालं होतं.

राधामातेनं वधूवरांच्या स्वागताची तयारी केली. दोघांसाठी पीठासनं ठेवली. पंचारती सिद्ध केल्या. राजवाड्याकडून आलेला रथ कर्णराजाच्या वाड्यासमोर उभा राहिला, तेव्हा सगळी सूतवस्ती युवराजाच्या स्वागतासाठी हात जोडून उभी होती. सूतजनांच्या अभिवादनाचा स्वीकार करून युवराजानं कर्णराजाच्या वाड्यात पाऊल ठेवलं. राधामातेनं वधूवरांच्या कपाळावर गंधाक्षता रेखल्या. पंचारती ओवाळताना ती राजकन्या भानुमतीच्या रूपाकडे पाहतच राहिली... खरोखरच राजकन्या भानुमती सूर्याचं तेज घेऊनच जन्मली होती. तिचा उजळ चेहरा, सतेज गौर वर्ण राधामातेच्या डोळ्यांना मोहवीत होता...भानुमतीच्या रूपाकडे पाहताना कर्णराजाविषयीचा अभिमान तिच्या मनात उचंबळून आला... माझ्या वसुषेणानंच पूर्वसमुद्राकडचं हे अनमोल रत्न दुर्योधनाला मिळवून दिलं आहे. तो तिथं नसता तर? त्या जरासंधाला कोण पराभूत करणार होतं? आता यानंतरचं स्वयंवर माझ्या वसुषेणानंच जिंकायला हवं. म्हणजे या वाड्यात भानुमतीसारखीच एक सुंदर...

"नमस्कार करतो माते..." भानुमतीसह राधामातेच्या पायावर वाकत दुर्योधन म्हणाला.

"आयुष्मान भव. अष्टपुत्रा सौभाग्यवती भव." भानावर येऊन राधामातेनं आशीर्वाद दिला.

जवळ उभा असलेला अधिरथ पाणावल्या डोळ्यांनी ते दृश्य पाहत होता. राधामातेचं दर्शन घेऊन झाल्यावर दुर्योधनानं त्याचंही दर्शन घेतलं. आशीर्वाद घेतला. अधिरथ संकोचानं पुरता अवघडून गेला. साक्षात् कुरू युवराज दुर्योधन त्याचा आशीर्वाद घेण्यासाठी वाड्यावर आला होता. सारंच कसं स्वप्नवत् वाटत होतं.

आता परिचयाचा उपचार राहिला नव्हताच. राधामाता नववधूला घेऊन आत गेली. बंधू संग्रामजितानं युवराजाला मधुपर्क दिला. दोघे मित्र बोलत बसले. अनौपचारिक गप्पा बऱ्याच रंगल्या. बोलत बोलत फलाहार झाला. युवराज दुर्योधनाचा एक सेवक सारखा आतबाहेर करत होता. आतून बोलावणं आलं म्हणून सूतराज अधिरथ बैठकीवरून उठून आत गेला. आत भानुमतीची आणि राधामातेची चर्चा बरीच रंगलेली दिसत होती. दुर्योधनालासुद्धा कर्णाशी काहीतरी बोलायचं होतं; पण तो

विषय भानुमतीसमोरच छेडावा असं त्याला वाटत होतं. शिवाय त्यापूर्वी राधामातेशी बोलणं आवश्यक होतंच.

कर्णाशी बोलता बोलता मध्येच थबकून दुर्योधन म्हणाला,"अंगराज, मी जरा आत जाऊन येतो. मला मातेशी थोडं बोलायचं आहे."

दारावरच्या सेवकानं आत उभ्या असलेल्या दासीला युवराज दुर्योधन मातेच्या भेटीसाठी येत असल्याचं सांगितलं. एवढं झाल्यावर दुर्योधन आत निघून गेला.

बराच वेळ झाला तरी कोणीही बाहेर आलं नाही. दुर्योधनाचं काय चाललं आहे हेच अंगराजाला कळेना... हा दुर्योधन म्हणजेसुद्धा एक कोडंच आहे. इतका वेळ बोलत होता खरा; पण त्या बोलण्यात त्याचं लक्षच नव्हतं. त्याला काहीतरी बोलायचं होतं; पण पाहिजे ते बोलू शकत नसल्याप्रमाणे तो दुसरंच काहीतरी सांगत होता.

तेवढ्यात स्वत: दुर्योधनच बाहेर आला आणि म्हणाला,"अंगराज, आत तुझ्या विवाहाची बोलणी सुरू आहेत. तुझी हरकत नाही ना?"

दुर्योधनाच्या या प्रश्नावर काय बोलावं तेच कर्णाला कळेना. निरुत्तर होऊन तो दुर्योधनाकडे पहातच राहिला.

गालात हसत दुर्योधन पुढे म्हणाला,"ही थट्टा नाही अंगराज. महाराजा चित्रांगदाचा सूतप्रमुख अश्वसेन याची कन्या वृषाली भानुमतीची जिवलग सखी आहे. भानुमती आज आपल्या सखीच्या विवाहाचा प्रस्ताव घेऊन तुझ्या वाड्यात आली आहे."

तोवर दारात येऊन उभी राहिलेली भानुमती दुर्योधनाला दुजोरा देत म्हणाली, "होय अंगराज, आता जगेन तर अंगराजाची धर्मपत्नी म्हणूनच असा निश्चय करूनच ती राजपूरहून माझ्यासोबत आली आहे."

काय लबाड आहे हा दुर्योधन ! कर्णाच्या मनात आश्चर्याच्या आणि आनंदाच्या उकळ्या फुटल्या. तशा गोंधळलेल्या मन:स्थितीतच तो म्हणाला, "-पण मातेची संमती... बाबांची इच्छा..."

"मग आत इतका वेळ कशाची चर्चा सुरू होती असं तुला वाटतं?" हास्याचा गडगडाट करत दुर्योधन म्हणाला.

दुर्योधनाच्या हसण्यात सामील होत सगळे कर्णराजाकडे कौतुकानं पाहू लागले. पण मनातून सुखावून गेलेला कर्णराज मात्र मित्र दुर्योधनाकडे कृतज्ञतेनं पाहत होता.

२०.

युवराज दुर्योधनाचा प्रिय मित्र कर्ण याच्या विवाहाच्या आनंदाप्रीत्यर्थ हस्तिनापूर

नगरी पुन्हा एकदा आनंदाच्या सागरात बुडून गेली. स्वतः अंगराज कर्ण सुखाच्या डोहात आकंठ पोहत होता. त्याच्या विवाहाप्रीत्यर्थ आज दुर्योधनानं त्याला सपत्नीक भोजनासाठी निमंत्रित केलं होतं.

त्या रम्य संध्याकाळी शतावधी दिव्यांनी उजळून निघालेल्या दुर्योधनाच्या महालात दुर्योधन, दुःशासन, शकुनी आणि कर्ण गप्पागोष्टींत रंगून गेले होते. वारुणीचा पहिला चषक रिचवून खाली ठेवताना कर्णाच्या मनात अनेक सुखद आठवणींनी फेर धरला...

राजपूरहून परतताना हस्तिनापूरच्या वाटेवर पाहिलेलं ते सुखस्वप्न युवराज दुर्योधन आणि भानुमतीच्या योजकतेमुळेच सत्यसृष्टीत अवतरलं होतं. दुर्योधनानं अगदी त्याच दिवशी राजपूर नगरीला रथ पाठवला होता. सारथीप्रमुख अश्वसेन वृषालीच्या मातेसह हस्तिनापुरात दाखल होताच पुढच्या गोष्टींची पूर्तता व्हायला वेळ लागला नाही. स्वतः दुर्योधन पुढे होऊन सगळ्या गोष्टी पाहत होता. अंगराजानं फक्त हातात पुष्पमाला घेऊन उभं राहायचं होतं. बाकीच्या गोष्टी पाहायला दुर्योधन, दुःशासन आणि संग्रामजित समर्थ होते. तोवर अंगदेशाहून बंधू शत्रुंजय हाही येऊन पोचला. कर्णराजाचा वाडाच नव्हे, तर संपूर्ण सूतवस्ती वरगृहासारखी नटली होती...

वृषालीला सोबत घेऊन अंगराज कर्णानं दारी येईल त्या अतिथीला मनसोक्त अर्थदान केलं. अन्नदानाला तर सीमाच उरली नाही. वृषालीसारखी रूपवती सून मिळालेली पाहून मातेला झालेला आनंद कर्णाला पुनःपुन्हा आठवत राहिला...

वृषाली नुसती रूपवतीच नाही, तर ती तेवढीच गुणवतीही आहे. तिच्या सहवासातल्या प्रत्येक क्षणात जगण्याचा आनंद भरलेला असतो. तिच्यासारखी पत्नी मिळायला भाग्य हवं हेच खरं.

पहिल्याच भेटीत म्हणते, “अंगराजा, कुठलीही राजकन्या स्वतःहून वरमाला घालायला पुढे येईल असं तुझं रूप आणि तसाच तुझा पराक्रम आहे. पण राजकन्येऐवजी माझ्यासारखी सूतकन्या गळ्यात पडली म्हणून रागावला नाहीस ना?”

स्त्रिया किती चतुर असतात नाही? असं म्हणतात की त्यांना उपजतच शहाणपण लाभलेलं असतं. आणि पुरुषांना मात्र ते मिळवावं लागतं. यावर कर्णानं म्हटलं, “नाही तर काय, रागावलोच आहे!” पण पतीचं मन ओळखून ते कसं खुलवावं हे कोणी वृषालीकडूनच शिकावं. आपले टपोरे डोळे अधिकच मोठे करत ती म्हणाली, “खरंच?”

“हो...अगदी खरंच. पंधरा दिवस सोबतीनं प्रवास केलास; पण सुगावासुद्धा लागू दिला नाहीस !”

यावर ती किती मधुर हसली होती... अगदी खळाळत्या झऱ्यासारखं ! आणि तसंच तिचं ते अवखळ प्रेम. म्हटलं,"सुलक्षणे, तुझ्यापुढे राजकन्याच काय पण कुठलीही अप्सरासुद्धा मला तुच्छ आहे..."

त्याच्या समोर बसलेल्या दुर्योधनाच्या हातातला चषक अजून रिता व्हायचा होता. दुःशासन आणि शकुनी मोठमोठ्यानं हसत आपसात थट्टाविनोद करत होते.

दुर्योधनाचा संकेत मिळताच सेवकानं पुढे होऊन कर्णाच्या चषकात वारुणी ओतली. सुखाच्या लाटांवर हेलकावणाऱ्या कर्णाला आज भरपूर वारुणी हवी होती. चषकांवर चषक रिते करताना किती वेळ गेला याचंही भान उरलं नाही.

"युवराज... आज मी सुखाच्या शिखरावर उभा आहे..." कर्ण बोलू लागला. "...असं म्हणतात की माणसानं सुख एकट्यानं भोगू नये. त्यातला आनंद इतरांनाही वाटावा. म्हणतात ना, दुःख भोगावं आणि सुख वाटावं. अगदी तसंच... आणि माझ्या या सुखाचं, आनंदाचं कारण तूच तर आहेस. तुझ्यामुळेच हे सुख मला उपभोगायला मिळालं आहे. त्यातला तुझा वाटा मला दिला पाहिजे. तुझ्यासाठी काय करू ते सांग. तुला प्रिय वाटेल ते करण्यासाठी आज मी उत्सुक आहे."

"प्रेक्षणगृहात तुला अंगदेशाचा राजा म्हणून राज्याभिषेक झाला होता तेव्हा तू काय म्हणाला होतास ते तुला आठवतं ना अंगराज?" दुर्योधन म्हणाला.

"का... काय... म्हणालो होतो?" जड झालेल्या जिभेनं अडखळत कर्ण म्हणाला.

"म्हणाला होतास, युवराज तुझ्या मैत्रीपलीकडे मला काहीही नको. तेच मीही म्हणतो. तुझ्या मैत्रीपलीकडे मला काहीही नको."

"न... नाही... माग. तुला काय हवं ते माग... आज तू तुझ्या मित्राला,अंगराज कर्णाला काय हवं ते माग... क्ष...क्षमा कर ...तू मागू नकोस...आज तू मला आज्ञा दे. तुझी आज्ञा ऐकायला मी आतुर आहे."

दुर्योधन म्हणाला,"...ज...जरासंधासारख्या महारथी योद्ध्याला जीवदान देणाऱ्या तुझ्यासारख्या अद्वितीय वीरानं माझी आज्ञा शिरोधार्य मानावी हे मला भूषणावह आहे अंगराज... आन्वीक्षिकी, वार्ता, लोकायत इत्यादी सर्व शास्त्रांत तू पारंगत आहेस. किंबहुना तुझ्यासारखा धर्मवेत्ता तूच आहेस. कुठल्याही युद्धप्रकारातलं तुझं असामान्य कौशल्य वाखाणण्यासारखं आहे. पण मला वाटतं धनुर्विद्येतली अजून काही कौशल्यं तुला आत्मसात करायला हवीत. उद्या युद्धभूमीत आपली अर्जुनाशी गाठ पडणार नाही, हे कशावरून?"

"म्हणजे? अर्जुन धनुर्विद्येत कर्णापेक्षा वरचढ आहे असं तुला म्हणायचं आहे की काय?"

"तो कदाचित वरचढ नसेलही; पण आम्हाला माहीत नसलेली अधिक

कौशल्यं त्याच्याकडे आहेत, हे निश्चित! आमच्या शत्रूंना अधिक ज्ञान देऊन द्रोणाचार्यांनी पक्षपात केला आहे. त्यामुळेच कांपिल्यनगरीत आम्हाला दोनदा पराभव स्वीकारावा लागला. ज्ञान घेणारा शिष्य म्हणे तसाच पात्र असावा लागतो. अर्जुन काय एकटाच पात्र होता? दुर्योधन कुठे उणा होता? माझा मित्र कर्ण कुठे उणा होता? तोही त्याच युद्धशाळेत धनुर्विद्येचे धडे घेत होता ना?''

कर्ण म्हणाला,''चुकतोस तू युवराज. मी त्यांचा शिष्य कधी होतो? म्हटलंच तर मी कृपाचार्यांचा शिष्य होतो. पण त्यांना तरी आपल्या देखरेखीखाली कोण शिकतं आणि काय शिकतं, हे कुठं माहीत होतं? कर्ण स्वतःच स्वतःला शिकवत होता. स्वतःच स्वतःला घडवत होता. कारण तो एक सूतपुत्र होता.''

''हाच, हाच तो पक्षपात. कोण क्षत्रिय आणि कोण सूतपुत्र? आणि ब्राह्मण तरी कोण? शिवाय हे सगळं ठरवणार तरी कोण? क्षत्रियत्व जन्मानं नव्हे तर मनगटातील सामर्थ्यावरून ठरतं. ज्ञानवंत असेल तो ब्राह्मण आणि बलवान असेल तो क्षत्रिय. त्याच न्यायानं कर्ण अंगदेशाचा राजा झाला आहे आणि त्याच न्यायानं त्याला क्षत्रियाला आवश्यक असलेल्या सर्व विद्या आणि शस्त्रकौशल्यं मिळवण्याचा अधिकार आहे. क्षत्रियांच्या आश्रयानं जगणाऱ्या ब्राह्मणांनी कुठलाही पक्षपात न करता ती कौशल्यं शिकवणं, हे त्यांचं कर्तव्य आहे.''

कर्णाच्या बुद्धिशक्तीवरील मद्याची धुंदी काहीशी खाली उतरली. त्याच्या मनात पुन्हा विचारांचा तोच उलटसुलट गोंधळ सुरू झाला. आनंदाच्या अत्युच्च क्षणी दुर्योधनानं एका अप्रिय विषयावर ही चर्चा कशासाठी सुरू केली आहे, हेच त्याला कळेना. परंतु दुर्योधनाला काय म्हणायचं आहे याचा काहीसा अदमास कर्णाच्या चाणाक्ष बुद्धीला आला होता.

''अंगराज '' कर्णाची मनःस्थिती ओळखून दुर्योधन पुढे म्हणाला,''तू दानवीर आहेस. मागितलेली गोष्ट तू कधीही नाही म्हणणार नाहीस याची मला खात्री आहे. जरासंधासारख्या योद्ध्याला धूळ चारणारा अद्वितीय वीर हीच तुझ्या क्षत्रियत्वाची ओळख आहे. द्रोणाचार्यांचं शिष्यत्व स्वीकारून धनुर्विद्येतली राहिलेली सर्व कौशल्यं आत्मसात कर. तू वयानं लहान होतास, केवळ सामान्य सूतपुत्र होतास तेव्हा जे काय घडलं असेल ते आता विसर. या वेळी ते तुला नकार देतील असं मला वाटत नाही. कारण आता तू सूतपुत्र कर्ण राहिलेला नाहीस तर अंगराज कर्ण झाला आहेस. जरासंधाला धूळ चारणारा असामान्य वीर आहेस. द्यायचीच असेल तर हीच एक भेट मला दे.''

...तप्त लोहदंडानं डागण्या द्याव्यात तसे काळीज चिरत गेलेले द्रोणाचार्यांचे ते शब्द इतके सहज विसरता येतील? काळजात रुतून बसलेले शब्दांचे बस्तिक बाण काढून टाकायला माणसाचं मन म्हणजे का बाणांचा भाता आहे? हा दुर्योधन

म्हणजे तरी अजबच आहे. तेव्हा जे काय घडलं असेल ते आता विसर म्हणे ! नाही...आता ते शक्य नाही ! ! ते सारं विसरणं कर्णाला शक्य नाही... प्राण गेला तरी तो त्या अहंमन्य आणि उद्धट माणसासमोर उभा राहणार नाही. मित्र दुर्योधन, तेवढं सोडून काय पाहिजे ते माग. दानवीर कर्णाची कीर्ती अशी मातीला मिळवू नकोस... त्याला असा धर्मसंकटात टाकू नकोस. हा पाहा, तुझ्यासाठी माझा प्राण हजर आहे —

"...या कर्णाच्या सामर्थ्यावर तुझा विश्वास नाही का युवराज?" दृढपणे कर्ण म्हणाला.

"आहे. पूर्ण विश्वास आहे. म्हणूनच काही अपेक्षाही आहेत... भीम आणि अर्जुन वगळले तर ती कुंतीची पोरं माझ्यासमोर कस्पटासारखी तुच्छ आहेत. भीमाला तोंड द्यायला मी समर्थ आहे. प्रश्न आहे तो फक्त अर्जुनाचा. त्याला तुल्यबळ प्रतिस्पर्धी फक्त तूच आहेस. म्हणूनच त्याच्याकडे असलेली रहस्यं तुला आत्मसात केलीच पाहिजेत. तू द्रोणाचार्यांचा पट्टशिष्य झालास तर आपलं बळ शतपटीनं वाढेल, हे लक्षात घे."

आपलं म्हणणं कसं पटवून द्यावं हे कोणी दुर्योधनाकडूनच शिकावं. कुठं इकडेतिकडे हलायला जागाच ठेवत नाही. त्याचं म्हणणं मान्य तरी केलं पाहिजे नाही तर नकार तरी दिला पाहिजे. परंतु नकार देऊन कसं चालेल? कर्ण विचारात पडला... उचित तेच तर तो सांगतो आहे. अर्जुनासमोर उभं राहायचं असेल तर आणखी कौशल्य आत्मसात केलंच पाहिजे. आणि त्यासाठी द्रोणाचार्यांसारख्या माणसासमोर प्रसंगी हात जोडावे लागले तरी ते जोडलेच पाहिजेत. गरज त्याला नाही, कर्णाला आहे. कर्णाचा मित्र दुर्योधनाला आहे- कर्णाचा निश्चय डळमळला. दुर्योधनाचं म्हणणं त्याला तर्कसंगत आणि हितावह वाटू लागलं.

दुर्योधनाला अधिक बोलू न देता तो म्हणाला, "काळजी करू नकोस युवराज. तुझी इच्छा असेल तर मी द्रोणाचार्यांची भेट घेईन. त्यांनी माझा शिष्य म्हणून स्वीकार करावा म्हणून हात जोडून विनंती करीन. आणखी काय हवं?"

"मला आणखी काही नको. कर्ण धनुर्विद्याकौशल्यात अर्जुनापेक्षा बलवान झालेला असेल तो दिवस माझ्या दृष्टीनं असीम आनंदाचा असेल. अंगराज, आज तू मलाच नव्हे तर कुरुराज्याला ऋणी केलं आहेस, हे निश्चित समज."

"भोजनाची सिद्धता झाली आहे महाराजा." राजसेवक सांगून गेला.

महालात धुपाचा मधुर सुवास दरवळत होता. त्यात उत्तम प्रकारची हरणं, बोकड इत्यादी प्राण्यांच्या आणि तित्तिर, मोर इत्यादी पक्ष्यांच्या मांसापासून तयार केलेल्या चविष्ट पदार्थांचा घमघमाट मिसळला होता.

रात्र चढत चालली होती. प्रत्येकाच्याच पोटात आता जठराग्नी भडकला होता.

त्याला उत्तम वारुणीचं हवन मिळालं होतं. आता मनसोक्त भोजन मिळाल्याशिवाय तो शांत होणार नव्हता.

२१.

वैशाखाची चढती रात्र उतरणीला लागली तरी कर्ण जागाच होता. निद्रादेवीची आराधना करून कंटाळलेला कर्ण या कुशीवरून त्या कुशीवर वळला. शेजारी पहुडलेल्या वृषालीची झोप चाळवली.

शयनकक्षाच्या कोपऱ्यात तेवणारा दिवा कितीतरी वेळ तसाच प्रकाशत होता. वृषालीला बाहुपाशात जखडून टाकायला उतावीळ झालेल्या कर्णाच्या ओठांची अधीर फुंकर आज त्याच्यावर पडली नव्हती. वृषालीच्या कमळपाकळ्यांसारख्या ओठांचे चुंबन घेण्यासाठी शिवशिवणारे त्याचे ओठ आज मूक होते. तिला अधाशाप्रमाणे हृदयाशी कवटाळून घेणाऱ्या त्या बलदंड बाहूंचा विळखा तिच्याभोवती पडला नव्हता...

दूर कुठूनतरी कोकिळाची आर्त साद कानावर आली. कर्णाचं मन क्षणार्धात भूतकाळाच्या गुहेत शिरलं...आम्रतरूंना मोहोर आला की गंगेच्या किनाऱ्यावरील आमराईतून कोकिळाची अशीच साद कानावर यायची. अपरात्री साद घालणारा तो कोकीळ अजूनही आठवतो...त्याच्या आवाजात माधुर्याऐवजी कारुण्यच अधिक असायचं. हा कोकीळ असा अपरात्री का गातो म्हणून एकदा आईला विचारलं तर ती म्हणाली, " बाळ, तो गात नाही; तो त्याच्या बहिणीला बोलावतो आहे." आईनं सांगितलेली कोकिळाची गोष्ट ऐकून ती रात्र कशी गेली ते कर्णाला आठवलं. आई म्हणाली होती, बाळ वसू , कोकीळ आणि कोकिळा ही दोघं भावंडं होती. त्यांचं एकमेकांवर फार प्रेम होतं. एके दिवशी कोकीळ पक्ष्याचं लग्न झालं. त्याच्या दुष्ट बायकोला बहीण-भावंडांची ती माया सहन होईना. एके दिवशी तिनं नवऱ्याच्या ताटात जळालेली भाकरी वाढली. त्यानं विचारलं, भाकरी कशानं जळाली? तर ती म्हणाली, तुझ्या बहिणीनंच केली आहे. चांगलं आपण खाल्लं आणि जळालेली भाकरी तुला ठेवली. ते ऐकून कोकीळ रागावला. त्यानं बहिणीला घरातून घालवून दिलं. हा आपल्या बायकोचाच कावा होता हे त्याला फार फार उशिरा समजलं. तेव्हापासून तो बहिणीच्या शोधात असा हिंडत असतो. साद घालून तिला बोलावत असतो...

संग्रामजित आणि शत्रुंजय गोष्ट ऐकता ऐकताच झोपी गेले होते. परंतु कर्णाच्या डोळ्यांवर आलेली झोप गेली ती पुन्हा परतली नव्हती. पाण्याबाहेर काढलेल्या

माशासारखी जिवाची तगमग तगमग होत राहिली होती.

रात्री अपरात्री बहिणीला साद घालत हिंडणाऱ्या कोकिळाची ती आर्त साद अजूनही कर्णाच्या कानात घुमते आहे... कदाचित माझी ती आईसुद्धा मला अशीच शोधत हिंडत असेल... रानावनातून... खाचाखळग्यांतून... चालून चालून तिच्या पायाला फोड आले असतील. तरीही उपाशीपोटी, तहानल्या कंठानं, ती आपल्या बाळाला शोधत हिंडत असेल. तिचा शोध थांबेल की तीही अशीच अतृप्त मनानं रानावनातून हिंडत राहील? तिची-आपली भेट होईल? कितीतरी प्रश्न कर्णाच्या मनाला बोचकारे काढत राहिले...

अंगराजाची मनःस्थिती ओळखून इतका वेळ स्तब्ध असलेली वृषाली म्हणाली, “तुला झोप येत नाही का अंगराजा?”

कर्ण म्हणाला,“तू का जागते आहेस वृषाली? शांतपणे झोप.”

“हे माझ्या प्रश्नाचं उत्तर नाही अंगराजा.” वृषालीच्या बोलण्यातला राग स्पष्ट जाणवत होता. कर्ण निरुत्तर झालेला पाहून तीच पुढे म्हणाली, “उद्या द्रोणाचार्यांसमोर हात जोडावे लागणार आहेत, एवढंच ना?”

“अपमान आणि दुष्कीर्ती याशिवाय भयावह ते दुसरं काय असू शकतं वृषाली?”

“परंतु आपद्धर्म म्हणूनसुद्धा काही असतोच ना?”

“त्यानं मागितले तर दुर्योधनासाठी मी प्राणही देईन. परंतु त्या अहंमन्य, शिष्यवंचक आचार्य द्रोणांसमोर...”

“म्हणूनच हा आपद्धर्म आहे असं समज. मित्रकर्तव्य म्हणून ते तुला केलंच पाहिजे.”

“आणि पुन्हा अपमानित व्हावं लागलं तर...?”

“तर दुसऱ्या कोणा गुरूचं शिष्यत्व स्वीकार आणि धनुर्विद्येची साधना पूर्ण कर.”

संभाव्य अपमानाच्या आशंकेची कर्णाच्या मनावर चढलेली धूळ काहीशी झटकली गेली. पण त्यांनी एकलव्यासारखा अंगठा तोडून मागितला तर? परंतु त्यांना तो अधिकारच कुठं आहे? कर्णानं कधीही त्यांचं शिष्यत्व मिरवलं नाही...

‘दुसऱ्या गुरूचं शिष्यत्व स्वीकार म्हणे ! ’ स्वतःशीच हसून कर्ण म्हणाला. स्त्रियांना उपजत शहाणपण असतं म्हणे ! पण याला का शहाणपण म्हणायचं? याला फार तर भाबडेपणाच म्हणता येईल. मनाची समजूत घालायला त्याचा थोडाफार उपयोग होईल एवढंच. दुसऱ्या गुरूचं शिष्यत्व स्वीकार म्हणे ! पण ते इतकं सोपं का आहे?

आचार्य द्रोण धनुर्विद्येची रहस्यं शिकवायला तयार नसतील, तर थेट महेंद्र पर्वतावर आचार्य परशुरामांकडे गेलं पाहिजे. परंतु ते तरी एका सूतपुत्राचा स्वीकार करतील? पितामह भीष्म धनुर्विद्येची सर्व रहस्यं जाणतात. परंतु त्यांच्यासमोर हात जोडून उभं राहिलं तर लगेच त्यांचा आर्यधर्म जागा होईल आणि तेही आचार्य द्रोणांकडे बोट दाखवून आपली असमर्थताच व्यक्त करतील...म्हणतील,' क्षत्रियाला विद्यासंपन्न ब्राह्मणाच्या कृपेनं धनुर्विद्या ग्रहण करण्याचा अधिकार आहे; मात्र प्राप्त झालेली विद्या दुसऱ्याला प्रदान करण्याचा अधिकार त्याला नाही. आणि तुझ्यासारख्या सूतपुत्राला तर ती मागण्याचाही अधिकार नाही...'

घेरून आलेली ती काळरात्र कधी संपूच नये असं वाटू लागलं. परंतु कोपऱ्यातला दिवा मंद होत गेला तसतशी सकाळ उजळत गेली. आचार्य द्रोणांच्या भेटीला जायचं तर सायंकाळच बरी. अपमान झाला तरी तिथं साक्षीला फारसं कोणी असणार नाही. शिवाय जातायेताना कोणाच्या दृष्टीला न पडलेलंच उत्तम.

पायांशी पडलेलं कांबळं पांघरून कर्ण सौधावर आला. गंगेवरून येणारा पूर्वेचा गार वारा अंगावरून वाहू लागला. वारुणीच्या प्राशनामुळे तापलेल्या शरीराला तो सुखद गारवा हवाहवासा वाटू लागला. विचार करकरून शिणलेलं मस्तक काहीसं शांत झालं. सूर्योदयाला अजून बराच अवकाश होता. कर्णाची गंगास्नानाला जायची वेळ झालीच होती. काही असो. नित्यकर्म अव्हेरून चालत नाही. कमरेइतक्या पाण्यात उभं राहून उगवत्या सूर्याला अर्घ्य दिल्याशिवाय मनाला स्वस्थता लाभत नाही. कर्ण तसाच खाली आला. सेवकानं आणून दिलेलं उत्तरीय खांद्यावर टाकून तो सूतघाटाकडे चालू लागला.

घाटावर अजून माणसांची वर्दळ वाढली नव्हती. पायऱ्या उतरून कर्ण पाण्यात उतरला. वैशाखाचे दिवस असूनही पाणी किती थंड वाटतं. शरीर-मनाला आलेली मरगळ झटकली गेली. कर्णाला काहीसं उत्तेजित, उल्हसित वाटू लागलं.

पाहता पाहता गंगेच्या लाटांवर सोन्याचं जाळं पसरलं. पूर्वक्षितिजावर तप्त सुवर्णासारखा सूर्यगोल प्रकटला होता. कर्ण कमरेइतक्या पाण्यात उभा राहिला. सहजच हात जोडले गेले. ओंजळीत अर्घ्य घेताच ओठातून शब्द बाहेर पडू लागले...

" ॐ भुर्भुवः स्वः तत्सवितुर्वरेण्यं
भर्गो देवस्य धीमहि धियो यो नः प्रचोदयात्..."

ओंजळीतून गळणाऱ्या पाण्याचे थेंब टप् टप् करत गंगेच्या पाण्यात पडू लागले. त्या विशाल जलप्रवाहात मिसळून क्षणार्धात नाहीसे होऊ लागले.

कर्णाचं अर्घ्यदान आटोपलं....माणसाचं आयुष्यही असंच असतं नाही? ओल्या वस्त्रानिशी प्रवाहातून बाहेर पडताना कर्ण विचार करत होता. आपण त्याला

ओंजळीच्या चिमटीत धरण्याचा प्रयत्न करतो; पण ते मात्र ओंजळीतून गळणाऱ्या पाण्यासारखं पाहता पाहता निसटून जातं. अर्घ्य द्यायला उशीर झाला तर हातात राहते ती फक्त रिती ओंजळ...

२२.

सूर्यास्त होऊन काही काळ लोटला. जगावर अंधाराचं जाळं पसरू लागलं. युद्धशाळेबाहेरच्या त्या विशाल वटवृक्षाखाली उभा असलेला कर्ण द्रोणाचार्यांच्या पर्णकुटीकडे पाहत होता. पर्णकुटीतून निघालेली धुराची रेषा आकाशात विरत गेली होती. आचार्य द्रोण सायंकाळचं होमहवन आटोपून बसले असतील की अश्वत्थाम्याला धनुर्विद्येची रहस्यं सांगत असतील?

कर्णानं पाऊल उचललं. पर्णकुटीच्या आवारात गाईवासरांची चाहूल लागली आणि त्यापाठोपाठ गाईच्या आचळातून पडणाऱ्या दुग्धधारांचा मधुर ध्वनी कानावर येऊ लागला. आचार्य द्रोणांच्या पर्णकुटीपलीकडे कृपाचार्य राहतात. त्यांना भेटलं तर...? परंतु त्यांना भेटून तरी काय उपयोग? ते प्रोत्साहन तर देणार नाहीतच; उलट परावृत्तच करतील. तेव्हा नकोच ते. परंतु जड झाल्याप्रमाणे कर्णाची थबकलेली पावलं पुढे जायलाच तयार नव्हती. प्रिय शिष्य अर्जुनाला सर्वश्रेष्ठ धनुर्धर ठरवण्यासाठी एकलव्याचा अंगठा तोडून घेणाऱ्या एका शिष्यवंचक शिक्षकाच्या दारात तो उभा होता. ...नको...इथूनच परत फिरावं... कर्णाचं मन द्विधा अवस्थेत हिंदकळू लागलं. परंतु दुर्योधनाला दिलेल्या शब्दाचं काय? मित्रकर्तव्य पार पाडलंच पाहिजे. परिणामांची क्षिती कशाला? मनाचा निश्चय करून कर्णानं पाय उचलला.

क्वचित तो दुर्योधनासोबत या पर्णकुटीत येत असतो. परक्यासारखं यायचं आणि तसंच बाहेर पडायचं. दुर्योधनाशी इतका वेळ बोलणारे आचार्य द्रोण कर्णाची साधी विचारपूसदेखील कधी करत नाहीत. पण आज ते सारं विसरून कर्णानं आचार्य द्रोणांची भेट घ्यायचं ठरवलं होतं.

पर्णकुटीबाहेरच्या आवारातील झाडांभोवती वर्तुळाकार ओटे बांधले होते. त्यावर पांढऱ्या मातीचा लेप देऊन सर्वत्र शुभसूचक वेलबुट्ट्या रेखाटल्या होत्या. तिथंच एका ओट्यावर एक तरुण बसला होता. तो बहुधा अश्वत्थामाच असावा.

संधिप्रकाशात कोणीतरी राजपुरुष पर्णकुटीजवळ आला आहे हे पाहून तो लगबगीनं पुढे आला आणि तो राजपुरुष कर्णच आहे हे ओळखून तो म्हणाला, "ये अंगराज, किती दिवसांनी आला आहेस... ये.''

सरळ स्वभावाच्या अश्वत्थाम्यानं कर्णाची विचारपूस सुरू केली. अंगराज

कर्णासारखा पराक्रमी राजा आपल्या पर्णकुटीत यावा याचा त्याला फार आनंद झाला होता. "खरंच अंगराज, तुझ्या पराक्रमाला तोड नाही. राजपुरात तू जे असीम शौर्य दाखवलंस ते अभिमानास्पद आहे. पण अंगराज तू असा उभा का? बैस ना."

"गुरुपुत्रा, मी आचार्यांची भेट घेण्यासाठी आलो आहे." कर्ण म्हणाला.

"ते मंत्रजप करत आहेत. तू इथंच थांब. मी आलोच." असं म्हणून अश्वत्थामा पर्णकुटीच्या आत गेला. आणि थोड्याच वेळात बाहेर येऊन म्हणाला,"ये अंगराज, आचार्यांनी तुला आत बोलावलं आहे."

कर्णानं आशंकित मनानंच पर्णकुटीत पाऊल ठेवलं. विझत आलेल्या होमकुंडाच्या उष्णलाल उजेडात बसलेल्या द्रोणाचार्यांची कृष्ण मुखमुद्रा कर्णाला काहीशी भेसूरच वाटली. त्यांचा मंत्रजप आटोपला होता. परंतु ते अजूनही त्याच मनःस्थितीत होते. त्याच मनःस्थितीत शून्यात गेलेल्या डोळ्यांनी त्यांनी कर्णाकडे पाहिलं. त्या डोळ्यांतील भाव भराभरा बदलत गेले आणि शेवटी कर्णावर स्थिर झाले. त्या डोळ्यांतील अनिच्छेचा भाव कर्णापासून लपून राहिला नाही.

समोर पडलेल्या चटईकडे बोट दाखवत ते म्हणाले," बैस."

पद्धतीप्रमाणे आचार्यांना वंदन करून कर्ण स्थानापन्न झाला. अश्वत्थाम्यानं धारोष्ण दुधाचा पेला कर्णाच्या हातात दिला आणि तो पुन्हा बाहेर निघून गेला. आदरातिथ्य म्हणून आणून दिलेलं दूध घेताना कर्ण पुढे काय बोलावं, आपला मनोदय कसा सांगावा, याचा विचार करू लागला.

द्रोणाचार्यही तीच वाट पाहत असावेत. कधीतरी युवराज दुर्योधनासोबत येणारा कर्ण आज असा एकटाच आणि तोही अशा अवेळी आलेला पाहून ते कधीच सावध झाले होते. त्याच्या मनातील हेतूचा अस्पष्टसा अंदाजही त्यांना त्याच वेळी आला होता. परंतु ते सारं आता त्यांना कर्णाच्या तोंडूनच वदवून घ्यायचं होतं.

कर्णाच्या हातातील दुधाचा पेला रिता होताच ते म्हणाले," आज काय काम काढलं होतंस कर्ण?"

"माझी एक विनंती आहे आचार्य. आपलं शिष्यत्व स्वीकारण्याची इच्छा मनात बाळगून आज मी पुन्हा एकदा आपल्या भेटीला आलो आहे."

" मी तुझ्या या विनंतीचा स्वीकार करू शकत नाही सारथीपुत्र कर्ण." तट्कन आचार्य द्रोण म्हणाले. कर्णाचा शिष्य म्हणून स्वीकार करता येणार नाही आणि का करता येणार नाही हेही त्यांनी स्पष्टच सांगून टाकलं होतं. आणि हे सांगताना एकदाही त्यांनी कर्णाचा अंगराज म्हणून उल्लेख केला नव्हता. पहिल्यांदा कर्ण आणि आता सारथीपुत्र कर्ण.

काहीच बोलायची आवश्यकता उरली नव्हती. द्रोणाचार्यांनी अगदी स्पष्ट

शब्दांत निर्णय दिला होता. परंतु मनात होतं ते स्पष्टपणे बोलून दाखवल्याशिवाय कर्णही स्वस्थ बसणार नव्हता. द्रोणाचार्यांची ती अनिच्छा, त्यांनी मुद्दाम केलेला सारथीपुत्र असा उल्लेख या सगळ्या गोष्टी लक्षात ठेवून तो म्हणाला,''क्षत्रियत्व हे मनुष्याच्या अंगातल्या शौर्यादी गुणांवरून ठरतं, हे आपणच सांगितलं होतं ना आचार्य? हाच आर्यधर्म...''

''हो. सांगितलं होतं. परंतु शौर्यादी गुण प्रकट होण्यासाठी आधी क्षत्रियकुळात जन्म घ्यावा लागतो. जन्मणारा प्रत्येक जीव आपली गुणकर्मं घेऊनच जन्माला येतो. सूतकुलात क्षत्रियाला आवश्यक असलेले शौर्यादी गुण कुठून प्रकट होणार?''

''म्हणजे शौर्यादी गुण असूनही आणि अंगदेशाचा राजा होऊनही मी क्षत्रिय झालोच नाही?''

''नाही. सारथ्यानं जन्मप्राप्त कर्मं सोडून क्षत्रियासारखं वर्तन करणं हा अधर्म आहे. आर्यधर्माचा तू लावतो आहेस तो अर्थ आज विहीत नाही. माणसाच्या जन्मजात गुणांवरूनच त्याची कर्मं ठरतात. त्याविरुद्ध आचरण करणं, हा अधर्म ठरतो.''

''म्हणजे मी करत आहे तो अधर्म आहे असंच का...?''

''हो. तू करत आहेस तो अधर्मच आहे.''

''ते कसं? आर्यावर्तातील अनेक राजे जन्मानं क्षत्रिय नाहीत. तरीही लोक त्यांना क्षत्रियच समजतात. आणि मी करत आहे तो अधर्म असेल तर ब्राह्मणांनी क्षत्रिय कर्मं स्वीकारणं हा धर्म कसा होऊ शकेल?''

कर्णाच्या या युक्तिवादावर आचार्य द्रोण दचकलेच. असा खोड्यात टाकणारा प्रश्न त्यांना आजवर कोणीही आणि कधीही विचारला नव्हता. थोडा विचार करून ते म्हणाले,'' ब्राह्मण हे त्रैवर्णीयांचे गुरू आहेत. त्यांना इतर वर्णीयांची कर्मं निषिद्ध नाहीत. आपद्धर्म म्हणून ती त्यांना स्वीकार्य आहेत. मात्र कनिष्ठ वर्णीयांना उच्च वर्णीयांची कर्मं आपद्धर्म म्हणूनसुद्धा स्वीकार्य नाहीत. तुला माहीतच असेल की मी उत्तर पांचाल देशाचा अधिपती आहे. द्रुपदाला बंदिवान केल्यानंतर मीच पांचाल राज्याची विभागणी केली होती हे तुला माहीत आहे ना? परंतु म्हणून मी अहिच्छत्राला जाऊन राज्याभिषेक करवून घेतला नाही आणि घेणारही नाही. आता अधिक शास्त्रचर्चा नको. शूद्रांना ती विहीत नाही आणि ती तुझी योग्यताही नाही.''

एवढा अपमान झाल्यावर कर्णालाही अधिक बोलायची इच्छा उरली नाही. ताड्‌कन उठून तो पर्णकुटीबाहेर आला आणि बेभानपणे चालू लागला. संतापाच्या भरात अश्वत्थाम्याचा निरोप घेण्याचंही भान त्याला राहिलं नाही.

कर्णाच्या मस्तकात संतापाचा आगडोंब उसळला होता... जन्मजात गुणांविरुद्ध आचरण केलं तर तो म्हणे अधर्म ठरतो. मग हा नियम त्रैवर्णीयांनाच का? ब्राह्मणांना का नाही? आपणच शास्त्रं लिहायची आणि आपणच त्यांची साक्ष काढायची ! इतरांना शास्त्रं दाखवायची आणि स्वतःसाठी मात्र आपद्धर्माच्या ढाली पुढे करायच्या! इतरांनी मात्र मुकाट्यानं सारं सोसायचं. हे असं का म्हणून साधं विचारायचंसुद्धा नाही आणि विचारलंच तर तोही म्हणे अधर्म ठरतो...

थोडा वेळ पूर्ण एकांतात घालवल्याशिवाय पुढे काय करावं याचा निर्णय घेणं शक्य नव्हतं. कर्णाचे पाय आपोआपच सूतघाटाकडे वळले. काळोखात बुडालेला सूतघाट अपेक्षेप्रमाणे पूर्ण निर्जन झाला होता. घाटावरील पायऱ्यांवर खेळणाऱ्या लाटांचे आवाज सोडले तर सर्वत्र नीरव शांतता नांदत होती.

पायरीच्या शिळेवर बसून कर्ण विचार करत राहिला. दूर चार्वाक मुनींच्या आश्रमात दिवे लुकलुकत होते. कर्णाला आठवलं... आपण कितीतरी दिवसांपासून चार्वाक मुनींच्या आश्रमात जाऊन यायचं ठरवत आहोत; परंतु ते अजूनही घडलं नाही. कधी संधीच मिळाली नाही. काही लोक त्यांना पाखंडी म्हणतात, वैदिक धर्माचे शत्रू म्हणतात, तर काही लोक त्यांना लोकायतिक म्हणतात. लोकायत विचारात राजधर्माचं फार चांगलं विवेचन आलं आहे. राजानं कसं वागावं, प्रजेचा सांभाळ कसा करावा, हे सगळं त्यांनीच सांगितलं आहे. राजाला लोककल्याणाचा मार्ग शिकवणारा लोकायत विचार पाखंडी कसा असेल? मग त्यांची संभावना पाखंडी म्हणून का केली जाते?...विचारांच्या तंद्रीत कर्ण उठला आणि चार्वाक मुनींच्या आश्रमाकडे चालू लागला...

२३.

आश्रमाजवळ येताच कर्ण थोडासा थबकला. भोवतालच्या गडद अंधारात चार पर्णकुट्यांचा तो समूह गूढरम्य वाटत होता. प्रत्येक पर्णकुटीच्या आतबाहेर दिवे जळत होते. पर्णकुट्यांच्या मधोमध असलेल्या आवारात काही तरुण आपसात बोलत बसले होते. तिथं कुठं यज्ञकुंड दिसत नव्हतं की समिधांचा ढीग दिसत नव्हता; मात्र एका पर्णकुटीशेजारच्या पडवीत चार-पाच गाई उभ्या होत्या आणि सर्वत्र नाना प्रकारच्या पुष्पवाटिका बहरल्या होत्या.

आश्रमाच्या प्रवेशद्वारावर कोणीतरी अतिथी आला आहे असं पाहून एक तरुण स्नातक पुढे येऊन म्हणाला, ''कोण आहे? पांथस्था, तू कोणी अतिथी असशील तर निःसंकोच आत ये.''

" मी अतिथी नाही."

"अतिथी नाहीस? तर मग कोण आहेस? पांथस्था, तू निःसंकोचपणे आत ये." आर्जवी स्वरात तो स्नातक म्हणाला.

"मी कर्ण. अंगदेशाचा राजा कर्ण."

"अंगराज कर्ण? युवराज दुर्योधनाचा सखा कर्ण? चार्वाक मुनींच्या आश्रमात तुझं स्वागत आहे अंगराज."

कर्णाला वाटलं, ऐकिवात आहे तशी ही माणसं काही माणूसघाणी दिसत नाहीत. बोलण्यावरून किती नम्र वाटतात. चारू म्हणजे गोड, मधुर... वाक् म्हणजे वाणी. ज्याचं बोलणं मधुर आहे तो चारुवाक- चार्वाक. वेदविद्येचे धडे देताना कृपाचार्य चार्वाक मतावर तुटून पडत. चार्वाक मतानुयायांचं तोंडही पाहू नये, त्यांचं काही ऐकू नये म्हणून सांगत. ते किती खरं म्हणायचं? वस्तुस्थिती तर त्याहून वेगळी दिसते.

कर्णानं निःसंकोचपणे चार्वाक मुनींच्या आश्रमात पाऊल ठेवलं. साधी शुभ्र वस्त्रं परिधान केलेले स्नातक आश्रमाच्या आवारात त्याच्या स्वागतासाठी उभे होते. एका स्नातकानं जाऊन आचार्यांना कर्णराजाच्या आगमनाची वार्ता सांगितली.

स्वतः अंगराज कर्ण आपल्या आश्रमात आला आहे हे पाहून आचार्यांना आश्चर्य वाटलं असावं. ते स्वतःच आसनावरून उठून पर्णकुटीतून बाहेर आले. आचार्यसुद्धा इतर स्नातकांप्रमाणेच तरुण दिसत होते. चार्वाक मुनी ते हेच की काय? कर्णाच्या मनात प्रश्नचिन्ह उमटलं.

कर्णाचं स्वागत करत आचार्य म्हणाले, "ये अंगराज. तू आमच्या आश्रमात यावंस हा आमचा मोठाच सन्मान आहे. ये आत ये."

आचार्यांनी केलेल्या विनंतीप्रमाणे कर्ण स्थानापन्न झाला. कर्णानं आसन ग्रहण केल्यावर आचार्य आपल्या आसनावर बसले.

एका स्नातकानं जलपानाचं तबक आणून कर्णासमोर ठेवलं. त्या अनौपचारिक आतिथ्यानं भारावून जाऊन कर्ण म्हणाला,"अनाहूतपणे आल्याबद्दल क्षमा असावी आचार्य."

आशीर्वाद दिल्याप्रमाणे हात उंचावत आचार्य म्हणाले," हे राजन्, तू बराच त्रस्त आणि व्यथित दिसतोस. मनात उद्भवलेले काही प्रश्न घेऊन तू आला आहेस. निःसंकोच बोल. तुझ्या मनात असलेल्या शंकांचं निरसन करण्याचा प्रयत्न मी करीन. त्यातून तुझ्या मनाला काही सांत्वन मिळालं तर मला आनंदच होईल." आचार्यांचा आवाज मधुर; परंतु स्थिर होता. त्यांच्या प्रत्येक शब्दात आपुलकी आणि आश्वासकता होती.

कर्ण म्हणाला,"होय आचार्य, खरंच मी गोंधळलो आहे. वर्णाश्रमधर्माची

दुटप्पी धोरणं माझ्या आकलनापलीकडे गेली आहेत. राजधर्म जाणून घेताना मी लोकायतदर्शनाचा अभ्यास केला. स्वपराक्रमाच्या बळावर राजाही झालो; परंतु क्षत्रिय होऊ शकलो नाही. एकीकडे पौरुष हेच क्षत्रियत्वाचं लक्षण आहे असं सांगायचं आणि दुसरीकडे क्षत्रियत्व आणि ब्राह्मण्य जन्मजात गुणांवर अवलंबून आहे, असंही सांगायचं हे गूढ आहे तरी काय आचार्य?''

''त्यात गूढ काहीच नाही. ब्राह्मणांतील काही स्वार्थी लोकांनी रचलेलं ते एक स्वार्थी कारस्थान आहे. या सर्व अनर्थाचं मूळ आत्मविचारात आहे. आत्मा अविनाशी, अमर्त्य आहे, या मताच्या पुष्टीसाठी वैदिकांनी कर्मविपाकाचा सिद्धान्त मांडला आणि माणसाचा वर्ण अर्जित गुणांवरून न ठरता तो जन्मजात गुणांवरून ठरतो, असा दिशाभूल करणारा मतप्रवाह त्यांनी प्रसृत केला. कर्मविपाक, यज्ञयाग, मूर्तिपूजा, पुनर्जन्म, पापपुण्य, स्वर्गनरक अशा अनेक भ्रामक कल्पना त्यांनीच निर्माण केल्या आणि समाजाच्या माथी मारल्या. या जन्मी गुणकर्माधिष्ठित वर्णाश्रम व्यवस्थेविरुद्ध आचरण केलं तर त्याची फळं पुढील जन्मी भोगावी लागणार आहेत, ही भीती आत्मविचाराशीच निगडित आहे. इतर त्रैवर्णीयांच्या मनात ती भीती निर्माण करून त्यांनी आपल्या स्वार्थाचं कारस्थान रचलं आहे. गेली कित्येक वर्षं या दांभिक तत्त्वज्ञानाविरुद्ध आम्ही भांडत आहोत.''

''आत्मविचाराशी म्हणजे?'' कर्णाला आचार्यांच्या बोलण्याचा नीट उलगडा झाला नाही. अधिक जिज्ञासा वाटून तो पुढे म्हणाला,''आपला हा विचार अधिक स्पष्ट करा आचार्य.''

आचार्य म्हणाले,''शरीरातील प्राणतत्त्वाला ते आत्मा म्हणतात. ते असं सांगतात की, माणूस मरतो म्हणजे काय होतं, तर त्याचं शरीर मरतं. त्या शरीरातील आत्मा मात्र अमर्त्य, अविनाशी असतो. आपण ज्याप्रमाणे जीर्ण वस्त्रं टाकून देऊन नवी वस्त्रं धारण करतो, त्याप्रमाणे आत्माही जीर्ण झालेलं जुनं शरीर टाकून देऊन नवं शरीर धारण करतो आणि या जन्मातील कृतकर्मांची फळं पुढील जन्मी भोगतो. आत्मा अमर्त्य, अविनाशी असेल, तो पुनर्जन्म घेत असेल तर पापाची भीती आलीच. आणि अशा या जन्मसिद्ध वर्णाश्रम व्यवस्थेविरुद्ध वर्तन करणं हेच पाप ठरवण्यात आलं असेल, तर ते धाडस कोण करील?

''या जन्मी केलेल्या पापांची फळं पुढच्या जन्मी भोगावी लागू नयेत या भीतीपोटीच माणूस कर्मविपाकाच्या भ्रामक सिद्धान्ताला बळी पडला आहे. मुळात आत्मा किंवा ज्याला आत्मतत्त्व म्हणावं असं काही अस्तित्वातच नाही. मानवी देहात आत्मा असतो आणि तो पुनर्जन्म घेतो, हे आजवर कोणीही सिद्ध करू शकलेलं नाही. हे राजन्, जन्माच्या आधी किंवा मृत्यूच्या नंतर काहीच नाही. जे आहे ते सगळं इथंच आहे. परंतु आत्मानात्म विचारांचा व्यर्थ काथ्याकूट करणाऱ्या

लोकांनीच माणसाच्या सुखात विष कालवलं आहे. दुधात लवणाचा खडा टाकावा त्याप्रमाणे पारलौकिकाच्या भीतीनं त्याचा इहलोक नासवून टाकला आहे. एका अर्थानं त्याला निष्क्रिय, दैववादी बनवून टाकलं आहे.''

''म्हणजे आत्मा किंवा ज्याला आत्मतत्त्व म्हणावं असं काहीच का अस्तित्वात नाही?'' कर्ण म्हणाला.

''मुळीच नाही!'' ठामपणे आचार्य म्हणाले. ''ज्याला ते आत्मा म्हणतात तेच प्राणतत्त्व होय. त्याला शरीरावेगळं स्वतंत्र असं अस्तित्व असूच शकत नाही. ते शरीरासोबत जन्म घेतं आणि शरीरासोबतच लयाला जातं. पृथ्वी, जल, वायू आणि तेज या चार तत्त्वांच्या एकत्रीकरणातून चैतन्यमय प्राणतत्त्व जन्म घेतं आणि त्या चारही तत्त्वांचं विघटन होताच ज्योत विझावी त्याप्रमाणे विझून जातं. विझलेली ज्योत परत येत नाही, त्याप्रमाणे एकदा विझलेलं प्राणतत्त्व परत येत नाही. म्हणूनच पुनर्जन्म नाही की कर्मविपाकही नाही. इहलोक क्षणभंगुर आहे, दृश्य जग हा मायावी आभास आहे, असं इतरांना सांगून सर्व जनलोकांचे भोग ते स्वतःच लाटत आहेत. आपण इतरांची फसवणूक करत आहोत हे त्यांना पुरतं माहीत आहे. त्रयो वेदस्य कर्तारो भंड, धूर्त, निशाचरः ..... लबाड, धूर्त आणि चोर या तीन प्रकारच्या लोकांनी माणसामाणसात भेद निर्माण करणाऱ्या वेदांचं आंधळं गारूड रचून ठेवलं आहे आणि शस्त्रबळ आणि संख्याबळाच्या जोरावर समाजाच्या माथी मारलं आहे.

''गेली कित्येक वर्षं आम्ही वैदिकांशी भांडत आहोत. संख्याबळाच्या जोरावर आज त्यांची सरशी झाल्यासारखी दिसत असली तरी सत्य आमच्या बाजूला आहे. प्राणांचं मोल देऊन ते जपण्याचा प्रयत्न आम्ही केला आहे. महामना लोकगुरू बृहस्पती हे लोकायत तत्त्वज्ञानाचे पहिले उद्गाते आहेत. त्यांनीच हे तत्त्वज्ञान आचार्य चार्वाक यांना सांगितलं. लोकगुरू बृहस्पतींच्या नंतर लोकायत मताचा ठाम पुरस्कार करणारे चार्वाक मुनी यांची हत्या झाली. त्यांचे ग्रंथ जाळण्यात आले. लोकगुरू बृहस्पती यांचाही असाच छळ झाला होता. परंतु म्हणून त्यांचा विचार लोप पावला नाही. तो जागृत ठेवण्याचा प्रयत्न आम्ही करत आहोत.

''आत्मानात्म विचार, देव-दैववाद आणि कर्मविपाकावर आधारित वर्णाश्रम धर्माच्या भ्रामक कल्पनांना बळी न पडता आपलं लौकिक जीवन कसं सुखी आणि संपन्न करता येईल, हाच विचार माणसानं केला पाहिजे. मानवी सामर्थ्य आणि प्रयत्न हाच सुखी आणि संपन्न जीवनाचा मूलाधार आहे...

''साधी गोष्ट घे. मद्यमांस भक्षण करण्यासाठी ते यज्ञात पशूंचे बळी देतात आणि वरून बळी दिलेल्या पशूंना स्वर्गवास मिळतो, असं सांगतात. बळी दिलेल्या पशूंना स्वर्गवास मिळतो तर हे स्वतःच का बळी जात नाहीत? एखादा माणूस

मृत झाल्यानंतर त्याच्या शरीरातून बाहेर पडलेला आत्मा मृत होत नसेल तर आपल्या प्रियजनांचा आक्रोश ऐकून तो पुन्हा आपल्या त्या शरीरात प्रवेश का करत नाही? आत्मा अविनाशी, अमर्त्य असेल तर प्रियजनांचा आक्रोश त्याला ऐकू यायलाच हवा. परंतु तसं घडत नाही. कारण आत्मा किंवा आत्मतत्त्व हेच मुळात अस्तित्वात नाही. आत्मा, पुनर्जन्म आणि कर्मविपाकाशी निगडित असलेला धर्माधर्म विचार त्याज्य आहे. प्राप्त परिस्थितीत मानवी विवेक आणि सत्यासत्याला धरून जे करणं योग्य आहे, तोच माणसाचा धर्म. आणि जे तुझ्या व इतरांच्या कल्याणाच्या विरोधात असेल तोच अधर्म. पारलौकिकाची भ्रामक भीती मनातून काढून टाकून दृश्य मानवी जीवन आणि जग सुखी कसं करता येईल, हाच धर्म.''

कर्णाच्या डोक्यातील विचारांचा गोंधळ हळूहळू विरत चालला. परंतु बऱ्याच गोष्टी त्याला अजूनही पुरेशा स्पष्ट झालेल्या नव्हत्या.

आर्यावर्तातील अनेक क्षत्रिय अजूनही लोकायत मताचा स्वीकार करतात. त्याला बार्हस्पत्य मत असंही दुसरं नाव आहे. त्यालाच चार्वाक मत असंही म्हणतात. राजनीती शास्त्रात लोकायतदर्शन हा भाग तेवढाच महत्त्वाचा आहे. मग लोकायतिकांचा वैदिकांना एवढा तिरस्कार का? लोकायतिकांचा अव्हेर करण्याची एकही संधी ते का सोडत नाहीत? एके काळी प्रतिष्ठित असलेला लोकायत विचार अप्रतिष्ठित कसा झाला? कर्णानं आपल्या मनातील सर्व शंका आचार्यांना बोलून दाखवल्या.

आचार्य म्हणाले,'' राजन्, तुझ्या सर्व शंका रास्त आहेत. आचार्य बृहस्पतींनी कथन केलेलं लोकायतदर्शन हेच मूळ एतद्देशीय तत्त्वज्ञान आहे. पंचनद प्रदेशापलीकडून आलेल्या आर्यांनीसुद्धा त्याचा स्वीकार केला आहे. परंतु नंतर आलेल्या आणि स्वतःला श्रेष्ठ समजणाऱ्या काही आर्य जमातींनी आपलं निराळेपण टिकवण्यासाठी आणि आपलं वर्चस्व प्रस्थापित करण्यासाठी लोकायत मताचा अनादर सुरू केला. स्वतःला उच्चवर्णीय म्हणवणाऱ्या वैदिक ब्राह्मणांनी त्यात अधिक पुढाकार घेऊन स्वतःचं श्रेष्ठत्व मिरवण्यासाठी वेदांचं अवडंबर माजवलं. धर्मसत्ता हातात घेऊन राजसत्तेलाही आपल्या दावणीला बांधलं. शस्त्रबळाचा वापर करून एतद्देशीयांना आणि लोकायत मतानुयायांना चिरडून टाकण्याचा निकराचा प्रयत्न केला. आचार्य चार्वाक मुनींची हत्या झाली, त्याचं कारण हेच. चार्वाक हा विचार आहे. परंतु चार्वाक मुनी गेले म्हणून चार्वाकविचार संपला नाही.''

''म्हणजे आपण ...'' बऱ्याच वेळापासून मनात घर करून राहिलेली आणखी एक शंका कर्णानं व्यक्त केली.

''मी चंद्रकेतू. चार्वाक मुनींच्या विचारांचा अनुयायी. हे माझे स्नातक. आमच्या

विचारांमुळे लोक आम्हाला चार्वाक म्हणतात. परंतु तो आमच्या आचार्यकुलाचा गौरवच नाही का?''

"माझ्या मनातील अनेक शंकांची उत्तरं मला मिळाली आहेत आचार्य. आता आपली आज्ञा असावी.'' हात जोडून आचार्यांना वंदन करत कर्ण म्हणाला.

"अंगराज, तू राजा असलास तरी आज या आश्रमाचा अतिथी आहेस. भोजन घेतल्याशिवाय...''

"नको आचार्य, भोजन मी घरीच घेईन.'' कर्ण म्हणाला.

शेवटी आचार्यांच्या आग्रहानुसार थोडा फलाहार घेऊन कर्ण आश्रमाबाहेर पडला.

"राजन्... '' कर्णाला निरोप देताना आचार्य म्हणाले,'' आपण कोण आहोत, सूतपुत्र आहोत की क्षत्रिय आहोत, या प्रश्नांच्या भोवऱ्यात व्यर्थ गुंतू नकोस. कुठलीही विद्या ग्रहण करण्याचा तुलाही तेवढाच अधिकार आहे. ज्ञान ही कोणाचीही मक्तेदारी नाही. जवळ असलेलं ज्ञान दुसऱ्याला देणं, हे प्रत्येकाचं कर्तव्यच आहे. परंतु स्वार्थापोटी जो माणूस ज्ञान दडवून ठेवून दुसऱ्याला त्यापासून वंचित करत असेल, तो माणूस आपल्या कर्तव्यापासून दूर गेला आहे, हे निश्चित समज. त्याला आचार्य म्हणवून घेण्याचा यत्किंचितही अधिकार नाही.

"हे राजन् , तुझ्या तेजःपुंज मुखावरून, सामर्थ्यशाली बाहूंतून तुझं प्रभुत्व प्रस्फुटित होत आहे. कुठलाही न्यूनगंड मनातून काढून टाक. तू गवताचं पातं हातात घेतलंस तरी त्याचं खड्ग होईल. तू जिथं पाय ठेवशील तेच तुझं साम्राज्य होईल. आणि तू दगडावर बसलास तरी त्याचं राजसिंहासन होईल. आणखी एक गोष्ट सतत ध्यानी असू दे- रत्नपारखीसुद्धा रत्नासारखाच दुर्मिळ असतो. राजमुकुटाच्या कोंदणातच शोभून दिसावं असं अनमोल रत्न कोणी धुळीत फेकलं म्हणून त्याची योग्यता कमी होत नाही. ते कृत्य करणाऱ्या माणसाची योग्यता मात्र त्यातून जगजाहीर होते. वर्णश्रेष्ठत्वाच्या अहंकारापोटी आज ते तुझी योग्यता नाकारत आहेत. कारण त्यांची स्वतःची योग्यता संशयास्पद आहे...

" परंतु वर्णश्रेष्ठत्वाचा हा अहंकार काळाच्या कसोटीवर टिकणार नाही. याच पृथ्वीतलावर त्यांना उद्या आपल्या कृत्यांचा हिशेब द्यावा लागणार आहे. कर्णाचा कीर्तिसुगंध जगात दरवळत असेल, त्याच्या शौर्याच्या आणि पराक्रमाच्या गाथा लोक गात असतील, तेव्हा आचार्य द्रोणांची कोणी आठवणही काढणार नाही. आणि काढलीच तर एकलव्यासारख्या असामान्य धनुर्धराचा अंगठा तोडून घेणारा शिष्यवंचक गुरू आणि कर्णासारख्या असामान्य वीराची उपेक्षा करणारा कद्रू माणूस म्हणूनच काढली जाईल...''

२४.

द्रोणाचार्यांच्या भेटीला गेलेला कर्ण इतका उशीर झाला तरी अजूनही आला नाही म्हणून वृषाली काळजीत पडली होती. कर्णाला पाहताच तिचं मन सुपाएवढं झालं. पण त्याची विचारक्रांत मुद्रा पाहून ती पुन्हा काळजीत पडली.

आधीच उशीर झाला असल्यानं कर्ण लगेच जेवायला बसला; परंतु आवडीचे पदार्थ असूनही त्याला जेवण असं गेलंच नाही. विचारांच्या तंद्रीतच तो जेवून उठला. आचार्य चंद्रकेतू यांच्याशी झालेल्या चर्चेतून त्याला बऱ्याच प्रश्नांची उत्तरं मिळाली होती खरी; परंतु पुढे नेमकं काय करावं हेच कळेनासं झालं होतं. मनाची नुसती तडफड तगमग होत होती.

'...आपण कोण आहोत? सूतपुत्र आहोत की क्षत्रिय आहोत या प्रश्नांच्या भोवऱ्यात व्यर्थ गुंतू नकोस. कुठलीही विद्या ग्रहण करण्याचा तुलाही तेवढाच अधिकार आहे. ज्ञान ही कोणाचीही मक्तेदारी नाही...' आचार्य म्हणाले होते...

ज्ञान ही कोणाचीही मक्तेदारी नाही हे खरं; पण ब्राह्मण त्याची मक्तेदारी घेऊन बसले आहेत त्याचं काय? कर्तव्य विसरून ते स्वार्थापोटी ज्ञान दडवून ठेवत आहेत. इतरांना त्यापासून वंचित करत आहेत. ते काही असो. कुठल्याही सबबीवर ते हस्तगत केलंच पाहिजे... आचार्य द्रोण ते द्यायला तयार नसतील तर महेंद्र पर्वतावर आचार्य परशुराम यांच्याकडे गेलं पाहिजे...सूतो वा सूतपुत्रो वा...यो वा को वा भवाम्यहम्...दैवायत्तं कुले जन्म मदायत्तं तु पौरुषम्... मी सूत असेन वा सूतपुत्र असेन, जो कोण असेन तो असेन ! कोणी कुठल्या कुळात जन्म घ्यावा हे कदाचित दैवाधीन असेलही, पण स्वपराक्रमानं पौरुष सिद्ध करणं, हे सर्वस्वी माझ्याच अधीन आहे. ते मी सिद्ध करीन आणि आचार्य द्रोणांसारख्या अहंकारी लोकांचा अभिमान धुळीला मिळवीन ! मित्र दुर्योधनाच्या ऋणातून मुक्त होईन...

कर्णाचं मन एका निर्णयावर स्थिर झालं होतं. तत्क्षणी तो उठून बसला. कोपऱ्यात जळणारा दिवा काहीसा मंद झाला होता. बहुधा मध्यरात्र कधीच उलटून गेली असावी. शेजारी पहुडलेली वृषाली सारखी या कुशीवरून त्या कुशीवर वळत होती. बहुधा तिला बरं वाटत नसावं.

ती जागीच असावी या अदमासानं तिच्याकडे पाहत कर्ण म्हणाला, "वृषाली, मी महेंद्र पर्वतावर आचार्य परशुरामांकडे जायचं ठरवलं आहे. तुझी संमती आहे ना?"

"परंतु महाराजा, ते तर म्हणे फक्त ब्राह्मण स्नातकांनाच विद्यादान करतात आणि... "

"....आणि आणखी असंही सांगतात की ते क्षत्रियांचा तेवढाच तिरस्कार करतात." वृषालीचं वाक्य पूर्ण करत कर्ण म्हणाला.

"असं असताना ते तुझा स्वीकार करतील?" वृषालीनं मनात आलेली शंका बोलून दाखवली.

"वेळ येईल तेव्हा काय ते पाहता येईल. धनुर्विद्येतली गहन रहस्यं मला हस्तगत केलीच पाहिजेत. मी महेंद्र पर्वतावर निघालो आहे तो एक विद्यार्थी म्हणून. अंगराज म्हणून नव्हे की सूतपुत्र वसुषेण म्हणूनही नव्हे... सकाळी सूर्योदयाच्या आत हस्तिनापूर सोडावं, असा माझा विचार आहे. मी कुठे गेलो आहे हे कोणालाही सांगू नकोस."

कर्णाचा तो निश्चय पाहून वृषाली विचारात पडली. हलकासा निःश्वास सोडून ती पुढे म्हणाली, "लवकर परत ये म्हणजे झालं. आपल्या दोघांत लवकरच आणखी कोणीतरी येणार आहे म्हटलं."

"असं म्हणतेस?" आनंदानं उल्हसित होऊन वृषालीला बाहूंत कवटाळून घेत कर्ण म्हणाला, "मग ही आनंदाची वार्ता इतक्या उशिरा का सांगायची असते?"

कर्णाच्या छातीवर मस्तक टेकून वृषाली आनंदाश्रू ढाळू लागली.

कर्ण म्हणाला, "मला क्षमा कर वृषाली. तुझी प्रकृती ठीक नाही आणि मी मात्र माझ्याच —"

आपली लांबसडक बोटं कर्णाच्या ओठावर टेकवून त्याला पुढे बोलू न देता वृषाली म्हणाली, "महाराजा, तुझ्यापुढचे प्रश्न मोठे आहेत. त्यापुढे आमची लहानसहान दुःखं म्हणजे काहीच नव्हेत. आमची काळजी करू नकोस. तू उद्याच महेंद्र पर्वतावर जा. यशस्वी हो !"

वृषालीनं दाखवलेला तो मनाचा मोठेपणा पाहून कर्णाचं मन प्रेमानं ओथंबून आलं. तो म्हणाला, "नवं माणूस येईपर्यंत मी आलोच म्हणून समज. यदाकदाचित् मला उशीर झाला तर आपल्या त्या कन्येचं नाव वृषसेना ठेव."

"अंह! मला मुलगा हवा आहे म्हटलं. त्याच्या पित्यासारखाच पराक्रमी आणि तेजस्वी." लटकंच रागावत वृषाली म्हणाली.

"ठीक आहे..." माघार घेत कर्ण म्हणाला. "तुझ्या इच्छेप्रमाणे झालं तर त्याचं नाव वृषसेन ठेव."

"पण वृषसेनच का?"

"राधामातेचा पुत्र राधेय, तसा वृषालीचा पुत्र वृषसेन नाही तर आणखी कोण?"

वृषाली गालातच हसत सलज्जपणे कर्णाकडे पाहू लागली. समाधानाने तिच्याकडे पाहत कर्ण म्हणाला, "मातेची, संग्रामजिताची काळजी घे. बाबांना काय हवं नको

ते पाहा. स्वतःच्या प्रकृतीस जप.''

रात्र संपली; पण बोलणं संपलं नाही. सकाळचे गार वारे वाहू लागले. वृषालीनं स्वतः उठून अंगराजाची तयारी करून दिली. सोबत दोन-तीन दिवस पुरेल एवढं खायला दिलं. स्नानादी कार्यं आटोपून कर्ण अश्वशाळेत गेला. आपला आवडता अश्व बाहेर काढून त्यावर खोगीर कसलं. निघायची तयारी झाल्यावर तो मातेच्या दर्शनासाठी गेला.

माता म्हणाली, ''बाळ वसुषेण, असा अचानक कुठं निघालास? आपल्या अंगदेशाला की काय?''

''नाही माते. काही दिवसांसाठी एका दूर देशाला जाऊन येतो. महाराजांची आणि युवराजाची आज्ञा आहे.''

हेच सांगून त्यानं वडिलांचाही निरोप घेतला आणि शांतपणे निजलेल्या बंधू संग्रामजिताकडे एकवार पाहून घेऊन तो बाहेर पडला. नगरजन जागे होण्याच्या आत हस्तिनापूरच्या सीमेबाहेर पडणं आवश्यक होतं. नगरीबाहेर पडताच कर्णानं अश्वाला टाच दिली. तो कांबोजदेशीय शुभ्र अश्व कर्णाचा संकेत उमजून चौखूर उधळला.

मार्गक्रमण करताना कर्णाला मातेचे भरून आलेले डोळे दिसत होते. वृषालीचे भावभिजले व्याकूळ डोळे तर तो विसरूच शकत नव्हता. जणू ते डोळे त्याला सांगत होते, 'अंगराज... लवकर परत ये... आम्ही तुझी वाट पाहतो आहोत...'

२

२५.

...शतावधी नक्षीदार खांबांनी ज्याचं विस्तीर्ण छत पेललं आहे, असा प्रचंड राजमहाल समोर दिसतो आहे...राजमहालाच्या मध्यभागी दोन पांढरीशुभ्र सिंहासनं ठेवलेली आहेत. त्यावर युधिष्ठिर आणि अर्जुन बसले आहेत. त्यांनीही तशीच शुभ्र वस्त्रं परिधान केली आहेत. परंतु हे सिंहासन शूभ्र कसं? राजमहालाच्या अवतीभोवतीची जमीन मात्र तांबडीलाल रक्तरंजित दिसते आहे. तिच्यावर जणू सर्वत्र रक्तमांसाचा चिखल माजला आहे. मानवी हाडांचा भला मोठा ढीग तिथं पडला आहे. जणू हाडांचा पांढराशुभ्र पर्वतच. आणि श्रीकृष्ण हे काय करतो आहे? त्याच्या हातात चक्र, खड्ग, भ्रुशुंडी, पाश, तोमर, गदा, मुसळ अशी कितीतरी नाना प्रकारची शस्त्रं आहेत आणि ती सगळी शस्त्रं तो इकडे तिकडे विखरून टाकतो आहे...मध्येच थांबून अर्थपूर्ण असं मंद मंद हसतो आहे. त्याच्या कृष्ण मुखमंडलावरील शुभ्र दंतपंक्ती हसताना किती मनोहर वाटतात. आणि हे काय? युधिष्ठिर सिंहासनावरून उठून पुढे कशासाठी येतो आहे?

हळूहळू पुढे आलेला युधिष्ठिर तो हाडांचा पर्वत चढतो आहे. पाहता पाहता चढूनही गेला आहे...आता कोणीतरी त्याच्या हातात कसल्याशा खाद्य पदार्थानं भरलेलं तबक ठेवलं आहे. त्यातला पदार्थही पांढराच दिसतो आहे. मधुपर्कासारखा दिसणारा तो पदार्थ युधिष्ठिर आनंदानं प्राशन करतो आहे. आता हातात भली मोठी गदा घेतलेला भीम तो मानवी सांगाड्यांचा पर्वत चढतो आहे. नकुल-सहदेव तिथंच एका बाजूला उभ्या असलेल्या रथात बसले आहेत. चार चक्रांचा तो युद्धरथ मानवी शरीरांवरच उभा आहे... आणि हे काय? भीष्म, द्रोण, कृपाचार्य आणि इतर अनेक क्षत्रिय राजे त्यांच्या मागे उभे आहेत. त्यांच्या अंगावरील वस्त्रं मात्र रक्तवर्णी दिसत आहेत. आचार्य द्रोण आणि कृपाचार्य ज्या रथावर आरूढ झाले आहेत, त्या रथाला

घोड्यांऐवजी उंट जोडले आहेत. अस्ताव्यस्त पाय टाकत धावणाऱ्या उंटांसोबत तो रथही तसाच कसातरी अस्ताव्यस्त धावतो आहे. परंतु त्याचा खडखडाट मात्र मुळीच ऐकू येत नाही. इतका का तो रथ दूर आहे...?

...कुठूनतरी रथाचा खडखडाट ऐकू येतो आहे, असं वाटू लागलं. त्या आवाजानंच कर्णाला जाग आली. ...म्हणजे? हे सारं स्वप्नच होतं तर ! कर्ण खाड्कन उठून बसला. शेजारी पहुडलेल्या वृषालीच्या अंगाखाली गेलेलं उत्तरीय ओढलं जाऊन नकळत तिची झोप चाळवली. मिठीत शिरण्यासाठी पुढे आलेले तिचे हात हाती घेऊन कर्णानं तिला आपल्या विशाल बाहूंत वेढून घेतलं. शयनकक्षातला दिवा आता मंद झाला होता.

बहुधा उत्तररात्रीचा प्रहर असावा. रतिक्लांत वृषाली कर्णाच्या मांडीवर मस्तक ठेवून पुन्हा झोपी गेली. इतक्या दिवसांच्या प्रतीक्षेनंतरचा आनंद तिच्या सुंदर चेहऱ्यावर विलसत होता. वृषालीच्या पलीकडे लहानगा वृषसेन झोपला होता. एकदा वृषसेनाच्या तर एकदा वृषालीच्या मुखाकडे पाहत कर्ण विचार करत राहिला... ऐन सुखाच्या क्षणी असं अभद्र स्वप्न का पडावं? प्रत्येक वेळी हे असंच होतं. एखादी सुखाची लाट येते न येते तोच तिचाच प्रचंड भोवरा तयार होतो आणि ती लाट पाहता पाहता अज्ञातात लुप्त होऊन जाते...

धनुर्विद्येच्या प्राप्तीसाठी महेंद्र पर्वतावर गेलो, विद्या प्राप्तही केली...परंतु प्राप्त केली असं खरंच म्हणता येईल का? "तुझ्यासारखा धनुर्धर आर्यावर्तात होणार नाही." आचार्य परशुराम म्हणाले होते. परंतु त्याच वेळी ते पुढे म्हणाले होते, "कपटानं मिळवलेली ही विद्या तुला लाभणार नाही...!" धनुर्विद्या मिळविण्यासाठी कर्णानं असत्य सांगितलं होतं हे खरं; परंतु एकदा प्राप्त झालेली विद्या लाभणार नाही हे कसं? कर्ण असत्य बोलला म्हणून की तो सूतपुत्र आहे म्हणून?

"कोण आहेस तू? कुठून आलास?" आपल्या पिंगट करारी डोळ्यांनी रोखून पाहत आचार्य परशुरामांनी विचारलं होतं.

"मी भार्गव. हस्तिनापूरहून आलो आहे आचार्य." कर्ण म्हणाला होता.

"द्रोणाचार्यांसारखे धनुर्वेद जाणणारे आचार्य तिथं असताना इथवर येण्याचं कारण?"

"आचार्य धनुर्वेदसंपन्न आहेत. परंतु ते कुरुकुलाचे राजगुरू आहेत. तेव्हा..."

"समजलं. पण इथं फक्त ब्राह्मण स्नातकांनाच विद्यादान केलं जातं. माहीत आहे ना? तू कोण आहेस?"

"मी भार्गव..."

"ते तू आधीच सांगितलं आहेस. तुझा वर्ण, कुल-गोत्र काय?"

"मी भार्गव, भृगुकुलोत्पन्न ब्राह्मण. विद्या ग्रहण करणं हाच माझा कुलधर्म आहे आचार्य."

"ठीक आहे." आचार्य परशुराम म्हणाले होते.

त्यांनी अधिक चौकशी केली नव्हती खरी; परंतु एक असत्य सांगताना डोक्यावरचं ओझं उतरलं असलं तरी ते सांगून होताच मनावर केवढं दडपण आलं होतं !

आज ना उद्या त्यांना सत्य कळलं तर? मनावर सतत त्या आशंकेचं सावट घेऊनच आश्रमात वावरलो. विद्या ग्रहण केली. इतर स्नातकांत ब्राह्मण विद्यार्थ्यांसारखाच राहिलो. मिळेल तेवढं ज्ञान अधाशासारखं ग्रहण केलं...

किती दिवस झाले आश्रमात येऊन?... कर्ण विचार करत राहायचा. किमान अडीच वर्षं तरी निश्चितच. हस्तिनापूरहून कोणी येणं शक्य नव्हतं की हस्तिनापूरला जाणं शक्य नव्हतं. कर्ण मनानं कधीच हस्तिनापूरला जाऊन पोचला होता. वाड्यात वृषसेना रांगत असेल की वृषाली म्हणाली होती त्याप्रमाणे वृषसेन खेळत असेल? त्याच्या बाळलीला पाहून आई-बाबांना किती आनंद होत असेल...त्यांना आपल्या दूर देशी जातो म्हणून सांगून गेलेल्या मुलाची किती आठवण येत असेल... त्यांची प्रकृती ठीक असेल ना? आता... या वेळी... माझा संग्रामजित काय करत असेल? युद्धशाळेत कृपाचार्यांच्या हातून धनुर्विद्येचे धडे गिरवत असेल की माझा वसुदादा कुठे गेला म्हणून आईला भंडावून सोडत असेल? आणि जिला काहीच माहीत नाही ती माझी राधामाता काय सांगून त्याची समजूत काढत असेल?

पहाटेच्या प्रहरी हस्तिनापूर सोडलं तेव्हा तो झोपेतच होता. भेट होईल तेव्हा तो विचारीलच. तेव्हा त्याला काय सांगायचं? आणि युवराज दुर्योधन तर रोज अगदी डोळ्यांत प्राण आणून मित्राची वाट पाहत असेल. सकाळ-संध्याकाळ रात्रंदिन एकच विचार डोक्यात असायचा. ...झालंच. एवढा धनुर्वेद आत्मसात झाला की आचार्यांची आज्ञा घेऊन निघायचंच. खरंच, ही रहस्यं द्रोणाचार्यांनी शिकवली असती तर? शेवटी सूतपुत्र म्हणून जन्म घेतला, हाच का कर्णाचा दोष आहे?

कर्णाचा प्रत्येक दिवस नवनवी प्रश्नचिन्हं घेऊन उगवत होता आणि ती तशीच अनुत्तरित ठेवून मावळत होता. इथं कोणी आपल्याला ओळखणार तर नाही...? इथून जवळच कलिंग देश आहे. तिथला कोणी ब्राह्मण स्नातक आश्रमात आला आणि त्यानं हा तो जरासंधाला पराभूत करणारा अंगदेशाचा राजा कर्ण आहे म्हणून सांगितलं तर? अशी काही शंका मनात येताच मनाचा थरकाप होऊन जाई. तिच्याकडे कितीही दुर्लक्ष करण्याचा प्रयत्न केला तरी ती मुळीच पाठलाग सोडत नसे.

... त्याच सुमारास ती घटना घडली आणि कर्णाची सर्व तपश्चर्या धुळीला मिळाली. की तीही एक शिष्यपरीक्षाच होती? आचार्यांचा शिष्य भार्गव त्या परीक्षेत उतरला; परंतु सूतपुत्र कर्ण मात्र कायमचा पराभूत झाला.

सकाळपासून सुरू असलेली चर्चा त्या दिवशी दुपारपर्यंत रंगत गेली होती. वनात एखाद्या गर्द सावली असलेल्या झाडाखाली भोजनोत्तर वामकुक्षी घ्यावी, हा आचार्यांचा नित्याचा परिपाठ. त्याप्रमाणे ते निघाले. आज त्यांच्या सेवेची जबाबदारी कर्णावर होती.

चालताचालता आचार्य एका झाडाखाली थांबले. पालापाचोळा साफ करून सोबत आणलेलं मृगाजिन कर्णानं खाली अंथरलं. आचार्य स्थानापन्न झाले. त्यांना मस्तकाखाली घेता येईल असा एखादा दगड कर्ण शोधत होता. मृगाजिनावर अंग टाकत आचार्य म्हणाले,''असू दे पुत्र भार्गव. दगड नाही मिळाला म्हणून काही बिघडत नाही.''

''थांबा आचार्य.'' असं म्हणून कर्णानं उजवी मांडी पुढे केली. शिष्य म्हणून ते त्याचं कर्तव्यच होतं.

''भार्गवा,'' प्रसन्नचित्त होऊन तेवढ्याच सहजपणे कर्णाच्या मांडीवर मस्तक टेकत आचार्य म्हणाले.''तुझ्यासारखा शिष्य मिळाला, हे मी माझं भाग्य समजतो. माझी धनुर्विद्या तुझ्या समर्थ हाती सोपवून मी कृतकृत्य झालो. गर्वोन्मत्त क्षत्रियांना शिक्षा करण्यासाठी तिचा उपयोग कर...''

आणि बोलत बोलत ते निद्राधीन झाले. आचार्यांचा निद्राभंग होऊ नये म्हणून कर्ण तसाच निश्चलपणे बसून राहिला.

कौरव-पांडव, त्यांची भांडणं या सगळ्या गोष्टींपासून कर्ण इतके दिवस दूर होता. आचार्य परशुरामांच्या आश्रमात एक स्नातक म्हणून विद्यार्जन करत होता. परंतु आज पुन्हा एकदा ते सगळे विचार त्याच्या डोक्यात शिरू लागले होते. अर्जुन, कृष्ण, युधिष्ठिर या सगळ्यांना पाहून किती दिवस झाले? ज्याच्यासाठी ही खडतर तपश्चर्या पत्करली आहे तो अर्जुन...दुर्योधनाला सुयोधन म्हणणारा युधिष्ठिर...आणि त्यांचा हितचिंतक कृष्ण...

सूर्य पश्चिमेकडे कलला होता. दोन फांद्यांमधून येणारी उन्हाची तिरीप आचार्यांच्या मुखाकडे सरकू लागली होती. दोन्ही हात आडवे धरून कर्णानं ती अडवली. वामकुक्षीची वेळ संपत आली तरी आचार्य अजूनही गाढ निद्रेत होते. तेवढ्यात अलर्क जातीचा एक भुंगा कुठूनसा आला आणि कर्णाजवळ येऊन स्थिर झाला. कुठलंही कठीण लाकूडसुद्धा लीलया पोखरून काढणारा तो काळाकभिन्न कीटक पाहून कर्ण थोडासा दचकलाच. आचार्यांना त्याचा स्पर्श झाला असता किंवा त्याचा कर्णकटू गुंजारव कानी पडला असता तर निश्चितच त्यांचा निद्राभंग झाला असता. त्याला हातानं झटकून टाकलं असतं तर उन्हाची तिरीप त्यांच्या मुखावर पडली असती. काय करावं तेच कर्णाला सुचेना.

काही काळ स्थिर राहिलेला भुंगा जागचा हलला आणि हळूहळू कर्णाकडे सरकू

लागला. कर्णाच्या दृष्टीत सामर्थ्य असतं तर त्यानं तत्क्षणी त्या ओंगळ कीटकाला दूर भिरकावून दिलं असतं. परंतु ते शक्य नव्हतं. आता जे घडेल त्याला निर्धाराने सामोरं जायचा निश्चय करून कर्ण तसाच बसून राहिला.

पाहता पाहता तो कीटक कर्णाच्या उजव्या मांडीखाली शिरला होता. कडकडून चावा घेतला जाताच कर्णाच्या तनमनात वेदनेची तीव्र जाणीव पसरली. परंतु त्यानं कुठलीही हालचाल केली नाही. शरीरभर पसरलेली वेदना ओठांखाली चिरडत कर्ण तसाच शिळेसारखा स्थिर होता. परंतु तो कीटक आता मांडी पोखरत होता. थोड्याच वेळात मांडीखालून निघालेला रक्ताचा ओहळ आचार्यांच्या खांद्याजवळ पोचला आणि त्या ऊन रक्तस्पर्शानं त्यांना खाड्कन जाग आली. तत्क्षणी ते उठून उभे राहिले. लज्जित झालेला कर्णही हरवलेलं धैर्य एकवटत उभा राहिला.

"क्षमा असावी आचार्य " दोन्ही हात जोडून कर्ण म्हणाला. परंतु आचार्यांच्या क्रुद्ध दृष्टीला तो दृष्टी देऊ शकला नाही.

कर्णाच्या मांडीखालून निघालेला तो रक्तप्रवाह, रक्तानं लडबडलेला तो अलर्क हे सारं पाहताच आचार्य कडाडले,"एवढी तितिक्षा? एवढा संयम? एवढी असामान्य सहनशीलता? तू निश्चितच ब्राह्मण कुलोत्पन्न नाहीस. कोण...कोण आहेस तू? लक्षात ठेव. असत्याचं नाणं फक्त एकदाच खपतं."

धाड्कन आचार्यांच्या पायावर पडून कर्ण म्हणाला, "क्षमा असावी आचार्य, मी कर्ण. हस्तिनापूरचे सूतप्रमुख अधिरथ यांचा पुत्र अंगराज कर्ण..."

एकदा खाली झुकलेली दृष्टी वर उचलण्याचं धैर्य कर्णाला झालं नाही. प्रत्यक्ष चोरी करताना सापडलेल्या अपराध्यासारखं त्याला झालं होतं.

"धनुर्विद्येसाठी असत्य बोललास तर! आणि तेही माझा निश्चय माहीत असून?"

"... क्षमा असावी आचार्य. पण आपले शिष्यवर पितामह भीष्म क्षत्रियच होते ना?"

"प्रतिप्रश्न करण्याचा उद्धटपणा करू नकोस. अंगदेशाचा राजा झालास म्हणून तू क्षत्रिय ठरत नाहीस. जा, चालता हो. आणि एक लक्षात ठेव. नाही म्हटलं तरी तू माझ्याकडून धनुर्वेद ग्रहण केला आहेस. तुझ्यासारखा धनुर्धर आर्यावर्तात होणार नाही; परंतु कपटानं मिळवलेली ही विद्या तुला लाभणार नाही." एवढं बोलून आचार्य परशुराम गर्र्कन वळले आणि पर्णकुटीकडे निघून गेले.

कर्ण अजूनही तसाच काष्ठवत् उभा होता. कोणा अदृश्य शक्तीनं त्याच्या शरीरातील चेतनाच जणू शोषून घेतली होती. आश्रमात जाऊन इतर सहपाठी स्नातकांचा निरोप घेण्याइतकीही इच्छा आता उरली नव्हती. तशाच जड पावलांनी महेंद्र पर्वत उतरून कर्ण पायथ्याशी आला.

आपल्या कांबोजदेशीय प्रिय अश्वावर स्वार होऊन तो महेंद्र पर्वतावर आला होता. परंतु आज तो अश्व त्याच्याजवळ नव्हता. पर्वताजवळ येण्यापूर्वीच त्याला तो अश्व वाटेत सोडून द्यावा लागला होता. परंतु आता एखादा अश्व हस्तगत केल्याशिवाय हस्तिनापूरला पोचणं कठीणच होतं. तेव्हा जवळच असलेल्या कलिंग देशाला जाण्याखेरीज कर्णाजवळ दुसरा मार्ग उपलब्ध नव्हता. युवराज श्रुतायू आणि महाराजा चित्रांगद यांनी अंगराज कर्णाचं मनःपूर्वक स्वागत केलं. कर्णानं सारथीप्रमुख अश्वसेन यांचीही भेट घेतली. त्यांनी दिलेला एक उमदा अश्व घेऊन तो तसाच अंगदेशाला गेला आणि तिथून थेट हस्तिनापूरला आला.

हस्तिनापूर सोडताना सोबत होत्या त्या खूप आशा आणि आकांक्षा. आणि परतताना गाठीशी होतं ते मनोभंगाचं कधीही न विसरता येणारं दुःख. चार दिवसांचा प्रवास करून तो आज हस्तिनापूरला पोचला होता. अश्व इतक्या वेगानं धावत होता तरी हस्तिनापुरात पोचायला त्याला सायंकाळ झाली. आई-बाबांचं दर्शन घेऊन कर्णानं बंधू संग्रामजिताला उराशी कवटाळलं. वाढत्या वयाचा संग्रामजित आता बराच मोठा दिसू लागला होता. लहानग्या वृषसेनाला मांडीवर घेऊन कर्णानं त्याचे पटापट मुके घेतले. ते सारं पाहताना वृषालीच्या डोळ्यांत आनंदाश्रू उभे राहिले. सर्वांच्या भेटी घेऊन कर्ण राजमहालात गेला.

युवराज दुर्योधन अंगराजाची वाटच पाहत होता. मित्राला कडकडून मिठी मारताना कर्ण म्हणाला,"युवराज, तुझ्या इच्छेप्रमाणे आचार्य परशुरामांकडून मी धनुर्वेद शिकून आलो आहे. आता तुला अर्जुनाची भीती बाळगायचं काहीही कारण नाही. आता इकडे काय घडलं ते सांग."

युवराज दुर्योधनाचं बळ आता कितीतरी पटींनी वाढलं होतं. त्याचा मित्र कर्ण धनुर्वेदाचं ज्ञान मिळवून आला होता. आनंदाच्या भरात त्यानं कोणकोणत्या घडामोडी घडल्या ते सारं सांगितलं. दुःशलेचा विवाह त्यानं सिंधुनरेश वृद्धक्षत्र याचा मुलगा जयद्रथ याच्याशी घडवून आणला होता. राजपूर नगरीत जयद्रथाला पाहिल्यापासून तो विचार त्याच्या मनात घर करून राहिला होताच. आपल्या त्या विचारात त्यानं महाराजालाही सहभागी करून घेतलं होतं. त्यानंतर दुर्योधनाच्या आणखी काही भावांचे विवाह पार पडले होते.

दुःशासनाची पत्नी केकय राजकन्या पुरुष्णी, विकर्णाची पत्नी बाल्हिक राजकन्या वसुंधरा, चित्रसेनाची पत्नी मालव राजकन्या अदिती, युयुत्सूची पत्नी उग्रकन्या सविता अशा अनेक देशांहून आलेल्या अनेक नव्या सुनांनी आणि त्यांच्या मुलाबाळांनी कौरवांचा राजमहाल गजबजून गेला होता. पुत्र लक्ष्मण आणि कन्या लक्ष्मणा या दोन अपत्यांसह दुर्योधनाचा संसारवृक्ष बहरला होता तर दुःशासनालाही दौःशासन हे पुत्ररत्न प्राप्त झालं होतं.

इंद्रप्रस्थ नगरीत घडलेल्या हालचालीही त्यानं कथन केल्या. त्या सांगताना मात्र तो काहीसा अस्वस्थच होता. त्या पाचही भावांचं वैभव वाढतच चाललं होतं. इंद्रप्रस्थ नगरीचा कीर्तिसुगंध आर्यावर्तात दरवळत होता. पट्टराणी द्रौपदी आणि तिच्यापासून झालेल्या पाचही मुलांसह ते सुखानं राज्योपभोग घेत होते. इंद्रप्रस्थ नगरीत कोणा मय नावाच्या राक्षसानं म्हणे अत्यंत सुंदर अशी सभा उभारली होती. ती पाहून आलेले लोक सांगत की माणसानं आयुष्यात एकदा तरी मयसभा पाहिलीच पाहिजे. तिथं म्हणे पाण्याचा भास होतो तिथं जमीन असते आणि जिथं जमीन आहे असं वाटतं तिथं पाणी असतं. त्या शिल्पकारानं हा चमत्कार कसा घडवला आहे, तेच नेमकं समजत नाही. अशा त्या मयसभेत शिरायचं म्हणजे भल्याभल्यांचीही कसोटी लागते. कारण दरवाजा समजून आत शिरायला जावं तो दरवाजा नसतोच. भिंतीवर डोकं मात्र आपटतं...

''...पण त्यात आहेच काय एवढं पाहण्यासारखं?'' दुर्योधन म्हणाला होता. आरसे लावून कोणीही वास्तुशिल्पी असा चमत्कार करू शकेल. तसाच काहीतरी प्रकार असणार. त्याचं एवढं कौतुक ते कशाला?

युवराज दुर्योधन कुठलाही आडपडदा न ठेवता मन मोकळं करत होता; परंतु कर्ण मात्र आपल्या मनोभंगाचं दुःख त्याला सांगू शकत नव्हता. त्यालाच काय आणखी कोणालाही सांगू शकत नव्हता. निरोप देताना दुर्योधन म्हणाला, ''अंगराज, लवकरच तुझी धनुर्विद्या पणाला लागणार आहे, हे लक्षात असू दे.''

दुर्योधनाची भेट घेऊन कर्ण वाड्यावर आला तेव्हा रात्रीचा पहिला प्रहर उलटून गेला होता. वृषाली कर्णराजाची वाट पाहत थांबली होती. मन जाणणारी पत्नी मिळणं यासारखी भाग्याची गोष्ट नाही. किती दिवसांनी आज असे घट्ट दह्यात मुरलेले वडे आणि मांसाचे रुचकर पदार्थ खायला मिळाले होते. महेंद्र पर्वतावर रोज तीच ती उकडलेली कंदमुळं खाऊन जीभ नुसती विटली होती. कधीतरी यज्ञयाग असला तर बैलाचं मांस मिळायचं तेवढंच...ताटात वाढलेले पदार्थ संपले आहेत, आपल्या चंद्रगौर हातांनी वृषाली पुनःपुन्हा वाढते आहे आणि भरपूर जेवून तृप्त झाल्यावर एकांतात तिची भेट होते आहे... हेच सुखस्वप्न आज पाहिलं होतं. आणि त्या सुखस्वप्नासोबत आलेलं हे दुःस्वप्न ! काय असेल त्याचा अर्थ...?

२६.

दिसामासांनी वर्षं मागे पडू लागली. कर्णबंधू शत्रुंजय, संग्रामजित यांचेही विवाह पार पडले. कुरूंची युद्धशाळा पुन्हा गजबजून गेली. आजवर दुर्योधन आणि त्याच्या

बंधूंना धनुर्विद्येचे धडे देणारे आचार्य द्रोण आता त्यांच्या मुलांना धनुर्वेदाचे धडे देऊ लागले. कृपाचार्य इतर सूतपुत्रांसोबत कर्णपुत्र वृषसेनालाही धनुर्विद्या शिकवू लागले. परंतु वृषसेन त्यांच्याजवळ रमलाच नाही. जास्तीत जास्त वेळ तो काका संग्रामजित आणि पिता कर्ण यांच्या सोबतच असतो. स्वयंअध्ययनाबाबत तो प्रतिकर्णच आहे, असं म्हटलं तरी चालेल.

एके दिवशी इंद्रप्रस्थाहून वेगळीच वार्ता कानावर आली. अर्जुन म्हणे वनवासाची शिक्षा भोगायला बाहेर पडला आहे. कुंतीनं घालून दिलेला नियम नकळत का होईना त्याच्या हातून मोडला आहे. कुंतीनं म्हणे असा नियमच घालून दिला आहे की, पाचही भावांपैकी कोणीही एखादा भाऊ द्रौपदीसह एकांतवासात असेल आणि त्याच वेळी दुसरा कोणी तिथं चुकून जरी गेला तरी त्यानं वनवासाची शिक्षा भोगायची. अर्जुनाकडून म्हणे या नियमाचा भंग झाला आहे. एकदा शस्त्रं घेण्यासाठी तो शस्त्रागारात गेला तर तिथं युधिष्ठिर आणि द्रौपदी एकांतात बसलेले. झालं; नकळत का होईना अर्जुनाच्या हातून नियमभंग झाला आहे. आणि आता त्याचीच शिक्षा भोगायला तो इंद्रप्रस्थ नगरी सोडून निघाला आहे.

ती वार्ता ऐकताच दुर्योधन सतर्क झाला. त्या पाचही भावांत पुन्हा एकदा द्रौपदीवरून फूट पाडता येईल का, यावर तो विचार करू लागला. युवराज दुर्योधन म्हणजे मूर्तिमंत असंतोष. त्याच्या मनात सदैव असंतोषाची आग धुमसत असते. तो म्हणतो, असंतुष्ट नसेल तो क्षत्रिय कसला? आणि राजा तरी कसला? इंद्रप्रस्थ नगरीत कुंतीची पोरं वैभवात लोळत आहेत, सुखानं झोपत आहेत, तोवर दुर्योधनाला सुखाची झोप लागणार नाही !

आता कर्णासारखा अमोघ बाण त्याच्या भात्यात जमा झाला आहे. परंतु त्याला खरी काळजी आहे ती भीमाची. तापट डोक्याचा भीम सर्वांत जास्त घातक आहे हे त्याला पक्कं माहीत आहे. त्याला तोंड द्यायचं तर गदायुद्धात प्रवीण झालं पाहिजे, हेही त्यानं पुरतं ओळखलं आहे. त्याचसाठी तो काही दिवस बलरामाकडे द्वारकेला जाऊन राहिला. बलरामाचं आपल्या या प्रिय शिष्यावर एवढं प्रेम जडलं की आपली धाकटी बहीण सुभद्रा दुर्योधनाला द्यावी, असं त्याला वाटू लागलं. श्रीकृष्ण आणि बलराम यांची भगिनी सुभद्रा कुरुकुलाची सून होणार, ही वार्ता पसरायला उशीर लागला नाहीच. यादवांसारख्या बलाढ्य सत्तेशी मैत्री जडणार म्हणून दुर्योधनही आनंदात होता.

परंतु घडलं ते वेगळंच. दुर्योधन द्वारकेहून परत येतो न येतो तोच एके दिवशी गुप्तचरांनी वेगळीच वार्ता आणली. अर्जुनानं राजकन्या सुभद्रेचं अपहरण करून तिच्याशी राक्षसविवाह केला होता. घडलं असं की, वनवासाची शिक्षा भोगायला बाहेर पडलेला अर्जुन त्याच वेळी द्वारकेजवळच्या रैवतक पर्वतावर आला होता.

त्यापूर्वी त्यानं नागकन्या उलुपी, मणिपूरची राजकन्या चित्रांगदा यांच्याशी विवाह केले होते. स्वतः श्रीकृष्ण, त्याचा महाबलवान भाऊ बलराम, युयुधान सात्यकी, सेनापती कृतवर्मा हे सारे द्वारकेत असताना हे घडलं होतं. कृष्ण आणि अर्जुन यांची मैत्री ही तर जगजाहीर गोष्ट आहे. आणि तरीही त्याच कृष्णसखा म्हणवणाऱ्या अर्जुनानं सुभद्रेचं अपहरण केलं होतं. वरून स्वतः श्रीकृष्णानंच म्हणे पुढे होऊन बलरामाची समजूत घातली होती आणि संभाव्य युद्धप्रसंग टाळला होता. हा सगळा काय बनाव आहे तेच नेमकं समजत नव्हतं.

"पाहिलंस अंगराज !" दुर्योधन तावातावानं बोलू लागला. "हे त्या कृष्णाचंच कारस्थान आहे. आत्याची मुलं बलवान होत चाललेली पाहून त्यांना बहीण द्यायचं कारस्थान त्याच्याशिवाय दुसऱ्या कोणाला कसं सुचणार? माझे गुरू बलराम किती सरळ स्वभावाचे आहेत, ते तर तुलाही माहीत आहे. पण हा काळा महा कारस्थानी आहे. मुली पळवणं आणि पळवून लावणं यांशिवाय त्यानं दुसरं केलंच काय? अरे हे यादव आर्य नाहीतच. प्राचीन काळापासून ते नाग लोकांचे आप्त आहेत. कुंतीचा बाप मथुरेचा राजा कुंतिभोज हा आर्यक या नागराजाच्या मुलीचा मुलगा होता. स्त्रियांना विवाहापूर्वी अपत्यप्राप्तीची परवानगी देणारा कानीन संततीचा आचार त्यांच्यात अजूनही प्रचलित आहे. अर्जुनाचा नागकन्या उलुपीशी झालेला विवाह काय दर्शवतो? कोण आर्यपुरुष पत्नीच्या घरी इतके दिवस राहतो? मणिपूर राज्यात जाऊन त्यानं काय केलं? ते तर स्त्रीराज्यच आहे. चित्रांगदेनं म्हणे अर्जुनापासून एका मुलाला जन्मही दिला आहे. यापूर्वी भीमाचा हिडिंबेशी झालेला विवाह, त्या पाचही भावांनी एकाच स्त्रीशी केलेला विवाह... या सर्व घटनांचा अर्थ काय होतो? आर्यांच्या रीती या कृष्णाला आणि त्या कुंतीच्या मुलांना कुठल्या माहीत असायला?"

शेवटी सत्य बाहेर यायचं ते आलंच. स्वतः कृष्णानंच अर्जुनाला सुभद्रेचं हरण करायला प्रवृत्त केलं होतं. त्यानंच वनवासाच्या निमित्तानं रैवतक पर्वतावर आलेल्या अर्जुनाला संन्याशाचं सोंग घ्यायला लावून भोळसट बलरामाला त्याच्या भजनी लावलं होतं आणि या ना त्या प्रकारे द्वारकेतही आणलं होतं. बलरामाचा दुर्योधनावरील लोभ पाहता, मोठा भाऊ या नात्यानं तो कदाचित या विवाहाला संमती देणार नाही याची अटकळ त्यानं आधीच बांधली असावी.

दुर्योधन म्हणाला तेच खरं ठरलं. नागकन्या उलुपी किंवा मणिपूरची राजकन्या चित्रांगदा अर्जुनासोबत इंद्रप्रस्थाला न येता आपापल्या देशातच राहिल्या होत्या. अर्जुनच दोन-तीन वर्षं त्यांच्यासोबत राहून नंतर रैवतक पर्वतावर आला होता. त्यांच्यापासून त्याला मुलंही झाली होती. परंतु ती मुलं त्यांच्या मातांनी आपल्याकडेच ठेवून घेतली होती. आणि आताही गेल्या सहा-सात महिन्यांपासून तो द्वारकेतच होता.

एकूणच अर्जुनाचा तो तथाकथित वनवास काय आणि सुभद्रेसाठी घेतलेलं संन्याशाचं सोंग काय... हे सगळं कृष्णार्जुनांचं कृष्णकारस्थानच होतं तर !

२७.

इंद्रप्रस्थ नगरीचा राजा युधिष्ठिर याला आता सम्राटपदाची स्वप्नं पडू लागली होती. कृष्णाशी सख्य झाल्यापासून त्याचा आत्मविश्वास दुणावला होताच. शिवाय आर्यावर्तात प्रतिष्ठेचं स्थान मिळवायचं तर बलप्रदर्शनाशिवाय युधिष्ठिरापुढे दुसरा पर्यायच उपलब्ध नव्हता. परंतु मगध देशाचा राजा जरासंध राजसूय यज्ञ करून स्वतःला सम्राट घोषित करणार असल्याचं वृत्त कधीच सर्वत्र पसरलं होतं. आपलं आधिपत्य न जुमानणारे कित्येक क्षत्रिय राजे त्यानं बंदिवासात डांबून ठेवले होते. त्याची वक्रदृष्टी द्वारकेकडे वळण्यापूर्वी हालचाल केली पाहिजे, हे कृष्णानं कधीच ओळखलं होतं. यादवांना मथुरेतून पिटाळून लावणारा जरासंध रात्रंदिवस एखाद्या शल्यासारखा त्याच्या उरात सलत होता. जरासंधाला ठार केल्याशिवाय तुझा राजसूय यज्ञ निर्विघ्न पार पडणार नाही आणि तुला सम्राटपदाची घोषणा करता येणार नाही, हे त्यानं युधिष्ठिराला पटवून दिलं. त्यानं बंदिवासात ठेवलेल्या राजांना बंधमुक्त करणं, हेही उद्या त्यांच्याशी सख्य करण्याच्या दृष्टीनं कसं आवश्यक आहे, हेही सांगितलं.

युधिष्ठिर एवढ्या मोठ्या धाडसासाठी एक वेळ तयार झालाही नसता; परंतु भीमार्जुनांसारखे पराक्रमी भाऊ आणि कृष्णासारखा सल्लागार जवळ असल्यावर वरवर शांततेच्या, धर्मरक्षणाच्या आणि सद्वर्तनाच्या गोष्टी करत तो जरासंधाविरुद्धच्या कारस्थानाला प्रवृत्त झाला. कुठलंही सैन्य किंवा शस्त्रास्त्रं सोबत न घेता भीमार्जुनांसह कृष्ण गिरिव्रज नगरीला गेला होता.

त्यानंतर दोनच दिवसांत जरासंधाच्या हत्येच्या वृत्तानं केवळ मगध देश नव्हे तर संपूर्ण आर्यावर्तच हादरला. मगधराज जरासंधाला भीमानं द्वंद्वयुद्धात ठार केलं होतं. महाप्रतापी जरासंधाला कृष्णानं म्हणे मध्यरात्रीच्या वेळी द्वंद्वाचं आव्हान दिलं होतं. ब्राह्मण स्नातकांच्या वेशात गेलेल्या त्या तिघांना जरासंधानं आधी ओळखलंच नाही. मुळात त्या वेळी तो स्वतःही व्रतस्थ होता आणि उपाशीही होता. त्यानं 'तुम्ही कोण, कुठून आलात' म्हणून विचारलं तर कृष्ण म्हणाला, ते आम्ही मध्यरात्रीनंतर सांगू. तोवर तुझी पूजाअर्चा आटोपून घे. मध्यरात्रीनंतर जरासंधानं त्यांना समोर बोलावलं तेव्हा भीमार्जुनांची आणि स्वतःचीही ओळख करून देऊन कृष्ण म्हणाला, तू बंदिवासात डांबून ठेवलेल्या राजांची मुक्तता करायला आम्ही आलो आहोत.

त्यांना मुक्त कर अन्यथा मरायला तयार हो. आम्हा तिघांपैकी कोणाशीही द्वंद्व कर. आमची तयारी आहे. स्वाभिमानी जरासंध कृष्णाला म्हणाला, "तू गवळ्याचा यःकश्चित् दुर्बल पोर आहेस. माझ्याशी लढायची तुझी योग्यता नाही. आणि हा अर्जुन तर काय नुसता पोरच आहे. त्याच्याशी लढायची माझी इच्छा नाही. हा भीमच काय तो माझ्या हातून मरायला योग्य आहे. तेव्हा मी त्याच्याशीच द्वंद्व करतो. आणि त्यानंतर झालेल्या भीषण द्वंद्वयुद्धात आधीच व्रतस्थ आणि उपवासांनी थकलेला जरासंध भीमाच्या हातून ठार झाला. त्याच ठिकाणी जरासंधाचा मुलगा सहदेव याला राज्याभिषेक करून आणि बंदिवासातील राजांची मुक्तता करून कृष्ण इंद्रप्रस्थ नगरीला परत आला.

जरासंधासारखा महाबलवान शत्रू संपला खरा; परंतु सम्राटपदाची घोषणा करायची तर त्यासाठी राजसूय यज्ञ करणं आवश्यकच होतं. आणि राजसूय यज्ञ करायचा तर त्यासाठी अजून प्रचंड संपत्तीची आवश्यकता होती. जेवणावळी, दानदक्षिणा हे सारं पार पाडायचं तर अमाप धनसंपत्ती हवीच. चारही भावांनी आर्यावर्ताच्या चारही दिशांना जाऊन दिग्विजय करावा आणि करभार गोळा करून आणावा, असं ठरलं आणि त्याप्रमाणे हालचालीही सुरू झाल्या. गुप्तचर रोज इंद्रप्रस्थ नगरीत घडणाऱ्या घडामोडींच्या वार्ता आणत होते. अर्जुन उत्तरेला, भीम पूर्वेला, नकुल पश्चिमेला तर सहदेव दक्षिण दिशेला जाणार होता. चारही भावांना चार दिशा वाटून दिल्यावर ज्याला आर्यावर्ताचा सम्राट म्हणवून घ्यायचं होतं तो युधिष्ठिर मात्र इंद्रप्रस्थाचं सिंहासन सांभाळत बसणार होता.

गुप्तचरांकडून प्राप्त झालेली ती वार्ता समजताच युवराजानं महाराजाशी सल्लामसलत करून सैन्य सज्ज ठेवण्याची आज्ञा दिली. पूर्व दिशेला निघालेला भीम हस्तिनापूर नगरीवर चाल करण्याचं धाडस करील असं वाटत नव्हतं; परंतु तो अंगदेशावर चालून जाणार, यात शंकाच नव्हती. तातडीनं युवराजाची भेट घेऊन कर्णानंही अंगदेशाकडे निघायची तयारी केली. शकुनीही गांधार देशाकडे निघाला होता. परंतु युवराजानं त्याला थांबवून घेतलं. त्याचे बंधू वृक आणि अचल तिथं खंबीर होते.

ही सर्व भवती न भवती सुरू असताना पितामह भीष्मांनी तातडीची राजसभा बोलावली असल्याचे संदेश पोचवण्यात आले. पांडवांशी युद्ध करायला निघालेले सामंत आणि सभाजन राजसभेत गोळा झाले. सर्वांना उद्देशून पितामह म्हणाले, "धर्मराज युधिष्ठिर सुज्ञ आहे. हस्तिनापुरावर हल्ला होणार नाही असं विश्वसनीय वृत्त आहे. असं असताना ही युद्धाची तयारी कशासाठी चालली आहे?"

त्यांचा रोख ओळखून दुर्योधन उसळलाच. तो म्हणाला, "म्हणजे? त्यांनी आमच्या मानेवर खड्ग ठेवल्यावर का आम्ही जागे होणार आहोत? हस्तिनापूरच्या

राजसिंहासनाच्या रक्षणाची जबाबदारी आपण स्वीकारली आहे हे मी ऐकून होतो, ते सारं खोटंच आहे म्हणायचं !''

"तू मला माझ्या जबाबदारीची आठवण करून देऊ नकोस..." दुर्योधनाच्या वक्तव्यानं संतप्त झालेले पितामह म्हणाले. त्याच्याकडे तसंच रोखून पाहत ते पुढे म्हणाले, "माझी जबाबदारी मला चांगली कळते. कानांवर येतं ते सगळंच खरं नसतं. कानांवर येईल ते राजानं सत्याच्या चाळणीतून गाळून घ्यावं. युधिष्ठिराचे बंधू दिग्विजयासाठी चारही दिशांना जाणार आहेत हे जेवढं सत्य आहे तेवढंच ते हस्तिनापूरच्या वाटेला जाणार नाहीत हेही सत्य आहे."

"आणि तसं घडलं तर?" दुर्योधन म्हणाला.

"तर हस्तिनापूरच्या रक्षणासाठी मी सिद्ध असेन, हे निश्चित समज."

यावर दुर्योधन एकदम निरुत्तर झाला.

"मात्र एक लक्षात ठेव..." पितामह पुढे म्हणाले,"आपल्या हातून वृथा आगळीक घडू नये याची काळजी तुलाच घ्यावी लागेल. कुरुराजसभेतील कोणाही मित्रराजानं पांडवांविरुद्ध शस्त्र उचलू नये."

"म्हणजे त्यांचं आधिपत्य मान्य करायचं? त्यांनी करभार मागितला तर तो आम्ही मुकाट्यानं द्यायचा?" कर्ण म्हणाला.

"हो, तुम्ही तो दिलाच पाहिजे. ज्येष्ठ कुरू म्हणून नव्हे तर हस्तिनापूरच्या राजसिंहासनाचा हितचिंतक म्हणून ही माझी आज्ञा आहे. ...हस्तिनापूर आणि इंद्रप्रस्थ हे एकाच विशाल कुरुराज्याचे दोन भाग आहेत. यावर अधिक चर्चा नको."

धुसफुसत गप्प बसण्याखेरीज दुर्योधनापुढे काहीच उपाय राहिला नाही. आता जे काय घडेल ते उघड्या डोळ्यांनी पाहणं, एवढंच हाती उरलं होतं.

मत्स्य, त्रिगर्त, बाल्हिक, यौधेय, मद्र, केकय, पुलिंद, कुलिंद, तांगण, परातांगण, खस, दरद, उरग इत्यादी अनेक लहानमोठी राज्ये आणि गणराज्ये पादाक्रांत करत अर्जुन हिमालयापलीकडील उत्तर कुरुराज्यात शिरला होता. नकुल सिंधू-सौवीर, आनर्त इत्यादी देशांतून करभार वसूल करून पश्चिमेला पंचनद प्रदेशापलीकडील गांधार देशाकडे सरकला होता. सहदेव मथुरा, दाशार्ण, चेदी, अनूप, माहिष्मती, अश्मक इत्यादी देश पादाक्रांत करून आणि नर्मदा, तापी या नद्या ओलांडून विदर्भ देशाच्या सीमेपर्यंत पोचला होता. आवश्यकतेप्रमाणे कुठं युद्ध तर कुठं संधी करत ते आपला कार्यभाग उरकत होते.

नावाप्रमाणेच भीमपराक्रम करत पूर्वदिग्विजयासाठी निघालेला भीम वत्स, कोसल आदी देश पायांखाली तुडवत मगध देशाची राजधानी गिरिव्रज नगरीजवळ पोचला. जरासंधाचा मोठा मुलगा सहदेव यानं आपल्या इतर भावांची इच्छा डावलून

भीमाला भरघोस करभार देऊन त्याचा सन्मान केला.

सहदेवानं दिलेला करभार स्वीकारून भीम अंगदेशाकडे वळला. तो अंगदेशाच्या सीमेजवळ येताच कर्णबंधू शत्रुंजयानं हस्तिनापूरहून मिळालेल्या संदेशाप्रमाणे योग्य तो करभार पाठवून त्याला वाटेला लावलं. त्यानंतर वंग, कलिंग, पुण्ड्र, ताम्रलिप्ती इत्यादी अनेक देश पादाक्रांत करत भीम कामरूप देशातील प्राग्ज्योतिषपूरचा राजा भगदत्त याच्या राज्यात शिरला. राजा भगदत्त म्हणजे पांडू राजाचा मित्र. भलं मोठं हत्ती दल घेऊन लढायला आलेल्या भगदत्ताला भीम समोर दिसताच पांडू राजाची आठवण झाली. त्याच्या मनात इतकं प्रेम दाटून आलं की, आपल्या सुप्रतीक या हत्तीवरून खाली उतरून त्यानं भीमाला सरळ कडकडून मिठीच मारली. एवढंच नव्हे, तर विपुल रत्नमणी, उत्कृष्ट हस्तिदंत आणि निवडक अशा प्रशिक्षित हत्तींचा नजराणा देऊन भगदत्तानं भीमाला प्रेमाचा निरोप दिला.

गाडे भरभरून संपत्ती इंद्रप्रस्थ नगरीत येऊन पडली. दिग्विजय करून परतणाऱ्या भावांना मायेनं प्रेमालिंगन देताना सम्राट युधिष्ठिराच्या आनंदाला सीमा राहिली नाही. मुलांचं ते वैभव पाहून राजमाता कुंतीच्या डोळ्यांत आनंदाश्रू दाटून आले. वैभवात लोळणाऱ्या आपल्या नातवंडांना अंगाखांद्यावर खेळवताना तिला कृतार्थ वाटलं. पांडवांचा हितचिंतक होऊन त्यांना सल्ला देणाऱ्या आणि अहोरात्र त्यांची पाठराखण करणाऱ्या कृष्णाचे तिनं मनापासून आभार मानले.

पितामह भीष्मांना पांडवांविषयी माया वाटणं स्वाभाविक आहे. परंतु कृष्णाविषयी त्यांना एवढा आदर का वाटतो तेच कळत नाही. पितामह भीष्म म्हणजे एक गूढच आहे. एकीकडे पांडवांवर अलोट माया करायची, रात्रंदिवस त्यांच्या हिताची काळजी वाहायची आणि 'हस्तिनापूर नगरीवर त्यांनी हल्ला केलाच तर तिच्या रक्षणासाठी मी सिद्ध असेन,' असंही सांगायचं, हे काय रहस्य आहे तेच समजत नाही. असं म्हणतात की ते वचनाला बांधलेले आहेत. त्यांची आजन्म ब्रह्मचर्याची प्रतिज्ञा सर्वांना माहीत आहे. हस्तिनापूरच्या राजसिंहासनाचे ते स्वतः एकमेव उत्तराधिकारी असूनही त्यांनी कधीही सिंहासनाची अभिलाषा बाळगली नाही. धीवर दाशराजाला दिलेल्या वचनाप्रमाणे ते आजही हस्तिनापूरच्या सिंहासनावर छत्रछाया धरून उभे आहेत.

...परंतु हस्तिनापूरच्या राजसिंहासनाशी त्यांना एवढं बांधून घ्यायची काय गरज आहे? पांडवांवर एवढी माया आहे तर ते त्यांच्याकडेच का निघून जात नाहीत? आंधळ्या राजाचे आणि हट्टी नातवाचे लाड पुरवायला त्यांनी का म्हणून स्वतःला एवढं जखडून घेतलं आहे? आज धीवर दाशराज हयात नाही. माता सत्यवतीही हयात नाही; परंतु पितामह भीष्मांचा शब्द मात्र तसाच जिवंत आहे...

२८.

राजसूय यज्ञाचं निमंत्रण घेऊन स्वतः नकुल आला होता. पितामह, महाराज धृतराष्ट्र , महात्मा विदुर, आचार्य द्रोण, कृपाचार्य, माता गांधारी या सर्वांना भेटून त्यानं धर्मराजाचा निरोप सांगितला. त्यांचं क्षेमकुशल विचारलं. दुर्योधनाची भेट घेऊन त्यालाही यज्ञाला ये म्हणून विनंती केली. तो म्हणाला ते खरंच होतं. पांडवांचा राजसूय यज्ञ हे कुरूंच्या घरचंच कार्य होतं. त्याचा लहान भाऊ सहदेव आपल्या मामाला निरोप द्यायला मद्रदेशाला गेला होता. स्वतः अर्जुन द्वारकेला गेला होता, तर भीम यज्ञासाठी लागणाऱ्या सर्व व्यवस्थेत मग्न होता. आर्यावर्ताचा भावी सम्राट युधिष्ठिर आणि त्याची पट्टराणी द्रौपदी हे दोघं दानधर्म आणि व्रतवैकल्यं यात गुंतले होते.

पांडवांशी संबंध जोडायला देशोदेशींचे राजेही तेवढेच उत्सुक झाले होते. कृष्णाची भगिनी सुभद्रा हिचा विवाह अर्जुनाशी झालेला होताच. याशिवाय नागकन्या उलुपी, मणिपूरचा राजा चित्रवाहन याची कन्या चित्रांगदा यांच्याशीही त्याचा विवाह झाला होताच. त्याच काळात शिबिराजा गोवासन यानं आपली कन्या देविका युधिष्ठिराला दिली. काशीराजानं आपली कन्या बलंधरा भीमाला दिली. मद्रराज शल्याचा भाऊ द्युतिमान यानं आपली कन्या विजया सहदेवाला देऊन जुन्या नात्याला नवा उजाळा दिला, तर चेदी देशाचा राजा शिशुपाल यानं आपली कन्या करेणुमती हिचा विवाह नकुलाशी घडवून आणला. द्रौपदीखेरीज आपल्या त्या राण्यांपासून त्यांना पुत्ररत्नंही प्राप्त झाली होती.

पांडवांच्या यशाची चढती कमान पाहून समाधानी झालेले पितामह राजसूय यज्ञाला जाणार आहेत, हे वेगळं सांगायची गरज नव्हती. महात्मा विदुर, द्रोणाचार्य, कृपाचार्य, अश्वत्थामा हेही सगळे जाणार यात शंकाच नव्हती. सर्वांनी निघायची तयारी केलेली पाहून दुर्योधनाचा नाइलाज झाला. महाराजाही वरवर का होईना पांडवांचं कौतुक करत होताच. तेव्हा कर्ण, दुःशासन आणि शकुनी यांना सोबत घेऊन दुर्योधन इंद्रप्रस्थ नगरीला निघाला. ज्येष्ठांपैकी राहता राहिला फक्त महाराजा धृतराष्ट्र. अंधपणामुळे त्याला कुठं जाणं शक्यच नव्हतं. मी तिथं जाऊन काय पाहणार, असं म्हणून तो हस्तिनापुरातच राहिला.

कृष्णाच्या व्यक्तिमत्त्वाविषयी कर्णाला नेहमीच एक गूढ आकर्षण वाटतं. हा कृष्ण म्हणजे नेमका आहे तरी कसा, हेच समजत नाही. पण तो मोठा धोरणी आहे हे निश्चित ! महाराजानं पांडवांना खांडववनाचं राज्य दिल्यावर कुंतीला भेटायला म्हणून तो हस्तिनापुरात आला आणि पांडवांना पुढे घालून खांडववनात घेऊन गेला.

खांडववनातील नाग लोक, तिथं वावरणारे हिंस्र पशू आणि प्रतिकूल निसर्ग यांपुढे त्यांचा टिकाव लागणार नाहा, असंच दुर्योधनाला वाटत होतं. परंतु सर्व परिस्थितीवर मात करून त्यांनी आपलं स्वतंत्र राज्य निर्माण केलं. ते सारं घडलं ते श्रीकृष्णामुळे. मथुरा नगरीतल्या बंदिशाळेत जन्म घेऊन गोकुळात नंद राजाच्या घरी बालपण घालवणारा श्रीकृष्ण, अल्पवयातच कंसाला ठार करणारा श्रीकृष्ण, जरासंधाच्या भीतीनं थेट पश्चिम समुद्रापर्यंत पळ काढून तिथं यादवांचं स्वतंत्र राज्य स्थापन करणारा श्रीकृष्ण, आत्या कुंतीसाठी पांडवांचा हितचिंतक होऊन खांडववनात इंद्रप्रस्थ नगरी वसवणारा श्रीकृष्ण, भीमाच्या हातून जरासंधाचा वध घडवून आणणारा श्रीकृष्ण... कृष्णाची अशी कितीतरी रूपं कर्णाला आठवत होती. राजसूय यज्ञाच्या निमित्तानं श्रीकृष्णाची भेट होणार, याचा त्याला आनंदच झाला.

२१.

देशोदेशींचे कित्येक राजे आणि अभ्यागत इंद्रप्रस्थ नगरीत येऊन दाखल झाले. उत्तरेला हिमालयापलीकडे असलेल्या केकय देशाचा राजा विंद याच्यापासून दक्षिण समुद्रकिनाऱ्यावरील पांड्यराजा मलयध्वज याच्यापर्यंत आणि पश्चिमेकडील सिंधू-सौवीर देशाचा राजा जयद्रथ याच्यापासून पूर्वेकडील किरातांचा राजा भगदत्त याच्यापर्यंत कित्येक राजे पांडवांच्या यज्ञासाठी आलेले होते. अभ्यागतांच्या व्यवस्थेसाठी कित्येक महाल आणि वाडे नव्यानं बांधण्यात आले होते. इंद्रप्रस्थ नगरीचे प्रशस्त मार्ग निमंत्रितांनी आणि अभ्यागतांनी नुसते फुलून गेले होते. यमुनेचा विस्तीर्ण काठ हत्ती-घोड्यांनी आणि माणसांनी गजबजून गेला होता. यमुनेकाठी वसवण्यात आलेली इंद्रप्रस्थ नगरी खरोखरच अत्यंत नयनरम्य आणि प्रेक्षणीय दिसत होती.

राजा युधिष्ठिराचा महाल नगरीच्या मध्यभागी होता. सूर्यापासून निघालेल्या किरणांप्रमाणे नगरीतील प्रत्येक मार्ग राजमहालापासून बाहेर पडला होता. रस्त्यांच्या दुतर्फा मनोहर वृक्षराजी बहरली होती. कित्येकांना पहिल्यांदाच अशी सुंदर नगरी पाहायला मिळत होती. कित्येक लोक तेवढ्यासाठीच यज्ञाला आले होते. सर्वांचं मुख्य आकर्षण ठरली होती ती मयासुरानं बांधलेली मयसभा. मयसभेच्या मध्यभागी सुवर्णकमळांची पुष्करिणी होती. तिच्यात शुभ्र हंस पोहत होते. पुष्करिणीच्या चारही बाजू मोत्यासारख्या शुभ्र संगमरवरानं बांधल्या होत्या. त्यामुळे पुष्करिणीच्या स्फटिकवत् जळात पोहणारे अनेक प्रकारचे मासे दुरूनही स्पष्ट दिसत होते. पोहणारे ते हंस आणि मासे डोळ्यांनी दिसत होते. म्हणूनच त्या पुष्करिणीत पाणी आहे असं समजायला जागा होती. अन्यथा शुभ्र संगमरवरी जमीन समजून कोणीही त्यावर

सहज पाय ठेवला असता, इतका त्या पुष्करिणीचा तळ स्पष्ट दिसत होता ! संपूर्ण मयसभा अनेक प्रकारच्या वृक्षांनी वेढली होती. त्या वृक्षांच्या झिळमिळ सावल्या मयसभेच्या भिंतींवर खेळत होत्या. भोवती फुललेल्या वाटिकांतूनही कितीतरी प्रकारची फुलं उमलली होती. त्यांच्या सुवासानं मयसभेचा संपूर्ण परिसर दरवळत होता. मयसभेचं बाह्यरूप जेवढं देखणं होतं, तेवढंच तिचं अंतरंगही नाना चमत्कारांनी परिपूर्ण होतं. मयसभा पाहून आलेले लोक एकमेकांना तेथील चमत्कारांचं वर्णन सांगत आणि ते सांगता सांगता आपण कसे फसलो, हे आठवून स्वतःशीच हसू लागत.

अशी ही मयसभा एकदा तरी पाहावीच, असं कर्णालाही वाटत होतं. परंतु पितामह भीष्मांनी राजसूय यज्ञाच्या तयारीत दुर्योधनासह सर्वांनाच गोवून टाकलं. स्वतः पुढाकार घेऊन त्यांनी कामं वाटून दिली. प्रत्येकाला काही ना काही काम देण्यात आलं. यज्ञात बळी देण्यासाठी लागणारे पशू पुरवायची व्यवस्था दुःशासनावर सोपविण्यात आली. आलेल्या नजराण्यांची मोजदाद आणि त्यांची व्यवस्था ठेवायचं काम दुर्योधनावर सोपवण्यात आलं.

भोजनव्यवस्थेची संपूर्ण जबाबदारी श्रीकृष्णानं स्वतःकडे घेतली होती. त्याच्या नेतृत्वाखाली शतावधी वाढपी वाढायचं काम करत होते. सहस्रावधी लोक सोन्याच्या ताटात जेवत होते. कर्णाला मात्र पितामहांनी कुठलंच काम सांगितलं नाही. सांगितलं नाही की सांगायची त्यांची इच्छा नव्हती, ते कळलं नाही. तो आपला परक्या अभ्यागतासारखा इकडे तिकडे वावरत होता. कधी दुर्योधनासोबत दिसत होता तर कधी दुःशासनासोबत बळी देण्यासाठी लागणाऱ्या पशूंची मोजदाद करत होता.

प्रत्यक्ष राजसूय यज्ञाचा दिवस उजाडला. तुपाच्या आहुतींच्या वासानं आणि धुरानं इंद्रप्रस्थ नगरीचा आसमंत कोंदाटून गेला. त्या भव्य यज्ञमंडपात महाराणी द्रौपदीसह सिंहासनावर बसलेल्या युधिष्ठिराच्या मस्तकावर सप्तनद्यांच्या पवित्र जलाचा अभिषेक करण्यात आला. सुवर्णसिंहासनाच्या दोन्ही बाजूला उभे असलेले भीम आणि अर्जुन सम्राट युधिष्ठिरावर चवऱ्या ढाळू लागले. नकुल-सहदेव सम्राटाची आज्ञा ऐकण्यासाठी समोर उभे राहिले. भरतभूमीतील समस्त क्षत्रिय राजांच्या साक्षीनं युधिष्ठिर सम्राट झाल्याची घोषणा करण्यात आली.

तो विधी पार पडताच सम्राट युधिष्ठिर देशोदेशींहून आलेल्या नजराण्यांचा स्वीकार करायला उभा राहिला. नजराण्यादाखल आलेल्या प्रत्येक वस्तूला सम्राटाचा स्वीकृतीदर्शक हात लागल्यावर ती दुर्योधनाकडे सुपूर्त करण्यात येत होती.

शतानिक, मदिराक्ष हे दोघे बंधू आणि ज्येष्ठ पुत्र श्वेत यांच्यासह राजसूय यज्ञासाठी आलेला मत्स्य देशाचा राजा विराट यानं सुवर्णमालांनी युक्त असे दोन

सहस्त्र हत्ती सम्राटाला भेट म्हणून दिले. किरातांचा राजा आणि पांडू राजाचा मित्र भगदत्त यानं हत्ती, जातिवंत अश्व आणि दासदासी यांच्यासह रत्नमाणकं, उत्तम सुगंधी वनस्पती, मृगाजिनं आणि आपल्या कामरूप देशात निर्माण होणारं उत्कृष्ट हस्तिदंत दिलं. याखेरीज मुद्दाम तयार करवून घेतलेलं हस्तिदंती मुठीत जडवलेलं खड्ग त्यानं युधिष्ठिराला भेट दिलं. कोसलनरेश बृहद्बल यानं चौदा सहस्त्र उत्तम अश्व दिले. पांचाल देशाचा युवराज धृष्टद्युम्न यानं चौदा हजार दास त्यांच्या बायका-मुलांसह अर्पण केले. सिंधुराज जयद्रथानं सुवर्णमाला घातलेले पंचवीस हजार उत्तम अश्व युधिष्ठिराला भेट दिले. कलिंगराज चित्रांगदानं उत्तम प्रकारच्या मणिरत्नांची भेट सम्राट युधिष्ठिराला सादर केली. ताम्रलिप्तीच्या राजानं उत्तम रेशमापासून तयार केलेली अगणित वस्त्रं अर्पण केली. कांबोज देशाचा राजा सुदक्षिण यानं उत्तम प्रतीचे तीनशे अश्व, उंट, अगणित लोकरी वस्त्रं आणि मृगचर्मं दिली. हिमालयातून आलेला तांगण जमातीचा राजा सुबाहू यानंही लोकरी वस्त्रं आणि हिमालयात सापडणाऱ्या सोन्यापासून तयार केलेल्या सोन्याच्या लगडी आणि बहुमूल्य सुवर्णालंकार भेट दिले. सिंहल द्वीपच्या राजानं निवडक समुद्री शंख सम्राटाला दृष्टिपूत केले. पांड्यराजा मलयध्वज यानं मलय पर्वतातील सुगंधी चंदनाचे शहाण्णव भारे अर्पण केले. शिवाय तितकेच उत्तम प्रकारचे शंख दिले. चोल, केरल या देशाच्या राजांनी मोती, वैदूर्य आणि चित्रक या नावांची अनमोल रत्नं अर्पण केली.

ते अगणित नजराणे स्वीकारताना आणि त्यांची मोजदाद ठेवताना दुर्योधनाचे हात दुखून आले. अजूनही कित्येक राजे आणि देशोदेशींहून आलेले सार्थवाह सम्राटाच्या भेटीसाठी तिष्ठत उभे होते. काश्मीरच्या राजानं नाना प्रकारच्या उपहार सामग्रीसह आपल्या देशातील रसाळ व मधुर अशा द्राक्षांचे घोस आणले होते. हिमालयात वास्तव्य करणाऱ्या खस, दरद या जमातींच्या राजांनी उत्तम प्रकारच्या मधाचे हंडे आणले होते. आनर्त देशातील भरुकच्छच्या सार्थवाहांनी लांबसडक केसांच्या एक हजार देखण्या दासी आणल्या होत्या. याशिवाय हिमालयात व्यापार करणारे कुलिंद सार्थवाह, पंचनद प्रदेशापलीकडील यवन राजे असे कित्येक लोक सुमारे तीन खर्व सुवर्णांचे निष्क घेऊन उभे होते. अनेकांना गर्दीमुळे प्रवेश मिळत नव्हता.

सर्वांनी आणलेल्या नजराण्यांचा स्वीकार केल्यानंतर युधिष्ठिरानंही अमाप धनसंपत्तीचं दान केलं. त्या दिवशी इंद्रप्रस्थ नगरीत आलेला कोणीही याचक असंतुष्ट राहिला नाही. हे सर्व औपचारिक विधी संपन्न झाल्यानंतर सम्राट युधिष्ठिर उपस्थित अभ्यागतांच्या पाद्यपूजेसाठी सिद्ध झाला. सर्वप्रथम कोणाची पूजा करावी हा संभ्रम त्याच्या मनात होताच. विद्वत्तेचे मुकुटमणी महर्षी व्यास, द्रोणाचार्य, कृपाचार्य यांच्यासारखे विद्वान आचार्य, पितामह भीष्म यांच्यासारखे ज्येष्ठ कुरुश्रेष्ठ,

यांच्याखेरीज महाराजा द्रुपद, मद्रराज शल्य असे कितीतरी वयोवृद्ध आणि ज्ञानवृद्ध राजे त्या सभेत उपस्थित होते.

युधिष्ठिराची ती संभ्रमावस्था ओळखून पितामह म्हणाले, ''पुत्र युधिष्ठिर, द्वारकाधीश कृष्णाचं आगमन ही आम्हा कुरूंच्या दृष्टीनं सन्मानाची आणि आनंदाची घटना आहे. अग्रपूजेचा मान कृष्णाला द्यावा, अशी माझी सूचना आहे.''

ती सूचना करून पितामह भीष्मांनी युधिष्ठिराच्या मनातले विचार बोलून दाखवले होते. पितामहांची सूचना त्याला आज्ञेसारखी शिरसावंद्य होती. हाती जलकुंभ घेऊन उभ्या असलेल्या सहदेवाला त्यानं संकेत केला. कृष्णाच्या पायावर पाणी घालण्यासाठी सहदेव पुढे झाला.

''क्षत्रियांच्या या सभेत एका हीन कुलोत्पन्न गुराख्याचा सन्मान? खासा न्याय आहे! अधम माणसं इतरांनाही अधमपणाचाच सल्ला देतात यात आश्चर्य ते कोणतं? सल्ला घेणारा, तो देणारा आणि ज्याचा सन्मान होतो आहे तो हे सारेच अधम असल्यावर असंच घडणार...'' चेदी देशाचा राजा शिशुपाल आसनावरून उठून त्वेषानं म्हणाला.

ते दृश्य त्याला असह्य झालं होतं. संतप्त झालेला शिशुपाल मोठमोठ्यानं गर्जू लागला...''युधिष्ठिर, याचकांना दान देताना तू तुझी अक्कलही देऊन टाकली आहेस की काय? या सभेत कितीतरी पात्र लोक उपस्थित असताना तुला हा अविचार सुचला तरी कसा? आमच्यासारख्या क्षत्रिय राजांना इथं बोलावून आमचा असा अपमान करायचं काय प्रयोजन आहे? आमचा अपमान करण्यासाठीच का तू आम्हाला इथं बोलावलं आहेस? तुला हे धाडस तरी कसं झालं? अरे, एका यःकश्चित् गुराख्याला हा सन्मान बहाल करताना त्याची कोणती थोरवी तू पाहिलीस? तुला वयाचा मान राखायचा असेल तर इथं राजा द्रुपद आहे, तुझे गुरुद्रोणाचार्य आहेत, कुलगुरू कृपाचार्य आहेत, महर्षी व्यास आहेत. पाहिजेच तर हा थेरडा भीष्म आहे. मूर्ख असला तरी तो वयानं मोठा आहे आणि शिवाय तुझा आजोबा आहे. या सर्वांना डावलून त्या गुराख्याला हा सन्मान कशासाठी? अरे तो धड आर्यक्षत्रिय तरी आहे का? त्याचा बाप वसुदेव उग्रसेनाचा साधा सेवक होता. सन्मान स्वीकारणाऱ्यानंही स्वतःची योग्यता पाहूनच तो स्वीकारावा. लोणी चोरून खाल्लं म्हणून ते आपल्यासाठीच काढून ठेवलं होतं, असं कुत्र्यानं समजू नये. तू सामर्थ्य आणि पराक्रमाचीच पूजा करणार असशील तर अश्वत्थामा, दुर्योधन यांच्यासारखे महारथी वीर इथं उपस्थित आहेत. जरासंधासारख्या बलशाली योद्ध्याला पराभूत करणारा महारथी कर्ण इथं उपस्थित आहे. पण त्याच जरासंधाच्या भीतीनं द्वारकेला पळून गेलेल्या एका गुराख्याला हा सन्मान बहाल करून तू आम्हा क्षत्रियांचा घोर अवमान केला आहेस. आर्यधर्म पायदळी तुडवला आहेस. तू अजून तरुण आहेस. अल्पमती आहेस. क्षत्रिय

रीतिरिवाजांविषयी अनभिज्ञ आहेस. पण तुला तरी आर्यधर्म कुठला माहीत असणार म्हणा ! या भीष्मासारखा मूर्ख थेरडा तुझा सल्लागार असल्यावर असंच घडणार. इथं बोलावून तू आमचा अपमान केला आहेस. सम्राट पद धारण करून तू असल्या अधर्माचीच तळी उचलणार असशील, तर आम्ही तुझ्या सम्राटपदाला भीक घालत नाही. असला अधर्म पाहून ज्यांची दातखीळ उचकटत नाही, त्या जीभ असून मूक झालेल्या षंढांचा मी धिक्कार करतो. आर्यधर्म जाणणाऱ्यांनी तरी इतःपर या सभेत बसू नये, हेच खरं. आम्ही सारे आर्यक्षत्रिय तुझ्या या यज्ञमंडपाचा त्याग करतो. चला— !''

यज्ञमंडपात उपस्थित असलेल्या क्षत्रिय राजांना आवाहन करून स्वतः शिशुपाल बाहेर निघाला. त्याच्या वक्तव्यानं उत्तेजित झालेले काही सभाजन आसन सोडून उभे राहिले आणि बाहेर निघाले.

युधिष्ठिर धावत जाऊन शिशुपालाची विनवणी करू लागला,''राजन्, असं म्हणू नकोस. पितामहांसारखे धर्मज्ञ उपस्थित असताना चुकीचं घडणार नाही.''

''त्याची समजूत घालू नकोस युधिष्ठिर. पोरकट बुद्धीच्या माणसाला कृष्णाची थोरवी काय कळणार?'' भीष्म म्हणाले.

शिशुपालानं केलेला तो औचित्यभंग पाहून सहदेवाचा शीघ्रकोप जागा झाला. तो म्हणाला,''पांडवांचा सखा कृष्ण या सन्मानाला पात्र नाही असं म्हणणाऱ्यानं पुढे यावं. त्याचं मस्तक ठेचून पायाखाली तुडवतो.''

सभेत भीषण शांतता पसरली. प्रत्येकाच्या मनात आता शिशुपाल आणि सहदेव यांच्यात युद्ध सुरू होतं की काय, अशी आशंका निर्माण झाली. परंतु युधिष्ठिरानं सहदेवाला शांत केलं. शिशुपाल तेवढ्याच मोठ्या आवाजात पुन्हा गरजला, ''क्षत्रिय राजांचा इथं असाच अवमान होणार असेल तर आम्ही का थांबावं? तुम्हा पांडवांनी मांडलेला हा अधर्म आम्हाला मान्य नाही.''

सभेत उपस्थित असलेले काही क्षत्रिय राजे शिशुपालाची री ओढून त्याच्या बाजूनं बोलू लागले.

''पितामह...'' असहायपणे युधिष्ठिर म्हणाला. आता यज्ञ कसा पार पडणार म्हणून तो सचिंत झाला होता.

''त्या कुत्र्यांना असंच भुंकत राहू दे पुत्र युधिष्ठिर. तुझा यज्ञ व्यवस्थित पार पडेल. तू निश्चिंत राहा.'' पितामह म्हणाले.

''अरे थेरड्या... भीष्मा.... तुला अक्कल तरी कधी येणार आहे? एका आंधळ्यानं मार्गदर्शनासाठी दुसऱ्या आंधळ्याचा हात धरावा तसं या कुरूंचं झालं आहे. पण तुझ्या मूर्खपणाला आम्ही फसणार नाही. कृष्णाची थोरवी युधिष्ठिरालाच सांग. त्यालाच ती खरी वाटेल. लोक तुला सद्गुणांचा पुतळा समजतात; पण तुझं

खरं स्वरूप मी सांगतो. सिंहाच्या दातात अडकलेल्या मांसाचे तुकडे खाऊन जगणाऱ्या भूलिंग पक्ष्यासारखा तू एक क्षुद्र जीव आहेस. काशीराजाच्या रूपवती मुली जिंकून त्या दुसऱ्याला दान करणारा तुझ्यासारखा षंढ तूच. तुझं हे ब्रह्मचर्याचं सोंग म्हणजे षंढपणा लपवायचं कारस्थान आहे. पुत्रप्राप्तीसाठी तुझ्या भावजयींना दुसऱ्याशी संभोग करावा लागला यात तुझं रे काय राहिलं? जरासंधाला कपटानं ठार करणारा कृष्ण तुला थोर वाटतो आणि तुझ्यासारख्या मूर्खाला पांडव थोर समजतात. अरे, त्या गवळ्याची थोरवी कोणाला सांगतोस? हे यादव कुठले आले आहेत आर्य? यांना कोणी मुली देत नाही म्हणून ते मुलींना पळवून नेतात. त्यानं स्वतः रुक्मिणी कशी मिळवली? अवंतीच्या राजाची मुलगी कशी नेली? —''

''— जीभ आवर शिशुपाल !'' गदा घेऊन शिशुपालावर धावून जात भीम गरजला. परंतु भीष्मांनी मध्ये पडून त्याला आवरलं. युधिष्ठिराकडे पाहत भीम मागे सरकला.

''सोड, सोड त्याला भीष्मा...एवढीच त्याची माझ्या हातून मरायची इच्छा असेल तर मी ती आताच पूर्ण करतो. कृष्णा, तुलाही मी युद्धाचं आव्हान देतो. माझ्यासारख्या क्षत्रिय राजाच्या हातून मरण येणं, हे तुझं भाग्यच ठरेल.''

सहदेवाच्या आणि भीमाच्या खांद्यावर हात ठेवून त्यांना शांत करत कृष्ण म्हणाला,''सभाजनहो, आतेभाऊ म्हणून मी आजवर याच्या अनेक अपराधांकडे दुर्लक्ष केलं आहे आणि वेळोवेळी त्याला क्षमाही केली आहे; परंतु हा फार नीच आहे. त्याला त्याच्या अपराधांची शिक्षा मिळालीच पाहिजे. वेशांतर करून यानं अक्रुराच्या पत्नीवर बलात्कार केला. करुष राजाची वाग्दत्त वधू, उज्जैनची राजकन्या भद्रा हिच्यावरही यानं बलात्कार केला. त्या अपराधांबद्दल त्याच वेळी याला ठार करायला पाहिजे होतं. परस्त्रीचा अभिलाष धरणाऱ्या या नीचानं माझी पत्नी रुक्मिणी हिच्याशी विवाह करायचा घाट घातला होता. आताच त्यानं तिच्याविषयी कोणते प्रलाप काढले ते आपण सर्वांनी ऐकले आहेत...त्याचा हा उद्धटपणा —''

''अरे, थोडी तरी लाज धर...'' खदखदा हसत शिशुपाल म्हणाला. ''आदरणीय लोकांच्या या सभेत आपली बायको दुसऱ्याची वाग्दत्त वधू होती हे सांगताना थोडी तरी लाज धर... ठीक आहे. आता सांगतोच आहेस तर सगळंच सांग. की मी मदत करू? रुक्मिणी ही माझी वाग्दत्त वधू होती. तिला पळवून नेऊन तू तिच्याशी लग्न केलंस खरं; पण त्याआधी मनाने का होईना मी तिचा उपभोग घेतलेला होताच.''

''तुझ्या अमंगळ जिभेला आवर घाल नीच शिशुपाल '' हातात घेतलेलं चक्र गरगरा फिरवत कृष्ण ओरडला. ''तुझा अंत जवळ आला आहे हेच खरं. सभाजनहो, क्षमा करा. पांडवांच्या या राजसूय यज्ञप्रसंगी आपण सर्वांनी मला

अग्रपूजेचा सन्मान प्रदान केला आहे; तेव्हा या यज्ञाला पहिली आहुती मीच देतो. सांभाळ शिशुपाल —''

शिशुपालानंही खड्ग उपसलं. तोही युद्धासाठी सज्ज झाला. परंतु कृष्णाच्या हातून सुटलेल्या चक्रानं तत्पूर्वीच त्याच्या मस्तकाचा वेध घेतला होता. क्षणार्धात शिशुपालाचं मस्तक धडावेगळं होऊन जमिनीवर गडगडत गेलं...

३०.

राजसूय यज्ञाची सांगता होऊन तीन दिवस उलटले. आर्यावर्त आणि संपूर्ण भरतभूमीतून आलेले कित्येक राजे-महाराजे आपापल्या देशांना परतू लागले. प्रत्येक वेळी कोणी ना कोणी पांडवबंधू त्यांना निरोप द्यायला सीमेपर्यंत जात होता. आलेल्या अभ्यागतांनी, सार्थवाहांनी आणि याचकांनी फुललेले मार्ग हळूहळू मोकळे वाटू लागले.

इंद्रप्रस्थ नगरीतला प्रत्येक क्षण दुर्योधनाला असह्य झाला होता. केव्हा एकदा इथून बाहेर पडेन, असं त्याला झालं होतं. केवळ पितामह भीष्म आणि महामंत्री विदुर यांच्यामुळेच तो थांबला होता. परंतु ते मात्र परतायचं नावही काढत नव्हते. आपण कुठं परक्या ठिकाणी आलो आहोत, असं त्यांना वाटतच नव्हतं. तशात युधिष्ठिरानं मोठ्या आग्रहानं त्यांना राहवून घेतलं होतं. त्यामुळे दुर्योधनाचा नाइलाज झाला होता. शिशुपालाची हत्या झाल्यापासून तो फार अस्वस्थ होता. परंतु त्याच्या मनात काय चाललं आहे ते मात्र समजत नव्हतं.

सकाळी उठल्यापासून आपल्याच चिंतनात हरवून गेलेल्या दुर्योधनाला पाहून कर्ण म्हणाला,'' एवढा कसला विचार चालला आहे युवराज?''

दुर्योधन राजमहालाच्या गवाक्षातून प्रशस्त राजरस्त्यावरील पुष्करिणीत पोहणाऱ्या हंसांकडे शून्यपणे पाहत होता. दीर्घ निःश्वास टाकून तो म्हणाला, '' कृष्णाची ही दंडेली कुठवर चालणार आहे अंगराज? यज्ञमंडपात शिशुपालाचं रक्त सांडलं; पण कोणीही त्याला विरोध केला नाही. याचा अर्थ काय? आज जरासंध जिवंत असता तर कृष्णानं हे धाडस केलं असतं?''

दुर्योधन म्हणत होता ते खरंच होतं. शिशुपाल केवळ चेदी देशाचा राजा नव्हता तर जरासंधाचा सेनापती होता. कृष्ण मोठा धोरणी आहे हेच खरं. भीमाच्या हातून आधी जरासंधाचा वध करवून योग्य वेळ येताच त्यानं शिशुपालालाही संपवलं आणि वरून त्याच यज्ञमंडपात त्यानं शिशुपालाचा मुलगा धृष्टकेतू याला राज्याभिषेक करवून आपली निःस्पृहता दाखवली. कर्ण कृष्णाच्या त्या पाताळयंत्री राजकारणाचा विचार करत होता.

" त्यांना इथं राहायचं असेल तर खुशाल राहू देत. आज मी माझा रथ सिद्ध ठेवण्याची आज्ञा दिली आहे.'' उद्विग्न होऊन दुर्योधन म्हणाला.

" तसं करू नकोस युवराज...'' घाईघाईनं शकुनी म्हणाला.'' सोबत आलो आहोत तसे सोबतच परत जाऊ. अन्यथा गैरसमज पसरतील. शिवाय आपण इथून गेलो तर त्यांना गळ्यात गळे घालायला रानच मोकळं होईल. आणि आता आलोच आहोत आणि त्यांनी एवढं आग्रहाचं निमंत्रण दिलंच आहे तर तेवढी मयसभाही पाहून जाऊ. आता थोड्याच वेळात सहदेव बोलवायला येईल, हे लक्षात आहे ना?''

शकुनी म्हणाला तेही खरंच होतं. परंतु शिशुपालाची हत्या झाली म्हणून दुर्योधनानं एवढं अस्वस्थ का व्हावं, हेच कर्णाला कळेना. की त्याच्या अस्वस्थतेचं कारण काही वेगळंच आहे? कदाचित पांडवांचं वैभव पाहून त्याच्या मनात हा द्वेषाग्नी पेटला असावा. शिशुपालाच्या हत्येविषयीची त्याची ही प्रतिक्रिया म्हणजे त्या द्वेषाग्नीनं काढलेली एक पळवाट तर नाही...?

ठरल्या वेळी सहदेव आलाच. चार अश्व जोडलेल्या एका मोठ्या युद्धरथावर आरूढ होऊन सारे मयसभा पाहायला निघाले. युधिष्ठिरादी चारही भाऊ मयसभेच्या प्रवेशद्वारावर त्यांच्या स्वागतासाठी उभे होते. सभेच्या सौधावरून स्त्रियांच्या हसण्याबोलण्याचा कोलाहल कानी आला. महाराणी द्रौपदीसह युवराज्ञी भानुमती आदी कौरवस्त्रिया आधीच येऊन थांबल्या होत्या आणि मयसभेतील चमत्कार पाहून हसत खिदळत होत्या.

युधिष्ठिरानं स्वागत केल्यावर मयसभेची माहिती देत भीम पुढे चालू लागला. सर्व जण त्याच्या मागोमाग निघाले. मयसभेची ती अवर्णनीय शोभा दुर्योधन डोळे विस्फारून पाहतच राहिला. इंद्रप्रस्थ नगरीत आणि पांडवांच्या राजमहालात आतापर्यंत पाहिलं होतं, त्यापेक्षाही अधिक वैभव मयसभेत एकवटलं होतं. कित्येक दालनं असलेल्या त्या सभेचा प्रत्येक खांब आणि भिंतही प्रेक्षणीय होती. तेथील प्रत्येक खांब अप्रतिम शिल्पकृतीचा नमुना होता, तर प्रत्येक भिंत नाना प्रकारच्या चित्रांनी नटलेली होती. प्रत्येक दालनात वरून लोंबकळणाऱ्या हंड्या-झुंबरांतून मौल्यवान रत्नांची योजना केलेली होती. त्यांच्यातून परावर्तित होणारा मंदमंद असा प्रकाश सर्वत्र पसरला होता.

परंतु खऱ्या गमती पुढेच होत्या. एका विस्तीर्ण दालनातून दुसऱ्या दालनात प्रवेश करताना वाटेत लहानसा झुळझुळता जलप्रवाह दिसला. पुढील दालनात प्रवेश करायचा तर तो ओलांडणं आवश्यकच होतं. सर्वांत पुढे असलेल्या दुर्योधनानं सहजच अधोवस्त्र वर घेतलं आणि पाण्यात पाय ठेवला...

...परंतु काय आश्चर्य ! पाण्यात पाय ठेवूनही तो भिजला नव्हता की पायाला

जलप्रवाहाचा झुळझुळता स्पर्श झाला नव्हता. अधोवस्त्र वर न घेता भीम तसाच पुढे निघाला आहे, हे पाहून त्याला आणखीच आश्चर्य वाटलं. पुढे जाऊन थांबलेला भीम मागे वळून पाहत खो खो हसत होता. दुर्योधनाची झालेली ती फसगत पाहून सारेच हसू लागले.

" बंधो, अरे तो जलप्रवाह नाही. पण खरी गंमत अजून पुढेच आहे बरं ! तेव्हा थोडं जपून..." भीम म्हणाला.

दुर्योधनही वरवर हसला खरा; परंतु तो मनातून पुरता खजील झाला होता. आणखी एक-दोन दालनं पाहून झाल्यावर तो म्हणाला," आता राहू दे भीमा; राहिलेली दालनं उद्या पाहू."

" ठीक आहे. तुझी इच्छा." भीम म्हणाला.

सर्व जण आपापल्या निवासस्थानी परतले. दुर्योधनाला दिवसभर आपल्या फजितीचं दुःख वाटत राहिलं. त्याला सारे हसले हे पाहून दुःशासनही सारखा चडफडत होता. एवढं सगळं झाल्यावर पुन्हा दुसऱ्या दिवशी तीच मयसभा पाहायला जायचं म्हणजे आपलीच अपमानाची जखम पुन्हा ताजी करून घेणं ठरणार होतं. परंतु न जाणंही सभ्यतेला धरून झालं नसतं. तेव्हा सहदेव आल्यावर अगदी नाइलाजानंच दुर्योधन बाहेर पडला.

आज भीम सर्वांना एका नव्याच दालनात घेऊन आला. स्त्रियांसाठी राखून ठेवलेली दालनं तिथून स्पष्ट दिसत होती. त्यांतील एका दालनाच्या सौधावर द्रौपदी आणि इतर कुरुस्त्रिया सुखसंवाद करत उभ्या होत्या. पुढील दालनात प्रवेश करायचा तर स्फटिकशुभ्र संगमरवरी फरसबंदीवरून चालत जावं लागणार होतं. त्या दालनात ठिकठिकाणी सुंदर रंगावलीही रेखाटलेल्या दिसत होत्या. दुर्योधनानं पाऊल उचललं आणि तो धाड्कन पाण्यानं काठोकाठ भरलेल्या जलाशयात कोसळला.

भीमार्जुनांसह सारे मोठमोठ्यानं हसू लागले. ते हास्यध्वनी सौधावर उभ्या असलेल्या स्त्रियांच्या कानांवर पडताच त्यांचंही लक्ष वेधलं गेलं आणि क्षणार्धात तिथूनही हास्यध्वनी उमटला. दुर्योधनाची फजिती झालेली पाहून महाराणी द्रौपदीला हसू आवरलं नव्हतं. महाराणीला हसताना पाहून तिच्या सख्याही हसू लागल्या. कदाचित असं काहीतरी घडेल आणि मनसोक्त हसायला मिळेल, याची अटकळ त्यांनी आधीच बांधलेली असावी.

नाकातोंडात पाणी गेलेला दुर्योधन हौदातून बाहेर येण्याचा प्रयत्न करू लागला, तोवर सेवक धावले. त्यांनी दुर्योधनाला बाहेर काढलं. बाजूला नेऊन परिधान करायला कोरडी वस्त्रं दिली. दुर्योधन वस्त्रं परिधान करून आला तेव्हाही भीम हसतच होता. भीमाकडे जळजळीत नजरेनं पाहून घेत दुर्योधनानं वर पाहिलं. द्रौपदी आणि तिच्या सख्या अजूनही गालात हसत होत्या.

दुर्योधनाच्या डोळ्यांकडे पाहवत नव्हतं. त्यांच्यातून जणू ठिणग्या सांडत होत्या. मस्तकात संतापाची आग पेटली होती. त्याला आता अधिक काळ तो अपमान सहन करणं शक्य नव्हतं की मयसभेत थांबणं शक्य नव्हतं. समोर दिसत असलेला दरवाजा उघडाच होता. दुर्योधन ताड् ताड् निघाला. त्याला शक्य तेवढ्या लवकर मयसभेबाहेर पडायचं होतं. इतःपर घरी आलेल्या अतिथीचा अपमान करणाऱ्या पांडवांची तोंडं पाहायची त्याची इच्छा नव्हती.

पुन्हा घडायचं तेच घडलं. दुर्योधनाचं मस्तक थाड्कन भिंतीवर आदळलं. संतापानं पेटलेलं त्याचं मस्तक त्या अनपेक्षित आघातानं आणखीच तिरमिरलं. तशाच भडकल्या माथ्यानं इकडे तिकडे पाहत तो बाहेर पडायचा मार्ग शोधू लागला. तिथंच दिसत असलेला एक बंद दरवाजा ढकलून बाहेर पडायला काहीच हरकत नव्हती. संतापाच्या भरात त्यानं दोन्ही हातांनी तो दरवाजा ढकलला. परंतु तसाच पुढे भेलकांडत जाऊन तो पलीकडच्या दालनातील संगमरवरी फरसबंदीवर आदळला. बंद असल्यासारखा वाटणारा तो दरवाजा मुळात बंद नव्हताच. सरळ तोंडावरच आदळल्यानं दुर्योधनाचं तोंड चांगलंच सडकून निघालं.

"अंधपुत्रा, अरे दरवाजा इकडे आहे. बंधो सहदेव दुर्योधनाला दरवाजा दाखव." सर्वांना ऐकू जाईल अशा आवाजात भीम म्हणाला आणि तो पुन्हा मोठमोठ्यानं गडगडाट करत हसू लागला. दुर्योधनाची ती त्रेधा पाहून द्रौपदी अजूनही हसत होती. त्यातच भीमानं दुर्योधनाला उद्देशून केलेला अंधपुत्र हा द्व्यर्थी निर्देश तिला आणखीच रुचला असावा; त्यामुळे ती अधिकच हसू लागली. तिचा आणि तिच्या सख्यांच्या हसण्याचा असह्य कलकलाट आणखीच वाढला.

आता अधिक फजिती नको म्हणून सहदेव दुर्योधनाच्या हाताला धरून दरवाजाकडे निघाला. सर्वांचाच इतका विरस झाला होता की आता अधिक काळ एकमेकांच्या सहवासात राहणं खरोखरच कठीण होतं. घडलं ते सारंच इतकं अनपेक्षित होतं की दुर्योधनाची कशी समजूत घालावी, ते युधिष्ठिरालाही समजलं नाही.

मयसभेबाहेर पडताच दुर्योधनानं रथावर पाऊल ठेवलं आणि गर्र्कन भीमाकडे वळून तो म्हणाला," अंधपुत्र किती डोळस असतात ते वेळ आल्यावर तुलाही दिसेलच. आणखी एक लक्षात ठेव...आंधळा का होईना कौरवांना बाप आहे; तुला तो सांगायला तरी आहे का, हे जरा आठवून पाहा..."

दुर्योधनानं केलेली ती परतफेड पाहून इतका वेळ हसत असलेला भीम बावचळलाच. दुर्योधन एकदम असं काही वर्मावर बोट ठेवणारं बोलेल, असं त्याला वाटलं नसावं. त्यानं युधिष्ठिराकडे पाहिलं तर तो खाली पाहत होता.

साधा एकमेकांना निरोप देण्याघेण्याचा उपचारही कोणी पाळला नाही. दुर्योधनापाठोपाठ सारे जण रथारूढ होताच सारथ्यानं आसूड उगारला. रथ निवासस्थानावर पोचल्याबरोबर

दाण्कन रथातून खाली उतरत दुर्योधन किंचाळला, “ प्रतिकामी !”

प्रतिकामी धावतच आला आणि दुर्योधनासमोर उभा राहिला.

“ आज...आत्ता माझा रथ सिद्ध कर. मी हस्तिनापूरला निघालो आहे. इथं आता पाणी प्यायचीही माझी इच्छा नाही. युवराज्ञी भानुमतीकडेही दूतिका पाठवून माझा संदेश पोचता कर.”

दुःशासन खाली मान घालून समोर उभा होता. त्याचे दोन्ही खांदे गच्च धरून गदगदा हलवत दुर्योधन म्हणाला,“ तो आडदांड भीम काय म्हणाला ते ऐकलंस ना? तो मला अंधपुत्र म्हणाला...त्या वेळी त्याचे ते चारही भाऊ आणि ती उर्मट द्रौपदी माझ्याकडे पाहून दात विचकून हसत होती...”

दुःशासनाची मनःस्थिती दुर्योधनापेक्षा फारशी वेगळी नव्हती. त्यालाही दुर्योधनाच्या अपमानाचं तेवढंच दुःख झालेलं होतं. त्याचे डोळे जणू मूकपणे दुर्योधनाला सांगत होते,“ बंधो, निराश होऊ नकोस. त्या उन्मत्त भीमाला आणि त्याच्या भावांना अद्दल घडविल्याशिवाय माझ्याही मनाला स्वस्थता लाभणार नाही...”

कोणाच्याही मनाची पर्वा न करता दुर्योधनानं त्याच क्षणी हस्तिनापूरकडे प्रस्थान ठेवलं. युवराजाची आज्ञा मिळताच सारथ्यांनी घोड्यांना पाणी पाजलं. तेलवंगण घालून रथचक्रांची पाहणी केली. दुर्योधन, दुःशासन, कर्ण आणि शकुनी या चौघांचे रथ हस्तिनापूरचा मार्ग आक्रमू लागले.

दुर्योधनाची मनःस्थिती ओळखून शकुनीनं मुद्दामच त्याला आपल्या रथात घेतलं. कर्णाला मात्र दुर्योधनाचं सांत्वन करायला शब्द सापडले नाहीत. झाला प्रकार अत्यंत अश्लाघ्य असाच होता. परंतु भीमानं असं काही बोलावं आणि द्रौपदीनं कुत्सित हसावं, यात आश्चर्य वाटावं असं काहीच घडलं नव्हतं. संधी मिळाली असती तर द्रौपदीही तसंच काहीतरी जिव्हारी झोंबणारं बोलायला चुकली नसती. कदाचित महाराणी पदाची मर्यादा तिला आडवी आली असावी. कदाचित तिच्या सख्यांजवळ काही म्हणालीही असेल. त्यामुळेच तर त्या एवढं हसत होत्या.

दुर्योधनाच्या त्या अपमानानं कर्णाच्या मनातल्या जखमा पुन्हा ताज्या होऊन भळभळू लागल्या. त्याला भीमाचे आणि द्रौपदीचे शब्द आठवत होते. प्रेक्षणगृहात भीम असंच बोलला होता. स्वयंवरप्रसंगी द्रौपदीनंही असाच जिव्हारी झोंबणारा अपमान केला होता. परंतु आज तो आपल्या दुःखापेक्षा आपल्या मित्राच्या अपमानानं अधिक व्यथित झाला होता. त्याचा सूड घेण्यासाठी वाट्टेल तो त्याग करायची त्याची तयारी होती...

दुर्योधनाच्या रथावरील नागध्वज वाऱ्यावर फरफरत होता. वाऱ्यावर हेलकावणारी ध्वजावरील नागफडा क्षणभर जिवंत असल्याचा भास होत होता. दुर्योधनाच्या मनातील पांडवद्वेषच जणू फडा काढून फुत्कारत होता...

३१.

इंद्रप्रस्थाहून परतलेल्या दुर्योधनाला अन्न जात नव्हतं की रात्री झोप लागत नव्हती. युधिष्ठिराचं वैभव सारखं त्याच्या डोळ्यांत सलत होतं. पांडवांचं वाढलेलं सामर्थ्य पाहून त्याच्या मनातल्या मत्सरानं पुन्हा फडा काढला होता... आणि त्यातच भीमानं आणि द्रौपदीनं केलेल्या त्या अपमानाचं शल्य एखाद्या सूचिमुख बाणासारखं त्याच्या काळजात रुतून बसलं होतं. खरंच...एक वेळ शत्रूनं केलेला अपमान किंवा त्याच्यासमोर झालेला अपमान माणसाला विसरता येईल, सुडाची ठिणगी उरात जपत तो सुसह्य करता येईल; परंतु स्त्रीसमोर झालेला अपमान, त्यातही एखाद्या सुंदर स्त्रीसमोर झालेला अपमान, तो कधीही विसरू शकत नाही. आणि इथं तर जगाला जाळून टाकील एवढा सुडाचा वणवा पेटावा असा अपमान एका स्त्रीनंच केला होता. पांडवांची प्रिय पत्नी, रूपगर्विता द्रौपदी दुर्योधनाच्या फजितीवर सुभद्रा, भानुमती आदी राजस्त्रियांसमोर उपहासानं हसली होती आणि तिच्या समवेत हसणाऱ्या तिच्या त्या मूर्ख सख्या! त्यांच्या हसण्याचा तो कलकलाट अजूनही तसाच दुर्योधनाच्या कानांवर आदळतो आहे...

दुर्योधनाची ही अवस्था पाहून एके दिवशी शकुनी म्हणाला," पुत्र दुर्योधन, का असे दुःखाचे सुस्कारे टाकतो आहेस? एवढं कसलं दुःख तुला छळतं आहे?"

दुःखद निःश्वास टाकत दुर्योधन म्हणाला, " मग काय शत्रूचं वैभव आणि सामर्थ्य वाढत चाललेलं पाहून आनंदोत्सव साजरा करू? राजा शिशुपाल उचित तेच सांगत होता असं तुम्हाला नाही वाटत मामा?"

" वाटतं तर —" शकुनी म्हणाला.

" पण कोणीही त्याची बाजू घेतली नाही. सर्वांसमोर कृष्णानं त्याला ठार केलं. पण कोणीही पुढे होऊन त्याला अडवलं नाही की कोणीही विरोध करायचं धाडस केलं नाही...शतावधी क्षत्रिय राजांचे, देशोदेशींहून आलेल्या सार्थवाहांचे आणि वैश्यांचे जथे कितीतरी मौल्यवान वस्तूंचे, सुवर्णराशींचे आणि दुर्मिळ रत्नांचे नजराणे घेऊन युधिष्ठिराला प्रसन्न करण्यासाठी त्याच्या दारात उभे होते. ज्यांची नावंही मला माहीत नाहीत अशी रत्नं त्यांच्या महालांच्या भिंतीत जडवलेली आहेत. ते सारं डोळ्यांनी पाहिल्यावर दुःख करू नको तर काय करू? त्या भेटी स्वीकारताना थकलेल्या माझ्या हातांचे श्रम अजूनही दूर झालेले नाहीत. माझं मन द्वेषानं जळतं आहे मामा. आता मी जगू तरी कशासाठी? त्यांच्या त्या असामान्य वैभवापुढे माझं वैभव म्हणजे काहीच नव्हे. शत्रूचं वाढत चाललेलं वैभवसामर्थ्य पाहण्यापेक्षा मेलेलं काय वाईट? मयसभेत ते मला हसले. तो भीम मला अंधपुत्र म्हणाला. ते ऐकून

ती गर्विष्ठ द्रौपदीही मला हसली. त्या सर्वांनी मिळून माझी चेष्टा केली. एवढं सगळं झाल्यावर मी जगू तरी कशासाठी? कोण आहे मी? पुरुष...की कोणी नपुंसक? असं जगण्यापेक्षा मी विष घेईन. जळत्या अग्नीत शरीर झोकून देईन. नाही तर...नाही तर जलसमाधी घेईन... पण असा जगणार नाही ! ''

दुर्योधनाची मनःस्थिती शकुनीला चांगली माहीत होती. तरीही वरकरणी भोळेपणाचा आव आणत तो म्हणाला,'' दुर्योधन, अरे एवढा त्रागा कशासाठी? तेही तुझे भाऊच आहेत ना? मग एवढा राग, एवढा द्वेष तो कशासाठी? ते वैभव त्यांनी त्यांच्या सामर्थ्यावर मिळवलं आहे. ते त्यांचं त्यांना भोगू दे. त्यांचा द्वेष करायचं आम्हाला काय कारण? त्यामुळे आम्हाला तर काही उणेपणा येत नाही ना? तुझं वैभव आणि सामर्थ्य कोणत्याही बाबतीत कमी नाही. भीष्म, द्रोण, कर्ण, अश्वत्थामा, जयद्रथ यांच्यासारखे श्रेष्ठ वीर आणि मी स्वतः तुझ्या पाठीशी असताना तुला काळजी कशाची वाटते? उगाच मनस्ताप करून घेऊ नकोस.''

'' तुम्ही म्हणताय ते खरं आहे मामा. पण त्यांचं वैभव नष्ट झालेलं पाहिल्याशिवाय माझ्या मनाला शांतता लाभणार नाही. वाटतं...याच क्षणी त्यांच्याविरुद्ध युद्ध घोषित करावं आणि इंद्रप्रस्थ पादाक्रांत करून त्यांना तिथून हाकलून लावावं.''

यावर शकुनी काहीच बोलला नाही. तो विचारमग्न झाला होता. शकुनी काहीच बोलत नाही असं पाहून दुर्योधन पुढे म्हणाला,'' बोला, बोला मामा... मला तुमचा सल्ला हवा आहे. सांगा मामा, मी काय केलं म्हणजे माझं ईप्सित साध्य होईल? युद्धाशिवाय दुसरा मार्ग मला तरी दिसत नाही.''

'' तुला माझा सल्ला हवा आहे ना?'' विचार करत शकुनी म्हणाला,'' मग ऐक तर... युद्धाचा विचार आधी डोक्यातून काढून टाक. अरे, तू वेडा आहेस की काय? त्यांना युद्धात पराभूत करणं इतकं सोपं नाही. ते स्वतः कसलेले योद्धे आहेत. आणि शिवाय सध्या त्यांचं सामर्थ्य फार वाढलं आहे. आपल्या बाजूला पाहिलंस तर भीष्माला त्यांच्याविषयी ममत्व वाटतं. द्रोणाचाही कल त्यांच्याकडेच आहे. राहता राहिला तो कर्ण. तो एकटा काय करणार? अशा स्थितीत महाराजा युद्धाची अनुमती देईल असं मला तरी वाटत नाही. ...आणि तुला एक सांगू, मुळात तुला एवढा सगळा खटाटोप करायची काहीच गरज नाही. युधिष्ठिराला इंद्रप्रस्थातून हाकलून लावायचा एक उपाय माझ्याकडे आहे. तू म्हणशील तर रक्ताचा एक थेंबही न सांडता तुझा कार्यभाग मी साधून देईन. बोल आहे तयारी? अरे, तुम्ही योद्धे म्हणजे फार सरळमार्गी. मरायच्या तयारीनं अगदी शिर तळहातावर घेऊन लढाईत उतरता आणि यदाकदाचित् जिंकलाच, म्हणजे शत्रूनं तुमचा कपटानं गळा कापला नाहीच तर विजय साजरा करता. मला हा शुद्ध वेडेपणा वाटतो. अशी लढाई काय कामाची? जिंकायची खात्री असेल तरच माणसानं लढाईत उतरावं. त्यासाठी

जिंकायचा आत्मविश्वास मात्र हवा. विजय महत्त्वाचा. तो कसा मिळवला याची चिकित्सा करणाऱ्यांनी ती अवश्य करत बसावी.''

दुर्योधनाचे डोळे आनंदानं चमकले. उतावीळपणे तो म्हणाला, '' खरंच हे शक्य आहे मामा? सांगा...असा कोणता उपाय आहे तुमच्याकडे?'' उतावीळ झालेला दुर्योधन आता एक क्षणभरही थांबायला तयार नव्हता.

'' युधिष्ठिराला द्यूत आवडतं; पण खेळता मात्र येत नाही, हे तुला चांगलं माहीत आहे. असा खेळाडू सापडणं म्हणजे जिंकायची हमखास संधी. त्याला तू द्यूताचं आव्हान दे. अरे ही आर्यांची पूर्वापार रीतच नाही का? कुठलाही क्षत्रिय राजा द्यूताचं आव्हान कधीच नाकारत नाही. हा तर धर्मराज आहे. आपलं क्षत्रियत्व सिद्ध करण्यासाठी तो द्यूताचं आव्हान निश्चितच स्वीकारील आणि एखाद्या भोळ्या सावजासारखा आयताच माझ्या जाळ्यात सापडेल. द्यूतात माझी बरोबरी करणारा उभ्या आर्यावर्तात कोणीही नाही, हे तुला सांगायलाच हवं का? तू फक्त त्याला द्यूताचं आव्हान दे आणि बाकीचं सगळं माझ्यावर सोपव. मी तुझ्या बाजूनं फासे टाकीन. अरे, माझ्यासारख्या कसलेल्या खेळाडूपुढे त्याची कशी फजिती होते, ते तू फक्त पाहतच राहा. त्याचं राजवैभव, त्याची सर्व संपत्ती रक्ताचा एक थेंबही न सांडता मी तुला जिंकून देईन... पण त्यासाठी तुला आधी एक गोष्ट केली पाहिजे... काहीही करून द्यूतासाठी महाराजाची अनुमती मिळवली पाहिजे. शिशुपालाचा मित्र शाल्वराज कृष्णाच्या त्या कृत्याचा सूड घेण्यासाठी द्वारकेवर चालून जाण्याची शक्यता आहे. म्हाताऱ्या वसुदेवावर द्वारकेच्या संरक्षणाची जबाबदारी सोपवून कृष्ण इंद्रप्रस्थाला गेला आहे. शाल्वराज ही संधी सोडेल असं मला वाटत नाही. आपणही ही संधी सोडता कामा नये. कृष्णालाही त्या गोष्टीची कुणकुण लागली असणारच. तोही कदाचित त्याच विवंचनेत असेल. तेव्हा पांडवांना त्याची मसलत मिळण्याआधी आपण डाव साधला पाहिजे.''

दुर्योधनाचा फसफसून आलेला उत्साह जागीच जिरला. महाराजा अनुमती देईल असं त्याला वाटेना. तो म्हणाला,'' ते तुम्हालाच केलं पाहिजे मामा. या बाबतीत महाराज माझं ऐकतील असं मला वाटत नाही.''

शकुनी काहीच बोलत नाही असं पाहून दुर्योधनानं त्याची मूक संमती गृहीतच धरली. घाईघाईनं तो म्हणाला, ''चला, आत्ताच आपण महाराजांकडे जाऊ.'' दुर्योधनाचा जिरलेला उत्साह पुन्हा परत आला होता.

शकुनीला सोबत घेऊन तो धृतराष्ट्राच्या महालाकडे निघाला. महाराजा कसलासा विचार करत मंचकावर बसला होता. वारा घालत उभ्या असलेल्या दासीनं युवराज दुर्योधन आणि शकुनी येत असल्याची माहिती त्याला दिली.

'' ये शकुनी. आज काय काम काढलंस?'' धृतराष्ट्र म्हणाला.

धृतराष्ट्रासमोरील आसनावर ऐसपैस बूड जमवत शकुनी म्हणला, ''काम कसलं महाराज? सहज आपल्या भेटीसाठी आलो होतो.''

थोड्या इकडच्या तिकडच्या गप्पा झाल्यावर सहज बोलावं तसं शकुनी म्हणाला, '' महाराज, रागावणार नसाल तर बोलतो. सध्या पुत्र दुर्योधनाकडे तुमचं म्हणावं तसं लक्ष नाही, हेच खरं. त्याची प्रकृती किती खालावली आहे ते पाहिलंत? पण मी म्हणतो, एवढं दुर्लक्ष का म्हणून? निदान त्याची विचारपूस तरी करत चला.''

'' शकुनी, अरे मी हा असा आंधळा माणूस. तुम्ही सांगितल्याशिवाय मला तरी कसं कळणार? पुत्र दुर्योधन, ये... असा माझ्याजवळ ये. तुला काय झालं आहे ते मला सांग बरं. अरे, तू माझा ज्येष्ठ पुत्र आहेस. हस्तिनापूरचा युवराज आहेस. तूच दुःखी आहेस असं कळल्यावर मला सुखाचा घास जाईल का? पण मी म्हणतो, सर्व प्रकारचे सुखोपभोग तुझ्यासमोर हात जोडून उभे असताना तुला कशाचं दुःख एवढं छळतं आहे, ते तरी सांग... राजवाड्यातल्या सुंदर दासींचा कंटाळा आला असेल तर आणखी दासी मागवून घे. आपल्या राजवाड्यात तुला कुठल्या सुखांची उणीव वाटते ते तरी सांग.''

'' शत्रूचं वाढत चाललेलं कीर्तिवैभव हेच माझं दुःख आहे महाराज...'' संतापानं धुसफुसत दुर्योधन म्हणाला. ''मी चारचौघांसारखा खातोपितो, वावरतो. पण या जगण्याला कसला अर्थ आहे? युधिष्ठिराचं डोळे दिपवून टाकणारं ते राजवैभव पाहिल्यापासून माझ्या अवतीभोवती असलेले सर्व सुखोपभोग, माझी संपत्ती, हे सारंच मला अळणी वाटू लागलं आहे. सहस्त्रावधी लोक रोज त्याच्या वाड्यात सोन्याच्या ताटात जेवतात. शतावधी राजे त्याच्या भेटीसाठी तिष्ठत असतात. राजसूय यज्ञाच्या वेळी मामा तुम्हीही ते सारं पाहिलं आहे. तुम्हाला आठवतं ना? कोसल नरेश बृहद्बलानं चौदा हजार उत्तम अश्व युधिष्ठिराला नजर केले होते. कांबोज राजानं मेंढरांची लोकर आणि मांजराच्या रोमावलीपासून तयार केलेली सुवर्णचित्रित सुंदर वस्त्रं आणि अगणित मृगचर्मं नजर केली होती. शिवाय पोपटाच्या चोचीसारखं नाक असलेले तीनशे अश्व दिले होते. याखेरीज तीनशे सांडणी आणि तितक्याच खेचरी दिल्या होत्या. कित्येक सार्थवाह, वैश्य, शूद्र तीन खर्व सुवर्णाची भेट घेऊन त्याच्या दारावर उभे होते. परंतु गर्दीमुळे त्यांना प्रवेश मिळाला नव्हता. काश्मीरच्या राजानं मधुर व रसाळ अशा द्राक्षांचे घोस आणले होते. शिवाय सर्व प्रकारची उपाहारसामग्रीही आणली होती. कित्येक यवन राजे अश्व, बहुमूल्य आसने, नाना प्रकारची रत्ने आणि इतर अनेक मौल्यवान वस्तू घेऊन दाराशी उभे होते. कलिंगराजानं उत्तम प्रकारच्या मणिरत्नांच्या भेटी आणल्या होत्या. पांड्यराज मलयध्वजानं मलयपर्वतातील सुगंधी चंदनाचे भारे आणले होते. शिवाय तितकेच उत्तम प्रकारचे शंखही आणले होते. चोल व केरल देशांच्या राजांनी मोती, वैदूर्य आणि चित्रक

नावाची मौल्यवान आणि तितकीच दुर्मिळ रत्नं युधिष्ठिराला अर्पण केली होती. सिंधुराजानं सुवर्णमाला घातलेले पंचवीस सहस्र अश्व दिले होते...''

युधिष्ठिराला मिळालेल्या अशा कितीतरी भेटींचं वर्णन करून झाल्यावर दुर्योधन पुढे म्हणाला,'' यानंतर त्यानंही कित्येक ब्राह्मण स्नातकांना दक्षिणा दिल्या. गाई आणि सुंदर दासी अर्पण केल्या. याचकांना अगणित धनसंपत्ती दान केली. कोणीही अतृप्त आणि असमाधानी राहिला नाही. इंद्रप्रस्थ नगरीचं वैभव पाहिलं तर त्यापुढे हस्तिनापूरची श्रीमंती म्हणजे काहीच नव्हे ! दिवसेंदिवस त्यांचं कीर्तिवैभव वाढत चाललं आहे आणि आम्ही मात्र लयास चाललो आहोत... !''

'' प्रिय पुत्र...'' धृतराष्ट्र म्हणाला, ''त्यांचा द्वेष करू नकोस. त्यातून दुःखाखेरीज काहीच निष्पन्न होणार नाही. तेही तुझे बंधूच आहेत ना? त्यांचं वैभव हे आपलंच आहे, असं समज. त्यांचे मित्र हे आपलेही मित्र आहेत. मग एवढा द्वेष कशासाठी? युधिष्ठिरानं कधीही तुझा द्वेष केलेला नाही. मग तू त्याचा द्वेष का करतोस? आणि त्यांचा द्वेष करायला तुझ्याकडे कोणत्या सुखाची उणीव आहे? वैभव आणि सामर्थ्यानं तूही तेवढाच समर्थ आहेस. नको, त्या निरपराध युधिष्ठिराचा द्वेष करू नकोस.''

पुत्राचा मोह अनावर असूनही राजा धृतराष्ट्राला जे न्याय्य वाटत होतं ते सांगितल्याशिवाय राहवलं नाही.

परंतु पित्यानं केलेला हा अनाठायी उपदेश ऐकून दुर्योधनाचा संताप आणखीच वाढला. ताड्कन तो म्हणाला,'' व्यवहारज्ञान नसेल तर ढीगभर ग्रंथज्ञान व्यर्थ ठरतं ते असं. राज्यकारभार आणि राजकारण या दोन गोष्टी सर्वस्वी भिन्न आहेत महाराज. क्षीरपात्रात राहूनही तिच्या आस्वादापासून दूरच असलेल्या पळीसारखी तुमची अवस्था झाली आहे. तुम्ही जगाला ज्ञान सांगता; पण स्वतः मात्र त्याचा काहीच उपयोग करून घेत नाही. एका नावेला दुसरी नाव बांधलेली असावी तसं तुमचं झालं आहे. तुम्ही त्या विदुराच्या बुद्धीनं चालता आणि स्वतःबरोबरच मलाही गोंधळात टाकता. सहनशीलता, संतोष हे सर्वसामान्य माणसांच्या दृष्टीनं कदाचित सद्गुण असतीलही; परंतु क्षत्रिय राजासाठी ते दुर्गुण आहेत. त्यानं सतत सावध राहून स्वार्थाचंच चिंतन केलं पाहिजे. नेहमी असंतुष्टच राहिलं पाहिजे. असंतोष हेच संपत्तीच्या प्राप्तीचं मूळ कारण आहे. म्हणून मला असंतोष हवा महाराज, असंतोष हवा... दया, क्षमा, शांती हे दुर्बल लोकांनी निर्माण केलेले कुचकामी शब्द आहेत. राजाच्या शब्दकोशात त्यांना स्थान नाही. दुर्बल असो वा सबल, आपला असो परका, शत्रूवर अखंड विजय मिळवणं, हेच क्षत्रियत्वाचं मुख्य लक्षण आहे; ही बृहस्पतीची वचनं तुम्हीच मला ऐकवली आहेत ना? राजाला हवा असतो तो फक्त विजय; मग तो कोणत्याही मार्गानं मिळवलेला असो. वृक्षाच्या मुळाला लागलेली वाळवी संपूर्ण वृक्ष खाऊन

टाकते त्याप्रमाणे आज लहान वाटणारा शत्रू प्रबळ होत गेला तर उद्या घातक ठरतो. त्यामुळे त्याचा नाश करणं, हेच श्रेयस्कर ठरतं. ...त्यांची संपत्ती हस्तगत होत नाही तोवर मी असाच द्वेषाग्नीत जळत राहणार... त्यांची संपत्ती मी हस्तगत करीन किंवा त्या प्रयत्नांत मरण पत्करीन...''

दुर्योधनाचा तो त्रागा पाहून धृतराष्ट्र हतबल झाला. म्हणाला, '' मग मी काय केलं म्हणजे तुझं समाधान होईल, ते तरी सांग?''

'' गांधारराज मामा शकुनी द्यूतकुशल आहेत. त्यांना युधिष्ठिराशी द्यूत खेळायची अनुमती द्या.''

धृतराष्ट्राची वृद्ध मुखमुद्रा त्रस्त वाटू लागली. द्यूत खेळायची अनुमती देऊन काय साध्य होणार आहे, तेच त्याला कळेना.

जिभेवर साखर घोळवत शकुनी म्हणाला, ''होय महाराज, तुम्ही फक्त युधिष्ठिराकडे द्यूताचं निमंत्रण पाठवा. पुढच्या सगळ्या गोष्टी मी पाहून घेईन.''

दुर्योधन म्हणाला,'' द्यूत जिंकलं तर कुठल्याही प्रकारचं युद्ध न करताच आपलं ईप्सित साध्य होईल. तुम्ही फक्त अनुमती द्या.''

शकुनी म्हणाला,'' होय महाराज. द्यूत आर्योचितच आहे. त्यात वाईट ते काय आहे?''

शकुनीचं ते गोड बोलणं ऐकून आता धृतराष्ट्र त्रागा करू लागला.'' शकुनी, शकुनी... अरे तुझ्या रूपानं माझ्या मुलांभोवती साक्षात मृत्यूच घोटाळतो आहे, असंच मला वाटतं. भावाभावांमध्ये द्वेषाचं बीज पेरून काय मिळवणार आहेस? आतापर्यंत त्यांना नष्ट करायचे दुर्योधनानं थोडे का प्रयत्न केले? त्यातून काय साध्य झालं? आता तू द्यूत आर्योचितच आहे म्हणून सांगतोस; पण कृष्ण त्यांचा पाठीराखा असल्यावर त्यांचा पाडाव शक्य तरी आहे का? अरे, युधिष्ठिरानं नेहमीच मला पित्याच्या जागी मानलं आहे. माझ्याकडे पाहूनच त्यानं दुर्योधनाला क्षमा केली आहे हे तू लक्षात ठेव. राजसूय यज्ञाच्या वेळी त्यांनी आम्हाला किती सन्मानानं वागवलं ते पाहिलंस ना? नजराणे स्वीकारून हात थकले म्हणतोस. अरे, पण ते काम तुझ्याकडे आलं हा तुझा सन्मानच नव्हता का? द्रौपदी हसली म्हणतोस. आपण पाय घसरून पडल्यावर कोणीही हसणारच. त्यात विशेष ते काय? अग्रपूजेचा मान कृष्णाला द्यावा, ही कुरुश्रेष्ठ भीष्मांचीच सूचना होती ना? त्यात वाईट वाटून घेण्यासारखं काय आहे?''

दुर्योधन म्हणाला,'' मी उपदेश ऐकून घेण्यासाठी इथं आलेलो नाही. तुम्ही अनुमती देणार नसाल तर इथं, आत्ता तुमच्यासमोर... मी मानेवर खड्ग चालवून घेईन हे पुरतं लक्षात ठेवा.''

धृतराष्ट्र पुरता हतबल झाला. दुर्योधन त्याचं काहीएक ऐकून घ्यायला तयार

नव्हता. डोळ्यांतून पाणी गाळत तो म्हणाला," पुत्र दुर्योधन, असा जीवघेणा हट्ट करू नकोस. मला थोडा विचार करू दे. मी थोडं विदुराशी बोलतो. अशा बाबतीत त्याचा सल्ला मला नेहमीच —"

" -विदुर या विचाराला कधीच मान्यता देणार नाही. उलट तोच तुमच्यापुढे नीतिपाठ वाचेल. राजकारण आणि कुठल्यातरी जुनाट ग्रंथात लिहून ठेवलेले नीतिपाठ या गोष्टी पूर्णपणे वेगळ्या आहेत महाराज. त्यांचा आपल्याला काहीच उपयोग नाही. तुम्हीही त्या विदुराचेच पाढे वाचता. पण त्याला आम्ही डोळ्यांसमोरही नको आहोत. राजाच असा दुसऱ्याच्या हातचं बाहुलं झाला तर आम्ही काय करायचं? ठीक आहे. मीच आत्मघात करून घेतो. मग तुम्ही त्या विदुराला घेऊन निश्चिंतपणे राज्य करा."

धृतराष्ट्र पुन्हा गप्प झाला होता. आपल्या बोलण्याचा अपेक्षित परिणाम झालेला आहे हे पाहून दुर्योधन पुढे म्हणाला,"तुम्ही असंच दुर्लक्ष करत राहिलात तर शत्रूचं बळ असंच वाढत जाईल आणि एक दिवस ते आम्हाला नष्ट केल्याशिवाय राहणार नाहीत. आपले शत्रू प्रबळ होत चालले असताना तुम्हाला झोप तरी कशी लागते, हेच मला कळत नाही ! ते अधिक बलवान होत नाहीत तोवरच त्यांचा सर्वनाश केला पाहिजे. ही संधी पुन्हा येणार नाही महाराज. आणि द्यूत हा खेळ आम्ही काही त्यांच्यासाठी नव्यानं शोधून काढलेला नाही. तो क्षत्रियांचा जुनाच खेळ आहे. तो जर आज आमच्या उपयोगी पडत असेल तर त्यात काय चुकीचं आहे? मी काही त्यांना ठार मारायला निघालेलो नाही. फार तर ते आमच्या सामंतांसारखे आमचे मांडलीक होऊन राहतील."

" तू म्हणतोस त्यातलं काहीच माझ्या मनाला येत नाही." धृतराष्ट्र म्हणाला.

" पण आता ते असू दे. तुझी इच्छाच आहे तर द्यूतगृह उभारायची आज्ञा दे."

दुर्योधन आणि शकुनी मग महाराजाजवळ अधिक थांबलेच नाहीत. घाईघाईनं ते बाहेर पडले.

३२.

ज्याला हजार खांब आणि शंभर दारं असतील असं तोरणस्फटिका नावाचं भव्य द्यूतगृह उभारायची आज्ञा देऊन धृतराष्ट्रानं दुर्योधनाची समजूत घातली खरी; परंतु द्यूतगृहाची उभारणी होईपर्यंत काही विचार करता येईल, अजूनही कदाचित दुर्योधनाचं मन वळवता येईल, अशी आशा त्याला वाटत होती.

दुर्योधन आणि शकुनीनं महालाबाहेर पाऊल ठेवताच त्यानं विदुराकडे दूत

पाठवला. धृतराष्ट्राचा संदेश मिळताच विदुर तत्काळ हजर झाला. आपल्या या आंधळ्या भावाविषयी का कोण जाणे, विदुराला फार माया वाटते. तसंच काही महत्त्वाचं कारण असल्याशिवाय महाराजा इतक्या तातडीनं बोलावणार नाही, हे त्याला माहीत होतं. कितीही चांगला सल्ला दिला तरी धृतराष्ट्र त्याचं ऐकतोच असं नाही; पण निदान तो ऐकून तरी घेतो. आणि विदुराला पांडवांविषयी जिव्हाळा असला तरी त्याचा सल्ला कधीही चुकीचा नसतो, हे धृतराष्ट्रालाही पक्कं माहीत आहे.

परोपरीनं समजूत घालून विदुरानं धृतराष्ट्राला त्या विचारापासून परावृत्त करायचा खूप प्रयत्न केला. अगदी रात्रभर विदुर त्याला समजावत बसला; परंतु त्याचा काहीच उपयोग झाला नाही. विदुराचं मत जाणून घेऊन धृतराष्ट्रानं त्याला निरोप दिला आणि लगेचच सकाळी दुर्योधनाला बोलावून घेतलं. रात्री विदुर येऊन गेला आहे हे दुर्योधनाला माहीत होतंच. त्यामुळे तो बापाला भेटायला आला तो शकुनीला सोबत घेऊनच.

दुर्योधनाला जवळ बसवून घेत समजावणीच्या सुरात धृतराष्ट्र म्हणाला, ''ऐकलंस का पुत्र दुर्योधन, तू हा विचार सोडून दे. विदुराशी मी बोललो. त्यालाही द्यूत मान्य नाही. त्याचा सल्ला कधीही चुकीचा नसतो. माझं ऐक. जुगाराची नशा फार वाईट. त्यातून वैराशिवाय काहीच निष्पन्न होत नाही. वैरापोटी मोठमोठी साम्राज्यं धुळीला मिळाली आहेत...त्यांच्याशी वैर नको. नाही तर उगीच पश्चात्ताप करायची वेळ येईल.''

धृतराष्ट्राला दिसत नव्हतं तेच बरं. नाही तर संतप्त झालेल्या दुर्योधनाकडे पाहून तो पुढे काहीच बोलू शकला नसता. दुर्योधन ऐकून घेतो आहे असं वाटून त्याचं आपलं सुरूच होतं,'' तुला काय कमी आहे पुत्रा? आणि एवढा हट्टीपणा कशासाठी?''

एकदम उसळून दुर्योधन म्हणाला, ''माझ्या शत्रूंची संपत्ती मला हवी आहे. मयसभेत मला हसणाऱ्या माझ्या शत्रूंचा नाश झालेला मला पाहायचा आहे. मी चुकून हौदात पडलो तेव्हा तो भीम, अर्जुन मला हसले. द्रौपदीसुद्धा मला हसली. मी दार समजून भिंतीला थडकलो तेव्हा मोठ्यानं हसत तो भीम काय म्हणाला माहीत आहे? 'अंधपुत्रा, अरे दरवाजा इकडे आहे...' या अपमानाचं तुम्हाला काहीच वाटत नाही? माझा अपमान करणारा तो भीम आणि त्याचे ते भाऊ माझे वैरी आहेत. त्यांचं ते राजवैभव माझ्या डोळ्यांत सलतं आहे. त्यांचा नाश करून ते मी हस्तगत करीन, नाही तर ते हस्तगत करण्याच्या प्रयत्नांत प्राणार्पण करीन ! आता तरी मामांना द्यूताची अनुमती आहे ना?''

'' थोडं थांब. मला विदुराशी थोडं बोलू दे.''

" विदुर... विदुर... विदुर... आता विसरा तो विदुर. तो त्यांचा पक्षपाती आहे हे माझ्यापेक्षा तुम्हाला चांगलं माहीत आहे... पण मी म्हणतो, द्यूतात काय वाईट आहे? तो आपला जुनाच खेळ आहे. ज्याच्याकडे जिंकायचं कौशल्य असेल तो जिंकेल... त्यात एवढं विचार करण्यासारखं काय आहे? "

"ठीक आहे..." हतबल होऊन धृतराष्ट्र म्हणाला." आता मी म्हातारा झालो. तूच काय ते ठरव. पण मला वाटतं... हे चांगलं होणार नाही." धृतराष्ट्र द्यूताला अनुमती देत होता खरा; पण त्याची मान नाही नाही म्हणत हलत होती.

धृतराष्ट्राची अनुमती मिळताच दुर्योधन अधिक वेळ त्याच्याजवळ थांबलाच नाही. शकुनीला सोबत घेऊन तो तातडीनं बाहेर पडला. दोघे दुर्योधनाच्या महालात आले. शकुनीनं पुन्हा एकदा शांतचित्तानं आणि उत्साहानं दुर्योधनाला द्यूताची योजना समजावून सांगितली. विशिष्ट एवढंच दान पाहिजे असेल तर फासे कसे टाकावे लागतात हे पाहून दुर्योधन चकितच झाला. शकुनीचं त्यातलं कौशल्य पाहून तो एवढा आनंदून गेला की, त्यानं शकुनीला प्रेमानं मिठीच मारली.

" पाहिलंस माझं कौशल्य?" आत्मविश्वासानं शकुनी म्हणाला. "तुम्ही योद्धे उगाचच जिवावर उदार होऊन रणभूमीत उतरता आणि शत्रूबरोबर आपल्याही रक्ताचे पाट वाहवता. अशी अनिश्चित लढाई काय कामाची? अरे, पैज हेच माझं धनुष्य. फासे हेच माझे बाण. फासे टाकायचं कौशल्य हीच माझ्या धनुष्याची दोरी आणि द्यूतपट हीच माझी रणभूमी !"

३३.

महाराजाच्या आज्ञेनुसार एक योजनभर भूमीवर द्यूतशालेची उभारणी सुरू झाली. द्यूतशालेसाठी मालव देशातून स्फटिकशुभ्र संगमरवर मागवण्यात आला. द्यूतशाला स्फटिकशुभ्र संगमरवरात बांधली जाणार होती म्हणून आतापासूनच तिचं तोरणस्फटिका असं नामकरणही करण्यात आलं.

विदुर मात्र रोज धृतराष्ट्राच्या कानीकपाळी ओरडत होता. हात जोडून विनवण्या करत होता. भीष्म, द्रोण यांनीही सांगून पाहिलं. परंतु धृतराष्ट्रानं ते सारं एका कानानं ऐकून दुसऱ्या कानानं सोडून दिलं. विदुराचं म्हणणं त्याला पटत नव्हतं असं नाही; परंतु मुलापुढे त्याचा नाइलाज होता. उलट पांडवांना बोलावून आणायची जबाबदारी त्यानं विदुरावरच सोपवली.

एवढं सगळं झालं तरी दुर्योधनाचा सखा कर्ण याला काहीच माहीत नव्हतं. खुद्द दुःशासनही या सर्व कारस्थानापासून अनभिज्ञच होता. कर्णाला दुर्योधनाचा तो

विचार मुळीच पसंत पडला नाही. तो म्हणाला,'' राजन् , शत्रूला द्यूतात जिंकण्यापेक्षा युद्धभूमीवर जिंकणं अधिक क्षत्रियोचित आहे.''

परंतु दुर्योधनानं त्याचं म्हणणं हसण्यावारी नेऊन त्या सर्व योजनेचं श्रेय शकुनीला देऊन टाकलं.

पाहता पाहता तोरणस्फटिका द्यूतशालेची उभारणी पूर्ण झाली. थोड्याच दिवसांत पांडवांना बोलावून आणण्याची जबाबदारी अंगावर घेऊन महामंत्री विदुर इंद्रप्रस्थाला रवाना झाला.

कुरुसभेतील मित्र राजांना आणि नगरीतील सामंतांनाही द्यूतक्रीडा अवलोकन करण्यासाठी निमंत्रणं पाठवण्यात आली.

३४.

द्यूतक्रीडेसाठी तयार करवून घेतलेल्या तोरणस्फटिका महालाच्या मुख्य दालनात द्यूतक्रीडेची सर्व व्यवस्था झाल्यानंतर पांडवांना बोलावणं पाठवण्यात आलं. निरोप मिळताच अधिक उशीर न करता सम्राट युधिष्ठिर आपल्या भावांसह सभागृहात उपस्थित झाला. सर्व सिद्धता होताच महाराजा धृतराष्ट्र भीष्म, द्रोण, कृप, बाल्हिकराज सोमदत्त, संजय, अश्वत्थामा, भूरिश्रवा यांच्यासह द्यूतसभेत प्रविष्ट झाला.

सभागृहाच्या मधोमध उच्चासनावर द्यूताचा रंगीत पट अंथरला होता. त्याच्या एका बाजूला युधिष्ठिरादिक पांडव स्थानापन्न झाले आणि दुसऱ्या बाजूला शकुनीनं दुर्योधन, दुःशासन, कर्ण यांच्यासह विविंशती, चित्रसेन, राजा सत्यव्रत आणि पुरुमित्र अशा आपल्या खास जुगारी मित्रांना सोबत घेऊन आसन जमवलं.

हातातल्या फाशांशी एकवार चाळा करून शकुनीनं ते लीलया जमिनीवर टाकले. पाहिजे होतं तसं दान मिळताच तो स्वतःशीच हसला आणि खाली पडलेले फासे उचलून तळहातावर घेत तो युधिष्ठिराला म्हणाला,'' सम्राट युधिष्ठिर, चल हे घे फासे. चल कर सुरुवात...''

युधिष्ठिर म्हणाला, ''मला फशी पाडू नकोस शकुनी. द्यूत क्षत्रियोचित नाही. क्षत्रियांनी जिंकावं ते युद्धभूमीवर; द्यूतात नव्हे. शिवाय द्यूत कितीही सरळपणे खेळलं तरी लोकांना त्यात कपट आहे, असंच वाटतं. आणि तुला तर मला हरवायची फारच घाई झालेली दिसते.''

खो खो हसून शकुनीनं ते बोलणं हसण्यावारी उडवून लावलं. तो म्हणाला, '' बरं... बरं... टाक फासे.''

युधिष्ठिर पुढे म्हणाला,'' पण हेही खरंच आहे की द्यूत हेसुद्धा एक प्रकारचं

युद्धच आहे. आणि युद्धाचं आव्हान टाळणं क्षात्रधर्माच्या विरुद्ध आहे. तेव्हा तुझं द्यूताचं हे आव्हान मी स्वीकारतो. पण युद्ध करताना आपण काही नियम पाळतो. तसे इथंही काही नियम आहेत आणि ते पाळले पाहिजेत — ''

"— हे पहा धर्मराज...'' शकुनी निक्षून म्हणाला," जेव्हा दोन तुल्यबळ प्रतिस्पर्धी खेळतात तेव्हा त्यांच्यापैकी कोणीतरी एकटाच जिंकणार हे काय सांगायला पाहिजे? आपण जिंकावं असं कोणाला वाटत नाही? अरे, खेळायला बसायचं ते जिंकायच्या तयारीनंच. असं पाहा, वक्तृत्वात एखादा माणूस प्रतिस्पर्ध्याला हरवतो तेव्हा तोही काहीतरी कपट करतोच. परंतु ते का कपट मानलं जातं. तो कौशल्याचा भाग आहे. अगदी तसंच आहे हे. कौशल्य म्हणजे कपट अशी तुझी कल्पना असेल तर त्याला काय म्हणायचं? आणि तसंच म्हणशील... तर तूही काही कमी द्यूतकुशल नाहीस. द्यूतकुशल धर्मराजाला एकदा तरी हरवावं अशी माझी फार इच्छा आहे. म्हटलं बघूया कोण जिंकतं ते. यात तुला जर काही कपट वाटत असेल किंवा तुला पराजयाची भीती वाटत असेल तर ठीक आहे. नको खेळूस. उगाच सबबी कशाला?'' हातातले खुळखुळते फासे खाली टाकत शकुनी म्हणाला.

शकुनीचा तो पवित्रा पाहून घाईघाईनं युधिष्ठिर म्हणाला," तसं नको. द्यूताचं आव्हान मी कधीच नाकारत नाही. खेळू या. तू दुर्योधनाच्या बाजूनं खेळणार आहेस की काय?''

" — हो '' दुर्योधन म्हणाला." माझ्या बाजूनं मामाच फासे टाकतील. ते हरतील ते द्यायची जबाबदारी माझी.''

" एकासाठी दुसरा फासे टाकणार? पण असा तर द्यूताचा नियम नाही.'' युधिष्ठिर म्हणाला.

" काय हरकत आहे?'' शकुनी म्हणाला." तू पुन्हा सबबी शोधतोयस धर्मराजा.''

" हरकत नाही. पण... ठीक आहे. तुझ्या इच्छेप्रमाणे होऊ दे. टाक फासे.'' अगतिकपणे युधिष्ठिर म्हणाला.

शकुनीनं चट्‌कन फासे हस्तगत केले आणि दोन्ही हातांच्या ओंजळीत तो फासे खुळखुळवू लागला. द्यूत सुरू झालं.

" हा सुवर्णहार मी पणाला लावतो.'' गळ्यातल्या रत्नखचित सुवर्णहारावर हात ठेवत युधिष्ठिर म्हणाला.

दासीनं हातात धरलेल्या एका सुवर्ण तबकाकडे अंगुलीनिर्देश करत दुर्योधन म्हणाला," अत्यंत अमूल्य रत्ने आणि धनसंपत्ती मी पणाला लावतो. द्यूतकुशल युधिष्ठिर, तू जिंकलास तर हे सारं तुझंच.''

इतका वेळ शकुनीच्या हातात खुळखुळणारे फासे घरंगळले आणि जमिनीवर जाऊन स्थिरावले.

" हे पाहा, मी जिंकलो ! " विजयानंदानं शकुनी ओरडला.

" पण तू फासे असे का टाकतोस?" काहीतरी संशय येऊन युधिष्ठिर म्हणाला. " पण ते असू दे. टाक फासे. मी माझी सर्व संपत्ती पणाला लावतो."

फासे टाकून दुसऱ्याच क्षणी शकुनी ओरडला," जिंकलो ! "

" व्याघ्रचर्मानं अच्छादलेला माझा राजरथ त्याच्या आठही शुभ्र अश्वांसह मी पणाला लावतो." युधिष्ठिरानं पण घोषित केला.

" जितिमित्येव ! मी जिंकलो !" अत्यानंदानं शकुनी पुन्हा ओरडला.

" सर्व दासदासी आणि नृत्यगानकुशल एक सहस्र तरुण कलावंत स्त्रिया मी पणाला लावतो."

" जिंकलो ! "

" ज्यांच्यासोबत प्रत्येकी सहा हत्तिणी आहेत, असे एक सहस्र सर्व आभूषणांनी युक्त उत्तम असे हत्ती... "

" हे पाहा, जिंकलो !"

प्रत्येकच डाव शकुनीच्या बाजूनं पडताना पाहून सभागृहात अस्वस्थतेची लाट पसरली. प्रत्येक फासा त्याच्या आज्ञेची वाटच पाहत असल्याप्रमाणे त्याला पाहिजे तसा पडत होता. आता दुर्योधनाचे सर्व भाऊ पुढचा प्रत्येक डाव उत्सुकतेनं पाहू लागले.

" उत्तम अश्व जुंपलेले माझे सर्व रथ आणि माझी सर्व अश्वसेना मी पणाला लावतो." युधिष्ठिरानं पुढचा पण घोषित केला.

" हे पाहा, तेसुद्धा मी जिंकलो !"

" माझे इतर प्राणी जोडलेले सर्व रथ आणि सहस्रावधी सैनिक..."

" जितिमित्येव ! पुढे बोल."

" माझ्या दुर्योधनानं आणखी काय जिंकलं विदुर?" महाराज धृतराष्ट्र विदुराला विचारत होता.

"...काय जिंकलं म्हणून काय विचारतोस महाराजा !" दहावा डाव संपताच उद्विग्न झालेला विदुर आसनावरून उठून उभा राहिला."हे विनाशकारक कपटद्यूत आधी थांबव — "

विदुर कळवळून धृतराष्ट्राची याचना भाकू लागला; परंतु धृतराष्ट्र पुत्राच्या विजयाचा आनंद साजरा करत होता. शकुनी जसजसा जिंकलो जिंकलो म्हणत होता, तसतशा त्याच्या मनाला आनंदाच्या गुदगुल्या होत होत्या. प्रत्येक वेळी 'आणखी काय जिंकलं, माझ्या दुर्योधनानं आणखी काय जिंकलं?' म्हणून विचारणारा धृतराष्ट्र विदुराच्या या बोलण्यानं दचकलाच.

'माझं सांगणं कटू असेल; पण ते तुझ्या हिताचं आहे महाराजा. दुर्योधनाला

थांबव. तो पांडवांशी महाभयंकर वैर विकत घेतो आहे. हा शकुनी म्हणजे कुरुकुलाभोवती घोटाळणारा मृत्यू आहे. तो द्यूताचे नव्हे तर साक्षात् मृत्यूचे फासे टाकतो आहे महाराजा. त्याच्या हातातले फासे हिसकावून घेऊन त्याला गांधार देशाला परत पाठव. नाही तर सर्वनाश अटळ आहे...'' विदुर सांगत होता.

'' ए दासीपुत्रा... तू गप्प बस !'' दुर्योधन विदुरावर किंचाळला. ''तुझ्या आगंतुक सल्ल्याची इथं काही एक गरज नाही. ते जिंकले असते तर तुला हा पोटशूळ उठलाच नसता. तू म्हणजे आमच्या घरात शिरलेला एक साप आहेस. उपकारकर्त्यावरच उलटणारा कृतघ्न बोका आहेस. आमचं खाऊन आम्हालाच शिव्या घालणारा, आमचं अहित चिंतणारा तुझ्यासारखा कृतघ्न तूच. स्वामीद्रोही, वाचाळ दासीपुत्रा, तू आमचा पक्का हितशत्रू आहेस, हे मला चांगलं माहीत आहे. पण तुझी पर्वा मी करत नाही. तुझी ती निरर्थक बडबड थांबव आणि कौरवांचा उत्कर्ष पाहवत नसेल तर जा...कुठंही चालता हो. नाही तरी तुझ्यासारखे कृतघ्न राज्यातून हाकलून देण्याच्या योग्यतेचेच असतात.''

एवढं होऊनही द्यूत थांबलं नाही. डावावर डाव पडत राहिले आणि युधिष्ठिर हरतच राहिला...

'' आता आणखी काय राहिलं आहे धर्मराजा?'' शकुनी युधिष्ठिराला विचारत होता.

'' थट्टा करू नकोस शकुनी. अजूनही अगणित संपत्तीचा स्वामी धर्मराज सम्राट युधिष्ठिर आहे मी. ती सर्व संपत्ती...''

'' हे घे तर — जिंकली ती !'' तोही डाव सहजपणे जिंकून घेऊन शकुनी म्हणाला.

'' अगणित अश्व, गाई, शेळ्यामेंढ्या यांनी युक्त असलेलं माझं सर्व पशुधन आणि सिंधू नदीपर्यंत पसरलेला माझा देश ... ''

'' हे घे, तेही सारं जिंकलं !''

'' माझी इंद्रप्रस्थ नगरी, माझं राजपद आणि माझी राहिलेली सर्व संपत्ती...''

'' जिंकली !''

'' खड्गयुद्धात जो अत्यंत कुशल आहे, ज्याचे डोळे नीलोत्पलाप्रमाणे सुंदर आहेत, असा हा माझा नीलवर्ण सुंदर बंधू नकुल म्हणजे माझं वैभव आहे. त्याला मी पणाला लावतो.''

युधिष्ठिरानं ती घोषणा करताच अवघी सभा हादरली. द्यूताची नशा चढलेल्या युधिष्ठिरानं प्रत्यक्ष भावाला पणाला लावलं होतं ! हसत हसत शकुनीनं फासे खुळखुळवले आणि तोही डाव त्यानं सहज जिंकून घेतला. पडणारा प्रत्येक फासा शकुनीला पाहिजे तसाच पडत होता. परंतु जुगाराची नशा चढलेला युधिष्ठिर आता

थांबणार नव्हता. सहदेवाकडे पाहत तो म्हणाला,“ सर्व कलांमध्ये प्रवीण असलेला माझा हा भाऊ सहदेव. त्याला पणाला लावणं चुकीचं आहे; पण तरीही मी त्याला पणाला लावतो आहे. चल टाक, फासे टाक शकुनी.”

“ हे घे...” असं म्हणून शकुनीनं फासे टाकले आणि तोही डाव तेवढ्याच सहजपणे जिंकून घेतला.

युधिष्ठिर क्षणभर थांबला. त्यानं डाव घोषित करावा आणि शकुनीनं ‘जिंकलो’ म्हणावं हे जसं ठरूनच गेलं होतं. छद्मी हसत शकुनी म्हणाला,“ थांबलास का धर्मराज? बरोबरच आहे म्हणा. भीम आणि अर्जुन हे तुझे सख्खे भाऊ आहेत. तेव्हा त्यांच्यावर तुझं जास्त प्रेम असणं...”

“ नीच शकुनी, आम्हा भावांमध्ये भेदभाव पेरतोस काय? अरे, आम्ही पाचही भाऊ म्हणजे तुला काय वाटलं? हा पाहा, माझा भाऊ, कुठल्याही युद्धात ज्यानं कधी पराभव स्वीकारलेला नाही असा श्रेष्ठ धनुर्धर अर्जुन, त्याला मी पणाला लावतो.”

“ द्यूतात हरणारी माणसं दुसऱ्याला असाच दोष देतात बरं का धर्मराजा... हे घे, जिंकलो !”

“ ... पांडवांचा सेनापती महाशक्तिशाली भीम.”

“ जिंकलो ! आता काय उरलंय?”

“ हा मी स्वतः ...हरलो तर मीही तुझा दास झालो म्हणून समज.”

“ हा पाहा, मी जिंकलो !” असं म्हणत शकुनीनं फासे टाकले आणि तोही डाव जिंकून घेतला.

“ जिंकलो ! मी जिंकलो ! दुर्योधन, दुःशासन मी जिंकलो ! धर्मराज युधिष्ठिर, भीम, अर्जुन, नकुल, सहदेव हे पाचही बंधू आज माझे दास झाले आहेत.” आनंदातिशयानं शकुनी बेहोश होऊन नाचू लागला.

सभागृहात सर्वत्र जीवघेणी स्तब्धता पसरली होती. युधिष्ठिराजवळ आता काहीही उरलं नव्हतं. स्वतःलाही डावावर लावून तो कौरवांचा दास होऊन बसला होता. आणि त्याला तर अजून एकही फासा टाकायची संधी मिळाली नव्हती. हा डाव जिंकलो तर दुसऱ्या डावाचे फासे टाकायची संधी मिळेल आणि आपल्या मनासारखं घडेल, निदान गेलेलं परत मिळेल, या आशेवर तो वेड्यासारखा डावावर डाव खेळत राहिला आणि परिणामी सर्वस्व गमावून स्वतःलाही हरून बसला.

“ धर्मराज युधिष्ठिर, तुझ्याकडे अजूनही धन शिल्लक असताना तू स्वतःला गमावून बसलास, हे तू वाईट केलंस. पण निराश का होतोस? तुझ्याकडे अजून एक रत्न आहे.”

“ कुठलं रत्न?” अधीर होऊन युधिष्ठिर म्हणाला.

" तुझी प्रिय पट्टराणी रूपसुंदरी द्रौपदी. तिला लाव ना पणाला. हा डाव जिंकलास तर तू जे जे हरलेला आहेस ते सर्व तुझं."

गळाला लागलेल्या आमिषाला मासा सहज फशी पडावा त्याप्रमाणे शकुनीनं दाखवलेल्या त्या प्रलोभनाला युधिष्ठिर तत्काळ बळी पडला.

त्याच्या तोंडून शब्द बाहेर पडू लागले,"...जिचे कुंतल निळसर लाटांसारखे दीर्घ आणि कुरळे आहेत, जिचे डोळे शरद ऋतूत फुललेल्या कमलपत्रासारखे सुंदर आणि विशाल आहेत, जी अत्यंत रूपगुणवती आहे, जिच्यासारखी पत्नी मिळावी हे प्रत्येक पुरुषाचं स्वप्न असतं, अशी ती सुमध्यमा, प्रियंवदा, पद्मगंधा पांचाली, आम्हा पाचही भावांची प्रिय पत्नी, द्रुपद राजकन्या द्रौपदी हिला मी पणाला लावतो. असं करताना मला फार कष्ट होत आहेत. तरीही मी तिला पणाला लावतो..."

" हा ऽ ऽ ऽ " सभाजनांच्या समूहातून दुःखद सुस्कारा उमटला. " धिक्कार... धिक्कार... लज्जास्पद... लज्जास्पद..." सभाजन आपसांत कुजबुजू लागले.

विदुरानं तर डोकंच हातात घेतलं. दोन्ही हातांनी डोकं गच्च धरून तो अस्वस्थपणे बसून राहिला. आतापर्यंत मिळालेल्या विजयानं पुरते चेकाळलेले दुर्योधनाचे भाऊ ' साधू ... साधू ' म्हणत शकुनीला उत्तेजन देऊ लागले. दुःशासन कर्णाकडे पाहत सहेतुक हसला. कर्णानंही त्याला तसाच हसून प्रतिसाद दिला.

शकुनीलाही आता विजयाचा उन्माद चढला होता. कर्ण, दुःशासन आणि इतर सर्व कौरवांवर नजर फिरवत त्यानं फाशांना हात घातला." अजून द्रौपदी आहे तर..." असं म्हणत त्यानं फासे टाकले आणि हर्षातिरेकानं तो ओरडलाच. " जितिमित्येव... जिंकलो — मी जिंकलो ! दुर्योधन, मी जिंकलो !"

" शाब्बास ! शाब्बास मामा — !" वीरासन घालून बसलेला दुर्योधन ताड्‌कन उठून उभा राहिला." रात्रंदिवस माझ्या मनाला सलणारं फार मोठं शल्य तुम्ही दूर केलंत. मला किती आनंद झाला आहे म्हणून सांगू? मयसभेत मला हसणारी, स्वतःला महाराणी समजणारी द्रौपदी आज माझ्या पायांची दासी झाली आहे. तुमचं हे ऋण मी कसं फेडू मामा? कुरूंची सर्व संपत्ती लुटून दिली तरी तुमचं हे ऋण फिटणार नाही."

जग जिंकल्याच्या आविर्भावात त्यानं उपस्थित सभाजनांवर दृष्टी फिरवली. आणि महामंत्री विदुराकडे वळून तो म्हणाला," महामंत्री विदुर, माझ्या या दासांची प्रिय पत्नी द्रौपदी कौरवांची दासी झाली आहे. तिला कौरवांच्या द्यूतसभेत घेऊन ये. तिला जाऊन सांग...म्हणावं, कौरवांच्या वैभवशाली तोरणस्फटिका सभागृहात बसलेला तुझा स्वामी दुर्योधन तुला सेवेसाठी बोलावतो आहे."

" मूर्ख दुर्योधन ! तू काय बोलतो आहेस याची तुला शुद्ध तरी आहे का? तू तुझ्या सर्वनाशाला आमंत्रण देतो आहेस. कपटद्यूत जिंकलास म्हणून इतका हुरळून

जाऊ नकोस. तू सर्वनाशाच्या काठावर उभा आहेस हे लक्षात ठेव. द्रौपदी मुळात दासी झालेलीच नाही. स्वतःला गमावल्यानंतर युधिष्ठिरानं तिला पणाला लावलं आहे. युधिष्ठिराला तसं करायचा अधिकार नाही.''

" प्रतिकामी !'' दुर्योधन ओरडला," तूच जाऊन द्रौपदीला घेऊन ये. या मूर्ख विदुराच्या बडबडण्याकडे लक्ष देऊ नकोस. तो आम्हा कौरवांचा नेहमीच द्वेष करतो.''

दुर्योधनाचा सारथी प्रतिकामी धन्याची आज्ञा घेऊन सभागृहाबाहेर पडला. आता इतका वेळ सुरू असलेली कुजबूज थांबून सभेत विषण्ण शांतता पसरली. इंद्रप्रस्थाची महाराणी, द्रुपद राजकन्या द्रौपदी कौरवांच्या सभेत फराफरा ओढत आणली जाणार होती की काय? भयभीत होऊन जो तो एकमेकाकडे पाहू लागला. प्रत्येकाच्या डोक्यावर संभाव्य संकटाचे भयावह ढग लोंबकाळू लागले. हे द्यूत आहे की पांडवांना नेस्तनाबूत करायचं कपटकारस्थान? पितामह, महाराज धृतराष्ट्र काहीतरी बोलतील, तो अनर्थ थांबवतील म्हणून सभाजन अपेक्षेनं त्यांच्याकडे पाहू लागले.

इतका वेळ काय जिंकलं, आणखी काय जिंकलं म्हणून पुनःपुन्हा विचारणारा धृतराष्ट्र पापण्यांची उघडझाप करत अस्वस्थपणे बसून होता. पितामह भीष्मांचं मस्तक अतिवृष्टीमुळे देठ मोडलेल्या कमलपुष्पासारखं खाली झुकलं होतं. काहीतरी शोधत असल्याप्रमाणे त्यांची दृष्टी जमिनीवर खिळली होती.

द्रौपदीला बोलवायला गेलेला प्रतिकामी परत आला आणि युधिष्ठिराजवळ जाऊन उभा राहिला. युधिष्ठिराला उद्देशून तो म्हणाला," महाराजा, महाराणी विचारते आहे; महाराजानं आधी कोणाला पणाला लावलं? स्वतःला की महाराणीला?''

प्रतिकामी युधिष्ठिराला विचारत होता. परंतु युधिष्ठिर काहीच बोलला नाही. मस्तक बधिर झाल्याप्रमाणे तो सुन्न बसून होता.

आज्ञाभंग झालेला पाहताच दुर्योधन संतप्त झाला. " मूर्ख प्रतिकामी... महाराजा कोणाला म्हणतोस? आता तो माझा एक दास आहे हे तुला माहीत नाही का? असाच परत जा आणि तिला घेतल्याखेरीज परत येऊ नकोस. ही माझी आज्ञा आहे. तिथं बसून गोष्टी करायला ती काय पिंजऱ्यातली मैना आहे की काय? तिला म्हणावं, काय पांडित्य पाजळायचं असेल ते इथं येऊन पाजळ. तुझे ते मधुर बोल आम्हालाही ऐकू दे.''

प्रतिकामी पुन्हा महालाबाहेर पडला. पुन्हा तीच जीवघेणी स्तब्धता पसरली. पाचही पांडव तर वाचा काढून घेतल्याप्रमाणे मूक होऊन बसले होते.

द्रौपदीच्या महालाकडे गेलेला प्रतिकामी त्याच पावली परत येऊन दुर्योधनासमोर उभा राहिला आणि म्हणाला," सभेत उपस्थित असलेल्या महाभागांकडून महाराणीला आपल्या प्रश्नाचं उत्तर हवं आहे महाराजा. शिवाय महाराणी एकवस्त्रा...''

सर्व सभेला उद्देशूनच तो बोलत होता...“ कुलस्त्रीनं अशा स्थितीत सभेत यावं यालाच आर्यधर्म म्हणायचं का, असं महाराणीनं विचारलं आहे महाराजा.” प्रतिकामीचा स्वर काहीसा दृढ वाटत होता. कदाचित त्यालाही त्या प्रश्नाचं उत्तर पाहिजे असावं.

पितामह आणि महाराज धृतराष्ट्र यांच्याकडे अपेक्षेनं पाहणारे सभाजनांचे डोळे आता खाली वळले. द्रौपदीचा प्रश्न प्रतिकामीच्या मुखातून त्यांच्यापर्यंत पोचला होता; परंतु त्याचं उत्तर द्यायला कोणाचंही मस्तक वर झालं नाही की कोणाची जीभ उचलली नाही. मान खाली झुकवून जो तो स्तब्ध बसून होता.

“काही सांगू नकोस ” दुर्योधन ओरडला.“ इथं यायला तिला कशाची एवढी लाज वाटते आहे? पाच जणांशी रममाण होणाऱ्या स्त्रीला लज्जा तरी असते का? ती असेल तशी तिला घेऊन ये. जा. ही माझी आज्ञा आहे म्हणून सांग.”

परंतु प्रतिकामी जागचा हलला नाही. तो म्हणाला,“ महाराणीला काय सांगू महाराजा?”

“ दुःशासन, हा मूर्ख प्रतिकामी भीमाला घाबरतो आहे. तूच जा आणि कौरवांच्या त्या सुगंधी दासीला इथं घेऊन ये. तशी येत नसेल तर फरफटत आण.” पांडवांकडे बोट दाखवत तो पुढे म्हणाला,“ हे माझे दास आहेत. माझ्या आज्ञेशिवाय ते काय करणार आहेत?”

दुःशासनाला एवढं पाठबळ पुरेसं होतं. आज्ञेची वाटच पाहत असलेल्या आज्ञाधारक कुत्र्यासारखा दुःशासन उत्साहानं उठला आणि द्रौपदीच्या महालाकडे निघून गेला.

सभागृहात पूर्ववत् जीवघेणी स्तब्धता पसरली. आता घडणार होतं ते अटळ होतं. पितामह भीष्म, महाराज धृतराष्ट्र हेसुद्धा ते थांबवू शकणार नव्हते. थांबवता आलं असतं तर ते यापूर्वीच काहीतरी म्हणाले असते. पण ते काहीच बोलत नाहीत.

“ नीचा सोड, सोड मला ऽ ऽ ऽ ” द्रौपदीच्या त्या आर्त शब्दांनी संपूर्ण सभेचं लक्ष प्रवेशद्वाराकडे ओढलं गेलं. एकवस्त्रा द्रौपदीचा केशकलाप मुठीत धरून दुःशासन तिला ओढून आणत होता. एका हातानं खांद्यावरून खाली आलेलं वस्त्र छातीशी लपेटून घेत दुसऱ्या हातानं ती दुःशासनाशी झटत होती. सर्व शक्ती एकवटून त्याला विरोध करत होती. त्याच्या हातून सुटण्यासाठी धडपडत होती. परंतु दुःशासनाच्या पाशवी शक्तीपुढे तिचं बळ कमी पडत होतं.

“ मी एकवस्त्रा आहे. अशा स्थितीत सभाजनांसमोर —” सुटून जाण्याचा प्रयत्न करत ती पुनःपुन्हा विनवत होती.

“ एकवस्त्रा असलीस काय आणि विवस्त्र असलीस काय. तू द्यूतात जिंकलेली दासी आहेस.” खदखदा हसत दुःशासन म्हणाला आणि मुठीत गच्च धरलेल्या केशकलापाला हिसडा देऊन त्यानं द्रौपदीला पुढे ढकललं. वीरांनी, विद्वज्जनांनी

भरलेली ती सभा आपल्याकडेच पाहत असल्याचं दिसताच द्रौपदीनं लज्जातिशयानं जमिनीवर अंग टाकून दिलं. अनेकांच्या तोंडून दुःखद सुस्कारे बाहेर पडले. सर्वांची मस्तकं मोडल्याप्रमाणे खाली गेली.

दुःशासन थांबला नाही. केसांना धरून तो द्रौपदीला तसाच फरफटत ओढू लागला. आपल्याला दुर्योधनासमोर आणून टाकलेलं पाहताच डिवचलेल्या नागिणीनं फडा काढावा त्याप्रमाणे त्या मानिनी द्रौपदीची मान एकदम वर झाली. थोड्याच वेळापूर्वी दयेची याचना करणाऱ्या तिच्या डोळ्यांतून आता ठिणग्या झडत होत्या. जोरदार हिसडा देऊन तिनं दुःशासनाचा हात झिडकारला आणि अंगाभोवती लपेटलेलं एकमेव वस्त्र सावरत ती उभी राहिली. लज्जेनं मस्तकं खाली घालून बसलेल्या पांडवांकडे एक जळजळीत कटाक्ष टाकत सर्व सभेला उद्देशून ती म्हणाली, ''एकवस्त्रा कुलस्त्रीला निर्लज्जपणे सभेत खेचून आणून तिची विटंबना करणं, हीच कुरुसभेची रीत आहे का? कुरूंच्या या सभेत न्यायनीती जाणणारं कोणीही उपस्थित नाही का? तुम्ही सारे गप्प का आहात?...कुलस्त्रियांची विटंबना हाच का कुरूंचा आर्यधर्म? ज्ञानवृद्ध आणि धर्मवेत्त्या विद्वानांच्या या सभेत माझ्या प्रश्नाचं उत्तर मिळणार आहे का? ज्या सभेत वृद्ध नाहीत ती सभाच नव्हे. जे धर्माला अनुसरून बोलत नाहीत ते वृद्ध नव्हेत. ज्यात सत्य नाही तो धर्म नव्हे. आणि कपटयुक्त असेल ते सत्यही नव्हे ! पितामह, महात्मा विदुर, आचार्य तुम्ही बोलत का नाही? सांगा, मी स्वतंत्र आहे की कौरवांची दासी झाले आहे? पाहता काय? बोला... माझ्या प्रश्नाचं उत्तर द्या. काहीतरी बोला. तुम्ही सारे गप्प का बसला आहात? या नीचाला अडवायला कोणीच का पुढे येत नाही? धिक्कार... धिक्कार असो तुम्हा कापुरुषांचा...!''

इतका वेळ चुरूचुरू बोलणारा विदुर आता गप्प झालेला पाहून शकुनीला आनंदाची उकळी फुटली. हसून त्यानं कर्णाकडे पाहिलं. जन्मजात क्षत्रियत्वाचा माज चढलेली एक रूपगर्विता आज केस पिकलेल्या म्हाताऱ्यांकडे धर्मनिर्णय मागत होती. स्वतःच्या स्वयंवरमंडपात निमंत्रित म्हणून बोलावलेल्या एका पराक्रमी राजाला सूतपुत्र म्हणून हिणवताना साधा अतिथिधर्म विसरलेल्या द्रौपदीला स्वतः अपमानित झाल्यावर आज आर्यधर्माची आठवण झाली होती.

द्रौपदीनं केलेला तो अपमान आठवताच कर्ण विषादानं हसला. भर स्वयंवर मंडपात झालेल्या अपमानाचा डंख मनात जागा झाला. 'त्यानं पण जिंकला तरी सूतपुत्राला मी वरणार नाही' असं म्हणून कधीही भरून न येणाऱ्या अपमानाची जिव्हारी जखम करणारी सौंदर्यवती द्रौपदी आज स्वतःच अपमानाच्या दुःखानं तडफडत होती. शूरवीर म्हणून प्रख्यात असलेले तिचे पाचही पती दुर्योधनाचे दास होऊन यज्ञात बळी द्यायला आणलेल्या पशूंप्रमाणे मूक होऊन बसले होते. हे सारं पाहून मनातली ती अपमानाची ठिणगी क्षणभर निवल्यासारखी झाली आणि त्याच

ठिकाणी पुन्हा एकदा सुडाची आग भडकून उठली.

द्रौपदीच्या त्या प्रश्नाचं कोणीही उत्तर दिलं नव्हतं. सर्वांच्या माना मोडल्याप्रमाणे खाली गेल्या होत्या. सम्राट युधिष्ठिर जमिनीत डोळे खुपसून बसला होता. पाचही पांडव जणू काष्ठवत् झाले होते. संतप्त उसासे टाकत भीम युधिष्ठिराकडे पाहत होता; परंतु त्याच्याकडून काहीच प्रतिसाद न मिळाल्यानं पुन्हा असहायपणे खाली पाहत होता. परंतु मान उंचावून द्रौपदीकडे पाहायचं धाडस त्यालाही होत नव्हतं.

'' सांगा... स्वतः दास झाल्यानंतर युधिष्ठिरानं मला पणाला लावलं आहे. तो अधिकार त्याला आहे का? मला माझ्या प्रश्नाचं उत्तर हवं आहे. सांगा कुरुश्रेष्ठ...आचार्य द्रोण, महात्मा विदुर... '' द्रौपदी विचारत होती.

'' तू असा काहीतरी उद्धटपणा करशील हे मला माहीत होतं...'' दुर्योधन म्हणाला. '' पण लक्षात ठेव, युधिष्ठिर माझा दास झाला तेव्हाच तूही माझी दासी झाली आहेस. पण कोणाला शंका नको म्हणून तुझ्यासाठी आणखी एक डाव खेळून मी तुला जिंकलं आहे. आता तू आमची भोगदासी झाली आहेस. आता अधिक शहाणपण मिरवू नकोस.''

'' दासाची बायको दासी हाच न्याय होता तर मग माझ्यासाठी वेगळा डाव खेळायची गरजच काय होती? स्वतः दास झाल्यानंतर युधिष्ठिरानं मला पणाला लावलं आहे. म्हणजेच पणाला लावली जाण्यापूर्वी मी स्वतंत्र होते. तेव्हा स्वतंत्र होते तशीच आताही स्वतंत्र आहे.''

द्रौपदीच्या त्या बिनतोड युक्तिवादानं अवघं सभागृह स्तंभित झालं. तिच्या त्या प्रश्नाचं उत्तर कोणीही देऊ शकत नव्हतं. जे देऊ शकत होते ते मुखस्तंभ झाले होते आणि तिला गप्प बसवण्याचा प्रयत्न करणारा दुर्योधनही गोंधळून गेल्याप्रमाणे आता स्वतःच गप्प झाला होता.

सर्व सभा अपेक्षेनं पितामहांकडे पाहू लागली. ते अजूनही काहीतरी बोलतील, या समस्येतून मार्ग काढतील आणि झालेला सगळा अनर्थ टळेल, अशी आशा वाटत होती...

मोडल्याप्रमाणे खाली गेलेली पितामहांची मान हलली. द्रौपदीला उद्देशून ते बोलू लागले...'' एखादा माणूस धर्मपत्नीला पणाला लावू शकतो का? ...राजकन्ये, तुझा प्रश्न महत्त्वाचा आहे. परंतु धर्माची गती फार गहन आहे. धर्म आणि अधर्म यांतील विवेक ही गोष्ट अत्यंत सूक्ष्म आहे. द्यूतात हरलेला माणूस दुसऱ्याची संपत्ती पणाला लावू शकत नाही, हे सत्य आहे. युधिष्ठिर स्वतःच दास होऊन बसल्यामुळे तुला पणाला लावू शकत नाही हे खरं. परंतु दुसऱ्या बाजूनं पाहिलं तर एखादा माणूस दास झाला तरी पत्नी ही त्याची संपत्तीच असल्यामुळे तिला तो पणाला लावू शकतो. कारण तो स्वतः दास झाला तरी पत्नीवरचा त्याचा हक्क अबाधितच

असतो. दासभार्या म्हणून तीही दासी ठरते. जुन्या काळी असं नव्हतं. परंतु आता काळ बदलला आहे. आज आर्यधर्म स्त्रीला ते स्वातंत्र्य देत नाही. ...एरवी तरी काय? समर्थ आचरतील तीच नीती, ते ठरवतील तोच धर्म आणि ते सांगतील तेच सत्य, हाच न्याय असतो. कारण बलाचं पाठबळ नसलेला धर्मनिर्णय टिकत नाही. तुझ्या प्रश्नाचं उत्तर फार कठीण आहे राजकन्ये. युधिष्ठिर आर्यधर्माचा ज्ञाता आहे. झाल्या गोष्टीबद्दल तो काहीच बोलत नाही किंवा शकुनीनं लबाडी केली आहे असंही तो म्हणत नाही. त्यामुळे तुझ्या प्रश्नाचं निश्चित उत्तर मला देता येत नाही.'' आणि एवढं बोलून पितामहांनी पुन्हा मान खाली घातली.

'' तो कपटद्यूताला बळी पडला आहे. त्याला द्यूत येत नाही हे शकुनीला माहीत होतं...'' द्रौपदी युधिष्ठिराची बाजू मांडू लागली. '' कपटद्यूत खेळून स्त्रियांवर दास्य लादणं, त्यांची अशी विटंबना करणं हा आर्यधर्म असेल तर द्यूत न येणाऱ्या माणसाला फसवणं, हाही आर्यधर्मच आहे का? कशासाठी होतं हे द्यूत...? कशासाठी? आमचं राज्य हिरावून घेण्यासाठी? आम्हाला असं अपमानित करण्यासाठी? एका आर्यस्त्रीची अशी विटंबना करण्यासाठी? सांगा- स्तन्य देऊन मुलाचं भरणपोषण करणाऱ्या मातेविषयी तुम्हाला काही आदर वाटत असेल, धर्मपत्नी, कन्या, भगिनी यांच्या अब्रूची तुम्हाला काही चाड असेल, तर माझी ही विटंबना थांबवा...''

एवढं बोलून द्रौपदीनं दोन्ही हातांनी तोंड झाकून घेतलं आणि ती हुंदके देत ढसढसा रडू लागली. विशालाक्षी द्रौपदीच्या डोळ्यांतून घळघळा अश्रू ओघळू लागले. परंतु ते अश्रू पाहून दुःशासनाला दया आली नाही. तो अजूनही तसाच धटिंगणासारखा निर्लज्जपणे तिच्याजवळ उभा होता.

प्रिय पत्नीची ती केविलवाणी अवस्था पाहून इतका वेळ कोंडून धरलेला भीमाचा संयम संपला. युधिष्ठिरावर कडाडून कोसळत तो म्हणाला,'' ऐकलास का धर्मार्थ? मोठा धर्मराज म्हणवतोस ना स्वतःला? अरे, जुगार अड्ड्यावरच्या वेश्यासुद्धा कधी अशा पणाला लागल्या नसतील. कोणी काही आगाऊपणा केलाच तर त्याही पायातलं हातात घ्यायला कमी करत नाहीत. आणि तू? तू तर त्यांच्याहून खालची पायरी गाठलीस. राजकन्या द्रौपदीला पणाला लावून या नीचांची दासी बनवलंस. धिक्कार, धिक्कार असो तुझ्या या कृत्याला ! राज्य घालवलंस...आम्हाला हरलास...मला काही वाटलं नाही. स्वतः दास होऊन बसलास. तरीही मी काही म्हणालो नाही. कारण तू आमचा मोठा भाऊ आहेस. पण हे तुझं चुकलं... द्रौपदीला पणाला लावलंस हे तुझं फार चुकलं...द्रुपद राजाच्या लाडक्या कन्येला, धृष्टद्युम्नाच्या बहिणीला, आपल्या पाचही भावांच्या प्रिय पत्नीला पणाला लावून तू दासी बनवलंस! तुला क्षमा नाही ! सहदेवा, जा अग्नी घेऊन ये. ज्या हातांनी यानं हे अधम कृत्य केलं ते हात मी जाळून टाकणार आहे. कौरवांना मारून या अपमानाचा सूड मी

घेईनच; पण त्याआधी याला अद्दल घडवतो.''

" काय बोलतो आहेस हे भीमा?'' अर्जुन म्हणाला." कोणासमोर बोलतो आहेस याचं काही भान? क्रोधाच्या आहारी जाऊ नकोस. तो आपला मोठा भाऊ आहे. तो स्वेच्छेनंच द्यूत खेळला आहे ना?''

" सभाजनहो, पितामहांनी केलेली धर्मचिकित्सा मला मान्य नाही !'' दुर्योधनाचा भाऊ विकर्ण सर्वांना ऐकू जाईल एवढ्या आवाजात बोलू लागला... शब्दाशब्दातून त्याच्या मनात खदखदत असलेला असंतोष व्यक्त होत होता. खुद्द दुर्योधनाचा भाऊ विकर्णच द्रौपदीच्या मदतीला धावून जाईल, असं कोणालाही वाटलं नव्हतं. जो तो आश्चर्यानं विकर्णाकडे पाहू लागला.

" द्रौपदीनं उपस्थित केलेल्या प्रश्नाचं उत्तर मिळालंच पाहिजे. महामंत्री विदुर आता गप्प का आहेत? उपस्थित सभाजनहो, तुमचा निर्णय मला हवा आहे. तुम्हा थोरांसमोर मी वयानं तरुण आणि अल्पमती आहे; परंतु तुमचं हे मौन मला बोलायला भाग पाडत आहे...''

एवढं बोलून त्यानं अपेक्षेनं इकडे तिकडे पाहिलं. परंतु कुठूनच काही प्रतिक्रिया आली नाही. त्यामुळे त्याचा संताप आणखीच वाढला.

संतप्त सर्पासारखे फुत्कार टाकत विकर्ण पुढे बोलू लागला..." असं असेल तर ऐका, मनाला स्मरून जे न्याय्य वाटतं तेच मी बोलतो आहे. द्यूताच्या या खेळामागे एक फार मोठं कारस्थान दडलं आहे. आणि युधिष्ठिर त्या कारस्थानाला बळी पडला आहे. मद्य, मदिराक्षी, मृगया आणि जुगार ही क्षत्रियांची मुख्य व्यसनं आहेत. हे ध्यानात घेऊनच शकुनीनं हे कारस्थान रचलं आणि युधिष्ठिराला खेळायला भाग पाडलं. जुगाराच्या त्या नशेत युधिष्ठिरानं द्रौपदीला पणाला लावलं आहे. त्यामुळे त्याचं हे वर्तन ग्राह्य धरता येणार नाही. दुष्ट शकुनीनंच त्याला तसं करायला भाग पाडलं आहे. त्यामुळे त्याच्या या कृत्याचा दोष शकुनीकडे जातो. काय पणाला लावायचं हा युधिष्ठिराचा प्रश्न होता. शकुनीनं ते सांगायला नको होतं. शकुनीचं हे वर्तन द्यूताच्या नियमात बसत नाही. दुसरं असं की, पणाला लावायला ती त्याची एकट्याची पत्नी नाही. आणि मुख्य म्हणजे तिला हरण्यापूर्वी तो स्वतःला गमावून बसला आहे. त्यामुळे द्रौपदी दासी झालेली नाही, हे माझं स्पष्ट मत आहे. कुठल्याही आर्यस्त्रीला कधीही असं एखाद्या जनावरासारखं पणाला लावलं गेलेलं नाही. जी कुठल्याही अर्थानं दासी ठरलेली नाही, अशा एकवस्त्रा स्त्रीला सभेत खेचून आणणं हा धर्म नाही. आर्यधर्म तर निश्चितच नाही !''

" साधू ... साधू ...'' सभाजन विकर्णाची प्रशंसा करू लागले.

' या सुताला क्षत्रिय सभेत कोणी बोलावलं? त्यानं पण जिंकला तरी मी त्याला वरणार नाही !' द्रौपदी नावाच्या एका कुलोन्मत्त रूपगर्वितेनं केलेला तो अपमानाचा

विखारी डंख ! कितीही प्रयत्न केले तरी, कधीही न विसरता आलेली जिव्हारी झोंबणारी जखम ! सूड घ्यायची आयती संधी चालून आली होती. आपलं धनुर्विद्याकौशल्य पणाला लावून कर्ण तिला जिंकायला निघाला होता आणि त्याच क्षणी त्या लावण्यसम्राज्ञीनं त्याचा तेजोभंग केला होता. कधीही विसरता येणार नाही असा अपमान केला होता. स्त्रीसमोर झालेला अपमान जिथं पुरुष विसरू शकत नाही, तिथं स्त्रीनं केलेला अपमान तो कसा विसरू शकेल? त्यातही द्रौपदीसारख्या सौंदर्यसम्राज्ञीनं केलेला अपमान! कर्णाच्या मनात जागा झालेला अपमानाचा कृष्णभुजंग सूड घेण्यासाठी फडा आपटू लागला...

" साधू... साध..." सभाजन अजूनही विकर्णाची प्रशंसा करत होते.

विकर्णाचं ते बोलणं, सभाजनांची ती प्रशंसा हे सारं ऐकून कर्णाच्या मस्तकाची शीर तडकली.

"अल्पमती विकर्ण!" कर्ण ओरडला. " तू अल्पमती आहेस हेच खरं. पितामहांसारखे धर्म जाणणारे ज्ञानवृद्ध सभेत उपस्थित असताना तुला अक्कल पाजळायची गरज नाही. त्यांनी काय सांगितलं ते ऐकलंस ना? द्रौपदीनं पुनःपुन्हा विचारल्यानंतरही ते काहीच बोलत नाहीत, याचा अर्थ ती जिंकली गेली आहे असाच होतो. स्त्रीच्या आसवांत एवढा विरघळलास? द्रौपदी युधिष्ठिराची संपत्ती आहे की नाही, दासी झालेल्या द्रौपदीला इथं खेचून आणणं हा धर्म की अधर्म याच तुझ्या शंका आहेत ना? मग ऐक तर- एका स्त्रीला एकच पती असावा हा आर्यधर्म आहे. परंतु तिला पाच पती आहेत. हा कुठला धर्म आहे? अरे, एकापेक्षा अधिक पुरुषांशी रममाण होणारी स्त्री वारांगनाच असते... अशी स्त्री सवस्त्र असली काय आणि विवस्त्र असली काय! त्याचं कोणालाच आश्चर्य वाटायला नको. द्यूताचं म्हणशील तर शकुनीनं जे काही जिंकलं आहे ते धर्मानंच जिंकलं आहे. पितामह भीष्मांनी सांगितला तोच न्याय आहे. दासासोबत त्याची सर्व संपत्ती आणि स्त्रीसुद्धा जिंकणाऱ्याच्या मालकीची होते. युधिष्ठिरानं तिला पणाला लावलं यात आमचा काय दोष? ...नसते प्रश्न उपस्थित करणारे तुझ्यासारखे घरभेदे भाऊ म्हणजे दुर्योधनाच्या घराला लागलेली कसर आहे, असंच म्हटलं पाहिजे."

विकर्णाला निरुत्तर करून कर्ण आता पांडवांना अनुलक्षून बोलू लागला... "दासांनी दासांसारखं राहावं, हेच उत्तम. किरीट आणि राजवस्त्रं धारण करून त्यांनी आमचा उपमर्द करू नये. परंतु त्यांना हे माहीत आहे असं दिसत नाही. प्रतिहारी, त्यांच्या अंगावरची राजवस्त्रं आणि सुवर्णकिरीट काढून घे."

प्रतिहारी जवळ येण्याच्या आत पांडवांनी आपापले किरीट उतरवून ठेवले. खांद्यावरची भरजरी उत्तरीयं काढून किरीटांजवळ ठेवून दिली आणि ते पुन्हा तसेच खाली मान घालून बसून राहिले.

"कौरवांच्या दासीलाही तोच न्याय लागू आहे." द्रौपदीकडे पाहत कर्ण म्हणाला.

कर्णाचे ते शब्द ऐकताच द्रौपदी भयभीत झाली. खांद्यावरचं उत्तरीय घट्ट लपेटून घेत दीनपणे इकडेतिकडे पाहू लागली.

" दुःशासन !" कर्ण म्हणाला," तुला भीमाची भीती बाळगायचं कारण नाही. तुझं रक्षण करायला मी समर्थ आहे. तिला म्हणावं, दास झालेल्या तुझ्या निर्वीर्य पतींचा त्याग करून तू आता दुसरे पती कर. अरे, द्रौपदीसारख्या स्त्रीला कुलस्त्री म्हणता येत नाही. एकापेक्षा अधिक पुरुषांशी रममाण होणारी स्त्री वारांगनाच समजली जाते. हाच आर्यधर्म आहे. अरे, वारांगना सवस्त्र असली काय आणि विवस्त्र असली काय...खेच ते वस्त्र !"

दुःशासनानं झट्कन पुढे होऊन द्रौपदीचं वस्त्र धरलं. परंतु ते त्याच्या हाती आलं नाही. द्रौपदीनं आपल्या दोन्ही हातांनी ते घट्ट धरून ठेवलं होतं. द्रौपदी वस्त्र सोडत नाही असं पाहून बेभान झालेल्या दुःशासनानं खस्सकन् तिच्या कटिवस्त्रालाच हात घातला.

" हा ऽ ऽ ऽ " सभाजनांच्या तोंडून दुःखद निःश्वास बाहेर पडले. कित्येकांनी ते पाहणं असह्य होऊन डोळे गच्च मिटून घेतले.

" नीच दुःशा ऽ ऽ स ऽ न !! " सभागृह हादरून सोडणारी गर्जना झाली. "ज्या हातानं तू माझ्या पत्नीचे केस ओढत तिला या द्यूतगृहात फरफटत आणलंस, ज्या हातानं तू तिच्या वस्त्राला स्पर्श केलास, तो तुझा हात मी कुंतिपुत्र भीम तुझ्या धडापासून उखडून काढून कोल्ह्याकुत्र्यांपुढे टाकीन ! तुझी छाती फोडून सिंहासारखं तुझं रक्त प्राशन करीन, ही माझी प्रतिज्ञा आहे !" विस्तवासारखे लालभडक झालेले डोळे गरगरा फिरवत भीमानं आपली प्रतिज्ञा पूर्ण केली. त्याचे उग्र डोळे आग ओकत होते. भिवयांची गर्द काळी धनुष्यं कपाळात शिरली होती.

सभाजनांच्या काळजाचा थरकाप झाला. भीमाची ती प्रतिज्ञा ऐकताच दुःशासनाच्या हातातलं बळ ओसरलं. शक्तिपात झाल्याप्रमाणे त्याचा हात नकळत मागे आला.

" आणि अरे ए नीच सूतपुत्रा..." भीम पुढे म्हणाला. " कौरवांच्या तुकड्यावर जगणाऱ्या कुत्र्या, जिभेला आवर घाल. नाही तर या गदेच्या प्रहारानं याच क्षणी तुझं मस्तक..."

" हां... तोंड आवर भीम..." दुर्योधन म्हणाला." आता तू कौरवांचा दास झाला आहेस, हे कदापि विसरू नकोस. इथून पुढे दासासारखं वागायला शीक."

भीमाचा आवेश क्षणात ओसरला. असहाय होऊन त्यानं युधिष्ठिराकडे पाहिलं. तो स्थिर दृष्टीनं भीमाकडेच पाहत होता.

" नीच दुर्योधन ! माझे पती कपटद्यूतात दास झाले म्हणून आम्ही निराधार

झालो आहोत, असं समजू नकोस. लवकरच ही वार्ता माझ्या भावांना आणि वडिलांना कळेल. ते आपलं प्रचंड सैन्य घेऊन हस्तिनापूरवर तुटून पडतील. माझा सखा, द्वारकेचा राजा श्रीकृष्ण माझ्या या अपमानाचा सूड उगवल्याशिवाय स्वस्थ बसणार नाही. द्यूताचे हे फासे तुझ्यावरच उलटतील आणि हस्तिनापूरची राखरांगोळी होईल, हे पुरतं लक्षात ठेव...'' द्रौपदी तळतळाट करू लागली.

"तुझ्या नपुंसक भावांचं कौतुक सांगू नकोस. दुःशासन, कौरवांच्या या दासीला अंतःपुरात घेऊन जा.'' खदखदा हसत दुर्योधन म्हणाला.

" थांब दुःशासन, द्रौपदीचा प्रश्न अजूनही तसाच अनुत्तरित राहिला आहे.'' महामंत्री विदुर म्हणाले. " उपस्थित सभाजनहो, थोडा विचार करा आणि आर्यधर्मानुसार त्या प्रश्नाचं उत्तर द्या. स्वतःला गमावून बसलेला माणूस दुसऱ्याला कसा पणाला लावू शकेल? द्रौपदी दासी झालेली नाही, हे माझं स्पष्ट मत आहे...''

विदुराच्या बोलण्याकडे पूर्ण दुर्लक्ष करून दुःशासन पुन्हा द्रौपदीच्या अंगाला झोंबू लागला. त्यानं ढकलताच ती धाडकन् जाऊन पडली. परंतु उठून उभं राहून तिनं पुन्हा तोच प्रश्न उपस्थित केला." सांगा पितामह, माझ्या प्रश्नाचं स्पष्ट उत्तर द्या. मी खरंच दासी झाले आहे की स्वतंत्र आहे, ते मला सांगा.''

" राजकन्ये...'' मान हलवत पितामह म्हणाले," धर्माची गती फार गहन आणि सूक्ष्म आहे. कधी कधी मोठमोठ्या ज्ञानी लोकांची मतीही त्यापुढे कुंठित होते. तू जिंकली गेली आहेस की नाही हे कदाचित युधिष्ठिरच सांगू शकेल. तो धर्मज्ञाता आहे.''

" ठीक आहे '' दुर्योधन म्हणाला," युधिष्ठिरालाच सांगू दे. एवढं कशाला? द्रौपदीला पणाला लावायचा युधिष्ठिराला अधिकार नव्हता, असं या चौघांना सांगू दे. या क्षणी मी तुला दास्यमुक्त करायला तयार आहे. नाहीच तर तो आमचा स्वामी नाही असं तू आणि त्याच्या भावांनी सांगावं. मी तुझ्यासोबत त्यांचीही मुक्तता करीन. बोल भीमा, गाडाभर खाल्लं म्हणून आर्यधर्म कळण्याइतकी अक्कल येत नसते. अर्जुना, मी तुलाही संधी देतो. युधिष्ठिरासारख्या जुगारी भावाच्या दास्यातून मोकळा हो. अरे, द्यूतात हरलेल्या माणसाशी त्याचे संबंधी लोक असंच वागतात. हा आमचा कोणी लागत नाही, त्याचं तुम्ही काय पाहिजे ते करा, असं म्हणून ते सरळ कानावर हात ठेवतात, हे तुला माहीत नाही का? मी तुझ्या बायकोला दासी म्हटलं म्हणून एवढं वाईट वाटून घेऊ नकोस. एखादा माणूस जुगारात हरला इतर जुगारी त्याच्या बायकोला ओढून नेतात, हे तर सर्वांनाच माहीत आहे. अरे, हा जुगारातला नियमच आहे.''

गदेचा प्रहार झाल्याप्रमाणे युधिष्ठिराचं मस्तक बधिर झालं होतं. वाचा नसलेल्या निष्प्राण पुतळ्याप्रमाणे तो अजूनही तसाच बसून होता. तो काही बोलणार आहे

किंवा बोलण्याच्या मनःस्थितीत आहे, असंही वाटत नव्हतं. त्याची वाचा जणू कोणी काढून घेतली होती. युधिष्ठिराची ती अवस्था पाहून द्रौपदीच्या डोळ्यांतली आग मावळली. त्याच्या भिरू स्वभावाची जाणीव होताच तिचं मन कणवेनं भरून आलं.

दुर्योधनानं मोठाच पेच टाकला होता; परंतु कोणीही विचलित झालं नाही. परंतु त्या पेचातून कसं सुटावं हे न कळल्यानं बावचळून गेलेला भीम म्हणाला, ''तो आमचा मोठा भाऊ नसता, तर आम्ही हे सारं सहन केलंच नसतं. तो द्यूत हरला नसता तर माझ्या बायकोला स्पर्श करणारे तुझ्या भावाचे हात मी त्याच क्षणी उखडून फेकले असते. तो अजूनही आज्ञा देईल तर तुझ्या साऱ्या भावांसकट आत्ताच मी तुला ठार करीन. परंतु माझे हात धर्मानं बांधले आहेत. युधिष्ठिर स्वतःला जिंकलेला समजत असेल तर आम्हीही जिंकले गेलो आहोत...''

'' — थांब भीमा '' अर्जुनानं भीमाला थांबवलं. आणि दुर्योधनाकडे रोखून पाहत तो पुढे म्हणाला,'' त्याला द्रौपदीला पणाला लावायचा अधिकार होता की नाही, हे मी निश्चयानं सांगू शकणार नाही. पण तेव्हा काय आणि आत्ता काय तो आमचा मोठा भाऊच आहे. आणि आम्ही सर्व जण त्याचे आज्ञांकित आहोत. स्वतःला हरण्यापूर्वी तो आम्हाला पणाला लावायला समर्थ होता; परंतु स्वतःला हरल्यानंतर तो कोणाचा स्वामी असणार? कोणाचाच नाही. म्हणजेच द्रौपदी जिंकली गेलेली नाही.''

''...साधू...साधू '' अर्जुनाच्या त्या बिनतोड युक्तिवादाला सभाजनांनी अनुमोदन दिलं.

'' वा! काय पण तर्कट लढवलंस अर्जुना! म्हणे द्रौपदी जिंकली गेलेली नाही.'' दुर्योधन हेटाळणीनं म्हणाला.'' धर्मनिर्णय स्वीकारायला एवढी खळखळ कशाला? युधिष्ठिर जिंकला असता तर तोच धर्म ठरला असता. आणि तो धर्मनिर्णय आम्ही मान्य केला असता...''

वस्तुतः टाकलेला पेच विफल झालेला पाहून दुर्योधन खजील झाला होता. आवाजात शक्य तेवढं मार्दव आणत तो द्रौपदीला म्हणाला,'' पाहिलंस राजकन्ये, युधिष्ठिर काहीच बोलत नाही. दासाची पत्नीही दासीच असते, हाच धर्मनिर्णय आहे. दास झालेल्या पतींचा त्याग करून कौरवांचा स्वीकार कर. आम्हाला प्रिय वाटेल असं वागणं हेच आता तुझं कर्तव्य आहे. तुझ्या षंढ पतींना आता विसर. ते पाच होते तर आम्ही शंभर आहोत. तुझ्या सुखात काहीही उणीव राहणार नाही. चहूबाजूंनी तुझ्यावर प्रेमाचा वर्षावच होईल...''

...असं म्हणत दुर्योधनानं अधोवस्त्र वर खेचलं आणि गजशुंडेसारखी आपली डावी मांडी उघडी करून तिच्यावर तळवा ठेवत तो म्हणाला,'' ये, धन्याची डावी

मांडी हेच तुझ्यासारख्या सुंदर दासीचं योग्य आसन आहे. पण नाही, तुला कदाचित संकोच वाटत असेल. दुःशासन, थांबलास का? कौरवांच्या या दासीला विवस्त्र करून माझ्या मांडीवर आणून बसव. पाहू दे तरी ही मदनाची सावळी तलवार म्यानातून बाहेर आल्यावर कशी दिसते ते ! ''

'' नीच दुर्यो ऽ ऽ ध ऽ न !!'' भीमाच्या त्या गर्जनेनं पुन्हा एकदा अवघं सभागृह हादरलं.

दुर्योधनानं केलेली ती निर्लज्जपणाची परिसीमा पाहताच भीमाचा क्रोध अनावर झाला होता. किरीट आणि उत्तरीय यासोबत बाजूला ठेवून दिलेली आपली लोहगदा उचलून घेत तो गरजला...'' कुलस्त्रीसमोर निर्लज्ज वर्तन करणाऱ्या अधम दुर्योधना, तूही ऐक. जी मांडी तू उघडी करून दाखवलीस, तिच्यावर माझ्या या गदेचा प्रहार बसेल. गदेच्या प्रहारांनी ठेचून मी तुला ठार मारीन. तुझं मस्तक मातीत घालून तुडवीन. माझ्या महाप्रतापी पूर्वजांची शपथ, माझ्या पित्याची शपथ. तुला आणि दुःशासनाला ठार केल्याशिवाय मला क्षणभरही शांतता लाभणार नाही.''

'' अरे ए नीच सूतपुत्रा...'' भीमाचे शब्द विरतात न विरतात तोच अर्जुनाचा धीरगंभीर आवाज सभागृहात घुमला. '' तू माझ्या प्रिय पत्नीला, द्रुपद राजाच्या कन्येला आणि महाप्रतापी धृष्टद्युम्नाच्या भगिनीला या द्यूतसभेत अपमानित केलं आहेस. धर्मराज युधिष्ठिराच्या आज्ञेवरून युद्धभूमीत मी तुला ठार करीन.''

'' कपटद्यूत खेळून धर्मराजाला आणि द्रौपदीला दुःख देणाऱ्या कुटील शकुनी मी तुला ठार करीन.'' महाप्रतापी सहदेवानं आपली प्रतिज्ञा उच्चारली.

सभागृहात चुळबूळ सुरू झाली. 'होय, हे कपटद्यूत आहे...हा शकुनीचा दुष्टावा आहे...रक्तपात होणार...भीषण रक्तपात...' सभाजन आपसात बोलू लागले. हळूहळू ते आवाज ऐकू येण्याइतपत ठळक झाले.

'' मूर्ख दुर्योधन, तू एका प्राणघातक संकटाला आमंत्रण दिलं आहेस आणि कुरूंनाही विनाशाच्या गर्तेत लोटलं आहेस.'' महामंत्री विदुर मोठमोठ्यानं बोलत होते. ''लवकरच तू पांडवांच्या क्रोधाला बळी पडशील. ते या गोष्टीचा सूड उगवल्याशिवाय राहणार नाहीत. क्षमायाचना कर...त्यांची क्षमायाचना कर. द्यूतात जिंकलेलं सारं त्यांना परत कर आणि त्यांना सन्मानानं इंद्रप्रस्थाला परत पाठव. महाराजा, तू गप्प का आहेस? तू तरी त्याला सांग... भीमानं केलेली प्रतिज्ञा ऐकलीस ना?''

'' हा थेरडा दासीपुत्र त्यांचीच बाजू घेणार आहे...'' दुर्योधन ओरडू लागला. ''... कारण तोही त्यांच्यासारखाच आहे. युधिष्ठिरानं द्रौपदीला पणाला लावताना तिचा कोणता सन्मान केला होता? मग मलाच का दोष देतोस? नवऱ्यालाच बायकोच्या अब्रूची किंमत नसेल तर तिथं दुसरे काय करणार?''

" मला आज्ञा दे युधिष्ठिर, आत्ताच्या आत्ता या सर्वांचा निःपात करून या अपमानाचा सूड घेतो." भीम गर्जत होता.

" द्रौपदीला पणाला लावायचा युधिष्ठिराला अधिकारच नव्हता. द्रौपदी स्वतंत्र आहे."

" या शकुनीनंच त्याला तसं करायला भाग पाडलं."

" तसं करताना युधिष्ठिर शकुनीचा दास होता. स्वामी आपल्या दासाला पाहिजे ती आज्ञा देऊ शकतो."

एकच गोंधळ सुरू झाला. कोण काय बोलतो आहे काहीच कळेना.

" भीमा, तू पराक्रमी आहेस. तू बोलतो आहेस ते करून दाखवशील यात शंकाच नाही; पण माझं ऐक, या वेळी शांत राहा." द्रोणाचार्य भीमाची समजूत घालत होते.

ते पाहून कर्ण ओरडला," मित्र दुर्योधन, ते पाहा तुझे कृतघ्न गुरू द्रोणाचार्य तुझ्या शत्रूचं कौतुक करीत आहेत. धन्यासमोर असं वागताना त्यांना लाज कशी वाटत नाही? "

कुंतीचा हात धरून महाराणी गांधारी द्यूतशाळेत येऊन पोचली. पोरांचे पराक्रम ऐकून तिचं काळीजच फाटलं होतं. धृतराष्ट्राच्या पायावर पडून ती पोरांना आवरायची विनवणी करू लागली...

" अरे, माझ्या सुनेचा आणखी किती अपमान करणार आहात तुम्ही?" महाराणी गांधारीनं विलाप मांडला..." द्रौपदी, राजकन्ये, माझ्याजवळ ये मुली. मी महाराणी गांधारी तुला बोलावते आहे. स्त्री म्हणून जन्म घेतल्यावर आणि त्यातही कुरुकुलाची सून झाल्यावर न्यायाची आशा बाळगू नये, हे का तुला सांगायला हवं?"

बुडत्याला काडीचा आधार मिळावा त्याप्रमाणे तशा असहाय स्थितीतही द्रौपदीला हायसं वाटलं. धावत जाऊन ती गांधारीच्या पायावर पडली आणि अनावर हुंदके देत रडू लागली.

" दुर्योधन... हे मंदबुद्धे !" धृतराष्ट्र किंचाळू लागला..." अरे मी काय सांगतो ते तरी ऐक. ते तुझे भाऊ आहेत. त्यांच्या धर्मपत्नीची, माझ्या कुलवधूची अशी विटंबना —? " सर्व सभेला ऐकू जाईल एवढ्या आवाजात धृतराष्ट्र किंचाळत होता. ते पाहून सर्व सभा स्तब्ध झाली.

" मला दोष देऊ नका महाराज. युधिष्ठिर स्वसंमतीनं खेळला आहे." दुर्योधन आपली बाजू मांडू लागला.

परंतु त्याला अडवत धृतराष्ट्र म्हणाला," एक अक्षर बोलू नकोस." आणि द्रौपदीला उद्देशून तो म्हणाला," द्रुपद राजकन्ये, ये अशी माझ्याजवळ ये मुली. फार

सद्गुणी आहेस तू. घडू नये ते आज घडलं. असा अनर्थ पाहायला विधात्यानं मला डोळे दिले नाहीत, हे किती बरं झालं आहे नाही...? तू माझी ज्येष्ठ सून आहेस. माझ्या मुलांचं आज फार चुकलं. त्यांना क्षमा कर. करशील ना? आज घडलं ते सारं सारं विसरून जा...''

डोळ्यांच्या खाचांतून पाणी गाळत धृतराष्ट्र बोलत होता...'' हा पाहा, मी तुझ्यावर प्रसन्न आहे. तुला काय हवं ते मागून घे. सुखी हो.''

द्रौपदी म्हणाली,'' द्यायचंच असेल तर युधिष्ठिराला दास्यमुक्त करा. माझ्या प्रतिविंध्याला कोणी दासपुत्र म्हणू नये.''

'' ठीक आहे...एवमस्तु...एवमस्तु...आणखी काय?'' घाईघाईनं धृतराष्ट्र म्हणाला.

'' भीमार्जुन आणि नकुलसहदेव यांना दास्यमुक्त करा.''

'' आणखी काय —?''

'' आणखी मला काही नको. क्षत्रिय स्त्रीला दोनच वर विहीत आहेत. मी तर स्वतंत्रच आहे. आता माझे पतीही दास्यमुक्त झाले आहेत, एवढं मला पुरेसं आहे. स्वसामर्थ्याच्या बळावर ते आपलं गतवैभव परत मिळवतील. त्यासाठी त्यांना माझ्या मदतीची गरज नाही.''

'' वा! काय पण निःस्वार्थीपणा !'' हेटाळणीनं कर्ण म्हणाला.

'' ...शेवटी एका स्त्रीनंच वाचवलं म्हणायचं !'' दुःशासन म्हणाला.

ते टोमणे ऐकून भीमाचा राग पुन्हा अनावर झाला. त्याला शांत करून युधिष्ठिर धृतराष्ट्रासमोर उभा राहिला आणि नम्रपणे हात जोडून म्हणाला,''आता माझ्यासाठी कोणती आज्ञा आहे महाराज?''

घळघळा अश्रू गाळत धृतराष्ट्र म्हणाला, '' पुत्र युधिष्ठिर, माझा अनुज बंधू पांडू याच्या मागे तू मला नेहमीच पित्याच्या जागी मानलंस...मीही या नात्यात कधी खंड पडू दिला नाही बरं. तू सद्गुणी आहेस. आता इंद्रप्रस्थाला परत जा. सुखानं राज्य करा. तुझी प्रजा फार सुखी आहे म्हणतात. आमच्या कानावर असंच चांगलं येईल असं वागत राहा. ते सारं डोळ्यांनी पाहता आलं असतं तर किती बरं झालं असतं. पण माझं तेवढं भाग्य कुठलं? मी हा असा आंधळा माणूस. तुम्हा मुलांना सुखी झालेलं पाहण, यासारखा आनंद माझ्यासारख्या वृद्धाला दुसरा कुठला? तुम्हा मुलांचा खेळ पाहावा, सर्वांनी मिळून तो आनंद लुटावा, तुम्ही किती सद्गुणी आहात हे पाहावं, म्हणून मी द्यूताला अनुमती दिली होती. ऐकलं ते खरंच आहे. तुम्ही भाऊ फार सद्गुणी आहात. अर्जुन किती संयमी आहे. तुझे बंधू तुझ्या आज्ञेत आहेत. सुखानं राज्य करा. सद्गुणांची जोपासना करा.''

फार मोठं संकट टळल्याप्रमाणे सर्व सभाजनांनी सुटकेचा निःश्वास टाकला. परंतु मनातली भीती अजून ओसरली नव्हती. भीमार्जुनांनी केलेल्या प्रतिज्ञा प्रत्येकाच्या

कानात अजूनही तशाच गर्जत होत्या. प्रत्येकाला आपल्या षंढत्वाची लाज वाटत होती. त्यांच्यापैकी प्रत्येकानं कधी द्रौपदीची स्तुती केली होती तर कधी दुर्योधनाची वाहवा केली होती. त्यांना कधी पितामह भीष्मांचं बोलणं धर्मोचित वाटलं होतं, तर कधी कर्णाचं म्हणणं योग्य वाटलं होतं. विकर्णाचा युक्तिवाद ऐकून तर ते पुरते बुचकळ्यात पडले होते. एवढं सगळं होऊनही द्रौपदीच्या त्या प्रश्नाचं उत्तर द्यायला कोणीही पुढे झालं नव्हतं. तो प्रश्न समोर येताच नको ते पापकृत्य आठवताच ते विसरण्याचा प्रयत्न करावा त्याप्रमाणे जो तो त्यापासून परावृत्त झाला होता.

पितामह भीष्मांनी त्यांना फार काळ अंधारात ठेवलं नाही. संकट टळल्याच्या आनंदात मग्न असलेल्या सभाजनांना उद्देशून ते म्हणाले, ''महाराजा धृतराष्ट्र आणि सभाजनहो, मी काय सांगतो आहे ते लक्षपूर्वक ऐका. एक द्यूत संपलं आहे; परंतु आता दुसरं द्यूत सुरू झालं आहे. इथून पुढचे फासे पडतील ते रणभूमीवर. त्यांच्यावर मात्र शकुनीची मात्रा चालणार नाही. ''

सभा संपन्न झाल्याची घोषणा झाली. राजे महाराजे आणि सामंत जड मनानं द्यूतसभेतून बाहेर पडू लागले. अधिक उशीर न करता युधिष्ठिरही रथारूढ झाला. द्रौपदी त्याच्याशेजारी जाऊन बसली. पाचही पांडवांचे रथ वेगानं इंद्रप्रस्थाकडे दौडत निघाले.

३५.

'' आम्ही कष्टांनी मिळवलेलं एवढं सगळं तुम्ही एक क्षणात घालवलंत. त्या मूर्ख विदुराचं ऐकून हे काय केलंत तुम्ही?'' डोक्याला हात लावून बसलेल्या म्हाताऱ्या बापावर दुर्योधन तणतणत होता.

'' विदुर आणि भीष्म काय म्हणाले ते ऐकलंस ना? आणि तो भीम...? त्यानं केलेल्या केलेल्या त्या प्रतिज्ञा?'' धृतराष्ट्राच्या अंगातून अजूनही भीतीची थरथर गेली नव्हती.

अस्वस्थ झालेला धृतराष्ट्र पुढे म्हणाला,''...उद्या ते पाचही भाऊ त्यांच्या विराट सैन्यासह तुझ्यावर कोसळले असते तर? मी हा असा आंधळा माणूस. यातून काही भलतंच निष्पन्न झालं तर मी काय करावं? पितामह आणि विदुर यांना त्यांच्याविषयीच प्रेम वाटतं हे तर तुलाही माहीत आहे.''

'' तेच ...तेच म्हणतो मी ऽ ऽ '' बापावर आवाज चढवून दुर्योधन म्हणाला. '' एवढा अपमान झाल्यावर त्यांना तसंच मोकळं सोडून दिलं तर ते आमचा सर्वनाश केल्याशिवाय राहतील? द्रौपदीचा अपमान ते इतक्या सहजासहजी विसरतील?

तो शीघ्रकोपी भीम त्याबद्दल कधी क्षमा करील? अर्जुन धनुष्य उंचावून दाखवत कसा रागानं पाहत होता ! त्यांचा सर्वनाश करायची आयती संधी चालून आली होती. तीच तुम्ही घालवलीत. शत्रू लहान असो वा मोठा, रक्ताचा असो वा परका, त्याचा कोणत्याही मार्गानं नाश करावा, हे कणकनीतीचे पाठ रोज तुम्हीच आम्हाला सांगता... आणि आज —?''

'' मग मी आता काय करावं असं तुझं म्हणणं आहे?''

'' शकुनीला पुन्हा द्यूताला अनुमती द्या.''

'' पुन्हा द्यूत? ...पण भीष्म, विदुर ...?''

'' मरू दे तो विदुर ... ! आता फक्त एकच डाव खेळायचा.''

'' एकच डाव?''

'' होय, फक्त एकच डाव. त्यात जो पराभूत होईल त्यानं बारा वर्षांच्या वनवासाबरोबरच एका वर्षाचा अज्ञातवासही स्वीकारायचा.''

'' असं केल्यानं काय होईल?''

'' असं केल्यानं ते कायमचे नेस्तनाबूत होतील. तेरा वर्षांनी ते परत आलेच तर कुरुराज्याच्या सीमेवर आमचं शस्त्रसज्ज सैन्य त्यांच्या स्वागतासाठी सिद्ध असेल.''

'' तेरा वर्षांनी त्यांच्यात राज्य परत मिळवायचं त्राण उरलं तर ना?'' शकुनी म्हणाला.

'' तर मग ठीक आहे...'' उतावीळपणे धृतराष्ट्र म्हणाला.'' ते अजून सीमेबाहेरही गेले नसतील. तातडीचा संदेश घेऊन दूत जाऊ देत. महाराजांनी पुन्हा द्यूतक्रीडेसाठी बोलावलं आहे म्हणावं. ही माझी आज्ञा आहे म्हणून सांग.''

युधिष्ठिराला बोलवायला दूत गेला असल्याचं कळताच पितामह, विदुर, आचार्य द्रोण हे सारे पुन्हा तातडीनं द्यूतसभेत आले. धृतराष्ट्राला त्यांनी त्या अविचारापासून परावृत्त करण्याचा प्रयत्न सुरू केला.

त्या सर्वांचं ऐकून घेऊन धृतराष्ट्र म्हणाला,'' कुरुकुलाचा नाश हीच नियती असेल तर तसंच होऊ दे. माझ्या पुत्राचा हट्ट मला पुरवलाच पाहिजे. आणि वाईटच होईल असं तरी आपण का समजावं? कदाचित यातून काही चांगलंही निष्पन्न होईल असं का समजू नये?''

पांडव योजनभरही गेले नसतील तोच प्रतिकामीनं त्यांना गाठलं. महाराज धृतराष्ट्राची आज्ञा ऐकताच युधिष्ठिर भीमाला म्हणाला,'' भीमा, चल. रथ वळव. फक्त माझ्या हातात एकदा फासे येऊ देत. मग दाखवतोच त्या शकुनीला माझं कौशल्य. शिवाय हे द्यूताचं निमंत्रण —''

त्याला अजूनही आशा वाटत होती. एखादा तरी डाव आपल्या बाजूनं पडेल. एकदा तरी ते फासे आपल्या हातात येतील आणि मानिनी द्रौपदीच्या डोळ्यांसमोर कपाळावर बसलेला तो अपयशाचा डाग धुवून निघेल. त्याशिवाय तिच्याकडे साधं पाहायचंही धाडस या सम्राट युधिष्ठिराला होणार नाही... तिचे सुटलेले केस अजूनही तसेच आहेत...

युधिष्ठिराचा रथ तोरणस्फटिका महालासमोर उभा राहिला. सर्व पांडव द्रौपदीसह द्यूतसभेत आले.

" पुत्र युधिष्ठिर, ये..." धृतराष्ट्र म्हणाला." झालं गेलं विसरून तुम्हा मुलांनी पुन्हा एकदा द्यूत खेळावं अशी माझी इच्छा आहे. तू द्यूत खेळलास तरच तुझ्या मनातला राग गेला, असं मी समजेन बरं."

" मी द्यूत हरणार आहे हे मला माहीत आहे महाराज. कदाचित तेच माझं दैव असेल. नियती अगम्य आहे. शिवाय आपली इच्छा मी कसा अव्हेरू शकणार?" द्यूतपटासमोर बसत युधिष्ठिर म्हणाला.

हातात फासे घेऊन शकुनीनं डाव समजावून सांगितला." हे पाहा धर्मराजा, आता फक्त एकच डाव खेळायचा."

" एकच डाव?" युधिष्ठिर गोंधळलाच.

" हो. फक्त एकच डाव. या डावात जे पराभूत होतील त्यांनी बारा वर्षांचा वनवास आणि एका वर्षाचा अज्ञातवास भोगायचा. अज्ञातवासाच्या काळात कोणी ओळखलंच तर पुन्हा बारा वर्षांच्या वनवासाची शिक्षा भोगावी लागेल."

" नको, नको पुत्र युधिष्ठिर, खेळू नकोस. हा डाव खेळू नकोस." कुंती आणि गांधारी विलाप करू लागल्या.

युधिष्ठिर विचार करत होता. शकुनीनं त्याला पुन्हा पेचात पकडलं होतं. हाही डाव शकुनीनं जिंकला तर संपलंच. पण म्हणून का खेळायला बसल्यानंतर उठून जायचं? तेही राजसूय यज्ञ करून आर्यावर्तात सम्राट म्हणून प्रतिष्ठा पावलेल्या राजानं?

" एवढा कशाचा विचार करतो आहेस धर्मराज?" शकुनी म्हणाला.

" काही नाही. मी खेळायला तयार आहे. टाक फासे."

" असं म्हणतोस? हे पाहा —" असं म्हणून शकुनीनं फासे टाकले. ते अपेक्षेप्रमाणे पडताच तो ओरडला," जितिमित्येव...जिंकलो, मी जिंकलो !"

शकुनी जिंकलेला पाहून दुर्योधनाचे भाऊ आणि कर्ण सोडला तर कोणालाच फारसं आश्चर्य वाटलं नाही. अनुद्यूताचा परिणाम काय होणार हे सर्वांना जणू आधीच माहीत होतं.

दुःशासन म्हणाला," बंधो दुर्योधन, आता यांची भीती बाळगायचं कारण नाही.

संपूर्ण आर्यावर्तावर आज आपलं अनिर्बंध वर्चस्व प्रस्थापित झालं आहे.''

" अरे जारे, कोणीतरी यांना मृगाजिनं आणून द्या.'' दुर्योधन म्हणाला.

" पाहिलंस कर्णा,'' खदखदा हसत दुःशासन म्हणाला." शेवटी हे पाचही भाऊ षंढतिलांप्रमाणे पोचटच निघाले. द्रुपद राजा मोठा बुद्धिमान आहे म्हणतात. पण आपली सुस्वरूप कन्या यांना देऊन त्यानं मोठीच चूक केली. द्रौपदी, ती चूक आता तू दुरुस्त कर. तुझ्यासारख्या रूपवतीला असल्या निर्धन आणि प्रतिष्ठाशून्य नवऱ्यांपासून आता कसलं सुख मिळणार? असले पती तुला आता असून नसून सारखेच...''

दुर्योधनाचा डाव द्रौपदीच्या पुरता लक्षात आला होता. हा खेळ उधळून दिला पाहिजे. हे कपटद्यूत होतं म्हणून जगाला ओरडून सांगितलं पाहिजे. परंतु भीमाला हे पटलं तरी युधिष्ठिराला पटणार नाही. आणि तो अर्जुन... तो तर त्याचाच दास आहे. तोही खेळाचे नियम सांगत बसेल. तिला दुःशासनापेक्षा युधिष्ठिराचीच अधिक चीड आली. आता दयेची याचना करण्यात अर्थ नव्हता. कोणीही ती भीक घालणार नव्हतं आणि मानिनी द्रौपदी ती भीक घेणारही नव्हती !

" आता माझीही प्रतिज्ञा ऐक हे कुत्र्या !'' दुःशासनावर चवताळलेली द्रौपदी म्हणाली. ''सिंह मेल्यावर कुत्रीसुद्धा त्याच्या छातीवर पाय देऊन त्याला फाडून खातात. माझे पती फार काळ या स्थितीत राहणार नाहीत...'' आणि आपला सुटलेला केशकलाप डाव्या हातावर घेऊन ती पुढे म्हणाली," माझ्या या केसांना स्पर्श करणारा तुझा हात तुझ्या शरीरापासून उखडून निघेपर्यंत हे केस मी असेच मोकळे ठेवीन ! तुझ्या रक्तानं धुऊन काढल्याशिवाय मी ते बांधणार नाही...!''

दुःशासनावर धावून जात भीम म्हणाला," दुष्ट नराधमा, लक्षात ठेव...! तुझी छाती फोडून तुझं रक्त प्राशन करीन. तुझ्या रक्तानं माखलेल्या त्याच हातांनी द्रौपदीची वेणी घालीन. तिचा हा सुटलेला केशकलाप मला सदैव माझ्या प्रतिज्ञेची आठवण करून देत राहील...''

परंतु दुःशासनावर त्याचा परिणाम झाला नाही. तो तसाच निर्लज्जपणे हसत होता. गोड बोलून युधिष्ठिराला फशी पाडणारा धृतराष्ट्रही आता तोंड मिटून गप्प बसला होता. सगळं त्याला पाहिजे होतं तसं घडून आलं होतं.

३६.

पांडवांनी वनवासाला निघायची तयारी केली. राजवस्त्रं टाकून मृगाजिन धारण केलं. अनुद्यूताची वार्ता हस्तिनापुरात पसरायला वेळ लागला नाही. वडीलधाऱ्यांना

निरोपाचा नमस्कार करत युधिष्ठिर गांधारीजवळ आला. त्यानं गांधारीच्या पायावर मस्तक ठेवलं. गांधारीच्या डोळ्यांतून आसवांच्या धारा वाहत होत्या. युधिष्ठिराचं मस्तक चाचपत ती त्याच्यावर दुःखाश्रूंचा वर्षाव करू लागली. माझ्या मुलांना क्षमा कर म्हणून विनवू लागली. परंतु युधिष्ठिर काहीच बोलला नाही. आसवांच्या पाण्यानं आता काहीच धुऊन निघणार नव्हतं.

पितामह, महात्मा विदुर, धृतराष्ट्र, संजय, युयुत्सू या सर्वांना उद्देशून युधिष्ठिर म्हणाला,'' आता मी आपणा सर्वांचा निरोप घेतो आहे. परंतु मी पुन्हा परत येईन. त्यासाठी मला तुमचा आशीर्वाद द्या.''

माता कुंतीनं मुलांपेक्षाही प्रिय असलेल्या आपल्या सुनेला हृदयाशी कवटाळलं. मुलांना 'परत या' म्हणून आशीर्वाद दिला.

सर्वांचा निरोप घेऊन पांडव कौरवांच्या राजवाड्यातून बाहेर पडले. दुःखी-कष्टी लोकांचे जमाव त्यांना भेटण्यासाठी बाहेर थांबले होते. दुःशासन भीमाला 'गाय गाय' म्हणून चिडवू लागला तर दुर्योधन भीमासारखं चालून दाखवून त्याची चेष्टा करू लागला.

'' मुर्दाड दुर्यो ऽ ऽ धन !'' आपले बाहू उंचावून दाखवत भीम म्हणाला. ''तुम्हा कौरवांची मस्तकं पायाखाली तुडवीन, तरच नावाचा कुंतिपुत्र भीम. अर्जुन कर्णाला ठार करील, सहदेव शकुनीला मारील आणि मी दुःशासनाचं रक्त प्राशन करीन.''

पाठीवर मोकळे सुटलेले विस्कटलेले केस, कमरेला रक्तानं माखलेलं एकमेव वस्त्र अशी पतींच्या मागे रडतभेकत निघालेली द्रौपदी दुर्योधन-दुःशासनाकडे हात करून तळतळाट करत म्हणाली, ''आजपासून तेरा वर्षांनी तुमच्याही बायका अशाच माझ्यासारख्या रडताना दिसतील. रणांगणात कोल्ही-कुत्री तुमच्या मांसावर ताव मारताना दिसतील...''

अर्जुनानं हातातलं धनुष्य उंचावून दाखवत मुठीत घेतलेली वाळू इकडे तिकडे भिरकावून दिली. नकुलानं आपलं संपूर्ण शरीर चिखलमातीनं माखून घेतलं. महाप्रतापी सहदेव तोंड झाकून घेऊन भावांमागे चालू लागला...

३७.

विचार करकरून थकलेल्या मनाला वारुणीशिवाय दुसरा आधार कुठला? एकामागून दुसरा चषक रिता करताना कर्ण विचार करत होता. ...कधी घडलं नव्हतं आणि कधी घडू नये ते आज राजसभेत घडलं होतं. परंतु सगळंच इतकं अकल्पित

घडत गेलं की त्याला एकट्या कर्णालाच किंवा दुर्योधनालाच कसं जबाबदार धरता येईल? जिंकण्याच्या आशेनं डावांमागून डाव खेळत गेलेला युधिष्ठिरही त्याला तेवढाच जबाबदार नाही का? मद्यापेक्षाही द्यूताची नशा माणसाला अधिक बेभान करते म्हणतात. ती नशा आज महाराजांपासून जणू सर्वांवरच आरूढ झालेली होती...काही सभाजन माझी निंदा करत होते म्हणे ! खुशाल करू देत. त्यांची पर्वा कर्ण करत नाही. त्याला मिळालेल्या सुडाच्या आनंदाची किंमत त्यांना काय कळणार?

द्रौपदीच्या अपमानाचा पुळका आणणाऱ्या त्या लोकांना कर्णाचा अपमान का आठवला नाही? तिचं स्वयंवर वीर्यशुल्क होतं, पराक्रमी पुरुषांसाठी होतं तर कोणी जन्माने क्षत्रिय असण्या-नसण्याचा प्रश्नच कुठं येत होता? तो अर्जुन तरी कुठं क्षत्रिय म्हणून मत्स्यवेध करायला उभा राहिला होता? तेव्हा तो एका ब्राह्मण कुमाराच्या वेशातच होता ना? पराक्रम हीच क्षत्रियत्वाची खूण असेल तर कर्णही पराक्रमी होता, स्वपराक्रमाच्या बळावर तोही अंगदेशाचा राजा झालेला होता. असं असताना हातात वरमाला घेऊन उभ्या असलेल्या वधूनंच त्याचा अपमान करावा यासारखं दुःखदायक ते काय असू शकणार...?

...होय...मीही एक माणूसच होतो. मलाही रागलोभ होते. मान-अपमान होता. सारथ्याच्या पोटी जन्माला आलो म्हणून मी सूतपुत्र आहे, तर कृष्णद्वैपायन होऊन जगाला ज्ञानाचे डोस पाजणारे महर्षी व्यास धीवरपुत्र का नाहीत? त्यांची माता एक धीवरकन्याच आहे ना? पराशराचं वीर्य धारण केलं म्हणून तिचं शूद्रत्व म्हणे नाहीसं झालं ! पराशराच्या वीर्यापासून जन्मले म्हणून व्यासांना म्हणे शूद्रत्वाचा स्पर्श नाही... हाच का तो बीजक्षेत्रन्याय?

हातातला चषक रिता करून कर्णानं तो खाली ठेवला. दासीनं पुढे होऊन चषक पुन्हा भरला. चषकातील फेसांच्या बुडबुड्यांकडे एकटक पाहत कर्ण विचार करत राहिला... आज द्रौपदीवर सूड घेतला तो कोणी? काळानं? कर्णानं? की दुर्योधनानं? ... भिऊ नकोस दुःशासन, खेच ते वस्त्र... ही आज्ञा मिळताच दुःशासन अधिकच चेकाळला होता... त्यानंतर भीमानं उच्चारलेली दुःशासनवधाची प्रतिज्ञा... दुर्योधनानं द्रौपदीला दिलेली ती बीभत्स आज्ञा... भीमाची दुर्योधनवधाची प्रतिज्ञा... अर्जुनाची कर्णवधाची प्रतिज्ञा... एकामागून एक घडत गेलेल्या घटनांचं आवर्त मस्तकात घोंगावत राहिलं...

खरंच पांडवांची राणी द्रौपदी केवळ लावण्यवतीच नाही, तर तेवढीच चतुरही आहे. असामान्य बुद्धिमती आहे. आज खरी बुद्धिमत्ता तिनंच दाखवली. दोन वरांच्या पलीकडे तिसरा वर न मागण्याचा तिचा निश्चय...' माझे पती शस्त्रास्त्रांसह मुक्त झाले एवढं मला पुरेसं आहे. गेलेलं राज्य ते त्यांच्या बळावर परत मिळवतील.'

असं सांगून तिनं त्यांची केवढी अब्रू राखली ! आणि त्यासोबतच स्वतःचीही! म्हणाली,'माझ्या प्रतिविंध्याला कोणी दासपुत्र म्हणू नये.'...दुर्योधन म्हणायचा, कोणाही स्त्रीला हेवा वाटावा असं असामान्य सौंदर्य घेऊन द्रौपदी जन्मली आहे. तिच्यासारखी तीच. तिच्यासारखी रूपवती, गुणवती म्हणावी अशी एकही स्त्री आमच्या महालात नाही. आम्ही त्यांचे भाऊ असतो तर...तिच्यासारखी पत्नी सोबत असेल तर कोणीही पुरुष कुठल्याही संकटाला सामोरा जायला सिद्ध होईल...

पण आज दुर्योधन कुलहीनतेवरून पांडवांना, प्रत्यक्ष महामंत्री काका विदुराला किती टाकून बोलला ! आज ना उद्या तो कर्णाच्या सूतपुत्रत्वाचा उद्धार करणार नाही कशावरून? अजून त्याच्या तोंडून तसा शब्द गेलेला नाही. पण... विदुराचा उल्लेख तो नेहमी दासीपुत्र असाच करतो. पण त्या महात्म्याला कधीच राग येत नाही. चालता हो म्हटलं तरी तो जात नाही. राग ही गोष्टच त्याला माहीत नाही, की दासीपुत्र म्हटल्यावर हे असंच चालणार हे त्यानं गृहीतच धरलं आहे? आपल्या आंधळ्या भावासाठी तो सारं सहन करत असतो. एवढा अपमान होऊनही भावाच्या क्षत्रिय कुळावर एवढं प्रेम? की क्षत्रियांचा दास होऊन राहण्याचं भूषण? याला म्हणायचं तरी काय? माणूस म्हणून मानानं जगता येत नसेल तर एवढ्या ज्ञानाचा आणि शहाणपणाचा उपयोग तो काय?

एवढं सगळं घडल्यानंतर पांडव काम्यकवनाच्या दिशेनं शालिनी नदीकडे निघून गेले. राजसभेत द्यूताचा डाव हरल्यानंतर आर्यधर्माप्रमाणे पांडव वनवासाला निघाले आहेत हे कळताच कित्येक पौरजन त्यांना निरोप देण्यासाठी नगरसीमेपर्यंत गेले होते. त्यांना म्हणे युधिष्ठिर म्हणाला, " आता तुम्ही परत जा. तुमचं हे प्रेम असंच कायम ठेवा. मी जातो आहे ते परत येण्यासाठीच. तेरा वर्षांनी मी माझ्या भावांसह परत येईन. आता आम्हाला निरोप द्या..."

तेरा वर्षं... बारा वर्षांचा वनवास आणि एका वर्षाचा अज्ञातवास. त्यानंतर पेटणार आहे ते घनघोर युद्ध ! कौरव-पांडवांचं घनघोर युद्ध ! त्या युद्धात कौरवांचा सेनापती असेल तो महारथी कर्ण...आणि पांडवांचा...?

" हे मी काय ऐकते आहे महाराजा?" वृषाली विचारत होती." अर्जुनानं म्हणे प्रतिज्ञा केली आहे."

" तुला कोणी सांगितलं वृषाली?" कर्ण म्हणाला.

" सगळ्या नगरीला माहीत झालं आहे ते मला माहीत असणार नाही का?"

" त्या स्वनामधन्य द्रोणशिष्यानं कर्णवधाची प्रतिज्ञा केली म्हणून का काळजी करतेस? प्रतिज्ञा केली म्हणून पराक्रम सिद्ध झाला, असं होत नाही. जगात पराक्रमी तो काय फक्त एकटा अर्जुनच आहे की काय? सामर्थ्यशाली वीर जगतात आणि मरतात ते स्वाभिमान, पराक्रम आणि सूड यांसाठीच. संभाव्य युद्धाची एवढी

काळजी कशाला? कर्ण मृत्यूला सामोरा जाईल तोही स्वाभिमानानंच. आपला पराक्रम सिद्ध करूनच.''

" गैरसमज होतो आहे महाराजा. मला काळजी वाटते आहे ती दुष्कीर्तीची. आज तू तसं वागायला नको होतंस.'' वृषालीला जे बोलायचं होतं ते शेवटी ती बोललीच. मनात आलेलं बोलल्याशिवाय आज तिला राहवणार नव्हतं.

" तू म्हणतेस ते खरं आहे...'' कर्ण म्हणाला." परंतु मीही एक माणूसच आहे ना? आज ज्यांना द्रौपदीचा अपमान दिसला त्यांना कांपिल्यनगरीत झालेला कर्णाचा अपमान का दिसला नाही? मान-अपमान का फक्त क्षत्रियांनाच असतात? सूतांना नसतात? कांपिल्यनगरीत मी उपस्थित होतो तो एक निमंत्रित राजा म्हणून. केवळ धनुर्विद्या जाणणारा सूत म्हणून नव्हे. आज घडलेल्या घटनांना मी जेवढा जबाबदार आहे, तेवढाच स्वतःला धर्मराज म्हणवून घेणारा तो युधिष्ठिरही जबाबदार नाही का? दुर्योधन जिंकत गेला हे खरं; परंतु म्हणून युधिष्ठिर हरण्यासाठी खेळत होता की काय? तोही जिंकण्यासाठीच डावांमागून डाव खेळत होता ना? घडलेल्या गोष्टींना ती अहंमन्य राजकन्या द्रौपदीही तेवढीच जबाबदार नाही का? धर्म तिच्या बाजूनं होता तर आर्यधर्म जाणणाऱ्या पितामहांनी दुर्योधनाला का अडवलं नाही? स्वतःला ज्ञानवृद्ध म्हणवून घेणारे आचार्य द्रोण खाली मान घालून का बसले होते? नीती-अनीतीच्या दुबळ्या गोष्टी सांगणाऱ्या जगाला काय पाहिजे ते बरळू देत. कर्णानं आज कांपिल्यनगरीत झालेल्या अपमानाचा सूड उगवला आहे... इंद्रप्रस्थ नगरीत झालेल्या दुर्योधनाच्या अपमानाचा सूड उगवला आहे. सूडपूर्तीच्या आनंदानं माझं मन मोहरून गेलं आहे. सूडाच्या या आनंदासाठी पडेल ती किंमत मोजायला कर्ण सिद्ध आहे.''

यावर वृषाली काहीच बोलली नाही. घडल्या गोष्टींची पाळंमुळं किती खोलवर रुजलेली आहेत, हे लक्षात येऊन आणि अंगराजाच्या मनात चरत गेलेली ती जखम अजूनही तेवढीच ताजी आहे हे जाणून, ती विचारमग्न झाली...

३८.

शकुनीनं टाकलेला डाव खरंच यशस्वी ठरला होता. कृष्ण अजून द्वारकेत पोचलाही नव्हता तोवर सौभनरेश शाल्वराजानं द्वारकेवर चढाई केली होती. वृद्ध वसुदेवावर द्वारकेच्या संरक्षणाची जबाबदारी सोपवून इंद्रप्रस्थाला गेलेला कृष्ण वेळीच परत आला नसता तर द्वारकेचा विनाश अटळ होता. एका बाजूला समुद्र आणि दुसऱ्या बाजूला शाल्व अशा चिमटीत वसुदेव सापडला होता. द्वारकेचा

जलदुर्ग भेदून शाल्व वसुदेवापर्यंत पोचला. तोच कृष्ण, बलराम, सात्यकी, कृतवर्मा हे सारे इंद्रप्रस्थाहून परतल्याची वार्ता यादवसेनेत पसरली. पुन्हा तुंबळ युद्ध सुरू झालं. शाल्वानं टाकलेला वेढा फोडून कृष्णानं त्याची सरशी मोडून काढली. पाठीमागून झालेल्या हल्ल्यानं शाल्वराज आता स्वतःच चिमटीत सापडला होता. कसाबसा कृष्णाच्या तावडीतून सुटून त्यानं पळ काढला. परंतु म्हणून कृष्णानं त्याला सोडलं नाही. शाल्वाला थेट त्याच्या राज्याच्या सीमेपर्यंत पिटाळून लावून आणि शेवटी त्याला ठार करूनच तो द्वारकेत परतला.

तोपर्यंत इकडे शकुनीनं डाव साधला होता. हस्तिनापूरला काय घडतं आहे हे कृष्णापर्यंत पोचलंच नाही. आणि पोचलं असतं तरी त्याला द्वारकेबाहेर पडणं अशक्य झालं असतं. त्याला सारं कळालं तेव्हा फार उशीर झालेला होता. हस्तिनापुरात द्यूत सुरू होतं तेव्हा कृष्ण शाल्वराजाशी लढण्यात गुंतला होता. त्याला सारं कळालं तेव्हा द्यूताचा शेवटचा डाव हरलेला युधिष्ठिर आपल्या भावंडांसह काम्यकवनाच्या दिशेनं वनवासाची वाट चालत होता.

दुर्योधन जिंकल्याच्या आनंदलाटांवर विहरत असला तरी धृतराष्ट्राला मात्र झोप लागत नव्हती. अन्नपाणी जात नव्हतं. रोज उठून तो विदुराचे कान कोरत होता. सारखं लोक काय काय म्हणतात हे विचारत होता. आता पुढे काय होईल म्हणून चिंता करत होता. विदुरानं त्याला त्याच्या चुकांची जाणीव करून देऊन 'अजूनही पांडवांना सन्मानानं बोलावून आणून त्यांचं राज्य त्यांना परत दे' म्हणून सांगितलं. शिवाय तुझ्या पोरांना, कर्णाला आणि शकुनीला त्यांची क्षमा मागायला सांग, हेही सुनावलं. आपला नेहमीचा पाढा वाचून दाखवताना त्यानं दुर्योधनाला दोष दिला तसा धृतराष्ट्रालाही दिलाच. शिवाय हा माझा सल्ला आहे. शेवटी तुझं शहाणपण वापरून काय निर्णय घ्यायचा तो तूच घे, हेही निक्षून सांगितलं.

धृतराष्ट्राला हवं होतं ते आत्मसमर्थन, आत्मपरीक्षण नव्हे! नेहमीप्रमाणे विदुरानं त्यालाही दोष देताच तो वैतागलाच.

" विदुर —" एकदम अनपेक्षितपणे चिडून धृतराष्ट्र म्हणाला," तू त्यांचाच हितचिंतक आहेस. म्हणूनच तू माझ्या मुलांना नेहमी दोष देत असतोस. त्यांच्यासाठी मी माझ्या मुलांचा त्याग करावा की काय? तेही माझेच आहेत. पण दुर्योधन, दुःशासन हे माझं रक्त आहे. पित्यानं पुत्रांचा त्याग करावा हे तुला बोलवतं तरी कसं? मी तुझ्यावर विश्वास टाकला हेच चुकलं. पण आता तुझ्यावर माझा विश्वास राहिलेला नाही. जा — मला तुझी गरज नाही. हस्तिनापूर सोडून तुला पाहिजे तिकडे निघून जा. हवं तर युधिष्ठिराकडे जा..."

स्वामिनिष्ठ विदुराला महाराजानं हस्तिनापूर सोडून निघून जायची शिक्षा दिली

होती. महाराजाची ती आज्ञा विदुराला शिरोधार्यच होती. सगळी निरवानिरव करून त्यानंही त्याच पावली काम्यकवनाचा मार्ग धरला. युधिष्ठिराशिवाय त्यालाही दुसरा आधार नव्हताच. त्याची पत्नी पार्शवी आणि कुंती तो पांडवांसह परत येईपर्यंत त्याची वाट पाहत हस्तिनापुरात थांबणार होत्या.

या विदुराला तरी पांडवांच्या हिताची एवढी काळजी कशासाठी लागलेली असते, तेच समजत नाही. स्वतःच्या पोरांवर नाही एवढं प्रेम तो पांडवांवर करतो. रात्रंदिवस त्यांच्या हिताची काळजी वाहतो. त्यातल्या त्यात युधिष्ठिरावर त्याचं अधिकच प्रेम आहे. कर्णाला अनेकदा एक प्रश्न पडतो...पांडव म्हणजे या विदुराची नियोगसंतती तर नसेल? पांडूराजा वनात असताना विदुर म्हणे सारखा त्याच्या भेटीला जायचा. ज्या नियोग प्रथेनं धृतराष्ट्र,पांडू आणि विदुराला जन्म दिला त्याच प्रथेनुसार दासीपुत्र असला तरी विदुर पांडूराजाचा भाऊच आहे. तेव्हा... ती शक्यता नाकारता येत नाहीच. नाही तरी युधिष्ठिर त्याच्यासारखाच दिसतो, त्याच्यासारखाच बोलतो, हे का खोटं आहे?

विदुर काम्यकवनात पांडवांकडे निघून गेला आहे म्हणताच धृतराष्ट्राची अवस्था पुन्हा दयनीय झाली. काही का असेना, विदुराशी तो बोलू तरी शकत होता. गांधारीशी तेही शक्य नव्हतं. विदुराला घालवून देऊन आपण कोणती चूक करून बसलो आहोत, हे लक्षात येताच तो स्वतःवरच संतापला आणि संतापाच्या भरात स्वतःलाच शिव्या देऊ लागला. विदुराच्या विरहानं व्याकूळ झालेला महाराजा मूर्च्छित पडला आहे हे कळताच दुर्योधन, कर्ण आदी सगळे गोळा झाले.

दुर्योधनाला जवळ बसवून घेऊन महाराजा विलाप करू लागला...“ हे ईश्वरा, हे मी काय केलं ! हे मी काय केलं ! विदुराला घालवून देऊन मी पायावर धोंडाच नाही का पाडून घेतला? आता ते अधिकच बलवान होतील. संजय जा, माझ्या लहान भावाला, विदुराला परत घेऊन ये. तो फार विद्वान आणि शहाणा आहे बरं. जा, त्याला म्हणावं तुझा मोठा भाऊ धृतराष्ट्र तुझी वाट पाहतो आहे. तुला पाहण्यासाठी त्याचे प्राण डोळ्यांत गोळा झाले आहेत. जा, त्याला घेऊन ये. रित्या हातानं परत येऊ नकोस.”

महाराजाची आज्ञा घेऊन संजय तातडीनं काम्यकवनाकडे निघून गेला.

३९.

पांडव ज्या वेळी एका मार्गानं काम्यकवनात शिरले होते, त्याच वेळी दुर्योधनाचे गुप्तचर दुसऱ्या मार्गानं काम्यकवनात शिरले होते. तिकडे पांडवांवर कोसळलेल्या

आपत्तीची वार्ता कळताच शाल्वराजाशी लढण्यात गुंतलेला कृष्ण त्याला ठार करून युयुधान सात्यकीसह काम्यकवनाकडे निघाला होता. तोपर्यंत कांपिल्यनगरीहून महाराजा द्रुपद, युवराज धृष्टद्युम्न, भोज, अंधक, वृष्णी यांच्यासह विशोकादी पाचही केकय बंधू पांडवांच्या भेटीसाठी येऊन पोचले.

सर्वांनी मिळून तातडीनं हस्तिनापूरवर चढाई करावी आणि गेलेलं राज्य परत मिळवावं, असं त्यांचं चाललं होतं. भीम आणि द्रौपदी हे तर म्हणे क्षणभरही थांबायला तयार नव्हते. भीम युधिष्ठिराला सारखा टोचून बोलत होता. तो तर म्हणे युधिष्ठिराला म्हणाला, ''अरे, तू क्षत्रिय आहेस की कोण आहेस? बारा वर्षांचा वनवास सोसून काय मिळवणार आहेस? त्यानं आम्हाला फसवलं आहे. आम्ही त्याला बळी का पडावं? आणि अज्ञातवासाचं काय करणार आहेस? माझं हे बलदंड शरीर कुठं लपवू? माझा हा महाधनुर्धर भाऊ अर्जुन काय म्हणून स्वतःची ओळख सांगेल? आणि आपली ही प्रिय पत्नी द्रौपदी तिच्या असामान्य सौंदर्यामुळे अज्ञातात राहणं शक्य तरी आहे का? आम्ही कुठेही लपलो तरी गुप्तचरांच्या साहाय्यानं ते आम्हाला शोधून काढतील आणि पुन्हा बारा वर्षांच्या वनवासाला पाठवतील. आम्हाला कायमचं वनवासात ठेवायचा त्याचा डाव आहे. त्याला बळी पडून कसं चालेल? काळ क्षणाक्षणानं मागे पडतो आहे. तेरा वर्षांनी राज्य मिळालं तरी तेव्हा त्याचा काय उपयोग? आमचं हे गेलेलं आयुष्य परत का येणार आहे? उलट तेवढा काळ आम्ही मृत्यूच्या जवळ गेलेलो असू. तेव्हा हे बंधो... ऊठ, क्षत्रियासारखा वाग. आपलं गेलेलं राज्य परत मिळव. दैव, प्राक्तन, नियती असल्या भाकड शब्दांना कवटाळून बसलास तर आयुष्यभर दुःखाशिवाय काहीही हाती लागणार नाही.''

भीमाला दुजोरा देऊन द्रौपदीनंही म्हणे त्याची खूपच कानउघाडणी केली. आत्ताच्या आत्ता तू माझ्या अपमानाचा सूड उगवला पाहिजेस, म्हणून खडसावलं. ती म्हणाली, '' मोठा धर्मराज म्हणवतोस ना तू? राजसूय यज्ञ करणाऱ्या तुझ्यासारख्या एका दिग्विजयी सम्राटानं आपल्या प्रिय पत्नीला पणाला लावावं, हा कुठला आर्यधर्म आहे? नकुल-सहदेवांना झालेलं हे दुःख पाहून तुला संताप कसा येत नाही? आणि माझ्या अपमानाचं काय? तुझ्या सगळ्या भावनाच मेल्या आहेत की काय? तू क्षत्रिय तरी आहेस ना? अरे, ही शत्रूला क्षमा करायची वेळ नाही. तेव्हा ऊठ. नशिबाला बोल लावून निष्क्रियता धारण करू नकोस. निष्क्रिय माणूस जिवंत असून नसल्यासारखाच असतो. रगडल्याशिवाय तिळांतून तेल निघत नाही. त्याप्रमाणे प्रयत्न केल्याशिवाय, पराक्रम गाजवल्याशिवाय तुला काहीच मिळणार नाही. बृहस्पतीनं सांगितलेले हे विचार बालपणी माझ्या पित्याच्या मांडीवर बसून मी ऐकले आहेत. तुला ते माहीत नाहीत असं मी कसं म्हणू? इतकी क्षमाशीलता बरी नव्हे. आता थोडा क्षत्रियोचित वाग.''

परंतु युधिष्ठिराला ते काहीच मान्य नव्हतं. द्यूतात ठरल्याप्रमाणे बारा वर्षांचा वनवास आणि एका वर्षाचा अज्ञातवास पूर्ण केल्याशिवाय हस्तिनापुरात पाऊल ठेवणं, हाही त्याला अधर्म वाटत होता. तो म्हणाला,"तुम्ही म्हणता ते खरं आहे. तुमची वचनं कटू असली तरी सत्य आहेत. त्यांबद्दल तुम्हाला दोष देण्याचा यत्किंचितही अधिकार मला उरलेला नाही. कारण तुमच्या या यातनांना मीच जबाबदार आहे. परंतु बंधो, दुसऱ्यावर विजय मिळवण्यापेक्षा क्रोध जिंकणं हा फार मोठा सद्‌गुण आहे. द्रौपदी, थोडा धीर धर. क्षमाशीलता हा फार मोठा सद्‌गुण आहे बरं..."

त्यानं कोणाचं ऐकलं नाही, तसं भीम आणि द्रौपदी यांचंही त्याच्या बोलण्यानं समाधान झालं नाही. मोठ्या भावाची आज्ञा म्हणून अर्जुनासह सर्व जण गप्प राहिले. भीम तेवढा धुसफुसत राहिला. परंतु युधिष्ठिर मात्र पुनःपुन्हा त्याची समजूत घालत राहिला. म्हणाला, "बंधो, आपण वनवासात आहोत. सध्या क्षीणबल झालो आहोत. त्यांच्या सेनेत पितामह भीष्म, द्रोण, कर्ण, अश्वत्थामा, कृपाचार्य, भूरिश्रवा यांच्यासारखे महारथी वीर आहेत. त्यांना पराभूत करणं सोपं नाही. तो सूतपुत्र कर्ण तर आपला मोठाच वैरी आहे. शिवाय आपल्या दिग्विजयाच्या वेळी दुखावले गेलेले राजे त्यांना मदत करायला उत्सुक आहेत. अशा स्थितीत युद्ध पुकारण्याचा निर्णय आततायीपणाचा ठरेल. तेव्हा घाई नको. आपलं बळ अजून वाढू दे. विजयाची कुठलीही शक्यता नसताना युद्ध करण्यात कुठलं शहाणपण आहे? तेव्हा थोडा धीर धर..."

कृष्ण भेटीला येताच त्यालाही द्रौपदीनं रडरडून सारी कहाणी ऐकवली. जिच्या पदरी युधिष्ठिरासारखा नवरा पडलाय, तिला सुख कुठलं, म्हणून ती पुनःपुन्हा धाय मोकलून रडली. शाल्वानं आगळीक केली नसती तर हे सारं घडलंच नसतं, मी घडू दिलं नसतं असं सांगून कृष्ण द्रौपदीचं सांत्वन करू लागला. परंतु द्रौपदीचं दुःख अधिकच उफाळून आलं. ती म्हणाली, "कृष्णा, अरे द्रुपद राजाच्या प्रिय कन्येला, महाप्रतापी धृष्टद्युम्नाच्या बहिणीला, पांडवांच्या प्रिय पत्नीला आणि तुझ्या प्रिय सखीला, त्या दुष्टांनी एकवस्त्रा असताना केसांना धरून द्यूतसभेत फरफरा ओढत आणलं, हे मी कसं विसरू? तो सूतपुत्र कर्ण मला 'पाच पुरुषांशी रममाण होणारी वारांगना' म्हणाला हे मी कसं विसरू? त्यावर ती धृतराष्ट्राची पोरं मला दात विचकून हसली. ते मला 'दासी दासी'म्हणून हिणवत होते तेव्हा माझे पाचही पराक्रमी पती खाली माना घालून दगडासारखे बसून होते. थूत्कार असो भीमाच्या बाहुबळावर... थूत्कार असो अर्जुनाच्या शस्त्रकौशल्यावर... संकटात सापडलेल्या पत्नीचं रक्षण करणं हे पतीचं कर्तव्य नसतं का? इतरांचं रक्षण करायला जे नेहमी पुढे असतात, त्यांना त्यांच्या पत्नीचं रक्षण का करावंसं वाटलं नाही? त्यांचे हात कोणी जखडून ठेवले होते? अरे, ज्यांना मी पाच पराक्रमी पुत्र दिले, ते मला साधं

संरक्षणही देऊ शकले नाहीत. हाच आर्यधर्म आहे का? त्या नीच दुःशासनानं माझ्या वस्त्राला हात घातला, तेव्हा त्या सभेत माझं कुणीही नव्हतं. मी एकटी होते... एकटी होते... कृष्णा मी पूर्णपणे एकटी होते...'' असं म्हणून ढसढसा रडत ती पुढे म्हणाली, ''मला पती नाहीत, पुत्र नाहीत, पिता-बंधू कोणी कोणी नाही...फार काय? कृष्णा तूसुद्धा नाहीस...!''

''कृष्णे...'' द्रौपदीची समजूत घालताना कृष्ण म्हणाला होता. '' धीर धर... ज्यांनी तुला या यातना दिल्या आहेत त्यांच्या बायका त्यांच्या प्रेतांना कवटाळून तुला अशाच रडताना दिसतील, हा माझा शब्द आहे. पूस ते डोळे. तुझ्यासारख्या क्षत्रिय स्त्रीच्या डोळ्यांत अश्रू चांगले दिसत नाहीत.'

कृष्णाला दुजोरा देऊन अर्जुनानंही कर्णवधाची प्रतिज्ञा पुन्हा बोलून दाखवली. धृष्टद्युम्नानंसुद्धा ''तुझ्या या अपमानाचा पुरता सूड घेतला जाईल,'' असं तिला आश्वासन दिलं. कृष्ण म्हणाला, ''शाल्वानं आगळीक केली नसती तर एवढं सगळं घडलंच नसतं. हस्तिनापुरात शकुनी कपटद्यूताचे एकेक डाव टाकत होता आणि भोळा धर्मराज आपलं सर्वस्व हरत होता, तेव्हा मी शाल्वाशी लढण्यात गुंतलो होतो.'' हस्तिनापूरवर चढाई करून पांडवांचं राज्य परत मिळवण्याचा विचार करणाऱ्या इतर योद्ध्यांचीही त्यानं समजूत घातली. तो म्हणाला,'' युधिष्ठिर वचनभंग करणार नाही. आणि दुसऱ्यानं दिलेलं राज्य घेणार नाही. त्याचं राज्य तो स्वतःच्या पराक्रमावरच परत मिळवील. तेरा वर्षांनंतर त्याला मदत करायला आपण पुन्हा एकत्र येऊ.''

हस्तिनापूरहून निघालेला विदुर तोपर्यंत तिथं जाऊन पोचला होताच. त्यानंही सर्वांना दोन हिताचे शब्द सांगितले. धृतराष्ट्र असाच वागत राहिला तर कुरुकुलाचा अंत निश्चितच जवळ आला आहे, असं भाकीतही त्यानं वर्तवलं.

सर्वांचं शांतवन करून कृष्ण द्वारकेला परत निघाला. युधिष्ठिर, भीम यांना त्यानं नमस्कार केला. अर्जुनाला प्रेमालिंगन दिलं. नकुल-सहदेव यांच्या अभिवादनाचा स्वीकार केला. अभिमन्यू आणि सुभद्रा यांना सोबत घेऊन त्यानं आपला रथ हाकारला. सात्यकी आणि इतर यादववीरांसोबत कृष्ण द्वारकेला निघून गेल्यावर महाराजा द्रुपद, धृष्टद्युम्न यांनीही द्रौपदीच्या पाचही पुत्रांसह कांपिल्यनगरीकडे प्रयाण केलं. पुन्हा भेटायचं आश्वासन देऊन विशोकादी पाचही केकय बंधू आणि इंद्रसेनादी राजे आपापल्या देशाला निघून गेले.

'' बारा वर्षं... एकटेपणाची बारा वर्षं... आणि त्यानंतर अज्ञातवासाचं आणखी एक वर्ष...'' दुःखद सुस्कारे टाकत युधिष्ठिर पश्चात्ताप करत होता. आपल्या भावांना धीराचं तत्त्वज्ञान सांगताना युधिष्ठिराला दिसत होता तो फक्त कर्ण, महारथी

कर्ण ! त्याला पराभूत करणं सहज शक्य नव्हतं. आणखी एक प्रश्न त्याला छळत होता. भीष्म-द्रोणांना योग्य काय आहे ते दिसतं; पण युद्धाची वेळ आली तर ते दुर्योधनाचा त्याग करतील? त्यांच्याखेरीज अश्वत्थामा, भूरिश्रवा, जयद्रथ असे श्रेष्ठ महारथी वीर दुर्योधनाच्या सेनेत आहेत. अशा स्थितीत युद्ध पुकारणं हा आततायीपणाच ठरेल. विजयाची आशा नसलेलं युद्ध म्हणजे सर्वनाशाला आमंत्रण...

४०.

युधिष्ठिराकडे निघून गेलेल्या विदुराला धृतराष्ट्राची अवस्था समजताच त्याच पावली हस्तिनापूरला परतावं लागलं. धृतराष्ट्राचा सारथी संजय त्याला रथात घालून घेऊन आला.

" विदुर, मला क्षमा कर बंधो. फार कठोर बोललो मी तुला." विदुराचं मस्तक हुंगत धृतराष्ट्र म्हणाला.

त्यावर धृतराष्ट्राचे पाय शिवत विदुर म्हणाला," असू दे महाराजा, तू माझा थोरला भाऊ आहेस. तुला मी काय क्षमा करणार? तुझी मुलंही मला तेवढीच प्रिय आहेत; पण पांडूच्या मुलांचं दुःख पाहून माझं मन त्यांच्याकडे ओढ घेतं, त्याला मी तरी काय करू? मला क्षमा कर."

धृतराष्ट्राला आवडो न आवडो विदुर आपल्याला काय वाटतं ते बोलल्याशिवाय राहत नाही. धृतराष्ट्र किती ढोंगी आणि लबाड आहे हे त्याला पक्कं माहीत आहे. पुत्रमोहापोटी धृतराष्ट्राला कुरुकुलाची काळजी उरलेली नाही; म्हणूनच कदाचित ती सगळी काळजी विदुरावर येऊन पडली आहे. आचार्य द्रोण न्यायान्याय जाणतात, त्यांना पांडवांविषयी ममत्व आहे; पण ते उघडपणे त्यांची बाजू घेऊ शकत नाहीत. कारण द्रुपदासारखा त्यांचा हाडवैरी पांडवांचा पाठीराखा होऊन बसला आहे. शिवाय धृतराष्ट्राच्या अन्नाचं ऋण त्यांच्या माथ्यावर आहेच. पितामह भीष्मांना सगळ्या गोष्टींची कल्पना आहे. परंतु त्यांना कशातच भाग घ्यावासा वाटत नाही. या सगळ्या गोष्टींतून ते मनानं कधीच निवृत्त झाले आहेत. त्यांचं मन क्षणात दुर्योधनाकडे ओढ घेतं, तर दुसऱ्याच क्षणी ते पांडवांकडे धावतं. त्यांनाही सगळंच कोडं होऊन बसलं आहे. हस्तिनापूरच्या राजसिंहासनाशी जखडलेलं आयुष्य ओढत ते जगत आहेत...

" पांडवांकडे गेलेला तो दासीपुत्र विदुर परत आलाय..." दुर्योधन उसासे टाकू लागला." त्याचं ऐकून महाराजांनी त्यांना परत बोलावलं तर मी विष घेईन. मी जिंकलेलं इंद्रप्रस्थ त्यांना परत दिलं गेलं तर मी आत्मघात करून घेईन."

" त्याची एवढी काळजी कशाला युवराज?" शकुनी दुर्योधनाची समजूत घालू

लागला. "ते इतक्यात परत येऊ शकत नाहीत. युधिष्ठिरानं तसा शब्द दिला आहे. आपला शब्द मोडायचं धाडस तो करणार नाही. शिवाय आपल्या गुप्तचरांचंही त्यांच्यावर लक्ष आहेच ना?"

"एवढं करून ते परत आलेच तर?" दुर्योधन म्हणाला.

"ते परत आलेच तर पुन्हा द्यूताचा डाव मांडू या. ते शक्य नसेल तर युद्धाचा पर्याय उपलब्ध आहेच." कर्ण म्हणाला.

परंतु कर्णाच्या या उत्तरानंही दुर्योधनाचं समाधान झालं नाही. युधिष्ठिर आता पुन्हा कपटद्यूताच्या डावात सापडेल, असं त्याला वाटत नव्हतं.

"ठीक आहे" कर्ण म्हणाला,"अजूनही तुला एवढी काळजी वाटत असेल तर चला, सगळे मिळून त्यांच्यावर हल्ला करू. त्या पाचही भावांना ठार करून हा प्रश्न कायमचा संपवून टाकू."

"साधू — साधू —" कर्णाचं ते बोलणं ऐकून तिथं उपस्थित असलेले योद्धे उत्साहानं गर्जू लागले.

परंतु शकुनीनं त्यांना शांत केलं. महाराजांच्या अनुमतीशिवाय असा निर्णय घेता येणार नाही, हे त्यानं सर्वांना निक्षून सांगितलं. शकुनीच्या शब्दांनी दुर्योधन भानावर आला. परिणामी कर्णाचाही उत्साह जागीच थंडावला.

४१.

"हे राजन्, ते चारही बंधू काम्यकवनाची सीमा ओलांडून हिमालयातील कुलिंद राज्यात शिरले आहेत. ते कुलिंद देशाच्या सीमेवर पोचले तेव्हा तेथील तांगण राजा सुबाहू यानं त्यांचं मोठ्या प्रेमानं स्वागत केलं..." अरिष्टनेमी सांगत होता.

पांडव काम्यकवनात वास्तव्य करत असताना भीमानं किर्मीर आणि जटासुर या राक्षसांचा वध केल्यानंतर आणखी शस्त्रास्त्रांच्या प्राप्तीसाठी अर्जुन हिमालयात इंद्रराज्यात गेला आहे, हे त्यानं आणलेलं शेवटचं वृत्त. त्यानंतर घडलेल्या गोष्टी तो सांगत होता. दुर्योधन, कर्ण, दुःशासन आणि शकुनी तो काय सांगतो आहे, हे लक्षपूर्वक ऐकत होते.

"परंतु त्यांनी हिमालयात जाण्याचं कारण?" दुर्योधनानं शंका काढली.

"पांडूराजा हिमालयात वास्तव्य करून असताना जिथं राहिला, ती भूमी जवळून पाहावी, अशी त्यांची इच्छा असावी. हिमालयापलीकडे वास्तव्य करून राहणारे इंद्र जमातीचे लोक, हेच आपले जन्मदाते आहेत अशी त्यांची धारणा आहे.

शिवाय अर्जुनही तिकडेच गेला आहे ना? तेव्हा लवकरच त्याचीही भेट होईल अशी आशा...''

"... मला तर्क नको आहेत अरिष्टनेमी.'' दुर्योधन किंचाळला." ते हिमालयात का गेले आहेत याचं निश्चित कारण मला हवं आहे. तुझे गुप्तचर काय करत आहेत?''

" तेच सांगतो आहे युवराज... माझ्या गुप्तचरांचे कान त्यांच्या श्वासांचे आवाजसुद्धा शोषून घेत आहेत. अर्जुन निघून गेल्यानंतर युधिष्ठिराला काम्यकवनातील निवास फार दुःखदायक वाटू लागला. त्याचा प्रिय बंधू अर्जुन याच्याशिवाय त्याला सारंच अळणी वाटू लागलं. म्हणूनच त्यानं हा निर्णय...''

" बरं... अशात त्यांच्या भेटीला कोण कोण येऊन गेलं?''

" तेही सांगतच होतो युवराज. द्वारकेचा राजा कृष्ण, बलराम आणि युयुधान सात्यकी हे सारे त्यांच्या भेटीला येऊन गेले.''

" अस्सं? काय म्हणाला तो कपटी?''

" तो काय म्हणणार? जे काय बोलला ते भीमच. कृष्णासमोर युधिष्ठिराला तो म्हणाला, 'आधी धृतराष्ट्राच्या पोरांना आणि कर्णाला ठार करतो आणि मग तू म्हणशील तर आयुष्यभर इथं वनात येऊन राहतो. तू फक्त मला अनुमती दे. कपटी शत्रूला ठार करण्यासाठी कपट करावं लागलं तरी ते क्षम्य असतं. तेरा वर्षांच्या आधी त्यांना ठार करू नये असा तर काही द्यूताचा पण नव्हता ना?' भीम आणि द्रौपदी मिळून त्याला सारखे बार्हस्पत्य मताचे पाठ देत असतात महाराजा.''

" माझे गुरू बलराम काय म्हणाले?''

" त्या दिवशी चर्चेची सुरुवात त्यांनीच केली. ते म्हणाले, युधिष्ठिराइतका दुर्दैवी राजा कुणी पाहिला असेल का? त्याच्यासारख्या सद्गुणी राजानं वनवासात काळ कंठावा आणि त्याचं राज्य हिसकावून घेऊन दुर्योधनानं सुखोपभोग घ्यावेत, हा कुठला न्याय आहे? हीच का दैवगती आहे?''

" हे युवराज, बलरामाचं ते बोलणं युयुधान-सात्यकीला मुळीच सहन झालं नाही. एकदम उसळून तो महायोद्धा म्हणाला, "ही वेळ दुःख करत बसण्याची नाही. युधिष्ठिराला कर्तव्याचा विसर पडला असेल, तर ते कर्तव्य आपण पार पाडलं पाहिजे. आम्ही पांडवांचे हितचिंतक जिवंत असताना त्यांनी का म्हणून त्यांच्या आयुष्याची तेरा वर्षं अशी दुःखात काढावीत? पांचाल आणि वृष्णी-अंधकांचं सारं सैन्य गोळा करून दुर्योधनावर चालून जाऊ या. कर्ण आणि शकुनी यांच्यासह त्या सर्वांना ठार करू या. युधिष्ठिराला तेरा वर्षं वनवासात राहायचं असेल तर खुशाल राहू देत. आपण प्रतिविंध्याला राज्याभिषेक करू या.'' त्यावर कृष्ण म्हणाला, "तू म्हणतोस ते खरं आहे युयुधान. पण दुसऱ्याच्या बळावर मिळालेलं पृथ्वीचं राज्यसुद्धा

युधिष्ठिर स्वीकारणार नाही. युधिष्ठिर आपल्या शब्दापासून ढळणार नाही. तेव्हा आपण थोडं थांबू या. तेरा वर्षांचा काळ संपताच आपण सारे पुन्हा एकत्र येऊ...''

"युवराज, कृष्णाचं ते बोलणं युधिष्ठिराला फारच आवडलं. तो म्हणाला, कृष्ण माझ्या मनातले भाव चांगले जाणतो. मित्रहो, योग्य वेळी आपण पुन्हा एकत्र येऊ. शिवाय सध्या अर्जुनही इथं नाही आणि त्यांच्याकडे तर भीष्म, द्रोण, कर्ण, अश्वत्थामा यांच्यासारखे महारथी आहेत. भीष्म-द्रोणांना दुर्योधनाचं वागणं मुळीच आवडत नाही. परंतु म्हणून ते आमची बाजू घेतील असंही वाटत नाही. अशा स्थितीत मला सर्वांत जास्त भीती कोणाची वाटत असेल तर ती फक्त कर्णाचीच. तो सूतपुत्र अस्त्रविद्येत मोठा निपुण आहे. तोच आमचा मोठा शत्रू आहे. अर्जुनाशिवाय त्याला कोण बरं तोंड देऊ शकेल...?

"युधिष्ठिराचं ते बोलणं ऐकून भीमाला राहवलं नाही. युधिष्ठिरावर खेकसून तो म्हणाला, अर्जुनाशिवाय आम्ही त्यांच्याशी लढू शकत नाही, यात तू नवीन ते काय सांगितलंस? हे सारं घडलं ते तुझ्या द्यूताच्या व्यसनामुळे. आम्ही इकडे यातना भोगत आहोत आणि तिकडे आमच्या शत्रूचं बळ मात्र वाढत चाललं आहे. वनवास भोगणं हा क्षात्रधर्म नाही. अर्जुनाला परत बोलावून युद्ध घोषित करू या. त्या नीचांना ठार केल्यानंतर तुला पाहिजे तर आयुष्यभर इथं येऊन राहतो...'' भीमाला प्रेमालिंगन देताना डोळ्यांत पाणी आणून युधिष्ठिर म्हणाला, "बंधो, तेरा वर्षांनंतर आपण त्यांना त्यांच्या दुष्कृत्यांची शिक्षा देऊ. धीर धर... '' युधिष्ठिरानं एवढं सांगितल्यावर तो महाशक्तिशाली भीम पुढे काहीच बोलला नाही युवराज.''

"ते दिवसभर करतात तरी काय?''

"हे काय विचारतोस युवराज? अर्जुन हिमालयात गेल्यापासून ते चारही भाऊ क्षणभरही एकमेकांशिवाय राहत नाहीत. राणी द्रौपदी ही तर त्यांची सावलीच आहे. त्यांच्यासोबत गेलेले त्यांचे आचार्य धौम्य हेही सतत त्यांची पाठराखण करत असतात. मृगयेला जायचं नसेल तेव्हा युधिष्ठिर आणि धौम्य अनेक विषयांवर बोलत बसतात. त्यांची चर्चा ऐकण्यासाठी आसपासच्या आश्रमांतील अनेक ऋषिकुमार येतात. त्यांच्यातच आपले काही गुप्तचर मिसळलेले असतात. त्यांना काय हवं नको ते पाहण्यात नकुल-सहदेव यांचाही वेळ सहज निघून जातो. कोणी मित्र नाही तो एकट्या भीमालाच. तो हरवल्यासारखा एकटाच असतो. कधी आकाशाकडे पाहत खिन्नपणे बसून असतो. कधी एकटाच रानावनात भटकत असतो. रात्री झोपला तरी तो नेहमी उपडा निजतो. आपण जमिनीला पाठ लावून झोपलो तर कुठून तरी शत्रू येईल आणि घात करील अशी भीती त्याला वाटत असावी. एक द्रौपदी सोडली तर त्याचं मन जाणून घेईल असं तिथं कोणी नाही. तोही तिच्यासाठी पाहिजे ते धाडस करायला तयार असतो. मागे काही दिवसांपूर्वी किर्मीर, जटासुर या

राक्षसांना त्यानं एकट्यानंच नाही का ठार केलं? एवढं सामर्थ्य भीमाशिवाय दुसऱ्या कोणाजवळ असणार? युधिष्ठिरासह ते सर्व जण एकट्या भीमाच्या बळावर सुरक्षित आहेत. भीम युधिष्ठिराच्या शब्दाबाहेर नाही खरा; पण त्याला टोचून बोलायची एकही संधी तो सोडत नाही. तो आणि द्रौपदी हे दोघे मिळून त्याला सारखे बोलत असतात. परंतु महाराजा युधिष्ठिर त्यांना सारखा संयमाचा सल्ला देत असतो. पण वेळोवेळी भावांना धीराचं तत्त्वज्ञान सांगणारा युधिष्ठिर मनातून फार भ्याला आहे युवराज. आपल्या भावांची समजूत घालताना तो फार अस्वस्थ असतो. कर्णाच्या भीतीनं रात्रीची झोप त्याला कधीच सोडून गेली आहे. त्याच भयानं दिवसाही तो कधी शांतचित्त नसतो.''

अरिष्टनेमीनं सांगितलेला तो सर्व वृत्तान्त ऐकून दुर्योधन संतुष्ट झाला. तो म्हणाला, '' पाहिलंस अंगराज, युधिष्ठिर युद्धाची तयारी करतो आहे. आपणही सतर्क राहायला हवं. इतर सर्वांपेक्षा मी तुझ्यावरच अधिक विसंबून आह, हे तुलाही माहीत आहेच. तो तुलाच अधिक भितो, ते ऐकलंस ना?''

बाहेर महाराजा धृतराष्ट्राकडून आलेला सेवक तिष्ठत उभा होता. त्याच्या-करवी आलेला संदेश मिळताच अरिष्टनेमीला निरोप देऊन दुर्योधन उठला आणि कर्ण, दुःशासन यांच्यासोबत महाराजाच्या महालाकडे निघाला.

मैत्रेय ऋषींच्या समवेत बसलेल्या महाराजा धृतराष्ट्राची वृद्ध मुखमुद्रा कसल्याशा काळजीत पडल्याप्रमाणे काळवंडून गेलेली दिसत होती.

''प्रणाम मुनिवर.'' मैत्रेय ऋषींना योग्य तो आदर दाखवत दुर्योधनानं आसन ग्रहण केलं. त्याची धूर्त नजर प्रसंगाचा अंदाज घेत होती. दुःशासन, कर्ण यांनीही आसनं ग्रहण केली.

''...खरंच का पुत्र युधिष्ठिराला वल्कलं धारण करावी लागतात? जमिनीवर झोपावं लागतं? ...उंची वस्त्रं प्रावरणं वापरणाऱ्या माझ्या सुनेला वनवासात किती कष्ट होत असतील...! ऋषिवर आपण त्यांची भेट घेऊन आलात हे फार चांगलं केलंत. काही झालं तरी तेही माझेच आहेत ना?'' धृतराष्ट्र बोलत होता.

'' अगदी योगायोगानंच काम्यकवनात त्यांची भेट झाली महाराज. हस्तिनापुरात काय घडलं हे सारं त्यांच्याकडूनच मला कळालं. त्यापूर्वीच भीमानं किर्मीर आणि जटासुर या राक्षसप्रमुखांना ठार केलं होतं. तेव्हा तुझा महामंत्री विदुर त्यांच्याजवळच होता. पण महाराजा, तू स्वतः आणि भीष्म पितामह उपस्थित असताना एवढं सगळं घडावं, हे मोठंच आश्चर्य आहे.'' आणि दुर्योधनाकडे वळून ते पुढे म्हणाले, ''युवराज, पांडवांशी संधी करणं, हेच तुझ्या आणि कुरुवंशाच्या हिताचं ठरेल. महाराजा द्रुपद, द्वारकाधीश श्रीकृष्ण हे त्यांचे हितचिंतक असताना —''

''.... एक अक्षर बोलू नका.'' मैत्रेय ऋषींना अडवत दुर्योधन म्हणाला.

खदखदा हसून मांडीवर शड्डू ठोकत तो म्हणाला," कुरुवंश आणि कुरुराज्य यांच्याशी ज्यांचा काडीचाही संबंध नाही, त्यांची तरफदारी कुरुसभेत नको आहे. ते वनवास संपवून राज्य मागायला येतील, तेव्हा त्यांना तोंड द्यायला मी समर्थ आहे."

"उद्दाम दुर्योधन!" संतप्त होऊन मैत्रेय म्हणाले." तुझ्या हिताचं तेच सांगायला मी आलो होतो. ठीक आहे. तशीच तुझी इच्छा असेल तर आत्ताच तू ज्या मांडीवर शड्डू ठोकून बोलत होतास, तिच्यावर भीमाची गदा बसेल हे पुरतं लक्षात ठेव. हिडिंब, किर्मीर, जटासुर यांसारख्या बलशाली राक्षसांना ज्यानं सहज ठार केलं आहे त्याला काय अशक्य आहे?"

" क्षमा करा मुनिवर, क्षमा करा..." मैत्रेय ऋषींच्या पायावर पडत धृतराष्ट्र म्हणाला. " भीमानं किर्मिराला कसं ठार केलं, ते मला तुमच्याकडून ऐकायचं आहे."

" ते आता विदुराला विचार. तुझ्याशी किंवा तुझ्या मुलाशी एक अक्षरही बोलायची माझी इच्छा नाही."

एवढं बोलून मैत्रेय निघून गेले ते गेलेच. कदाचित किर्मीरवधाची हकिगत ऐकून दुर्योधनाचं मनःपरिवर्तन होईल, असं महाराजाला वाटलं होतं. त्यासाठी त्यांना शांत करण्याचा आटोकाट प्रयत्न त्यानं केला होता; परंतु ते सारं जागीच राहिलं. ते निघून गेल्यावर महाराजा पुन्हा काळजीत पडला.

४२.

पांडवांच्या वनवासाचा पाच वर्षांचा काळ जवळपास संपत आला होता. काम्यकवन सोडून हिमालयात गेलेले पांडव अर्जुनाला सोबत घेऊन आता पुन्हा द्वैतवनात येऊन राहिले होते. हिमालयापलीकडे राहणाऱ्या इंद्रराज्यातील धनुष्यजीवी लोकांकडून अर्जुनानं आणखी काही शस्त्रकौशल्यं हस्तगत केली असल्याचं वृत्त कळलं होतं. हिमालयाच्या वाटेवर असतानाच त्यांची भीमपुत्र घटोत्कचाशी भेट झाली होती. त्यानंच म्हणे त्यांना नैमिषारण्यापलीकडील कुलिंद देशात नेऊन सोडलं होतं. गंगा, यमुना, अलकनंदा या नद्यांच्या काठांवरील तीर्थक्षेत्रांचा आणि नैमिषारण्य, गंधमादन, महेंद्र आदी पर्वतांचा प्रवास करताना युधिष्ठिराला अर्जुनाशिवाय भिंगुळवाणं वाटत होतं. सारे मिळून अर्जुनाची वाट पाहत होते. अर्जुन इंद्रराज्यातून परत येताच हिमालयातील वास्तव्य संपवून त्यांनी द्वैतवनाकडे प्रस्थान ठेवलं.

द्वैतवनात पांडव रानफळे, मध आणि मृगया करून मिळेल ते मांस यांवर निर्वाह करत आहेत; तर धृतराष्ट्राची मुलं इकडे वैभवात लोळत आहेत. काळजी

करावी तेवढी थोडीच, अशी महाराजाची अवस्था झाली आहे. पांडवांना भेटून आलेले ऋषिजन, ब्राह्मण स्नातक, परिव्राजक किंवा याचक त्याला भेटायला म्हणून येऊन गेल्यावर तो अधिकच काळजीत पडतो. पांडवांचं वर्तमान कळावं म्हणून तो त्यांचं प्रेमानं स्वागत करतो आणि परिणामी अधिकच द्विधाचित्त होतो. पांडवांची दुरवस्था ऐकून त्याला वाईट वाटतं; पण त्याहीपेक्षा आपल्या मुलांचा हट्टीपणा पाहून त्याच्या मनाची अधिकच तडफड होते. भीमानं किर्मिराला कसं मारलं, हे नुसतं आठवलं तरी त्याच्या जिवाचा थरकाप होतो...

...ते काम्यकवनात असताना राक्षसप्रमुख अलायुध आणि बकासुर यांचा भाऊ किर्मीर यानं पांडवांना ठार करून द्रौपदीला पळवून न्यायचा घाट घातला होता. भीमानं त्याला असा काही बुकलून काढलं, की तो जागीच ठार झाला होता. तीच गत हिडिंब आणि किर्मिराचा मित्र जटासुर यांचीही झाली. जटासुर म्हणे ब्राह्मणवेशात जाऊन काही दिवस युधिष्ठिराजवळ राहिला. आणि एके दिवशी कोणी जवळ नाही असं पाहून तो पांडवांच्या शस्त्रांसकट द्रौपदीला पळवून नेऊ लागला. मृगयेहून वेळीच परत आलेल्या भीमानं त्याला जागीच अडवलं. हवेत गरगरा फिरवून आणि डोक्यापेक्षा वर उंच उचलून त्याला असा काही आदळलं, की जटासुराला पुन्हा जमिनीवरून उठणंही शक्य झालं नाही. त्याची सगळी हाडं खिळखिळी झाली होती. तशाच अवस्थेत गुरासारखा हंबरडा फोडून तो गतप्राण झाला होता.

...उद्या माझ्या दुर्योधनाची आणि दुःशासनाची तीच गत नाही ना होणार...?

...पण त्यानं तर ती प्रतिज्ञाच केली आहे. तो ती विसरणं शक्य आहे का? युधिष्ठिर त्याच्या संतापाला कुठवर आवर घालणार आहे? युधिष्ठिर संयमी आहे. पण इतके दिवस कोंडून राहिलेला त्याचा संताप आज ना उद्या माझ्या मुलांवर कोसळल्याशिवाय राहील? अर्जुन आणि भीम सूड घेतल्याशिवाय स्वस्थ बसणार नाहीत आणि ही माझी मूर्ख पोरं... त्यांनी स्वतःहूनच हे संकट अंगावर ओढवून घेतलं आहे. अर्जुन हिमालयात जाऊन शस्त्रास्त्रं शिकून परत आलाय...भीमाचं बळ वाढतच चाललंय...

असे विचार मानात येऊ लागले म्हणजे महाराजांना रात्र रात्र झोप येत नाही की त्यांच्या जिवाला शांतता म्हणून लाभत नाही. ते आपल्याच मनाला दोष देत राहतात... पण आम्हाला तरी एवढा स्वार्थीपणा करायची काय गरज होती? अन्यायानं कोणाचं हिसकून घेण्यापेक्षा निर्धन होऊन राहिलेलं काय वाईट? पण मी म्हणतो, आमचं आम्हाला पुरेसं असताना जे आपलं नाही, त्याचा हव्यास करायची काय गरज होती? यातून वाईटच निघणार नाही का? त्यामुळेच तर हे दुःख नशिबी आलं ना? ...महाराजा वेड्यासारखे स्वतःलाच प्रश्न विचारत राहतात. आतापर्यंत जे घडलं त्यात आपला सहभाग किती होता, हे आठवत राहतो...त्यातला आपला

सहभाग जाणवताच त्याला अपराध्यासारखं होऊन जातं.

दुर्योधनाला मात्र कधीही असले प्रश्न पडत नाहीत. आपला प्रिय मित्र कर्ण, मामा शकुनी आणि दुःशासनादी भावांसह तो आनंदात आहे. सर्व प्रकारच्या सुखोपभोगांत रमून गेला आहे. परंतु सारं सुखवैभव भोगतानाही तो मनातून असमाधानीच आहे. त्याला वाटतं, आपल्या वैभवाची शोभा वाढायची असेल तर ते आपल्या शत्रूंनी पाहिलं पाहिजे. वनात असल्यामुळे ते पाहू शकत नसतील, तर त्यांना ते तिथं जाऊन दाखवलं पाहिजे. माझं वैभव पाहून ते माझा मत्सर करतील, द्वेषानं जळतील त्या वेळी माझ्या या वैभवाची चव शतपटींनी वाढलेली असेल... परंतु मनात आलेला हा विचार तो कोणाजवळ फारसा बोलून दाखवत नाही.

एके दिवशी दुर्योधनाची उदासीनता पाहून कर्ण म्हणाला,'' तुझ्या मनात आता कशाचं शल्य उरलं आहे युवराज? सारं तुझ्या मनासारखं घडलं आहे. आता तुला आणखी काय हवं?''

दुर्योधन म्हणाला,'' तू म्हणतोस ते खरं आहे अंगराज. मी आनंदात आहे; परंतु त्यांची दुरवस्था डोळ्यांनी पाहिल्याशिवाय आणि त्यातही माझं वैभव पाहून त्यांच्या डोळ्यांतून उडणाऱ्या मत्सराच्या ठिणग्या पाहिल्याशिवाय मला खरा आनंद मिळणार नाही. त्यांच्यासमोर आमच्या वैभवसुखाचं प्रदर्शन झालं तर त्यांना किती दुःख होईल नाही? वा ऽ ऽ ! ते पाहण्यासारखा दुसरा आनंदाचा क्षण नाही ! शत्रूचं दुःख द्विगुणित करायचं असेल तर ते केलंच पाहिजे. परंतु त्यासाठी आम्हालाही वनात गेलं पाहिजे. आता ते जमायचं कसं, हाच प्रश्न आहे.''

''फार चांगला विचार आहे '' शकुनी म्हणाला.'' सध्या त्यांचा निवास द्वैतवनातील तलावाजवळ आहे. तिथं जाऊन त्यांची भेट घेऊ या. दुःखदैन्यानं ग्रासलेल्या शत्रूसमोर आपल्या वैभवाचं प्रदर्शन करण्यातला आनंद काही आगळाच असतो. सगळे मिळूनच जाऊ या. उंची वस्त्रप्रावरणं आणि रत्नखचित दागिन्यांनी सजलेली युवराज्ञी भानुमती समोर दिसताच कमरेभोवती मृगचर्म गुंडाळलेल्या द्रौपदीला तिचा हेवा वाटल्याशिवाय कसा राहील?''

आपली कल्पना शकुनीला आवडली आहे, हे पाहून दुर्योधनाला खूपच आनंद झाला. परंतु वनात जाण्यासाठी कोणतं कारण सांगावं हा विचार मनात येताच तो पुन्हा खट्टू झाला. तो म्हणाला,'' तुम्ही म्हणता ते ठीक आहे मामा; परंतु आपल्या मुलाला तो आनंद मिळावा असं महाराजांना वाटलं पाहिजे ना? इतक्या सहजासहजी तो आनंद ते आम्हाला कसा लाभू देतील? खरं सांगू? त्यांची ती दुरवस्था डोळ्यांनी पाहीन तो दिवस खरा आनंदाचा असेल. तोपर्यंत हे सारे सुखोपभोग म्हणजे केवळ अळणी आहेत. पण उगीच जातो म्हटलं म्हणून ते आम्हाला जाऊ देणार नाहीत. त्यांच्याविषयी महाराजांना किती माया वाटते ते तुम्हाला माहीतच आहे. अंगराज

आणि तुम्ही थोडा विचार करा. त्यांना पटेल असं कारण शोधून काढा. त्याशिवाय त्यांची अनुमती मिळणार नाही.''

४३.

रात्री भोजन झाल्यानंतर मंचकावर पडून कर्ण विचार करत होता. द्वैतवनात जाण्यासाठी सयुक्तिक कारण शोधून काढायची जबाबदारी युवराजानं त्याच्यावर सोपवली आहे.

या प्रदर्शनातून दुर्योधन काय साधणार आहे कोणास ठाऊक ! परंतु युवराजाच्या इच्छेचा आदर करायचा तर कर्णाला तेवढं केलंच पाहिजे. रथाला बांधलेला अश्व इच्छा असो वा नसो रथासोबत फरफटत जावा, तसं कर्णाचं झालं आहे. बरेच दिवस झाले, कुठलं युद्धही नाही, तेव्हा मृगयेला जातो म्हणून सांगून बाहेर पडता येईल. परंतु राजस्त्रियांना सोबत न्यायचं म्हटलं तर तेवढं कारण पुरेसं ठरणार नाही...

एवढा मोठा वाडा मुलांशिवाय आज कसा एकाकी वाटतो. आई-बाबा आणि सर्वांत लहान पुत्र चित्रसेन सोडला तर वृषसेन, भानुसेन, प्रसेन, सत्यसेन आणि सुषेण हे सर्व जण संग्रामजितासह अंगदेशाला गेले आहेत. वर्षाकाठी घोषयात्रा काढून गोधनाची गणना, त्यांचं चिन्हांकन हे काम राजाच्या उपस्थितीत व्हावं, या संकेताला अनुसरून शत्रुंजयानं याही वर्षी कर्णराजाला अंगदेशाला बोलावलं होतं. परंतु कर्णानं याही वेळी ती जबाबदारी शत्रुंजयावरच सोपवली होती. आणि त्याच्या मदतीसाठी संग्रामजित आणि वृषसेन यांना पाठवलं होतं. गंगेकाठच्या अरण्यात मनसोक्त वनविहार करायला मिळेल, मृगयेचा आनंद लुटता येईल म्हणून भानुसेनासह सर्वजण किती आनंदात होते !

...युवराज दुर्योधन द्वैतवनात जायचं कारण विचारतो आहे. मृगयेचं कारण सांगितलं तर स्त्रियांना सोबत नेता येणार नाही... घोषयात्रेच्या निमित्तानं द्वैतवनात गेलं तर ! नाही तरी राजानं सहपरिवार त्यासाठी जावं ही प्रथा आहेच. गोधनाची गणना करण्यासाठी राजपरिवारासह द्वैतवनात जायचं निमित्त चांगलं आहे. ठरलं तर ! उद्याच हे दुर्योधनाला सुचवायचं. पण हे सगळं खरं असलं तरी दुर्योधनाची शंकाही खरी आहे. वृषालीशी बोललं तर तीही कदाचित तीच शंका काढेल, तेव्हा बोलून ठेवलेलं बरंच. म्हणून तो सहज म्हणावं तसं वृषालीला म्हणाला, ''आम्हालाही वनविहार घडावा अशी युवराजाची इच्छा आहे.''

'' कुठं जायचं ठरवलं आहे?'' वृषालीनं विचारलं.

" द्वैतवनात जावं असं चाललं आहे."

" पांडव सध्या तिथंच येऊन राहिले आहेत ना?" हा प्रश्न विचारण्याऐवजी सरळ द्वैतवनात कशाला, असंच ती म्हणाली असती तर अधिक बरं झालं असतं, इतका तो प्रश्न तिच्या डोळ्यांत स्पष्ट दिसत होता. म्हणजे शेवटी कर्णाला वाटलं तसंच घडलं. वृषालीनंही तीच शंका काढली होती.

तो विषय उडवून लावत कर्ण म्हणाला,"असं म्हणतात खरं. परंतु त्यामुळे काय बिघडलं? एवढ्या मोठ्या वनात त्यांची आणि आपली गाठही पडणार नाही. शिवाय गोधनाची गणना करायची तर द्वैतवनातच गेलं पाहिजे. आणि त्यासाठी राजानं जावं असा संकेतच आहे..." आणि असं म्हणत कर्णानं वृषालीला बाहुपाशात ओढून घेतलं.

" मग हा संकेत तू का पाळला नाहीस?" वृषाली म्हणाली.

वृषालीच्या या प्रश्नावर कर्ण निरुत्तर झाला. वृषालीनं त्याला बरोबर पेचात पकडलं होतं.

" सांग ना महाराजा- हा संकेत तू का पाळला नाहीस? पांडवांना आपलं शक्तिवैभव दाखवण्यासाठीच घोषयात्रेचं प्रयोजन आहे, हे खरं ना?"

चोरी करताना पकडलं जावं तशी कर्णाची अवस्था झाली. तो म्हणाला, " पण तसं अजून ठरलं कुठं आहे? हा माझ्या मनातला विचार आहे. उद्या तो मी युवराजाला सांगणार आहे, एवढंच. पण ते काही असो, तू घोषयात्रेसाठी येशील ना?"

आता वृषाली निरुत्तर झाली. कर्ण म्हणाला," वृषाली, युवराजाचा प्रत्येक विचार मला आवडतोच असं नाही. पण कर्णाचं आयुष्य आता दुर्योधनाच्या इच्छेशी बांधलं गेलं आहे. दुर्योधन नसता तर कर्ण नसता आणि त्याचं राजेपणही अस्तित्वात नसतं. त्या सगळ्या भावांशी माझं काहीही वैर नाही. पण प्रेक्षणगृहात भीमानं केलेला अपमान, स्वयंवरप्रसंगी द्रौपदीनं केलेला अपमान मी कसा विसरू? ते सारं आठवलं तरी मस्तकात पुन्हा तीच सुडाची आग पेटते आणि त्या आगीत जग जाळून टाकावं असं वाटतं..."

" महाराजा, तुझं आयुष्य युवराजाच्या इच्छेशी बांधलं गेलं आहे हे जेवढं खरं आहे, तेवढंच माझंही आयुष्य तुझ्या इच्छेशी बांधलं गेलं आहे हे का मी तुला सांगायला हवं?"

" वृषाली —"

वृषालीला हृदयाशी कवटाळून घेत कर्ण म्हणाला.

४४.

सकाळी गंगास्नानाहून परत येताच कर्णानं युवराजाकडे दूत पाठवला आणि दूतापाठोपाठ तोही दुर्योधनाच्या महालात उपस्थित झाला. कर्ण येणार आहे म्हणून शकुनीही आधीच येऊन बसला होता.

" युवराज..." कर्ण म्हणाला," द्वैतवनात जाण्यासाठी सांगता येईल असं योग्य कारण सापडलं आहे. आपलं विपुल गोधन द्वैतवनातच आहे. तेव्हा त्याची गणना करण्यासाठी आपण जाऊ शकतो. महाराजही त्याला आक्षेप घेतील असं वाटत नाही. मार्गशीर्ष महिना म्हणजे घोषयात्रेचेच दिवस. नाही का?"

कर्णाची ती अचाट कल्पना ऐकून दुर्योधनाला इतका हर्ष झाला, की त्यानं कर्णाला मिठीच मारली. कर्णाची ती कल्पना शकुनीलाही तेवढीच आवडली. कालपासून हे आपल्याला कसं सुचलं नाही, यावर तो मनातच चरफडला. परंतु कर्णाचं अभिनंदन करत तो म्हणाला," आक्षेप कसला अंगराज? कदाचित ते स्वतःच आपल्याला द्वैतवनात जाऊनच या म्हणून आज्ञा देतील."

द्वैतवनातील गोधनाची गणना, त्यांचं चिन्हांकन हे सारं तातडीनं होण्याची गरज आहे हे तिथं काम करणाऱ्या एखाद्या अविपालकानंच महाराजांना सांगितलं तर त्यांना ते अधिक पटण्यासारखं होतं. योगायोग असा की द्वैतवनातील गोपाळांचा प्रमुख अविपाल समंग हा त्याच संदर्भात महाराजाची भेट घेण्यासाठी हस्तिनापुरात आलेला होता. दुर्योधनानं तातडीनं त्याला बोलावणं पाठवलं आणि त्याची महाराजाशी भेट घडवून आणण्याची व्यवस्था केली.

समंगानं आपली जबाबदारी पार पाडल्याचा संकेत मिळताच कर्ण आणि शकुनी यांना सोबत घेऊन दुर्योधन महाराजाच्या भेटीला गेला. चर्चेला तोंड फोडत शकुनी म्हणाला, " महाराज तो अविपाल समंग आपल्या भेटीला येऊन गेला असेलच. तो युवराजाकडे आला होता. म्हटलं महाराजांनाही जाऊन भेट. मग काय ते ठरवता येईल. तो म्हणतो तेही खरंच आहे म्हणा. गोधनाची गणना आणि चिन्हांकन फार आवश्यक आहे. गोधन हे कुठल्याही राज्याचं भूषणच. तेव्हा त्याबाबत फार उशीर नको. मार्गशीर्ष महिन्याचा हा काळ त्यासाठी फार चांगला. आपली अनुमती असेल तर युवराज दुर्योधन आणि आम्ही जाऊन येतो. घोषयात्रा म्हणजे क्षत्रिय राजपुत्रांच्या दृष्टीनं किती आनंदाची गोष्ट. सोबतच त्यांना मृगयेचाही आनंद लुटता येईल. मद्य, मृगया, मदिराक्षी आणि अक्ष हे सद्‌गुण आम्ही क्षत्रियांनी जोपासायचे नाहीत तर कोणी?" महाराजाची मूक संमती गृहीत धरून शकुनीनं हसत हसत आपलं म्हणणं पूर्ण केलं.

महाराजा म्हणाला, "तू म्हणतोस ते खरं आहे शकुनी. राजपुत्रांना मृगयेचा आनंद मिळायलाच हवा. गोधनाची गणना होणंही आवश्यकच आहे. त्याबाबत अविपालकांवर विसंबून चालत नाही. पण सध्या पांडव द्वैतवनात आहेत, असं मी ऐकतो. ते तिथं असताना तुम्ही न जाणं, हेच हितकारक ठरेल. उगाच काही संघर्षाचा प्रसंग उद्भवला तर ...?"

"आम्ही काही त्यांना भेटायला जात नाही आहोत." अपेक्षित तेच समोर आल्यानं दुर्योधन तडकलाच. "— ते असतील तिथं आम्ही जाणारच नाही. उलट ते समोर आले तरी आम्ही त्यांना टाळून पुढे जाऊ. आणखी काय पाहिजे?"

काळजी करत धृतराष्ट्र म्हणाला, "तू काळजी घेतलीस तरी संकट टळत नाही बाळ. मला तर त्यांच्याजवळ जाण्यातसुद्धा संकट दिसतं. आणि असं पाहा, ते आधीच वनवास भोगत आहेत. तेव्हा आपण कशाला उगीच त्यांना त्रास होईल असं वागायचं? तू नाही, पण तुझ्या एखाद्या सैनिकानं किंवा आणखी कोणी उगाच काही आगळीक केली तर? आणि त्यातूनच काही संघर्ष उद्भवला तर? तेव्हा ते नकोच. घोषयात्रेसाठी तुझ्याऐवजी दुसरा कोणीतरी जाईल."

"महाराज..." समजुतीच्या स्वरात शकुनी म्हणाला. "धर्मराज युधिष्ठिर समजदार आहे. आमच्याशी शत्रुत्व उद्भवेल असं तो काही करणार नाही. द्यूतसभेत त्यानं तसं वचनच दिलं आहे. तो भीम थोडा आततायी आहे हे खरं. पण तो कितीही रागीट असला तरी युधिष्ठिराच्या आज्ञेबाहेर जात नाही. तेव्हा आपण निःसंकोच अनुमती द्यावी, असं मला वाटतं. दुर्योधनाला मृगयेची आवड आहे. मृगयेसोबत आपल्या गोधनाचीही गणना होऊन जाईल. आणि आपण एवढी काळजी का करता महाराज? सोबत मी आहेच ना ! आमच्यापैकी कोणीही त्यांच्याजवळ जाणार नाही की आमच्यापासून त्यांना कसला त्रास होणार नाही, हे मी स्वतः पाहीन. मग तर झालं?"

शकुनीनं एवढं आश्वासन दिल्यावर महाराजा तरी काय बोलणार? "ठीक आहे. जशी तुमची इच्छा." निरुपाय होऊन तो म्हणाला.

४५.

गंगेपलीकडे उत्तर पांचाल सीमेपर्यंत पसरलेलं विस्तीर्ण आणि निबीड अरण्य म्हणजे द्वैतवन ! त्या वनात नाना प्रकारच्या वृक्षांची इतकी दाटी लागून राहिली आहे की अनेक ठिकाणी सूर्यकिरण जमिनीपर्यंत पोचत नाहीत. वनाच्या काही भागावर गंधर्वांचा राजा चित्रसेन याचं राज्य आहे. खेरीज यक्ष, किन्नर, नाग आदी काही

जमातीही तिथं राहतात. वनाच्या सीमेलगत गवताळ भागात कुरूंचे गवळीवाडे आहेत. त्यांतून वाढणारं पशुधन म्हणजे कुरुराज्याची मोठी संपत्ती. राजवाड्यात नित्य लागणारं घडे भरभरून तूप, यज्ञात बळी देण्यासाठी आणि मांसासाठी लागणारे तरणे खोंड द्वैतवनातूनच येतात. शिवाय मध, मृगाजिनं, व्याघ्रांबरं आदी वनसंपत्तीही द्वैतवनातूनच येते. वनाच्या मध्यभागी असलेला सरोवरसदृश तलाव म्हणजे द्वैतवनाचं भूषणच. रात्रीच्या घनदाट अंधारात पाण्यावर येणारी श्वापदं टिपावीत ती द्वैतवनातच. रात्र चांदणी असेल तर मृगयेचा आनंद आणखीच द्विगुणित होतो.

पांडव सध्या या तलावाजवळच राहतात. गंधर्वराज चित्रसेन यानंच त्यांना द्वैतवनात आश्रय दिला आहे, असं म्हटलं तरी चालेल. तसं पाहता, तो युधिष्ठिराचा मित्रच आहे. राजसूय यज्ञाच्या वेळी चित्रसेन चारशे अश्वांची भेट घेऊन इंद्रप्रस्थाला आला होता. गंधर्वराज चित्रसेनाची ती स्नेहभेट पांडवांच्या मनात अजूनही ताजी आहे. हिमालयापलीकडील इंद्रलोकातही चित्रसेनाचा वावर असतो. अर्जुनाची आणि त्याची दुसरी भेट इंद्रलोकातच झाली. तिथंच त्यानं अर्जुनाला अभिनय आणि नृत्यगायनादी अनेक कलाप्रकार शिकवले. पांडव हिमालयातून द्वैतवनात आले ते त्यानंतरच.

महाराजाची अनुमती मिळायचाच काय तो अवकाश होता. वार्षिक घोषयात्रेची तयारी जोमानं आणि उत्साहानं सुरू झाली. सहस्रावधी रथ, तेवढेच हत्ती, अश्व आणि सहस्रावधी पदातींचं चतुरंग दल सिद्ध झालं. राजपरिवाराची सुरक्षा आणि संकटकालीन तरतूद म्हणून ते सारं हवंच होतं. त्यात कोणाला कुरूंच्या वैभवाचं प्रदर्शन दिसत असेल, तर त्याला युवराज दुर्योधन तरी काय करणार?

दुःशासन, दुर्मुख, दुर्जय, दुर्धर्ष, दुर्मर्षण, विविंशती, सह, दुःसह, विकर्ण, दुष्कर्ण, दृढ, दृढायुध, उग्र, उग्रायुध, चित्र, उपचित्र, चित्रक, चित्रचाप, चित्रबाहू, चित्रकुंडल, चित्रवर्मा, चारुचित्र, चित्रसेन, पुरुमित्र, नंद, उपनंद इत्यादी दुर्योधनबंधूंनी निघायची तयारी केली. दुर्योधानाचे हे अनेक बंधू म्हणजे बरेचसे धृतराष्ट्राचे दासीपुत्रच आहेत. त्यांचा पिता धृतराष्ट्र आहे म्हणून त्यांना दुर्योधनाचे बंधू म्हणायचं, एवढंच. एरवी आंधळ्या राजाला काय किंवा दुर्योधनाला काय, त्यांची नावंही माहीत नसतात. युद्ध किंवा अशा एखाद्या वेळी त्यांची आठवण होते, एवढंच.

सहस्रावधी दासदासींच्या जथ्यांखेरीज गोमांसापासून अनेक प्रकारचे चविष्ट पदार्थ तयार करणारे बल्लव, वारुणी, सोम, मैरेयक आदी विविध प्रकारची मद्यं तयार करणारे सुराकुशल रसकर्मी, मद्य पुरवणारे सेवक, विविध प्रकारची वाद्यं वाजवण्यात कुशल असलेले यंत्रकार आणि नर्तन-गायन करून मन रिझवणारे कलावंत असे अनेक लोक याआधीच पुढे पाठवण्यात आले होते. खेरीज सैनिकांना

पाहिजे असलेल्या वस्तू पुरवणाऱ्या तुलाधरांचे आणि सार्थवाहांचे कित्येक चमूही घोषयात्रेसोबत होतेच.

सर्व तयारी झाल्यावर परमस्नेही अंगराज कर्ण, गांधारराज शकुनी, आपले दुःशासनादी सर्व बंधू आणि युवराज्ञी भानुमती, वृषाली, पुरुष्णी आदी स्त्रीपरिवारासह दुर्योधन घोषयात्रेसाठी मार्गस्थ झाला. गंगा ओलांडून सर्व दले द्वैतवनाकडे निघाली.

मार्गशीर्ष महिन्याच्या त्या रम्य पर्वकाळात प्रवास कसा सुखावह वाटत होता. अरुंधती, मधुमालती, बिंब अशा कितीतरी लता-वनस्पतींनी आच्छादलेल्या अर्क, अशोक, अश्वत्थ, आम्र, इंगुदी, कदंब, कर्णिकार, किंशुक, वट, काटज, धुरंधर, बिल्व, बकुल, देवदार, ताल, शाल, शाल्मली, सप्तपर्ण, शिंशुप, पुन्नाग, रुद्राक्ष, चंदन, खदीर आदी वृक्षांच्या दाटीतून मार्ग काढत घोषयात्रा पुढे चालली होती. जिथं रथांना पुढे जाता येईल एवढा मार्ग सापडत नव्हता तिथं हत्तींच्या मदतीनं वृक्ष भुईसपाट करून मार्ग काढले जात होते.

घोषयात्रा थांबेल त्या ठिकाणी श्रमपरिहाराची सर्व सामग्री आधीच सिद्ध होती. सर्वत्र दुधा-तुपाची आणि मद्यमांसाची रेलचेल चालली होती. कोणालाही कशाचीच म्हणून उणीव भासत नव्हती. गवळीवाडे जवळ आल्यावर घोषयात्रा विसर्जित झाली. घोषयात्रेच्या निवासाची आणि भोजनाची उत्तम व्यवस्था सिद्ध ठेवून अविपाल समंग युवराजाच्या आगमनाची प्रतीक्षाच करत होता. प्रवासानं थकलेले सैनिक शिबिरांमधून विश्रांती घेऊ लागले. गोधनाची मोजदाद सुरू झाली. दुभत्या गाई, वासरं, तीन वर्षांचे तरणे खोंड वेगळे करून त्यांची वेगवेगळी व्यवस्था करण्यात आली. प्रत्येक जनावराच्या पाठीवर खुणेसाठी तापल्या सळईचे डाग उठवण्यात आले. गेल्या वर्षापेक्षा या वर्षी पशुधनात वाढ झाल्याबद्दल युवराजानं अविपाल समंग आणि त्याच्या गोपालांना धन्यवाद दिले.

राजपुत्रांच्या रंजनासाठी नृत्यगायन आणि शस्त्रास्त्र स्पर्धा आयोजित करण्यात आल्या होत्या. त्यांचा यथेच्छ आनंद लुटल्यानंतर राजपुत्र मृगयेच्या आनंदाकडे वळले. काही जण द्वैतवनाच्या मध्यभागी असलेल्या त्या तलावापर्यंत जाऊन आले होते. भोवतालची रम्य वनश्री पाहिल्यानंतर आणखी काही दिवस वनातच थांबावं, असं प्रत्येकाला वाटत होतं. एके दिवशी तलावापासून काही अंतरावर असलेली पांडवांची झोपडी त्यांनी पाहिली आणि ती सुवार्ता दुर्योधनाच्या कानावर घातली. कुरूंच्या पशुधनाची मोजदाद करून थकलेला युवराज दुर्योधन कर्ण आणि शकुनी यांच्यासह श्रमपरिहार करत बसला होता. तिघांच्याही हातात वारुणीचे चषक होते. दुर्योधन विचारात पडलेला दिसत होता. ...ते तलावाजवळ आहेत तर आपणही तलावाजवळ जायला हवं. आपलं वैभव त्यांच्या नजरेला पडेल असं काहीतरी करायला हवं...

" प्रतिकामी, जलविहारासाठी तलावाकाठी शिबिरं उभारायला सांग " दुर्योधनानं आज्ञा दिली.

युवराजाची आज्ञा झाल्याचं कळताच काही सैनिक शिबिरांची जागा निश्चित करण्यासाठी तलावाकडे निघाले, तर काही सैनिक रथांवर शिबिराचं साहित्य लादून मार्गस्थही झाले. तोवर तिकडे स्त्रियांची जलविहाराला जाण्याची तयारी सुरू झाली. युवराजाच्या इच्छेप्रमाणे भानुमतीनं मुद्दामच मौल्यवान वस्त्रालंकार परिधान केले.

परंतु शिबिरं उभारायला गेलेले सैनिक त्याच पावली परत आले.

" युवराज, तलावाभोवती गंधर्व सैनिकांनी वेढा दिला आहे. ते आम्हाला तलावाजवळ जाऊ द्यायलाही तयार नाहीत. ते चित्रसेन गंधर्वाचे सैनिक आहेत." घाईघाईनं प्रतिकामी म्हणाला.

" का? माज आलाय का म्हणावं? द्वैतवन काही चित्रसेनाच्या बापाचं नाही. जुन्या काळापासून ते आम्हा कुरूंच्या आधिपत्याखाली आहे. तुम्हाला हे सांगता येत नव्हतं का? की तोंडं शिवली होती?"

" ते आम्ही सांगितलं युवराज. पण ते ऐकायला तयार नाहीत. म्हणाले, दुर्योधनाची शुद्ध हरपलेली दिसते. पुढे ते म्हणाले, मरायची इच्छा असेल तर त्याला म्हणावं अवश्य तलावाजवळ ये."

" हे धाडस? आ ऽ ऽ क्रमण ! आ ऽ ऽ क्रमण !! " वारुणीच्या कैफातच दुर्योधनानं आक्रमणाची आज्ञा दिली.

आकंठ सुखोपभोगात बुडून गेलेलं सैन्य तशाच लडखडत्या पायांनी युद्धाला निघालं. कोणाविरुद्ध लढायचं आहे, कशासाठी लढायचं आहे हेही अनेकांना समजलं नाही. आक्रमणाची आज्ञा आहे एवढं मात्र निश्चित समजलं होतं.

रथावर चढून दुर्योधनाने हाक दिली," अंगराज कर्ण ..."

" आ ऽ ऽ क्रमण... आ ऽ ऽ क्रमण " कर्णानंही तेवढ्याच जोमानं प्रतिसाद दिला.

पहिल्याच हल्ल्यात कुरुसैन्यानं तलावाला वेढा देऊन उभ्या असलेल्या गंधर्व सैनिकांना पिटाळून लावलं आणि विजयाचा जयजयकार सुरू केला. परंतु गंधर्वराज चित्रसेनाला ते वृत्त कळताच तो ताज्या दमाचं प्रचंड गंधर्वसैन्य घेऊन कौरवसैन्यावर कोसळला. अचानक झालेल्या त्या अनपेक्षित हल्ल्यानं विजयोन्मादानं शिथिल झालेल्या कुरुसैन्यात एकच गोंधळ उडाला. ते सारं दुर्योधनासमोरच घडलं. एकटा अंगराज कर्ण दृढपणे उभा राहून संघर्ष करत होता. त्याच्या एकेका बाणासोबत एकेक गंधर्ववीर खाली कोसळत होत; परंतु गंधर्वसैन्यानं एकाच वेळी बाण, खड्ग, गदा, भाले, भृशुंडी अशा अनेक शस्त्रांनी हल्ला करून त्याला घायाळ केलं. कर्णाच्या रथाचे घोडे ठार झाले. सारथीविहीन झालेला रथही मोडकळीस आला

आणि पाहता पाहता त्याच्या रथाचं छत त्यावरील नागकक्षांकित ध्वजासह खाली कोसळलं.

विस्कळीत झालेलं सैन्य कसंबसं सावरून दुर्योधन लढायला सिद्ध होतो आहे तोवर गंधर्वसैन्यानं घनदाट वनाचा आश्रय घेतला होता. झाडाझुडपांच्या गर्द पालवीआड लपून ते अचूक शरसंधान करू लागले. कोण कठून लढतो आहे, तेही कळेनासं झालं. प्राणांतिक जखमांनी घायाळ झालेल्या कर्णानं रथाखाली उडी ठोकली. धावत जाऊन तो विकर्णाच्या रथावर चढला. तशाही स्थितीत त्यानं पुन्हा धनुष्य हातात घेतलं. तोवर तिकडे दुर्योधनानं गंधर्वसैन्याला अडवण्यात यश मिळवलं होतं. परंतु गंधर्वसैन्याची ती कुटील युद्धनीती पाहून तोही पुरता गोंधळला होता. गंधर्वांनी त्याचेही अश्व मारले, सारथी ठार केला. आणि शेवटी अगणित शस्त्रप्रहारांनी दुर्योधनाचाही रथ मोडून पडला. विकर्णाच्या रथाचीही तीच गत झाली. विकर्णाच्या रथावरून लढणारा कर्ण पुन्हा विरथ झाला. ठिकठिकाणी झालेल्या जखमांनी शरीराच्या जणू चिंध्या झाल्या होत्या. आता कुरुसैन्यामधून रडण्या-विव्हळण्याचे आवाज कानावर येऊ लागले. गंधर्वांनी आता विषारी बाणांचा मारा सुरू केला होता. सैनिक लढत मरण्याऐवजी ते विषारी बाण लागून तडफडत मरू लागले. आपल्या सैनिकांची ती अवस्था पाहून इतर सैनिक वाट दिसेल तिकडे पळत सुटले. झाडाझुडपांआडून सुरू असलेला विषारी बाणांचा वर्षाव अजूनही तसाच सुरू होता. या क्रूरयोधिन् आणि कूटयोधिन् गंधर्वांपासून प्राण वाचवायचे तर त्या बाणांपासून अजून दूर जायला पाहिजे होतं; अन्यथा मृत्यू अटळ होता...

विकल झालेल्या डोळ्यांनी कर्णानं आकाशाकडे पाहिलं. सूर्यास्ताला आता थोडाच अवधी उरला होता. माध्यान्हकाळापासून सुरू असलेलं हे युद्ध संपलं तरी आहे का, हेच कळत नव्हतं आणि शत्रू कुठून बाणवर्षाव करतो आहे हेही कळत नव्हतं. सगळं सैन्य इतकं विस्कळीत झालं होतं की त्याला कुठं आणि कसं एकत्रित करावं, याचाही अदमास येत नव्हता.

पाहता पाहता सूर्यास्त झाला आणि धूसर संधिप्रकाश पसरला. ठणकत्या जखमांच्या वेदना निग्रहानं ओठांखाली चिरडत कर्ण दुर्योधनाच्या शोधात निघाला. परंतु त्या निबीड अरण्यात आपण कुठं आणि कोणत्या दिशेनं निघालो आहोत याचाही अंदाज येईनासा झाला. आताच अस्पष्ट होऊ लागलेली झाडंझुडपंसुद्धा थोड्या वेळानंतर घनदाट अंधकारात झाकली जाणार होती...

झालंही तसंच. ...हळूहळू सगळंच दिसेनासं झालं. चहू दिशांनी येणारी रातकिड्यांची किरकिर तेवढी कानात शिरू लागली. संपूर्ण द्वैतवनावर आतापासूनच रात्रीचं साम्राज्य पसरलं. कुठूनही कसलाही मानवी ध्वनी कानावर येत नव्हता की कुठं मानवी अस्तित्वाची चाहूल लागत नव्हती. कभिन्नकाळ्या अंधारासह जीवघेणा

भीषण एकांत कर्णावर कोसळला. आकाशात ध्रुवतारा तेवढा उत्तर दिशा दाखवत होता. त्यामुळे उत्तर दिशा कळाली तरी तेवढ्यावरून शिबिराची जागा कळणं कठीण होतं. आणि ती कळाली असती तरी तिथपर्यंत पोचायला कुठलीच वाट पायांखाली दिसत नव्हती. निरुपाय होऊन कर्ण थांबला.

आता ती संपूर्ण रात्र वनात घालवण्याशिवाय पर्याय नव्हता. अंधार पडण्यापूर्वी समोर पाहिलेल्या एका वटवृक्षाचा बुंधा त्यानं हातानं चाचपडत शोधून काढला आणि सर्पासारखा सरपटत जाऊन तो त्या वटवृक्षावर चढून बसला.

४६.

मार्गशीर्ष महिन्यातल्या कडाक्याच्या थंडीची ती काळरात्र कर्ण कधीच विसरू शकणार नाही. साधी हवेची झुळूक आली तरी अंगावरच्या जखमा वेदनेनं हुळहुळू लागत. रात्र चढू लागली तसतसे हिंस्र श्वापदांच्या डरकाळ्यांचे आणि झटापटींचे आवाज कानावर येत राहिले. घायाळ सैनिकांच्या प्राणांतिक किंकाळ्या आणि हत्तींचे चीत्कार कानात घुमत राहिले. उत्तररात्री चंद्रोदय झाल्यावर थोडंथोडं दिसू लागलं. पण त्याचा काहीच उपयोग नव्हता. कंठशोष पडला म्हणून वटवृक्षाखाली उतरणं म्हणजे स्वतःहून संकटाला आमंत्रण देणं ठरणार होतं. झोप येणार नव्हतीच. अनेक प्रश्न डोक्यात घोंगावत होते. ...काय झालं असेल युद्धाचं पर्यवसान? जलविहारासाठी निघालेल्या राजपरिवारातल्या स्त्रिया आता कुठं असतील? वृषालीही त्यांच्या सोबतच येणार होती तेव्हा... कितीतरी प्रश्न कर्णाच्या मनाला पोखरत राहिले.

उत्तररात्र ओसरली. पहाटेचे वारे आणखीच अंग फोडू लागले. गुहांबाहेर पडलेली श्वापदं आपापल्या गुहांमध्ये शिरली. हळूहळू पक्ष्यांचे आवाज कानावर येऊ लागले. पाहता पाहता चंद्रप्रकाश फिकट होत गेला. आकाशात झालेली सकाळ वनातल्या झाडाझुडपांवरही उतरली. कर्ण वटवृक्षाच्या शेंड्यापर्यंत चढून गेला. दूरवरच्या काही झाडांवर बलाक पक्ष्यांचे अनेक थवे जमलेले दिसत होते. सकाळच्या शांत वातावरणात त्यांचा तो कलकलाट इथूनही स्पष्टपणे कानावर येत होता. बलाकांसारखे मत्स्यभक्ष्यी पक्षी एवढ्या संख्येनं तिथं आहेत, त्या अर्थी तलाव तिथंच कुठंतरी जवळपास आहे, हे कर्णानं ओळखलं. त्याच ठिकाणी आकाशात काही रणगिधाडंही घिरट्या घालताना दिसत होती. निश्चितच ते काल मरण पावलेल्या सैनिकांचे लचके तोडायला आलेले होते. या गिधाडांना रात्रीतून कसा वास लागतो कोणास ठाऊक ! अनेकदा लढाई होण्यापूर्वीच ते आमंत्रण दिल्यासारखे हजर असतात.

कर्ण वटवृक्षावरून खाली उतरला. तलावाजवळ गेल्याशिवाय काहीच कळणार नव्हतं, हे खरं. परंतु तलावाजवळ जाणं अनर्थकारक ठरण्याचीही शक्यता होती. पण आता कुठलंही धाडस करायला कर्ण सिद्ध होता. लतावेलींतून वाट काढत बराच वेळ चालल्यानंतर कर्णाला हत्तींचे चीत्कार ऐकू आले. ते वनहत्तींचे तर नसावेत, अशी शंका येण्यापूर्वीच अश्वांचं खिंकाळणंही ऐकू आलं. निश्चितच आसपास कुठेतरी शिबिर होतं. ते आपलंच असेल तर बरंच होईल...विचार करत कर्ण चालत राहिला...आणि हे काय? दुर्योधनाचा नागफडांकित ध्वज त्याला फडफडताना दिसत होता.

म्हणजे माझा मित्र दुर्योधन सुरक्षित आहे तर ! कर्णाच्या थकलेल्या गात्रांत नवा उत्साह संचारला. दुर्योधनाच्या भेटीसाठी अधीर झालेला कर्ण तसाच लगबगीनं पुढे झाला. जखमांनी विकल झालेला दुर्योधन विषण्णपणे एका वृक्षाखाली बसला होता. त्याच्या अवतीभोवती त्याचे बंधू आणि अनेक कुरुयोद्धे सचिंतपणे बसलेले होते. युवराज घायाळ झालेला असल्यामुळेच कदाचित ते असे सचिंत झाले असावेत...

" युवराज दुर्योधनाचा विजय असो. मित्र दुर्योधन तू सुरक्षित आहेस ना?" दुर्योधनाजवळ येत कर्ण म्हणाला." तू त्या मायावी चित्रसेनाचा पराजय केलास, हे फार चांगलं झालं. तुझ्या विजयात मी सहभागी होऊ शकलो नाही याबद्दल मला क्षमा कर. आपलं सैन्य विस्कळीत झाल्यावर प्राणांतिक जखमांनी घायाळ झाल्यामुळे मला माघार घ्यावी लागली. या गंधर्वांना क्रूरयोधिन् म्हटलं जातं ते खरंच आहे. शत्रूशी एका वेळी एकानंच लढावं हा युद्धाचा साधा नियमही ते पाळत नाहीत. ते असू दे. तू सुरक्षित आहेस हाच मोठा लाभ आहे. राजपरिवारातील सर्व स्त्रिया सुरक्षित आहेत ना?"

" काय घडलं ते तुला माहीत नाही मित्रा... !" दीर्घ निःश्वास टाकत दुर्योधन म्हणाला. " चित्रसेनाशी युद्ध केलं ते भीमानं आणि अर्जुनानं; मी नव्हे ! शत्रूनं दिलेल्या प्राणांच्या भिकेवर जगायची वेळ तुझ्या प्रिय मित्रावर आली आहे. असं लाजिरवाणं आयुष्य जगण्यापेक्षा युद्धभूमीवर प्राण गेला असता तर फार बरं झालं असतं. आता हे अपमानाचं ओझं घेऊन कसा जगू? माझं सारं राजवैभव, सुखविलास, संपत्ती आणि आपली ही मैत्री आता काय करायची आहे? बस्स ! आता एकच निर्णय... प्राणत्याग... मृत्यू येईपर्यंत अन्नत्याग ! बंधो दुःशासन, आता इथून पुढे तूच कुरुराज्याचा स्वामी आहेस. शत्रूपुढे हास्यास्पद ठरलेल्या तुझ्या या भावाला आता जगायची इच्छा उरलेली नाही. आता तुम्ही सर्व जण मला इथं एकटं सोडून हस्तिनापूरला निघून जा." स्पष्ट शब्दांत आपला निर्णय घोषित करून दुर्योधनानं स्वतःच्या हातानं कुश अंथरलं आणि त्यावर तो निश्चयपूर्वक प्रायोपवेशनासाठी बसला.

"हे तू काय करत आहेस बंधो?" दुर्योधनाचे दोन्ही पाय घट्ट धरत दुःशासन म्हणाला. त्याच्या दोन्ही डोळ्यांतून घळघळा अश्रू वाहत होते. "दुःशासन म्हणजे दुर्योधनाची छाया. तू नसशील तर दुःशासनानं कशासाठी जगायचं? तू प्राणत्याग करत असशील तर चल. मीही तुझ्यासोबत येतो…"

दोघां भावांचं ते दुःख पाहून कर्णाला असह्य यातना झाल्या. दुर्योधनाची मनःस्थिती पाहता, या प्रसंगी त्याच्याशी अधिक बोलणं इष्ट नव्हतंच. लज्जेनं कर्णाची मान खाली गेली. दुर्योधन म्हणत होता, तेही खरंच होतं. मित्र म्हणून त्यानं कर्णाचा मोठाच भरवसा धरला होता; परंतु आज त्या विश्वासाला तडा गेला होता. कर्ण प्राणभयानं युद्धभूमी सोडून गेला आहे, हे पाहून त्याला काय वाटलं असेल?

दुर्योधनाची इच्छा प्रमाण मानून कर्ण आपल्या शिबिरात निघून आला. वृषालीच्या हातून शुश्रूषा स्वीकारताना त्याचं मन पश्चात्तापानं जळत राहिलं. घडलं ते फारच अनपेक्षित आणि तेवढंच लाजिरवाणं होतं. दुर्योधनाचा रथ मोडला त्याच वेळी चित्रसेनानं दुर्योधनावर झडप घातली होती. चिवट रानवेलींच्या साहाय्यानं दुर्योधनाला जखडून टाकल्यावर त्यानं इतर कुरुयोद्ध्यांभोवतीही तसेच पाश आवळले होते. त्यातून फक्त एकटा कर्णच तेवढा सुटला होता ! तलावाजवळ काय घडलं आहे हे माहीत नसल्यानं मागून येत असलेल्या कुरुस्त्रियांनाही चित्रसेनानं बंदिवान केलं होतं. ओढवलेला तो सगळा अनर्थ पाहून कुरुसैनिक युधिष्ठिराकडे मदतीची याचना करण्यासाठी धावले. सर्व परिस्थिती जाणून युधिष्ठिरानं भीमार्जुनांना दुर्योधनाची आणि सर्व कौरवयोद्ध्यांची मुक्तता करण्याची आज्ञा दिली. भीम तर म्हणे उलट युधिष्ठिरावरच संतापला. म्हणाला, "तुला काही होत नाही आणि दुसरा काही करतो आहे तेही तुला पाहवत नाही. आम्ही का म्हणून या दुष्टांची मुक्तता करावी? त्यानं आमचं काय भलं केलं आहे हे तू पाहतोच आहेस ना?"

भीमाचं ऐकून घेऊन युधिष्ठिर म्हणाला, "बंधो, दुर्योधन दुष्ट असला तरी तो आपला भाऊ आहे. ही सूड उगवायची वेळ नाही. या वेळी तो संकटात आहे आणि त्याला आमच्या मदतीची गरज आहे. शिवाय त्याचे सैनिक मदतीची याचना करत आहेत. अशा वेळी आपण पाठ का फिरवायची? भावाभावांत भांडणं होत नाहीत का? म्हणून का असं वागायचं? आम्ही इथं असताना चित्रसेन आमच्या कुलस्त्रियांना बंदिवान करून नेत असेल तर तो आमचाही अपमान नाही का? दुर्योधनाविरुद्धचं भांडण हे आपलं आपसांतलं भांडण आहे. बाहेरच्या शत्रूविरुद्ध आम्ही एक आहोत. सामोपचारानं सांगून चित्रसेन ऐकणार नसेल तर त्याला धडा शिकवूनच परत या. युधिष्ठिराची आज्ञा म्हणूनच भीमाला निघावं लागलं. अर्जुन तर निघाला होताच. अर्जुनानं चित्रसेनाला गाठून सर्वांना मुक्त करायला सांगितलं; अन्यथा युद्धाचं आव्हान

दिलं. चित्रसेन म्हणाला, हा नीच दुर्योधन मुक्त करण्याच्या योग्यतेचा नाही अर्जुन ! त्याला हीच शिक्षा योग्य आहे. तो द्वैतवनात कशासाठी आला आहे हे युधिष्ठिराला माहीत नाही का? माहीत नसेल तर त्याला सांग, म्हणावं आपल्या वैभवाचं प्रदर्शन करून तुझ्या जखमेवर मीठ चोळण्यासाठी हा इथं आला आहे.

शेवटी युधिष्ठिराची इच्छा म्हणूनच केवळ चित्रसेनानं सर्वांना मुक्त केलं होतं. "बंधो, पुन्हा असं काही करू नकोस. हस्तिनापूरला परत जा. सुखासमाधानानं राज्य कर." दुर्योधनाला निरोप देताना युधिष्ठिर म्हणाला होता. एवढं सगळं झाल्यावर लज्जेनं खाली मान घालून दुर्योधन आपल्या शिबिराकडे परतला होता.

दुसऱ्या दिवशी सकाळी कर्ण पाहतो तो दुर्योधन कुशासनावर अजूनही तसाच बसून होता. बंधू दुःशासन हाही त्याच्या पायाजवळ तसाच बसून होता. इतर कोणालाही त्याच्याजवळ जायचं धाडस होत नव्हतं.

दुर्योधनाजवळ जाऊन कर्ण म्हणाला," काय चालवलं आहेस हे युवराज? तुझ्यासारख्या वीरानं एवढं दुःख करावं, हे क्षत्रियोचित नाही. संकटं आली म्हणून एवढं खचून कसं चालेल? तूच असा खचलास तर तुझ्या शत्रूंना आनंदच होईल. त्यांना तो आनंद मिळावा, अशी तुझी इच्छा आहे का? त्यांच्याकडे पाहा, एवढं राज्य गेलं, इतक्या यातना सहन कराव्या लागल्या तरीही ते धीरानं जगत आहेत. त्यांनी कधीही अन्नत्याग केला नाही. आणि एवढ्या मोठ्या साम्राज्याचा स्वामी असून तू मात्र... आणि त्यांनी तुझं रक्षण केलं म्हणून काय बिघडलं? ते कुरुराज्याची म्हणजे तुझी प्रजा म्हणूनच द्वैतवनात राहत आहेत. प्रसंगी राजाचं रक्षण करणं, हे प्रजेचंही कर्तव्यच असतं. त्याला अनुसरून त्यांनी तुझं रक्षण केलं तर त्यात एवढं विशेष ते काय घडलं?"

" कर्ण उचित तेच सांगतो आहे युवराज..." शकुनी म्हणाला." त्यांचं एवढं राज्य मी तुला जिंकून दिलेलं असताना तू कष्टी का होतोस? अन्नत्याग करून काय साधणार आहे? ठीक आहे. तुला जर एवढाच पश्चात्ताप होत असेल तर त्यांचं राज्य त्यांना परत करून त्यांच्याशी मैत्री कर. म्हणजे या भांडणाचं मूळ कारणच संपुष्टात येईल."

" ते शक्य नाही मामा !" ताड्कन दुर्योधन म्हणाला." त्यांचा सर्वनाश झालेला पाहिल्याशिवाय मी शांत बसणार नाही."

दुर्योधनानं मौन सोडलेलं पाहून कर्णाची गौर मुखमुद्रा आनंदानं उजळली. तो म्हणाला," आता तू राजाला शोभेल असं बोललास. संकटांवर पराक्रमानंच मात करावी लागते. प्राणत्याग हा त्यावरील उपाय नव्हे. गेलेलं आयुष्य परत का येणार आहे? मेलेली माणसं काहीच करू शकत नाहीत. त्यांचा नाश करण्यासाठी आपल्याला इथून पुढे अधिक चातुर्यानं योजना आखाव्या लागणार आहेत. तुला

एवढंच त्यांचं भय वाटत असेल तर हे पाहा — '' असं म्हणत कर्णानं कमरेचं खड्ग उपसून डाव्या तर्जनीवर ठेवलं. रक्ताचे लालजर्द थेंब टपटप करत जमिनीवर सांडू लागले. कर्ण म्हणाला,'' मी अंगराज कर्ण सत्यप्रतिज्ञा करतो की, तेरा वर्षं पूर्ण होताच मी अर्जुनाला युद्धात ठार करीन.''

४७.

'' क्षुद्र सारथीपुत्रा !'' आपल्या घनगंभीर आवाजात पितामह भीष्म गर्जत होते. '' वल्गना करण्याशिवाय तुला दुसरं येतंच काय? तुझ्या पराक्रमाच्या गाथा जगाला माहीत आहेत. द्वैतवनात जाण्याची कल्पना तुझीच आणि तिथं गेल्यावर दुर्योधनाला आणि तुझ्या पत्नीसह सर्व राजस्त्रियांना संकटात ढकलून पळ काढणाराही तूच. तुझी ख्याती लढण्याऐवजी पळ काढण्यासाठीच अधिक आहे...''

आणि दुर्योधनाकडे वळून ते पुढे म्हणाले,'' द्वैतवनातून तू सुरक्षित परत आलास तो केवळ अर्जुनामुळे; कर्णामुळे नव्हे, हे तुझ्या लक्षात असू दे. अर्जुनाला पराभूत करणं हे इतकं सोपं नाही. हा सूतपुत्र- ज्याच्यावर तुझा मोठाच भरवसा आहे - अर्जुनाच्या पासंगालाही पुरणार नाही. अजूनही शहाणा हो आणि ते परत येतील तेव्हा त्यांचं राज्य त्यांना परत देऊन हा तंटा कायमचा मिटव. ...काय चाललं आहे हे? ययाती, दुष्यंत, भरत, हस्तिन् , कुरू, शांतनू अशा पराक्रमी सम्राटांची परंपरा लाभलेलं हे राज्य पांडूराजानं दिग्विजय करून वैभवाप्रत नेलं. पांडवांनीही ती कीर्तिध्वजा तशीच फडकत ठेवली; परंतु कुरूंच्या वैभवशाली परंपरेचा वारसा सांगणाऱ्या या राज्यात आज काय चाललं आहे? पुत्रमोहानं अधिकच अंध झालेला महाराजा आपलं कर्तव्य विसरला आहे. कर्णासारख्या सूतपुत्रांना आणि शकुनीसारख्या जुगारी लोकांना अनाठायी महत्त्व प्राप्त झालं आहे. राज्यं शस्त्रबळावर जिंकण्याऐवजी कपटद्यूताचे फासे टाकून गिळंकृत केली जात आहेत. कुलस्त्रीला सभेत फरफटत आणून तिची विटंबना करणं, हाच आर्यधर्म होऊन बसला आहे. आपल्याच बांधवांचं राज्य हिसकावून घेऊन, त्यांना देशोधडीला लावून तुमचं समाधान झालेलं नाही. रात्रंदिवस त्यांच्या सर्वनाशाची कारस्थानं रचण्यात तुमची बुद्धी आणि शक्ती पणाला लागली आहे. ...घोषयात्रा, राजवैभवाचं ते वृथा प्रदर्शन ...कशासाठी चाललं आहे हे सारं?''

— आणि हात पुढे करून महाराजाच्या सिंहासनाशेजारी ठेवलेला राजदंड उचलून घेत ते पुढे म्हणाले,'' काय किंमत उरली आहे या कुरूंच्या राजदंडाला? सत्ता, सत्तेचा लोभ माणसांना एवढा स्वार्थांध करत असेल, त्यांना आर्यधर्म

विसरायला भाग पाडत असेल तर... कुरूंच्या राजसत्तेचं प्रतीक असलेला हा राजदंड निरुपयोगी आहे. हा पाहा, मी शांतनुपुत्र भीष्म कुरूंच्या राजसत्तेचं प्रतीक असलेला हा राजदंड असा फेकून देतो आहे !'' आणि असं म्हणत त्यांनी हातातला राजदंड खाली टाकून दिला. स्वतः पितामहांनी केलेली ती अनपेक्षित कृती पाहून संपूर्ण सभागृह अवाक झालं. कुरुसिंहासनाच्या राजदंडाचा असा अवमान यापूर्वी कोणीही केला नसेल ! खण् खण् आवाज करत तो सुवर्णमंडित राजदंड जमिनीवर जाऊन स्थिर झाला.

तेवढ्याच त्वेषानं पुढे होऊन जमिनीवर पडलेला तो राजदंड उचलून घेत कर्ण म्हणाला, ''कुरुसिंहासनाचा हा राजदंड टाकून देण्यासाठी नव्हे, तर उभविण्यासाठी आहे पितामह ! मला काय बोल लावायचा असेल तो तुम्ही अवश्य लावा; परंतु या पवित्र राजदंडाचा अवमान करायचा अधिकार तुम्हालाही नाही... सभाजनहो, पितामहांनी काढलेले प्रलाप आपण ऐकले आहेत. ते दुर्योधनाचे नव्हेत तर पांडवांचे हितचिंतक आहेत, हे सर्वांनाच माहीत आहे. आमचे दोष दाखवताना त्यांना त्यांचे दोष, त्यांनी आमचे केलेले अवमान का आठवले नाहीत? कुरुसभेतील शौर्य आणि वीर्य लोप पावलेलं आहे अशी त्यांची कल्पना असेल तर ती पूर्णपणे चुकीची आहे. पांडवांनी केलेल्या दिग्विजयाचं कौतुक त्यांनी आम्हाला सांगू नये. चौघा भावांनी मिळून दिग्विजय केला असेल तर यात विशेष ते काय केलं? त्याही वेळी त्यांना विरोध करू नका, त्यांना सन्मानानं करभार प्रदान करा असे आदेश यांनीच दिले; अन्यथा कोण शूर आहे आणि कोण भिरू आहे, हे त्याच वेळी स्पष्ट झालं असतं. कौरव-पांडवांचा संधी आता अशक्य आहे, हे त्यांनाही माहीत आहे. म्हणूनच पांडवांची भीती दाखवून ते आमचा तेजोभंग करू पाहत आहेत. परंतु आमच्या सामर्थ्यावर आमचा पूर्ण विश्वास आहे. दुर्योधनाचा मित्र कर्ण शूर आहे की रणभिरू आहे हे लवकरच सिद्ध होईल. दिग्विजय हेच पराक्रमाचं लक्षण असेल तर मी सूतपुत्र कर्ण आपणा सर्वांच्या साक्षीनं घोषणा करतो की माझ्या स्वतःच्या बळावर दिग्विजय करून मी माझं सामर्थ्य सिद्ध करीन. कौरवांचा हा राजदंड संपूर्ण आर्यावर्तात फिरवून आणीन... आणखी एक गोष्ट मी आताच स्पष्ट करतो. श्रीकृष्णाच्या द्वारकेवर मी हल्ला करणार नाही. हे मी भीतीपोटी सांगत नसून, कृष्णाविषयी मला वाटणाऱ्या आदरापोटी सांगतो आहे, हे सर्वांनी लक्षात ठेवावं...''

कर्णाचं हे बोलणं ऐकताच दुर्योधनाचा हरवलेला उत्साह परत आला. मनानं खचलेले दुर्योधनाचे भाऊ आनंदानं सिंहनाद करू लागले. आसनावरून उठून उभा राहत दुर्योधन म्हणाला,'' माझा मित्र अंगराज कर्ण याच्या सामर्थ्याविषयी माझ्या मनात कधीही शंका नव्हती आणि अजूनही नाही. तो दिग्विजय करून दाखवील

यात शंकाच नाही. मी घोषणा करतो की, कर्णाच्या दिग्विजयी मोहिमेत हस्तिनापूरचं चतुरंग दल अग्रभागी असेल. माझं चार अक्षौहिणी सेनाबल मी अंगराजाच्या हाती सुपूर्त करत आहे.''

४८.

कुरुसभेत कर्णानं दिग्विजयाची घोषणा केली खरी; परंतु तोंडावर आलेल्या पावसाळ्यामुळे तो लगेच बाहेर पडू शकणार नव्हता. शिवाय युद्धाच्या तयारीसाठी पुरेसा अवधी हवाच होता. एरवी सेनेत सामील असणारे शेतकरी कृषिकर्मात दंग होते. लोहकर्मी मात्र रात्रंदिवस अनेक प्रकारचे बाण, भाले, गदा, खड्गं इत्यादी शस्त्रं तयार करण्यात गढून गेले. सूतवस्तीतील सारथीही आपली कृषिकर्मं सांभाळून राजवाड्याकडून मोठ्या प्रमाणात मागणी असलेले युद्धरथ आणि विविध प्रकारची धनुष्यं तयार करायच्या उद्योगाला लागले. रथांच्या आच्छादनासाठी लागणारी व्याघ्रचर्मं, नावाप्रमाणेच दणकट अशी कोदंड धनुष्यं बनवण्यासाठी लागणारी रानरेड्यांची शिंगं, कितीही वाकवली तरी न मोडणारी कार्मुक धनुष्यं तयार करण्यासाठी लागणारी ताडाची झाडं, लवचिक परंतु वजनानं हलकी अशी धनुष्यं तयार करण्यासाठी लागणारे अनेक प्रकारचे बांबू, बाणांच्या अग्रांना लावायचं विष तयार करण्यासाठी लागणाऱ्या विषारी वनस्पती आणि त्यांच्या शेपटांना लावण्यासाठी लागणारी गिधाडादी विविध प्रकारच्या पक्ष्यांची पिसं इत्यादी सामग्री मिळवण्यासाठी कित्येक सूतजन रानावनात हिंडू लागले. पावसाळा सुरू होण्याआधी होईल तेवढी सामग्री सिद्ध करणं आवश्यक होतं. सैनिकांना विविध प्रकारची मद्यं पाजून त्यांचा रणमद वाढवणारे रसकर्मी, विविध प्रकारची रणवाद्यं आणि रणभेरी वाजवून त्यांचा आवेश वाढवणारे यंत्रकार आणि तुर्यकार आपल्या साधनसामग्रीच्या जुळणीत गढून गेले.

पाहता पाहता पावसाळा सुरू झाला. नद्या दुथडी भरून वाहू लागल्या. मित्र दुर्योधनासोबत बुद्धिबळाचे डाव खेळताना कर्णाच्या डोक्यात युद्धाचे डाव आकारत होते. पूर्व-पश्चिम कामरूप ते सिंधुदेश आणि उत्तर-दक्षिण केकय देशापासून विदर्भापर्यंत पसरलेला आर्यावर्त त्याला आव्हान देत होता. त्यातील नद्या आणि पर्वतांचा सूक्ष्म अभ्यास तो करत होता. देशोदेशी हिंडणारे सार्थवाह आणि गुप्तचरांना बोलावून घेऊन त्यांच्याकडून हवी ती माहिती मिळवत होता. कारण एकदा दिग्विजयासाठी बाहेर पडल्यानंतर शतावधी राज्ये, जनपदे आणि महाजनपदांशी कर्णाला लढा द्यावा लागणार होता.

पांडवांशी संधी कर म्हणून पितामहांनी कितीही सांगितलं तरी दुर्योधन ऐकणार

आहे थोडाच? तो म्हणतो,"अरे, या म्हाताऱ्यांचं ऐकलंच पाहिजे असं काही नसतं. त्यांचं फक्त ऐकून घ्यावं. इतर लोक आपलं ऐकून घेतात एवढ्यानंही त्यांना बरं वाटतं. असं असेल तर त्यांचा तो आनंद आपण का हिरावून घ्या?" परंतु कर्णाला मात्र असं वाटत नाही. हेतुतः तेजोभंग करणाऱ्या पितामहांना आणि त्याच्याशी सापत्नभावानं वागणाऱ्या द्रोणाचार्यांना त्याला आपलं सामर्थ्य दाखवून द्यायचं आहे !

पर्जन्यकाळ उलटताच सेनेची जमवाजमव सुरू झाली. सेनेच्या व्यवस्थेसाठी हस्तिनापूर नगरीबाहेर विशाल शिबिरं उभारण्यात आली. दुर्योधनानं आपलं चार अक्षौहिणी सेनाबल कर्णराजाच्या पाठीशी उभं केलं. पत्ती, श्रेणीमुख, गुल्म, गण, वाहिनी, पृतना, चमू, अंकिणी या सर्वांनी मिळून तयार झालेल्या एका अक्षौहिणीत सुमारे एकवीस सहस्र रथ दलासह विराट हत्ती दलाचा आणि अश्व दलाचा समावेश होता. प्रत्येक अक्षौहिणीत सुमारे एक लक्ष पदाती होते. दोन सारथी आणि रथी यांच्यासह सिद्ध असलेल्या प्रत्येक शस्त्रसज्ज युद्धरथाला प्रत्येकी चार सशस्त्र योद्ध्यांनी सिद्ध असलेले दहा हत्ती, त्यातील प्रत्येक हत्तीला दहा अश्वसाद आणि प्रत्येक अश्वसादाला दहा पदाती याप्रमाणे संरक्षण देऊन पत्तीसमूहाची रचना करण्यात आली. अशा एका पत्तीसमूहाची तीन पट म्हणजे श्रेणीमुख, श्रेणीमुखाची तीन पट म्हणजे गुल्म, गुल्माची तीन पट म्हणजे गण, गणाची तीन पट वाहिनी, वाहिनीची तीन पट पृतना, पृतनेची तीन पट चमू , चमूची तीन पट अंकिणी आणि अंकिणीची तीन पट म्हणजे एक अक्षौहिणी या पद्धतीनं सेनेची उभारणी करण्यात आली. पत्तीप्रमुख, नायक, श्रेणीमुख, गुल्मप्रमुख, गणमुख्य, वाहिनी अध्यक्ष इत्यादी सर्व सेनाधिकाऱ्यांच्या नियुक्त्या करण्यात आल्या.

गुप्तचरांची अनेक दलं कधीपासूनच देशोदेशी पसरली होती. स्वतः दुर्योधन, दुःशासन, कर्ण, शत्रुंजय, संग्रामजित, कर्णपुत्र वृषसेन, भानुसेन, प्रसेन, सत्यसेन, सुषेण आणि चित्रसेन हे सर्व जण अहोरात्र खपत होते. या दिग्विजयी मोहिमेत कर्णाचा बंधू संग्रामजित त्याचं सारथ्य करणार होता. ज्येष्ठ पुत्र वृषसेन एका वाहिनीचं नेतृत्व करणार होता, तर सर्वात लहान पुत्र चित्रसेन पित्याच्या रथाचा चक्ररक्षक होणार म्हणून हट्ट धरून बसला होता.

आश्विन मास उलटला. नद्यांना आलेले पूर ओसरले. पाणी स्वच्छ झालं. जनावरांसाठी सर्वत्र मुबलक गवत आणि सैनिकांसाठी अन्नधान्य उपलब्ध झालं. आता दिग्विजयासाठी बाहेर पडायला अनुकूल काळ आला होता.

गंगा ओलांडून निबीड द्वैतवनात शिरण्याऐवजी प्रथम कांपिल्यनगरीचा पाडाव करून द्वैतवनाला वळसा घालून हिमालयाच्या कुशीतील उत्तर आर्यावर्तात शिरायचा विचार कर्णानं केला. पहिल्याच प्रहारात कांपिल्यनगरीचा पाडाव झाला तर ते

सैन्याचं मनोधैर्य उंचावण्याच्या दृष्टीनं उपकारक ठरणार होतं. तसाच पुढे पूर्व आर्यावर्त, दक्षिण आर्यावर्त, पश्चिम आर्यावर्त या क्रमानं तो वायव्य दिशेला पंचनद प्रदेशात शिरणार होता आणि पुन्हा हिमालयाच्या दिशेनं उत्तरेकडे वळून हिमालयातील राजांकडून करभार गोळा करत काम्यकवन आणि कुरुक्षेत्र या मार्गानं हस्तिनापूरला पोचणार होता...

कर्ण दिग्विजयासाठी बाहेर पडतो आहे खरा; परंतु केवळ समोर येईल त्याच्याशी लढाई करून आणि मिळेल तेवढा करभार गोळा करून हस्तिनापूरला परतणं, एवढंच काही या दिग्विजयाचं प्रयोजन नाही. ...कर्ण विचार करत होता. आपल्या दिग्विजयी मोहिमेत पांडवांनी बरेच मित्र जोडून ठेवले आहेत तसे काही शत्रूही निर्माण करून ठेवले आहेतच. त्यांची चाचपणी करून त्यांना आपल्या पक्षात वळवून घेतलं पाहिजे. लवकरच होऊ घातलेल्या युद्धासाठी हे करण्याची फार फार गरज आहे...

४१.

दिग्विजयी आक्रमणासाठी सिद्ध झालेल्या विराट सेनेच्या अग्रभागी कर्णाचा जैत्ररथ उभा होता. त्यावरील वाऱ्यावर फरफरणारा नागकक्षांकित केशरी ध्वज सैनिकांच्या तनमनात वीरश्रीची ठिणगी चेतवत होता. सर्व युद्धसामग्रीनं सिद्ध असलेल्या चार चक्रांच्या जैत्ररथाला चार शुभ्र अश्व जोडलेले होते. त्यांचे वेग स्वतः कर्णबंधू संग्रामजिताच्या हातात असणार होते. त्याच्या जोडीला आणखी एक सारथ्यकर्मकुशल सारथी असणार होता. कर्णाचा ज्येष्ठ पुत्र वृषसेन आणि भानुसेन वगळता चित्रसेनासह कर्णाचे इतर चारही पुत्र त्याच्या रथचक्रांचं रक्षण करणार होते.

दुर्योधनासह माता-पित्याचे आणि महाराज धृतराष्ट्र व माता गांधारीचे आशीर्वाद घेऊन कर्ण रथारूढ होण्यासाठी निघाला. कर्णाच्या वयाची पन्नास वर्षं कधीच उलटली आहेत; परंतु देहमनावर कुठंही जरेची चिन्हे दिसत नाहीत. त्याच्या प्रत्येक हालचालीत अजूनही तेच कुठल्याही तरुणाला लाजवणारं कसलेल्या योद्ध्याचं चापल्य आहे. प्रिय सखा दुर्योधनाला प्रेमालिंगन देऊन कर्णानं जैत्ररथावर चढण्यासाठी पाऊल उचललं. खांद्यावरचं पिवळं उत्तरीय कमरेला कसून आक्रमणसिद्धतेची सूचना देणारा शंख फुंकला. आणि त्याबरोबर सर्वत्र जयकाराचे घोष घुमू लागले. त्या जयघोषांनी हस्तिनापूरचा आसमंत दुमदुमून गेला.

" — कांपिल्य ऽऽ !! " उजव्या हातातलं पल्लेदार खड्ग कांपिल्यनगरीच्या दिशेनं उंचावून दाखवत कर्णराजानं सेनेला आक्रमणाचा आदेश दिला.

वादळ पसरत जाऊन अथांग सागरात लाटा उचंबळू लागाव्यात, त्याप्रमाणे तो विराट सेनासागर हलू लागला. मदोन्मत्त हत्तींचे कर्णकर्कश चीत्कार, अश्वांच्या खिंकाळ्या, रथांचे खडखडाट आणि सैनिकांचे जयघोष एकमेकांत मिसळून गेले.

कांपिल्य...! बलाढ्य द्रुपद राजाच्या पांचाल देशाची राजधानी कांपिल्य! पूर्वेला गोमती, उत्तरेला हिमालय आणि दक्षिणेला चर्मण्वती असं नैसर्गिक संरक्षण लाभलेला पांचाल देश गंगेमुळे दुभागला गेला आहे. गंगेपलीकडील हिमालयाच्या बाजूचा उत्तर पांचाल सध्या कुरूंच्याच आधिपत्याखाली आहे आणि दक्षिण पांचाल देशाची पश्चिम सीमा कुरुजांगलांच्या सीमेला लागूनच आहे. परंतु कांपिल्यनगरीचे सोमक कधीच एकटे नसतात. कृती, तुर्वसु, सृंजय आणि केसीन हे त्यांचे चारही बंधुजन त्यांना मदत करायला केव्हाही सिद्धच असतात. म्हणूनच तर त्यांना पांचाल म्हटलं जातं.

आज कित्येक दिवसांनी कर्ण पुन्हा कांपिल्यनगरीवर चालून जाणार होता. आता गाठ केवळ द्रुपद राजाशी नव्हती, तर त्याचा पराक्रमी पुत्र धृष्टद्युम्न याच्याशीही होती. द्यूतसभेत द्रौपदीचा अपमान करणाऱ्या कर्ण नामक सूतपुत्राला तो सहजपणे करभार देईल आणि त्याचं अधिपत्य मान्य करील, असं वाटत नव्हतं.

झालंही तसंच. कर्णानं पाठवलेला करभार पोचता करण्याचा संदेश साफ धुडकावून लावून धृष्टद्युम्न पिता द्रुपद, त्याचा काका सत्यजित, बंधू शिखंडी आणि युधामन्यू, उत्तमौजा इत्यादी अनेक पांचाल वीरांसह कर्णाच्या मार्गात पहाडासारखा उभा राहिला. कर्णाच्या आक्रमणाचं वृत्त कळताच सोमकांचे इतर बंधू कृती, तुर्वसु, सृंजय आणि केसीन हे सारे पांचाल धृष्टद्युम्नाच्या मदतीला धावून आले.

सतत आठ दिवस युद्ध चाललं. सहस्त्रावधी सैनिक ठार झाले. रक्ताचे पाट वाहून गंगेचं पाणी लाल झालं. कोणीही मागे हटलं नाही. परंतु कर्णाच्या अमोघ शरसंधानापुढे धृष्टद्युम्नाचं शस्त्रकौशल्य उणं पडलं. निःशस्त्र होऊन तो कर्णापुढे उभा राहिला. पराभूत झालेल्या राजपुत्राला अपमानित न करता कर्णराजानं कांपिल्यनगरीला परत पाठवलं आणि करभार घेऊन कोसल या महाजनपदात प्रवेश करण्यासाठी तातडीनं गंगा ओलांडून पुढे गोमतीच्या दिशेनं प्रस्थान ठेवलं.

द्रोणाचार्यांनी आपल्याकडे घेतल्यापासून कुरूंच्याच राज्यात समाविष्ट असलेल्या उत्तर पांचाल देशातून मार्गक्रमण करताना वाटेत येणाऱ्या यक्ष, किन्नर, गंधर्व, कालकूट, मल्ल इत्यादी लहानमोठ्या जनपदांवर आणि इतर काही राक्षस जमातींवर विजय मिळवून आणि त्यांच्याकडून करभार स्वीकारून कर्णराजाची दिग्विजयी सेना गोमती नदी उतरून दक्षिण कोसल या महाजनपदाची राजधानी कुशवती ऊर्फ अयोध्येकडे सरकू लागली. आठ दिवसांच्या कठीण संघर्षानंतर का असेना, कांपिल्यनगरीवर मिळालेल्या विजयानं सेनेचा आत्मविश्वास वाढला होता. आता

संघर्ष होता तो कोसलनरेश राजा दीर्घयज्ञ याचा पुत्र बृहद्बल याच्याशी !

कोसल या विराट महाजनपदाचे शरयू नदीमुळे उत्तर कोसल आणि दक्षिण कोसल असे दोन भाग झाले आहेत. कुशवती ही दक्षिण कोसल या प्रांताची राजधानी आहे, तर श्रावस्ती ही उत्तर कोसल देशाची. कोसल या महाजनपदाचा विस्तार पाहूनच राजा युवनाश्व याचा पुत्र श्रावस्त यानं कोसल देशाचे दोन भाग केले आणि श्रावस्ती ही नगरी वसवली.

पाठीमागे नगाधिराज हिमालय असल्यामुळे उत्तर आर्यावर्तात नद्या खूप आणि त्यामुळेच अरण्येही खूप. एक नदी उतरून पुढे जावं, तोवर दुसरी नदी पुढ्यात येते. प्राचीन अयोध्यानगरी शरयूकाठीच वसली आहे. रामाचा पुत्र कुश याच्यामुळे तिला कुशवती हे नवं नाव प्राप्त झालं आहे. सध्या त्याचाच वंशज राजा बृहद्बल कोसल देशावर राज्य करतो आहे.

आपल्या पूर्व दिग्विजयाच्या वेळी भीमानं त्याच्याशी बराच स्नेह संपादन केला आहे. त्यामुळे सध्या तरी तो पांडवांच्या पक्षातच आहे. तेव्हा शक्य असेल तर त्याच्याशी मैत्री जोडणं गरजेचं आहे. आपला पराक्रमी पुत्र क्षेमदर्शी याच्यासह बृहद्बल कर्णासमोर उभा राहिला. परंतु निकराचा लढा देऊनही कुरूंच्या विराट सेनासागरापुढे त्याचं सेनाबल टिकाव धरू शकलं नाही. फार रक्त न सांडता अयोध्या हस्तगत झाली. राजा बृहद्बल याला हस्तिनापूरच्या कुरूंचं प्रभुत्व स्वीकारायला लावून आणि त्याच्याकडून आलेला करभार घेऊन कर्ण शरयू नदी ओलांडून उत्तर कोसल देशात शिरला.

राजा बृहद्बल यानं कुरूंचं प्रभुत्व मान्य केलं असल्यानं, उत्तर कोसल देशाची राजधानी श्रावस्तीवर हल्ला करण्याची गरजच नव्हती. कर्णाचं लक्ष आता विदेह देशाची राजधानी मिथिला नगरीवर खिळलं. विदेह देशावर सध्या राजा बहुलाश्व याचा पुत्र कृती हा राज्य करतो. गुप्तचरांनी आणलेल्या वार्तेनुसार तो कुरुसेनेच्या पासंगालाही पुरणार नव्हता. इरावती ओलांडून कर्ण मिथिला नगरीवर चालून गेला. अपेक्षित तेच घडलं. कर्णापुढे राजा कृती याचंही सामर्थ्य उणं पडलं.

आता अधिक उसंत न घेता कर्ण सरळ हिमालयाकडे निघाला. मार्गशीर्ष महिन्याची थंडी अंग फोडत होती. तरीही हिमालयाचं रूप मनाला मोहवत होतं. दूरवरून दिसणारी हिमशिखरं चांदीचा वर्ख लावल्याप्रमाणे मनोहर दिसत होती. हिमालयाच्या कुशीत वसलेला कुंतल देश पादाक्रांत करून कर्णानं गंडकी नदी ओलांडली. गंडकीच्या पूर्वकिनाऱ्यावरील राजा विशाल याच्या वैशाली या नगरीसह त्यानं कपिलवस्तूचा पाडाव केला आणि करतोया नदी ओलांडून तो कामरूप देशाच्या सीमेवर येऊन उभा राहिला. नरकासुराचा पुत्र किरातांचा राजा भगदत्त हा पांडूराजाचा जवळचा मित्र. तेव्हा तो विरोध करील ही अटकळ कर्णानं बांधलेली

होतीच. अपेक्षेप्रमाणे आपली विराट गजसेना सोबत घेऊन पितगौर वर्णाचा विशालकाय राजा भगदत्त कर्णाला सामोरा आला. गजसेनेला गजसेना भिडली. स्वतः भगदत्त आपल्या सुप्रतीक या प्रख्यात विशालकाय हत्तीवर स्वार होऊन धनुष्य-बाणांच्या साहाय्यानं युद्ध करत होता. कर्णानं ऐकलं ते खरंच होतं तर ! भगदत्तानं कपाळावर कापडी पट्टी बांधलेली होती. वृद्धत्वामुळे त्याच्या कपाळावरील कातडी पापण्यांवर आली होती आणि त्यामुळे पापण्या जड होऊन त्याला समोरचं सारंच अस्पष्ट होऊन जाई.

'अंगराज, भगदत्ताच्या कपाळावरची पट्टी छेदून त्याला आंधळा कर.' युद्धाच्या ऐन धुमाळीत कुणीतरी कर्णाला सांगत होतं... खरंच ! ती कापडी पट्टी छेदून भगदत्ताला आंधळं करणं कर्णाला सहज शक्य होतं. आणि तसं झालं असतं तर ते घनघोर युद्ध त्याच क्षणी थांबलं असतं. परंतु कर्णाच्या मनाला तो विचार स्पर्शही करू शकत नव्हता !

'' नाही ! कर्ण अधर्मयुद्ध करत नाही !'' निर्धारानं कर्ण म्हणाला आणि पुन्हा त्याच एकाग्रतेनं शरसंधान करू लागला.

भगदत्ताचा पुत्र वज्रदत्त हाही पित्यासारखाच पराक्रमी होता. स्वतः कर्ण भगदत्ताशी लढत होता तेव्हा शत्रुंजय वज्रदत्ताला अडवण्यासाठी पुढे सरसावला. विषारी बाणांचा वापर करण्यात कुशल असलेल्या किरात योद्ध्यांना ती संधी मिळण्याच्या आत कार्यभार उरकणं आवश्यक होतं. कर्णानं आता भगदत्ताऐवजी त्याच्या सुप्रतीक हत्तीला लक्ष्य बनवलं. आतापर्यंत आपल्या अजस्र पायांखाली कुरुसैन्य तुडवत पुढे पुढे येत असलेला तो विशालकाय गजराज जागोजाग बाण लागल्यानं पिसाळल्यासारखा झाला आणि उलट वळून आपलंच सैन्य पायाखाली तुडवत निघाला. भगदत्ताला खाली उडी टाकण्याखेरीज दुसरा पर्याय उरला नाही. किरातांचा राजा भगदत्त शरीराप्रमाणेच मनानंही तेवढाच मोठा होता. कर्णाचा पराक्रम पाहून संतुष्ट झालेल्या भगदत्तानं त्याला प्रेमालिंगन दिलं. कर्णानं भगदत्तासह प्राग्ज्योतिषपुरात प्रवेश केला. कामरूप देशातील उत्तम हस्तिदंत आणि विपुल रत्नमाणकं भेट देऊन भगदत्तानं कर्णाचा सन्मान केला.

राजा भगदत्ताचं आतिथ्य स्वीकारून प्राग्ज्योतिषपुराबाहेर पडताना वंगदेशाचं आव्हान कर्णासमोर उभं होतं. आता पुन्हा एकदा करतोया नदी ओलांडावी लागणार होती. पण ताम्रलिप्तीजवळ तो प्रयत्न केला तर पैलतीर गाठणं कठीण झालं असतं. कारण वंगदेशाचे योद्धे नावांनी युद्ध करण्यात कुशल आहेत हे कर्णाला चांगलं माहीत होतं. तेव्हा वाटेत असलेलं त्रिपूर हे लहानसं राज्य जिंकून घेतल्यानंतर जिथून कामरूप देशात प्रवेश केला, तिथूनच करतोया नदी ओलांडून कर्ण वंगदेशाची राजधानी ताम्रलिप्तीवर चालून गेला. तेथील राजा समुद्रसेनाला पराभूत करून तो

त्याच पावली कलिंग देशाकडे वळला. कलिंग देशाची राजधानी राजपुरावर चालून जाण्याची गरजच पडली नाही.

दुर्योधनाचा सखा कर्ण दिग्विजयी मोहिमेवर निघाला असून, तो आपल्या राज्याच्या सीमेपर्यंत, अगदी महानदीच्या पैलतीरापर्यंत येऊन पोचला आहे, हे वृत्त कळताच स्वतः महाराज चित्रांगद आणि युवराज श्रुतायू मौल्यवान रत्नांची आणि मोत्यांच्या माळांची भेट घेऊन त्याच्या भेटीला आले. कर्णाला राजपुरातील आतिथ्याचा स्वीकार करावाच लागला. या निमित्तानं वृषालीचे माता-पिता आणि बंधू-भगिनींचीही भेट झाली.

कलिंग देश सोडून मगध देशाकडे वळण्यापूर्वी कर्णानं महाबलवान म्हणून प्रख्यात असलेला पुण्ड्रवर्धन नगरीचा राजा पौण्ड्रक याला कौरवांचं स्वामित्व स्वीकारायला भाग पाडलं. कृष्णाचा वैरी असलेल्या राजा पौण्ड्रकानं कर्णाला फार विरोध केलाच नाही. कदाचित कृष्ण हा पांडवांचा सखा, तेव्हा दुर्योधनाला विरोध न करणं हेच उत्तम; असा विचार त्यानं केला असावा.

परंतु मगध देशाचा राजा जरासंधाचा पुत्र सहदेव हा मात्र प्राणपणानं झुंज देणार यात शंकाच नाही. जरासंधाला ठार करण्यापूर्वी कृष्णानंच त्याला भीम आणि अर्जुन यांच्या साक्षीनं राज्याभिषेक केला आहे. त्यामुळे तोही सध्या युधिष्ठिराचा हितचिंतक होऊन बसला आहे.

तसं पाहता पांचाल देशातले सोमक आणि सृंजय काय किंवा गिरिव्रज नगरीचे मागध काय, यांचे पूर्वज एकच आहेत. कुरूंचा राजा वसू याच्या बृहद्रथ, प्रत्याग्रह, कुसुंब, ललित्य आणि मरुत या पाच पुत्रांनीच स्वपराक्रमाच्या बळावर मगध, चेदी, कौशांबी, करुष आणि मत्स्य ही राज्यं निर्मिली आहेत; परंतु तेच आता एकमेकांचे पक्के वैरी होऊन बसले आहेत.

शोण नदीकाठी वसलेल्या गिरिव्रज नगरीला सुवर्णगिरी, शुभचैत्यक, विपुलगिरी आणि वराहगिरी या पर्वतरांगांचं नैसर्गिक कोंदण लाभलं आहे. राहिलंच तर मगधाची अंगदेशाकडील उत्तर बाजू गंगा नदीमुळे सुरक्षित आहे. शेजारीच गिधाडाच्या चोचीसारखे सुळके असलेला दुर्लंघ्य असा गृध्रकूट पर्वत आहे. मगधांचं चतुरंग दलही तेवढंच बलिष्ठ आहे. पण अंगराज कर्णाचा आत्मविश्वासही तेवढाच दुर्दम्य आहे.

महेंद्र पर्वताला वळसा घालून कर्ण मगध देशाकडे निघाला. गिरिव्रज नगरीच्या पश्चिमेला असलेला सुवर्णगिरी पर्वत ओलांडून त्यानं सहदेवावर चढाई केली. राजा सहदेव त्याचा पुत्र मेघसंधी याच्यासह कर्णाला तोंड द्यायला उभा ठाकला; परंतु सात दिवसांची अथक झुंज दिल्यानंतर त्यालाही अंगराजाचं प्रभुत्व स्वीकारावंच लागलं. सहदेवाला जरासंधाची आणि कर्णराजाची मैत्री आठवली. सामोपचाराची बोलणी

झाल्यानंतर विपुल धनसंपत्तीची भेट देऊन सहदेवानं कर्णराजाला निरोप दिला.

इथून पुढचं आक्रमण व्हायचं होतं ते दाशार्ण देशाची राजधानी विदिशेवर. द्रुपदाचा व्याही राजा हिरण्यवर्मा कर्णाचं प्रभुत्व स्वीकारण्याची शक्यता नव्हतीच. परंतु विदिशेकडे वळण्यापूर्वी अंगदेशात चंपानगरीला जाऊन यायला पाहिजेच होतं. आपल्या मालिनीनगरीला भेट दिल्यानंतर कर्णानं चंपानगरीकडे प्रस्थान ठेवलं. अंगदेश जवळ आल्यावर सेनेच्या मार्गक्रमणाचा वेग थोडा मंदावला. इथं पुन्हा एकदा सर्व सेनेसह गंगा नदी ओलांडावी लागली. परंतु आपल्या प्रिय चंपानगरीला भेट द्यायची तर तो खटाटोप करणं आवश्यकच होतं. आपल्या चंपानगरीत दोन दिवसांची विश्रांती घेऊनच कर्ण पुढे पाऊल उचलणार होता.

५०.

संपूर्ण चंपानगरी कर्णराजाचं स्वागत करण्यासाठी लोटली होती. आज अंगदेशाचा राजा दिग्विजयी वीर म्हणून चंपानगरीत आला होता. कुरुयुवराजानं दिलेलं चार अक्षौहिणी सेनाबल त्याच्या पाठीशी होतं. असा महारथी वीर आपल्या देशाला राजा म्हणून लाभला हे आपलं भाग्यच म्हणायला हवं. आपल्या राजाच्या दिग्विजयी सेनेसाठी पौरजनांनी भरपूर मद्य आणि मांसाहाराची व्यवस्था करून ठेवली होती.

सारखी वाटचाल आणि युद्ध करून थकलेली विराट सेना गंगेकाठी उभारण्यात आलेल्या विशाल शिबिरांमधून विसावली. गंगेच्या गार पाण्यात मनसोक्त आंघोळ करताना सैनिकांचा शीणभाग पार निघून गेला. उल्हसित मनानं कडाडलेल्या भुका पोटात घेऊन ते सुग्रास अन्नावर तुटून पडले.

गाडे भरभरून धनसंपत्ती हस्तिनापूरला पाठवली जात होती. दिवसा दोन दिवसाआड दुर्योधनाचे विश्वासू गुप्तचर कर्णाला भेटून जात होते. कर्ण मनोमन आपल्या मोहिमेचा आढावा घेत होता. हस्तिनापूरहून निघताना ठरवल्याप्रमाणे त्यानं काही मित्र मिळवले होते, काहींची मनं वळवण्याचा प्रयत्न केला होता, तर काहींना शस्त्रबळावर कुरूंचं प्रभुत्व मान्य करायला भाग पाडलं होतं.

चंपानगरीत चार दिवसांची विश्रांती घेतल्यानंतर वाटेत असलेलं काशीराज्य पादाक्रांत करून कर्ण विदिशेवर कोसळला. हिरण्यवर्मा युद्धासाठी उभा राहील ही अपेक्षा होतीच; परंतु शेवटी त्याला शरणागती पत्करावी लागली. किकाट, करुष, उत्कल, ओड्र, वत्स ही छोटी छोटी गणराज्येही सहज शरण आली. वत्स देशाची राजधानी कौशांबी सोडल्यानंतर कर्णानं विदर्भ देशावर आक्रमण घोषित केलं. पयोष्णीच्या तीरावरील कुंडीनपूरपर्यंतचा प्रवास हा तसं पाहता बराच मोठा असूनही

एका पाठोपाठ मिळत गेलेल्या विजयांमुळे उल्हसित झालेल्या सैनिकांनी तो अल्पावधीतच पूर्ण केला.

विंध्य पर्वताला वळसा घालून कर्णाचं सैन्य कुंडीनपुराकडे सरकू लागताच गुप्तचरांनी आणलेल्या वार्तेप्रमाणे भोजकोट नगरीचा राजा रुक्मी कर्णावर चालून आला. राजा भीमकावर हल्ला करण्यापूर्वी रुक्मी ही आगळीक करील, ही अटकळ कर्णाला होतीच. कुंडीनपुरावरील आक्रमण हे रुक्मीनं आपल्यावरील आक्रमण मानावं, यात चुकीचं काहीच नव्हतं. रुक्मिणीहरण प्रसंगी रुक्मिणीला परत आणल्याशिवाय कुंडीनपुरात प्रवेश करणार नाही, अशी प्रतिज्ञा करून बाहेर पडलेला रुक्मी रुक्मिणीला परत आणू शकला नाही. कृष्णाच्या हातून पराभूत होऊन अत्यंत अपमानास्पद परिस्थितीत त्याला परतावं लागलं होतं. परंतु प्रतिज्ञा केल्याप्रमाणे त्यानं त्यानंतर कुंडीनपुरात प्रवेश केला नाही. पयोष्णीच्या अलीकडे ही भोजकोट नगरी वसवून तिथंच तो राहिला.

दोन्ही सेना समोरासमोर येताच तुंबळ युद्ध सुरू झालं. रथाला रथ, हत्तीला हत्ती भिडले. दोन्ही बाजूंचे शतावधी सैनिक रणभूमीवर कोसळू लागले. बाणांचा खच पडला. हत्ती-घोड्यांच्या प्रेतांनी रणभूमी झाकून गेली; परंतु रुक्मी मागे हटला नाही.

रुक्मीला आपल्या बाहुबळाचा फार अभिमान आहे. जरासंधाला जीवदान देणाऱ्या कर्णाला धूळ चारण्याची आयती संधी चालून आलेली पाहून त्याचे बाहू फुरफुरत होतेच. कर्णाला त्यानं सरळ द्वंद्वयुद्धाचं आव्हान दिलं. आणखी सैन्याचा विनाश नको म्हणून कर्णानंही ते आव्हान तत्काळ स्वीकारलं. दोन्ही तुल्यबळ योद्धे उपाशी लांडग्यांसारखे एकमेकांवर तुटून पडले. जवळ असलेले सर्व बाण व इतर सर्व शस्त्रास्त्रे संपली तरीही युद्ध थांबलं नाही. आता रथांवरून खाली उतरून त्यांनी एकमेकांविरुद्ध दंड थोपटले. भीषण द्वंद्व सुरू झालं. महाबलवान, तुल्यबळ रुक्मी तेवढ्याच समर्थपणे कर्णाशी झुंज देऊ लागला. परंतु शेवटी कर्णाच्या बाहुकंटक डावापुढे त्याचं सामर्थ्य उणं पडलं. रुक्मीला पराभव स्वीकारावा लागला. भोजकोट पडलं. कुंडीनपूर नगरीचा राजा भीमक आणि रुक्मी यांनी कर्णाला सामोपचारानं विपुल धनसंपत्तीसह निरोप दिला.

विदर्भ सोडताना कर्ण आर्यावर्त आणि दक्षिणापथ यांच्या सीमेवर उभा होता. इथून पुढे पश्चिम समुद्राकडे गेलं तर वाटेत मल्ल, अश्मक, दण्डक, कुंतल, राष्ट्रीक, आभीर, मरहट्ट इत्यादी अनेक जनपदे आहेत. पश्चिम समुद्रतटावर परान्त आणि त्याच्याही पुढे थेट दक्षिण समुद्रापर्यंत अपरान्त देश पसरला आहे. आचार्य परशुराम यांनी म्हणे अनेक वर्षे पश्चिम समुद्रालगत असलेल्या परान्त देशात निवास केला होता आणि तिथूनच ते पुढे महेन्द्र पर्वतावर गेले. तिथं असलेली मंदारपट्टण, शूर्पारक, भरुकच्छ इत्यादी गावे समुद्रव्यापारासाठी आणि सागरसंपत्तीसाठी

प्रसिद्ध आहेत. आनर्त देशात कृष्णानं आपलं राज्य स्थापन केल्यापासून त्यांनाही द्वारकेइतकंच महत्त्व प्राप्त झालं आहे; परंतु त्यांच्यावर हल्ला करायची गरज नाही.

थेट दक्षिणेला चेर, चोल, पांड्य इत्यादी द्रविड गणराज्ये आहेत. अतिदक्षिणेकडे मूषक या नावाचा कृष्णवर्णीय लोकांचा प्रदेश आहे. आर्यावर्तातील राज्यांशी आणि हस्तिनापूरशी त्यांचा क्वचितच संबंध येतो. एरवी मार्गात असलेली घनदाट अरण्ये तुडवत इतक्या दूर जाऊन त्यांच्यावर चढाई करायची तशी काहीच गरज नाही.

विंध्य आणि निषाद पर्वतरांगांमधून मार्ग काढत कर्ण पुढे निघाला. वाटेत असलेल्या तुंडिकेर, निषाद आदी गणराज्यांवर प्रभुत्व प्रस्थापित करून कर्णानं सुकुमार आणि सुमित्र या बंधुद्वयाच्या पुलिंद नगरीवर हल्ला चढवला. आपल्या दिग्विजयी मोहिमेत भीमानं त्या दोघांचा पराभव केला होता. त्यामुळे पुलिंद नगरी सोडण्यापूर्वी शक्य झालं तर त्या दोघा भावांचा स्नेह संपादन करणं आवश्यक होतं. ठरल्याप्रमाणे आपलं ईप्सित साध्य करून कर्ण पुढे निघाला.

आपल्या दिग्विजयी मोहिमेच्या वेळी पांडवांनी अनेक राजांचं ओढवून घेतलेलं शत्रुत्व कर्णाच्या पथ्यावरच पडलं. त्या दोघा बंधूंचा आणि निषाद प्रदेशातील निषादांचा राजा युवनाश्व याचा पराभव करून तो दक्षिण मालव प्रांतातील अनूप देशात शिरला. नर्मदेच्या विस्तीर्ण पात्राकाठी वसलेल्या माहिष्मती नगरीचा शूर आणि स्वाभिमानी राजा नील यानं सूतपुत्र कर्णाला मुकाट्यानं सीमेवरून निघून जायला सांगितलं. परंतु कर्ण तसा जाणार नव्हताच. तेव्हा त्याला धडा शिकवण्यासाठी राजा नील सर्व शक्तीनिशी उभा राहिला. परंतु कर्णानं त्यालाही पराभव मान्य करायला भाग पाडलं. त्यानंतर त्याच्याशी मैत्री संपादन करून कर्णानं वेत्रवती नदी ओलांडली आणि चेदी देशाची राजधानी शुक्तिमतीवर हल्ला चढवला.

चेदी देशाचा राजा धृष्टकेतू हाही सध्या पांडवांचा हितचिंतक होऊन बसला आहे. शिशुपालाचा शिरच्छेद केल्यानंतर कृष्णानंच त्याला चेदी देशाचा राज्याभिषेक केला आहे. त्यानंतर त्याची बहीण करेणुमती हिच्याशी नकुलाचा विवाह झाल्यापासून तो पांडवांचा सोयराच झाला आहे. तेव्हा त्याला पराभूत केल्याशिवाय पुढे जाणं अशक्यच होतं. धृष्टकेतूचा पराभव केल्यानंतर कर्ण जवळपास मथुरेजवळ येऊन पोचला. चर्मण्वती, अश्व या नद्या ओलांडून त्याने सात्वत, मार्तिकावत हे देश पादाक्रांत केले आणि कुंतीचा पिता भोजपूर नगरीचा राजा कुंतिभोज आणि त्याचा पराक्रमी पुत्र पुरुजित यांच्यावर हल्ला चढवला. वृद्ध राजा कुंतिभोज आपला भाऊ अंशुमान आणि पुरुजित यांच्यासह युद्धाला उभा राहिला खरा; परंतु कर्णाला पराभूत करणं त्याला शक्य झालं नाही.

मथुरेवर चढाई करायची आवश्यकताच पडली नाही. इतकं ते राज्य सध्या दुर्बल झालेलं आहे. कंसाच्या हत्येनंतर जरासंधाच्या सततच्या हल्ल्यांना कंटाळून

कृष्णानं मथुरा सोडली तेव्हापासून कंसाचा वृद्ध पिता उग्रसेन मथुरेचं राज्य सांभाळतो आहे. उग्रसेनावर चालून जाणं म्हणजे अप्रत्यक्षपणे कृष्णाचा अनादर करणं ठरणार होतं. तेव्हा ते करण्याऐवजी भोजराजाकडून आलेला करभार स्वीकारून कर्ण मत्स्य देशाची राजधानी विराटनगरीवर चालून गेला.

मत्स्यदेशापलीकडे असलेल्या राजा सुशर्म्याच्या त्रिगर्त देशावर आक्रमण करण्याची गरजच नाही. सुशर्मा दुर्योधनाचा म्हणजे कर्णाचा मित्रच आहे. राजा विराटाचा मेहुणा कीचक आपल्या बंधूंसह कर्णाला प्रतिकार करण्यासाठी उभा राहिला. राजा विराट हाही आपले महारथी बंधू शतानिक, मदिराक्ष आणि पराक्रमी पुत्र श्वेत, शंख आणि उत्तर यांच्यासह त्याच्या मदतीला आला. घनघोर शरयुद्धानंतर कीचकानं कर्णाला मल्लयुद्धाचं आव्हान दिलं. परंतु त्यातही कीचकाला धूळ चारून कर्णानं अवंतीवर चाल केली.

कर्ण नावाचा झंझावात संपूर्ण आर्यावर्तभर घोंगावत होता. स्वतःला क्षत्रिय म्हणवून घेणाऱ्या कित्येक अहंमन्य राजांना एका सूतपुत्रापुढे वाकावं लागत होतं. त्याचं प्रभुत्व स्वीकारावं लागत होतं.

अवंती या गणराज्यावर विंद आणि अनुविंद या दोघा भावांची सत्ता आहे. पांडवांच्या दक्षिण दिग्विजयाच्या वेळी सहदेवानं त्या दोघांना पराभूत केलं होतं. त्यांच्या मनातला तो सल लक्षात ठेवून कर्णानं त्यांच्याशी मैत्री जोडायचं ठरवलं. विंद आणि अनुविंद जिवावर उदार होऊन कर्णाला सामोरे आले; परंतु दोघेही एकापाठोपाठ घायाळ होऊन पराभूत झाले. त्या दोघा भावांची मैत्री संपादन करून कर्ण पुढे निघाला.

मालव गणातील भद्र, अग्रेय इत्यादी छोटी छोटी गणराज्ये सहज पादाक्रांत करून आणि ठरल्याप्रमाणे कृष्णाचा आनर्त देश टाळून कर्ण सिंधुसौवीर देशांकडे निघाला. सिंधू नदीपलीकडे असलेल्या त्या देशांवर चालून जायचं तर आधी विस्तीर्ण वाळवंट तुडवायचं आव्हान स्वीकारावं लागतं. त्यातही एवढ्या प्रचंड सैन्यासह ते आव्हान स्वीकारायचं म्हणजे मोठंच धाडस. कित्येक योजनं चालून गेलं तरी पाणीसुद्धा मिळत नाही. वाळवंटातल्या कडाक्याच्या थंडीला आणि वादळांना तोंड द्यावं लागतं ते वेगळंच. परंतु कर्णाचा आत्मविश्वास आता पुरता दुणावला आहे. आज तो अशी कित्येक वाळवंटंच काय पण उभा हिमालयसुद्धा सहज ओलांडून जाईल.

तिकडे शतावधी योजनं चालून आलेल्या कर्णाचं आणि त्याच्यासोबत असलेल्या दुर्योधनाच्या सेनेचं स्वागत करण्यासाठी सिंधुदेशाचा राजा जयद्रथ कधीपासून सिद्ध आहे. प्रदीर्घ प्रवास करून थकलेली विराट सेना पुन्हा एकदा सिंधू नदीच्या विस्तीर्ण तटावर विसावली. सिंधुराजाचं आतिथ्य स्वीकारताना मद्रदेशावर कसं चालून जायचं

याचा विचार कर्ण करत होता. मद्रदेशाचा राजा शल्य याला पराभूत केल्याशिवाय ही दिग्विजयी मोहीम पूर्ण होणार नव्हतीच.

पंचनद प्रदेशात इरावती आणि चंद्रभागा या दोन नद्यांच्या मध्ये शल्याचा मद्रदेश आहे. शल्याच्या बलाढ्य राजधानीवर- शाकालपट्टणवर- हल्ला करायचा तर सरस्वती, शतद्रू , इरावती अशा अनेक नद्या आणि बाल्हिक, शिबी, शाल्व, त्रिगर्त, यौधेय, वातधान, पौरव, अभिसार, अंबष्ठ अशी कितीतरी राज्ये आणि जनपदे पायाखाली तुडवावी लागणार आहेत.

मद्रदेशाच्या पलीकडे केकयदेश आहे. तिथं राज्य करणारे केकय बंधू बऱ्याच दिवसांपासून आपसात भांडत आहेत. विशोकासह पाच केकय राजपुत्र आताच युधिष्ठिराला जाऊन मिळाले आहेत. परंतु धृष्टकेतू आणि त्याला पाठबळ देणारे त्याचे इतर पाच भाऊ दुर्योधनाचे हितचिंतक आहेत.

एकदा शल्याचा पराभव झाला तर त्याच्या भोवतालच्या शक, वृक, सशक, यवन, वैय्यामक, कांबोज, उलूक, बर्बर, उत्तर कुरू, पारसिक, उरग, आहुक, दरद, पल्लव, शारद, तुषार, खस, शूद्रक इत्यादी अनेक लहान लहान जमातींवरही सहजच विजय मिळवता येईल. तसंच पुढे शारद देशाला वळसा घालून हिमालय प्रदेशातील तांगण, परातांगण, हूण, कुलिंद, उशिनर इत्यादी जनपदे पादाक्रांत करून सहजच कुरुक्षेत्र प्रदेशात शिरता येईल. एकदा कुरुक्षेत्रात पोचलो म्हणजे सरस्वती आणि दृषद्वती ओलांडली की हस्तिनापूर दृष्टिपथात येतं...

विचारपूर्वक डावपेच आखून कर्णानं मद्रदेशावर आक्रमण घोषित केलं. वाटेत आलेल्या बाल्हिक देशाचा राजा सोमदत्त आणि त्याची मुलं भूरी, भूरिश्रवा हे सारे दुर्योधनाचे हितचिंतकच आहेत. तसं पाहिलं तर बाल्हिक हे कुरूच आहेत. दुर्योधनाचा पूर्वज राजा प्रतीप याचा मुलगा बाल्हिक यानंच हे राज्य संपादन केलं आहे. तेव्हापासून बाल्हिकांशी असलेले कुरूंचे स्नेहसंबंध आजही टिकून आहेत.

राजा सोमदत्ताचा आशीर्वाद आणि भूरी, भूरिश्रवा या दोघा भावांची स्नेहभेट घेऊन कर्ण पुढे निघाला. मार्गात शाल्व, शिबी या देशांकडून आलेला करभार स्वीकारून आणि त्रिगर्त देशाची सीमा ओलांडून तो शतद्रू नदीपर्यंत पोचला. शतद्रूच्या दोन्ही काठांवर राज्य करणारी यौधेय, वातधान ही लहान जनपदे त्याला विरोध करू शकली नाहीत. यौधेय, वातधान या मुळात आयुधजीवी क्षत्रिय जमाती आहेत. परंतु कौरवसेनेच्या विराट सामर्थ्यापुढे त्यांचं बळ अगदीच नगण्य ठरलं.

इरावतीच्या दक्षिण काठावर राहणाऱ्या अंबष्ठ जमातीचा राजा श्रुतायू हा मात्र कर्णाशी प्राणपणानं लढला. परंतु त्याच्यासह आणखीही काही जमातींच्या लोकांशी सख्य संपादन करून कर्णानं आपल्या प्रचंड सेनेसह इरावती नदी ओलांडली. आता तो उत्तरेला चंद्रभागेपर्यंत पसरलेल्या मद्रदेशाच्या सीमेवर उभा होता.

नकुल-सहदेव यांचा मामा शल्य याला आपल्या क्षत्रियत्वाचा फार अभिमान आहे. एका सूतपुत्रापुढे तो नमणार नाही. तेव्हा युद्ध हे अटळ आहे. अपेक्षेप्रमाणे कर्णासारख्या एका सारथ्याच्या पोरानं आपल्याला आव्हान द्यावं, हे त्याला रुचलं नाहीच. कर्णानं पाठवलेल्या दूताशी साधा सौजन्यानं बोलायचा उपचारही त्यानं पाळला नाही. एका मंत्र्यानंच त्याच्या राजाचा निरोप दूताला सांगितला. ‘ म्हणे... तुझ्यापेक्षा जन्माने श्रेष्ठ असलेल्या क्षत्रियांना आव्हान देण्याचं औद्धत्य करू नकोस. मरायची इच्छा नसेल तर आलास तसा चालता हो...’

५१.

मद्रराज शल्याकडून आलेला तो संदेश ऐकताच कर्णराजाच्या भिवया संतापानं विस्फारल्या. शल्य ! शत्रूच्या उरात शल्यासारखा सलतो म्हणून शल्य म्हणे ! तू शल्य असशील तर मीही जरासंधासारख्या बलाढ्य वीराला जीवदान देणारा कर्ण आहे... सैन्याला तत्काळ शाकालपट्टण नगरीवर चालून जाण्याचा आदेश देऊन कर्ण स्वतः रथारूढ झाला. राजा शल्य हाही आपली विराट सेना सोबत घेऊन पुत्र रुक्मरथ आणि रुक्मांगद यांच्यासह कर्णावर घसरला.

येथपर्यंतच्या दिग्विजयी मोहिमेत एवढं घोर युद्ध झालं नव्हतं. आपल्या विराट रथदलाच्या अग्रभागी उभ्या असलेल्या अद्वितीय रथातून शल्य कर्णावर बाण टाकत होता. स्वतः उत्कृष्ट अश्वतज्ज्ञ आणि सारथी असलेल्या शल्याचं बलस्थान अश्वदल आणि रथदल हेच असावं, यात नवल ते कोणतं? परंतु पदाती हेच बलस्थान असलेल्या कर्णाची सेना मात्र सर्व दृष्टींनी प्रबळ होती. डोक्यापर्यंत येणारी दीर्घ धनुष्यं जमिनीवर टेकवून भल्ल बाणांनी मारा करण्यात कुशल असलेल्या सहस्रावधी पदातींनी शल्याच्या रथदलाचं आक्रमण जागेवरच रोखलं. वायुवेगानं धावणारे अश्व भल्ल बाणांचे जिव्हारी प्रहार होताच जमिनीवर कोसळू लागले. त्यांच्या प्राणांतिक विव्हळण्यात रणवाद्यांचे कर्णकर्कश आवाज कुठल्याकुठे विरून गेले. कर्णबंधू शत्रुंजयानं रुक्मरथाला पराभूत केलं. कर्णाचा ज्येष्ठ पुत्र वृषसेन यानं रुक्मांगदाला धूळ चारली. रणकुशल शल्य मात्र शेवटपर्यंत कर्णाशी लढत होता. शल्यासारख्या अनुभवी आणि कसलेल्या योद्ध्याशी लढताना कर्णाचीही कसोटी लागली. रणभूमीवर सर्वत्र मोडक्या रथांचा, मेलेल्या हत्ती-घोड्यांचा, विव्हळणाऱ्या सैनिकांचा आणि कित्येक शस्त्रास्त्रांचा खच पडला. आता अधिक विनाश नको म्हणून शल्यानं स्वतःच युद्ध थांबवलं. एका अहंमन्य क्षत्रिय राजाला सूतपुत्र कर्णासमोर शरणागती पत्करावी लागली.

कर्णाची दिग्विजयी मोहीम आज सफल झाली होती. चंद्रभागा ओलांडून केकय देशात पाऊल ठेवायची गरजच पडली नाही. केकय देशाचा राजा धृष्टकेतू यानं आपल्या पाचही भावांसह कर्णराजाशी मैत्री घोषित केली. पांडवांना जाऊन मिळालेले त्याचे विशोकादी इतर पाचही भाऊ पुरेशा सैन्याअभावी कर्णाला विरोध करू शकले नाहीत.

बलाढ्य मद्रराजाचा पराभव झाल्याची वार्ता कळताच वायव्य प्रदेशातील कित्येक जमातींनी कर्णाचं आधिपत्य स्वीकारायला अधिक उशीर केला नाही. शक, वृक, शशक, बर्बर, यवन, उरग, आहुक, दरद, शूद्रक, उलूक आदी जमातींच्या प्रमुखांनी कर्णराजाची भेट घेऊन त्याला आपल्या स्नेहभेटी दृष्टिपूत केल्या. पारसिक जमातीचा राजा सुपार्श्व यानं उत्कृष्ट उंटांचे कळप भेटीदाखल देऊन कर्णराजाचा स्नेह संपादन केला. वायव्य प्रदेशात सोन्याचा व्यापार करणाऱ्या खस जमातीच्या राजानं निरनिराळ्या प्रकारचे उत्कृष्ट सुवर्णालंकार देऊन कर्णराजाची मैत्री संपादन केली. उंटाच्या लोकरीचा व्यापार करणाऱ्या आणि उंटावरून लढण्यातही तेवढ्याच प्रवीण असलेल्या वैय्यामक जमातीचा राजा आणि उलूक देशाचा राजा बृहन्त हेही कर्णाला भेटून गेले. सुदूर वायव्येकडील गांधार देशाची राजधानी पुष्कळावती येथूनही कर्णाला शुभेच्छा प्राप्त झाल्या. शकुनीचे भाऊ अचल, वृषक आणि शतचंद्र कर्णराजाची स्नेहभेट घेऊन गेले.

हिमवंत प्रदेशात राज्य करणारा राजपूर नगरीचा राजा कांबोजनरेश सुदक्षिण, कुलुताधिपती क्षेमधूर्ती, पांडवांचा हितचिंतक आणि दीर्घवेणू तांगण जमातीचा राजा कुलिंदनरेश सुबाहू यांच्याकडून आलेला करभार स्वीकारत, काम्यकवनापलीकडे राहणाऱ्या उशिनर, कालकूट आदी जमातींचे दमन करत आणि शारद, शाल्व हे देश पादाक्रांत करत कर्ण कुरुक्षेत्र प्रदेशात सरस्वती नदीच्या काठी येऊन पोचला.

सरस्वतीच्या पात्रात उभं राहून उगवत्या सूर्याला अर्घ्य देताना कर्णाला कृतकृत्य वाटलं. आयुष्यभर सूतपुत्र सूतपुत्र म्हणून हिणवला गेलेला कर्ण आज समग्र आर्यावर्तावर प्रभुत्व मिळवणारा दिग्विजयी वीर ठरला होता.

आता उत्कंठा लागली आहे ती मित्र दुर्योधनाच्या भेटीची. माता गांधारी आणि महाराज धृतराष्ट्र यांच्या आशीर्वादाची. मातापित्यांच्या दर्शनाची. मित्रांच्या स्नेहभेटीची. कर्णालाच काय आता सर्वांनाच हस्तिनापूरची ओढ लागली आहे. झालंच... कुरुक्षेत्राचा एवढा मैदानी प्रदेश ओलांडला की वाटेत इंद्रप्रस्थ आणि खांडववनाकडे निघालेली यमुना नदी आहे. यमुना म्हणजे आपल्या कुरुराज्याची पश्चिम सीमाच...

कर्णाच्या दिग्विजयाची वार्ता घेऊन हस्तिनापूरकडे गेलेला दूत अर्ध्या वाटेवरून परत आला. स्वतः युवराज दुर्योधन आपल्या बंधूंसह कर्णाच्या स्वागतासाठी निघाला

होता. स्वतः युवराज दुर्योधन आपल्या दिग्विजयी सेनेच्या स्वागतासाठी येतो आहे, हे वृत्त संपूर्ण शिबिरात वाऱ्यासारखं पसरलं. सैनिकांमध्ये नवा उत्साह संचारला. घायाळ सैनिकांच्या जखमा जणू भरून आल्या. अंगराज कर्णाला कडकडून स्नेहालिंगन देताना युवराज दुर्योधनाच्या आनंदाला सीमा राहिली नाही.

हस्तिनापूरच्या कुरुसिंहासनाचा सोनेरी चंद्रध्वज आज संपूर्ण आर्यावर्तात आपल्या सामर्थ्यानं आणि अभिमानानं फडकत होता. हस्तिनापूरच्या राजसभेतील एका वीरानं स्वपराक्रमाच्या बळावर दिग्विजय केला होता आणि आपलं हे अद्वितीय यश त्यानं युवराज दुर्योधनाच्या चरणी अर्पण केलं होतं. कर्णाचा मित्र युवराज दुर्योधन आज संपूर्ण आर्यावर्ताचा अनभिषिक्त सम्राट झाला होता. हे भाग्य काही एकट्या युधिष्ठिराचंच नव्हतं. हस्तिनापूरचा युवराज दुर्योधन हाही त्या भाग्याचा स्वामी झाला होता आणि ते भाग्य त्याला आज कर्णाच्या असामान्य पराक्रमामुळेच प्राप्त झालं होतं. आता ती कुंतीची पोरं दिग्विजयी सम्राटाला युद्धाचं आव्हान द्यायचं धाडस करू शकणार नाहीत... मग तो कपटी कृष्ण कितीही त्यांची पाठराखण करू देत...

कर्णाला कडकडून भेटताना आनंदातिशयानं दुर्योधन म्हणाला, "अंगराज, आर्यावर्तातील कित्येक क्षत्रिय राजे माझे मित्र आहेत. भीष्म, द्रोण यांच्यासारखे महारथी माझ्या पक्षात आहेत. पण आज मला तू जी मदत केली आहेस तशी कोणीच कधी केली नाही. तुझ्या या पराक्रमाला तुलना नाही. अंगराज, माझा खरा मित्र तूच."

सैनिकांच्या जयकारात आणि वाद्यघोषांच्या जल्लोषात कर्णराजानं दुर्योधनासोबत हस्तिनापुरात प्रवेश केला. आज संपूर्ण नगरी कर्णराजाच्या स्वागतासाठी नववधूसारखी सजली होती. रस्तोरस्ती रेखलेल्या रांगोळ्यांवरून मार्गक्रमण करणाऱ्या कर्णराजाच्या रथावर सुवर्णपुष्पांची वृष्टी करण्यात आली.

अंगराजाला आशीर्वाद देताना राजमाता गांधारी, महाराज धृतराष्ट्र यांचे डोळे आनंदानं भरून आले. आपल्या दिग्विजयी पुत्राला उराशी कवटाळून घेताना अधिरथराजाला आणि राधाईला कृतकृत्य कृतकृत्य झालं...

५२.

आपल्या दिग्विजयी मित्राच्या सन्मानाप्रीत्यर्थ युवराजानं मोठाच उत्सव घडवून आणला. संपूर्ण हस्तिनापूर नगरी आनंदोत्सवात डुंबून गेली. युवराज दुर्योधन मित्र कर्णासह भोगविलासात रंगून गेला. युवराज्ञी भानुमती आणि अंगराज्ञी वृषाली यांच्या सुखाला पारावार राहिला नाही. दुर्योधनाच्या महालात रोज रात्री चढत गेल्या तसतशा

गप्पागोष्टी रंगत गेल्या आणि त्योबत वारुणीची नशाही चढत गेली.

नेहमीप्रमाणे रात्री मनसोक्त भोजन झाल्यावर दासीनं द्यूताचा पट अंथरला. भानुमती आणि वृषाली याही खेळ पाहायला येऊन बसल्या. दुर्योधन आणि कर्ण यांचा द्यूताचा डाव रंगला म्हणजे दुर्योधनाची हार ठरलेली असते. पण प्रत्येक वेळी दुर्योधन खरंच हरतो की स्वतःहून हरतो हे कर्णाच्या अजूनही लक्षात आलेलं नाही.

हातात फासे खेळवत दुर्योधन म्हणाला,'' अंगराज, आज मी तुझ्यासाठी तू काय म्हणशील ते हरायला तयार आहे. पण माझं म्हणून जे काही आहे ते तर सारं तुझंच आहे. तेव्हा मी हरणार तरी काय आणि तू जिंकणार तरी काय?''

'' पण मी म्हणतो, द्यूत खेळायचं तर जिंकलंच पाहिजे असं कुठं आहे?'' कर्ण म्हणाला.

'' नाही कसं? त्याशिवाय खेळाला रंगत नाही. पण आज काय डावावर लावावं तेच सुचत नाही.''

खट्याळपणे हसत भानुमती म्हणाली, ''युवराजाला एवढाच प्रश्न पडला असेल मी सांगते. युवराज हरेल ते द्यायची जबाबदारी माझी.''

''एवढी खात्री द्यायला युवराज म्हणजे शकुनी नाही युवराज्ञी. माझ्याशी खेळताना युवराज नेहमी हरतो, हे माहीत आहे ना? तो हरला तर काय देशील ते आताच सांग...'' खळखळत्या झऱ्यासारखं मधुर हसत कर्ण म्हणाला.

आपला चंद्रगौर गोंडस हात गळ्यातल्या रत्नहारावर ठेवत भानुमती म्हणाली, '' युवराज हरला तर हा रत्नहार मी देईन.''

'' मग तुझा रत्नहार गेलाच म्हणून समज... नाही म्हणजे... स्त्रियांना अलंकार फार प्रिय असतात म्हणून म्हटलं.'' भानुमतीची थट्टा करत दुर्योधन म्हणाला.

'' असू दे...'' लटकंच रागावत भानुमती म्हणाली. '' तुझं ते अंगराजाचं आहे, तसं माझं ते वृषालीचं नाही का? हा रत्नहार माझ्यापेक्षा तिलाच अधिक शोभून दिसेल.''

तो सुखसंवाद कौतुकानं पाहत बसलेली वृषाली म्हणाली,'' आता खेळणार आहात की भांडतच बसणार आहात?''

'' युवराज्ञीचा रत्नहार हस्तगत करायची तिच्या सखीला किती घाई झाली आहे ते पाहिलंस का युवराज?'' वृषालीची थट्टा करायची संधी घेत कर्ण म्हणाला.

'' स्त्रियांना अलंकार फार प्रिय असतात असं मी म्हणालो ते मुळीच खोटं नाही. पाहिलंस ना भानुमती?'' रुसलेल्या भानुमतीला अधिकच चिडवत दुर्योधन म्हणाला.

भानुमती चिडलेली पाहून दोघा मित्रांना हसायला निमित्त मिळालं. बराच वेळ ते हसत राहिले.

दुर्योधनाच्या हातातले फासे बळेच काढून घेत भानुमती म्हणाली," दे ते फासे इकडे. मीच टाकते. पण अंगराज, तू काय हरणार आहेस ते नाही सांगितलंस?"

" ते तू वृषालीला विचार..." दुर्योधन म्हणाला.

यावर पुन्हा दोघे जण हसू लागले. शेवटी कर्णच म्हणाला," मी हरलो तर माझ्याकडून काय घ्यायचं ते तूच ठरव. तू मागशील ते मी देईन. पण तू हरलीस तर तो रत्नहार द्यायचा आहे, एवढं लक्षात ठेव." दुर्योधनाकडे पाहत कर्णानं आपलं म्हणणं पूर्ण केलं आणि त्यावर ते दोघे पुन्हा खदखदून हसू लागले.

दुर्योधन आणि कर्ण आपल्या आवडत्या रत्नहारावरून एवढं चिडवत आहेत तर कर्णावरच डाव उलटवायच्या जिद्दीनं भानुमती फासे खुळखुळवू लागली. कर्णानं फासे टाकायचं आव्हान देताच तिनं फासे टाकले आणि काय आश्चर्य... तिनं टाकलेले फासे तिच्यावरच उलटले होते. दान कर्णाच्या बाजूनं पडलं होतं.

" मी जिंकलो ! दे तो रत्नहार..." रत्नहारासाठी हात पुढे करत कर्ण म्हणाला.

क्षणभर गळ्यातला आपला प्रिय रत्नहार जणू अदृश्य झाला आहे असंच भानुमतीला वाटलं. ...परंतु होता, रत्नहार गळ्यातच होता. त्यावर हात ठेवून ती पटकन उठलीच.

" जातेस कुठं? बैस —" असं म्हणत हाताला धरून कर्णानं तिला जागीच बसवून घेतलं आणि मोठमोठ्यानं हसत त्यानं तिच्या गळ्यातल्या रत्नहाराला हात घातला.

कर्णाच्या हातावर आपले दोन्ही हात ठेवून भानुमती त्याला विरोध करू लागली परंतु; कर्णाच्या हातून रत्नहार सोडवून घेणं तिला शक्य झालं नाही. व्हायचं तेच झालं. तो मौल्यवान हार तट्कन तुटला. रत्नं इतस्ततः विखुरली.

आपल्या आवडत्या रत्नहाराची ती दुर्दशा झालेली पाहून भानुमतीला किती वाईट वाटलं असेल या विचारानं इतका वेळ मोठमोठ्यानं हसत असलेला कर्ण गप्पच झाला. त्यानं दुर्योधनाकडे पाहिलं. तो मात्र अजूनही तसाच हसत होता आणि खाली विखुरलेली रत्नं वेचून तळहातावर घेत होता.

" अरे, अरे... युवराज हे रे काय करतो आहेस तू?" आश्चर्यानं कर्ण म्हणाला.

हाती आली तेवढी रत्नं कर्णाच्या ओंजळीत घालत दुर्योधन म्हणाला," रत्नं वेचत होतो. स्त्रिया किती अलंकारप्रिय असतात हे पाहिलंस ना? "

गडबडीनं दुर्योधनाचे हात हाती घेत कर्ण म्हणाला," हे काय युवराज ! तुझे हे हात रत्नांचे ते खडे वेचण्यासाठी नाहीत..."

५३.

अंगराज कर्ण एकामागून एक देश काबीज करत असताना हस्तिनापुरात दुर्योधनाला सम्राटपदाची स्वप्नं पडत होती; परंतु राजसूय यज्ञ केल्याशिवाय सम्राटपदाची द्वाही कशी फिरवणार? आपणही युधिष्ठिरासारखा राजसूय यज्ञ करू शकतो, हेच त्याला दाखवून द्यायचं होतं. कर्ण आणि शकुनी यांनीही त्याच्या विचारांना मनापासून दुजोरा दिला. परंतु राजसूय यज्ञ करण्यात काही अडचणी होत्या. सम्राट म्हणून ज्याची द्वाही फिरली आहे असा महाराजा युधिष्ठिर द्वैतवनात जिवंत होता आणि दुसरी अडचण म्हणजे महाराजा धृतराष्ट्र जिवंत असताना युवराज दुर्योधन राजसूय यज्ञ करून आपल्या सम्राटपदाची द्वाही फिरवू शकत नव्हता. त्यावर काही विद्वानांनी शास्त्रार्थ काढला, की पिता जिवंत असताना युवराजाला राजसूय यज्ञ करता येत नाही हे खरं; परंतु तो वैष्णवयाग करू शकतो.

वैष्णवयागाचा पर्याय सापडल्यानं सर्वांनाच आनंद झाला. द्रोणाचार्य, कृपाचार्य आदी सर्व आचार्यगणांनी यज्ञाच्या पूर्वतयारीसाठी स्वतःला वाहून घेतलं. यज्ञासाठी लागणाऱ्या समिधांचे भारे येऊन पडू लागले. द्वैतवनातून बळी देण्यासाठी लागणाऱ्या पशूंचा आणि तुपाच्या घागरींचा ओघ सुरू झाला. इंद्रप्रस्थ नगरीत युधिष्ठिरानं केला त्यापेक्षाही मोठा यज्ञ हस्तिनापूर नगरीत संपन्न होणार होता.

देशोदेशींच्या राजांना यज्ञाचं निमंत्रण देण्यासाठी दूत पाठवण्यात आले. काही ठिकाणी दुर्योधनानं मुद्दामच आपल्या भावांना पाठवलं. पांडवांचा मामा मद्रदेशाचा राजा शल्य याला निमंत्रण देण्यासाठी दुःशासनाला पाठवण्यात आलं. त्याच वेळी सर्व धावपळीतून वेळ काढून स्वतः दुर्योधन द्वारकेला जाऊन आला. कृष्ण येईल की नाही ही शंका होतीच; पण निदान आपले गुरू बलराम हे तरी यज्ञाला येतीलच, असं त्याला वाटत होतं.

...अजून एक महत्त्वाचं निमंत्रण द्यायचं राहिलं होतं. द्वैतवनात असलेल्या पांडवांना निमंत्रण पाठवल्याशिवाय दुर्योधनानं मांडलेल्या वैष्णवयागाच्या निमंत्रणसूचीला पूर्तता येणार नव्हती. युवराजाच्या इच्छेप्रमाणे एक विशेष दूत द्वैतवनात पाठवण्यात आला.

देशोदेशी गेलेले दूत परत आल्यावर त्या त्या राजानं दिलेले संदेश राजसभेत वाचून दाखवत. ते कधी निघणार, केव्हा पोचणार याची माहिती देत. एके दिवशी द्वैतवनात गेलेला दूत राजसभेत उपस्थित झाला. स्वतः महाराजानं त्याला युधिष्ठिराचं क्षेमकुशल विचारलं आणि यज्ञाला उपस्थित राहण्याबाबत त्याचा काय संदेश आहे याबद्दल पृच्छा केली.

यावर दूत म्हणाला," महाराज, युवराज दुर्योधन वैष्णवयाग करत असल्याबद्दल युधिष्ठिरानं आनंद व्यक्त केला आहे. परंतु वनवासाची तेरा वर्षं पूर्ण झाल्याशिवाय हस्तिनापुरात यायला त्यानं नकार दिला आहे. तो म्हणाला, बंधू दुर्योधन यज्ञ करत आहे ही आनंदाची गोष्ट आहे. त्यासाठी यायला आम्हाला आवडलं असतं; परंतु त्यामुळे वचनभंग होईल. म्हणून महाराजांनी क्षमा करावी..."

" भीम काय म्हणाला?" महाराजानं विचारलं.

" भीम...?" दुर्योधनाकडे पाहत दूत चाचरला.

" सांग- तू दूत आहेस. दिलेला संदेश दूतानं पदरचं काही न घालता किंवा एकही शब्द न गाळता आहे तसा सांगावा, हे तुला माहीत नाही का?" महामंत्री विदुर म्हणाले.

" ...भीम म्हणाला, तेरा वर्षं पूर्ण होताच आम्ही निश्चित परत येऊ. त्या वेळी धर्मराज युधिष्ठिर मोठा रणयज्ञ करणार आहे आणि त्या यज्ञात बलीपशू म्हणून तो पहिली आहुती दुर्योधनाचीच देणार आहे. त्या यज्ञाला मी निश्चित उपस्थित असेन..."

दूतानं सांगितलेला तो संदेश ऐकताच सभेत विषण्ण शांतता पसरली. भीमानं त्याच्या शीघ्रकोपी स्वभावाला शोभून दिसेल असाच संदेश पाठवला होता. अधिक चर्चा न होता राजसभा विसर्जित झाली.

३

५४.

वैष्णवयागाचा दिवस जवळ येऊ लागला. गंगेच्या विस्तीर्ण तीरावर देशोदेशींहून येणाऱ्या राजांसाठी शिबिरं उभारण्यात आली. विविध प्रकारच्या रंगावल्यांनी सजलेले हस्तिनापूरचे राजमार्ग यज्ञासाठी आलेल्या लोकांनी आणि याचकांनी गजबजून गेले. हस्तिनापूरचा आसमंत पुन्हा एकदा यज्ञाच्या धुरानं आणि सोमरसाच्या वासानं कोंदाटून गेला.

दुर्योधन अजून एका निमंत्रिताची वाट पाहत होता. त्याशिवाय कुठलाही यज्ञप्रसाद त्याला रुचकर वाटणार नव्हता. डोळ्यांत प्राण आणून तो सिंधुराज जयद्रथाची आणि भगिनी दुःशलेची प्रतीक्षा करत होता. जयद्रथ स्वयंवरासाठी शाल्वदेशाला गेला असल्याचं वृत्त होतं. स्वयंवर आटोपल्यावर तो परस्पर हस्तिनापूरला येणार होता.

एके दिवशी जयद्रथाऐवजी त्याचा मित्र शिबी राजा सुरथाचा पुत्र कोटीकास्य हस्तिनापुरात आला. दुर्योधनाला एकांतात भेटून त्यानं द्वैतवनात घडलेलं ते वृत्त सांगितलं. " काय सांगू युवराज..." कोटीकास्य म्हणाला." आम्ही शाल्वदेशाहून परत येत होतो. वाटेत द्वैतवनातल्या जलाशयाजवळ त्यांची पर्णकुटी दिसली म्हणून महाराजानंच मला त्यांची विचारपूस करायला पाठवलं. त्या वेळी एकटी द्रौपदीच तेवढी कुटीत होती. पांडव जवळ नाहीत असं पाहून महाराजाही आला आणि त्यानंतर जे घडलं ते कल्पनेपलीकडचं आहे युवराज... मला परत पाठवून महाराजानं द्रौपदीची मनधरणी केली. तिला सिंधुदेशाचं राज्ञीपद देऊ केलं. परंतु काही केलं तरी ती साध्वी त्याला वश झाली नाही. तिचा निग्रह ढळत नाही असं पाहून सिंधुराजानं तिचं अपहरण करण्याचा प्रयत्न केला. तेवढ्यात मृगयेहून परतलेल्या भीमार्जुनानी द्रौपदीनं दिलेल्या हाका ऐकून आमचा पाठलाग सुरू केला. ते दोघं पाठलाग करत

जवळ आले आहेत असं पाहून जयद्रथानं द्रौपदीला सोडून पळ काढला; परंतु भीमानं त्याला सोडलं नाही. त्यातच दुर्दैव असं की त्या निबीड वनात पळून जायला आम्हाला वाटही लवकर सापडत नव्हती. तेवढ्यात तो क्रूरकर्मा भीम आलाच. जयद्रथाचे केस धरून भीमानं त्याला रथावरून खाली खेचलं. लाथांनी तुडवून बेशुद्ध पाडलं. आणि तसंच केसांना धरून फरफटत नेऊन युधिष्ठिरासमोर टाकलं. जयद्रथाची ती केविलवाणी अवस्था पाहून युधिष्ठिर भीमाला म्हणाला, 'तू माझं ऐकणार असशील तर आधी याला मुक्त कर. आपली भगिनी दुःशला आणि माता गांधारीला काय वाटेल? त्यावर द्रौपदी म्हणाली, ' मृत्यू हीच या नीचाला योग्य शिक्षा ठरेल. तुला माझं काही प्रिय करायची इच्छा असेल तर भीमा तू याला त्वरित ठार कर...'

"परंतु युवराज... युधिष्ठिराच्या सांगण्यावरून शेवटी तिलाच जयद्रथाची दया आली आणि तिनं त्याला पाच पाट काढायची शिक्षा दिली. द्रौपदीच्या इच्छेनुसार भीमानं अर्जुनाच्या भात्यातला एक धारदार क्षुरप्र बाण घेऊन जयद्रथाच्या डोक्यावर पाच पाट काढले आणि आम्हाला द्वैतवनातून हाकलून लावलं. सौजन्यमूर्ती अर्जुनानंसुद्धा जयद्रथाचा अपमान केला युवराज... तो म्हणाला, 'नीच माणसा, चालता हो. पुन्हा असं काही करू नकोस.' खरंच, त्या दिवशी युधिष्ठिरानं अडवलं नसतं तर त्या आततायी भीमानं जयद्रथाला ठारच केलं असतं. एवढं झाल्यावर हस्तिनापूरकडे यायला निघालेला महाराजा जयद्रथ मला इकडं पाठवून सरळ सिंधुदेशाला निघून गेला आहे युवराज. आता तो जिवंत आहे तो केवळ पांडवांचा सूड घेण्यासाठीच..."

" त्याला म्हणावं... थोडा धीर धर. ती संधी तुला लवकरच मिळेल." संतप्त फुत्कार टाकत दुर्योधन म्हणाला.

यज्ञसमारंभावर भीमाच्या त्या निरोपाचं घनदाट सावट पसरून राहिलं होतं. तशात ज्याची वाच्यताही करणं कठीण अशा जयद्रथाच्या अपमानाचं शल्य दुर्योधनाला सारखं डाचत होतं.

यज्ञासाठी आलेल्या याजकांना आणि अगणित याचकांना भरपूर भोजन आणि सुवर्णनिष्कांच्या भरभरून दानदक्षिणा मिळाल्या. कित्येकांना गोप्रदाने मिळाली. त्या बदल्यात दुर्योधनालाही भरपूर आशीर्वाद लाभले. 'युवराज, तुजप्रत कल्याण असो... तुजप्रत कल्याण असो.' सर्वत्र एकच घोष सुरू होता. काही लोक म्हणत होते की, कुरुकुलात आजवर कोणीही एवढा मोठा यज्ञ केला नसेल. कदाचित महाराजा भरत, ययाती किंवा मांधाता यांच्या काळात असे मोठे यज्ञ संपन्न झाले असतील. परंतु एकीकडे युवराजाचा गौरवघोष सुरू असताना दुसरीकडे काही लोक कुरकुरत होते की, दुर्योधनाच्या या यज्ञाला युधिष्ठिराच्या राजसूय यज्ञाची सर आलीच नाही. हा यज्ञ म्हणजे युधिष्ठिरानं केलेल्या त्या यज्ञाचा सोळावा हिस्सासुद्धा नव्हे. काही नतद्रष्ट लोकांच्या डोक्यातून अजूनही युधिष्ठिराचा राजसूय यज्ञ गेला नव्हता, हेच खरं!

दुर्योधनाची मनःस्थिती पाहून कर्ण विचारात पडला. त्याच्या प्रिय मित्राची चिंता खरीच होती. पांडवांच्या भयाचं लटकतं खड्ग मस्तकावर असेपर्यंत तो सुखानं राज्य करू शकणार नव्हता, की शांततेनं जगू शकणार नव्हता. यज्ञ संपन्न झाल्यानंतर बोलावण्यात आलेल्या राजसभेतही ते प्रकर्षानं जाणवत राहिलं. दुर्योधन वरवर कितीही निर्भयपणे वागत असला तरी पांडवांची भीती त्याच्या मनातून गेली नव्हती, हे खरंच होतं.

" खेद करू नकोस युवराज... " कर्ण म्हणाला. "आपला यज्ञ राजसूय यज्ञापेक्षा कुठंही उणा नव्हता. तरीही ते परत येईपर्यंत राजसूय यज्ञाची तिथी आपण पुढे ढकलली आहे असं समज. ते परत आल्यावर आपल्या राजसूय यज्ञाचं यज्ञकुंड पुन्हा धगधगू लागेल आणि त्यात पहिल्या आहुती पडतील त्या भीमार्जुनाच्याच. त्यांची चिंता तू करू नकोस. भीमाला ठार करायला तू समर्थ आहेस आणि अर्जुनाला मीच ठार करणार आहे, हे त्रिवार सत्य आहे. तेरा वर्षं पूर्ण होताच बाणांचा पाऊस पडेल. खड्गाला खड्ग भिडेल. गदांवर गदा आदळून ठिणग्या झडतील. रक्ताचे पाट वाहतील... आज माझ्या अर्जुनवधाच्या प्रतिज्ञेचा मी पुनरुच्चार करतो. अर्जुन जिवंत आहे तोपर्यंत मी मद्यमांस यांना स्पर्श करणार नाही की आजपासून कोणीही याचक कर्णाच्या दारातून विमुख होऊन परत जाणार नाही..."

" साधू ... साधू..." कर्णाची ती प्रतिज्ञा ऐकून राजसभेत उपस्थित असलेल्या कुरुयोद्ध्यांनी आणि दुर्योधनाच्या बंधूंनी सिंहनाद केला.

५५.

पांडवांच्या वनवासाचा काळ संपून अज्ञातवासाचा काळ सुरू झाला होता. इतके दिवस त्यांच्या पाळतीवरच असलेले दुर्योधनाचे गुप्तचर द्वैतवनातून निराश होऊन परत आले. एके दिवशी अचानकपणे ते हवेत विरून गेल्याप्रमाणे नाहीसे झाले होते. ते आकाशात गेले, जमिनीत शिरले की कुठं समुद्रापार निघून गेले काहीच समजत नव्हतं.

दुर्योधन गुप्तचरांवर संतापत होता. त्यांना पुनःपुन्हा पांडवांच्या शोधासाठी पाठवत होता. अरिष्टनेमीच्या गुप्तचरांनी आर्यावर्तातील आणि दक्षिणापथातील कित्येक गावं आणि नगरं पिंजून काढली. हिमालयासकट सगळे पर्वत आणि अरण्यं विंचरून काढली; परंतु त्यांचा ठावठिकाणा लागला नाही. दिवस उलटत चालले तसतशी दुर्योधनाची अस्वस्थता वाढत चालली.

" आता तू त्यांना विसर युवराज. त्यांचं काय झालं असेल ते असेल. ते वन्य

प्राण्यांच्या भक्ष्यस्थानी पडले असतील किंवा समुद्रापारही निघून गेले असतील. त्याची एवढी काळजी कशाला?'' कर्ण त्याची समजूत घालत असतो. परंतु दुर्योधनाची समजूत पटत नाही ती नाहीच.

अपेक्षेप्रमाणे एके दिवशी अरिष्टनेमी उगवला. सांगण्यासारखं वृत्त घेऊनच तो आला होता.

" महाराजा...'' अरिष्टनेमी सांगत होता. महाराजा धृतराष्ट्र, कर्ण, त्रिगर्त देशाचा राजा सुशर्मा आणि शकुनी यांच्यासमवेत बसलेला दुर्योधन ऐकत होता. "... कुठल्याही वनात त्यांचा थांग लागत नाही. पण अलीकडेच विराटनगरीत एक अद्भुत घटना घडली आहे. कोणा गंधर्वानं म्हणे विराट राजाचा महाबलवान सेनापती कीचक याला ठार केलं आहे. हे अचाट कर्म भीमाशिवाय दुसऱ्या कोणाचं असेल असं मला वाटत नाही. म्हणतात की राजमहालातल्या एका लावण्यवती दासीच्या कारणावरून हे घडलं आहे. ती दासी कदाचित महाराणी द्रौपदी तर नसेल...? असं मला...''

"- मग तू इथं काय करतो आहेस? जा- एक क्षणभरही माझ्यासमोर थांबू नकोस.'' दुर्योधन ओरडला.

" थांब युवराज !'' घाईघाईनं सुशर्मा म्हणाला. अरिष्टनेमीनं सांगितलेल्या त्या वार्तेनं त्याला फारच आनंद झालेला दिसत होता. खड्गावरील पकड घट्ट करत तो म्हणाला, " खरंच, कीचकाचा वध झाला असेल तर ते अचाट कृत्य भीमाचंच असलं पाहिजे. शिवाय मत्स्यदेशासारख्या समृद्ध देशात त्यांनी आश्रय घेतला असेल तर त्यात काहीच नवल नाही. परंतु कीचकाचा वध ही आमच्या दृष्टीनं आनंदाची घटना आहे. कारण विराट हा आमचा मोठाच शत्रू आहे. कोणी दिला नसेल एवढा त्रास मला त्या कीचकानं दिला आहे. कीचकाच्या मृत्यूमुळे विराटाचं बळ आता निश्चितच कमी झालं आहे. गोधन हरण करण्याच्या निमित्तानं आपण तत्काळ विराटावर आक्रमण करू या. पांडव त्याच्या आश्रयाला असतील तर आयतेच सापडतील. नाहीच तर गाईंची खिल्लारं कुठं गेली नाहीत.''

सुशर्म्याचा दुखावलेला अहंकार त्याच्या तोंडून बोलत होता. विराटाविरुद्धची त्याची प्रत्येक आगळीक कीचकानं मोडून काढली होती. तशात विराटाचं गोधन सुशर्म्याच्या डोळ्यांत फार खुपतं. मत्स्यदेशासारखं समृद्ध गोधन संपूर्ण आर्यावर्तात आणखी कुठंच नाही.

दुर्योधन म्हणाला, " ते विराटनगरीत असतील तर त्यांनी वचनभंग केला आहे हे निश्चित. ठरल्या अटीप्रमाणे तेरा वर्षं पूर्ण होण्याच्या आत ते प्रकट झाले असतील तर त्यांना पुन्हा बारा वर्षांचा वनवास स्वीकारायला मी भाग पाडीन. राजा सुशर्म्याचा प्रस्ताव योग्यच आहे. विराटानं त्यांना आश्रय दिला असेल तर त्याचं

ऋण फेडण्यासाठी ते निश्चितच त्याच्या पाठीशी उभे राहतील. ते तिथं नसलेच तरीही काहीच बिघडत नाही. आपण विराटाचं गोधन हरण करू. अंगराज, तुला काय वाटतं?''

" तुझा विचार योग्यच आहे. तसं झालं तर बिळातून बाहेर पडलेल्या भुजंगासारखे ते आयतेच आमच्या तावडीत सापडतील.''

विराटावर हल्ला करायचा विचार निश्चित झाला. सुशर्मा, कर्ण आणि शकुनी यांच्यासमवेत एकांतात बसून दुर्योधनानं डावपेच ठरवले. सुशर्म्यानं आपल्या चारही भावांसह एकाच वेळी दक्षिणेकडून आणि त्याच वेळी दुर्योधनानं कर्ण, भीष्म, द्रोण, कृप, अश्वत्थामा या सर्वांसह उत्तरेकडून मत्स्यदेशावर आक्रमण करावं, यावर सर्वांचं एकमत झालं.

" युवराज, आता मला आज्ञा दे —'' उतावळेपणानं सुशर्मा म्हणाला. कधी एकदा आपल्या देशाला जातो आणि सैन्य एकवटून मत्स्यदेशावर जाऊन कोसळतो, असं सुशर्म्याला झालं होतं.

सर्वांनी मिळून आपला विचार महाराजालाही सांगितला. ते ऐकून त्यालाही आनंदच झाला.' विजयी भव, यशस्वी भव ' असं म्हणत सुशर्म्याला निरोप देताना त्याच्या आंधळ्या डोळ्यांना पुन्हा एकदा पांडव बारा वर्षांच्या वनवासाला निघाले आहेत, असं सुखद चित्र दिसू लागलं...

खरंच- कीचकासारख्या महाबलवान सेनापतीला ठार करणारा तो गंधर्व वीर म्हणजे अज्ञातवासात असलेला भीमच तर नसेल? आणि जिच्यावरून कीचकासारख्या योद्धयाचा वध व्हावा ती द्रौपदी तर नसेल? निश्चितच, निश्चितच ती द्रौपदीच असली पाहिजे ! युद्धाची तयारी करत असताना प्रत्येकाचं मन संशयाच्या भोवऱ्यात गटांगळ्या खात होतं.

तेवढ्यात त्रिगर्त देशाहून सुशर्म्याचा युद्धदूत संदेश घेऊन आलाच. सुशर्म्यानं पूर्ण सिद्धता झाल्यावरच दूत पाठवला होता. इकडे कुरुसेनाही सिद्ध होतीच. आता उशीर होता तो फक्त महाराज धृतराष्ट्राच्या आज्ञेचा. तातडीची राजसभा बोलावून महाराजानं पितामह भीष्म आणि द्रोणाचार्यांना विराटाचं गोधन हरण करून आणायची आज्ञा दिली. राजाज्ञा म्हटल्यावर कोणीही विरोध करू शकलं नाही की कुठली शंकाही काढू शकलं नाही.

मत्स्यदेशावर आक्रमण करण्यासाठी निघालेल्या विराट कुरुसेनेचं नेतृत्व पितामह भीष्म करणार होते. श्रेष्ठ धनुर्धर महारथी आचार्य द्रोण हे सेनापती असणार होते. दिग्विजयी वीर कर्ण, युवराज दुर्योधन, दुःशासन, शकुनी, विकर्ण यांच्यासारखे अतिरथी वीर या सेनेत अग्रभागी राहून आपापली कामगिरी पार पाडण्यासाठी उत्सुक होते. विराटाचे गुप्तचर मत्स्यदेशात पोचण्याआधी त्यांना आपल्या विराट सैन्यासह मत्स्यदेशात शिरायचं होतं.

५६.

निद्रिस्त नगरीत पुराचं पाणी शिरावं तशी विराट कुरुसेना यमुना नदी ओलांडून उत्तर बाजूनं मत्स्यदेशात शिरली. रणभेरींच्या कर्णकर्कश आवाजांनी, सैनिकांच्या जयकारांनी आणि रथचक्रांच्या गडगडाटांनी आसमंत कोंदाटून गेला. कुरुसेना एखाद्या झंझावातासारखी निर्वेधपणे पुढे सरकू लागली.

सेनापती कीचकाशिवाय असहाय झालेला राजा विराट बंधू आणि पुत्रांसह सुशर्म्याला तोंड देण्यासाठी गेला असणार, तेव्हा त्याचं गोधन आयतंच हाती सापडणार होतं. पाहता पाहता विराटाचे गवळीवाडे दृष्टिपथात आले. गोधन हरण करण्यासाठी एवढं प्रचंड सैन्य आलेलं पाहताच गाईंचं रक्षण करणारे अविपालक आणि त्यांचं रक्षण करण्यासाठी दिलेले सैनिक भयभीत झाले. अविपाल राजाला संदेश देण्यासाठी विराट नगरीकडे धावत सुटले. हंबरणाऱ्या गाईंची खिल्लारं वासरांसह वाट फुटेल तिकडे पळू लागली. तशात रानकुत्र्यांचे कळप इकडून तिकडे धावताना दिसू लागले. उंच आकाशात रणगिधाडं तरंगू लागली. त्यांच्या कृष्णछाया जमिनीवर इकडेतिकडे धावू लागल्या. ते पाहून सेनापती आचार्य द्रोण म्हणाले, "युवराज दुर्योधन, रानकुत्र्यांचे हे कळप, मस्तकावर घिरट्या घालणारी ही रणगिधाडं, ही सारी लक्षणं मला काही ठीक दिसत नाहीत..."

"पाहिलंस युवराज !" एकदम संतापून कर्ण म्हणाला." ऐन वेळी अवसानघात कसा करावा, हे कोणी या आचार्यांकडून शिकावं. त्यांना वाईट तेवढं बरोबर दिसतं. रणांगणावर रक्तमांसाची मेजवानी मिळणार आहे, हे रानकुत्र्यांना आणि रणगिधाडांना सांगायला जावं लागत नाही. आज रणांगणावर आमची नव्हे तर मत्स्यांची प्रेतं पडणार आहेत हे आचार्यांना कुणीतरी समजावून सांगा."

एवढं बोलून सारथ्य करणाऱ्या संग्रामजिताला कर्णानं रथ पुढे घ्यायला सांगितलं. गाईंची खिल्लारं वळवताना जो कोणी आडवा येईल त्याला जागीच ठार करून कर्ण आपला कार्यभाग उरकणार होता.

दूर क्षितिजावर धुळीचे लोट दिसू लागले. निश्चितच विराटनगरीकडून प्रचंड सैन्य येत असावं. त्या सेनेच्या अग्रभागी असलेला एक रथ वायुवेगानं पुढे येत होता. त्यावरील योद्ध्याला शत्रूला आव्हान देण्याची फारच घाई झालेली दिसत होती. परंतु हे काय? रथनीडावर कोणी स्त्री बसली आहे की काय? की रथाचं सारथ्य कोणी स्त्री करते आहे? सर्व कुरुसैन्य आश्चर्यमिश्रित कौतुकानं तो चमत्कार पाहू लागले. अचानक हातातले वेग खेचून त्या स्त्रीनं अश्व आवरले. वायुवेगानं धावणारा तो रथ जागीच उभा राहिला. हातातले वेग रथनीडाला अडकवून ठेवून आणि वाऱ्यावर

उडणारं खांद्यावरील वस्त्र कटीला खोचून सारथ्यकर्म करणाऱ्या त्या स्त्रीनं एखाद्या पुरुषाप्रमाणे दाण्‌कन खाली उडी घेतली. निश्चित- निश्चितच तो कोणी पुरुषच असावा. परंतु त्यानं हे असं स्त्रीचं सोंग का घेतलं आहे? की तो कोणी नपुंसक आहे? नपुंसक असेल तर त्याचं या रणभूमीवर काय प्रयोजन? आणि त्या रथावरचा योद्धा कुठं आहे? तो तर सारथ्याच्याही आधी खाली उतरून पुढे पळत सुटला आहे. रणभूमीवर हा काय प्रकार चालला आहे तेच समजेनासं झालं. पुढे पळणारा योद्धा आणि त्याच्यामागे लांबसडक वेणी सुटून ज्याचे विखुरलेले केस वाऱ्यावर उडत आहेत अशा अवस्थेत पळत सुटलेला तो स्त्रीवेशधारी सारथी हे चित्रच मोठं हास्यास्पद दिसू लागलं.

"त्याचं चालणं, त्याची शरीरयष्टी थेट अर्जुनासारखीच आहे. निश्चित, निश्चितच तो अर्जुनच आहे !" आचार्य द्रोण आपल्या रथावरून ओरडले.

" तुम्हाला हे स्वप्न कधी पडलं आचार्य?" मागे वळून कर्णानं आचार्यांना प्रश्न केला. " तुमचं हे स्वप्न खरं झालं तरी तो एकटा काय करू शकणार आहे? दक्षिणेकडून सुशर्म्यानं आक्रमण केलं आहे हे माहीत आहे ना? कनिष्ठ राजपुत्र उत्तर याला नगरीच्या संरक्षणासाठी मागे ठेवून विराट त्याच्याशी लढायला गेला आहे. तुम्हाला जिकडेतिकडे अर्जुनच दिसतो. तो अर्जुनासारखा दिसत असला तरी अर्जुन नाही. बहुधा तो राजस्त्रियांच्या महालातील कुणी नपुंसक दास असावा. तरुण राजपुत्र उत्तर त्याला आपलं सारथ्य करण्यासाठी घेऊन आलेला दिसतो."

परंतु कर्णाचा तो तर्क द्रोणाचार्यांना मान्य झाला नाही. ते अजूनही तो स्त्रीवेश धारण केलेला सारथी ज्या दिशेला पळत गेलेला होता त्या दिशेला पाहत तसेच उभे होते. तेवढ्यात रानरेड्याच्या आतड्यापासून तयार केलेल्या प्रत्यंचेचा घनगंभीर टणत्कार कानावर आला आणि त्यांची खात्रीच पटली. दुर्योधनाकडे वळून ते म्हणाले," सैन्य सज्ज कर युवराज, अर्जुन येतो आहे. माझ्या पायाजवळ येऊन पडलेला हा बाण पाहा. हे कौशल्य फक्त अर्जुनालाच अवगत आहे. हा पाहा, एक बाण माझ्या कानाजवळून गेला. हाही बाण त्याचाच. अर्जुन मला अभिवादन करतो आहे. त्याला तोंड देईल असा एकही वीर मला आपल्या सेनेत दिसत नाही."

आपल्या सेनापतीलाच अर्जुनाचं एवढं हीव भरावं, ही गोष्ट युवराज दुर्योधनाला मुळीच आवडली नाही. कर्णाकडे वळून तो म्हणाला," तो अर्जुन असेल तर चांगलंच आहे. अज्ञातवासाचा काळ अजून संपलेला नाही. अर्जुन त्याआधी प्रकट झाला असेल तर त्यांना पुन्हा बारा वर्षांचा वनवास स्वीकारावा लागेल. आचार्यांना अर्जुनाच्या भीतीनं घेरलं आहे. ते काही करतील ही अपेक्षा बाळगण्यात अर्थ नाही."

" तू आधी त्यांना सेनापतीपदावरून दूर कर." कर्ण म्हणाला. " अर्जुनाची स्तुती करून आमच्या सैन्याला भीती घालण्यापलीकडे त्यांना दुसरं येतंच काय? तो अर्जुन असला तरी भ्यायचं कारण नाही. त्याला तोंड द्यायला मी एकटा समर्थ आहे. मी इकडे त्याला युद्धात गुंतवून ठेवतो. तोवर त्यांनी गाई वळवून हस्तिनापूरकडे निघावं. त्यांच्या हातून एवढं झालं तरी खूप आहे. अरे, या भिक्षुकांची अक्कल ती किती? यांनी पुराणचर्चेचे आखाडे रंगवावेत, नाही तर खाद्य पदार्थांची चिकित्सा करावी. जेवणात कुठं हिंग, मीठ कमी जास्त झालं असेल तर ते पाहावं. युद्ध म्हटलं की यांना धडकी भरलीच. म्हणून युद्धप्रसंगी या ब्राह्मणांना मुळीच विचारू नये. त्यांना बाजूला सारूनच आपली धोरणं ठरवावीत."

" वृथा वल्गना करू नकोस सूतपुत्रा —" कृपाचार्य खेकसले. " सर्वांनी मिळून हल्ला केला तरच अर्जुनाला तोंड देणं शक्य आहे."

"शत्रूची स्तुतिस्तोत्रं थांबवलीत तर सगळं शक्य आहे. तुम्हाला खरंच त्याची भीती वाटते की प्रेमापोटी तुम्ही त्याची स्तुती करता, हेच समजत नाही. ठीक आहे. ज्यांना युद्धाची भीती वाटत असेल त्यांनी मुळीच लढू नये. खाल्ल्या अन्नाचं ऋण जाणणारा, मित्रावर प्रेम करणारा आणि शत्रूचा तेवढाच तिरस्कार करणारा, दुर्योधनाचा मित्र कर्ण इथं पाय रोवून उभा आहे तोवर आतून शत्रूला सामील असलेल्या वेदपाठकांची इथं गरज नाही."

" जीभ आवर सूतपुत्रा !" अश्वत्थामा गरजला." गाई अजून मत्स्यदेशाच्या सीमेबाहेर गेलेल्या नाहीत. युद्ध अजून पुढेच आहे आणि तू मात्र भलतंच तोंड सोडलं आहेस. आम्ही ब्राह्मण आहोत. वेदपठण हे आम्हा ब्राह्मणांचं विहीत कर्म आहे. एखाद्याला कपटद्यूतात हरवून त्याचं राज्य हिरावून घ्यावं, असं वेदात कुठंही लिहिलेलं नाही. हेच का क्षत्रियांचं कर्म आहे? एवढ्या बढाया मारायला तू पांडवांना कोणत्या युद्धात पराभूत केलं आहेस, ते तरी एकदा सांग ! अरे, ज्यांनी स्वपराक्रमाच्या बळावर पृथ्वीची राज्यं जिंकलेली आहेत, तेसुद्धा कधीच एवढ्या बढाया मारत नाहीत. तूही ऐक दुर्योधन, अर्जुनाला पराभूत करणं हे द्यूताचे फासे टाकण्याइतकं सोपं नाही. शकुनीचे फासे इथं उपयोगी पडणार नाहीत."

अश्वत्थाम्याचं ते बोलणं ऐकून आता शकुनीही संतापला. अश्वत्थाम्याला उद्देशून तो अद्वातद्वा बोलू लागला. समोर उभ्या ठाकलेल्या युद्धाचा विचार बाजूला राहून आपल्या पक्षातील योद्धे आपसातच भांडत आहेत, हे पाहून पितामह भीष्मांना फार दुःख झालं. ते म्हणाले," पुरे! कुठलाही शहाणा माणूस आपल्या गुरुजनांचा कधी असा अवमान करत नाही. समोर युद्ध उभं ठाकलं आहे. आपल्यावर कोणती जबाबदारी येऊन पडली आहे याचा तरी विचार करा. वेळ, काळ आणि परिस्थिती यांचा विचार केल्याशिवाय आपण युद्ध जिंकू शकणार नाही. ही वेळ

भांडणाची नाही. आचार्य, कर्णाला क्षमा करा. आपण सर्व जण एकत्र राहिलो तर अर्जुनाला थोपवणं अशक्य नाही; मात्र आपसात भांडत राहिलो तर ते मुळीच शक्य नाही.''

पितामहांच्या बोलण्याचा मुख्य रोख कर्णावरच होता हे स्पष्टच होतं. कुठलाही शहाणा माणूस आपल्या गुरुजनांचा कधी अवमान करत नाही म्हणे ! म्हणजे कर्णानं अवमान केला आहे असंच त्यांना म्हणायचं आहे. पण द्रोण किंवा कृप हे तथाकथित आचार्य कर्णाचे गुरुजन होते तरी कधी? एक वेळ कर्ण त्यांना गुरुजन म्हणायला गेला तरी ते कर्णाला शिष्य म्हणायला तयार होते का? आणि अजून तरी आहेत का? केवळ पितामहांनी केलेल्या शांततेच्या आवाहनाला प्रतिसाद द्यायचा म्हणून कर्णानं मौन धारण केलं.

दुर्योधनाकडे वळून पितामह म्हणाले,''युवराज, अर्जुन येतो आहे. युद्धासाठी सज्ज हो. पांडवांच्या अज्ञातवासाचा काळ कालच संपला आहे. दर पाच वर्षांच्या काळात दोन अधिक मास येतात, हे तुला कोणीही सांगेल. त्या हिशेबानं तेरा वर्षांच्या काळात पाच महिने बारा दिवस मिळवले, तर तेरा वर्षं कधीच उलटून गेली आहेत. द्यूतात ठरलेल्या अटीप्रमाणे तेरा वर्षांचा कालावधी पूर्ण झाल्याशिवाय प्रकट व्हायला तू समजतोस तसा युधिष्ठिर मूर्ख नाही. अजूनही विचार कर. पांडवांशी सलोखा करायचा असेल तर हीच वेळ आहे. तुला शांतता हवी की सर्वविनाशी युद्ध हवं, ते आताच ठरव. अजूनही वेळ गेलेली नाही. पूर्ण विचार करून तुझा निर्णय तूच घे.''

''.... नाही पितामह ! '' ताड्कन दुर्योधन म्हणाला. '' मला युद्ध हवं आहे! प्राण गेला तरी मी त्यांना काहीही देणार नाही. हा माझा निश्चय आहे. सर्व जण युद्धासाठी सज्ज व्हा !''

''ठीक आहे...'' सेनापती या नात्यानं द्रोणाचार्य म्हणाले.'' गोधन घेतल्याशिवाय परत गेलो तर ते आपल्या पराभवाचं निदर्शक ठरेल. तेव्हा गाई आणि एक चतुर्थांश सेना सोबत घेऊन युवराजानं हस्तिनापूरकडे प्रयाण करावं. उर्वरित सेनेसह आपण पाचही जण अर्जुनाला इथंच अडवू.''

रणवाद्यांच्या आणि शंखांच्या आवाजानं पुन्हा आसमंत दुमदुमला. युद्धसज्ज झालेला अर्जुन कौरवसेनेच्या दिशेनं चालून येत होता. अर्जुनाचा रथ कौरवसेनेजवळ येताच रथनीडावर बसलेल्या राजपुत्र उत्तरानं अश्वांचे वेग खेचले. रथाचा वेग काहीसा मंदावला. कौरवसेनेची व्यूहरचना लक्षात घेऊन अर्जुनानं तत्काळ दुर्योधनाचा पाठलाग सुरू केला. परंतु रथ आडवा घालून कर्णानं त्याला पुढे जाऊ दिलं नाही.

'' आक्रमण ! आक्रमण !!'' गर्जना करत कुरुसैन्य मत्स्यांवर चालून गेलं.

"अर्जुना, वीर असशील तर आधी मला सामोरा ये." बाणांची फैर झाडून कर्णानं अर्जुनाला द्वंद्वयुद्धाचं आव्हान दिलं. कर्णानं दिलेलं ते आव्हान स्वीकारून अर्जुन जागीच थबकला.

"नीच कुलोत्पन्न उन्मत्त सूतपुत्रा, तुझा मत्तपणा जिरवून नंतरच मी दुर्योधनाचा समाचार घेतो." असं म्हणत अर्जुनानंही तेवढ्याच त्वेषानं कर्णावर बाणांचा अविरत भडिमार सुरू केला. कर्णबंधू संग्रामजित, पुत्र वृषसेन, भानुसेन आणि सुषेण कर्णाच्या दोन्ही बाजूंनी लढू लागले. रणवाद्यांच्या आवाजात सैनिकांच्या प्राणांतिक किंकाळ्या विरून गेल्या. सर्पासारखी वेडीवाकडी वळणं घेत जाऊन अचूक लक्ष्यवेध करणारे सर्पमुख बाण, संपूर्ण लोहयुक्त असे नाराच बाण, काहीसे अवजड असे भल्ल बाण, शरीरात खोलवर जखम करून तिथंच रुतून बसणारे बस्तिक बाण, अत्यंत धारदार असे क्षुरप्र बाण, गिधाडांची पिसं लावलेले गृध्रपत्र बाण, जिव्हारी जखमा करणारे अत्यंत टोकदार असे वत्सदंत बाण याखेरीज टोकांना अत्यंत प्राणघातक विषारी रसायनं लावलेले विषाक्त बाण अशा कित्येक प्रकारच्या बाणांचा रणभूमीवर खच पडला.

दोघा योद्ध्यांच्या अंगावरील लोहकवचे छिन्नविच्छिन्नझाली. अंगावरून रक्ताच्या धारा वाहू लागल्या. परंतु कोणीही थकलं नाही की मागे हटलं नाही. रणवाद्यांचा कल्लोळ आणखीच वाढला.

"संग्रामजित- संग्रामजित- " कोणीतरी हाका मारत होतं.

रणवाद्यांचा आवाज भेदून त्या हाका कर्णाच्या कानात शिरू लागल्या.

".... तात, काका संग्रामजित- काका संग्रामजित " बहुतेक वृषसेन, ज्येष्ठ पुत्र वृषसेन आक्रोश करत होता.

कर्णाची एकाग्रता भंग पावली. हातातलं विजय धनुष्य लडखडलं. मुखातून शब्द बाहेर पडले, " बंधो, संग्रामजित- ! "

बंधू संग्रामजिताला पाहण्यासाठी कर्णाचे डोळे इकडेतिकडे शोध घेऊ लागले. वृषसेनाला पाठीशी घालून लढणारा कर्णाचा भाऊ संग्रामजित कुठं दिसत नव्हता. अंगराज कर्णाच्या दिग्विजयी मोहिमेत कर्णाचं सारथ्य करणारा, लहानपणापासून खांद्याला खांदा भिडवून प्रत्येक गोष्टीत सहभागी झालेला संग्रामजित आपल्या मोठ्या भावाला दुःखात लोटून निघून गेला होता. परंतु संग्रामजिताला वीरगती प्राप्त झाली म्हणून युद्ध थांबणार नव्हतं. संग्रामजिताचे प्राण घेणाऱ्या अर्जुनाच्या कंठनालाचा वेध घेणं, हीच त्याला श्रद्धांजली ठरणार होती. कर्णानं पुन्हा एकदा धनुष्यावरची पकड घट्ट केली. परंतु एकाग्रता भंग पावली ती पावलीच. शरसंधानाचा वेग शिथिल झाला तो झालाच. मस्तकात अनेक विचार उसळ्या घेऊ लागले. आता कोणत्या तोंडानं मातापित्यांना सामोरा जाऊ...? त्याच्या पत्नीला, माझ्या पुतण्यांना काय

सांगू? कर्णाच्या मनात भावभावनांचा आगडोंब उसळला. कर्णाची ती शोकसंकुल अवस्था पाहून सारथ्यानं रथ वळवला.

कर्णाचा रथ मागे वळलेला पाहताच अर्जुनानं पुन्हा दुर्योधनाचा पाठलाग सुरू केला. आता आचार्य द्रोण त्याच्या मार्गात उभे राहिले; परंतु त्यांना अर्जुनाला अडवणं शक्य झालं नाही. पित्याची दुरवस्था झालेली पाहून अश्वत्थामा पुढे आला. अर्जुन आणि अश्वत्थामा यांचं ते द्वंद्वयुद्ध बराच वेळ चाललं. अर्जुनानं अश्वत्थाम्याला एवढं जर्जर केलं की त्याच्या संरक्षणासाठी कृपाचार्यांना धावून जावं लागलं. परंतु त्यांचाही पराभव झाला. आपल्या सैन्यातील एकेका ज्येष्ठ योद्ध्याचा पराभव होत चाललेला पाहून कुरुसैन्याचा धीरच खचला. सैनिक वाट फुटेल तिकडे पळू लागले. पितामह भीष्मांनी त्या सर्वांना पुन्हा एकत्र करून अर्जुनावर निर्वाणीचा हल्ला चढवला. परंतु तेही अर्जुनाला अडवू शकले नाहीत.

कर्णासह सर्वांनाच अर्जुनानं जर्जर केलेलं पाहून आता दुर्योधन स्वतःच अर्जुनाशी लढायला उभा राहिला. हातात शूल आणि प्रास घेतलेल्या सैनिकांसह तो अर्जुनावर तुटून पडला. नागमोडी वळणं घेत निघालेला दुर्योधनाचा एक सर्पमुख बाण खचकन अर्जुनाच्या कपाळावर जाऊन रुतला. त्याच्या मस्तकातून रक्ताची धार वाहू लागली. परंतु त्यानं युद्ध थांबवलं नाही. त्यानंही तेवढ्याच त्वेषानं दुर्योधनावर सर्पमुख बाणांचा भडिमार सुरू केला. तोच हत्तीवर स्वार होऊन पुढे आलेल्या विकर्णानं अर्जुनाला आव्हान दिलं. परंतु ते युद्ध फार काळ चाललं नाही. अर्जुनाच्या एका भल्ल बाणानं हत्तीच्या मस्तकाचा वेध घेतला. आपला विशालकाय हत्ती जमिनीवर कोसळतो आहे, असं पाहून विकर्णानं दाण्कन खाली उडी घेतली आणि तो आत्मसंरक्षणासाठी दुर्योधनाच्या रथावर चढला. पाहता पाहता दुर्योधन आणि विकर्ण यांना घेऊन रथ युद्धभूमीपासून दूर जाऊ लागला.

युद्धभूमीवरून पळ काढणाऱ्या दुर्योधनाला उद्देशून अर्जुन म्हणाला,'' थांब, थांब दुर्योधन, असा भेकडासारखा पळतोस काय? थोडं तरी शौर्य दाखव.''

शेपटीवर पाय पडताच चवताळून उठलेल्या सर्पाप्रमाणे दुर्योधन उलटला. अहंकार दुखावला गेल्यानं आता तो अधिकच प्राणपणाने झुंजू लागला. अर्जुनानं दुर्योधनावर पुन्हा त्याच सर्पमुख बाणांचा वर्षाव सुरू केला. भीष्म, द्रोण, अश्वत्थामा आणि कृपाचार्य युवराजाच्या रक्षणासाठी धावून आले. बंधुवियोगाचं दुःख गिळून कर्णही मित्राच्या मदतीसाठी आला. त्या सर्वांनी दुर्योधनाभोवती भक्कम मंडल उभारलं. परंतु त्याचा भेद करून अर्जुनानं दुर्योधनाला जर्जर केलं. एका जिव्हारी लागलेल्या विषारी बाणानं दुर्योधनाची शुद्ध हरपली. मूर्च्छित होऊन तो खाली कोसळला.

सारथ्याला दुर्योधनाचा रथ दूर न्यायला सांगून कर्णानं पुन्हा एकदा अर्जुनावर निकराचा हल्ला चढवला. संग्रामजिताच्या हत्येचा सूड घ्यायचा तर अर्जुनाच्या

विषारी बाणांची तमा बाळगून चालणार नव्हतं. भात्यातून बाण काढणं, तो प्रत्यंचेला लावणं आणि ती कानापर्यंत खेचून लक्ष्यवेध साधणं या तीनही क्रिया एकच झाल्या. सण् सण् आवाज करत वेगवान बाण इकडून तिकडे धावू लागले. दोन्ही योद्ध्यांच्या अंगावरील लोहकवचे छिन्नविच्छिन्नझाली. एकमेकांच्या बाणांनी ते पुरते जर्जर झाले...परंतु हे काय...? लक्ष्यावर नजर का ठरत नाही? हे असं गरगरल्यासारखं का होतंय? लोहकवच खिळखिळं करणारा खवाट्यात लागलेला हा बाण विषारी होता की काय? म्हणजे अर्जुनाच्या विषारी बाणांनी डाव साधलाच तर- ! सारथ्यानं काही उपचार करायच्या आत कर्ण मूर्च्छित होऊन रथातच कोसळला.

मूर्च्छा ओसरली तेव्हा घायाळ सैनिकांच्या विव्हळण्याचे आवाज कानावर येत होते. हळूहळू सर्व परिस्थिती कर्णाच्या लक्षात आली. इतर योद्ध्यांचीही तीच गत करून अर्जुनानं विराट राजपुत्र उत्तर याच्या मदतीनं गाईंचे कळप विराटनगरीकडे वळवले होते. पितामह भीष्म वगळता सेनापतीसह सर्वच प्रमुख योद्ध्यांची ती गत झालेली पाहून पळून गेलेले सैनिक हळूहळू युद्धभूमीकडे परत येत होते. सहज म्हणून कर्णाचा हात खांद्यावर गेला तर उत्तरीय जागेवर नव्हतं. त्यानं इकडेतिकडे पाहिलं तरीही ते कुठं दिसेना. चट्‌कन एक शंका त्याच्या मनाला चाटून गेली. त्यानं मूर्च्छेतून सावध झालेल्या दुर्योधनाकडे आणि अश्वत्थाम्याकडे पाहिलं. त्यांच्याही अंगावरची निळी उत्तरीयं नाहीशी झालेली होती. आचार्य द्रोण आणि कृपाचार्य हेही आपल्या उत्तरीयांशिवाय तसेच उघडेबोडके उभे होते. झालेला हा पराभव खरोखरच मोठा अपमानास्पद होता.

"तुम्ही काय पाहत थांबला होता पितामह? तुम्ही का म्हणून त्याला अडवलं नाही?" दुर्योधन खेकसलाच.

परंतु त्याच्याकडे दुर्लक्ष करत इतरांना उद्देशून पितामह म्हणाले, "आता युद्ध नको. युवराजाला मध्ये घालून माघारी वळा."

शेवटी गोधन सोबत न घेताच परतण्याची वेळ आली. म्हणजे आचार्य द्रोण म्हणाले होते तसंच घडलं. विराटाचं गोधन तर हस्तगत झालं नाहीच, उलट शत्रूनं वस्त्रंही हरण करून न्यावीत, असा अपमानास्पद प्रसंग ओढवला होता. वृषसेनाच्या हातून संग्रामजिताच्या चितेला अग्नी देऊन कर्ण जड अंतःकरणानं हस्तिनापूरला निघाला.

५७.

युद्धदूत सुशर्म्याकडील समाचार सांगून गेला. राजा सुशर्म्यानं दक्षिणेकडून हल्ला करताच आपला कनिष्ठ पुत्र उत्तर याला नगरीच्या संरक्षणासाठी मागे ठेवून

राजा विराट बंधू शतानिक आणि ज्येष्ठ पुत्र श्वेत यांच्यासह सुशर्म्यावर चालून गेला होता. त्या सर्वांचा पराभव करून सुशर्म्यानं आपल्या भावांच्या मदतीनं विराटाला बंदिवान केलं. त्याच वेळी त्याच्या सेनापतीनं गाईंचे कित्येक कळप हस्तगत करून त्रिगर्त देशाकडे वळवले होते. परंतु ऐन वेळी मध्ये पडून भीमानं सुशर्म्याचा डाव उधळून लावला. विराटाला बंदिवान करणाऱ्या सुशर्म्याचे केस धरून भीमानं त्याला निर्दयपणे जमिनीवर आदळलं. लाथांनी तुडवून काढून शेवटी त्याला जीवदान दिलं. सुशर्म्याला लज्जित होऊन मत्स्यदेशाच्या सीमेबाहेर पडावं लागलं.

अपमानकारक पराभव वाट्याला आला तरी दुर्योधन खचला नाही. मत्स्यदेशावर केलेल्या आक्रमणाचा त्याचा हेतू साध्य झाला होता. संतापानं थयथयाट करत तो म्हणाला, "...अज्ञातवासाचा काळ संपण्यापूर्वीच ते प्रकट झाले आहेत. द्यूतात ठरल्याप्रमाणे त्यांनी पुन्हा बारा वर्षांचा वनवास स्वीकारलाच पाहिजे. प्रतिकामी... असाच विराटनगरीला जा आणि त्यांना द्यूतात ठरलेल्या अटींचं स्मरण करून दे."

त्यांनी आणखी काही हालचाली करण्याच्या आत तो संदेश पोचता होणं गरजेचं होतं. दुर्योधनाची आज्ञा घेऊन प्रतिकामी तातडीनं विराटनगरीला निघून गेला.

५८.

विराटनगरीहून परतलेला प्रतिकामी वेगळीच वार्ता घेऊन आला. विराटनगरीत लवकरच राजकन्या उत्तरा आणि अभिमन्यू यांचा विवाह संपन्न होणार होता. आणि त्याप्रीत्यर्थ मत्स्यदेशात सर्वत्र अनंदीआनंद पसरला होता. पांडवांचा ऋणी झालेला राजा विराट त्यांच्यासाठी म्हणे काय हवं ते करायला तयार होता. आपल्या अंतःपुरात राहून उत्तरेला नर्तन-गायन शिकवणारी बृहन्नडा म्हणजे अर्जुनच आहे, हे कळताच अर्जुनाच्या ऋणातून मुक्त होण्यासाठी त्यानं म्हणे राजकन्या उत्तरा अर्जुनाला देऊ केली. परंतु चारित्र्याला जपणाऱ्या अर्जुनानं सांगितलं की गुरू या नात्यानं आता ती माझी कन्या आहे. मी तिचा सून म्हणून स्वीकार करतो. विराटाला तो प्रस्ताव सहज मान्य झाला.

विराटनगरीत आता उत्तरेच्या विवाहाची तयारी सुरू होती. मागध आणि बंदिजन सर्वत्र हिंडून विराटाची आणि पांडवांची स्तुतिस्तोत्रं गात होते. मत्स्यदेशात जिकडेतिकडे मद्य-मांसाची रेलचेल झाली होती. दुधा-तुपाबरोबरच सर्वत्र वारुणीचे पाट वाहत होते. आनर्त, पांचाल, शिबी, मगध, चेदी, मद्र, बाल्हिक, भोज, काशी, केकय अशा कित्येक पांडवहितैषी देशांच्या राजांना आणि राजपुत्रांना विवाहाची निमंत्रणं देण्यासाठी राजदूत मार्गस्थ झाले होते.

तशातही युधिष्ठिराला भेटून प्रतिकामीनं त्याला दुर्योधनाचा संदेश सांगितला. मोठ्यानं हसून म्हणे युधिष्ठिर म्हणाला, " आलास तसाच तातडीनं परत जा. त्याला कालगणना येत नसेल तर तिथं पितामहांसारखी जाणकार माणसं आहेत. म्हणावं, त्यांना विचार. ते सांगतील की अर्जुनाच्या धनुष्याचा टणत्कार तुझ्या कानावर पडला त्याच्या आदल्या दिवशीच तेरा वर्षांचा काळ संपला आहे."

पांडवांच्या अज्ञातवासाचा काळ संपला असून ते विराटनगरीत वास्तव्य करून आहेत, एवढंच नव्हे तर अर्जुन विराटाचा व्याही झाला आहे हे कळताच महाराजा द्रुपद, युवराज धृष्टद्युम्न, शिखंडी, चेदीनरेश धृष्टकेतू, भोजराज अंशुमान, आपल्या पाचही भावांसह केकय राजकुमार विशोक, इंद्रसेन, शिबिराज, काशीराज असे कितीतरी पांडवहितैषी राजे आणि राजपुत्र विराटनगरीकडे निघाले. द्वारकेचा राजा श्रीकृष्ण प्रचंड सैन्यासह नियोजित वर अभिमन्यू आणि बहीण सुभद्रा यांच्यासह तातडीनं विराटनगरीत दाखल झाला. त्याचा मोठा भाऊ बलराम आणि युयुधान सात्यकी हेही त्याच्या सोबत होतेच.

अभिमन्यूचा विवाहसोहळा थाटात संपन्न झाला. कृष्णानं कित्येक दासदासी, उंची वस्त्रं आणि मौल्यवान अलंकार वधूवरांना आंदण म्हणून दिले. विवाहासाठी आलेल्या इतर राजांनीही वधूवरांना भेटी प्रदान केल्या. स्वतः विराटानं अभिमन्यूला वायुवेगानं धावणारे सात सहस्र उत्तम अश्व, एक सहस्र हत्ती आणि अगणित संपत्ती दिली. यासोबतच त्यानं आपलं सेनाबल आणि निष्ठा युधिष्ठिराला अर्पण केली.

अभिमन्यूचा विवाह पार पडल्यानंतर पांडवांनी विराटनगरीतून आपला तळ हलवून उपप्लव्य नगरीत टाकला. तिथंच राहून ते पुढील योजना आखू लागले. ते वनवासात असताना त्यांना भेटून गेलेले केकय राजकुमार विशोक, इंद्रसेन यांच्यासारखे कित्येक लोक आता सैन्यासह त्यांना येऊन मिळू लागले. याखेरीज पांडूराजाचा मित्र किरातांचा राजा भगदत्त, बाल्हिकराज सोमदत्त, नकुल-सहदेव यांचा मामा मद्रराज शल्य, पांड्यनरेश मलयध्वज, कुलुताधिपती क्षेमधूर्ती इत्यादी अनेक राजांना पांडवांच्या वतीनं रणनिमंत्रणं पाठवली जाणार होती.

परंतु भगदत्त, सोमदत्ताचे पुत्र भूरी, भूरिश्रवा आणि शल्य यांच्यासारख्या कित्येक क्षत्रिय राजांना आणि राजपुत्रांना दुर्योधनानं याआधीच आपल्या पक्षाकडे वळवून घेतलेलं आहे. शिवाय सात्यकी, श्रीकृष्ण यांच्यासारख्या पिढीजात शत्रूंवर सूड उगवायचा असेल तर सोमदत्त आणि त्याचे पुत्र दुर्योधनाच्या पक्षातच सामील होणार आहेत, हे स्पष्टच आहे. विशोकासह त्याचे पाचही भाऊ पांडवांच्या पक्षाला जाऊन मिळणार असतील, तर धृष्टकेतूसह त्याचे इतर पाचही भाऊ दुर्योधनालाच मदत करणार, हे वेगळं सांगायची गरज नाही. मगधराज सहदेव पांडवांना मदत

करणार, म्हणून त्याचा भाऊ जलसंध दुर्योधनाला मदत करण्यासाठी उत्सुक आहे. तिकडे त्रिगर्त देशाचा राजा सुशर्मा आणि त्याचे सत्यरथादी पाचही भाऊ विराटावरचं आपलं जुनं वैर साधायला नेहमीच सिद्ध आहेत. वृष्णी-अंधकांचं जुनं वैर पाहता कृतवर्मा कृष्णाला किती सहकार्य करील, याची शंकाच आहे. शिवाय कृष्णाचा मोठा भाऊ बलराम हा तर दुर्योधनाचा गदायुद्धातला गुरूच आहे. तेव्हा तो दुर्योधनाच्या विरोधात जाऊन पांडवांना मदत करील, ही शक्यता दुरापास्त आहे. शिवाय त्याला कृष्णाची प्रत्येक गोष्ट आवडतेच असंही नाही. तो तटस्थ राहिला तरी पुरेसं आहे. पण तो कृष्ण मोठा कारस्थानी आहे. तो तटस्थ राहणार नाही. या ना त्या प्रकारे तो पांडवांना मदत करील, यात शंकाच नाही. सत्यकाचा पुत्र युयुधान सात्यकी हाही कोणत्याही परिस्थितीत त्याच्या धनुर्विद्येतल्या गुरूची- अर्जुनाची- साथ सोडणार नाही. आणखी एक प्रश्न आहे, तो शल्यासारख्या बलाढ्य राजांचा. पण त्यांनाही कसं वळवून घेता येईल याचा विचार दुर्योधनानं करून ठेवला आहे. वेळ येताच तीही हत्यारं तो बाहेर काढणार आहे...

५१.

एके दिवशी स्वतः अरिष्टनेमी राजसभेत दाखल झाला. त्यानं आणलेलं वृत्त तसंच महत्त्वाचं होतं.

" उपप्लव्य नगरीत काय चाललं आहे ते लवकर सांग अरिष्टनेमी." महाराजा धृतराष्ट्र अधीरतेनं म्हणाला.

" अभिमन्यूचा विवाह थाटात पार पडला महाराजा..."

" ते आम्हाला माहीत आहे. तू पुढे सांग- " दुर्योधन दरडावला.

" तो कृष्ण तिथं आला असेलच. त्याचं काय म्हणणं आहे? " धृतराष्ट्रानं विचारलं.

" तेच सांगतो आहे महाराजा..." अरिष्टनेमी म्हणाला." विवाह संपन्न झाल्यानंतर झालेल्या निरोपाच्या सभेत सर्व राजांना उद्देशून कृष्ण म्हणाला," कपटद्यूत खेळून दुर्योधनानं युधिष्ठिराचा कसा घात केला आहे हे तुम्ही जाणताच. तरीही युधिष्ठिरानं क्षात्रधर्माला अनुसरून दिलेला शब्द पाळला आहे. तेव्हा विचार करा. त्याच्या आणि कुरुवंशाच्या हिताच्या दृष्टीनं योग्य तोच निर्णय आपण घेतला पाहिजे. युधिष्ठिराचं राज्य त्याला परत मिळालं पाहिजे. होणारी तडजोड उभयपक्षी सन्मान्य अशीच असली पाहिजे. परंतु दुर्योधनाच्या मनात काय असेल ते सांगता येत नाही. तेव्हा आपली न्याय्य मागणी आणि शांततेचा संदेश घेऊन आपला दूत कुरुसभेत पाठवला

पाहिजे.'' त्यावर बलराम म्हणाला,'' कृष्णाची सूचना चांगली आहे. परंतु राजदूत फक्त शांततेची बोलणी करणार असेल, तरच माझी या सूचनेला संमती आहे. कोणत्याही परिस्थितीत युद्ध टाळलंच पाहिजे. शांततेनं राज्य मिळणार नसेल तर ते इतर कुठल्याही मार्गानं मिळणार नाही. आणि ते हिताचंही ठरणार नाही. असाच सुज्ञ माणूस पाठवा की जो दुर्योधनाची समजूत घालू शकेल. त्यानं महाराजा धृतराष्ट्र, भीष्म, द्रोण, कृप, कर्ण, शकुनी यांचंही सहकार्य मिळवावं. कुठंही बेबनाव निर्माण होणार नाही याची पूर्ण काळजी घ्यावी. कारण चूक युधिष्ठिराची आहे. परिणामांची जाणीव असूनही त्यानं राज्य पणाला लावलं होतं. एकदा गेलेल्या राज्यावर तो आता आपला हक्क सांगू शकत नाही. वनवास भोगून त्यानं द्यूतात ठरलेली अट पूर्ण केली आहे एवढंच. ती अट पूर्ण करून त्यानं स्वतःचं स्वातंत्र्य परत मिळवलं आहे; राज्यावरील हक्क नव्हे. द्यूतात गमावलेलं राज्य परत पाहिजे असेल तर त्याला आता दुर्योधनाला शरणच गेलं पाहिजे. शांतता हवी असेल तर सामोपचारानंच गेलं पाहिजे. त्याऐवजी युद्धाची भाषा केली तर त्यातून वाईटच निष्पन्न होईल.''

'' पाहिलंत! माझे गुरू बलराम योग्य तेच सांगताहेत.'' उत्साहानं दुर्योधन म्हणाला.

बैलासारखी मान हलवत दुर्योधनाच्या विधानाला दुजोरा देत धृतराष्ट्र म्हणाला, '' खरं आहे... खरं आहे...''

'' — पण युयुधान सात्यकीनं त्याचं म्हणणं उडवून लावलं युवराज.'' अरिष्टनेमी पुढे सांगू लागला... '' बसल्या जागेवरून उठत एकदम उसळून सात्यकी म्हणाला, ' पोटात असतं तेच ओठावर येतं हेच खरं. युधिष्ठिरानं का म्हणून कोणाला शरण जावं? जे हक्काचं आहे त्यासाठी भीक का मागावी? त्याला त्याचं राज्य परत मिळालंच पाहिजे. बऱ्या बोलानं ते मिळणार नसेल तर ते कसं मिळवून द्यायचं ते आम्ही पाहू. जे आमच्या मार्गात आडवे येतील त्यांनी युधिष्ठिराची क्षमा मागावी; अन्यथा मृत्यूला सामोरं जावं. आपलं हक्काचं राज्य मिळवण्यासाठी युद्ध करावं लागलं तर ते चुकीचं कसं ठरतं? घातकी शत्रूला शरण जाणं हे दुर्बलतेचं लक्षण आहे, आम्हाला अपमानास्पद आहे. दुर्योधनाला युद्ध हवं असेल तर आम्हीही त्यासाठी सिद्ध आहोत. आता अधिक उशीर नको. युद्धाशिवाय तो थोडाही भूभाग द्यायला तयार नसेल तर आता अधिक वेळ घालवण्यात अर्थ नाही!''

दुर्योधनाचा संतापानं फुललेला आणि महाराजा धृतराष्ट्राचा काळवंडून गेलेला चेहरा न्याहाळत अरिष्टनेमी पुढे सांगू लागला, ''सात्यकीचं ते भाषण ऐकून कृष्णाला फारच आनंद झाला महाराजा. तो म्हणाला,'युयुधान, तू वीरोचित तेच बोललास. तरीही शांततेचा मार्ग चोखाळणं हे आपलं पहिलं कर्तव्य आहे. आपण दूत पाठवू या. संधी होत असेल तर ठीकच आहे; अन्यथा इतर मार्ग आम्हाला

उपलब्ध आहेतच.' सात्यकीच्या त्या बोलण्यानं महाराज द्रुपदालाही फारच आनंद झाला. तो म्हणाला, ' सात्यकी योग्य तेच सांगतो आहे. बऱ्या बोलानं दुर्योधन ऐकेल असं वाटत नाही. तेव्हा वेळ न घालवता युद्धाच्या तयारीला लागू या. शल्य, धृष्टकेतू , जलसंध, जयत्सेन, हिरण्यवर्मा, चित्रांगद, श्रुतायू आदी आपल्या मित्रांना तातडीचे संदेश पाठवा. दुर्योधनाकडून संधीची अपेक्षा नाहीच. तरीही कृष्ण म्हणतो त्याप्रमाणे धृतराष्ट्राकडे शांतिदूत पाठवणं आपल्या हिताचं ठरेल. योग्यायोग्य जाणणारी विदुर, भीष्म यांच्यासारखी सुज्ञ माणसं तिथं आहेत. आपल्या हातून त्यांचा अनादर होऊ नये. लवकरच माझा राजदूत आपला शांतिप्रस्ताव घेऊन कुरुसभेत जाईल.' आपण मांडलेला प्रस्ताव द्रुपदानं स्वीकारलेला पाहताच प्रसन्न होऊन कृष्ण म्हणाला, ''महाराजा, तू ज्ञानवृद्ध आणि वयोवृद्ध आहेस. तू योग्य तेच करशील याची मला खात्री आहे. आम्हा सर्वांना मार्गदर्शन करण्याची योग्यता तुझ्या ठायी आहे. धृतराष्ट्राच्या मनातही तुझ्याविषयी आदर आहे. द्रोण हा तर तुझा बालमित्रच आहे. तेव्हा तू पाठवलेला दूत त्याच्या कार्यात जरूर सफल होईल, असा मला विश्वास आहे. एवढं करून दुर्योधनाचं मन वळवण्यात तो अगदीच अयशस्वी ठरला, तर आम्हाला कळव. आम्ही जरूर येऊ. तसं पाहिलं तर पांडव आणि कौरव आम्हाला सारखेच प्रिय आहेत. पण ते जाऊ दे. आपण सारे ज्यासाठी आलो होतो ते मंगलकार्य संपन्न झालं आहे. आता आम्हाला निरोप दे...''

'' अस्सं?'' दातओठ खात दुर्योधन म्हणाला.'' आपणच पेटवायचं आणि आपणच विझवायचं, हे सोंग त्याला चांगलं येतं.''

'' एवढं झाल्यावर कृष्ण बलराम आणि सात्यकी यांच्यासह द्वारकेला निघून गेला.'' अरिष्टनेमी पुढे सांगत होता...'' त्यांचे मित्रराजेही युद्धाच्या तयारीसाठी आपापल्या देशांना निघून गेले आहेत. लवकरच ते पुन्हा एकत्र येतील. त्यांच्या बाजूनं अनेक राजांना रणनिमंत्रणं पाठवली जात आहेत महाराजा...''

परंतु अरिष्टनेमीच्या पुढील शब्दांकडे दुर्योधनाचं लक्ष नव्हतं. ताड्कन उठून तो म्हणाला,'' द्यूतात ठरलेल्या अटी पाळायला ते तयार नसतील तर मी तरी त्या का पाळाव्यात? वनवास आणि अज्ञातवासाचा काळ संपताच राज्य परत करावं असं मुळीच ठरलेलं नव्हतं. राज्य ते द्यूतात हरलेले आहेत. वनवासाच्या अटीचा आणि त्याचा काहीही संबंध नाही. त्यांचे हेतू स्पष्ट आहेत. आता राजनिष्ठा पणाला लागणार आहेत, हे प्रत्येकानं पुरतं लक्षात ठेवावं. आमचं अन्न खाऊन आमच्या शत्रूच्या हिताची काळजी वाहणाऱ्या आमच्या हितशत्रूंनी निदान खाल्ल्या अन्नाची तरी जाण ठेवावी.''

दुर्योधन कोणाला उद्देशून बोलतो आहे हे सर्वांनाच माहीत होतं. द्रोणाचार्यांचा मूळचा कृष्णवर्णी चेहरा आणखीच काळाठिक्कर पडला. पितामह भीष्म मस्तकावर

वीज कोसळल्याप्रमाणे अविचल बसून होते. द्रोणाचार्यांना राहून राहून द्रुपदाचा संताप येत होता. कुरुसभेतील सुज्ञ लोकांमध्ये त्यानं भीष्म आणि विदुराचाच तेवढा उल्लेख केलेला होता. आणि आता दुर्योधन खाल्ल्या अन्नाची आठवण करून देत होता. एकटा विदुर तेवढा निर्भयपणे दुर्योधनाकडे पाहत होता.

" अभिमन्यूचा विवाह हे केवळ निमित्त होतं..." आवाज चढवून दुर्योधन पुढे बोलू लागला." त्यासाठी एवढे लोक गोळा करायची काय गरज होती? बळाच्या जोरावर ते आम्हाला धमकावू पाहत असतील तर लक्षात ठेवा म्हणावं, मी तुम्हाला भीक घालणार नाही !"

६०.

अधिक उशीर न करता दुर्योधनानं आपल्या मित्रराजांना रणनिमंत्रणं पाठवली. बंधू दुःशासनाला मद्रदेशाला पाठवून तो स्वतः द्वारकेला जायला निघाला. परंतु आपल्या अनुपस्थितीत द्रुपदाचा राजदूत हस्तिनापुरात आला तर कसं, या काळजीनं त्याचा पाय हस्तिनापुरातून निघत नव्हता. याउलट त्यानं तातडीनं द्वारकेला जावं, असं कर्णाला वाटत होतं.

कर्ण म्हणाला," तू निश्चिंत मनानं द्वारकेला जा. द्रुपदाच्या त्या राजदूताला कसं परत पाठवायचं, ते मी पाहीन."

" तेच मी म्हणत होतो..." दुर्योधन म्हणाला. "या पक्षपाती थेरड्यांनी काहीतरी सामोपचाराच्या गोष्टी सुरू केल्या आणि त्यांच्यापुढे महाराजांचा निरुपाय झाला तर जुळवून आणलेला सगळाच डाव फसेल."

" ती काळजी तू करू नकोस युवराज..." दुर्योधनाच्या वृषभासारख्या भरदार खांद्यावर हात ठेवत कर्ण म्हणाला. " खरी काळजी आहे ती कृष्ण काय करणार आहे याचीच. आत्याची मुलं म्हणून त्याला त्यांच्याविषयी फार प्रेम वाटतं. म्हणून तो आपल्या पक्षात यायची शक्यता नाहीच. तेव्हा त्याला तटस्थ ठेवता आलं तरी पुरेसं आहे."

यावर अधिक बोलायची गरज नव्हती. कर्ण म्हणत होता ते खरंच होतं. मोठा भाऊ बलराम याच्या विरोधात जाऊन कृष्ण त्यांना मदत केल्याशिवाय राहणार नाही, हे दुर्योधनालाही पुरतं माहीत आहे. परंतु निदान तू आमच्या भांडणात पडू नकोस म्हणून सांगायला काय हरकत आहे, असं त्याला वाटतं. द्वारकेला पोचताच रिवाजाप्रमाणे आधी त्याला आपल्या वतीनं रणनिमंत्रण द्यायचं, युद्धसाहाय्य मागायचं. तो आढेवेढे घेईलच. तेव्हा तू तटस्थ तरी राहा म्हणून सांगायचं. वृष्णी-अंधकांच्या

भांडणाचा काही लाभ आपल्या पदरात पडतो का, हेही पाहिलंच पाहिजे. त्यासाठी कृतवर्म्यालाही भेटलं पाहिजे. परंतु हे सारं सांगण्या-करण्यासाठी अर्जुनाच्या आधी द्वारकेत पोचलं पाहिजे...

द्वारकेकडे मार्गस्थ होताना दुर्योधनाच्या डोक्यात द्वारकेत काय करायचं, कोणाकोणाला भेटायचं, हेच विचार चालले होते. हस्तिनापुरातली जबाबदारी कर्णानं स्वीकारली असल्यानं ती काळजी उरली नव्हती. खरंच ! दुर्योधन स्वतःशीच म्हणाला, 'कर्ण हा माझा बहिश्चर प्राण आहे. मित्राच्या मनातलं जाणणारा, अहोरात्र त्याच्या हिताची चिंता वाहणारा कर्णासारखा मित्र मिळणं, हे दुर्योधनाचं अहोभाग्य आहे !'

'ती काळजी तू करू नकोस युवराज' या शब्दांत दुर्योधनाला कर्णानं आश्वासन दिलं खरं; परंतु अनेक काळज्यांमध्ये सध्या राधामातेच्या काळजीनं त्याला पुरतं ग्रासलं आहे.

संग्रामजिताच्या मृत्यूचं दुःख राधामाता स्वीकारू शकली नाही. त्या दिवसापासून ती मनानं कोसळली ती कोसळलीच. तिचा जराजर्जर देह पुन्हा उभारी धरू शकला नाही. कोणत्या शब्दांत मातेची समजूत घालावी हेच कर्णाला कळत नाही. त्याचं मन सतत आक्रंदत असतं ... आणखी थोडे दिवस थांब माते, माझ्या संग्रामजिताची हत्या करणाऱ्या त्या घातक्याचा अंत जवळ आला आहे, त्याच्या नरडीचा घोट घेतल्याशिवाय मी तुझ्या ऋणातून मुक्त होणार नाही !

परंतु दिवसेंदिवस राधामातेची प्रकृती खालावत चालली आहे.

शेवटी नको तो दिवस उजाडलाच. संग्रामजिताचं नाव घेत राधामातेनं प्राण सोडला. पोरक्या वसुषेणाला स्तन्य पाजून त्याला लहानाचा मोठा करणारी, तो अंगदेशाचा राजा होऊन आल्यावर त्याला हृदयाशी कवटाळून घेणारी राधामाता कर्णाला पोरकं करून निघून गेली...

दुर्योधन हस्तिनापुरात असता तर कर्ण त्याच्या गळ्यात पडून ढसढसा रडला असता. ...पण तो तर द्वारकेला गेलेला आहे. द्रुपदानं पाठवलेल्या राजदूताला वाटेला लावायची जबाबदारी स्वीकारून कर्णानंच नाही का त्याला द्वारकेला पाठवलं आहे...?

६१.

" महाराजा... पितामह भीष्म, महात्मा विदुर यांच्यासारख्या ज्ञानवृद्ध महंतांनी सुशोभित असलेल्या या कुरुसभेत मी काय बोलणार...?" तो वयोवृद्ध राजदूत

कमरेत झुकून नम्रतेनं म्हणाला. त्याच्या बोलण्यात नम्रता असली तरी लाचारी नव्हती. आपला आणि आपल्या राजाच्या प्रतिष्ठेचा आब राखत आत्मविश्वासानं तो पुढे म्हणाला, " महाराजा द्रुपद आणि धर्मराज युधिष्ठिर यांच्या वतीनं शांतिसंदेश घेऊन मी आलो आहे. महाराजा, तू स्वतःही न्यायान्याय, योग्यायोग्य जाणतोसच. कुरुराज्यावर कौरवांचा हक्क आहे तेवढाच तो पांडवांचाही आहे, हे मी सांगायला हवं असं नाही. युधिष्ठिर शांततेचा पुजारी आहे. झालं-गेलं विसरून भावांसह शांततेनं जगावं, असंच त्याला वाटतं. युद्धातून उभयपक्षी विनाशाशिवाय काहीही निष्पन्न होणार नाही. द्यूतात ठरलेल्या अटी पूर्ण करून त्यांनी आर्यधर्म पाळला आहे. त्याच आर्यधर्मानुसार त्यांचं राज्य त्यांना परत मिळावं, एवढीच युधिष्ठिराची अपेक्षा आहे. आता अधिक विलंब नको..."

' आर्यधर्म ! आर्यधर्म ! '

त्या शब्दांचे तप्त लोहगोल कर्णाच्या मस्तकावर आदळू लागले...

समोर पितामह भीष्म संतोषपूर्वक मान हलवत राजदूताचं बोलणं ऐकत होते. ते म्हणाले," ईश्वरी कृपेनं पांडव सुरक्षित आहेत ही आनंदाची गोष्ट आहे. हे दूता, योग्य तेच तू सांगतो आहेस. इतक्या राजांचं पाठबळ प्राप्त झालेलं असूनही पुत्र युधिष्ठिर आपल्या भावांशी सलोख्यानं वागतो आहे, हे पाहून मला संतोष होतो. त्यांचं राज्य त्यांना परत दिलंच पाहिजे. तेच न्याय्य ठरेल."

...म्हणे इतक्या राजांचं पाठबळ प्राप्त झालेलं असूनही पुत्र युधिष्ठिर सलोख्यानं वागतो आहे ! ...पितामह न्याय्य वाटतं ते सांगत आहेत की भीतीपोटी बोलत आहेत?

" मूर्ख ब्राह्मणा !" एकदम स्फोट झाल्याप्रमाणे कर्ण ओरडला. पितामह भीष्मांनी चालवलेली ती बोलणी त्याला अगदी असह्य झाली होती. " यात तू नवीन ते काय सांगितलंस? द्यूतात हरलेलं राज्य तो युधिष्ठिर आता कोणत्या तोंडानं परत मागतो आहे? द्यूतात हरलेली संपत्ती कधी परत मिळते का? इंद्रप्रस्थाच्या राज्यावर तो आता आपला हक्क सांगू शकत नाही. पाहिजे तर त्यानं याचक म्हणून दुर्योधनासमोर उभं राहावं आणि तो देईल त्या दानाचा संतोषपूर्वक स्वीकार करावा..."

"...पण तेरा वर्षांनंतर राज्य परत मिळेल असं त्याच वेळी..." राजदूत चाचरला.

" अट पूर्ण केली तरच राज्य परत मिळेल असं ठरलं होतं ! " कर्ण ओरडला. आणि एकदम आवाज चढवून तो पुढे म्हणाला." मुळात अज्ञातवासाचं वर्ष पूर्ण होण्याआधीच ते प्रकट झाले आहेत. द्यूतात ठरलेली अट पूर्ण करायला ते बांधलेले नसतील तर त्या वेळी जे काय ठरलं असेल त्याप्रमाणे वागायला दुर्योधनही बांधलेला नाही. हस्तिनापूरच्या या राजसभेत तू कोणाला आर्यधर्म सांगतो आहेस?

अज्ञातवासाचा काळ पूर्ण होण्यापूर्वी प्रकट होऊन त्यांनी द्यूतात ठरलेली अट मोडली आहे. हा आर्यधर्म आहे का? पाच वर्षांच्या काळात दोन अधिक मास येतात हे खरं; परंतु त्यांची गणना त्या त्या वर्षातच होते. धर्मराज म्हणवणाऱ्या युधिष्ठिराच्या सोयीसाठी पाहिजे त्याप्रमाणे नव्हे ! द्यूतात ठरलेली अट मोडून आता मत्स्य आणि पांचालांच्या बळावर द्यूतात हरलेलं राज्य ते परत मागत असतील तर त्यांना सांग... म्हणावं कर्ण जिवंत असेपर्यंत दुर्योधन तुम्हाला भीक घालणार नाही. आर्यधर्माप्रमाणे कुरुराज्यावर फक्त कौरवांचाच हक्क आहे. कारण तेच फक्त कुरूंचे वंशज आहेत. ते एवढा आर्यधर्म पाळणारे असतील तर आपणच दिलेला शब्द मोडल्याबद्दल त्यांनी आधी बारा वर्षांचा वनवास स्वीकारावा आणि मगच पुढे बोलावं. आणि हेही लक्षात ठेवावं की तिथून पुढे जे काय मिळवायचं असेल ते त्यांना लढूनच मिळवावं लागेल.''

" राधेया...'' कर्णाच्या संतापाला आवर घालत पितामह म्हणाले." अर्धवट ज्ञान अनर्थाला कारणीभूत ठरतं ते असं. आर्यावर्तात आज सौरवर्षाप्रमाणे कालगणना केली जाते हे खरं. परंतु तुला माहीत नसेल तर ऐक. चंद्र ही कुरुवंशाची कुलदेवता आहे. प्राचीन काळी चांद्रवर्षाप्रमाणेच कालगणना होत असे. उत्तर कुरुराज्यात आजही ती प्रथा प्रचलित आहे. युधिष्ठिर धर्मवेत्ता आहे. चांद्रवर्षाप्रमाणे कालगणना करून त्यानं कुरूंची तीच प्राचीन प्रथा पाळली आहे. राजदूत सांगतो आहे ते ऐक. भलत्या वल्गना करू नकोस. त्यांचं राज्य त्यांना परत दिलं नाही तर सर्वविनाशक युद्धाला तोंड द्यावं लागेल, हे लक्षात ठेव. परवाच झालेल्या युद्धात सर्वांत आधी तूच पराभूत झाला होतास, हे तू विसरला नसशीलच.''

" मुळीच विसरलेलो नाही आणि तुम्ही शत्रूचे पक्षपाती आहात हेही विसरलेलो नाही. कोण किती मनापासून लढलं हे सर्वांनाच माहीत आहे. प्रत्येक वेळी आमच्या शत्रूंचं गुणगान करून आमचा तेजोभंग कसा करावा, एवढं तुम्हाला चांगलं समजतं. ते द्यूत हरले तेव्हा वर्षाचा अर्थ सौरवर्ष असाच होता; चांद्रवर्ष असा नव्हे. तुम्ही त्यांना भीत असाल तर बाजूला व्हा. युद्धाचं काय ते आम्ही पाहून घेऊ.''

शांतिप्रस्ताव बाजूला राहून भलताच वाद भडकत चाललेला आहे हे पाहताच राजदूत अस्वस्थ झाला. " मी शांतिदूत म्हणून आलो आहे महाराजा...'' राजदूत चाचरला.

" तू शांतिदूत म्हणून आला आहेस, तर मग ती रणनिमंत्रणं शांततासोहळा साजरा करण्यासाठी पाठवली जात आहेत का? ''

कर्णाच्या या प्रश्नावर राजदूत तरी काय बोलणार; तो निरुत्तरच झाला.

राजदूताकडे रोखून पाहत कर्ण पुढे म्हणाला, "एकीकडे शांततेच्या गोष्टी सांगायच्या आणि दुसरीकडे युद्धाची तयारी करायची, हे युद्धतंत्र आम्हाला माहीत

नाही, असं त्यांनी समजू नये. बलप्रदर्शनाला भिऊन दुर्योधन आपलं राज्य परत करील असा युधिष्ठिराचा समज झाला असेल, तर तो पूर्णपणे चुकीचा आहे म्हणून सांग.''

वाद वाढत चाललेला पाहून महाराजा अस्वस्थ झाला. पितामहांचं म्हणणं त्याला न्याय्य वाटत असलं तरी कर्ण त्याच्या मनातलं बोलत होता. त्यामुळे कर्णाला अडवायची त्याची इच्छा होईना. पण वाद विकोपाला जाऊ द्यायचा नसेल तर हस्तक्षेप करायलाच पाहिजे होता.

'' थांबा, मला थोडा विचार करू द्या...'' घाईघाईनं महाराजा म्हणाला. '' कर्ण, अशी डोक्यात राख घालून घेऊ नकोस. आणि राजदूता... तू आता परत जा. पांडवांच्या आणि आम्हा सर्वांच्याच कल्याणाच्या दृष्टीनं मी संजयाला युधिष्ठिराकडे पाठवणार आहे. तुझ्यापाठोपाठ लगेचच मी त्याला पाठवतो. तो माझ्या वतीनं युधिष्ठिराची भेट घेईल. त्याच्याशी बोलेल. माझा एवढा संदेश तू युधिष्ठिराला सांग.''

'' ठीक आहे महाराजा.'' राजदूत म्हणाला.

राजसभा संपवून उठताच संजयाला आपल्या महालात बोलावून घेऊन महाराजा म्हणाला,'' ऐकतो आहेस ना संजय? तू तातडीनं उपप्लव्य नगरीला जा. माझ्या वतीनं पुत्र युधिष्ठिराची भेट घे. मायेचे दोन शब्द बोलून त्याचं मन शांत कर. वैर वाढायला कारणीभूत ठरेल असं एक अक्षरही तुझ्या तोंडातून बाहेर पडणार नाही याची काळजी घे. तू सुज्ञ आहेस. कृष्णाचं काय म्हणणं आहे तेही जाणून घे. युधिष्ठिर त्याचं ऐकतो हे तुझ्या लक्षात असू दे. युधिष्ठिर सद्गुणी आहे. तो माझी आज्ञा कदापि मोडणार नाही... पण... पण... ठीक आहे. तुला अधिक काही सांगायची आवश्यकता नाही. तू सुज्ञ आहेस...''

महाराजाची आज्ञा होताच संजय मत्स्यदेशात उपप्लव्य नगरीला मार्गस्थ झाला.

६२.

पांडवांचा मामा शल्य आपली प्रचंड सेना घेऊन भाच्यांच्या मदतीला निघाल्याचं वृत्त आहे. खरं तर दु:शासन तिकडेच गेला आहे. बाल्हिक देशाचा राजा सोमदत्त आणि त्याची मुलं भूरी, भूरिश्रवा आणि शल यांची भेट घेऊन तो पुढे मद्र-देशालाही जाणार होता. म्हणजे...? शल्यानं दु:शासनाला धुडकावून लावलं आहे की काय?

द्वारकेकडूनही विश्वास बसू नये अशा वेगवेगळ्या वार्ता कानावर येत आहेत.

गुप्तचर सांगत आहेत की यादवांचा मेळा आपसातल्या दुहीनं पुरता पोखरून निघाला आहे. एका बाजूला वृष्णी आणि दुसऱ्या बाजूला भोज-अंधक यांच्यात वैराग्नी धुमसतो आहे. स्यमंतक मण्यावरून उद्भवलेला वाद अजूनही मिटलेला नाही. त्या मण्यासाठी सत्राजिताची हत्या केल्याबद्दल युयुधान सात्यकी अजूनही कृतवर्म्यावर डूख धरून बसला आहे. कृष्णही कृतवर्म्याचा तो अपराध विसरायला तयार नाही. कृतवर्म्यालाही कृष्णाचं एवढं पांडवप्रेम मुळीच मान्य नाही. त्याचा खरा ओढा आहे तो दुर्योधनाकडेच. संधी मिळताच तो दुर्योधनाला येऊन मिळायला मागेपुढे पाहणार नाही. बलरामाचा विचार आणखी वेगळाच आहे. कौरव-पांडवांच्या भांडणात यादवांनी पडू नये, असंच त्याला वाटतं.

युयुधान सात्यकी हा मात्र सोमदत्तासारख्या आपल्या पिढीजात हाडवैऱ्यावर सूड उगवायला उतावीळ झाला आहे. तो फक्त युद्धाची भाषा बोलतो. उपप्लव्य नगरीत तर त्यानं म्हणे प्रतिज्ञाच केली आहे. युधिष्ठिराला यातना देणाऱ्यांना त्याच्यापुढे नाक घासायला लावीन, नाही तर ठार करीन. बलराम सामोपचाराचं बोलू लागला तर त्यालाही त्यानं मुळीच बोलू दिलं नाही. उलट त्यालाच दोष दिला. महाराजा द्रुपद, विराट यांनीही सात्यकीचंच म्हणणं उचलून धरलं.

द्रुपदपुत्र धृष्टद्युम्नाला तर केव्हा एकदा द्रोणाच्या नरडीचा घोट घेईन असं झालं आहे. युद्ध अटळच ठरलं तर पांडवांचा सेनापती बहुधा तोच असेल. भीमालाही दुःशासनाच्या रक्ताची तहान लागली आहे. अर्जुनाचे बाण कर्णाचा कंठनाल छेदण्यासाठी कधीपासून भात्याबाहेर डोकावत आहेत...

तिकडे धृष्टकेतू आदी पाचही केकय बंधूंना दुर्योधनाच्या मदतीनं आपल्या भावांचा बीमोड करायचा आहे. म्हणूनच विशोकादी इतर पाचही बंधू पांडवांना जाऊन मिळाले आहेत. किर्मीर राक्षसाचा मुलगा अलंबुष बापाच्या आणि चुलत्याच्या हत्येच्या सुडासाठी कधीपासून युद्धात उतरायला उत्सुक आहे. बकासुर आणि किर्मीराचा मोठा भाऊ अलायुध भीमाला ठार मारायची संधी शोधतो आहे. अलंबुष आणि अलायुध हे दुर्योधनाच्या बाजूनं युद्धात उतरणार हे हेरून पांडवांनी घटोत्कचाला कधीच रणनिमंत्रण पाठवलं आहे. राक्षसांच्या युद्धनीतीला तोंड द्यायचं तर त्यासाठी भीमपुत्र घटोत्कचासारखा राक्षसवीरच हवा, हे कृष्णालाही चांगलंच माहीत आहे. तिकडे किरातांचा राजा भगदत्त एके काळी पांडूराजाचा जिवलग मित्र असूनही आज आपल्या विराट गजसेनेसह पांडवांच्या विरोधात उभा ठाकला आहे. मगध देशात राजा सहदेवाविरुद्ध त्याचा भाऊ जलसंध हाच दंड थोपटून उभा राहिला आहे. सहदेव पांडवांना साहाय्य करणार आहे म्हणून जलसंध कोणत्याही क्षणी दुर्योधनाला येऊन मिळण्याची शक्यता आहे; नव्हे त्याचा तसा संदेशही कधीच येऊन पोचला आहे.

हे युद्ध आहे तरी कशासाठी? कोण कशासाठी लढणार आहे? कोणासाठी लढणार आहे? काहीच कळेनासं झालं आहे. कोणाशी गोड बोलून, कोणाला आमिष दाखवून जो तो आपलं बळ वाढवू पाहतो आहे.

'मद्रराजाला आपल्या पक्षात मी कसा मिळवून घेतो हे तू फक्त पाहत राहा...' दुर्योधन कर्णाला म्हणाला होता. परंतु हे कसं शक्य आहे हे कर्णाच्या अजूनही लक्षात आलेलं नाही. तो आपल्याच भाच्यांविरुद्ध शस्त्र कसा धरील? त्यांच्या मदतीसाठीच तो प्रचंड सैन्य घेऊन मद्रदेशाहून निघाला आहे ना? एव्हाना शतद्रू नदी ओलांडून तो कुरुक्षेत्रापर्यंत आलाही असेल... तिथून उपप्लव्य नगरी फार दूर नाही... एकदा त्यांची भेट झाली की संपलंच. त्यांचं बळ कित्येक पटींनी वाढणार यात शंकाच नको...

दुर्योधन द्वारकेहून परत आला तो विजयी मुद्रेनंच. वृष्णी-अंधकांची विराट सेना त्याला कृष्णानं देऊ केली होती. आणि तो स्वतः मात्र अर्जुनाचा सारथी होऊन त्याचे घोडे वळणार होता. एवीतेवी तो तटस्थ राहणं अशक्यच होतं. तेव्हा त्याची चतुरंग सेना मिळाली, हेही काही कमी नव्हतं. परंतु हस्तिनापुरात पाऊल ठेवताच कळालेल्या त्या दुःखद वार्तेनं त्याची विजयी मुखमुद्रा शोकानं काळवंडून गेली. बंधू संग्रामजित गेल्यापासून राधामाता खचली होती हे खरं; परंतु आताच असं काही अकल्पित घडेल असं वाटलं नव्हतं. ...आणि त्याचा मित्र कर्ण ! राजकारणाच्या या साऱ्या धकाधकीत त्यानं आपल्या कौटुंबिक समस्यांची कुणकुणही दुर्योधनाला लागू दिली नव्हती आणि वरून त्यानंच द्रुपदाच्या राजदूताला परतवून लावायची जबाबदारी स्वीकारली होती.

दुर्योधनाचं मन पश्चात्तापानं पोळून निघालं. कर्णानं सांगितलं नाही आणि मीही विचारलं नाही. सारखं युद्ध...युद्ध... आणि युद्ध ! दुसरा विचारच डोक्यात शिरत नाही. हातातली सगळी कामं बाजूला ठेवून दुर्योधन कर्णाच्या वाड्याकडे धावला. सखा दुर्योधन समोर दिसताच कर्णाला शोकावेग आवरला नाही. उरात साठून राहिलेलं दुःख त्यानं मित्र दुर्योधनाच्या मिठीत रितं केलं. शोकावेग ओसरल्यावर मूकपणे बसून राहिलेल्या दुर्योधनाला स्वतः कर्णानंच द्वारकेचा वृत्तान्त विचारला.

दुर्योधन अर्जुनाच्या आधीच द्वारकेत पोचला होता. ज्याच्या भेटीसाठी द्वारकेत आलो आहोत त्याचीच भेट आधी घ्यावी म्हणून तो कृष्णाकडे गेला, तर म्हणे तेव्हा कृष्ण दुपारची वामकुक्षी घेत होता. दुर्योधन तसाच त्याच्या शयनकक्षात शिरला. आता कृष्णाला जाग येईपर्यंत थांबणं आलंच. तेवढ्यात कृष्णाच्या भेटीसाठी द्वारकेत पोचलेला अर्जुनही आलाच आणि कृष्णाच्या पायाशी जाऊन बसला. पण कृष्णानं खळखळ तरी किती करायची? मी रणनिमंत्रण घेऊन आलो आहे असं दुर्योधनानं सांगताच कृष्ण म्हणाला, तुम्ही दोघे मला सारखेच आहात; पण अर्जुन

तुझ्याहून लहान आहे तेव्हा आधी मला त्याची मागणी ऐकू दे. त्यावर दुर्योधनानं आपण आधी आलो असल्याची जाणीव करून दिली तर म्हणाला, 'जाग आल्यावर माझी दृष्टी आधी अर्जुनावरच पडली. तेव्हा माझ्या दृष्टीनं तोच आधी आला आहे असं ठरतं. शिवाय तो लहानही आहे तेव्हा त्यालाच आधी काय ते मागू दे.' एवढं सांगून आपली बाजू स्पष्ट करताना तो म्हणाला, "तुमच्या या युद्धात माझा मोठा भाऊ बलराम तटस्थ राहणार आहे. मी स्वतःही शस्त्र धारण करणार नाही, असा माझा निश्चय आहे. तेव्हा एकीकडे निःशस्त्र असा मी आणि दुसरीकडे माझी वृष्णी-अंधकांची विराट सेना, यांतून काय निवडायचं असेल ते निवडा... अर्जुना तू आधी सांग..."

कृष्णाची निवड करताना अर्जुन म्हणाला, 'तू निःशस्त्र असलास काय किंवा सशस्त्र असलास काय, जसा असशील तसा तू माझ्या पक्षात ये म्हणजे झालं. कृष्णा, सारथ्यकर्मात तू अत्यंत कुशल आहेस. माझा सारथी म्हणून तू माझ्यासोबत असशील तर कुठलंही युद्ध जिंकणं मला अशक्य नाही.' दुर्योधनाला साहजिकच दुसरा पर्याय स्वीकारावा लागला.

दुर्योधनाच्या तोंडून तो सगळा वृत्तान्त ऐकून घेतल्यावर कर्ण म्हणाला," तू त्याला तटस्थ राहायला सांगायचं होतंस. तसं झालं असतं तर फार बरं झालं असतं युवराज."

पण कृष्ण तटस्थ राहिला नसता हे का कर्णाला माहीत नव्हतं? आत्याच्या मुलांसाठी कृष्णाचा किती जीव तुटतो, हे त्याला चांगलं माहीत होतं. म्हणूनच तर तो प्रत्येक वेळी पहाडासारखा त्यांच्या पाठीशी उभा राहिला होता... आणि आता तर पांडवांच्या अस्तित्वाचाच प्रश्न होता आणि अशा वेळी कृष्ण तटस्थ राहील, ही गोष्ट कदापि अशक्य होती.

" त्याच्यासारखा धूर्त आणि धोरणी माणूस तटस्थ राहूच शकत नाही अंगराज. तो आपल्या पक्षात आला असता तरी शत्रूला सामील असलेल्या आमच्याकडच्या चौघा म्हाताऱ्यांमध्ये आणखी एकाची भर पडली असती, एवढंच. त्यापेक्षा तो त्यांच्या पक्षात गेला आहे तेच बरं आहे. मी शस्त्र धारण करणार नाही हे त्याचं सोंग मला कळत का नाही? रथनीडावर तो गप्प का बसणार आहे? पण सगळ्या गोष्टी आता त्याच्या एकट्याच्या हातात राहिलेल्या नाहीत. तसं असतं तर माझे गुरू बलराम यांचं मन वळवण्यात तो निश्चितच यशस्वी झाला असता. कृतवर्म्यानं मला केवढं तरी आश्वासन दिलं आहे. लवकरच अंधकांच्या प्रचंड सेनेसह तो आपल्याला येऊन मिळाल्याशिवाय राहणार नाही." दुर्योधन म्हणाला.

"- पण हे कृष्णाला मान्य आहे?"

" सांगतो काय? सगळ्याच गोष्टी आता त्याच्या हातात राहिलेल्या नाहीत.

वृष्णी आणि अंधक यांच्यात कधीपासूनच वैराग्नी धुमसतो आहे. तो केव्हा पेट घेईल हे सांगता येत नाही. त्यानं स्वतःच मला कृतवर्म्याची भेट घ्यायला सांगितलं. माझे गुरू बलराम यांना आपली बाजू किती न्याय्य आहे हे चांगलं माहीत आहे. तरीही उगाच संहार नको म्हणून ते या संघर्षापासून अलिप्त राहणार आहेत.''

मद्रराज शल्यानं शतद्रू ओलांडली असून, क्षणाक्षणाला तो कुरुक्षेत्र जवळ करतो आहे, हे कळताच दुर्योधन सतर्क झाला. त्यानं स्वतःच मद्रराजाच्या भेटीला जायची तयारी सुरू केली. परंतु त्याच दिवशी मध्यरात्रीनंतर उपप्लव्य नगरीला गेलेला संजय हस्तिनापूरला परतला असल्याचा संदेश मिळताच त्याला निघणं अशक्य झालं. परंतु शल्यराजाच्या स्वागतासाठी त्यानं आपले कित्येक विश्वासू सेनाधिकारी पुढे पाठवले. उत्कृष्ट प्रकारची मद्यं तयार करणारे रसकर्मी, नर्तन-गायन निपुण कलावंतांचे कित्येक ताफे, कित्येक सुंदर दासी आणि उत्कृष्ट मांसाहारी पदार्थ तयार करणारे बल्लवाचार्य त्यांच्यासोबत होतेच.

उपप्लव्य नगरीहून संजय काय संदेश घेऊन आला आहे हे पाहून तोही तातडीनं शल्याच्या भेटीला जाणार होता.

६३.

चंदनमिश्रित सुवासिक जलानं धुवून स्वच्छ केलेल्या राजसभेच्या सुवर्णवर्णी फरसबंदीवर ठेवलेल्या रत्नखचित आसनांवर सर्व सभाजन स्थानापन्न झाले असल्याची माहिती मिळताच महाराजा धृतराष्ट्र म्हणाला, " संजय, माझ्या पुत्रांसह कित्येक शूर असे क्षत्रिय वीर ज्या सभेत उपस्थित आहेत अशा या सभेत मी तुला आज्ञा देतो. पुत्र युधिष्ठिर काय म्हणाला ते तू स्पष्टपणे सांग.''

" हे महाराजा...'' संजय सांगू लागला." पितामह, महात्मा विदुर, गुरुद्वय आणि सर्व ज्येष्ठांना प्रणाम सांगून धर्मराज युधिष्ठिर म्हणाला, सलोखा झाला तर महाराजांचे पुत्र किंबहुना आम्ही सारेच एका फार मोठ्या विनाशापासून वाचलो असं होईल. मला युद्ध नकोच आहे. मी शांतताप्रिय माणूस आहे, हे तू जाणतोसच. आमचं राज्य परत मिळणार असेल तर झालेले अपमान, भोगाव्या लागलेल्या यातना हे सारं विसरायला आम्ही तयार आहोत. महाराजा, युधिष्ठिरानं तुला एक प्रश्न विचारला आहे. तो म्हणाला, 'महाराज धृतराष्ट्र यांनीच मला इंद्रप्रस्थाचं राज्य दिलेलं आहे. असं असताना आता ते मला त्यापासून का वंचित ठेवत आहेत?' युवराज, तुझ्यासाठीही त्यानं संदेश पाठवला आहे. तो म्हणाला, ''पृथ्वी विशाल

आहे. कौरव-पांडवांना निश्चितच सुखानं राहता येईल. पाच गावांचं राज्य मिळालं तरी आम्हा पाच भावांना ते पुरेसं आहे. याचा अर्थ मी युद्धाला भितो आहे, असा मात्र नाही. तू म्हणशील तर मी युद्धालाही तयार आहे. भीक मागणं धर्मविरुद्ध आणि अपकीर्तिकारक आहे. दुर्योधनानं आमचं राज्य परत करावं, किंवा युद्धाला सामोरं जावं."

सौम्य शब्दांत का होईना युधिष्ठिरानं राज्याचा आग्रह कायमच ठेवला आहे, हे पाहून दुर्योधनाचं मस्तक तडकलं.

" आणि अर्जुन- शांतताप्रिय अर्जुन काय म्हणाला?" अधीरपणे धृतराष्ट्रानं पृच्छा केली. अर्जुन काय म्हणाला ते दुर्योधनानं आणि कर्णानंही ऐकावं असं त्याला फार वाटत होतं.

" त्यानं दिलेला निरोप मला युवराजापर्यंत पोचवलाच पाहिजे महाराजा. इंद्रप्रस्थाचं राज्य किंवा युद्ध हे दोनच पर्याय अर्जुनानं युवराजासमोर ठेवले आहेत. तो म्हणाला, मी आणि श्रीकृष्ण दोघे मिळून दुर्योधनाचा वंशच्छेद करणार आहोत. माझं धनुष्य कधीपासून युद्धासाठी आतुर झालं आहे. माझे बाण भात्यातून डोकावत आहेत. दुर्योधनाला सांग की त्याचे वाईट दिवस जवळ आले आहेत. लवकरच त्याला आपल्या कृतकर्माची कटू फळं भोगावी लागणार आहेत. धर्मराज युधिष्ठिर जय मिळवण्यासाठी त्वरा करतो आहे..."

" म्हणजे कृष्णही अर्जुनाशी सहमत आहे की काय? तो काय म्हणाला?" धृतराष्ट्राचा धीर आता पुरता खचला होता.

" तो म्हणाला,' संधी होत असेल तर त्यासारखी आनंदाची गोष्ट दुसरी नाही. असं घडलं तर ते धृतराष्ट्राच्या मुलांना मृत्यूच्या दाढेतून बाहेर काढल्यासारखंच होईल. पांडवांना त्यांचं राज्य परत मिळालंच पाहिजे. यापलीकडे त्यांना काहीच नको आहे. शांतता किंवा युद्ध हे दोनच पर्याय आता समोर आहेत. काय निवडायचं ते महाराजानंच ठरवायचं आहे."

अटळ पर्याय समोर दिसत असतानाही काय निवडायचं ते महाराजानंच ठरवायचं आहे असं सांगून स्वतः नामानिराळं राहण्याची कृष्णाची ती मखलाशी पाहून धृतराष्ट्राच्या मनाचा थरकाप झाला.

महाराजा असहाय झालेला पाहून त्याच्या मदतीला धावून येत दुर्योधन म्हणाला, "ते द्यूतात राज्य हरले, यात आमचा काय दोष? त्यांना वनात जावं लागलं ते द्यूताची अट पूर्ण करण्यासाठी. द्यूताच्या व्यसनापायी आपल्याच हातानं राज्य घालवायचं आणि आता ते परत मिळावं म्हणून युद्धाच्या धमक्या द्यायच्या, हा कुठला न्याय आहे? द्यूतात हरलेली संपत्ती कधी परत मिळते का? एवढीही अक्कल त्या स्वतःला धर्मराज म्हणवणाऱ्या युधिष्ठिराला असू नये का? पण अशा

धमक्यांना भिणारा हा दुर्योधन नव्हे ! त्यांना जे काय मिळवायचं असेल ते आता लढूनच मिळवावं लागेल.''

'' युद्धालाही त्यांची तयारी आहे महाराजा.'' खाली मान घालून संजय म्हणाला.

'' असं म्हणतोस...? बरं ... त्यांचं सेनाबल तरी असं कितीसं आहे?'' अगतिक होऊन महाराजा म्हणाला.

'' हे तू काय विचारतो आहेस महाराजा? कृष्णासारखा हितचिंतक त्यांच्या पाठीशी आहे हे तू जाणतोसच. शिवाय महारथी राजा द्रुपद, त्याचा पुत्र धृष्टद्युम्न, मत्स्यनरेश विराट, त्याचा पुत्र श्वेत, युयुधान सात्यकी, चेकितान, उत्तमौजा यांच्यासारखे महाप्रतापी वीर, यांच्याखेरीज स्वतः भीमार्जुनांसह त्यांचे सर्व भाऊ, महारथी अभिमन्यूसह त्यांचे इतरही पाच पराक्रमी पुत्र आणि आणखी असे कितीतरी बलाढ्य वीर योद्धे...''

'' ते वीर असतील तर आम्ही काय षंढ आहोत की काय?'' दुर्योधन कडाडला. '' उलट अनेक बाबतींत आम्ही त्यांच्यापेक्षा कित्येक पटींनी वरचढ आहोत. मी स्वतः गदायुद्धात अजिंक्य आहे, हे त्यांना चांगलं माहीत आहे. पितामह भीष्म, द्रोणाचार्य, कृपाचार्य, अश्वत्थामा, भूरिश्रवा, भगदत्त आणि माझा हा मित्र कर्ण... यांना पराभूत करील असा कोण आहे? आज सुमारे अकरा अक्षौहिणींचं सेनाबल आमच्या पाठीशी उभं आहे. त्यांच्याकडे जेमतेम सात अक्षौहिणी आहेत. तेवढ्या तुटपुंज्या बळावर ते आमच्या प्रचंड सेनेवर कसा विजय मिळवणार आहेत ते तरी सांग?''

'' आत्मविश्वासाच्या बळावर युवराज.''

'' तो तुझा भ्रम आहे ! ''

वाद वाढत चाललेला पाहून पितामह म्हणाले, '' महाराजा, अजूनही विचार कर. वेळ निघून गेल्यावर सगळ्याच शक्यता मावळतील. दुर्योधनाचा हा बढाईखोर मित्र कर्ण रोज पांडववधाच्या वल्गना करत असतो; पण तो अर्जुनाचा सोळावा हिस्सादेखील नाही. तुझ्या मुलांना तो विनाशाकडे घेऊन चालला आहे. मत्स्यदेशात झालेल्या युद्धात तो अर्जुनापुढे कसा पराभूत झाला, ते आम्ही पाहिलं आहे. द्वैतवनात गंधर्वसेना दुर्योधनाला बंदिवान करून घेऊन गेली तेव्हा तो कुठं लपून बसला होता? तेव्हा अर्जुनानंच दुर्योधनाची मुक्तता केली होती, हे तुला आठवलं तरी पुरेसं आहे.''

'' पितामह एवढं सांगत आहेत तरी तू ऐकत का नाहीस? ज्ञानवृद्ध अनुभवी विद्वज्जन शांततेचीच महती गातात. शांतता हीच कुठल्याही राज्याच्या समृद्धीची खरी खूण असते.'' धृतराष्ट्र म्हणाला.

थोड्याच वेळापूर्वी पांडव पक्षाचं बळ आजमावून पाहणारा धृतराष्ट्र आता

शांततेच्या गोष्टी करत होता. पांडवांशी संधी कर म्हणून असहायपणे पुत्राच्या विनवण्या करत होता.

" ते शक्य नाही महाराज ! " दुर्योधन किंचाळला.

दुर्योधन ऐकणार नाही हे विदुराला माहीतच होतं. न राहवून तो धृतराष्ट्राला म्हणाला,"महाराजा, दुर्योधनासाठी तू कुरुकुलाचा नाश ओढवून घेणार आहेस की कुलाच्या कल्याणासाठी त्याचा त्याग करणार आहेस?"

" धन्याचं खाऊन त्याचंच अहित चिंतणाऱ्या कृतघ्न दासीपुत्रा ! तू म्हणजे आमच्या घरात शिरलेला साप आहेस. कलहाचं हे विष तूच पेरलं आहेस. आर्यधर्मानुसार महाराज धृतराष्ट्र कुरुराज्याचे उत्तराधिकारी असताना, तूच पांडूराजाला राज्याभिषेक करवला होतास. त्यांना राज्य द्यायचं कारस्थानही तुझंच आणि युधिष्ठिराला युवराज घोषित करायची मखलाशीही तुझीच. या कलहात कुरुकुलाचा सर्वनाश होणार असेल तर त्याला तूच एकटा जबाबदार आहेस. कुटील, दांभिक दासीपुत्रा, त्या कृष्णाच्या मदतीनं तू कितीही कारस्थानं केलीस तरी मी तुला मुळीच भीक घालणार नाही, हे पक्कं लक्षात ठेव. कौरव कोणाला म्हणतोस? कौरव फक्त आम्हीच आहोत. तू त्यांना कुरू म्हणत असलास काय आणि पांडव म्हणत असलास काय, मी म्हणत नाही आणि म्हणणारही नाही. त्यांना पांडव म्हणणं हासुद्धा आमच्या दिवंगत चुलत्याचा अपमान ठरतो. ते असलेच तर कौंतेय आहेत. कुरूंच्या या राज्यावर त्यांचा काडीइतकाही हक्क पोचत नाही. कुरूंच्या राज्याचे तुकडे पडावेत अशीच तुझी इच्छा असेल तर लक्षात ठेव, मी जिवंत असेपर्यंत ते घडणार नाही. मी ते घडू देणार नाही. त्या प्रयत्नांत मला मरण आलं तरी पर्वा नाही. मी मागे हटणार नाही !"

" जीभ आवर दुर्योधन- " पितामह गरजले. त्यांना दुर्योधनाचा तो युक्तिवाद मुळीच मान्य नव्हता. "आर्यधर्मानुसार ते पांडूराजाचे नियोगपुत्र आहेत. आणि तसंच म्हणशील तर तूही कौरव नाहीस. शेवटचा कौरव आहे तो फक्त मीच! कारण पांडू आणि तुझा पिता धृतराष्ट्र हे दोघेही माझा लहान बंधू महाराजा विचित्रवीर्य याचे नियोगपुत्र आहेत."

" एवढं सांगितलंत तसं आता कुरूंच्या या राज्यावर मूळ अधिकार कोणाचा होता तेही सांगा. महाराज विचित्रवीर्य यांच्यानंतर महाराज धृतराष्ट्र आणि त्यांच्यानंतर आम्ही हेच कुरुराज्याचे वारस असताना आपद्धर्म म्हणून पित्याकडे आलेलं राज्य पोरांनीही बळकावून बसावं, हा कुठला धर्म आहे? माझे वडील जन्मांध आहेत; पण मी जन्मांध नाही. माझा कुठलाही भाऊ जन्मांध नाही. वडिलांच्या नंतर मोठ्या मुलानं सिंहासनावर बसावं, हाच आर्यधर्म आहे. त्याचंच पालन मी करतो आहे. आपल्या राज्याचे एकाहून अधिक तुकडे होऊ नयेत यासाठी राजानंच दक्ष राहायचं असतं.

कुरुराज्याचा युवराज म्हणून तेच कर्तव्य मी पार पाडतो आहे. हीच राजनीती आहे. तीच मी पाळतो आहे. खरं तर कुरुराज्याचे हितचिंतक म्हणून तुम्हीच ते करायला पाहिजे होतं. परंतु त्यांच्या मोहापोटी तुम्ही ते विसरला आहात. तुम्ही किती पक्षपाती आहात ते मला चांगलं माहीत आहे. त्यांना योग्य तो सल्ला देण्याऐवजी उलट तुम्ही मलाच दोष देणार आहात, हेही मला माहीत आहे. परंतु लक्षात ठेवा, कोणत्याही परिस्थितीत मी माझ्या वडिलार्जित राज्याची वाटणी होऊ देणार नाही. मी लहान असताना त्यांना खांडवप्रस्थाचं राज्य दिलं गेलं, हीच मुळात मोठी चूक होती. परंतु शकुनीच्या द्यूतकौशल्यामुळे ती दुरुस्त झाली आहे. आता पुन्हा तीच चूक केली, तर ते कृत्य निश्चितच आत्मघातकीपणाचं ठरेल.''

चर्चा भलतीकडेच भरकटत निघालेली पाहून महाराजा पुन्हा अस्वस्थ झाला. दुर्योधन सांगत होता ते त्याला पटत होतं. नव्हे... त्याच्या मनातलं तेच दुर्योधन बोलत होता. परंतु संभाव्य परिणामांच्या भीतीनं गांगरून गेलेला महाराजा दुर्योधनाच्या म्हणण्याला दुजोरा देऊ शकला नाही. पण त्याची गरज नव्हतीच. दुर्योधन ऐकणार नव्हताच. त्रागा करत महाराजा म्हणाला,''माझं ऐक पुत्रा, संधी करणं हेच उभयपक्षी हितकारक ठरेल... पण मी तरी काय करू? मी नको म्हटलं म्हणून तू ऐकणार का आहेस? तू तुझंच खरं करशील...''

दुर्योधनाला आता अधिक काहीही ऐकून घेणं अशक्य होतं. ताड्कन आसनावरून उठत तो म्हणाला,'' आमची काळजी करू नका महाराज. माझं सामर्थ्य मला आणि त्यालाही चांगलं माहीत आहे. म्हणूनच तर तो आता इंद्रप्रस्थाची आशा सोडून पाच गावं मागतो आहे. याचा अर्थ स्पष्ट आहे. तो भ्याला आहे. विजय आमचाच आहे, यात शंकाच नको.''

एवढं सांगितल्यावर तरी महाराजाच्या मनावरचं काळजीचं ओझं दूर होईल असं दुर्योधनाला वाटत होतं. परंतु अजूनही महाराजाच्या मनाची समजूत पटत नव्हती.

'' नको... नको पुत्र दुर्योधन...'' मान हलवत धृतराष्ट्र म्हणाला.'' नको, नकोच ते युद्ध. आम्हाला आमचं हस्तिनापूरचं राज्य पुरेसं आहे.''

आता मात्र दुर्योधनाची सहनशक्ती संपली. '' नाही महाराज !'' तो ओरडलाच. '' मी जिवंत असेपर्यंत कुंतीच्या त्या अनौरस पुत्रांची सावलीसुद्धा मी हस्तिनापूरच्या राजसिंहासनावर पडू देणार नाही. पाच गावंच काय; पण सुईच्या अग्रावर मावेल एवढीसुद्धा जमीन मी त्यांना देणार नाही! ''

एवढं बोलून तो ताड् ताड् सभागृहाबाहेर निघून गेला. आता काहीही बोलायचं उरलं नव्हतंच. त्या दिवशीची ती सभा तिथंच संपली.

६४.

संधीच्या सर्व शक्यता धुडकावून लावून दुर्योधन वेगानं कामाला लागला. शक्य तेवढ्या लवकर शल्यराजाला भेटून त्याला कौरवपक्षात वळवून घेणं गरजेचं होतं. अधिक वेळ न घालवता दुर्योधन शल्यराजाच्या भेटीसाठी निघाला.

तिकडे सरस्वती ओलांडून कुरुक्षेत्रात प्रवेश करताच शल्यराजाचं भव्य स्वागत झालं. मद्रसेनेच्या निवासासाठी जागोजागी भव्य शिबिरं उभारण्यात आली होती. नाना प्रकारचे सुखोपभोग त्यांची वाटच पाहत होते. कित्येक योजने चालून आलेले सैनिक भरपूर मद्यमांसयुक्त भोजनं झोडून, नव्यानं पुरवण्यात आलेल्या स्त्रियांवर तुटून पडले. स्वतः शल्यही त्या भव्य स्वागतानं भारावून गेला.

'खरंच, या देशातील अन्नाची चव काही निराळीच असते. इथल्या जनावरांचं दूधदुभतं जेवढं चवदार असतं, तेवढंच त्यांचं मांसही रुचकर असतं,' शल्यराज आपला ज्येष्ठ पुत्र रुक्मरथ याला सांगत होता. समोर आलेल्या पदार्थांवर ताव मारत रुक्मरथ ऐकत होता. पदार्थ खरोखरच इतके चवदार झाले होते की बोलण्यात वेळ घालवला तर त्यांच्यावर अन्याय होईल, असंच त्याला वाटत असावं. " महाराज पांडू तेव्हा हस्तिनापूरचा राजा होता आणि आज ज्याला पितामह भीष्म म्हणतात ना, तोही तेव्हा बराच तरुण होता..." शल्यराज सांगत होता. पाहता पाहता तो जुन्या आठवणींत रंगून गेला. गाडे भरभरून संपत्ती घेऊन भीष्म मद्रदेशाला आला होता. म्हणाला, "पाहिजे तितकं धन देतो; पण तुझी बहीण माझ्या पांडूराजाला दे. थोरलीला मुलं होत नाहीत तेव्हा हिला जी मुलं होतील तीच पुढे राज्य करतील. त्याचा मोठा भाऊ तर जन्मांधच आहे. तेव्हा राज्याचा खरा उत्तराधिकारी हाच..."

भोजनापूर्वी प्राशन केलेली वारुणी मस्तकावर राज्य चालवू लागली होती. मद्रराजाच्या डोक्यात कितीतरी विषय इकडून तिकडे उड्या मारत राहिले.

... खरंच, पांडूराजाच्या काळात किती सुख भोगलं; पण पुढे दुर्दैव ओढवलं. मुलं होत नाहीत म्हणून निराश झालेला पांडूराजा आपल्या दोन्ही राण्यांसह हिमालयात निघून गेला. आर्यांच्या पूर्वापार प्रथेप्रमाणे नियोगाचा अवलंब करून त्यानं पाच पुत्रांना जन्म दिला. नियोग ही आर्यांची पूर्वापार चालत आलेली प्रथा आहे, तर ती आजच कालबाह्य कशी झाली? तो मूर्ख दुर्योधन स्वार्थापोटी काय वाट्टेल ते सांगत सुटला आहे. त्याचा लहान भाऊ दुःशासनच नाही का येऊन गेला? म्हणे, मद्रराजा तुझ्या भाच्यांशी आमचं मुळीच भांडण नाही. तू डोक्यात राख घालून घेऊ नकोस. करायचीच असेल तर आम्हाला मदत कर. त्यातच आर्यधर्माचं रक्षण आहे... पण युधिष्ठिराची मागणीही आर्योचितच आहे. त्याला त्याचं राज्य परत मिळालंच पाहिजे.

ते काही असो... आर्यधर्माप्रमाणे पाहिलं, तर ते पांडूराजाचेच पुत्र आहेत. भीष्मालाही तेच मान्य असणार. त्याच्याइतका आर्यधर्म आणखी कोणाला कळतो? खरंच युधिष्ठिर सुदैवी आहे. पितामह भीष्मांचा आशीर्वाद त्याच्या पाठीशी आहे. अशा वेळी शल्य युधिष्ठिराच्या पाठीशी राहणार नाही, तर आणखी कोणाच्या?

राजा युधिष्ठिर अभ्यागतांच्या स्वागताची पांडूराजाची तीच उज्ज्वल परंपरा पुढे चालवतो आहे. एवढं वैभवशाली स्वागत त्याच्याशिवाय आणखी कोण करणार? त्याच्या बाजूनं कोणी रणनिमंत्रण द्यायला आलं नाही खरं, पण म्हणून काय झालं? अशा वेळी रणनिमंत्रणाची वाट का पाहायची असते! नकुल-सहदेवांचा सख्खा मामा म्हणून माझं ते कर्तव्यच नाही का? एवढं युद्ध होणार. तेव्हा त्याला थोडी का कामं असतील? पण त्यानं बोलून नाही, करूनच दाखवलं...

डोक्यावर अधिराज्य चालवणारी वारुणी आता डोळ्यांवर आली होती. जड झालेले डोळे आपोआप मिटू लागले होते.

" अरे, ज्यानं आमचं एवढं भव्य स्वागत केलं आहे, तो माझा भाचा कुठं आहे? त्याला बोलवा ना कुणीतरी... म्हणावं, मी तुझ्यावर प्रसन्न आहे. तुझ्यासाठी काय करू तेवढं फक्त सांग."

हात जोडून पुढे येत राजसेवक म्हणाला," ही सारी व्यवस्था युवराज दुर्योधनानं केली आहे महाराजा."

" म्हणजे-?" शल्यराज गोंधळलाच.

झट्कन हात जोडून शल्यराजापुढे उभा राहत दुर्योधन म्हणाला," शल्यराज माझ्या स्वागताचा स्वीकार केल्याबद्दल मी तुझा फार आभारी आहे. शत्रूच्या उरात शल्यवत् पीडा करतोस म्हणूनच तुला शल्य म्हणतात. तू माझ्या अकरा अक्षौहिणी सेनेचं आधिपत्य स्वीकारावंस, एवढीच माझी विनंती आहे."

" ... ... " शब्दात सापडलेल्या शल्यराजाला पुढे काय बोलावं तेच सुचेना. तीच संधी घेऊन दुर्योधन पुढे म्हणाला,"शल्यराज, पितामह तुला आदरस्थानी आहेत. तुला ठाऊक नसेल तर सांगतो, हस्तिनापूरच्या रक्षणाची जबाबदारी त्यांनीच स्वीकारली आहे. आर्यधर्माच्या रक्षणासाठी त्यांच्या वृद्ध हातांना आपली मदत व्हावी असं तुला वाटत नसेल, असं मी कसं म्हणू? विचार कर... त्या अधर्मी कृष्णाशी हातमिळवणी करून ते अनार्यांच्या प्रथा स्वीकारत आहेत. ज्यांची नावंही कुणाला माहीत नाहीत, त्यांच्याशी नियोग... एकाच स्त्रीशी पाच भावांचा विवाह ! हा काय प्रकार आहे? क्षमा कर शल्यराज, तू तुझी बहीण माझ्या दिवंगत काकांना दिलीस तेव्हा तुला तरी हे अपेक्षित होतं? हे असंच चालत राहिलं तर आर्यावर्तात आर्यधर्म म्हणून काही शिल्लकच राहणार नाही. आर्यधर्माच्या रक्षणासाठी मी हे युद्ध पुकारलं आहे. तुझ्यासारखा कसलेला सेनापती मिळावा, हे हस्तिनापूरचं भाग्य ठरेल महाराजा."

'' पुढे घडणारं भवितव्य का माहीत असतं युवराज? पण आज तुला ज्या प्रथा त्याज्य वाटतात, त्या एके काळी प्रतिष्ठित होत्या. नियोग, बहुपतिकत्व किंवा मातृवंश या प्रथा आर्यांमध्ये पूर्वापार होत्या.''

'' ते काही असो. आता मागे पाहायचं की पुढे जायचं, याचा निर्णय घे. माझा विजय निश्चित आहे. प्रश्न आर्यधर्माच्या प्रतिष्ठेचा आहे. अशा वेळी मला मदत न करता तू तटस्थ राहिलास तरी मद्रकुलाची अप्रतिष्ठा झाल्याखेरीज राहणार नाही.''

शल्य विचारात पडला. त्याच्या मातृवंशी कुलाकडे आर्यावर्तातील इतर क्षत्रिय हेटाळणीनं पाहतात. आपण आर्य आहोत हे सिद्ध करायची आयती संधी चालून आली आहे... बोलावं कसं ते कोणी दुर्योधनाकडून शिकावं. पण तो म्हणतो आहे तेही खरंच आहे. पितामह त्याच्या पाठीशी असतील, नव्हे आहेतच तर... शत्रूच्या उरात शल्यवत् पीडा करणारा हा शल्य हस्तिनापूरच्या विराट सेनेचं चालून आलेलं सेनापतिपद का स्वीकारणार नाही?

'' आज मी तुझा ऋणाईत झालो आहे युवराज. भीष्म, द्रोण, कर्ण यांच्यासारख्या महायोद्ध्यांचा समावेश ज्या सेनेत आह, अशा विराट सेनेचं सेनापतिपद देऊ करून तू माझा मोठाच सन्मान केला आहेस. निश्चिंत राहा. सारं तुझ्या इच्छेप्रमाणे होईल.''

आणखी बरंच काही काही सांगून दुर्योधनानं शल्याचं मन पुरतं वळवून घेतलं. योग्य वेळी युवराजाची भेट झाली, असंच त्याला वाटलं. युवराजाला तरी आणखी काय हवं होतं? त्यानं मोठ्या आनंदानं शल्यराजाच्या सेनेची सर्व जबाबदारी स्वीकारली. सेनाधिकाऱ्यांना बोलावून घेऊन त्याच्यासमोरच कुठंही काही कमी पडू नये म्हणून सक्त आज्ञा दिल्या.

६५.

— पण आता कर्ण काय म्हणेल? माझ्या सेनेचा नियोजित सेनापती तोच असताना शल्याला वळवून घेण्याच्या मोहात आपण त्याला भलतंच आश्वासन देऊन बसलो झालं ! ...शल्याचा निरोप घेऊन हस्तिनापूरला परतताना दुर्योधन विचार करत होता. एका क्षणाला आनंदाच्या लाटांवर हेलकावे खाणारा दुर्योधन दुसऱ्याच क्षणाला आता कोणाकोणाची मनं कसकशी सांभाळायची, या चिंतेनं व्यग्र झाला.

...पण काहीच बिघडलं नाही म्हणा... दुर्योधनाचं दुसरं मन त्याला सांगू लागलं... माझ्या अकरा अक्षौहिणी सेनेसाठी मला अनेक सेनाप्रमुख हवेच आहेत.

शल्यराजाला त्यांपैकी एका भागाचं नेतृत्व सोपवलं तरी पुरेसं आहे. शिवाय त्याच्यावर जास्त जबाबदारी टाकणं धोक्याचं आहे. उद्या काय घडेल हे कोणी सांगावं? त्या कारस्थानी कृष्णानं त्याला काहीबाही सांगून फितवलं तर? हा शल्य म्हणजे नुसता भोळसट आहे. भीष्म, द्रोण या म्हाताऱ्यांनाही कसं वगळायचं, हा प्रश्नच आहे. आमचं खाऊन त्यांच्या कल्याणाची काळजी वाहणारे हे थेरडे मनापासून लढणार नाहीत, हे स्पष्टच आहे. अशा वेळी सेनानायक महारथी अंगराज कर्णच हवा !

अर्जुनाचा खरा शत्रू तोच आहे. कर्ण काही सेनापतिपदासाठी रुसून बसणार नाही. पण सेनापतिपदाची सूत्रं त्याच्या हाती दिल्याशिवाय निर्णायक युद्ध होणार नाही. पण त्यातही पुन्हा एक अडचण आहेच. एका सूतपुत्राला सेनापतिपदाचा अभिषेक केला तर हे सगळे थेरडे रुसून बसतील, हेही तेवढंच खरं. एका सूतपुत्राचं नेतृत्व ते कदापि स्वीकारणार नाहीत. ....पण याविषयी कर्णाशी बोलल्यानंतरच काय ते ठरवू, असं म्हणून त्या विषयावर विचार करायचं थांबवून दुर्योधन दुसऱ्या विषयावर विचार करू लागला.

" मी एक आनंदवार्ता घेऊन आलो आहे अंगराज." हस्तिनापूरला पोचताच कर्णाची भेट घेऊन दुर्योधन म्हणाला. "मद्रराज शल्य आपल्या पक्षाला येऊन मिळाला आहे. पण मला क्षमा कर; त्याला वळवून घेण्यासाठी मला एक प्रलोभन दाखवावं लागलं. त्याला सेनापतिपद स्वीकारायची विनंती करावी लागली."

" मग त्यात माझी क्षमा मागण्यासारखं काय आहे?"

" आहे. आम्ही सर्वांनी तुझ्याच नेतृत्वाखाली लढावं, अशी माझी इच्छा होती. माझ्या सेनेचा नियोजित सेनापती तूच होतास. कारण माझ्या सेनेत एक तूच असा योद्धा आहेस की ज्याच्या निष्ठेविषयी माझ्या मनात कुठलीही शंका नाही. म्हणूनच सेनापती म्हणून मला तूच हवा होतास."

" युवराज, माझ्या निष्ठेविषयी एवढी खात्री आहे तर मित्रत्वाची हीच का परीक्षा केलीस? अरे तुझा मित्र कर्ण तुझ्या सेनेत पदाती म्हणून लढायला सिद्ध आहे."

" तुझ्या स्नेहाविषयी माझ्या मनात कधीच शंका येणार नाही अंगराज. म्हणूनच मी शल्याला सेनापतिपद स्वीकारायची विनंती करू शकलो. परंतु खरा पेच पुढेच आहे."

" तो कोणता?" कर्णानं विचारलं.

" पितामह किंवा आचार्य द्रोण यांना डावलून शल्याला सेनापतिपदाचा अभिषेक केला तर ते मनापासून लढतील?"

" ते कधीच मनापासून लढले नाहीत आणि लढणारही नाहीत. तरीही आपल्या हितासाठी सांगतो ते ऐक. द्रोणाचार्य, कृपाचार्य, भगदत्त, सोमदत्त अशा अनेक

वयोवृद्ध वीरांचा समावेश असलेल्या आपल्या सेनेचं सेनापतिपद स्वीकारायला पितामह भीष्म हेच सर्वार्थानं योग्य आहेत. त्यांच्या नेतृत्वाखाली लढताना कोणालाही कसलाही कमीपणा वाटणार नाही.''

'' तू म्हणतोस तेही खरंच आहे अंगराज. हे स्वतः काही करत नाहीत आणि दुसरा करतो आहे तेही यांना पाहवत नाही. खरंच तुझं मन फार मोठं आहे. रत्नाचं मोल जोखायला रत्नपारखीच हवा; त्याप्रमाणे ज्याच्या अंगी गुणवत्ता असते, तोच दुसऱ्याची गुणवत्ता जाणतो. ज्या पितामहांनी सतत तुझी उपेक्षाच केली, त्यांचंच नाव तू सुचवावंस, यासारखा त्याग फक्त दानशूर कर्णराजच करू शकतो...''

प्रेमातिशयानं कर्णराजाला दृढालिंगन देत दुर्योधन पुढे म्हणाला, '' तुझ्यासारखा हितचिंतक मित्र मिळायला भाग्य हवं हेच खरं...''

६६.

उपप्लव्य नगरीत पेरलेले गुप्तचर पांडवांच्या शिबिरात रोज काय घडतं ते सांगून जात होते. युधिष्ठिराला तर युद्ध नकोच आहे. इंद्रप्रस्थाच्या राज्याऐवजी पाच गावांचं राज्य मिळालं तरी त्याला पुरेसं आहे. अर्जुन तर काय त्याचाच अनुचर आहे. आश्चर्याची गोष्ट म्हणजे भीमसुद्धा म्हणे आता शांततेची महती गातो आहे ! म्हणजे आता युद्ध हवं आहे ते फक्त द्रौपदीलाच. तीच तेवढी युद्धाचा हट्ट धरून बसली आहे. भीमार्जुनांना परोपरीनं सांगते आहे. चिथावणी देते आहे. कृष्ण सध्या उपप्लव्य नगरीतच आहे. आणि तोही त्यांना त्यांनी केलेल्या प्रतिज्ञांची आठवण करून देतो आहे. परंतु युद्ध आणि मृत्यू यांना कधीही न भिणाऱ्या भीमाला आता कुलनाशाच्या भीतीनं घेरलं आहे. शेवटी तू जे काय ठरवशील ते मला मान्य आहे, असं सांगून युधिष्ठिरानंही सगळ्या गोष्टी कृष्णावरच सोपवल्या आहेत. कृष्णाला तर काय सर्व बाजूंनी कितीही विचार केला तरी युद्धाच्याच शक्यता दिसतात. तरीही शेवटचा प्रयत्न म्हणून दुर्योधनापुढे आणखी एकदा शांततेचा प्रस्ताव ठेवावा, असं त्याला वाटतं.

एके दिवशी स्वतः श्रीकृष्ण पांडवांच्या बाजूनं बोलणी करायला येणार असल्याची वार्ता दुर्योधनाच्या गुप्तचरांनीच आणली. हस्तिनापूरला निघालेल्या कृष्णाला द्रौपदी म्हणे डोळ्यांत पाणी आणून सांगत होती, 'कृष्णा... धृतराष्ट्राची ती नीच पोरं दयेला पात्र नाहीत. आता इंद्रप्रस्थाचं राज्य परत मिळालं तरी माझ्या अपमानाची भरपाई होणार आहे का? कुठल्याही आर्य स्त्रीला सहन कराव्या लागल्या नसतील एवढ्या यातना मी सहन करते आहे. संकटप्रसंगी माझ्या पतींची मला कधीही मदत झाली

नाही. मला आशा आहे ती फक्त तुझीच. तुला माझी काळजी असेल, माझं काही प्रिय व्हावं असं तुला वाटत असेल, तर हे युद्ध झालंच पाहिजे. आणि आपला निळसर केशकलाप कृष्णापुढे धरून ढसढसा रडत ती पुढे म्हणाली, "मोठा शांतिदूत होऊन तू हस्तिनापूरला जातो आहेस खरा; पण जाताना माझ्या या केसांची आठवण असू दे. माझे हेच केस धरून त्या नीचानं मला द्यूतसभेत फरफटत नेलं होतं. त्याचा तो हात खांद्यापासून उखडून निघालेला पाहिल्याशिवाय माझ्या जिवाला शांतता लाभणार नाही. भीमाला, अर्जुनाला युद्ध नको असेल, सूड नको असेल... तर माझे वृद्ध वडील, माझे भाऊ माझ्यासाठी लढतील. माझे पाचही पुत्र माझ्या अभिमन्यूच्या नेतृत्वाखाली माझ्यासाठी लढतील. या युधिष्ठिरामुळे गेली तेरा वर्षं ही सुडाची ज्वाला उरात कोंडून मी जगते आहे. आणखी किती वाट पाहू? आणि शांततेच्या या गोष्टी भीमाला आजच कुठून सुचल्या...? त्याच्या तोंडून शांततेच्या गोष्टी ऐकून माझं मन विदीर्ण झालं आहे कृष्णा...

द्रौपदीच्या डोळ्यांतलं ते पाणी पाहून महाप्रतापी सहदेवाला मुळीच राहवलं नाही. तो म्हणाला, युधिष्ठिराला काय धर्माचरण करायचं असेल ते करू दे; मला युद्ध हवं आहे. आता दुर्योधनाला संधी हवा असला तरी मला नको आहे. तेव्हा कृष्णा, हे युद्ध तू घडवून आण... सहदेवाच्या या निर्धारानंतर शैनेय सात्यकीनं आपलं आणि इतर अनेक योद्ध्यांचंही मत हेच असल्याची निःसंदिग्ध ग्वाही दिली.

शेवटी द्रौपदीचं सांत्वन करत कृष्ण म्हणाला, "कृष्णे, मी शांतिदूत म्हणून जातो आहे खरा; पण दुर्योधन शांतताप्रस्ताव स्वीकारील असं मला वाटत नाही. लवकरच तुझ्या सुडाची ज्वाला त्याला जाळून टाकते आहे, हे तू पाहशील. ज्या दुःशासनाचे अमंगल हात तुझ्या वस्त्राला लागले, ते हात त्याच्या देहापासून उखडून निघतील. जे तुझ्याकडे पाहून दात विचकून हसले, त्यांच्या कवट्या रणभूमीत दात विचकताना दिसतील...."

उपप्लव्य नगरीहून निघालेला कृष्ण कुचस्थल नगरीपर्यंत येऊन पोचला असल्याचं कळताच महाराज धृतराष्ट्राला कितीतरी आनंद झाला. स्वतः कृष्णच शांतिदूत म्हणून येतो आहे म्हटल्यावर आता निश्चितच काहीतरी सन्मान्य तडजोड होईल आणि युद्ध टळेल, असं त्याला वाटू लागलं. आपल्या सर्व मंत्र्यांना बोलावून घेऊन त्यानं कृष्णाचं भव्य स्वागत करायच्या आज्ञा दिल्या.

" ऐकलंस का विदुर...?" महाराजा विदुराला विश्वासात घेऊन सांगू लागला. " आपल्या शूर पूर्वजांची ही नगरी सुशोभित करा. नगरजनांना म्हणावं, घराघरांवर गुढ्या उभारा, तोरणं बांधा, कुठंही काही उणीव राहू देऊ नका म्हणावं. द्वारकेचा राजा येतो आहे. तेव्हा देवालयांवर, राजवाड्यांवर जिकडेतिकडे कुरूंचे चंद्रचिन्हांकित गौरवध्वज फडकताना दिसू देत..."

राजाज्ञा होताच सर्व हस्तिनापूर नगरी शृंगारली जाऊ लागली. द्वारकेचा राजा कृष्ण आपल्या नगरीत येणार म्हणून नगरजनांनाही आनंद झाला होताच. कृष्णाच्या मार्गावर ठिकठिकाणी स्वागतशिबिरं उभारण्यात आली.

कृष्णाच्या निवासाची व्यवस्था दुःशासनाच्या महालात, तर भोजनाची व्यवस्था दुर्योधनाच्या महालात करण्यात आली. कृष्णाला प्रसन्न करण्यासाठी महाराजानं उत्तम प्रकारचे रथ, अगणित अश्व आणि गजलक्ष्मी द्यायचं ठरवलं. याखेरीज कितीतरी सुवर्णालंकार, मौल्यवान हस्तिदंत आणि निरनिराळ्या प्रकारची शस्त्रं, अशा कितीतरी भेटवस्तू तयार ठेवायची आज्ञा दिली.

परंतु विदुर गप्प बसणार थोडाच! धृतराष्ट्राची ती सगळी धडपड पाहून सरळ दुर्योधनासमोरच तो म्हणाला, " तुझी आज्ञा आम्हाला शिरसावंद्य आहे महाराजा. पण माझं ऐकणार असशील तर सांगतो... या देखाव्याची खरंच काही गरज आहे का? या साऱ्या भेटवस्तू दिल्यानं तो प्रसन्न होईल, असं मुळीच समजू नकोस. तो या देखाव्याला भुलणार नाही. तो ज्यासाठी इथं येतो आहे, ते त्याला दे म्हणजे झालं...त्यांच्या हक्काचं राज्य ते मागताहेत- ते त्यांना देऊन टाकलं तर प्रश्नच मिटतो. पण तू तर त्यांना पाच गावांचंतदेखील राज्य द्यायला तयार नाहीस !"

नको तेच सांगितल्यावर धृतराष्ट्र तरी काय बोलणार? तो गप्पच झाला.

" तू गप्प बस हे दासीपुत्रा," दुर्योधन कडाडला." उद्या तो इथं आल्यावर काय करायचं ते मी सांगतो. तो इथं येताच त्याला आधी बंदिवान करून तुरुंगात टाकायचं. त्यालाच बंदिवासात टाकल्यावर त्या कुंतीच्या पोरांचा सर्वनाश करायला कितीसा उशीर लागणार आहे?"

" एक अक्षर बोलू नकोस —" धृतराष्ट्र किंचाळलाच. " निदान माझ्यासमोर तरी असलं काही बोलू नकोस. त्याला बंदिशाळेत टाकून तुला काय मिळणार आहे? तो काही आपला शत्रू नव्हे !"

दुर्योधनाला पुन्हा चडफडत गप्प बसावं लागलं.

उत्सुकता लागून राहिलेला कृष्णाच्या आगमनाचा दिवस उजाडला. कृष्णानं पुष्पहारांनी सजलेल्या रथातून नगरीत प्रवेश केला तेव्हा कोणीही माणूस घरात थांबला नाही. त्याला पाहण्यासाठी अबालवृद्धांसह सर्व स्त्री-पुरुषांनी रस्त्यांच्या दुतर्फा प्रचंड गर्दी केली. त्या गर्दीतून वाट काढत कृष्णाचा रथ हस्तिनापूरच्या राजरस्त्यावरून अगदी मंदपणे पुढे सरकत होता. राजमहाल जवळ आला तेव्हा कुठं लोकांची गर्दी ओसरली. कृष्ण रथातून उतरला तो थेट आधी महाराजांच्या भेटीसाठी निघाला. पितामह भीष्म, महात्मा विदुर, आचार्य द्रोण, कृपाचार्य त्याच्यासोबत चालू लागले.

महाराजांनी इच्छा व्यक्त केल्याप्रमाणे कृष्णाला रत्नजडित सुवर्णासन देण्यात

आलं. मधुपर्क झाला. महाराजा धृतराष्ट्र आणि माता गांधारी यांना प्रणाम करून कृष्णानं त्यांची औपचारिक विचारपूस केली. कृष्णाचं ते मधुर बोलणं ऐकून महाराजांच्या डोळ्यांतून आनंदाश्रू ओघळले. खांद्यावरील उत्तरीयानं ते टिपून घेत महाराजा म्हणाला, "कृष्णा, तुझ्या सन्मानात कुठं काही उणीव तर राहिली नाही ना?"

"नाही महाराजा." आश्वासक स्वरात कृष्ण म्हणाला.

आणखी काही औपचारिक बोलणी झाल्यावर कृष्ण म्हणाला, "आता मला आज्ञा दे. उद्या राजसभेत भेटू या."

कृष्ण विदुराच्या घरी थांबणार आहे, हे सर्वांना माहीत होतं. तरीही कृष्ण म्हणाला, " आज मी विदुराच्या घरी थांबणार आहे. पण आता आलोच आहे तसा दुर्योधनालाही भेटून जातो म्हणजे झालं."

दुर्योधन आपला मित्र कर्ण, शकुनी आणि बंधू दुःशासन यांच्यासह महालाच्या प्रवेशद्वारात उभा होता. कित्येक दिवसांनंतर आज कृष्णाची भेट झाली होती. त्याच्या मेघश्याम मुखावरील ते अम्लान स्मित, डोक्यावरील शिरपेचातील सुंदरसं मोरपीस... सारं सारं अगदी तसंच होतं. कर्णाला स्नेहभेट देताना तो म्हणाला, "अंगराज, मला एकदा तुझी भेट घ्यायची आहे."

"अवश्य महाराजा..." आनंदविभोर होऊन कर्ण म्हणाला.

"अंहं, महाराजा नाही. कृष्ण..."

यावर कर्ण तरी काय बोलणार? ज्याची भेट घ्यावीशी वाटते, ज्याच्याशी बोलावंसं वाटतं आणि ज्याचं बोलणं ऐकतच राहावंसं वाटतं, त्या कृष्णानं स्वतःहून भेटीची इच्छा व्यक्त करावी, यापलीकडे कर्णाचं आणखी भाग्य ते कुठलं? पण युद्ध असं तोंडावर आलं असताना तो भेटीला यायचं म्हणतो आहे... याचा अर्थ...? कर्णाच्या मनात विचारचक्रं सुरू झाली.

थोडा वेळ महाराजाच्या महालात झाली तशीच औपचारिक बोलणी झाल्यानंतर उद्याच्या भेटीचं आश्वासन देऊन कृष्ण आसनावरून उठला. कृष्ण विदुराघरी थांबणार आहे, हे दुर्योधनालाही माहीत होतंच. तरीही तो म्हणाला," पण मी म्हणतो, एवढी घाई का? आज संध्याकाळचं भोजन द्वारकाधीश श्रीकृष्णासोबत व्हावं, अशी आम्हा सर्वांची इच्छा होती."

प्रसन्न हसत कृष्ण म्हणाला," युवराज, आज मी अतिथी म्हणून नव्हे, तर राजा युधिष्ठिराचा दूत म्हणून हस्तिनापुरात आलो आहे. आपलं अंगीकृत कार्य सफल झाल्याशिवाय दूत भोजन वा अन्य कुठल्याही सन्मानाचा स्वीकार करत नाहीत. तेव्हा निमंत्रणाबद्दल मी तुझा आभारी आहे."

" पण मला वाटतं तो भाग गौण आहे; तू त्यांचा तसा आमचाही आप्तच

आहेस. शिवाय तुझ्याशी आमचं कुठलंही भांडण नाही. मग एवढी रुष्टता कशासाठी? मला वाटत होतं की तू निःपक्ष आहेस. म्हणूनच आम्ही तुझा निरपेक्ष प्रेमानं सन्मान करत आहोत आणि तू मात्र...''

दुर्योधनाच्या बोलण्यातील खोचकपणा कृष्णाच्या लक्षात आल्यावाचून राहिला नाही. आपला उजवा हात दुर्योधनाच्या खांद्यावर ठेवत आणि त्याच्या दृष्टीला दृष्टी भिडवत कृष्ण म्हणाला, "युवराज, आत्मीय संबंध असतील तरच माणसं एकमेकांच्या घरी भोजन घेतात. किंवा काही आपत्ती कोसळली असेल तरच दुसऱ्याच्या अन्नाचा स्वीकार करतात. आपण आप्त असलो तरी तुझ्या घरी भोजन घ्यावं एवढे आपले संबंध आत्मीय नाहीत किंवा माझ्यावर कुठली आपत्तीही आलेली नाही. तेव्हा निमंत्रणाबद्दल मी तुझा आभारी आहे. ''

६७.

'तुझ्या घरी भोजन घ्यावं एवढे आपलं संबंध आत्मीय नाहीत किंवा माझ्यावर कुठली आपत्तीही आलेली नाही' या शब्दांत दुर्योधनाच्या निमंत्रणाला स्पष्ट नकार देऊन विदुराघरी गेलेला कृष्ण आज राजसभेत युधिष्ठिराचा शांतिसंदेश सांगणारा आहे. कर्णाला दुर्योधनाच्या मनःस्थितीची पूर्ण कल्पना आहे. परंतु त्याच वेळी 'अंगराज मला एकदा तुझी भेट घ्यायची आहे.' हे कृष्णाचे शब्द आठवले की मनाला होणारा आनंद तो लपवू शकत नाही. दुर्योधनाचं कृष्णाशी काहीही भांडण नाही, तसंच ते कर्णाचंही नाही. तरीही कृष्ण अर्जुनाचा सारथी होऊन पांडवांच्या बाजूनं उभा आहे आणि दुर्योधनाचा मित्र कर्ण आपल्या जैत्ररथावर आरूढ होऊन कृष्णार्जुनांवर चालून जाणार आहे...

म्हणजे कोण कोणाविरुद्ध लढणार आहे? कशासाठी लढणार आहे? दुर्योधन स्वार्थासाठी लढणार आहे. कर्ण मित्रकर्तव्य म्हणून लढणार आहे. बंधुहत्येच्या सुडासाठी लढणार आहे. द्रौपदीला सूड हवा आहे. धृष्टद्युम्नाला पित्याच्या अपमानाचा सूड हवा आहे. भीमार्जुन त्याच सुडाच्या समाधानासाठी लढणार आहेत. आणि कृष्ण त्यांना मदत करणार आहे. त्यांना त्यांचं राज्य परत मिळालं नाही तर युद्ध अटळ आहे. दुर्योधन ते देणार नाही, हेही त्रिवार सत्य आहे आणि तरीही कृष्ण शांतिदूत होऊन शिष्टाईसाठी आला आहे. म्हणजे हे युद्ध होणार आहे तरी कशासाठी? सुडासाठी की राज्यासाठी? राज्य मिळवण्याच्या निमित्तानं सुडासाठी की सुडाच्या निमित्तानं राज्यासाठी...?

अनेक राजे-महाराजे आणि सामंतांनी गच्च भरलेल्या राजसभेत श्रीकृष्णानं

सात्यकी आणि कृतवर्मा यांच्यासह प्रवेश केला. अंगरक्षक म्हणून काही पांचाल आणि यादव योद्धे त्याच्या मागे चालत होते. त्यांतले काही अंगरक्षक कृष्णासोबत आत गेले, तर काही प्रवेशद्वाराजवळ थांबले. पितामह भीष्मांसह सर्वांनीच उठून श्रीकृष्णाला उत्थापन दिलं. संपूर्ण सभेवर सुहास्यपूर्ण दृष्टिक्षेप टाकून कृष्णानं आसन ग्रहण केलं. त्यानंतर पुन्हा सर्व जण आपापल्या आसनांवर स्थानापन्न झाले. सर्वत्र नीरव स्तब्धता पसरली.

" महाराजा —" महामंत्री विदुर कृष्णाच्या आगमनाचा औपचारिक उद्देश कथन करण्यासाठी उभा राहिला. "द्वारकेचा राजा कृष्ण, पांडवांच्या बाजूनं बोलणी करण्यासाठी कुरूंच्या राजसभेत उपस्थित आहे."

महाराजाची औपचारिक अनुमती मिळाल्यानंतर कृष्ण उठून उभा राहिला. प्रथम त्यानं आपल्या खांद्यावरचं निळं उत्तरीय सावरलं. आणि आपल्या मधुर परंतु घनगंभीर आवाजात तो बोलू लागला- " कौरवाधिपती महाराज धृतराष्ट्र, कुरुश्रेष्ठ भीष्म, आचार्य द्रोण, कृपाचार्य, युवराज दुर्योधन, महारथी कर्ण आणि सभाजनहो, हस्तिनापूरच्या या राजसभेत मी कोणत्या उद्देशानं आलो आहे हे तुम्हा सर्वांना माहीत आहे. आणि पांडवांची मागणी काय आहे, हेही चांगलंच विदीत आहे. युधिष्ठिर, त्याची प्रिय पत्नी द्रौपदी आणि त्याचे चारही भाऊ गेली तेरा वर्षं ज्या यातना भोगत आहेत, त्याचा कटू इतिहासही सर्वांना ज्ञात आहे. तो आठवून संतप्त झालेले भीमार्जुन सूड घ्यायला अधीर आहेत. तरीही शांततेची महती जाणून ते युद्धाला नकार देत आहेत. बऱ्या बोलानं राज्य परत मिळत असेल तर युद्ध नको, असंच त्यांना वाटतं. कुलनाशाचं भय त्यांना या युद्धापासून परावृत्त करत आहे असंच मला वाटतं. म्हणूनच मी म्हणतो की सन्मान्य तडजोड होऊन पांडवांना त्यांचं राज्य परत मिळावं. असं झालं तर ते कौरवांच्या अधिक हिताचं ठरेल. यापलीकडे मला अधिक काहीही सांगायचं नाही. उभयपक्षी शांतता हीच आजची खरी गरज आहे...संधी झाला तर कुरुराज्याचं सामर्थ्य शतपटींनी वाढेल. ज्या सेनेत भीम, अर्जुन, दुर्योधन, कर्ण यांच्यासारखे असामान्य वीर असतील त्या सेनेशी वैर करण्याचा वेडेपणा कोण करील?"

इतका वेळ सभाजनांच्या चेहऱ्यांवरून आपली चाणाक्ष नजर फिरवत त्यांच्या प्रतिक्रियांचा अंदाज घेत बोलत असलेला श्रीकृष्ण गर्रकन धृतराष्ट्राकडे वळला आणि उजव्या हाताची तर्जनी रोखत पुढे म्हणाला," महाराजा, का म्हणून तू या निर्वंशाला आमंत्रण देतो आहेस? अजूनही विचार कर. तुझ्या पोरांना जरा आवर घाल. ती जबाबदारी तुझीच आहे. कारण कपटद्यूताला तुझीही संमती होतीच. पांडव युद्धाला सिद्ध आहेत; पण त्यांना शांतता हवी आहे. तुझ्या पितृछत्राखाली सुखानं कालक्रमणा करावी, असंच त्यांना वाटतं. लहान भाऊ पांडू याचे पुत्र या नात्यानं

त्यांनाही तू तुझ्या मुलांसारखंच वागव महाराजा... त्यांना तरी तुझ्याशिवाय कोण आहे? ते पाचही भाऊ तुला शरण आले आहेत. म्हणाले, पितृतुल्य महाराजांची आज्ञा ऐकायला आम्ही उत्सुक आहोत. त्यांच्याच आज्ञेवरून आम्ही इतके कष्ट भोगले. आता तरी त्यांनी आमचं राज्य आम्हाला परत द्यावं...''

कृष्णाच्या त्या आवाहनानं धृतराष्ट्राचं हृदय हललं; पण कृष्णानं सर्व जबाबदारी आपल्याच शिरावर टाकलेली पाहून तो बावचळलाच. घाईघाईनं तो म्हणाला, ''श्रीकृष्णा, तू सांगतोस ते सगळं मला मान्य आहे. पण माझी ही पोरं माझं ऐकत नाहीत, त्याला मी तरी काय करू? त्यांचं वागणं तुला माहीतच आहे. मी त्यांना सांगून सांगून थकलो. आता तूच काही सांगणार असशील तर पाहा —''

महाराजा दुर्योधनापुढे असहाय आहे, हे कृष्णाला का माहीत नव्हतं? तो म्हणाला, ''माझं ऐक दुर्योधन. मी तुझ्याच हिताचं सांगतो आहे. हस्तिनापूरचा कुरुवंश धर्मोचित वर्तनासाठी प्रसिद्ध आहे. धर्मच्युत होऊ नकोस. तुझ्यामुळे... तुझ्यामुळेच केवळ आज कुरुवंशाचा विनाश ओढवला आहे. न्यायोचित विचार कर. त्यांचं राज्य त्यांना परत करून शांतता प्रस्थापित कर. इंद्रप्रस्थ द्यायची तुझी इच्छा नसेल तर त्यालाही पर्याय आहे. फार नको. वारणावत, माकंदी, कुचस्थल, वृकस्थल आणि आणखी कुठलंही एक गाव मिळून पाच गावांचं राज्य मिळालं तरी युधिष्ठिर समाधानी आहे...''

कृष्णानं मांडलेला तो प्रस्ताव ऐकून भीष्म, द्रोण, विदुर या सर्वांनाच असीम आनंद झाला. तो प्रस्ताव मान्य व्हायला कुठलीच अडचण दिसत नव्हती. तसं झालं तर प्रश्नच मिटणार होता. सभागृहात निर्माण झालेला ताण किंचित सैलावला. तेवढ्यात सात्त्विक संताप उफाळून येऊन विदुर म्हणाला, ''याच्या अशा वागण्यानंच महाराजाला आणि गांधारीला फार यातना होतात.''

सर्वांनी मिळून आपल्या एकट्याला लक्ष्य केलेलं पाहून दुर्योधन चवताळलाच. आपले घारे डोळे गरगरा फिरवत कृष्णावर ओरडून तो म्हणाला, ''शांततेचा प्रस्ताव आणला आहे म्हणतोस आणि युद्धाची भीती घालतोस काय? त्यांच्यावरील प्रेमापोटी तू आणि तुझं ऐकून हे सगळे मला दोष देत आहेत. पण त्यांनी राज्य घालवलं, यात माझा काय दोष? त्यांना वनवास भोगावा लागला त्याला मी काय करू? ती द्यूताचीच अट होती. स्वतःच्या मूर्खपणानं राज्य घालवायचं आणि आता ते परत करा म्हणून धमक्या द्यायच्या, हा कुठला न्याय आहे? ज्या कुरुवंशाच्या रक्षणाची तुला एवढी काळजी लागली आहे, त्याच कुरुवंशाचा युवराज म्हणून मी जे सांगतो आहे ते ऐक...

''मुळात त्यांना राज्य द्यायची गरज नसताना खांडवप्रस्थाचं राज्य दिलं गेलं, हीच मोठी चूक होती. तीच चूक आज भोवते आहे. मी तेव्हा वयानं लहान होतो

म्हणून... नाही तर मी ते घडूच दिलं नसतं. अरे, कुरुराज्यावर ज्यांना सावली टाकायचाही अधिकार नाही, त्यांना राज्य दिलं गेलंच कसं, हा माझा प्रश्न आहे. माझ्या दयाळू पित्यानं केलेली ती चूक उशिरा का होईना दुरुस्त झाली आहे. हे राज्य कुरूंचं आहे आणि कुरूंचंच राहील. कुरूंच्या या राज्यासाठी लढताना मला मृत्यू आला तरी चालेल. मी मागे हटणार नाही. पाच गावंच काय; पण सुईच्या अग्रावर मावेल एवढीसुद्धा भूमी मी त्यांना देणार नाही ! माझं सामर्थ्य मला चांगलं माहीत आहे. मग जे काय व्हायचं असेल ते होईल. तू किती कपटी आणि कारस्थानी आहेस ते मला चांगलं माहीत आहे. तूच त्यांना या चुकीच्या मार्गावर आणून उभं केलं आहेस. तुझ्या कपट कौशल्यामुळे मी युद्ध हरलो तरी माझं म्हणणं चुकीचं होतं, असं ठरत नाही. कोणीही न्यायी माणूस तसं म्हणणार नाही. उद्या कदाचित खोटा इतिहास लिहिला जाईल. दुर्योधन दुर्गुणांचा पुतळा होता, असा बोभाटा केला जाईल. तुझ्यासारखे त्यांचे भाट हे काम जरूर करतील. पण काही झालं तरी माझ्या धारणेपासून मी तसूभरही मागे हटणार नाही...''

एवढं बोलून दुर्योधन क्षणभर थांबला आणि कर्णाकडे वळून म्हणाला, ''अंगराज, तू ज्ञाता आहेस. कुरूंच्या या राजसभेत तुझ्या मताचा किती आदर केला जातो हे तुलाही माहीत आहे. कुरुराज्याचे खरे वारस कोण आहेत हे तूच याला सांग...''

''मित्र दुर्योधन म्हणतो ते खरं आहे.'' कर्ण म्हणाला. ''कुरुराज्याचे खरे वारस कोण हाच खरा प्रश्न आहे. कौरव हे धृतराष्ट्र महाराजांचे साक्षात पुत्र आहेत, तसे पांडव हे पांडूराजाचे पुत्र आहेत असं म्हणता येईल का? आता कोणी नियोगाची रूढी सांगू नये. ती प्रथा कधीच कालबाह्य झाली आहे.''

कर्णाच्या बोलण्याकडे पूर्ण दुर्लक्ष करत विषादानं हसून कृष्ण दुर्योधनाला म्हणाला, ''एवढं झाल्यानंतरसुद्धा तू स्वतःला निर्दोष समजतोस, हे मोठंच आश्चर्य आहे. कपटद्यूत तूच खेळलास. द्रौपदीचा अपमान तूच केलास. आणि आता !''

सर्वांना ऐकू जाईल एवढ्या आवाजात कृष्ण निर्वाणीचं बोलू लागला. ''कुटुंबाच्या हितासाठी व्यक्तीचा त्याग करावा, गावाच्या हितासाठी कुटुंबाचा त्याग करावा आणि देशाच्या हितासाठी गावाचा त्याग करावा... आम्ही यादवांनी तेच केलं. आमच्या वंशाच्या हितासाठीच मी कंसाचा आणि शिशुपालाचा वध केला. त्याप्रमाणे हे महाराजा, कुरुवंशाच्या हितासाठी तू दुर्योधनाचा त्याग कर. तो तुझं ऐकत नसेल तर त्याला बांधून ठेव. तुझ्या कुळाचा निर्वंश व्हावा असं तुला वाटत नसेल तर त्याला बंदिवान कर. कारण या सर्व अनर्थाचं मूळ तोच आहे !''

''गांधारीला बोलावून आण विदुर... तिचं तरी तो ऐकतो का पाहू...'' महाराजा विदुराला सांगत होता.

'' बंधो, इथून त्वरित बाहेर पडू या. या लोकांनी तुला बांधून त्यांच्या स्वाधीन

करायचं कारस्थान रचलेलं दिसतं.'' दुःशासन म्हणाला.

दुर्योधन ताड्कन उठलाच. त्याच्या डोळ्यांतून जणू ठिणग्या सांडत होत्या. ताड् ताड् बाहेर पडताना कृष्णाकडे जळजळीत डोळ्यांनी पाहत तो म्हणाला, ''मला बंदिवान करायला सांगतोस काय? आता कोण बंदिवान होईल ते तुला दिसेलच.''

दुर्योधनापाठोपाठ दुःशासन आणि शकुनी हेही उठले आणि तत्काळ महालाबाहेर पडले. दुर्योधन म्हणाला, ''मला बांधून ठेवायला सांगणाऱ्या त्या कारस्थानी कृष्णालाच आज बंदिवान करतो... याच्या मुसक्या आवळल्याशिवाय त्यांची नांगी मोडणार नाही. प्रभंजन — ! त्या कृष्णाला बंदिवान करा...''

दुर्योधनाची आज्ञा ऐकताच एकदम गडबड उडाली. कृष्णाला बंदिवान करण्यासाठी राजसैनिकांनी खड्गं उपसली. तोवर प्रवेशद्वाराजवळ उभ्या असलेल्या दोघा तिघा सैनिकांपैकी एक जण हलकेच आत गेला होता. सात्यकी आणि कृतवर्म्याचे चौकस कान बाहेरची चाहूल घेत होतेच. दुर्योधनाच्या हालचालींचा अदमास येताच कमरेचं खड्ग उपसत युयुधान सात्यकी गरजला,'' मी जिवंत असताना कोणीही हे धाडस करू नये. महाराजा, पितामह, महात्मा विदुर... कृष्णाला बंदिवान करायचं कारस्थान इथं रचलं जात आहे.''

कृतवर्मा आणि कृष्णासोबत आलेल्या अंगरक्षकांनी कृष्णाभोवतीचं सुरक्षाकवच आणखी बळकट केलं. त्यातून कृष्णापर्यंत पोचणं आणि त्याला बंदिवान करणं इतकं सोपं नव्हतं. सात्यकीनं केलेली गर्जना कानावर पडताच सभागृहात पसरलेली अस्वस्थतेची लाट अजूनही विरली नव्हती. कुरुसभेत कृष्णाला बंदिवान करण्याचं कारस्थान शिजावं यासारखी लज्जाजनक गोष्ट दुसरी नव्हतीच. झालेला सगळा प्रकार विदुरानं एव्हाना महाराजांच्या कानावर घातला होता. महाराजांना दिसत नसलं तरी ऐकू येत होतंच. काहीतरी गडबड उडाली आहे हे त्यानं तत्काळ ओळखलं.

इतका विरोध करूनही दुर्योधनानं तीच आगळीक केलेली पाहून तो जागीच तडफडू लागला. घाईघाईनं तो म्हणाला,'' विदुर, दुर्योधन कुठं आहे? जा — त्या मूर्खाला बोलावून आण. मी त्याला शेवटचं सांगून पाहतो. ही माझी आज्ञा आहे म्हणून सांग. जा — लवकर जा. या मूर्खाला अक्कल कशी ती नाहीच. कृष्णाला बंदिशाळेत घालून आम्हाला काय मिळणार आहे?''

एवढं सांगूनही दुर्योधन शेवटी तसाच वागला हे पाहून सगळे मनोरथ वाया गेल्याचं दुःख त्याच्या तोंडावर स्पष्ट दिसू लागलं. महाराजाची आज्ञा आहे म्हणताच दुर्योधन तणतणत सभागृहात येऊन उभा राहिला.

'' मूर्ख पोरा, अरे काय चालवलं आहेस तू हे?'' धृतराष्ट्र तळतळू लागला. ''आत्मघात करून घेऊ नकोस. माझ्यासमोर... माझ्यासमोर तू कृष्णाला

बंदिवान करू पाहतोस? तू शुद्धीवर तरी आहेस ना? कृष्ण काय सांगतो आहे ते ऐक... अन्यथा कुलाचा सर्वनाश अटळ आहे पुत्रा...''

कृष्ण निर्भयपणे आणि निश्चलपणे तसाच उभा होता. उजवा हात उंचावत तो म्हणाला, ''पितामह भीष्म, महामंत्री विदुर, आचार्यद्वय आणि उपस्थित सर्व सभाजनहो, आता इथं काय घडलं हे तुम्ही पाहिलंच. महाराजा दुर्योधनापुढे असहाय आहे. आता मी आपणा सर्वांचा निरोप घ्यावा, हेच उत्तम.''

कृष्णशिष्टाई असफल ठरली. सात्यकी आणि कृतवर्मा यांच्यासह आपल्या शुभ्र अश्व जोडलेल्या रथावर आरूढ होऊन कृष्ण विदुराच्या घराकडे निघून गेला. कर्ण बधिर मनानं अजूनही आसनावर तसाच बसून होता. दुर्योधनाचा तो आततायीपणा त्यालाही आवडला नव्हता. परंतु दुर्योधनापुढे त्याचाही नाइलाज होता. जड पावलांनी तो उठला आणि मंद पावलं टाकत सभागृहाच्या बाहेर पडला.

६८.

कृष्णशिष्टाई असफल ठरली की कृष्णानं असफल ठरवली? एकीकडे शांतता प्रस्थापित झाली पाहिजे म्हणायचं आणि त्याच वेळी समोरच्या माणसाला संताप येईल असंही बोलायचं, यालाच का शिष्टाई म्हणायचं? शेवटी युद्ध अटळ ठरलं. दुर्योधन म्हणतो ते खरंच आहे. तो वरून आहे तेवढाच आतूनही काळा आहे. हे युद्ध अटळ ठरावं, हीच त्याचीही इच्छा आहे...

' ... अंगराज, मला एकदा तुझी भेट घ्यायची आहे.' कृष्णाचे ते शब्द कर्णाच्या कानात अजूनही तसेच घुमत आहेत. काय बोलायचं असेल त्याला? कर्ण विचार करत होता. एवढं बोलून झाल्यावर त्याचं आणखी काय बोलायचं राहिलं आहे? आणि मुद्दाम कर्णाशी बोलावं असं त्याच्या मनात आहे तरी काय? की त्याला काही गुपित सांगायचं आहे की भलतंच काहीतरी सांगून कर्णाला दुर्योधनापासून दूर न्यायचं आहे? पण ते कसं शक्य आहे? कर्णाचा श्वास असेपर्यंत तरी ते मुळीच शक्य नाही. आणि ते शक्य नाही हे न कळण्याइतका कृष्ण निश्चितच मूर्ख नाही.

कर्णाला आज वारुणीची तीव्र आठवण झाली. अर्जुनवधाच्या प्रतिज्ञेची आठवण राहावी म्हणून त्यानं मद्य-मांस वर्ज्य केलं आहे. परंतु अर्जुनवधाची प्रतिज्ञा आठवायला ती विसरते कधी? अर्जुनाचा वध हा तर कर्णाचा जीवितहेतू आहे. त्यासाठीच तो जगतो आहे...

'' महाराजा... द्वारकेचा राजा आला आहे.'' दासी म्हणाली.

'' ... म्हणजे कृष्ण?'' कर्ण गोंधळलाच. म्हणजे काल त्याने भेटीची इच्छा

व्यक्त केली ती मनापासूनच की काय?

" बाहेर रथात थांबला आहे. तुम्हाला बोलावत आहेत." दासी सांगत होती.

कर्ण ताड्‌कन उठलाच. दासीनं आणून दिलेला किरीट त्यानं घाईघाईनं डोक्यावर चढवला. उत्तरीय खांद्यावर घेतलं आणि तो बाहेर आला.

अश्वांचे वेग हातात घेऊन रथनीडावर बसलेला कृष्ण सुहास्य मुद्रेनं त्याच्याकडेच पाहत होता. सायंकाळच्या सोनेरी प्रकाशात त्याची श्यामल मुद्रा अधिकच उजळून निघाली होती.

कर्णाला काही कळेना. आताच एवढं घडूनही कृष्ण इथे, कर्णाच्या दारात... आणि असा हसत उभा आहे ! शिवाय एकटाच ! सोबत दुसरं कोणीही दिसत नाही. कर्णाच्या मनात अनेक प्रश्न उचंबळून आले. नेहमीप्रमाणे एकात एक गुंतलेले अनेक प्रश्न ! ज्यांचं स्वरूप कर्णालाही अनेकदा स्पष्ट झालेलं नाही.

" ये महाराजा." रथाजवळ जाऊन कर्ण म्हणाला.

इकडेतिकडे पाहून घेत कृष्ण म्हणाला, "अंगराज, मला तुझ्याशी थोडं बोलायचं आहे. पण इथं नको. गंगेकाठी जाऊ. चल ये वर."

कृष्णाची आज्ञा होताच कर्ण मंतरलेल्या बाहुलीसारखा रथावर चढला. ओठंगून उभे असलेले अश्व संकेत मिळताच दुडक्या चालीनं धावू लागले.

आज कर्णाला मातेची तीव्रतेनं आठवण झाली. भक्तिभावानं साष्टांग नमस्कार करून आशीर्वाद घ्यावेत असे ते पाय आता कायमचे अंतरले आहेत. आज ती असती तर श्रीकृष्ण निश्चितच वाड्यात आला असता. थोडा वेळ का होईना, थांबला असता. राधामातेचा आशीर्वाद घेऊन मगच बाहेर पडला असता. आणि ती ...? स्वतः द्वारकेचा राजा कर्णराजाच्या वाड्यात आला म्हणून आनंदानं जणू वेडावून गेली असती...आणि बाबा? आनंदातिशयानं त्यांच्या तोंडून शब्दही फुटला नसता.

कर्ण म्हणाला," हे काय महाराजा? तू माझं सारथ्य करावंस एवढा भाग्यशाली मी नाही. दे ते वेग माझ्याकडे."

" असू दे अंगराज. मी अर्जुनाचं सारथ्य करायचं मान्य केलं आहे हे तुला माहीत असेलच. तेव्हा कर्णाचं सारथ्य करतानाही मला तेवढाच आनंद होतो आहे. शिवाय तुझ्यासारख्या महारथी वीराचं सारथ्य हे माझं भाग्यच नव्हे का?"

गोड बोलण्यात हार जाईल तर तो कृष्ण कसला? पण याला एवढं काय बोलायचं असेल? कर्णाला काही कळेना. हस्तिनापूर मागे पडलं. गंगेच्या काठानं रथ पुढे जात राहिला. गंगेकाठी एका विशाल वटवृक्षाजवळ कृष्णानं रथ उभा केला.

" आज मला तुझ्याशी एका महत्त्वाच्या विषयावर बोलायचं आहे..." एका विस्तीर्ण शिलाखंडावर स्थानापन्न होत कृष्णानं प्रस्तावना केली. " धर्मशास्त्राचा

जाणकार म्हणून तुझी ख्याती आहे. आज तुझ्याकडून मला एक धर्मनिर्णय हवा आहे.''

'' धर्मनिर्णय? धर्मशास्त्रं कोळून प्यालेल्या तुझ्यासारख्या विद्वानाला मी कसला धर्मनिर्णय सांगणार यादवराज?''

'' तुला माहीत असेलच,'' कृष्ण पुढे म्हणाला,'' स्त्रीला विवाहापूर्वी होणारी संतती कानीन म्हणून ओळखली जावी आणि पुढे तिचा विवाह झाल्यावर तिचा पती हा त्या संततीचा पिता मानला जावा, अशी आर्यांची पूर्वापार रीत आहे. आज ती काहीशी मागे पडली आहे, ही गोष्ट खरी. पण आज...'' कृष्ण घुटमळला.

'' आज या धर्मनिर्णयावाचून कोणाचं अडलं आहे यादवराज?''

'' तुझ्या भावांचं, कुंतिपुत्र पांडवांचं अडलं आहे अंगराज.''

'' क् काय?'' आपण काय ऐकतो आहोत यावर कर्णाचा विश्वास बसेना.

'' होय, आज मी तुला ते रहस्य सांगतो आहे. माझी आत्या, महाप्रतापी पांडवांची आई राजमाता कुंती हिचा तू ज्येष्ठ आणि कानीन पुत्र आहेस. आर्यधर्मानुसार तू पांडवांचा मोठा भाऊ आहेस.''

'' ... . '' आश्चर्यानं उघडलेला कर्णाचा जबडा अजूनही तसाच उघडा होता. गदेचा प्रहार झाल्याप्रमाणे मस्तक बधिर झालं होतं. आजवर कर्णानं थोडे का आघात सोसले आहेत? पण हा आघात आहे की सत्य? की यातही कृष्णाचा काही कुटील डाव आहे?

'' धर्मनिर्णय तुला माहीत आहेच.'' कृष्ण पुढे बोलू लागला.'' कुरुराज्याचा खरा स्वामी तूच आहेस. कुंतीनं पुढे होऊन हे सांगितलं तर दुर्योधनालाही ते स्वीकारावं लागेल. आता फक्त एकच कर. हे रहस्य पांडवांना सांगायची मला परवानगी दे. कुरुराज्याचा स्वामी होऊन सिंहासन ग्रहण कर. अंगराज, तुझी माता, राजमाता कुंती तुझ्या वाटेकडे डोळे लावून बसली आहे.''

'' नको... नको.... मला कुठलीही प्रलोभनं दाखवू नकोस.'' ताड्कन कर्ण म्हणाला.

कर्णाच्या मनाची ती उलघाल ओळखून मनकवडा कृष्ण म्हणाला, ''हा धर्मनिर्णय आताच का आठवला, असंच ना? तुझा हा राग मी अनाठायी म्हणणार नाही. पण घटनाच अशा घडत गेल्या की सत्य प्रकट करणं राजमातेलाही कधी शक्य झालं नाही. आता उशीर झालेला आहे हे खरं; पण तरीही वेळ गेलेली नाही. पुढे ठाकलेलं विनाशकारी युद्ध टाळण्याचा दुसरा मार्ग, मला तरी दिसत नाही.''

'' म्हणूनच हे नातं आठवलं, असंच ना?'' उद्वेगानं कर्ण म्हणाला.

कृष्ण शरमला. कर्णानं त्याच्या वर्मावरच बोट ठेवलं होतं.

दुःखद निःश्वास टाकून कर्ण म्हणाला, ''कदाचित तू म्हणतोस तसं असेलही.

डोळे उघडल्यावर जिला मी प्रथम पाहिलं ती माझी राधामाता आज या जगात नाही. पण कर्णाचा एकही क्षण तिच्या आठवणीवाचून जात नाही. माझ्या मनातली तिची जागा या जगातली दुसरी कुठलीही स्त्री घेऊ शकत नाही. मला उराशी धरताच जिला पान्हा फुटला, जिनं मलमूत्र काढून माझं भरणपोषण केलं त्या माझ्या राधामातेला विसरून; जिनं जन्मतःच माझा त्याग केला, त्या निर्दय स्त्रीला- ती राजमाता असली तरी- मी आई कसं म्हणू? माझ्या राधामातेच्या पायांवर ठेवून धन्य झालेलं हे मस्तक आता दुसऱ्या स्त्रीच्या पायांवर कसं ठेवू? ज्या भीमार्जुनांनी आयुष्यभर माझा द्वेष केला, सूतपुत्र म्हणून मला हिणवलं, मला भ्रातृवियोगाचं कधीही न विसरता येणारं दुःख दिलं, त्यांना आता भाऊ म्हणून उराशी कसा कवटाळू? प्रेक्षणगृहात सखा दुर्योधनानं मला अंगदेशाचा राजा घोषित केलं तेव्हा भीम काय म्हणाला होता हे तुला माहीत नसेल; पण स्वयंवरप्रसंगी द्रौपदीनं माझा अपमान केला तेव्हा तर तूही उपस्थित होतास...

"आणि आता तू हे सांगतो आहेस... एवढा सगळा इतिहास घडल्यावर हे कसं शक्य आहे? अर्जुनानं माझ्या वधाची प्रतिज्ञा केली आहे तशी मीही त्याच्या वधाची प्रतिज्ञा केली आहे... माता, पिता, बंधू यांना कसा दूर लोटू? मित्र दुर्योधनाला काय सांगू? ...माझ्या संग्रामजिताचं नाव घेत जिनं प्राण सोडला त्या राधामातेचं कोणत्या शब्दांत तर्पण करू? ज्या राजमाता गांधारीनं मला आईची माया दिली, तिला कोणत्या तोंडानं आशीर्वाद मागायला जाऊ? आता निर्वाणीच्या घडीला कर्णानंही दुर्योधनाच्या खांद्याला खांदा भिडवून लढाईत उतरावं, असं तिला वाटत नसेल का? आणि तिला तसं वाटलं तर ती अपेक्षा चुकीची म्हणता येईल का? कर्ण हा राजमातेचा आणखी एक पुत्र आहे कृष्णा. दुर्योधनाइतकीच ममता मला आणि माझ्या पुत्रांना राजमातेकडून मिळाली आहे, हे मी कसं विसरू? ...आज तू मला धर्मनिर्णय विचारतो आहेस. पण हाच धर्मनिर्णय तू कुंतीला का विचारला नाहीस? मी तिचा कानीन पुत्र होतो तर तिनं माझा त्याग का केला? सांग कृष्णा —? माझ्या वाटेकडे डोळे लावून बसलेल्या त्या पांडवांच्या मातेला तू हा धर्मनिर्णय का विचारला नाहीस?''

कृष्ण निरुत्तर झाला. त्याला समर्पक उत्तर देता येईना. "आर्यांची ती पूर्वापार रीत अलीकडे काहीशी मागे पडली आहे खरी. लोकनिंदेच्या भयानं..." कृष्ण समर्थन करू लागला.

"तेव्हा लोकनिंदेच्या भयानं ते घडलं म्हणतोस. आणि आज लोक स्तुतिसुमनं उधळतील असं वाटतं का? शिवाय माझी दुष्कीर्ती होईल त्याचं काय? ज्या वेळी कर्णाला कोणीही नव्हतं त्या वेळी फक्त दुर्योधन त्याच्या पाठीशी उभा होता. ज्यानं मित्र म्हणून उराशी कवटाळलं, राजवैभवाचा स्वामी बनवलं, मित्र म्हणून प्रत्येक

सुखात वाटेकरी केलं, त्या मित्राला सोडून आता ऐन वेळी शत्रुपक्षाला जाऊन मिळालो तर लोक काय म्हणतील? म्हणतील, कर्ण युद्धाला भ्याला. भीतीपोटी पांडवांना जाऊन मिळाला.''

" असं म्हणू नकोस कर्णा. माझं ऐक. कुरुकुलाच्या विनाशाला कारण ठरलेलं हे वैर तूच संपवू शकतोस. तू मोठा भाऊ आहेस हे कळताच पाचही पांडव लोळण घेत तुझ्या पायाशी येतील. युधिष्ठिर, भीम तुला सिंहासनावर बसवून चवऱ्या ढाळतील. पश्चात्तापानं पोळलेला अर्जुन तुझ्या पायांवर पडून तुझी क्षमा मागेल. सगळी वैरं संपुष्टात येतील. नकुल-सहदेव तुझ्या आज्ञेची वाट पहात तिष्ठत उभे राहतील. पांडवांसारखे महापराक्रमी भाऊ तुझ्या आज्ञेत असतील. द्रौपदीही आनंदानं तुझा स्वीकार —''

".... मला द्रौपदीचं प्रलोभन दाखवू नकोस श्रीकृष्णा.'' तट्‌कन कर्ण म्हणाला. " मी कुठल्याही प्रलोभनाला बळी पडणार नाही. मला तू दुर्योधनाच्या हातातलं बाहुलं समजू नकोस. हे युद्ध त्याला हवं आहे तसंच मलाही हवं आहे. पांडवांना सूड घ्यायचा आहे तसा मलाही सूड घ्यायचा आहे. युद्ध आता अटळ आहे. कर्ण आणि दुर्योधन हे वेगळे नाहीत कृष्णा. एकच प्राण दोन शरीरांच्या रूपानं वावरतो आहे, असंच का म्हणत नाहीस? अरे, त्यानं माझ्यावर किती प्रेम करावं म्हणून सांगू? एकदा वृषाली आणि युवराज्ञी भानुमतीसह आम्ही द्यूत खेळत होतो. युवराज्ञी भानुमतीच्या गळ्यात पृथ्विमोलाच्या रत्नांचा हार झळकत होता. दुर्योधनाच्या वतीनं तोच हार तिनं पणाला लावला. पण द्यूत हरल्यावर भानुमती तो हार काढून देईना तेव्हा हसत हसत मीच तो काढून घ्यायला गेलो तर तो रत्नहार तुटला. लाखमोलाची ती रत्नं जमिनीवर विखुरली. आपला प्रिय रत्नहार तुटला म्हणून भानुमती लटकंच रुसली होती. हाती येतील तेवढी रत्नं वेचून दुर्योधनानं ती भानुमतीच्या नव्हे, माझ्या या हातांवर ठेवली होती. आणि आता याच हातांनी त्याच्यावर शस्त्र धरू? अरे, जीवदेखील आनंदानं ओवाळून टाकावा एवढं प्रेम त्यानं माझ्यावर केलं आहे. एवढं प्रेम कोणाला मिळालं आहे ते तरी सांग...? माझ्या त्या प्रिय मित्राकडे मी पाठ फिरवू शकत नाही कृष्णा...अरे, त्यानं माझ्या भरवशावर हा युद्धाचा डाव मांडला आहे. त्याच्यासाठी देह वाहणं, हीच माझ्या जीवनाची इतिकर्तव्यता आहे. हाच धर्मनिर्णय आहे. मला क्षमा कर कृष्णा...''

कर्णानं दिलेल्या निर्णयावर कृष्ण काहीच बोलला नाही. बोलणंच खुंटलं होतं. कदाचित तो निर्णय त्यालाही अपेक्षित असावा.

कातरवेळेचा संधिप्रकाश विरून आता सर्वत्र गडद अंधार पसरला होता. नीरव शांततेत गंगेच्या लाटांचा चुबुक चुबुक ध्वनी इथपर्यंत येत होता.

आकाशात लखलखू लागलेल्या शुक्रताऱ्याकडे पाहत कर्ण म्हणाला, " मी

सूतपुत्र होतो हे सत्य असूनही मला ते कधीच स्वीकारता आलं नाही. आणि आता मी क्षत्रिय कुलोत्पन्न आहे हे सत्य असूनही मला ते स्वीकारता येत नाही. पण माझ्या स्वीकारण्या न स्वीकारण्याचा प्रश्न येतोच कुठं? मी क्षत्रियांपेक्षा अधिक पराक्रम करून दाखवला, तेव्हाही मी सूतपुत्रच होतो. आणि आता कानांवर हात ठेवून काहीही ओरडलो तरी लोक ते ऐकणार आहेत थोडेच? आणि मलाही ते नकोच आहे. कर्ण सूतपुत्र म्हणून जगला, सूतपुत्र म्हणून वाढला, तेव्हा आता सूतपुत्र म्हणूनच त्याला जगाचा निरोप घेऊ दे. हे रहस्य रहस्यच राहू दे कृष्णा. अन्यथा युद्धाचं कारणच संपुष्टात येईल. तशीच वेळ आली तर दुर्योधन माझ्याविरुद्ध युद्धाला उभा राहील; पण मी त्याच्या विरुद्ध उभा राहू शकणार नाही. आणि युधिष्ठिर तर धर्मात्मा आहे. मी त्याचा मोठा भाऊ आहे, हे त्याला कळलं तर तो जिंकलेलं राज्य मोठा भाऊ म्हणून मलाच अर्पण करील. परंतु या राज्यावर खरा हक्क कौरवांचाच असल्यानं मला मिळालेलं राज्य मी दुर्योधनाला अर्पण करीन. तुला ते न्याय्य वाटणार नाही. परंतु तेच घडेल. म्हणून हे युद्ध अटळ आहे. ते झालंच पाहिजे. उद्याच्या या रणयज्ञात ज्या आहुती पडायच्या आहेत त्या पडल्याच पाहिजेत. कर्ण हीसुद्धा कदाचित अशीच एक आहुती असेल. पण तो विचार मी का करावा?''

" तू म्हणतोस तसं हे युद्ध अटळ आहे ही गोष्ट खरी; पण युद्ध टाळायच्या सर्व शक्यता मी पडताळून पाहतो आहे अंगराज.'' कृष्ण म्हणाला.

विषण्ण हसून कर्ण म्हणाला," यादवराज, दैवगती मोठी अगम्य असते. एका क्षत्रिय स्त्रीच्या पोटी मी जन्माला आलो. निर्माल्यासारखा अश्वनदीत फेकला गेलो आणि त्या फेसाळत्या लाटांवर हेलकावे खात कुठेतरी जाऊन पोचलो. नियतीच्या क्रूर लाटांवर हेलकावे खात मी फक्त एकाकीपणे वाहत राहिलो. माझ्या हातात काहीच नव्हतं...या अगम्य प्रवासात माझ्या राधामातेकडून, सखा दुर्योधनाकडून मिळालेले दोन सुखाचे क्षण हे माझं मोठंच वैभव आहे. त्या ऋणातून मला उतराई झालं पाहिजे...माझं ते भाग्य का हिरावून घेतोस कृष्णा...?''

कर्णाच्या या प्रश्नावर कृष्ण काहीच बोलू शकला नाही. तो पूर्ण निरुत्तर झाला होता.

६१.

कृष्णाला भेटून आलेला कर्ण शक्तिपात झाल्याप्रमाणे मंचकावर बसून होता. मस्तकात अनेक विचारचक्रं गरगरत होती. ती थांबवायची तर त्यांना वारुणीचीच आहुती हवी. पण नाही, कर्ण प्रतिज्ञाभंग करणार नाही. शिवाय कितीही वारुणी

घेतली तरी आज मस्तक बधिर होणार नाही, की ही विचारचक्रं थांबणार नाहीत. राजसभेत घडलेल्या गोष्टी एव्हाना घरोघर पोचल्या असतील. लोक युद्धाच्या गोष्टी बोलत असतील. बंधू शत्रुंजय, वृषसेन, सुषेण, प्रसेन, भानुसेन, सत्यसेन आणि चित्रसेन युद्धाच्या तयारीत मग्न आहेत. मी आनंद साजरा करू की भावांच्या विरुद्ध लढावं लागणार म्हणून दुःख करू?

तुझी देहयष्टी म्हणे थेट कुंतीसारखी आहे. गौर वर्ण आणि पायांची बोटं तर अगदी तिच्यासारखीच...कृष्ण सांगत होता...सुईच्या अग्रावर मावेल एवढीही जमीन मी त्यांना देणार नाही...कुरुराज्याशी त्यांचा काहीही संबंध नाही...दुर्योधन गर्जत होता. म्हणाला, 'अंगराज, तू ज्ञाता आहेस. कुरूंच्या या राजसभेत तुझ्या मताचा किती आदर केला जातो, हे तुलाही माहीत आहे. कुरुराज्याचे खरे वारस कोण आहेत हे तूच या कृष्णाला सांग...'कौरव हे साक्षात् धृतराष्ट्र महाराजांचे पुत्र आहेत तसे ते पांडूराजाचे पुत्र आहेत असं म्हणता येईल?' कुरुवंशाशी काहीही संबंध नसलेला कर्ण मित्रकर्तव्य पार पाडत होता...पुढे काय बोललो हेही आता आठवत नाही. पण जीभ अडखळली एवढं मात्र खरं. म्हणूनच का मुलानातवंडांनी भरलेल्या या वाड्यात शिरताना आज परक्यासारखं वाटलं? नाही ! नाही ! हा वाडा... ही मुलं... वृषाली... माझा वृषसेन हे सारे माझे आहेत. मी त्यांचा आहे. त्यांच्या सुखासाठी झटणं, हेच माझं कर्तव्य आहे. कृष्णाला खुशाल धर्मनिर्णयाची चिकित्सा करत बसू दे. माझा धर्मनिर्णय हाच आहे. कर्ण कुंतीचा कानीन पुत्र आहे हे सत्य असलं तरी ते विसरलं पाहिजे. विसरता येत नसेल तर कायमचं नजरेआड केलं पाहिजे. जगाच्या डोळ्यांपासून दडवून ठेवलं पाहिजे. कोण असेल ती माझी आई.... कोण असेल ती माझी आई.... म्हणून आयुष्यभर काळाच्या खडकावर धडका घेत राहिलो. आयुष्यभराचा तो शोध आज संपला. परंतु संपला तो नवं प्रश्नचिन्ह निर्माण करूनच. पांडव कौरवांविरुद्ध लढतील. कौरव पांडवांविरुद्ध लढतील; पण कर्णानं आता कोणाविरुद्ध लढायचं? पाठच्या भावांविरुद्ध की त्याच्या धाकट्या भावाला ठार करणाऱ्या वैऱ्याविरुद्ध?

— कपट साधलंस कृष्णा ! युद्ध संपेपर्यंत हे रहस्य तसंच ठेवलं असतं तर तुझं काय बिघडलं असतं? पण नाही...महारथी कर्णाला तुला युद्धापूर्वीच पराभूत करायचं होतं. रथारूढ कर्ण दुर्जेय आहे हे तुला पक्कं माहीत आहे. ...पण कर्ण तुला हार जाणार नाही. तो शस्त्र टाकणार नाही. रक्ताचा थेंब शिल्लक असेपर्यंत तो पांडवांविरुद्ध लढणार आहे, हे पक्कं लक्षात ठेव...संकटांच्या छायेत तुला जपणाऱ्या यशोदा मातेकडे किती सहज पाठ फिरवलीस तू ! पण म्हणून कर्णही तसाच वागेल असं तुला वाटलं की काय? सूतपुत्र कर्ण तुझ्याइतका कृतघ्न होऊ शकत नाही कृष्णा... मृत्यूच्या दारातदेखील नाही !

खालून नातवंडांच्या हसण्याखिदळण्याचा आवाज कानावर येत होता. कर्ण भानावर आला. कोपऱ्यात समई तेवत होती. जळणाऱ्या सुगंधी तेलाचा वास कक्षभर दरवळत होता. कर्णाला वाटलं, असंच उठावं आणि ती समई विझवून टाकावी, सर्वत्र गडद अंधार...अंधार व्हावा आणि त्यात बुडून जावं. ही रात्र कधीच उजाडू नये...काळोखात दडलेलं ते रहस्य तिच्या उदरात आणखी खोलवर दडून राहावं म्हणून ती आणखी... आणखी गडद व्हावी...पावलांची चाहूल लागली. वृषाली येत होती.

"काय झालं महाराजा?" वृषाली म्हणाली. "...असा एकटाच का येऊन बसलास? द्वारकेचा राजा काही म्हणाला का?"

"काही नाही. तो काय म्हणणार?" दीर्घ निःश्वास टाकत कर्ण म्हणाला.

जिच्यापासून कधीच काही लपवून ठेवलं नाही अशी प्रिय पत्नी वृषाली कर्णासमोर उभी होती... वृषालीकडे पाहत कर्ण विचार करत होता... वृषालीला तरी हे कसं सांगू? नाही ! कर्णजन्माचं रहस्य त्याच्यासोबतच नष्ट होऊ दे. कर्णाच्या पाठीमागे लोकांना काय चिकित्सा करायची असेल ती खुशाल करू दे... कृष्णाला एक विचारायचं राहूनच गेलं. सूतपुत्र असला तरी कर्ण हा तुमच्यासारखाच एक माणूस आहे, हे तुम्ही कोणीही कधीच का ध्यानात घेतलं नाही? सूतांना मान-अपमान, रागलोभ असं काहीच नसतं असंच का तुम्हा क्षत्रियांना वाटतं? अंगदेशाचा अभिषिक्त राजा असूनही, भर सभेत झालेला तो अपमान मी कसा विसरू? नाही ! मी सूतपुत्रच आहे. माझ्या जन्माची खंत मला कधीच नव्हती आणि आजही नाही. तुम्ही ज्या ज्या वेळी मला माझ्या सारथीकुलाची आठवण करून दिली, त्या त्या वेळी मला यातना झाल्या हे खरं; पण माणसाचं माणूसपण नाकारणाऱ्या त्या तथाकथित क्षत्रियत्वापेक्षा माझं सूत असणं मला कितीतरी आनंदाचं आहे...

"जेवायचं नाही का? मुलं तुझ्यासाठी थांबली आहेत." वृषाली म्हणाली.

पण तिच्या बोलण्याकडे कर्णाचं लक्षच नव्हतं. ते पाहून कर्णाजवळ येत वृषाली म्हणाली, "एवढा कसला विचार करतो आहेस महाराजा?"

वृषालीला वाटलं, कर्ण काही बोलेल, मन मोकळं करील. परंतु तो काहीच बोलला नाही. किती वेळ गेला कळलं नाही. मंद झालेल्या समईत तेल घालण्यासाठी वृषाली उठली. तेलवात करून ती पुन्हा कर्णाजवळ येऊन बसली आणि अगतिक होऊन म्हणाली," हे काय महाराजा? काहीच का बोलत नाहीस?"

वृषालीची ती विनवणी पाहून कर्णाचा निश्चय ढळला. तो म्हणाला," वृषाली, तुझ्यापासून मी कधीच काही लपवून ठेवलं नाही. आजही ठेवणार नाही. आयुष्यभर मी ज्या गोष्टीचा शोध घेत होतो तो आज संपला आहे."

"कशाचा शोध महाराजा?" अधीर होऊन वृषालीनं विचारलं.

इकडे तिकडे पाहून घेत कर्ण म्हणाला,"राजमाता कुंती हीच ती माझी जन्मदाती आई ! कदाचित तुला खोटं वाटेल. मलाही प्रथम तसंच वाटलं होतं. कृष्णानंच ते सारं सांगितलं. सर्व खुणा पटल्यावर खोटं तरी कसं म्हणू?"

" हे काय सांगतो आहेस तू महाराजा?" एकदम दचकून वृषाली म्हणाली." पांडवांची आई राजमाता कुंती तुझी जन्मदाती आई आहे?"

" होय वृषाली," कर्ण म्हणाला," दुर्दैवानं ते खरं आहे. आणि हळू बोल... कोणी ऐकलं तर अनर्थ ओढवेल. आणखी एक, हे रहस्य कोणालाही सांगू नकोस. तुला माझ्या प्राणांची शपथ आहे."

७०.

हस्तिनापूरचा आसमंत देशोदेशींहून आलेल्या सैन्याच्या शिबिरांनी गजबजून गेला. जिकडेतिकडे विविध देशांचे नाना प्रकारचे ध्वज फडफडताना दिसू लागले. विविध प्रकारची शस्त्रास्त्रं तयार करणारे लोहकर्मी, युद्धरथ व धनुष्यं तयार करणारे सूत रात्रंदिवस राबत होतेच. विविध प्रकारचे खाद्य पदार्थ तयार करणारे बल्लवही आता रात्रंदिवस खपू लागले.

तिकडे उपप्लव्य नगरीतही सैन्याची जमवाजमव सुरू आहे. उपप्लव्य नगरीत नुकत्याच झालेल्या बैठकीत भीम आणि दुर्योधनाचे गुरू बलराम यांनी या युद्धात आपण तटस्थ राहणार असल्याची घोषणा केली आहे. नुकतंच ते वृत्त हस्तिनापुरात येऊन पोचलं आहे. त्यामुळे दुर्योधनाला मदत करायला आलेल्या क्षत्रिय राजांचा उत्साह आणखीच द्विगुणित झाला आहे. तिकडून आलेल्या अशा वार्ता सगळीकडे पसरवण्यासाठी दुर्योधनानं आपले खास गुप्तचर सगळीकडे कधीपासूनच पेरून ठेवले आहेत. देशोदेशी इतकी रणनिमंत्रणं पाठवूनही ते केवळ सात अक्षौहिणी एवढीच सेना गोळा करू शकले आहेत. प्रत्येक अक्षौहिणीवर त्यांनी द्रुपद, विराट, धृष्टद्युम्न, शिखंडी, सात्यकी, चेकितान आणि भीमसेन या सेनापतींची योजना केली आहे. महासेनापती म्हणून धृष्टद्युम्नाची निवड झाली आहे.

आपल्या अकरा अक्षौहिणींच्या तुलनेत सात अक्षौहिणी म्हणजे काहीच नव्हे, हा विचार मनात येताच दुर्योधनाचा आत्मविश्वास दुणावला आहे. आता कर्णासारखा सेनापती मिळाला तर त्यांचा निःपात करायला कितीसा उशीर लागणार? पण त्याचा सल्ला वेगळाच आहे...पण त्याचंही बरोबरच आहे. माझा मित्र कर्ण खरंच धोरणी आहे. कुरुश्रेष्ठ पितामहांनी कौरवांच्या सेनापतिपदाचा स्वीकार केला तर आपली बाजू जेवढी भक्कम होईल, तेवढीच ती न्याय्य असल्याचंही सिद्ध होईल...मनात

आलेला विचार कृतीत आणायला दुर्योधनानं मुळीच उशीर केला नाही.

तातडीनं पितामहांची भेट घेऊन तो म्हणाला,''पितामह, हस्तिनापूरच्या राजसिंहासनाचं रक्षण करण्यासाठी आपण वचनबद्ध आहात. तेव्हा आपल्या विराट सेनेचं सेनापतिपद आपणच स्वीकारावं, अशी विनंती करायला मी आलो आहे. हे कुरुश्रेष्ठ, आपल्या अनुभवी आणि कुशल नेतृत्वाखाली माझी सेना निश्चितच विजयी होईल.''

दुर्योधनाच्या त्या विनंतीचा स्वीकार करायला पितामहांनी कुठलेही आढेवेढे घेतले नाहीत. त्या विनंतीची वाटच पाहत असल्याप्रमाणे ते म्हणाले, ''तुझ्या या विनंतीचा मी स्वीकार करतो; परंतु अविश्वासाला जागा राहू नये म्हणून काही गोष्टी मला आताच स्पष्ट केल्या पाहिजेत. मुळात मला हे युद्ध मान्य नाही. कारण ते माझ्या मनाविरुद्ध आहे. धृतराष्ट्राचा पुत्र म्हणून तू मला जेवढा प्रिय आहेस, तेवढेच पांडूचे पुत्र म्हणून तेही मला प्रिय आहेत. सिंहासनाच्या रक्षणासाठी मी वचनबद्ध आहे, म्हणूनच केवळ या सेनापतिपदाचा स्वीकार मी करत आहे. सेनापती म्हणून लढताना रोज दहा सहस्र योद्ध्यांना ठार करून मी त्यांचं बळ कमी करण्याचा प्रयत्न करीन. परंतु कोणत्याही परिस्थितीत मी पांडवांवर शस्त्र धरणार नाही. आणखी एक —''

'' असं असेल तर.... आणि आणखी एक ते काय?'' अस्वस्थ होऊन दुर्योधन म्हणाला.

'' आणखी एक —'' दुर्योधनाला पुढे बोलू न देता पितामह म्हणाले.'' तो सूतपुत्र कर्ण तुला फार प्रिय आहे. तो नेहमीच माझ्याशी अनाठायी स्पर्धा करत असतो. त्याचा कुठलाही हस्तक्षेप मला सहन होणार नाही. पाहिजे तर त्यालाच तू सेनापतिपदाचा अभिषेक कर. आणखी एक, ज्याच्या पुरुषत्वाविषयी शंका आहे, त्या शिखंडीवर मी बाण टाकणार नाही.''

'' आणि त्यानं टाकला तर?''

'' — तर माझं रक्षण करायची जबाबदारी तुझी असेल.''

पितामहांनी घातलेल्या त्या विचित्र अटी ऐकून दुर्योधन चक्रावलाच. ज्या कर्णानं सेनापतिपदासाठी पितामहांच्या नावाची शिफारस केली, त्याच कर्णाविषयी त्यांनी इतके अनुदार उद्‌गार काढावेत, याचा त्याला मनस्वी खेद झाला. दुर्योधन म्हणाला, ''कर्णाला आपली योग्यता माहीत आहे पितामह. आपल्या नेतृत्वाखाली लढणं त्याला भूषणावह वाटेल. एवढंच नव्हे, तर सेनापती आपणच असावं ही सूचना त्याचीच आहे पितामह.''

परंतु दुर्योधनानं एवढं सांगूनही पितामह आपल्या आग्रहावर ठाम राहिले. ते म्हणाले, '' त्याची सूचना काय आहे आणि त्याला काय वाटेल, याच्याशी मला

कर्तव्य नाही.''

पितामह पांडवांवर शस्त्र धरणार नाहीत हे दुर्योधनाला माहीतच होतं. परंतु कौरवसेनेचं सेनापतिपद पितामहांच्या गळ्यात बांधून त्यानं अनेक हेतू साध्य केले होते. कर्णासारखे अमोघ बाण भात्यात असताना आता पांडवांना ठार करणं फारसं कठीण नव्हतं.

शकुनीचा पुत्र उलूक याला बोलावून घेऊन दुर्योधन म्हणाला,'' तू तातडीनं उपप्लव्य नगरीला जा. आणि त्या युधिष्ठिराला सांग...म्हणावं, भीमाला स्वयंपाकी व्हावं लागलं, अर्जुनाला हिजड्याची कामं करावी लागली, द्रौपदीला दासी व्हावं लागलं, तुम्हा पाचही भावांना तेरा वर्षं वणवण भटकावं लागलं, हाच दुर्योधनाचा पुरुषार्थ आहे. आता तुमचा पुरुषार्थ करून दाखवा. तो पहायला दुर्योधन आतुर झाला आहे.''

उलूक हस्तिनापूरहून निघाला तो सरळ उपप्लव्य नगरीला जाऊन पोचला. पांडव आणि त्यांच्या हितचिंतकांसमोर दुर्योधनानं दिलेला तो संदेश ऐकताच कृष्णाचं मस्तक भडकलं. युधिष्ठिराला बोलू न देता तोच म्हणाला,'' असाच जा, आणि त्या दुर्योधनाला सांग...म्हणावं, पांडवांचा पुरुषार्थ पाहायची तुझी इच्छा लवकरच पूर्ण होईल. त्याला म्हणावं सध्या सुखद असा कार्तिक मास सुरू आहे. अन्नधान्याची लयलूट आहे. इंधन आणि गवतही भरपूर उपलब्ध आहे. नद्यांचं पाणी स्वच्छ झालं आहे. वायुमान समशीतोष्ण आहे. युद्धासाठी हाच काळ अनुकूल आहे. तेव्हा मुलाबाळांसह आणि आप्तांसह चार दिवस मौज लुटून घे. लवकरच तुला युद्धाला सामोरं जायचं आहे...''

७१.

टळटळीत तापत्या दुपारी कुंती सूतघाटाजवळ येऊन पोचली. विदुराच्या घरापासून जवळच असलेला सूतघाट या वेळी बराचसा निर्जनच असतो. याच वाटेवरून तो रोज स्नानाला जातो. त्याच्या जाण्यायेण्याच्या वेळा तिला आता चांगल्या पाठ झाल्या आहेत. आताशा तो बराच वेळ सूर्याला अर्घ्य देत उभा असतो. बहुधा त्याची प्रार्थना आटोपत आली असेल...तोवर गेलं पाहिजे...

गंगेच्या विस्तीर्ण वाहत्या प्रवाहात कमरेइतक्या पाण्यात उभा असलेला कर्ण नित्याप्रमाणे सूर्याला अर्घ्य देत होता. आजही इतका वेळ झाला तरी त्याची प्रार्थना संपली नव्हती. सूतघाट उतरून कुंती वाळवंटात आली. अनवाणी

पाय तापल्या वाळूत भाजू लागले. वाळवंटाच्या कडेला असलेल्या झुडपासारख्या दिसणाऱ्या एका लहानशा झाडावर कर्णानं आपलं उत्तरीय ठेवलेलं होतं. चटचट पाय उचलत कुंती त्या झाडाजवळ आली. थंड वाळूचा स्पर्श तळव्यांना सुखकारक वाटला. कुंतीनं एकदा त्या उत्तरीयाकडे पाहिलं. मनाशी थोडा विचार केला आणि चट्‌कन उचलून घेऊन ते उत्तरीय तिनं हृदयाशी धरलं. दोन्ही डोळ्यांत भरून आलेले अश्रू त्यावर सांडू लागले...

आसुसल्या डोळ्यांनी कुंती कर्णाला पाहू लागली. त्याला जवळून पाहायची संधीच कधी मिळाली नाही. माझ्या युधिष्ठिरापेक्षा तो कितीतरी मोठा आहे...चार वर्षांनी तरी निश्चितच. किती वर्षं उलटली आता त्या गोष्टीला? पंचावन्न तरी निश्चितच. माझ्या इतर मुलांसारखाच तोही आता सहा पराक्रमी पुत्रांचा पिता झाला आहे...

... कुंतीचं स्त्रीहृदय धडधडून उठलं. पाहते तो कर्ण प्रवाहातून बाहेर येत होता. कमरेला लपेटलेल्या ओल्याचिंब अधोवस्त्रात उठून दिसणारं ते पिळदार शरीर. थेट त्याच्या पित्यासारखंच... मस्तकावरच्या काळ्याकुरळ्या केसांवर आता काहीशी करडी झाक आली आहे. गौरवर्ण आणि निमुळते पाय तर अगदी आईसारखेच. कुंतीनं नकळत आपल्या पायांकडे पाहिलं. आता कर्ण आणखी जवळ आला आहे... पण नजर उचलून पाहायचं धाडसच तिला होत नाही...

" राजमाते, मी अधिरथपुत्र राधेय कर्ण...तुला अभिवादन करतो आहे. मी तुझ्यासाठी काय करू शकतो ते सांग..." कर्ण विचारत होता.

कुंती डोळ्यांत प्राण आणून कर्णाकडे पाहू लागली. भावावेगानं तिचे पातळ ओठ थरथरू लागले. इतका वेळ हृदयाशी कवटाळून धरलेलं उत्तरीय कर्णाच्या हातावर ठेवत कुंती म्हणाली, "तू कौंतेय आहेस पुत्रा...राधेय नाहीस. अधिरथ तुझा पिता नाही. माझ्या कुशीतून जन्मलेला तू माझा ज्येष्ठ पुत्र आहेस. तू माझा कानीन पुत्र आहेस कर्णा. माझे पिता महाराज कुंतिभोज यांच्या वाड्यात तुझा जन्म झाला आहे."

" कृष्णानं मला ते सारं सांगितलं आहे राजमाते." कुंतीनं दिलेलं उत्तरीय चट्‌कन पाठीवर घेत शांतपणे कर्ण म्हणाला.

कर्णाची ती निरीच्छता पाहून कुंती अधीर झाली. घाईघाईनं ती म्हणाली,

" कृष्णानं... कृष्णानं, ते सारं सांगितलं आहे आणि तरीही ...?"

" आणि तरीही...?" कर्णाच्या भिवया आक्रसल्या. "...आणि तरीही काय राजमाते?"

दीनपणे कुंती म्हणाली, "राजमाता नको; मला फक्त माता म्हण मुला... पांडव तुझे भाऊ आहेत. तू अजाणता दुर्योधनाला जाऊन मिळालास. त्याच्या

सहवासानं आपल्या भावांचाच द्वेष करू लागलास. तुला दुर्योधनाच्या आधाराची गरज नाही. पांडवांकडे ये. भीमार्जुनांसह पृथ्वीचं राज्य कर. तुम्ही भाऊ कृष्ण-बलराम यांच्यासारखे कीर्तिवंत व्हा. जन्मदात्यांना संतोष होईल असं वागणं हेच पुत्रकर्तव्य आहे. तोच पुत्रधर्म आहे.'' सांगायचं ते सांगून झाल्याप्रमाणे कुंती गप्प झाली आणि आता कर्ण काय बोलतो ते ऐकायला उत्सुक झाली.

'' पुत्रकर्तव्य ! पुत्रधर्म !'' विषादानं हसून कर्ण म्हणाला.'' आयुष्यभर मी याच शब्दांचा अर्थ शोधतो आहे. पण मला त्यांचा अर्थ सापडला नाही. आज तू मला पुत्रधर्माची आठवण करून द्यायला इथवर आलीस; पण ज्याचे डोळेही अजून उघडले नव्हते अशा, आईच्या मायेसाठी टाहो फोडणाऱ्या अर्भकाला, तू अश्वनदीच्या हिंदकळत्या काळलाटांवर सोडून दिलंस तेव्हा तुझा मातृधर्म कुठं गेला होता? कुठल्याही मातेला शोभणार नाही असं कृत्य तू केलंस. प्रसंगी आपलंच पिल्लू खाणारी रानटी श्वापदंसुद्धा आपल्या पिलांना बेवारशी सोडत नाहीत. तू क्षत्रिय आहेस, ज्यांचे जन्मदाते कोणाला माहीत नाहीत ते पांडव क्षत्रिय आहेत. आणि मी मात्र सूतपुत्र आहे! का? तर तुझ्या पोटी, एका क्षत्रिय स्त्रीच्या पोटी जन्म घेऊनही मी सूताच्या घरी वाढलो म्हणून...!

'' स्वार्थी स्त्रिये, तुला माता तरी कसं म्हणू? मी क्षत्रिय म्हणून जन्मलो पण क्षत्रिय म्हणून जगू शकलो नाही. हे सारं घडलं ते तुझ्यामुळे. मला जन्मतःच नदीत सोडून दिलंस. त्याऐवजी माझा गळा का घोटला नाहीस? आयुष्यभराच्या या यातना तरी टळल्या असत्या. पण तुला माझी तेवढीही दया आली नाही. हाडवैरीसुद्धा वागणार नाही इतक्या क्रूरपणे तू माझ्याशी वागलीस. जेव्हा मला तुझी गरज होती, तेव्हा मातृधर्म विसरून माझा त्याग केलास! आणि आता ही कर्मकथा घेऊन तू इथं आली आहेस ती तुला माझी गरज आहे म्हणून! जन्मभर स्वार्थापोटी गप्प बसलीस आणि आताही आलीस ती नदीत ढकलून दिलेल्या त्या पोरासाठी नव्हे, तर पुन्हा स्वार्थासाठीच...

'' स्वार्थ...निव्वळ स्वार्थ ! आज तुझ्या मुलांवर संकट आलं आहे म्हणून तुला हा मायेचा उमाळा आला आहे. जन्मानं क्षत्रिय असून, आयुष्यभर सूतपुत्र, सूतपुत्र या शब्दांच्या विखारी इंगळ्या मला डसत होत्या तेव्हा तू कुठं होतीस? तुझ्याच पोरांनी आणि सुनेनं माझे इतके अपमान केले तेव्हा तुझा हा पुत्रप्रेमाचा पुळका कुठं लपून बसला होता? तेव्हा का नाही सांगितलंस 'कर्ण माझा मुलगा आहे' म्हणून? ज्या प्रेक्षणगृहात सारथ्याचा पोर म्हणून भीमानं माझी अवहेलना

केली होती, त्याच प्रेक्षणगृहात दुर्योधनानं मला अंगदेशाचा राजा घोषित केलं होतं. तुम्हा सर्वांना माझी जात दिसली, पण तोच एक असा आहे की ज्याला माझा पराक्रम दिसला. ...आज इतकी वर्षं तुझ्या डोळ्यांसमोर मी हस्तिनापुरात राहतो आहे, दुर्योधनाचा सखा म्हणून वावरतो आहे. मी तुला दिसलो नाही? पण तू केलंस तेही फार बरं केलंस. वर्णश्रेष्ठत्वाच्या अहंकारात बुडालेल्या लोकांपासून दूर गेलो आणि माणुसकी हेच मूल्य मानणाऱ्या माणसांत जाऊन पडलो. माझ्यावर मातृ-पितृऋण असलंच तर फक्त त्यांचं आहे. त्यातून मला उतराई झालं पाहिजे.''

''असं म्हणू नकोस बाळा...'' अगतिक होऊन कुंती म्हणाली, '' तुला जन्म दिल्यापासून माझा एकही क्षण तुझ्या आठवणीशिवाय गेला नाही आणि अजूनही जात नाही. अरे, जन्मदाती माता आपल्या मुलाला कशी विसरू शकेल? आता हे ओझं मला वाहवत नाही. आयुष्यभराचं दुःख तुझ्या पदरात बांधून पश्चात्तापाच्या वणव्यात होरपळणारी तुझी ही दुर्दैवी आई आज एका विचित्र धर्मसंकटात सापडली आहे. माझ्याच रक्तामांसाची मुलं एकमेकांचे कट्टर वैरी होऊन एकमेकांसमोर उभी आहेत, हे पाहण्याचं दुर्दैव माझ्यावर ओढवलं आहे. वाटलं होतं, कृष्णशिष्टाई सफल होईल. काहीतरी मार्ग निघेल. संभाव्य अनर्थ टळेल; पण माझ्या दुर्दैवानं तसं झालं नाही.''

''आणि म्हणून कर्तव्याच्या ऐन क्षणी अशी अपशकुनासारखी समोर आलीस! मला जन्म देऊन एक अपराध केलास... आणि वाहत्या नदीत ढकलून देऊन दुसरा अपराध केलास. मातेचं कुठलं कर्तव्य तू पार पाडलंस? मला नदीत ढकलून तू नकोशा झालेल्या पापातून मुक्त झालीस; पण मी मात्र ज्यातून मला कधीही मुक्त होता आलं नाही अशा दुष्टचक्रात सापडलो. नुसता जन्म दिल्यानं स्त्रीला मातृत्व प्राप्त होत नसतं राजमाते. मातृत्व प्राप्त होतं ते जन्म दिलेल्या अपत्यासाठी खाल्लेल्या खस्तांमुळे. कधी काळी आपण एका मुलाला जन्म दिला होता, हेही कदाचित तू विसरून गेली असशील ! पण एक टाकून दिलेलं पोर मांडीवर घेताच जिला पान्हा फुटला, ती राधामाता हीच माझी खरी आई आहे. जिनं मला लहानाचं मोठं केलं, मलमूत्र काढलं त्या माझ्या राधाईची जागा आता दुसरी कोणतीही स्त्री घेऊ शकत नाही. मातेचं सोंग घेऊन तू आता अशी समोर आलीस म्हणून, आयुष्यभर जिनं माझ्यावर मायेचा वर्षावच केला, त्या माझ्या राधाईशी कृतघ्न कसा होऊ? नाही! कर्ण राधेय होता, राधेय आहे आणि राधेयच राहील.''

कुंती पायाखालच्या तापल्या वाळूत गुडघे टेकून बसली आणि दोन्ही हातांच्या ओंजळीत तोंड झाकून घेऊन रडू लागली. म्हणाली, ''कुवारपणी झालेला तो

अपराध... पण माझ्यापुढे दुसरा उपाय तरी कोणता होता? तुझ्या अपराधी मातेला क्षमा कर बाळा...''

"मी तुझा कानीन पुत्र होतो तर तू केला तो अपराध कसा ठरतो?''

" ... ... "

"बोल राजमाते, तू केला तो अपराध कसा ठरतो?''

"कृष्णानं तुला सारं सांगितलं आहे ना? तरीही माझ्याकडून वदवून घेणार आहेस का?'' एवढं बोलून कुंती पुन्हा ओंजळीत तोंड झाकून घेऊन रडू लागली.

काही झालं तरी ती शेवटी आई होती. तिला असं गुडघे टेकून रडताना पाहून कर्णाचं हृदय गलबललं. परंतु त्याचा निश्चय ढळला नाही.

"आणि खाल्ल्या अन्नाचं काय?'' कर्ण म्हणाला,"कुत्रासुद्धा खाल्ल्या तुकड्याची आठवण ठेवतो. दोन दिवस वळचणीला थांबलेला पांथस्थसुद्धा खाल्ल्या अन्नाला जागून उपकारकर्त्याचं ऋण फेडून निघून जातो. इथं तर माझ्यावर अवघ्या आयुष्यभराचं ऋण आहे. जेव्हा कर्णाला कोणीही नव्हतं, तेव्हा फक्त सखा दुर्योधन त्याच्या पाठीशी उभा होता. आश्रयदात्याला संकटात सोडून जाणारे नीच लोक जगात असतात; परंतु मी त्यांच्यासारखा नाही. ज्या कौरवांनी मला आश्रय दिला, मानमरातब, राजवैभव दिलं, ते आज संकटात आहेत. शिवाय त्यांनी तर माझा मोठाच भरवसा धरला आहे. त्यांनाच काय मलाही हे युद्ध हवं आहे. मीच त्यांना या युद्धात खेचलं आहे. आणि माझ्या बळावरच त्यांनीही हे युद्ध जिंकायची हिंमत धरली आहे. अशा स्थितीत त्यांचा विश्वासघात करून शत्रुपक्षाला जाऊन मिळू? आयुष्यभर ज्यांनी अपमान, हेटाळणी यांशिवाय काहीच दिलं नाही आणि मीही ज्यांच्याशी आयुष्यभर उभा दावा मांडला, त्या पांडवांना भाऊ म्हणून उराशी कवटाळू? ज्या अर्जुनानं मला बंधुवियोगाचं भयंकर दुःख दिलं त्या अर्जुनाला भाऊ म्हणून मिठी मारू? जिनं स्वयंवर मंडपात माझा अपमान केला आणि द्यूतसभेत मी जिची वारांगना म्हणून संभावना केली, जिला विवस्त्र करण्याची आज्ञा दिली, त्या तुझ्या उर्मट सुनेसमोर उभा राहून माझा स्वीकार कर म्हणून याचना करू? आज कृष्ण तुमचा पाठीराखा झालेला असताना, युद्ध असं उंबरठ्यावर आलं असताना मी पांडवांच्या शिबिरात दाखल झालो तर लोक काय म्हणतील? लक्षात ठेव राजमाते, कौरवांचं माझ्यावर फार मोठं ऋण आहे. प्राणांचं मोल देऊन मला ते फेडलं पाहिजे. शरीरात रक्ताचा शेवटचा थेंब असेपर्यंत मला तुझ्या मुलांशी लढलं पाहिजे.''

"तुझा राग मी अनाठायी म्हणणार नाही. कारण मी तुझी अपराधी आहे. तुला आयुष्यभर ज्या यातना सोसाव्या लागल्या त्याला कारण मी... मीच आहे.

पण आता तरी मनातलं शल्य काढून टाकून तुझ्या भावांना जवळ घे. असं परक्यासारखं बोलू नकोस. ते तुझे शत्रू नाहीत. तू ज्या कुंतीच्या उदरातून जन्मलास त्याच कुंतीच्या उदरातून जन्मलेले ते तुझे भाऊ आहेत. पांडव पाच नाहीत, सहा आहेत. तू ज्येष्ठ पांडव आहेस. माझ्या युधिष्ठिराचा थोरला भाऊ. चल, आपल्या भावांमध्ये चल कर्णा. ते माझ्या आज्ञेत आहेत. त्यांना हे सांगितलं तर ते हात जोडून तुझ्यासमोर उभे राहतील. तुझ्या पायांवर लोळण घेत तुझी क्षमा मागतील. युधिष्ठिराचं राज्य दुर्योधनानं अन्यायानंच नाही का हरण केलं? युधिष्ठिराचा मोठा भाऊ म्हणून तू ते परत घे. आणि ज्येष्ठ पांडव म्हणून तूच राजा हो. मी सत्य तेच सांगते आहे. आज तुझी ती जन्मदाती माता तुला तुझ्या भावांकडे घेऊन जायला आली आहे मुला. आपलीच मुलं शत्रू होऊन एकमेकांच्या समोर उभी राहिलेली पाहण्याचं दुर्भाग्य जिच्या वाट्याला आलं आहे; अशा तुझ्या दुर्दैवी मातेला एवढी भीक घाल माझ्या बाळा. आजवर मनाला खूप आवर घातला; पण आता राहवत नाही. कसलाही विचार न करता सरळ निघून आले. आता तूच काय ते ठरव. सुडाच्या आगीत स्वतः जळू नकोस आणि तुझ्या भावांनाही जाळू नकोस.''

'' माझ्याकडे भीक मागायला आलीस; पण युद्ध सुरू होण्यापूर्वी त्यांना सांगशील का, कर्ण तुमचा थोरला भाऊ आहे म्हणून?''

कुंती दचकलीच. ती काहीच बोलू शकली नाही.

'' शेवटी सत्य बाहेर आलंच तर! तू आली होतीस ते तुझ्या पाच मुलांसाठी; माझ्यासाठी नव्हे !''

'' मला माझी सर्व मुलं हवी आहेत कर्णा. तू माझ्याबरोबर चल. जगाला ओरडून सांगेन...कर्ण माझा थोरला मुलगा आहे म्हणून.''

'' तू खूप सांगशील; पण जगाला ते पटलं पाहिजे ना... लोक छी थू करतील ती माझी. म्हणतील, कर्ण जिवाच्या भीतीनं दुर्योधनाला सोडून गेला. ती दुष्कीर्ती मला मरणाहून दुःखदायक होईल राजमाते.''

'' मला राजमाता म्हणू नकोस बाळा. अरे, मी राजमाता आहेच कुठं? माझ्या मुलांचं राज्य दुर्योधनानं तेरा वर्षांपूर्वीच हिसकावून नाही का घेतलं? आज मी फक्त आई आहे. माझ्या महारथी, पण अभागी मुलांची आई. सहा अभागी मुलांची आई. ते एकत्र आले तर पृथ्वीचं राज्य त्यांच्या पायांखाली येईल. असं घडेल तेव्हाच मी खरी राजमाता होईन.''

''तुला राजमाता व्हायचं आहे. द्रौपदीला सूड हवा आहे. कोणाला आपलं क्षत्रियत्व सिद्ध करायचं आहे. कर्णाला मात्र काहीच नको आहे. तो फक्त त्याला माणसासारखं वागवणाऱ्या एका मित्रासाठी या युद्धात

उतरला आहे. आता माझ्यासाठी एकच कर्तव्य उरलं आहे- ते म्हणजे मित्रकर्तव्य. ते निभावण्यात कमी पडलो तर मी कृतघ्न ठरेन. दुर्योधनानं माझ्या भरवशावर युद्धाचा डाव मांडला आहे. नाही...नाही राजमाते ! दुर्योधनासाठी मी माझं आयुष्य वाहिलं आहे. मी त्याच्यासाठी जगलो तसा त्याच्यासाठीच मरेन, हे त्रिवार सत्य आहे. — पण कशीही असलीस तरी तू माझी जन्मदाती आहेस. मातेनं मुलासमोर याचक म्हणून उभं राहावं यासारखी दुःखाची गोष्ट दुसरी नाही. तुझी मागणी पूर्ण करून तुला संतुष्ट करता आलं असतं तर मला फार समाधान लाभलं असतं. पण तरीही ही भेट विफल होणार नाही. तुझा दानशूर पुत्र कर्ण तुला विमुख जाऊ देणार नाही. आणखी काही माग. आणि आता घाई कर. कोणी तुला इथं पाहिलं तर अनर्थ होईल.''

कुंती भानावर आली. कर्ण सांगत होता ते खरंच होतं. खरंच घाई करायला पाहिजे होती. खळ्कन भरून आलेले डोळे पुसून घेत ती म्हणाली, '' दानशूर कर्णराजा, माझ्या पाचही मुलांना अभयदान दे. एवढी भीक मला घाल. नाही म्हणू नकोस.''

'' काय मागितलंस हे राजमाते? प्राण मागितला असतास तरी तो मी आनंदानं दिला असता. आज तू दानशूर कर्णाची सत्त्वपरीक्षा घेतलीस. कुठलाही याचक विमुख पाठवणार नाही, ही माझी द्वाही तू आज फोल ठरवलीस. पण वीरमाते, निराश होऊ नकोस. दानशूर कर्ण तुला विमुख पाठवणार नाही. पांडव पाच होते ते पाचच राहतील. अर्जुनाशिवाय किंवा कर्णाशिवाय. अर्जुनाखेरीज तुझे इतर पुत्र माझ्यासमोर आले आणि त्यांना ठार करणं शक्य असलं तरी मी ते करणार नाही. युधिष्ठिराच्या सैन्यात एक अर्जुनच तेवढा माझ्या बरोबरीचा आहे. त्याच्याशी माझंही पक्कं वैर आहे. कारण त्यानं मला बंधुवियोगाचं दुःख दिलं आहे. त्यानं माझ्या वधाची प्रतिज्ञा केली आहे, तशी मीही त्याच्या वधाची प्रतिज्ञा केली आहे. त्याला ठार करून कृतकृत्य होईन किंवा त्याच्या हातून मला मृत्यू येईल. अर्जुन मेला तर माझ्यासह आणि मी मेलो तर अर्जुनासह तुझी पाच मुलं जिवंत राहतील.''

कुंती पुरती हतबल झाली. कर्णापुढे तिचा एकही युक्तिवाद टिकला नाही. जड अंतःकरणानं ती उठून उभी राहिली. काहीच न बोलता कर्ण पायांशी वाकला. दोन्ही दंड धरून कुंतीनं त्याला उभं केलं. छातीशी धरलेल्या त्याच्या मस्तकावर हात ठेवत ती म्हणाली, ''कीर्तिवंत हो बाळा.'' एवढं बोलून कुंतीनं झटकन पाठ फिरवली आणि ती तापल्या वाळूतून सूतघाटाकडे चालू लागली.

कर्ण पाठमोऱ्या कुंतीकडे वेड्यासारखा पाहत होता. मनातला सगळा राग बाहेर पडल्यामुळे मन हलकं झालं होतं. कुंतीचे भरून आलेले डोळे त्याला दिसू लागले. इतकं बोललास... पुनःपुन्हा राजमाता म्हणालास, जन्मदाती म्हणालास, वीरमाता म्हणालास, मातेचं नातंही मान्य केलंस; पण एकदाही आई म्हणाला नाहीस. तुझी अपराधी होते म्हणून का एवढा राग धरलास? एकदा तरी मला आई म्हणायचं होतंस. तुझी अभागी माता त्या हाकेसाठी आसुसली होती पुत्रा...कुंतीचे पाणावलेले डोळे बोलत होते...

" माते, थांब..." भान विसरून कर्णानं हाक दिली.

कुंती थबकली. कर्णाची ती हाक ऐकताच तिला पुन्हा भडभडून आलं. तिचे कान धन्य झाले होते. तिच्या मुलानं तिला एकदा का होईना माते म्हणून हाक मारली होती. धावत आलेला कर्ण कुंतीच्या पायांवर पडला. आईच्या डोळ्यांतून ओघळणाऱ्या अश्रूंनी त्याचं मस्तक भिजू लागलं.

" माते, रागाच्या भरात बोललो, त्याची क्षमा कर. तू रागावणार नाहीस. पण तुझी सून- तिचा मी अपराधी आहे. कुठलीही कुलस्त्री कधीही विसरू शकणार नाही असे शब्द माझ्या तोंडून गेले आहेत. त्याबद्दल मी क्षमा मागणार नाही. माझ्या वतीनं तिला एवढंच सांग, सूतपुत्र झालो तरी मीही एक माणूसच आहे आणि कुठल्याही माणसासारखं मलाही मन आहे..."

७२.

कृष्णानं उलुकाच्या तोंडी दिलेल्या संदेशापाठोपाठ पांडवांची विराट सेना मुख्य सेनापती धृष्टद्युम्न याच्या नेतृत्वाखाली कुरुक्षेत्राकडे सरकत असल्याची वार्ता येऊन थडकली. धृष्टद्युम्नाचा निर्णय बरोबरच आहे. एकूण अठरा अक्षौहिणी सेनेत होणार असलेल्या महायुद्धासाठी दृषद्वतीपासून हिरण्यवतीपर्यंत पसरलेली विस्तीर्ण रणभूमीच हवी. पांडवसेनेच्या हालचाली पाहता, धृष्टद्युम्न हिरण्यवतीच्या काठी तळ ठोकणार, हे स्पष्ट दिसू लागलं. श्रीकृष्णासोबत संपूर्ण कुरुक्षेत्राची पाहणी करूनच त्यानं हिरण्यवतीच्या उत्तर तटालगतची ती जागा निश्चित केली आहे. उत्तरेकडून विपुल वनसंपत्तीनं युक्त असलेलं काम्यकवन आणि दक्षिणेकडून हिरण्यवतीचा वेगवान प्रवाह अशा नैसर्गिक कोंदणात पांडवांची शिबिरं सुरक्षित असणार आहेत. आवश्यक असेल तेवढंच सैन्य घेऊन ते हिरण्यवती ओलांडून अलीकडे येणार आहेत.

दुःशासन आणि कर्ण यांना सोबत घेऊन स्वतः पितामह भीष्म कुरुक्षेत्रावर

जाऊन आले. धृष्टद्युम्नानं आधीच येऊन निवडलेली जागा आणि कौरवांच्या प्रचंड सेनेला लागणाऱ्या पाण्याचा विचार करता, दृषद्वतीच्या काठी तळ ठोकणं हेच सर्वार्थानं इष्ट ठरेल, हे त्यांच्या पूर्णपणे लक्षात आलं.

दुर्योधनानं केलेल्या विनंतीप्रमाणे मद्रदेशाचा राजा शल्य दृषद्वती काठीच तळ ठोकून बसला आहे. त्याच्या सेवेसाठी गेलेली दुर्योधनाची माणसं अजूनही तशीच राबत आहेत. कोठारं, शस्त्रागारं, अश्वशाळा, गजशाळा, मद्यगृहे, भोजनशाळा, सैनिकांचं रंजन करणारे कलावंतांचे तांडे इत्यादी सर्व व्यवस्था लावून पितामह हस्तिनापूरला परत आले आणि सेनेची रचना करण्यात गढून गेले. त्यांच्या सोबत उभा राहून स्वतः युवराज दुर्योधन सैन्यरचनेत लक्ष घालू लागला. कर्ण आणि शकुनी यांच्यासह दुःशासन, विकर्ण, विविंशती, दुर्मर्षण आणि युयुत्सू आदी सारे भाऊ त्याला मदत करू लागले.

नेहमीप्रमाणे प्रत्येक शस्त्रसिद्ध रथामागे चार सशस्त्र योद्धे आणि दोन माहूत असलेले दहा हत्ती, त्यातील प्रत्येक हत्तीमागे दहा अश्वसाद आणि प्रत्येक अश्वामागे दहा पदाती असा एक चमू, अशा एका चमूची तीन पट पत्ती, त्याचप्रमाणे नंतर सेनामुख, गुल्म, गण, वाहिनी, पृतना, अंकिणी आणि शेवटी अक्षौहिणी या क्रमानं संपूर्ण सेनेची रचना करण्यात आली. एका अक्षौहिणीत एकवीस सहस्र आठशे सत्तर एवढं शस्त्रसिद्ध रथदल, तेवढंच गजदल, त्याच्या तीनपट अश्वदल आणि सुमारे एक लक्ष पदाती एवढ्या विराट सेनाबलाचा समावेश करण्यात आला. अशा अकरा अक्षौहिणींचं सेनाबल हस्तिनापूरच्या बाजूनं पांडवांच्या सात अक्षौहिणींच्या विरोधात उभं राहिलं. महाराजाकडून आज्ञा मिळताच प्रस्थानाच्या दुंदुभी झडू लागल्या.

कुरूंचं विराट सैन्य संपूर्ण राज्यातून गोळा केलेल्या विपुल युद्धसामग्रीसह कुरुक्षेत्राकडे मार्गस्थ झालं. युद्धभूमीवर जेवढं सैन्य लढणार होतं तेवढंच सैन्य संकटकालीन उपयोजनासाठी म्हणून राखून ठेवण्यात आलं. खेरीज या प्रचंड सैन्यासाठी लागणारं अन्न शिजवण्यासाठी बल्लव, मद्य पुरवणारे रसकर्मी, अनेक प्रकारची वाद्ये वाजवून युद्धरत सैनिकांचा रणमद वाढवणारे यंत्रकार, नर्तन-गायन करून त्यांचं रंजन करणारे कलावंत, त्यांच्या शरीरसुखाची काळजी वाहणाऱ्या वारयोषिता आणि शस्त्रास्त्रं तयार करणारे लोहकर्मी यांचे कित्येक जथे सेनेच्या सेवेसाठी कायम उपलब्ध असणार होते. धनुष्यं, बाण, गदा, खड्ग, भाले, तोमर, प्रास, भृशुंडी इत्यादी अनेक प्रकारची शस्त्रास्त्रं आणि इतरही कितीतरी प्रकारची युद्धसामग्री भरलेले रथ सेनेमागून मार्गस्थ झाले.

कर्णाच्या सांगण्यावरूनच युवराज दुर्योधनानं पितामह भीष्मांना सेनापतिपद स्वीकारायची विनंती केली आहे आणि पितामहांनीही ती तत्काळ मान्य केली

आहे, ही वार्ता पसरायला उशीर झाला नव्हताच. कौरवपक्षाची बाजू न्याय्य आणि पुरेशी भक्कम असल्याचा आणखी कोणता पुरावा पाहिजे आहे? पितामहांसारखा अनुभवी आणि कसलेला योद्धा सेनापती म्हणून पुढे असताना आणि कर्ण, द्रोणाचार्य, अश्वत्थामा, भूरिश्रवा, किरातांचा राजा भगदत्त, कलिंगराज श्रुतायु, मद्रराज शल्य, सिंधुराज जयद्रथ, गांधारनरेश शकुनी आणि आपल्या दुःशासनादी पराक्रमी भावांसह स्वतः युवराज दुर्योधन यांच्यासारखे अनेक रथी-महारथी सेनेत असताना विजय अशा अकरा अक्षौहिणींच्या कौरवसेनेलाच मिळणार, यात कुठलीच शंका उरलेली नाही.

उत्तरेला सरस्वती आणि दक्षिणेला दृषद्वती या दोन नद्यांच्या मध्ये पसरलेल्या विस्तीर्ण रणभूमीवर कौरव-पांडवांचं हे अभूतपूर्व युद्ध होणार आहे. यमुना नदी ओलांडून कुरुसैन्यानं दृषद्वती जवळ केली. दृषद्वतीच्या दक्षिण किनाऱ्यावर काही सैन्य मागे ठेवून उत्तर किनाऱ्याकडे जाताना सेनापती भीष्मांना एक गोष्ट स्पष्ट दिसली. दृषद्वतीच्या उत्तर किनाऱ्यावर जळणाची टंचाई भासणार आहे खरी; परंतु सेनेला लागणाऱ्या पाण्याचा प्रश्न सहजच सुटणार आहे. तशीच वेळ आली तर थेट खाली खांडववनातून जळण आणता येईल. त्यासाठी तेथील नाग लोकांशी भांडावं लागणार आहे ते वेगळंच. परंतु एवढ्या प्रचंड सैन्याला लागणाऱ्या जळणाचा प्रश्न सोडवायचा तर ही तरतूद करायलाच हवी आहे.

एकूण अठरा अक्षौहिणी सेनेचं एवढं प्रचंड युद्ध होणार म्हटल्यावर ते कसं लढलं जावं याची काही शिस्त ही हवीच. पितामह सध्या तोच विचार करीत आहेत. अन्यथा एवढ्या प्रचंड रणधुमाळीत कोण कोणाशी आणि कुठं लढतो आहे, हेच कळणार नाही. तेव्हा द्रोणाचार्यांशी चर्चा करून पितामहांनी काही युद्धनियम तयार केले...

... सूर्योदयाला सुरू झालेलं युद्ध सूर्यास्त होताच थांबलं पाहिजे. प्रत्येकानं तुल्यबळ योद्ध्याशीच लढावं. रथी फक्त रथ्याशी, अतिरथी अतिरथ्याशी आणि महारथी फक्त महारथ्याशीच लढेल. आव्हान दिल्याशिवाय आणि ते स्वीकारलं गेल्याशिवाय कोणीही शस्त्र चालवू नये. युद्धात मग्न असलेल्या योद्ध्यावर इतर कोणी वार करू नये. निःशस्त्र, छिन्नकवच, शरणागत, घायाळ, भीतीग्रस्त किंवा आपल्याहून कमी योग्यतेच्या सैनिकावर कोणीही शस्त्र उगारू नये. युद्धभूमी सोडून जाणाऱ्यावर प्रहार करू नये. शस्त्रास्त्रं आणि मद्य पुरवणारे, रणवाद्यं वाजवणारे यंत्रकार त्याचप्रमाणे स्त्रिया, मुलं किंवा वृद्ध यांच्यावर कोणीही हल्ला करू नये.

सर्व युद्धनियम तयार झाल्यावर ते स्वतः युधिष्ठिराची आणि कृष्णाची भेट

घेणार आहेत. दोन्ही पक्षांतील सर्व योद्ध्यांना आणि प्रत्येक सैनिकाला हे युद्धनियम सांगितले जाणार आहेत. प्रत्येकानं त्यांचं काटेकोर पालन करावं म्हणून आवाहन केलं जाणार आहे. एवढंच नव्हे, तर प्रत्येकाला अजूनही पक्ष बदलायची संधी दिली जाणार आहे. ज्या कोणाला पांडवांचा पक्ष न्याय्य वाटत असेल त्यांना त्या पक्षात जाऊ दिलं जाणार आहे.

पितामहांची ही एकेक तऱ्हा पाहून दुर्योधन फार अस्वस्थ झाला. परंतु पितामह आपल्या निर्णयावर ठाम आहेत. दुर्योधन चडफडू लागताच ते म्हणाले, ''मी तुझ्याकडे सेनापतिपद मागायला आलो नव्हतो. मला तू सेनापतिपदाचा अभिषेक केला आहेस तेव्हा माझे निर्णय मलाच घेऊ दे. आपण कोणाविरुद्ध आणि कशासाठी लढतो आहोत हे प्रत्येक सैनिकाला माहीत असलंच पाहिजे...''

७३.

'' हे कुरुश्रेष्ठ, योग्य सेनापती नसेल तर कोणतंही बलशाली सैन्य आणि मुंग्यांचं वारूळ सारखंच. सेनापतीला युद्धशास्त्र माहीत हवं, तेवढंच आपल्या पक्षाचं सामर्थ्यही माहीत हवं. चढाई केव्हा करावी, हे जसं त्याला माहीत हवं, तशी माघार केव्हा घ्यावी, हेही माहीत हवं. आपण युद्धशास्त्रनिपुण आहात. माझ्या अकरा अक्षौहिणी सेनेचं नेतृत्व स्वीकारून कुरुराज्यावर आपण मोठीच कृपा केली आहे. आपल्या कुशल आणि अनुभवी नेतृत्वाखाली लढण्यासाठी माझी ही चतुरंग सेना सज्ज आहे. आपल्या सेनेत गुरू द्रोणाचार्य, कृपाचार्य, अश्वत्थामा, अंगराज कर्ण, आपले पराक्रमी पुत्र भूरी, भूरिश्रवा आणि शल यांच्यासह बाल्हिकराज सोमदत्त, सिंधुराज जयद्रथ, प्राग्ज्योतिषपूरचा राजा किरातमुख्य भगदत्त, युधिष्ठिराचा मामा मद्रराज शल्य, गांधारनरेश शकुनी, यादवांचा सेनापती अंधकश्रेष्ठ कृतवर्मा यांच्यासारख्या कितीतरी थोर शूरवीरांचा, रथी-अतिरथींचा आणि महारथी वीरांचा समावेश आहे... उद्या सुरू होत असलेल्या युद्धात माझ्यासाठी ते आपले प्राण पणाला लावायला सिद्ध आहेत. म्हणूनच हे कुरुश्रेष्ठ त्यांचा गुणगौरव करताना मला अभिमान वाटतो...

...सिंधू-सौवीर आणि गांधार देशचे हे योद्धे मोठे शूर असून, प्रास या शस्त्राच्या साहाय्यानं अश्वावरून तसंच उंटावरून लढण्यात मोठे कुशल आहेत. बाल्हिक देशातील हे संशप्तक वीर लढताना मृत्यू आला तरी मागे

हटत नाहीत. शूरसेन देशातले हे योद्धे मल्लयुद्धात मोठे निपुण आहेत. हे अंबष्ठ वीर गदायुद्धात अद्वितीय आहेत. कांबोज देशाचा राजा सुदक्षिण आणि त्याचं बलशाली अश्वदल हे माझ्या सेनेचं मोठंच भूषण आहे. हे कांबोजदेशीय वीर अश्वावरून युद्ध करण्यात जेवढे प्रवीण आहेत, तेवढेच एकी आणि शौर्यासाठीही प्रसिद्ध आहेत. किरातांचा राजा भगदत्त वृद्धत्वाकडे झुकला असला तरी त्याचं ते असामान्य शौर्य अजूनही तसंच टिकून आहे. त्याच्या सुप्रतीक या महाकाय हत्तीवर आरूढ होऊन तो रणभूमीत उतरताच शत्रुसैन्याची धूळधाण व्हायला उशीर लागत नाही. त्याच्या कामरूप देशातून आलेले हे पीतवर्णाचे बलशाली योद्धेही हत्तीवरून लढण्यात तेवढेच प्रवीण आहेत. हे मगधदेशीय वीरसुद्धा हत्तीवरून लढण्यात तेवढेच ख्यातनाम आहेत. पांढर्‍या शुभ्र वेशावर कृष्ण लोहकवच आणि मस्तकावर गाठीगाठींचे शिरस्त्राण घातलेले हे गौरवर्णीय पारसिक योद्धे मोठे बलदंड आणि साहसी आहेत. मस्तकावर शिरस्त्राण घालणारे उत्तर हिमालयातून आलेले हे वीर अश्मयुद्धात अत्यंत कुशल आहेत. तसंच सर्व प्रकारची हत्यारं वापरण्यात प्रवीण असलेले हे उशिनर योद्धे मोठे रणधीर आहेत. काळ्यासावळ्या वर्णाचे हे द्रविड योद्धे खड्गयुद्धात अतुलनीय आहेत...

...अशी ही माझी सेना द्रोणाचार्य, कृपाचार्य, कर्ण, भूरिश्रवा, जयद्रथ, कांबोजराज सुदक्षिण, हार्दिक्य कृतवर्मा, शकुनी आणि दुःशासन यांच्या नेतृत्वाखाली लढायला सिद्ध आहे...आता आमच्या अक्षौहिणीप्रमुख महारथी वीरांची योग्यता सेनापती या नात्यानं आपल्या मुखानं ऐकावी, अशी माझी इच्छा आहे...''

कुरुयोद्ध्यांनी भरलेल्या विराट सभेत दुर्योधन बोलत होता.

'' पुत्र दुर्योधन आणि वीरहो...'' सर्व सभेला ऐकू जाईल एवढ्या आवाजात पितामह बोलू लागले, ''हस्तिनापूरच्या सिंहासनाच्या रक्षणार्थ सिद्ध झालेल्या कौरव सेनेचं सैनापत्य मी स्वीकारलं आहे हे खरं; परंतु ते स्वीकारताना काही गोष्टी स्पष्ट करणं आवश्यक आहे. सिंहासनाच्या रक्षणासाठी मी वचनबद्ध असलो तरी मी पांडवांवर शस्त्र धरणार नाही. रोज दशसहस्र इतकं सैन्य ठार करून मी त्यांच्या पक्षाचं बळ कमी करीन; परंतु कोणत्याही परिस्थितीत पांडवांवर शस्त्र धरणार नाही.''

'' ते सारं आपण मला सांगितलं आहे पितामह...'' अधीर होऊन दुर्योधन म्हणाला.

त्याला अडवत पितामह म्हणाले, ''हो, परंतु ते तुझ्याइतकंच तुझ्या सैन्यातल्या प्रत्येक सैनिकालाही माहीत असणं आवश्यक आहे. सैनिकांनी जिवावर उदार होऊन लढावं असं वाटत असेल तर युद्धाचं कारण योग्य असलं

पाहिजे, ते प्रत्येक सैनिकाला माहीत असलं पाहिजे. एवढंच नव्हे, तर ते योग्य असल्याची त्याची खात्री असली पाहिजे आणि त्याचा आपल्या सेनापतीवर पूर्ण विश्वास असला पाहिजे, हा युद्धशास्त्रातला पहिला नियम आहे...'' एवढं बोलून पितामह थांबले आणि आपल्या बोलण्याचा काय परिणाम झाला आहे, हे अजमावण्यासाठी इकडे तिकडे पाहू लागले.

...या थेरड्याला झालं आहे तरी काय? दुर्योधन जागीच चडफडू लागला. सेनापतिपद स्वीकारायचं आणि वरून शत्रूला मारणार नाही असंही म्हणायचं! याचा अर्थ तरी काय? आणि वरून म्हणे युद्धाचं कारण योग्य असलं पाहिजे, ते प्रत्येक सैनिकाला माहीत असलं पाहिजे, एवढंच नव्हे तर ते योग्य असल्याबद्दल त्याची खात्री असली पाहिजे... म्हणजे या युद्धाचं कारण योग्य नाही असंच यांना सुचवायचं आहे की काय? हा कर्णाचा सल्ला! 'तूच सेनापती हो' म्हणालो तर 'ही जबाबदारी भीष्मांवर सोपवू' म्हणाला. आणि या म्हाताऱ्याची एकेक तऱ्हा ही अशी! म्हणे कर्णाच्या नेतृत्वाखाली लढणार नाही, ज्याचं पुरुषत्व संशयास्पद आहे अशा शिखंडीवर शस्त्र धरणार नाही. आणखी काय काय अटी घालणार आहे कोणास ठाऊक!

सभेत उचंबळून आलेल्या उत्साहावर एकदम विरजण पडल्यासारखं झालं. स्वतः कौरवांचा सेनापती मी शत्रूला ठार करणार नाही म्हणून ओरडून सांगत होता.

''माझ्या या बोलण्याचं कोणाला आश्चर्य वाटायला नको.'' पितामह म्हणाले. ''मी सिंहासनाच्या रक्षणासाठी वचनबद्ध असलो तरी पांडवांशी माझं कुठलंही वैर नाही. धृतराष्ट्राची मुलं आणि पांडूची मुलं यांच्यात मी भेद करू शकत नाही. दुर्योधनाइतकेच तेही मला प्रिय आहेत...''

एवढं बोलून क्षणभर थांबलेले पितामह पुढे म्हणाले, ''आता मी आपल्या सेनाबलाची स्थिती सांगतो...प्रत्येक रथाच्या संरक्षणासाठी शस्त्रास्त्रसिद्ध योद्ध्यांसह दहा हत्ती, त्या प्रत्येक हत्तीच्या रक्षणासाठी दहा अश्वसाद, आणि प्रत्येक अश्वाच्या रक्षणासाठी दहा पदाती याप्रमाणे प्रत्येक चमूची आणि त्याप्रमाणे पुढे प्रत्येक सेनासमूहाची रचना करण्यात आली आहे. त्याचप्रमाणे ज्यांच्या संरक्षणासाठी प्रत्येकी पन्नास हत्तींची गजदलं तैनात केली आहेत. अशी कित्येक रथदलं राखीव सैन्य म्हणून शस्त्रसज्ज होऊन सिद्ध आहेत. द्रोणाचार्य, कृपाचार्य, अश्वत्थामा, शल्य, बाल्हिकराज सोमदत्त, त्याचा पराक्रमी पुत्र भूरिश्रवा, जयद्रथ, कांबोजराज सुदक्षिण, कृतवर्मा, शकुनी आणि दुःशासन हे महारथी वीर आपल्या प्रत्येक अक्षौहिणीचे सेनापती असतील. आपल्या सेनेतील वीरांची योग्यताही मला स्पष्ट केली पाहिजे. द्रोणाचार्य, कृपाचार्य,

अश्वत्थामा, शल्य, भूरिश्रवा, गौतम, जयद्रथ, शकुनी, दुर्योधन, दुःशासन, विकर्ण हे महारथी वीर आपल्या सेनेत आहेत. तर भगदत्त, मगधराज सहदेव, विंद-अनुविंद हे दोघे बंधू, लक्ष्मण, क्षेमधूर्ती, सुदक्षिण, वृषसेन या अतिरथी वीरांचा समावेश आपल्या सेनेत आहे. आणखी एक गोष्ट मला आताच स्पष्ट केली पाहिजे...''

आणि दुर्योधनाकडे वळून ते म्हणाले, ''तुला पांडवांविरुद्ध लढायला सतत प्रोत्साहन देणारा, परंतु लढण्यापेक्षा पळ काढण्यासाठीच ज्याची ख्याती अधिक आहे, असा तुझा प्रिय सखा सूतपुत्र कर्ण ! महारथी आणि अतिरथी वीरांच्या या नामावलीत मी त्याचं नांव घेतलं नाही म्हणून आश्चर्य वाटू देऊ नकोस. तो अत्यंत बढाईखोर, आत्मप्रशंसक आणि नीच आहे. तुझा आश्रय मिळाल्यामुळे तो फार चढून गेला आहे आणि तुझा मंत्री, नेता...एवढंच कशाला, तुझा सहोदर बंधू होऊन बसला आहे. तुझ्या दृष्टीनं त्याची योग्यता कोणतीही असो, युद्धभूमीवर तो अत्यंत नगण्य आहे. तो अतिरथी तर नाहीच; पण साधा रथीही नाही. दुसऱ्याकडे नेहमीच तुच्छतेनं पाहणारा हा मूर्ख आणि अहंमन्य सूतपुत्र फार तर केवळ एक अर्धरथी आहे. त्याच्या पोकळ वल्गनांवर विसंबून राहू नकोस. युद्धात तो अर्जुनासमोर गेलाच तर जिवंत सुटणार नाही. फार कशाला, अर्धरथ्याइतकीही योग्यता नसलेला हा नीच सूतपुत्र माझ्या सैन्यातही नको.''

म्हाताऱ्याची बुद्धी खरोखरच चळली आहे, यात शंकाच नाही. एका दिग्विजयी वीराला तो अर्धरथी म्हणतो आहे. तोंडाला येतील ते अपशब्द वापरून त्याचा पाणउतारा करतो आहे.

ते शब्द ऐकून कर्णाच्या डोळ्यांत अंगार पेटला. तो काही बोलणार तोच द्रोणाचार्य म्हणाले, ''रास्त! प्रत्येक युद्धात मोठमोठ्या बढाया मारणारा हा सूतपुत्र नेहमी पळ काढतानाच दृष्टोत्पत्तीस येतो. हा प्रमादी सूतपुत्र माझ्याही मते केवळ अर्धरथी आहे.''

भडकलेल्या आगीत तप्त तेल ओतल्यासारखं झालं. कर्णाच्या मस्तकात उफाळून आलेली संतापाची आग आणखीच धडाडून उठली.

'' स्वतःला पितामह म्हणवून घेणाऱ्या थेरड्या...'' एकदम उसळून कर्ण म्हणाला. ''मी तुझा काहीही अपराध केलेला नसताना तू सतत माझा द्वेष करतोस. अपशब्द बोलून मला अपमानित करतोस. माझा अपमान करण्याची एकही संधी तू कधी सोडली नाहीस. परंतु मित्रकार्याचा विचार करून मी ते सारं सहन केलं. आजही केवळ द्वेषापोटी तू माझा अपमान करतो आहेस. मी सूत असेन वा सूतपुत्र असेन, जो कोणी असेन तो असेन, माझा जन्म दैवाधीन

असेल, पण माझा पराक्रम हा माझाच आहे. या युद्धात कर्णाची मदत होणार नाही, त्याची योग्यता अर्धरथ्याइतकीच आहे, असं तू म्हणतोस. ठीक आहे. आता तूही माझं ऐक...

"या युद्धात कौरवांचा पराभव झाला तर तो तुझ्यामुळेच होईल; माझ्यामुळे नव्हे... तू विश्वासघातकी आणि शत्रूचा हितैषी आहेस. आपसात फूट पाडून तुला काय साधायचं आहे ते सर्वांनाच माहीत आहे. तुझं खरं प्रेम आहे ते आमच्या शत्रूंवर; दुर्योधनावर नव्हे ! परंतु भोळ्या दुर्योधनाला ते माहीत नाही. तुझे अंतःस्थ हेतू मी ओळखून आहे. दुर्योधनाच्या बाजूनं शत्रूवर प्राणपणानं तुटून पडणारा एकटा मीच आहे, हे तुला पुरतं माहीत आहे आणि तेच घडायला तुला नको आहे. म्हणूनच तू माझा द्वेष करतोस. माझ्या सामर्थ्याचा अवमान करून माझा तेजोभंग करतोस. दुर्योधनाच्या मनात माझ्याविषयी विष कालवण्याचा प्रयत्न करतोस. परंतु तुझं हे वागणं क्षत्रियोचित नाही. अरे थेरड्या, ही वीरांची सभा आहे. प्रत्येकाची योग्यता इथं त्याच्या सामर्थ्यावरून ठरते. वीरसभेत सन्मान होतो तो सामर्थ्यशाली वीरांचा; तुझ्यासारख्या नुसतं वय वाढलेल्या थेरड्यांचा नव्हे. वय वाढलं किंवा नुसते केस पिकले म्हणून कोणी महारथी होत नसतो... वीरहो, अनुभवी आणि ज्ञानी वृद्धांना जरूर मान द्यावा; म्हातारचळ लागलेल्या अशा बुद्धिहीन थेरड्यांना नव्हे ! म्हातारपणामुळे याची बुद्धी चळली आहे. त्यामुळेच त्याला समोरच्या माणसांची योग्यता कळेनाशी झाली आहे. आपल्याच सैन्यात द्वेषाची बीजं पेरून तो आपल्याच पक्षाच्या पराभवाची व्यवस्था करतो आहे. शत्रूला न मारण्याच्या अटीवर रणांगणात उतरणारा सेनापती आमच्या पक्षाला विजय तो कुठला मिळवून देणार आहे?

" बंधो, दुर्योधन...विचार करून निर्णय घे. आपल्यात फूट पाडणाऱ्या या थेरड्याच्या हाती सैन्य सोपवून सर्वनाश ओढवून घेऊ नकोस. अजूनही सावध हो. त्याला सेनापतिपदावरून दूर कर; अन्यथा विजयाची आशा बाळगू नकोस. आणि ए थेरड्या, मी काय म्हणतो ते ऐक, आपल्याच सैन्यातील वीरांचा अपमान करणाऱ्या तुझ्यासारख्या उद्धट सेनापतीच्या नेतृत्वाखाली लढणं, मलाही भूषणावह वाटत नाही. तुझ्यासारख्या म्हाताऱ्याच्या नेतृत्वाखाली लढणं म्हणजे पराक्रम आमचा आणि नाव मात्र तुझं, असा प्रकार होईल. एवढं करून तू सेनापतिपदाला चिकटून राहिलासच तर तू सेनापती आहेस तोवर मी युद्धात भाग घेणार नाही. ज्या दिवशी तू पराभूत होऊन पतन पावशील, त्या दिवशी शस्त्र धारण करून मी शत्रूचा निःपात करीन आणि मित्रकर्तव्यातून मुक्त होईन. आणि जर का तुझ्या हातून शत्रूचा पराभव झालाच तर शस्त्रसंन्यास घेऊन

दुर्योधनाच्या आज्ञेनं वनात निघून जाईन.''

आपल्या संतापाला आवर घालण्याचा प्रयत्न करत पितामह म्हणाले, ''नीच कुलोत्पन्न सूतपुत्रा, अर्जुनाविरुद्धच्या कुठल्या लढाया तू जिंकल्यास म्हणून एवढ्या बढाया मारतो आहेस? हे मंदबुद्धे, या सर्व कलहाचं मूळ कारण तूच आहेस. तूच दुर्योधनाला पांडवांविरुद्ध भडकावत असतोस. तू नसतास तर हे विनाशकारी युद्ध ओढवलंच नसतं. म्हणून तुझाच आधी नाश केला पाहिजे. पण युद्धाच्या ऐन वेळी आपसांत भांडणं नकोत म्हणूनच केवळ आज मी तुला जिवंत सोडतो आहे.''

''मला अपमानित करून मित्रकर्तव्यापासून वंचित करणाऱ्या थेरड्या, आज तूच माझ्या हातून मरणार आहेस. प्रत्यक्ष शत्रूपेक्षा तुझ्यासारखे घरातले कृतघ्न सर्पच अधिक घातक असतात. तुला ठेचून काढल्याशिवाय आमच्या विजयाचा मार्ग निष्कंटक होणार नाही. शूर असशील तर धनुष्य घेऊन समोर ये.''

गोष्टी या थराला गेलेल्या पाहताच चिंताक्रांत झालेला दुर्योधन पितामहांसमोर गुडघे टेकून दोन्ही हात जोडत म्हणाला, '' क्षमा असावी पितामह, मला तुम्हा दोघांचं सहकार्य हवं आहे. उद्या युद्धाला सुरुवात होते आहे. अशा स्थितीत आपसांत भांडणं नकोत.''

आपला गेलेला आब राखून घेत पितामहांनी माघार घेतली. दुर्योधनाने कर्णाचीही समजूत घालण्याचा प्रयत्न केला; परंतु स्वाभिमानी कर्ण आपल्या निर्धारापासून ढळला नाही. हा म्हातारा रणांगणावर आहे तोवर युद्धात उतरणार नाही, हे त्यानं पुन्हा एकदा निक्षून सांगितलं.

भांडणाचा प्रसंग टळला; परंतु सभेत निर्माण झालेला गोंधळ शमला नाही. त्या गोंधळातच सभा आटोपली. पितामहांनी घातलेल्या त्या विचित्र अटींचा विचार करत सर्व योद्धे आपापल्या शिबिराकडे परतले. कोणाला पितामहांची भूमिका रास्त वाटत होती तर कोणाला कर्णाचं म्हणणं योग्य वाटत होतं.

७४.

...कृष्णानं सांगितलेलं ते कटू सत्य, त्यानंतर कुंतीची झालेली भेट, तिला दिलेलं अभयदान आणि आज भीष्म नावाच्या त्या थेरड्यानं केलेला हा अपमान... अघटित घटनांचे प्रहार आणि असे अपमान सहन करण्यासाठीच का कर्णाचा जन्म आहे? कर्तव्याच्या ऐन क्षणी, मित्रकर्तव्यातून उतराई होण्याच्या क्षणीच हे घडावं?

उद्या युद्धाचं रणशिंग फुंकलं जाईल, अठरा अक्षौहिणी सैन्यात न भूतो न भविष्यती अशी लढाई होईल, मोठमोठे योद्धे प्राणपणानं एकमेकांवर तुटून पडतील, रक्ताचे पाट वाहतील... आणि दुर्योधनाचा मित्र महाधनुर्धर कर्ण...अर्जुनाचा वैरी कर्ण...आपल्या शिबिरात हात चोळत बसून असेल. यासारखं विपरीत... यासारखं दुःखदायक... ते आणखी काय असणार...?

" बंधो..." शत्रुंजय हात जोडून समोर उभा होता. त्याच्या मागे वृषसेन, सुषेण, सत्यसेन, प्रसेन, भानुसेन आणि सर्वांत धाकटा चित्रसेन हेही उभे होते. मस्तक हुंगून कर्णानं पुत्रांना जवळ घेतलं.

शत्रुंजय म्हणाला, " महाराजा, आमचा असाच अपमान होणार असेल तर..."

" — नाही बंधो, असा विचारही मनात आणू नकोस. त्या थेरड्यानं माझा अपमान केला म्हणून तो मरेपर्यंत मी शस्त्रसंन्यास घेतला आहे... माघार नव्हे ! त्यानं माझा अपमान का केला याची कारणं मला माहीत आहेत. बंधो, मी युद्धभूमीवर येईपर्यंत तुम्ही माझ्या दुर्योधनासाठी प्राणपणानं लढा, त्याला कर्णाच्या अनुपस्थितीची जाणीवही होऊ देऊ नका. जा... आपल्या अंगदेशाचा कीर्तिध्वज तसाच फडकत ठेवा.."

कर्णाच्या त्या उत्साहवर्धक शब्दांनी शत्रुंजयाच्या घायाळ मनाला सहानुभूतीची फुंकर मिळाली खरी; परंतु अजूनही त्याचं दुखावलेलं मन शांत झालं नव्हतं. तो म्हणाला, " झाल्या प्रकारानं आपल्या अंगदेशीय वीर योद्ध्यांना फार दुःख झालं आहे महाराजा."

" तू त्यांची समजूत घाल... चल, मी स्वतः त्यांच्याशी बोलतो " कर्ण म्हणाला.

" ...मी प्रयत्न करतो महाराजा." शत्रुंजय म्हणाला. आणि एवढं सांगून तो शिबिराबाहेर निघून गेला. वृषसेन आणि इतर पुत्र पित्याचा आशीर्वाद घेऊन बाहेर पडले.

सायंकाळ होईपर्यंत कर्ण तसाच बसून होता. हळूहळू सर्वत्र धूसर संधिप्रकाश पसरला आणि पाहता पाहता अंधारही कोसळला. फिकट चंद्रप्रकाशात ठिकठिकाणी पेटलेल्या पलित्यांमुळे अंधाराला चूड लागल्यासारखं वाटू लागलं. तशात दुर्योधन आला तोही पलित्यासारखा चडफडतच. इतर कोणाचाही विचार न घेता, अगदी दुर्योधनालाही न सांगता पितामह अक्षौहिणींच्या सेनापतींची निवड करून मोकळे झाले होते आणि त्यानंतर लगेचच ते द्रोणाचार्य, शल्य आणि युयुत्सू यांना सोबत घेऊन पांडवांच्या शिबिराकडे गेले होते. उद्या मार्गशीर्ष शुद्ध एकादशी. सकाळी सूर्योदयाला युद्ध सुरू होणार... आणि कौरवांचा सेनापती उद्याच्या युद्धाची व्यूहरचना

आणि रणनीती ठरवायचं सोडून शत्रूच्या शिबिरात युद्धाचे नियम ठरवायला गेला होता...

तिथं काय बोलणी झाली हे ऐकायला गेलेला गुप्तचर मध्यरात्रीनंतर परत आला तेव्हा कुठं दुर्योधनाचं उडालेलं चित्त थाऱ्यावर आलं. म्हणे सूर्योदयाला सुरू झालेलं युद्ध सूर्यास्त होताच थांबलं पाहिजे, प्रत्येकानं तुल्यबळ योद्ध्याशीच लढावं... असे एक ना दोन युद्धनियम तयार करणारा सेनापती स्वतः मात्र शत्रूवर शस्त्र धरणार नाही की युद्धात उतरायला उत्सुक असलेल्या कर्णासारख्या रणधुरंधर महारथी योद्ध्यांना रणभूमीत येऊ देणार नाही... त्याचं हे वर्तन कुठल्या युद्धनियमात बसतं? आणि मग ज्यांचं कोणाशीही कुठलंही वैर नाही अशा लोकांना आपसांत झुंजवत ठेवून तो काय मिळवणार आहे?

आपल्या अंगदेशीय वीरांची समजूत घालून आणि सैन्याची सर्व व्यवस्था पाहून शत्रुंजय परत आला. बंधू शत्रुंजय आणि वृषसेनादी सर्व पुत्र कर्णाच्या पायांशी मूकपणे बसून राहिले आणि काही वेळानं तिथंच मूकपणे झोपी गेले.

निद्रा आणि जागृतीच्या सीमेवर हेलकावत असलेल्या कर्णाच्या मनात वन्य लोकांनी तीक्ष्ण भाले घेऊन सावजाभोवती फेर धरावा त्याप्रमाणे अनेक प्रश्नांनी फेर धरला होता. ...कोण आहे मी? एका अधःपतित मातेनं टाकलेलं पोर? अंगराज कर्ण? उदार दानशूर राजा की द्यूतसभेत द्रौपदीची विटंबना करणारा नराधम? सूतपुत्र राधेय कर्ण की कृष्ण म्हणतो त्याप्रमाणे ज्येष्ठ पांडव? ज्याच्या भीतीनं युधिष्ठिराला रात्रीची झोप येत नाही आणि दिवसा शांतता लाभत नाही असा महारथी वीर, की त्या थेरड्या भीष्मानं म्हटल्याप्रमाणे साधा अर्धरथी? माझ्या संग्रामजिताचा ज्येष्ठ बंधू की युवराज दुर्योधनाचा सखा? सूतपुत्र की क्षत्रिय? कोण आहे मी? ...कितीतरी ...कितीतरी प्रश्नांशी आयुष्यभर झगडत राहिलो, प्रश्नांच्या लोहभिंतींवर टकरा देत राहिलो, त्या प्रयत्नांत थकलो, ठेचकाळलो, रक्तबंबाळ झालो... परंतु त्यांची समाधानकारक उत्तरं मला कधीच मिळाली नाहीत. आणि आता मिळाली तीही इतक्या उशिरा, की मिळून न मिळून सारखीच आहेत. उताराला लागलेल्या सारथीविहीन रथाप्रमाणे कुठल्या कुठं गडगडत निघालेल्या या आयुष्यचक्राची गती थांबवणं आता शक्य नाही. त्याची इच्छा असो वा नसो, कर्णाला आता पुढेच गेलं पाहिजे...

...कर्णा, अभाग्या, एका विराट सूडचक्राचा तू फक्त एक यःकश्चित् आरा ठरलास. जीवनाच्या अंधारगुहेत रात्रंदिवस मी कोण? मी कोण? म्हणून धडका देत राहिलास आणि आपण कुठे आहोत हेच पाहायचं विसरलास. मी कोण या प्रश्नानं आंधळ्या झालेल्या तुला, आपण कुठं आहोत हे पाहता आलं नाही, जाणता आलं नाही.

जगावर शांतता नांदत होती; परंतु कर्णाच्या डोक्यात विचारांचा कोलाहल माजला होता. किती वेळ गेला कोणास ठाऊक...! नकळत पापणीला पापणी भिडली... कानठळ्या बसवणाऱ्या रणवाद्यांच्या आवाजात संकुलयुद्धाची रणधुमाळी माजली होती. योद्ध्यांच्या रणगर्जनांसोबत सैनिकांच्या प्राणांतिक किंकाळ्या कानांत शिरत होत्या. लालभडक दाट रक्त जमिनीवर सांडत होतं. मर्मस्थळावर आघात झालेले कित्येक हत्ती आपल्या अजस्र पायांखाली कित्येक सैनिकांना तुडवत बेभान धावत होते. त्यांना आवरणं माहुतांना अशक्य झालं होतं. आभाळाचा घुमट धुळीनं माखून निघाला होता... अश्वशाळेकडून खिंकाळण्याचा आवाज आला. त्यानंतर एका पाठोपाठ कितीतरी अश्व खिंकाळू लागले...

कर्णाला जाग आली. तारवटल्या डोळ्यांनी तो उठून बसला. युद्धाचे नगारे वाजत आहेत तेव्हापासून डोळ्यांवरची झोप उडूनच गेली आहे आणि आली तरी स्वप्नं पडतात तीही युद्धाचीच.

कुंतीची ती अखेरची भेट कर्णाला पुनःपुन्हा आठवत राहिली. पुनःपुन्हा तो आपल्या निमुळत्या पायांकडे पाहत राहिला. खरंच तिचे पाय असेच होते. पायच का, तिच्या उदरातून बाहेर आलेला हा आडवा उभा देह अगदी तिच्यासारखाच आहे. मस्तकात घोंगावणाऱ्या कित्येक प्रश्नांपैकी कर्णाला आज निदान एका प्रश्नाचं उत्तर तरी मिळालं आहे. परंतु आता त्याचा त्याला काहीही उपयोग नाही.

' कीर्तिवंत हो ' असं म्हणून तिनं अखेरचा निरोप दिला... 'आयुष्मान हो' असं मात्र म्हणाली नाही. का नाही म्हणाली ती असं? की त्या आशीर्वादासाठी मी पात्र नव्हतो? कुठली आई मुलाचं दीर्घायुष्य चिंतणार नाही? पण पुत्राच्या कीर्तीची चिंता वाहणाऱ्या एका मातेनं त्याचं दीर्घायुष्य मात्र चिंतलं नाही. शेवटी ती पांडवांची आई होती; कर्णाची नव्हे ! जे ईप्सित समोर ठेवून ती कर्णाला भेटायला आली होती, ते ईप्सित तिनं साध्य केलंच. आपलं ईप्सित साध्य करून पुन्हा कधीही न भेटण्यासाठी ती आली तशी निघून गेली. त्यासाठी कर्णाच्या कानीनपणाचा यथास्थित उपयोगही तिनं करून घेतला. कर्ण तिचा कानीन पुत्र आहे, हे सत्य आहे तर ते सत्य ती स्वतः का म्हणून जगाला ओरडून सांगत नाही? ईप्सित दिसलं नाही ते फक्त दानशूर कर्णालाच. कीर्तीच्या मोहापायी कुंतीच्या ओंजळीत तो पांडवांच्या प्राणांची भीक घालून मोकळा झाला.

घातकी कृष्णा, स्वार्थी राजमाते, तुम्ही दोघांनी मिळून मला हतबल, निःशस्त्र करून टाकलं आहे. माझं वैराचं कारणच हिसकावून घेतलं आहे ! ...पण नाही ! वैराचं कारण संपलेलं नाही. माझ्या संग्रामजिताचा मारेकरी अजून जिवंत आहे. त्याचा कंठनाल छेदण्यासाठी हा कर्ण रणभूमीत उतरणार आहे. परंतु त्यासाठी आधी माझ्या मार्गात आडवा पडलेला हा थेरडा भीष्म संपला पाहिजे...

मार्गशीर्ष महिन्यातल्या निरभ्र आकाशातला चंद्र मावळतीकडे झुकला होता. इतका वेळ मंदपणे लुकलुकणाऱ्या तारका आता अधिक ठळकपणे लखलखू लागल्या. बराच वेळ तसाच गेला आणि रात्रभर मंदपणे जळणारे पलिते प्रखरपणे फरफरू लागले. अधूनमधून कानांवर येणारे हत्तींचे चीत्कार आता अधिक ठळक झाले. बहुधा माहूत त्यांच्या पाठीवर शस्त्रं आणि चिलखतं चढवत असावेत. रसशाळांमधून तर केव्हापासूनच माणसांची जाग लागत होती. आणखी थोडा वेळ गेला आणि सर्वत्र 'उठा, उठा, सैन्य सिद्ध करा, सैन्य सिद्ध करा...' अशा हाका कानांवर येऊ लागल्या. त्या हाका ऐकताच शत्रुंजय उठला. कर्णाचे पुत्रही उठले. संपूर्ण सेनासागर जागा होऊन हालचाल करू लागला. सैनिकांची दाटी उसळण्याच्या आत स्नान उरकून परत येणं आवश्यक होतं. जड झालेल्या शरीराला त्याशिवाय तरतरी येणार नव्हतीच. कर्ण उठला. उत्तरीय खांद्यावर घेऊन तो जड पावलांनी दृषद्वतीकडे चालू लागला...

৮

७५.

रथचक्रांचे खडखडाट आणि अश्वांच्या टापांचे आवाज रणवाद्यांच्या कल्लोळात मिसळून गेले. पाहता पाहता सगळं सैन्य पुढे निघून गेलं. सारं शिबिर ओस पडलं. रणवाद्यांचा जल्लोष सेनेसोबत निघून गेल्यानं शिबिरात सर्वत्र नीरव शांतता पसरल्यासारखं वाटू लागलं. स्वयंपाक करणारे बल्लव, मद्यं तयार करणारे रसकर्मी, तुलाधर, सैनिकांच्या रंजनासाठी दिलेल्या स्त्रिया आणि एकटा कर्ण एवढेच काय ते मागे राहिले. काही जण उंच झाडांवर चढून काय घडत आहे हे पाहण्याचा प्रयत्न करत होते.

प्रत्यक्ष रणभूमीवर काय घडणार आहे हे जाणून घ्यायची उत्सुकता कर्णालाही गप्प बसू देत नव्हतीच. तोही एका उंच शालवृक्षावर चढून काय घडत आहे याचा अदमास घेऊ लागला. अकरा अक्षौहिणी कौरवसेना सात अक्षौहिणींच्या पांडवसेनेला गिळंकृत करण्यासाठी महासागरासारखी पुढे पुढे सरकत होती.

वृषसेनाच्या रथावरील वाऱ्यावर फडफडणारा मयूरध्वज इथूनही स्पष्ट दिसतोय. त्याच्या पुढे दुर्योधनाचा नागफडांकित ध्वज दिसतो आहे. त्याच्याही पुढे आचार्य द्रोणांच्या रथावरील कमंडलुयुक्त ध्वजचिन्ह दिसत आहे. सर्वांत पुढे दिसतो आहे तो सेनापती भीष्मांचा तालध्वज. त्यांच्या डाव्या उजव्या बाजूंना इतर सेनाप्रमुख आहेत. कृपाचार्यांचा गोवृषांकित, अश्वत्थाम्याचा सिंहपुच्छांकित, शल्याचा सुवर्णफाळांकित, सोमदत्ताचा यज्ञस्तंभांकित, जयद्रथाचा वराहचिन्हांकित, शलाचा मयूरवेष्टितगजांकित हे सारे ध्वज आणि त्यावरील ध्वजचिन्हं धुळीच्या लोटात अस्पष्ट होऊ लागली आहेत. त्यांच्यात नाही तो फक्त कर्णाचा नागकक्षांकित केशरी ध्वज...

पश्चिम क्षितिजावर धुळीचे लोट उठताना दिसू लागले. हिरण्यवतीकडून पांडवसेना आक्रमण करत पुढे येत असावी. कर्णाची उत्सुकता आता अधिकच

ताणली गेली. पुढे काय घडत आहे हे जाणून घ्यायला मन अगदी अधीर झालं. परंतु धुळीच्या लोटांमधून इतक्या दूरवरचं काहीही दिसणं अशक्यच होतं. अगदी कान देऊन ऐकलं तर रणवाद्यांचा आवाज तेवढा अस्पष्टपणे कानावर येत होता.

सैन्य गेलं त्या दिशेला बसकट टेकड्यांची एक रांग पसरत गेलेली दिसत होती. कुरुक्षेत्राची पाहणी करतानाच कर्णाच्या ते लक्षात आलेलं होतं. युद्ध सुरू असताना टेहेळणी करण्यासाठी त्यांचा उपयोग होऊ शकेल, हेही त्याच वेळी त्याच्या लक्षात आलेलं होतं. शालवृक्षावरून झटकन खाली उतरून कर्ण अश्वावर स्वार झाला. दोन्ही सैन्यांची समोरासमोर गाठ पडेपर्यंत टेकडी गाठणं मुळीच कठीण नव्हतं.

कर्ण टेकडी चढून वर आला तेव्हा दोन्ही सेना एकमेकांसमोर उभ्या ठाकलेल्या दिसू लागल्या. पांडवसेनेच्या अग्रभागी भीमाचा सिंहध्वज फडकतो आहे. त्याच्या मागे दिसतो आहे तो अर्जुनाचा कपिध्वज. त्याच्या शेजारी त्याच्या इतर भावांचे आणि अभिमन्यू, घटोत्कच आदी योद्ध्यांच्या रथावरील ध्वज फडफडत आहेत. कौरवसेनेच्या तुलनेत त्यांची सेना कितीतरी अल्प आहे. आणि म्हणूनच कदाचित त्यांच्या बुद्धिमान सेनापतीनं आपल्या सेनेचा सूचिव्यूह सिद्ध केलेला दिसतो. शत्रूची सेना प्रचंड असेल तर तिला दोन भागांत फोडून पुढे घुसणारा सूचिव्यूहच रचला पाहिजे, हे द्रोणाचार्यांचा शिष्य धृष्टद्युम्न याच्याशिवाय आणखी कोणाला कसं सुचणार? युद्धशास्त्र जाणणाऱ्या सेनापती भीष्मांनी मात्र अशी कुठलीही व्यूहरचना केलेली नव्हती. दुर्योधनाच्याही मनात तो विचार नसावाच. आपलं एवढं प्रचंड सैन्य पाहूनच कदाचित पांडव भीतीनं शरण येतील, असं त्याला वाटलं असावं.

रणवाद्यांचा कल्लोळ सुरू असतानाच आपला पाञ्चजन्य शंख फुंकून कृष्णानं युद्धारंभाची सूचना दिली. त्यापाठोपाठ अर्जुनानं आपला देवदत्त शंख फुंकून कुरुसेनेला आव्हान दिलं. भीमाच्या पौंड्र शंखाचा महाध्वनी आसमंतात घुमू लागला. बराच वेळ युद्धारंभसूचक शंखध्वनी कानांवर येत राहिले. योद्धे आपापले शंख फुंकून प्रतिस्पर्ध्याला आव्हान देत होते. त्या ध्वनींनी भेदरलेली रणगिधाडं इकडून तिकडे घिरट्या घालू लागली. ताजं उष्ण रक्त आणि नरमांसाला चटावलेली रानकुत्री आणि लांडग्यांचे कळप जागीच दबा धरून बसले...आणि अचानक सर्वत्र नीरव स्तब्धता पसरली.

कितीतरी वेळ तसाच गेला. कर्णाची उत्सुकता आणखीच ताणली गेली...हे काय चाललं आहे? काहीच कळेनासं झालं आहे... दोन्ही सेना एकमेकांसमोर उभ्या राहून कशाची बोलणी करत आहेत? दुर्योधनाला वाटत होतं त्याप्रमाणे युधिष्ठिर शरण आला की पितामह आणि गुरुवर्यांना पाहून अर्जुनाला काही उपरती झाली? इतका वेळ सुरू असलेला रणवाद्यांचा कल्लोळही आता पूर्णपणे थांबला आहे. काहीच कळेनासं झालं आहे. परंतु जवळ जाऊन पाहणंही शक्य नाही. मध्येच

कौरवांच्या सैन्याची थोडी हालचाल झालेली जाणवली. इकडचा एक रथ आणि काही सैनिक तिकडे गेल्यासारखे दिसले आणि पुन्हा सारं होतं तसं शांत झालं.

कर्णाची अस्वस्थता वाढत चालली. माथ्यावर चढलेला सूर्य कलला तरी युद्ध सुरू होण्याचं चिन्ह दिसेना. असाच आणखी कितीतरी वेळ गेला आणि पुन्हा एकदा रणदुंदुभी निनादू लागल्या. रणशिंगांचा आणि रणवाद्यांचा दणदणाट सुरू झाला. युद्धसूचक शंख फुंकले गेले आणि कौरव-पांडवांच्या त्या भीषण महायुद्धाला प्रारंभ झाला. फेसाळणाऱ्या विराट समुद्रात पर्जन्यवृष्टीनं फुगलेला महानद शिरावा त्याप्रमाणे पांडवसेना कौरवसेनेत घुसू लागली. रथांवरील ध्वजचिन्हे इकडून तिकडे फरफरत जाताना दिसू लागली. एकच रणधुमाळी माजली. विशालकाय हत्तींच्या प्राणांतिक चीत्कारांनी आणि घोड्यांच्या खिंकाळ्यांनी कुरुक्षेत्राचा आसमंत कोंदाटून गेला. कोण कुठं लढतो आहे हेही कळेनासं झालं.

विषारी बाणांनी जर्जर झालेले हत्ती माघारी वळून आपलीच सेना तुडवत इतस्ततः धावू लागले. त्यांच्या खांबांसारख्या अजस्र पायांखाली कित्येक सैनिक आणि रथदेखील चिरडले जात होते. कर्णिकार वृक्षाचं चिन्ह असलेल्या अभिमन्यूचा सोनेरी ध्वज उतरत्या उन्हात विजेसारखा लखलखत होता. सर्पजिव्हेप्रमाणे तो दोन-तीन वेळा इकडून तिकडे लवलवताना दिसला. पितामहांच्या रथावरील तालध्वज आता कुठे दिसत नव्हता. परंतु थोड्याच वेळात तो पुन्हा दिसू लागला. कुरुसेनेचे आता पूर्णपणे दोन भाग झाले होते. तरीही महासागरासारखी ती प्रचंड सेना पांडवसेनेच्या आटोक्यात येत नव्हती आणि येणारही नव्हती.

डोक्यावर प्रखर ऊन तापत असताना सुरू झालेलं युद्ध सूर्य अस्ताचलाकडे वळला तरी अजूनही सुरूच होतं. आपण किती वेळापासून युद्ध पाहत आहोत, याचं भान कर्णालाही राहिलं नव्हतंच. एवढा वेळ त्याला अन्नाची काय पण पाण्याचीही आठवण झाली नव्हती. सूर्यास्त होताच रणवाद्ये थांबली. ठरल्याप्रमाणे दोन्ही बाजूंनी युद्ध थांबवण्यात आलं. कौरवसेनेतून जयघोषाचे ध्वनी कानांवर येऊ लागले. ते ऐकून कर्णाचे कान धन्य झाले. आजच्या युद्धात कौरवांचा विजय झालेला आहे हे निश्चित !

कर्ण घाईघाईनं टेकडी उतरून शिबिराकडे निघाला. निंबाच्या जुनाट वृक्षांवर काही रणगिधाडं बसली होती. कर्णाला पाहताच त्यांच्यात हालचाल झाली. इथं ताजं मांस मिळणार आहे हे या गिधाडांना कुठून कळतं कोणास ठाऊक ! आमंत्रण पाठवून बोलावल्यासारखी आधीच येऊन बसली आहेत... कोणीतरी एक अश्वसाद कर्णाला ओलांडून वेगानं पुढे निघाला होता. बहुधा तो संजयच असावा. आजच्या पहिल्या दिवसाच्या युद्धात कौरवांना मिळालेल्या विजयाचं वृत्त महाराजा धृतराष्ट्राला सांगण्यासाठी तो इतक्या वेगानं निघाला असावा; परंतु कर्णाला पाहताच तो

थबकला आणि अश्वावरून खाली उतरत म्हणाला,“ अंगराजाचा विजय असो.”

“ संजय, आपला विजय झाला हे खरं ना?”

“ होय अंगराज, तुझा ज्येष्ठ पुत्र वृषसेन विजयवार्ता घेऊन कुरुशिबिराकडे निघाला आहे. पण तू इथं कसा?”

“ मी युद्ध पाहायला आलो होतो; परंतु नेमकं काय काय घडलं तेच मला समजलं नाही.”

“ आजच्या युद्धात आपला विजय झाला. श्वेत आणि उत्तर हे विराटाचे दोन्ही पुत्र ठार झाले. झालंच तर अभिमन्यूनं मोठाच पराक्रम गाजवला. पण आजच्या पराभवानं पांडव पुरते खचले आहेत.”

“ थांब, घाई करू नकोस. काय झालं ते सविस्तर सांग. मध्ये इतका वेळ स्तब्धता पसरली होती ती कशासाठी?”

“ काय सांगू अंगराज...” संजय म्हणाला,“ बहुधा आपली सेना समोर पाहिल्यानंतर अर्जुनाचा धीरच खचला असावा. मला कोणाकोणाशी युद्ध करावं लागणार आहे हे एकदा पाहू दे म्हणून त्यानं प्रथम कृष्णाला दोन्ही सैन्यांच्या मधोमध रथ उभा करायला सांगितला. समोर प्रत्यक्ष पितामह, गुरू द्रोणाचार्य, कृपाचार्य, गुरुपुत्र अश्वत्थामा, दुर्योधन, दुःशासन, विकर्णादी सर्व कौरव बंधू, दुःशलेचा पती जयद्रथ आणि इतर सर्व नातलगांना पाहून अर्जुनाचे हातपायच गळाले. तोंड कोरडं पडलं. हात जोडून तो कृष्णाला म्हणाला, ‘मला हे युद्ध नको. अरे, ज्यांच्या अंगाखांद्यावर खेळलो त्या पितामहांना, पितृतुल्य आचार्यांना आणि माझ्या या सर्व नातलगांना ठार करून माझं कोणतं कल्याण होणार आहे? नको, त्यांच्या रक्तानं भिजलेले राज्यभोग मला नकोत. अरे, ज्यांच्यासाठी राज्यसुखाची आणि जीविताची आशा धरावी, त्यांनाच मारून मला कोणता आनंद होणार आहे? ते आमचे भाऊच नाहीत का? दुःशला आमची एकुलती एक बहीण आहे. तिचा पती जयद्रथ पाहिलास? आणि विकर्ण...? तो तर आमचा हितचिंतकच आहे. नको...नको... मला युद्धाचं हे पापकृत्य करायला सांगू नकोस. हे युद्ध कुलनाशाला कारण ठरेल. कुलनाशामुळे शाश्वत परंपरा लोप पावतील. कुलस्त्रिया कलंकित होतील. वर्णसंकर होईल. अरेरे... कृष्णा, किती भयंकर कृत्य करायला मी निघालो होतो ! माझ्या हातून त्यांची हत्या होण्याऐवजी त्यांनीच माझी हत्या केली तर ते कदाचित अधिक चांगलं होईल. एवढं सांगून आणि हातातलं धनुष्य बाजूला टाकून देऊन तो रथातच बसून राहिला.”

“ मग पुढे काय झालं?” कर्णाची उत्कंठा शिगेला पोचली होती.

“ अर्जुनाला झालेली ती उपरती पाहून कृष्ण त्याच्यावर एकदम खेकसलाच. म्हणाला, “हे षंढ तत्त्वज्ञान आजच कुठून आठवलं? द्रौपदीचा अपमान इतक्यातच

विसरलास? कपटद्यूत, बारा वर्षांच्या वनवासाच्या यातना हे सारं सारं तू इतक्या लवकर विसरला असशील असं वाटलं नव्हतं ! शिवाय तू आणि भीमानं त्यांना ठार करायच्या प्रतिज्ञा केल्या आहेत त्यांचं काय?'' गोंधळलेला अर्जुन पुढे म्हणाला, ''काय करू? मला काहीच कळेनासं झालं आहे. पूजनीय पितामहांवर प्रतिहल्ला कसा करू? गुरुवर्यांना मारून जगण्यापेक्षा भिक्षा मागून जगलेलं काय वाईट? कृष्णा... मी तुला शरण आलो आहे. काय करणं श्रेयस्कर ठरेल ते तूच मला सांग. पण नको, मला हे युद्ध नको...''

अर्जुनाची ती स्थिती पाहून कृष्णाला हसू आवरलं नाही. हास्याचा गडगडाट करत तो म्हणाला, ''मला कुलनाशाचे परिणाम सांगतोस? परंतु युद्ध हाही क्षत्रियांचा कुलधर्मच आहे, हे तुला माहीत नाही का? ज्यांना विनासायास अशी युद्धाची संधी प्राप्त होते, ते खरोखर धन्य होत. आणि हे तर निकराचं धर्मयुद्ध आहे. ते करणं हे तुझं कर्तव्यकर्म आहे. ते चुकू नकोस. त्यात चुकलास तर तुझीच दुष्कीर्ती होईल. तुझा नावलौकिक ज्यांना माहीत आहे ते निश्चित हेच म्हणतील की, अर्जुन रणभिरू ठरला. युद्धाला भिऊन त्यानं रणांगण सोडलं. ही दुष्कीर्ती तुला साहवेल का? तुझे शत्रू तुझ्या योग्यतेचा उपहास करतील, अपमानास्पद शब्दांत तुझं वर्णन करतील. कर्तव्यपालनाबाबत दक्ष असलेल्या तुझ्यासारख्या वीराला मृत्यूपेक्षाही भयंकर अशा दुष्कीर्तीखेरीज अधिक दुःखकारक दुसरं काय असणार? म्हणून म्हणतो, ऊठ, युद्धात ठार झालास तर वीरगती प्राप्त होऊन कीर्तिवंत होशील आणि जिंकलास तर पृथ्वीचं साम्राज्य उपभोगशील. आता आणखी शंका काढत बसू नकोस...सुख अथवा दुःख, लाभ अथवा हानी, जय अथवा पराजय यांची क्षिती न बाळगता युद्ध कर —''

'' मग काय झालं? अर्जुन लगेच उठला का?''

'' नाही. कृष्णाच्या बोलण्यानं इतर सैनिकांना चेव आला; परंतु अर्जुन जागचा हलला नाही. त्याच्या मनात अजूनही काही शंका होत्याच. त्याही कृष्णानं दूर केल्या. अर्जुनाला त्यानं बरंच आत्मज्ञान सांगितलं. म्हणाला, ''वृथा शोक करू नकोस. त्यांना मारल्यानं तुला काही पाप लागणार आहे, हा विचारच मनातून काढून टाक. आणि तुझ्या हातून ते मरणार आहेत असं का समजतोस? तू मारणारा कोण आणि ते मरणारे तरी कोण? अरे, ते जन्मले तेव्हाच त्यांचा मृत्यू निश्चित झाला आहे. आणि जो मृत झाला आहे त्याचा जन्मही निश्चित आहे. परंतु शरीर मेलं म्हणून आत्मा मरत नाही. तो अविनाशी, अजन्मा आणि सनातन आहे. तो त्यांच्या जन्मापूर्वी अस्तित्वात होता आणि नंतरही अस्तित्वात असणार आहे. त्याला जन्म नाही तसा मृत्यूही नाही. त्याचं स्वरूप जाणून घे. ज्याप्रमाणे माणूस जीर्ण वस्त्रांचा त्याग करून नवी वस्त्रं धारण करतो, त्याप्रमाणे आत्माही जीर्ण झालेल्या देहाचा

त्याग करून नवा भौतिक देह धारण करतो. कुठल्याही शस्त्रानं त्याचे तुकडे करता येत नाहीत. अग्नी त्याला जाळू शकत नाही. तो पाण्याने भिजत नाही की वाऱ्यानं वाळत नाही. अशा त्या शाश्वत, सर्वव्यापी आणि अविनाशी आत्मतत्त्वाचा कधीही वध होत नाही. म्हणून तू वृथा शोक करू नकोस. एवढं करून तू मारल्यानं ते मरणार आहेत असं तुला वाटत असेल तरीही तू त्यांना मार. कारण त्यांना मारणं हे तुझं कर्तव्य आहे. तुम्हा भावंडांना ठार करण्यासाठी त्यांनी केलेली कारस्थानं आठव. तुझ्या प्रिय पत्नीचा अपमान आठव आणि युद्धाला सिद्ध हो. या सर्वांना मी कधीच ठार केलं आहे. तू फक्त त्यांच्या मृत्यूचं निमित्त हो. ऊठ, तुझा क्षात्रधर्मसुद्धा तुला हेच सांगेल की ऊठ अर्जुना ऊठ, उचल धनुष्य — आता अधिक विलंब करू नकोस...

"...आणि मग शंखभेरी आणि रणवाद्यांच्या कल्लोळात जो नरसंहार सुरू झाला तो विचारू नकोस. जो तो विजयप्राप्तीसाठी निकराचा प्रयत्न करू लागला. पार्थ विरुद्ध भीष्म, युयुधान विरुद्ध कृतवर्मा, अभिमन्यू विरुद्ध बृहद्बल, भीम विरुद्ध दुर्योधन, युधिष्ठिर विरुद्ध शल्य आणि धृष्टद्युम्न विरुद्ध द्रोण अशा झुंजी सुरू झाल्या. योद्ध्यांच्या गर्जना, जिव्हारी बाण लागताच त्यांच्या मुखातून बाहेर पडलेल्या प्राणांतिक किंकाळ्या, धनुष्यांचे टणत्कार, अश्वांच्या खिंकाळ्या आणि हत्तींचे चीत्कार यांनी आकाश भरून गेलं. सर्वांनाच इतका अनावर रणमद चढला की झालेल्या संकुल युद्धात कोण कोणावर प्रहार करतोय, कोणाच्या हातून कोण मारला जातोय, हेही कळेनासं झालं. पित्याच्या हातून पुत्र, पुत्राच्या हातून पिता, बंधूच्या हातून बंधू, काकाच्या हातून पुतण्या ठार झाला. सर्वत्र रक्त आणि मांसाचा चिखल झाला. त्यातून योद्ध्यांचे रथ बाहेर पडणं अशक्य झालं. महापुरासारख्या पुढे येणाऱ्या पांडवसेनेला रोखलं ते भीष्मांनीच. पांडवांवर शस्त्र धरणार नाही ही त्यांची प्रतिज्ञा तुला माहीत आहेच. तेव्हा दुर्योधनाला दिलेल्या वचनाप्रमाणे सूर्यास्तापूर्वी दहा सहस्र योद्ध्यांना ठार करायचा चंग बांधून त्यांनी पांडवसेनेचा सर्वनाश आरंभला. सेनापती भीष्मांनी मांडलेला तो संहार पाहून तरुण योद्धा अभिमन्यू त्यांच्यावर चालून गेला. कृतवर्मा आणि शल्य हे दोघे महायोद्धे तत्काळ त्याला आडवे गेले. परंतु अभिमन्यूच्या धनुष्यातून सुटलेल्या वेगवान बाणांनी ते तत्क्षणी घायाळ होऊन मूर्च्छित पडले. आडव्या आलेल्या कृपाचार्यांना निःशस्त्र करून ताज्या दमाचा तो तरुण योद्धा पितामहांसारख्या कसलेल्या योद्ध्याशी सामना देऊ लागला. पितामहांची पीछेहाट झालेली दिसताच दुर्मुखानं अभिमन्यूला आव्हान दिलं. तत्काळ ते आव्हान स्वीकारून अभिमन्यूनं प्रथम त्याच्या सारथ्याचं मस्तक धडावेगळं केलं आणि त्या पाठोपाठ शतावधी बाणांच्या वर्षावानं दुर्मुखालाही जर्जर केलं...

" ...सेनापती भीष्मांनी पुन्हा एकदा अभिमन्यूवर हल्ला चढवला. परंतु अभिमन्यू मागे हटला नाही. एक अचूक असा लक्ष्यवेधी भल्ल बाण टाकून त्यानं कौरवांच्या सेनापतीचा ध्वज खाली आणला आणि दुसऱ्या बाणानं त्यांच्या मस्तकावरचं छत्र उडवून लावलं.

" ...भीष्मांची ती दुर्दशा झालेली पाहून पांडवसैन्यातील महारथींचा उत्साह दुणावला. विराटपुत्र उत्तर, पांडवांचा सेनापती धृष्टद्युम्न आणि महाप्रतापी भीम कौरवसेनेवर चालून गेले. हत्तीवर आरूढ झालेल्या उत्तरानं मद्रराज शल्यावर हल्ला चढवला. त्यानं शल्याचे अश्व ठार केले. परंतु शल्यानं पराभव मान्य केला नाही. त्यानं सर्व शक्ती एकवटून फेकलेला भाला उत्तराच्या छातीच्या चिंधड्या उडवतच बाहेर आला. उत्तराच्या हातातला अंकुश गळून पडला आणि तो निष्प्राण अवस्थेत हत्तीवरून खाली कोसळला. परंतु जखमांनी पिसाळलेला त्याचा हत्ती तसाच शल्याच्या रथावर चालून गेला. कृतवर्म्याच्या रथावर चढून शल्य त्या संतप्त हत्तीशी लढू लागला. प्रथम त्यानं हत्तीची सोंड कापली. त्याला अनेक ठिकाणी घायाळ केलं. प्राणांतिक चीत्कार करून उत्तराचा हत्ती रणभूमीवर कोसळला.

" ...आपला लहान भाऊ उत्तर याची झालेली ती अवस्था पाहून त्याचा ज्येष्ठ बंधू श्वेत संतापानं वेडा होऊन शल्यावर कोसळला. तेव्हा अनेक कौरव वीर शल्याच्या पाठीशी उभे राहिले. त्या वेळी झालेल्या युद्धात सहस्त्रावधी सैनिक ठार झाले. स्वतः भीष्म श्वेताशी लढत होते. भीष्मांचा ध्वज श्वेतानं पुन्हा एकदा खाली आणला. त्याला प्रत्युत्तर म्हणून भीष्मांनी त्याचा सारथी आणि अश्व ठार केले. श्वेतानं आपली भली मोठी गदा हातात घेऊन अशी काही भिरकावली की त्या अजस्र गदेच्या प्रहारानं भीष्मांचा रथ मोडला. परंतु तत्पूर्वीच रथावरून खाली उडी टाकून त्यांनी श्वेताचा वेध घेतला होता. नेम धरून सोडलेला भीष्मांचा एक तीक्ष्ण बाण श्वेताचा कंठनाल छेदून गेला. कदाचित युद्ध अजूनही पुढे सुरू राहिलं असत; परंतु तोवर सूर्यास्त झाला होता. शिवाय श्वेताच्या अंतानं पांडवसेना खचली होती. तोच दुःशासनानं विजयशिंग फुंकलं. आपल्या सेनेचा विजय झालेला पाहून तो आनंदानं वेडा होऊन नाचू लागला. कारण आजच्या युद्धाचं नेतृत्व त्याच्याकडेच होतं ना ! जातो महाराजा, आता आज्ञा दे. उशीर झाला तर तिकडे महाराजा संतापेल. नाही तरी आता उद्या सकाळीच त्याला हे वृत्त कळणार आहे..."

एवढं बोलून संजय अश्वावर स्वार झाला आणि काही क्षणांतच भरधाव अश्व फेकत तो यमुनेच्या दिशेनं नाहीसा झाला.

७६.

" काय सांगू महाराजा..." अरिष्टनेमी कर्णाला दुसऱ्या दिवशीच्या युद्धाची हकिगत सांगत होता. " काल मिळालेल्या विजयाच्या उन्मादानं हरखून गेलेल्या युवराजानं आजची व्यूहरचना आत्मविश्वासपूर्वक आखली होती. आपल्या शस्त्रसिद्ध सैनिकांना उद्देशून तो म्हणाला, 'वीरहो, विजय आपलाच आहे. प्राणांची पर्वा न करता लढा.' युवराजानं केलेल्या त्या आवाहनाला प्रतिसाद देताना कुरुसैन्यानं शत्रूवर इतका भीषण हल्ला केला की पांडवसैन्याची व्यूहरचना पार कोलमडून पडली. पहिल्याच हल्ल्यात सहस्रावधी सैनिक ठार झाले. आपल्याच सैन्याचा डोळ्यांदेखत होत असलेला तो विनाश खुद्द अर्जुनसुद्धा थांबवू शकला नाही.

"...धाडस करून तो भीष्मांसमोर उभा राहताच दुर्योधनानं त्यांच्या संरक्षणाची पूर्ण सिद्धता केली. अनेक नामवंत योद्धे त्यांच्या रक्षणासाठी अर्जुनावर धावून गेले. परंतु थोड्याच वेळात त्यांचा नाश करून अर्जुनानं कौरवसेनेचा भीषण संहार सुरू केला. युद्धाचं पारडंच फिरलं. इतका वेळ विजयाच्या गर्जना करणारं कौरवसैन्य भीतीच्या किंकाळ्या फोडू लागलं. भीष्म सोडले तर द्रोण आणि कर्ण यांच्याशिवाय इतर कोणाचीही अर्जुनासमोर उभं राहण्याची प्राज्ञा नाही. परंतु द्रोण इतरत्र गुंतले होते आणि तू तर युद्धभूमीवर उपस्थितच नव्हतास.

"...आपल्या सैन्याचा होत असलेला तो विनाश पाहणं दुर्योधनाला अशक्य होतं. न राहवून तो पितामहांजवळ गेला आणि म्हणाला, तुम्ही आणि आमचे ते गुरुवर्य रणभूमीत काय आमच्या विनाशाचा देखावा पाहायला आला आहात की काय? माझा मित्र कर्ण इथं असता तर निश्चितच वेगळं घडलं असतं. पण तो युद्धभूमीवर येऊ नये अशी व्यवस्था तुम्हीच केलीत...

"...दुर्योधनाच्या त्या उद्गारांनी उद्विग्न होऊन पितामहांनी अर्जुनावर निकराचा हल्ला चढवला. त्याच वेळी तिकडे द्रोणाचार्य त्यांच्या पिढीजात वैऱ्याशी, धृष्टद्युम्नाशी लढत होते. धृष्टद्युम्नाला जखमी करून द्रोणांनी त्याचा सारथी ठार केला. धृष्टद्युम्न हातातल्या गदेसह रथाखाली उडी घेऊन द्रोणाचार्यांवर धावला. परंतु त्यांनी धृष्टद्युम्नाच्या गदेचे तुकडे करून त्याला निःशस्त्र केलं. आपल्या सेनापतीची ती दुर्दशा पाहून भीम तत्काळ पुढे झाला. त्यानं द्रोणांवर बाणांचा वर्षाव करून धृष्टद्युम्नाला आपल्या रथावर घेतलं. धृष्टद्युम्नाच्या संरक्षणासाठी भीम पुढे आलेला पाहून दुर्योधनानं प्राणांची पर्वा न करता लढणाऱ्या कलिंग योद्ध्यांचा चमू भीमावर पाठवला.

"रणभूमीवर मूर्तिमंत मृत्यूसारख्या थयथया नाचणाऱ्या भीमानं त्यांचा चेंदामेंदा करायला सुरुवात केली. तोच भीष्म त्यांच्या मदतीला आले. भीष्म कलिंगांच्या

मदतीला आलेले पाहून सात्यकी आणि अभिमन्यू भीमाच्या साहाय्यार्थ पुढे सरसावले. पहिल्याच बाणात सात्यकीनं पितामहांचा सारथी ठार केला. त्यांचा सारथीविहीन रथ दिशाहीन होऊन कुठल्या कुठे भरकटत गेला आणि पाहता पाहता युद्धभूमीच्या बाहेर पडला. पितामहांची ती दुर्दशा झालेली पाहून कौरव सैन्याचा धीरच खचला. निर्माण झालेल्या स्थितीचा लाभ घेऊन भीमानं पुन्हा एकदा कौरवांचा संहार सुरू केला.

''आपला रथ कसाबसा सावरून परत रणभूमीत आल्यावर भीष्म द्रोणांना म्हणाले, आजचं युद्ध इथंच थांबवूया. आपली सेना भीतीग्रस्त झाली आहे. आता सूर्यास्तही होत आलाच होता. त्यामुळे युद्ध थांबवणं आवश्यकच होतं. तेव्हा सेनापतीची आज्ञा स्वीकारून द्रोणाचार्यांनी तत्काळ युद्ध थांबवण्याचा संकेत दिला. तेच पाहिजे असल्याप्रमाणे सैनिकांनी शस्त्रं खाली टाकून सुटकेचा निःश्वास टाकला. तिकडे पांडवसेना विजयघोष करत आपल्या शिबिराकडे परतली.''

''काय सांगू अंगराज...'' अरिष्टनेमी पुढे सांगत होता.''... कुरुक्षेत्रावर सर्वत्र प्रेतांचा खच पडला आहे. त्यातून रक्तमांसाचा इतका चिखल माजला आहे की, त्यांना अग्नी देणंही शक्य नाही. कित्येक प्रकारचे सुवर्णमंडित बाण, भाते, धनुष्यं, ज्यांच्या पृष्ठभागी सोन्याचं कोंदण केलं आहे अशा ढाली आणि भाले, जांबूनद सोन्याचे पट्टे मढवलेल्या अवजड गदा, परीघ, गोफणी, मुसळं, शतघ्नी, कित्येक प्रकारची खड्गं अशी कितीतरी शस्त्रं तिथं इतस्ततः विखुरली आहेत. सुवर्णाच्या लहान लहान घंटा लावलेल्या कित्येक व्याघ्रचर्मवेष्टित रथांचा चुराडा झाला आहे.

''...विजय मिळवण्यासाठी एकमेकांच्या जिवावर उठलेले वीर एकमेकांच्या प्रहारांनी मरून पडलेले असून कोल्ही, कुत्री, गिधाडं, करकोचे असे कित्येक मांसभक्षी पशुपक्षी त्यांच्या शवांवर यथेच्छ ताव मारत आहेत. त्यांना इकडून तिकडं ओढत नेऊन त्यांच्या मृतदेहांची अधिकच दुर्दशा करत आहेत. गदाप्रहारांनी त्यांच्या बलिष्ठ गात्रांचा चुराडा झाला आहे. मुसळांच्या प्रहारांनी त्यांची मस्तकं फुटून छिन्नविच्छिन्नझाली आहेत. कित्येकांचे अलंकृत बाहू हातातल्या शस्त्रांसह तुटून पडले आहेत. खड्गप्रहारांनी त्यांची मस्तकं धडावेगळी झाली आहेत. त्यांच्या मस्तकावरील रत्नखचित किरीट, शिरस्त्राणं, कवचं, अंगुलीत्राणं आणि त्यांच्या अंगावरील नाना प्रकारचे अलंकार जिकडे तिकडे विस्कटून पडले आहेत. हत्ती, अश्व आणि उंट इतके मरून पडले आहेत की त्यांच्या मृत शरीरांनी अवघी रणभूमी आच्छादून गेली आहे...

''रथांवरील ध्वजपताका, शुभ्र चामरं, हत्तींच्या पाठीवरील झुली, त्यावरील योद्ध्यांची आसनं, घोड्यांच्या ओठाळी, दांड्यावर वैदुर्य रत्नं जडवलेले अंकुश, अश्व जोडण्याचे दंड, त्यांच्या छातीवर बांधण्याचे रत्नखचित पट्टे, खोगिरं सारं सारं फाटून तुटून गेलं आहे...भंगून गेलं आहे...''

दुःखद निःश्वास टाकून कर्ण तसाच बसून राहिला. आजच्या युद्धात पराभूत झालेल्या युवराजाचं सांत्वन करायला जायचं धाडस त्याला झालं नाही.

७७.

अरिष्टनेमी रोज सायंकाळी येऊन कर्णाला युद्धाची वार्ता सांगू लागला. आदल्या दिवसाची भीती पोटात घेऊन तिसरा दिवस उजाडला. आज तरी पारडं फिरेल असं वाटलं होतं; पण तसं झालं नाही. गरुडव्यूह सिद्ध करून भीष्मांनी पांडवसेनेवर चाल केली. दुर्योधन सर्व सैन्यानिशी त्यांचं रक्षण करायला सिद्ध होता.

पांडवांचा सेनापती धृष्टद्युम्न यानंही कौरवांच्या गरुडव्यूहाला शह देण्यासाठी अर्जुनाच्या मदतीनं अर्धचंद्रव्यूह रचून उजव्या बाजूला भीम आणि डाव्या बाजूला अर्जुन अशी योजना केली. युद्धाचं रणशिंग फुंकलं गेलं. प्रचंड हलकल्लोळ माजला. रथांच्या खडखडाटांनी उडालेल्या धुळीनं आकाश कोंदाटलं. रक्ताचे पाट वाहू लागले. रक्तमांसाच्या चिखलानं रणभूमी माखून निघाली.

सर्व कौरवसेना आधी अर्जुनावर तुटून पडली; परंतु तो तसूभरही मागे हटत नाही असं पाहून शकुनीनं अभिमन्यू आणि सात्यकीवर हल्ला चढवला. शकुनीवर प्रतिहल्ला करताना सात्यकीचा रथ मोडला. परिणामी त्याला अभिमन्यूच्या रथाचा आश्रय घ्यावा लागला. आता ते दोघं एकाच रथावरून शरसंधान करू लागले. भीष्मांनी द्रोणांच्या मदतीनं युधिष्ठिरावर हल्ला केला. युधिष्ठिराचे चक्ररक्षक नकुल-सहदेव त्यांना प्रतिकार करू लागले.

त्याच वेळी तिकडे भीम आणि घटोत्कच या दोघा पिता-पुत्रानी दुर्योधनावर हल्ला चढवला होता. आणि खरोखर त्या दिवशीच्या युद्धात घटोत्कचानं आपल्या पित्यापेक्षाही मोठा पराक्रम गाजवला. भीमाच्या एका बाणानं मूर्च्छित झालेल्या दुर्योधनाला तातडीनं युद्धभूमीबाहेर न्यावं लागलं. युवराज मूर्च्छित झालेला पाहून सैन्याचा धीर खचू नये म्हणून सारथ्यानं ती तातडी केली खरी; परंतु त्याच परिस्थितीचा लाभ घेऊन भीमानं भीषण रणकंदनाला सुरुवात केली. भीम दिसताच दुर्योधनाचं सैन्य इतस्ततः पळू लागलं. आपल्या सेनेची ती दुरवस्था झालेली पाहून, भीष्म-द्रोणानी सेनेला धीर देऊन पुन्हा एकत्र केलं. दुर्योधनाचा रथ वळवून आणून त्याला कसंबसं सावध केलं.

मूर्च्छेतून सावध होताच दुर्योधन पितामहांवर खेकसलाच. म्हणाला, "आपल्याच सेनेची दुर्दशा तुम्हाला स्वस्थपणे पाहवते तरी कशी? तुम्ही काय आणि आमचे हे आचार्य काय? ...काय तुमच्या मनात आहे ते तरी एकदा स्पष्टपणे सांगून टाका..."

" मी तुला स्पष्टपणेच सांगितलं होतं बाळ..." शांतपणे पितामह म्हणाले. "पण तुला ते मान्य झालं नाही. ठीक आहे. यापूर्वी मी कितीही पराक्रम केले असले तरी आता मी वृद्ध झालो आहे. तेव्हा मी माझ्या परीनं प्रयत्न करतो आहे."

एवढं सांगून पितामहांनी पांडवसेनेचा भयावह विनाश सुरू केला. कारण दुर्योधनानं आज त्यांचा स्वाभिमान दुखावला होता. कुठल्याही नवतरुणाला लाजवील असंच कौशल्य आणि चापल्य त्यांनी आज प्रकट केलं. भीतीग्रस्त झालेली पांडवसेना पाहता पाहता इतस्ततः विस्कटू लागली.

ते पाहून कृष्ण म्हणाला,"पार्था, पितामहांवरचं तुझं प्रेम अजूनही कमी होत नसेल तर मलाच शस्त्र हाती घ्यावं लागेल." आणि असं म्हणून कृष्णानं हातातील वेग टाकून देऊन रथाखाली उडी टाकली. जवळच पडलेलं एका मोडलेल्या रथाचं चक्र उचलून घेऊन तो भीष्मांवर धावलासुद्धा ! परंतु अर्जुनानं मध्ये पडून त्याला अडवलं. 'तू माझा सारथी आहेस तर सारथीच राहा' म्हणून विनवलं. तेव्हा कुठं कृष्णाचा राग शांत झाला.

आदल्या दिवशीच्या पराभवाचा सूड घेण्यासाठी दुर्योधनानं चौथ्या दिवशी पुन्हा तोच आक्रमक पवित्रा घेतला. अश्वत्थामा, भूरिश्रवा, शल्य आणि कर्णपुत्र चित्रसेन यांनी अभिमन्यूला बाणांनी झाकून टाकलं. तोच धृष्टद्युम्न अभिमन्यूच्या मदतीला धावून आला. अभिमन्यूच्या हातून शकुनीचा भाऊ चल याचा पुत्र ठार झाला. चल राजानं शल्याच्या मदतीनं अभिमन्यूवर पुन्हा एकदा निकराचा हल्ला चढवला; परंतु अभिमन्यू त्या दोघांनाही पुरून उरला. धार्तराष्ट्रसंहाराची प्रतिज्ञाच घेतलेल्या भीमानं आपल्या भावांची अमानुषपणे हत्या केलेली पाहून संतापानं बेभान झालेला दुर्योधन आपल्या हत्तीदलासह भीमावर चालून गेला. दुर्योधनाच्या बाणांनी तुटलेलं धुनष्य फेकून देऊन भीमानं आपली अजस्त्र गदा हातात घेतली आणि तो रथावरून खाली उतरला. समोर आलेल्या गजदलातील हत्तींच्या मस्तकावर त्यानं असे काही कठोर प्रहार केले की, वेदनांनी तिरमिरलेले ते हत्ती त्याच पावली मागे फिरून आपलीच सेना पायांखाली तुडवत, तिचा चेंदामेंदा करत धावू लागले. तोवर अभिमन्यू आणि घटोत्कच हेही भीमाच्या मदतीला येऊन पोचले. दुर्योधनाच्या गजसेनेला मार खात माघार घ्यावी लागली.

त्या दिवशीच्या युद्धात दुर्योधनाचे आठ भाऊ मारले गेले. स्वतः दुर्योधन फार शौर्यानं लढला. एकदा तर त्यानं भीमाला मूर्च्छितही पाडलं. पण घटोत्कच पुढे सरसावताच त्याची मात्रा चालली नाही. लवकरच सूर्यास्त होणार असल्याचं पाहून पितामह द्रोणाचार्यांना म्हणाले, "आचार्य, सूर्यास्त होतो आहे. हे राक्षस रात्रियुद्धात

मोठे प्रवीण असतात. तेव्हा युद्ध थांबवणं हेच उचित आहे.''

चौथ्या दिवशीचं युद्ध तिथंच थांबलं.

आजच्या युद्धात युवराजाचे आठ भाऊ ठार झाल्याचं वृत्त कळाल्यावर मात्र कर्णाला राहवलं नाही. तसाच उठून तो दुर्योधनाच्या शिबिराकडे निघाला. तो दुर्योधनाच्या शिबिराजवळ पोचला तेव्हा दुर्योधन पितामहांच्या भेटीला निघाला होता. कर्णाला सोबत घेऊनच तो पितामहांच्या शिबिरात दाखल झाला आणि उद्विग्न होऊन म्हणाला, '' तुमच्यासारखे महारथी सेनापती असताना माझे आठ भाऊ ठार होतात, रोज आमच्या सेनेचा पराभव होतो...याचा अर्थ काय? तुमच्यावर विश्वास टाकून मी चूक केली हेच खरं. माझा मित्र कर्ण युद्धभूमीत असता तर वेगळंच घडलं असतं. परंतु ते कारस्थान तुमचंच होतं. तो रणभूमीत येऊ नये याच हेतूनं तुम्ही त्याचा अपमान केलात.''

सारं ऐकून घेऊन पितामहांनी पुन्हा तेच रडगाणं ऐकवलं... 'अजूनही संधी कर' म्हणून सांगितलं. आणि शेवटी आता मी वृद्ध झालो आहे. माझ्याकडून जे शक्य आहे ते मी करतो आहे... हेच ऐकवायला सुरुवात केली. यावर दुर्योधन तरी काय बोलणार? कर्णाला सोबत घेऊन तो पितामहांच्या शिबिराबाहेर पडला.

७८.

पितामहांचा निरोप घेऊन दुर्योधन आपल्या शिबिरात परतला खरा; पण त्या रात्री त्याला झोप कशी ती आलीच नाही. सकाळी लवकर उठून तो पितामह काय करतात ते पाहू लागला. समोर पांडवांचा सेनापती धृष्टद्युम्न आपल्या सेनेची व्यूहरचना करण्यात गढून गेला होता. युधिष्ठिराला पाठीशी घालून स्वतः धृष्टद्युम्न, शिखंडी आणि सात्यकी यांच्यासह व्यूहाच्या पार्श्वभागी असणार होता. तर भीम आजही पांडवसेनेच्या अग्रभागी असणार होता. नकुल-सहदेव हे दोघे भाऊ युधिष्ठिराचे चक्ररक्षक म्हणून सिद्ध असणार होते.

आपल्या सेनेचा मकरव्यूह उभारून अपेक्षेप्रमाणे पहिला हल्ला भीष्मांनीच केला. त्याला अर्जुनाकडून तसंच कडवं प्रत्युत्तर मिळालं. त्यानंतर द्रोण, भीष्म आणि शल्य या तिघांनी मिळून संयुक्तपणे भीमावर हल्ला चढवला. त्या वेळी शिखंडी भीमाच्या मदतीला धावून आला. तिसऱ्या प्रहरी भूरिश्रव्यावर चालून जाणाऱ्या सात्यकीला अडवण्यासाठी दुर्योधनानं मोठं सैन्य पाठवलं. परंतु त्या संपूर्ण सैन्याचा विनाश करून सात्यकी भूरिश्रव्यापर्यंत पोचलाच. भूरिश्रवा हाही कसलेला योद्धा होता. सात्यकीच्या मदतीला धावून आलेल्या त्याच्या मुलांना भूरिश्रव्यानं ठार

केलं. विजेच्या आघातानं प्रचंड वृक्ष जमिनीवर कोसळून पडावेत तशी आपली मुलं एक एक करून रणभूमीवर कोसळलेली पाहून सात्यकीच्या संतापाला सीमा राहिली नाही. बेभान होऊन तो भूरिश्रव्यावर तुटून पडला. पाहता पाहता दोघांच्याही रथाचे घोडे आणि सारथी ठार झाले. त्यामुळे ते दोघे हातात खड्ग घेऊन लढू लागले. भीमानं सात्यकीला बाजूला ओढून नेलं नसतं तर भूरिश्रव्याच्या हातून तो ठारच झाला असता.

संध्याकाळपर्यंत अर्जुनानं सहस्त्रावधी कौरव योद्धे ठार केले. अर्जुनानं केलेला तो विनाश पाहून भीष्मांना आपल्या सैनिकांना उत्तेजन देण्याचं धाडस झालं नाही. पाचव्या दिवशीचं युद्ध तिथंच थांबलं.

आजच्या युद्धात खड्गयुद्धप्रवीण वीर म्हणून ख्यातनाम असलेल्या भूरिश्रव्यानं मोठाच पराक्रम गाजवला.

७१.

" महाराजा, दोन्ही सैन्यांचा आज इतका भीषण संहार झाला आहे की आजचा दिवस लक्षात राहील तो या भीषण नरसंहारामुळेच." अरिष्टनेमी सहाव्या दिवशीच्या युद्धाची हकिगत सांगत होता..."सकाळी धृष्टद्युम्नानं मकरव्यूह सिद्ध करून आक्रमक पवित्रा घेतला तेव्हा पितामह क्रौंचव्यूह रचून त्याचं स्वागत करण्यासाठी सिद्ध होते. आज अगदी सकाळपासूनच नरसंहाराला सुरुवात झाली. द्रोणाचार्यांचा सारथी ठार झाला तरी दुसरा सारथी येईपर्यंत स्वतःच अश्वांचे वेग सांभाळत त्यांनी इतका विनाश आरंभला की दोन्ही सैन्यांची व्यूहरचना पूर्णपणे कोलमडून पडली. युद्धभूमीवर सर्वत्र प्रेतांचा खच पडला. हत्ती आणि अश्वांच्या मृत देहांनी आणि छिन्नविच्छिन्न झालेल्या रथांनी युद्धभूमी आच्छादून गेली. त्याच वेळी भीमानं एकेका धार्तराष्ट्राला शोधून संपवण्याचा सपाटा लावला होता. तेही काही कमी नव्हते. ते गटागटानं एकत्र येत आणि अचानकपणे भीमावर चालून जात. आताही तसंच झालं. दुःशासनानं आपल्या दुर्मत, जय, जयत्सेन, विकर्ण, सुदर्शन, चित्र, चारुचित्र, चारुमित्र, उपचित्र, चित्रसेन, सुवर्मा, दुष्कर्ण इत्यादी भावांसह भीमावर समूहहल्ला केला. त्यांचं ते धाडस पाहून भीमाला ते आव्हान स्वीकारल्याशिवाय राहवलं नाही. हातात गदा घेऊन त्यानं रथावरून खाली उडी घेतली आणि एकाच वेळी तो त्या सर्व दुर्योधनबंधूंशी लढू लागला. बराच वेळ ती धुमश्चक्री तशीच सुरू होती. भीम वेढला गेलेला पाहून दुर्योधनाच्या इतर भावांचे रथ भीमाकडे सरकू लागले. भीमाला शोधत आलेल्या धृष्टद्युम्नानं ती परिस्थिती पाहिली आणि त्यानं तत्काळ भीमाला आपल्या

रथात घेऊन बाजूला नेलं. तोच दुर्योधनानं पुन्हा भीमावर हल्ला चढवला. द्रोणाचार्यांनी धृष्टद्युम्नावर चाल केली; परंतु म्हणून भीम एकटा पडला नाही. अभिमन्यू त्याच्या मदतीला धावून आला...

...द्रोणाचार्यांनी धृष्टद्युम्नाच्या रथाचे अश्व मारले, सारथी ठार केला आणि त्यानंतर त्याच्या रथाचे तुकडे केले. विरथ झालेल्या धृष्टद्युम्नाला अभिमन्यूच्या रथाचा आश्रय घ्यावा लागला. भीम आणि दुर्योधन यांची समोरासमोर गाठ पडताच अटीतटीचं युद्ध सुरू झालं. भीमाच्या एका प्रखर बाणानं दुर्योधन मूर्च्छित पडला. युवराजाची ती स्थिती झालेली पाहून कृपाचार्यांनी त्याला रथात घालून दूर नेलं. सूर्यास्त झाला तरी आज युद्ध सुरूच होतं. बराच अंधार झाल्यावरच ते थांबलं. धर्मयुद्धाचे नियम हळूहळू पायदळी तुडवले जाणार आहेत, असं दिसतं.''

''आपल्या सैन्याचं मनोधैर्य टिकून आहे ना?'' कर्णानं पृच्छा केली.

''असाच विनाश सुरू राहिला तर ते तरी कुठवर टिकून राहणार? उद्या मरायचंच आहे म्हणून सैनिक हाती येईल तेवढं मद्य घेऊन बेभान होऊन लढत राहतात. जगले वाचलेच तर दिसेल त्या स्त्रीवर तुटून पडतात. मद्याची धुंदी उतरली की परिस्थितीचं भान येऊन जिवाच्या भीतीनं वाट दिसेल तिकडे धावत सुटतात. पण जाऊन जातील कुठं? घरी जाऊन तरी काय आहे? घरी जाऊन उपाशी मरण्यापेक्षा लढून मेलेलं काय वाईट, म्हणून पुन्हा शिबिराकडे निघून येतात...''

अरिष्टनेमी सांगत राहिला... आणि कर्ण उद्विग्नपणे ऐकत राहिला...

८०.

'' रोज पाहावं तर आमचाच विनाश होतो आहे. रोज आमची व्यूहरचना कोलमडून पडते आहे. आमचे डावपेच विफल होत आहेत. आणि आमचे सेनापती मात्र निष्क्रिय आहेत. आमच्या विजयासाठी त्यांना काहीच करावंसं वाटत नाही...''

युद्धाच्या सातव्या दिवशी सकाळी दुर्योधन भीष्मांना दोष देऊ लागला. स्वतः घायाळ झालेल्या दुर्योधनानं आपल्या सेनेच्या संहाराची धास्तीच घेतली होती. दुर्योधनाच्या मनाची समजूत घालून पितामहांनी पांडवांनी रचलेल्या वज्रव्यूहाला तोंड देण्यासाठी मंडलव्यूह सिद्ध केला. प्रत्येक हत्तीमागे सर्व साधनांनी युक्त असलेले सात रथ, प्रत्येक रथामागे सात अश्वसाद आणि प्रत्येक अश्वसादामागे शरीरावर संपूर्ण लोहत्राण घातलेले दहा खड्गधारी सैनिक, अशी ती योजना होती.

एकाच वेळी अनेक ठिकाणी जीवघेण्या झुंजी सुरू झाल्या. सेनापती भीष्मांनी

अर्जुनावर हल्ला केला तर द्रोणांनी विराटाला आव्हान दिलं. दुसऱ्या ठिकाणी अश्वत्थामा आणि शिखंडी यांच्यात घनघोर युद्ध सुरू झालं. त्याचप्रमाणे दुर्योधन आणि धृष्टद्युम्न, शल्य आणि नकुल-सहदेव, अवंतीचे राजे विंद-अनुविंद आणि युधामन्यू, दुर्मर्षण आणि भीमसेन, भगदत्त आणि घटोत्कच, अलंबुष आणि सात्यकी, भूरिश्रवा आणि धृष्टकेतू, श्रुतायु आणि युधिष्ठिर, कृपाचार्य आणि चेकितान यांच्यात भयावह रणकंदन सुरू झालं.

द्रोणाचार्यांशी झालेल्या युद्धात पराभूत झालेल्या विराटाला आपला पुत्र संग याच्या रथाचा आश्रय घ्यावा लागला. पित्याचं रक्षण करण्याच्या प्रयत्नांत संग द्रोणाचार्यांच्या हातून मारला गेला. अश्वत्थाम्याशी झालेल्या युद्धात विरथ झालेला शिखंडी हातात खड्ग घेऊन युद्धभूमीवर उतरला. परंतु अश्वत्थाम्यानं एक शक्तिशाली बाण टाकून शिखंडीच्या हातातील खड्गाचे दोन तुकडे केले. सात्यकीशी झालेल्या युद्धात अलंबुषाला पळ काढावा लागला. धृष्टद्युम्नासमोरून दुर्योधनाला आणि भीमासमोरून कृतवर्म्याला माघार घ्यावी लागली. युधामन्यूशी लढणारे अवंतीचे राजे पराभूत झाले. शौर्यानं लढणारा भीमपुत्र घटोत्कच भगदत्तापुढे टिकाव धरू शकला नाही. शल्यानं नकुलाचे अश्व मारले. विरथ झालेला नकुल सहदेवाच्या रथावर चढला. सहदेवाच्या बाणानं मूर्च्छित झालेल्या शल्याला माघार घ्यावी लागली. सारथ्यानं त्याला रणांगणाबाहेर सुरक्षित स्थळी नेलं.

बलाढ्य मद्रराजाचा पराजय झालेला पाहून कुरुसैन्याचा धीरच खचला. निर्माण झालेल्या परिस्थितीचा लाभ घेऊन नकुल-सहदेवांनी विजयनिदर्शक शंख वाजवत पुन्हा जोराचा हल्ला चढवला. त्याच वेळी तिकडे युधिष्ठिराशी झालेल्या लढाईत छिन्नकवच आणि विरथ झालेल्या श्रुतायूवर युद्धभूमीतून पळ काढायची वेळ आली. त्यामुळे कौरवसेनेचं नीतिधैर्य आणखीच खचलं.

कृप आणि चेकितान यांच्यात झालेल्या युद्धात दोघांनीही एकमेकांना प्राणांतिक जखमांनी घायाळ केलं. धृष्टकेतूच्या हातून घायाळ होऊनही तसाच प्रखर हल्ला करून भूरिश्रव्यानं त्याला माघार घ्यायला भाग पाडलं. तोच तिकडे दुर्योधनाच्या भावांनी अभिमन्यूला वेढा दिला. ते पाहून भीम धावलेला दिसताच त्यांना पळ काढावा लागला खरा; परंतु आता स्वतः सेनापती भीष्मांनीच अभिमन्यूवर हल्ला चढवला. अभिमन्यूवर कोसळलेलं ते संकट पाहून अर्जुनाचा रथ पितामहांकडे वळला.

परंतु तोवर सूर्यास्त झाल्यानं त्या दिवशीचं युद्ध तिथंच थांबवावं लागलं. इतके दिवस झालेल्या युद्धात आज युधिष्ठिरानं प्रथमच आपलं युद्धकौशल्य प्रकट केलं होतं.

आठव्या दिवशी भीष्मांनी कूर्मव्यूह सिद्ध करून आक्रमणाचा आदेश दिला. परंतु धृष्टद्युम्नानं रचलेल्या सूचिव्यूहापुढे भीष्मांचा कूर्मव्यूह निष्प्रभ ठरला. भीमानं केलेल्या प्रतिहल्ल्यात दुर्योधनाचे आठ भाऊ ठार झाले. दुर्योधनाला बंधुशोकाला तोंड द्यावं लागलं, तसं अर्जुनालाही पुत्रशोकाला तोंड द्यावं लागलं. नाग राजाची कन्या उलुपी हिचा पुत्र इरावान अलंबुषाच्या हातून ठार झाला. त्याच्या नेतृत्वाखाली लढणाऱ्या नागयोद्धयांना थोपवण्यासाठी दुर्योधनानंच अलंबुषाला पुढे केलं होतं. झालेल्या लढाईत इरावान शौर्यानं लढला; परंतु शेवटी तो तरुण वीर धारातीर्थी पडला. बंधू इरावान मृत्युमुखी पडलेला पाहून क्रोधाविष्ट झालेल्या घटोत्कचानं भीषण सिंहगर्जना केली आणि असा काही अघटित रणसंग्राम मांडला, की आधीच निष्प्रभ ठरलेला भीष्मरचित कूर्मव्यूह पार छिन्नविच्छिन्न झाला. वंगराजासह त्याचं बलशाली हत्तीदल सोबत घेऊन स्वतः दुर्योधन घटोत्कचाला तोंड द्यायला पुढे सरसावला. सूडाग्नीनं पेटलेल्या घटोत्कचानं वेध घेऊन फेकलेला भाला वंगराजानं आपला हत्ती घालून अडवला नसता तर दुर्योधनाचा मृत्यू ओढवलाच होता. घटोत्कचानं फेकलेला भाला मस्तकात शिरल्यानं तो विशालकाय हत्ती तडफडतच रणभूमीवर कोसळला आणि प्राणांतिक चीत्कार करत गतप्राण झाला.

दुर्योधनाची ती पराकाष्ठा पाहून सेनापती भीष्मांनी आचार्य द्रोणांना त्याच्या मदतीसाठी पाठवलं. पुन्हा एकदा 'न भूतो न भविष्यति' असं भीषण रणकंदन सुरू झालं. आचार्य द्रोण दुर्योधनाच्या मदतीला आलेले आहेत, असं पाहून युधिष्ठिरानं भीमाला घटोत्कचाच्या मदतीसाठी पाठवलं.

आठव्या दिवशीच्या त्या युद्धात दुर्योधनाचे आणखी काही भाऊ ठार झाले. परंतु त्या दिवशी दुर्योधनानं दाखवलेला पराक्रम असामान्य असाच होता. आपल्या युवराजाचा जयजयकार करतच कुरुसैन्य शिबिराकडे परतलं.

युद्धाचा नववा दिवस उजाडला. विजयाचं पारडं कोणाच्या बाजूला झुकलेलं आहे हे सांगणं फार कठीण होतं. दुर्योधनाचं कितीतरी सैन्य मारलं गेलं होतं. रोजच्या युद्धात त्याचे अनेक भाऊ मृत्युमुखी पडत होते. भीमानं त्यांना मारायचा सपाटाच लावला होता. भावांच्या मृत्यूनं व्यथित झालेल्या दुर्योधनानं पुन्हा एकदा पितामहांना दोष द्यायला सुरुवात केली.

युद्ध सुरू होण्यापूर्वी सकाळीच सहोदर बंधू दुःशासनासह पितामहांच्या शिबिरात जाऊन दुर्योधन म्हणाला, "तुमच्या मनात काय आहे ते तरी एकदा सांगून टाका. 'कुरुसिंहासनाच्या रक्षणासाठी मी कटिबद्ध आहे' या तुमच्या प्रतिज्ञेचा तुम्हाला विसर पडला आहे म्हणायचं, की ती प्रतिज्ञाच खोटी आहे म्हणायचं?"

" माझ्या त्या प्रतिज्ञेची आठवण तू मला करून देऊ नकोस. मी त्या प्रतिज्ञेला

बांधला गेलो नसतो, तर कदाचित हा अनर्थ मला पाहावा लागलाच नसता... तरीही तुझ्यासाठी मी एवढं करत असतानाही माझ्यावर तुझा विश्वास नाही ! मी मेल्याशिवाय तुझी खात्री होणार नसेल, तर तसंच होऊ दे. पण प्राण गेला तरी पांडवांवर मी शस्त्र धरणार नाही.'' पितामह शांतपणे म्हणाले.

''बंधो दुःशासन...'' आदल्या दिवशी दाखवलेल्या पराक्रमानं उत्तेजित झालेला दुर्योधन दुःशासनाला उद्देशून ओरडला- ''आता आपल्यालाच काहीतरी केलं पाहिजे.''

किर्मीर आणि बकासुर यांचा मोठा भाऊ अलंबुष आणि अभिमन्यू यांच्यातील अटीतटीच्या युद्धानं नवव्या दिवसाला सुरुवात झाली. आदल्या दिवशी बंधू इरावान याला ठार करणाऱ्या अलंबुषावर अभिमन्यू असा तुटून पडला, की अलंबुषाला युद्धभूमीतून पळ काढावा लागला. त्याच वेळी सात्यकी आणि अश्वत्थामा, द्रोणाचार्य आणि अर्जुन यांच्यात द्वंद्वयुद्धं सुरू झाली. अलंबुषाला पळवून लावणाऱ्या अभिमन्यूनं कौरवसेनेला इतकं संत्रस्त करून सोडलं, की अनेक महारथी वीरांना सोबत घेऊन स्वतः पितामहांनी त्याला घेरलं. दुर्योधनाच्या दुरुत्तरांनी दुखावलेल्या पितामहांनी दुःशासनाच्या मदतीनं पांडवसेनेचा संहार आरंभला.

भीष्मांनी धारण केलेलं ते उग्र रूप पाहून कृष्णानं आज पुन्हा एकदा अर्जुनाला त्यांच्यासमोर उभं केलं; परंतु त्यांना निःशस्त्र करण्यापलीकडे अर्जुन काहीच करू शकला नाही. भीमानं भगदत्त आणि श्रुतायू यांच्या नेतृत्वाखाली लढत असलेल्या गजसेनेचा पूर्ण पराभव केला.

त्याच वेळी भीष्मांनी पांडवसेनेचा चालवलेला तो प्रचंड संहार पाहून अस्वस्थ झालेला कृष्ण अर्जुनाची कानउघाडणी करू लागला.

तो म्हणाला, ''आजही तू तुझ्या कीर्तीला साजेसा लढत नाहीयेस. तुझ्या भावांनी भोगलेली दुःखं, द्रौपदीचे झालेले अपमान तुला आठवतात की नाही? का म्हणून तू या म्हाताऱ्याला ठार करत नाहीस? अरे, त्याला ठार केलंस तर विजय तुझाच आहे; पण पितामह म्हणून त्याची गय करणार असशील तर मलाच शस्त्र हाती घ्यावं लागेल.'' आणि असं म्हणून कृष्ण पुन्हा एकदा एका मोडलेल्या रथाचं चक्र हातात घेऊन भीष्मांवर चालून गेला. परंतु त्याला अडवायला अर्जुनच पुन्हा धावून गेला. तू फक्त सारथ्य कर; युद्धाचं माझ्यावर सोड, म्हणून त्यानं कृष्णाची विनवणी केली तेव्हा कुठं कृष्णाचं समाधान झालं...

तोवर सूर्यास्त झाल्यानं नवव्या दिवशीचं युद्ध तिथंच थांबवावं लागलं. मात्र आजच्या युद्धात पांडवांना पुन्हा एकदा प्रचंड सेनासंहार पाहावा लागला.

८१.

अश्वावर स्वार होऊन अरिष्टनेमी वायुवेगानं निघाला. पितामहांच्या पतनाची वार्ता केव्हा एकदा अंगराजाला सांगेन असं त्याला झालं होतं. ठिकठिकाणी पडलेले बाणांचे खच, रक्तमांसाचा कुजलेला चिखल, तुटलेली मस्तकं, रक्तमांसावर ताव मारणारी कोल्ही-कुत्री, घारी-गिधाडं यांतून मार्ग काढत तो कर्णाचं शिबिर जवळ करत होता.

सूर्यास्ताला अजून अवकाश असला तरी आजचं युद्ध तिथंच थांबल्यासारखं झालं. पितामह पडताच सूर्योदयापासून सुरू असलेले रणवाद्यांचे दणदणाट आणि शंख-भेरींचे निनाद विरल्याप्रमाणे थंड झाले. ते वृत्त कळताच दोन्ही पक्षांतले योद्धे तत्काळ शस्त्र खाली ठेवून त्या महारथी वीराच्या अंत्यदर्शनासाठी गोळा झाले होते.

कर्णाचं शिबिर जवळ येताच घाईघाईनं घोड्यावरून उतरून कर्णाला सामोरा येत अरिष्टनेमी म्हणाला, " दुःखद वार्ता घेऊन आलो आहे अंगराज... पितामह पडले."

धनुष्याच्या प्रत्यंचेवर फिरत असलेला कर्णाचा हात जागीच थबकला.

— म्हणजे? म्हणजे अर्जुन ठार झाला की काय? पण त्यांनी तर पांडवांवर शस्त्र धरणार नाही म्हणून निक्षून सांगितलं आहे. आणि तसं घडलं असतं तर अरिष्टनेमीनं आधी तेच वृत्त सांगितलं असतं. रोज दहा सहस्त्र योद्धे ठार करून त्यांचं बळ कमी करीन, या त्यांच्या शब्दावर विसंबून दुर्योधन रोज आपल्या सहस्त्रावधी सैन्याचा बळी देतो आहे. खरं तर त्याच वेळी त्यांना सेनापतिपदावरून दूर केलं असतं तर एवढा विनाश पाहावाच लागला नसता...पण दुर्योधनाचा विचार वेगळाच. ते असाच पांडवसेनेचा निःपात करत राहिले तर अजूनही कार्यभाग साधेल, असंच त्याला वाटत राहिलं. शिवाय अर्जुन पितामहांवर शस्त्र धरायला उत्सुक असणार नाही, ही अटकळ त्यानं बांधली होतीच. ती खरी ठरली असली तरी ज्यांच्यावर त्यानं एवढा विश्वास टाकला, त्यांनी प्रतारणेखेरीज त्याला काहीच दिलं नाही. पितामह भीष्मांनी काय किंवा आचार्य द्रोणांनी काय, एकाही पांडुपुत्राला पराभूत केल्याचं कानावर आलं नव्हतं.

" काय घडलं ते सगळं सविस्तर सांग..." कर्ण म्हणाला.

" पितामहांच्या वधासाठी कृष्ण शिखंडीची मदत घेणार असल्याची वार्ता गुप्तचरांनी आणली होती, हे तुलाही माहीत आहेच. म्हणूनच आजही युवराजानं पितामहांच्या रक्षणाची पूर्ण काळजी घेतली होती. कोणत्याही परिस्थितीत आपला रथ शिखंडीसमोर येणार नाही, यासाठी त्यांचा सारथी सतर्क असणार होता. आणि

एवढं करून कृष्णार्जुनांच्या मदतीसाठी तो समोर आलाच तर पितामहांच्या संरक्षणासाठी कित्येक कुरुयोद्धे सज्ज असणार होते. पितामहांचा निश्चय माहीत असल्यानं धृष्टद्युम्नानं शिखंडीला अग्रभागी ठेवून पितामहांवर निकराचा हल्ला चढवला. आज कधी नाही एवढा अर्जुनही फारच आक्रमक होता. त्यानंच शिखंडीला पूर्ण संरक्षण देऊन त्याच्या पाठीमागून पितामहांवर जलाल बाण चालवले. शिखंडीच्या धनुष्यातून सुटलेल्या एका पाठोपाठ एक अशा कित्येक जलाल अशा नाराच बाणांनी त्यांचं कवच छिन्नभिन्न झालं. सर्व शरीर घायाळ होऊन रक्ताच्या धारा वाहू लागल्या. संतप्त डोळ्यांनी त्यांनी शिखंडीकडे पाहिलं; परंतु आत्मरक्षणासाठीसुद्धा त्याच्यावर बाण टाकला नाही...

...पितामहांची ती असहाय स्थिती हेरून अर्जुनानं तत्काळ बाणांचा वर्षाव सुरू केला. शेजारी उभा राहून लढणारा दुःशासनही अर्जुनाला थांबवू शकला नाही. अर्जुनाचं निवारण करण्यासाठी त्यानं एक भला मोठा लांब पल्ल्याचा भाला फेकला. परंतु अर्जुनाच्या एका बाणानं त्याचे तीन तुकडे झाले. रथावरून खाली उतरून पितामहांनी खड्ग धारण केलं. ते ढाल हाती घेतात न घेतात तोच, एक शक्तिशाली असा भल्ल बाण टाकून अर्जुनानं तिचे तुकडे केले. त्यानंतर त्यांच्या हातातलं खड्गही त्यानं दूर उडवून लावलं. अशा प्रकारे विरथ आणि निःशस्त्र करून आणि प्राणांतिक वेदना देणारे कित्येक नाराच बाण टाकून अर्जुनानं त्यांना घायाळ केलं...

...सकाळपासून सुरू असलेलं ते युद्ध आज सूर्य अस्ताचलाकडे निघाला तरी थांबण्याचं चिन्ह दिसेना. परंतु पितामह पडल्याचं वृत्त कळताच ते सूर्यास्तापूर्वीच थांबलं. आता सर्व योद्धे त्यांच्या भोवती गोळा झाले आहेत. पितामहांच्या शरीरावर बोटभरही जागा अशी राहिलेली नाही की जिथं बाण रुतलेला नाही. ते शरशय्येवरच पहुडले आहेत, असंच का म्हणेनास! तशाही स्थितीत दुर्योधनाला ते म्हणाले, "पुत्र दुर्योधन, ऐक माझं. माझ्या अंताबरोबरच या कुलनाशक युद्धाचाही अंत होऊ दे. मी सांगितलं तर अजूनही युधिष्ठिर माझं ऐकेल. भीम आणि अर्जुन त्याच्या शब्दाबाहेर जाणार नाहीत. माझ्या पश्चात तू आक्रोश करून संधीची याचना केलीस तरी ते शक्य नाही... "

" त्यावर दुर्योधन काय म्हणाला?"

" उपदेशाचे ते बोल ऐकायला युवराज तिथं थांबलाच नाही. 'आता ते शक्य नाही' एवढंच सांगून तो आपल्या सैन्यातील योद्ध्यांना भेटण्यासाठी तातडीनं निघून गेला. त्यानंतर मीही तिथं थांबलो नाही. ती वार्ता तुला सांगण्यासाठी तसाच निघून आलो. अंगराज, आता सारी भिस्त तुझ्यावरच आहे. पितामह पडले तेव्हा सर्वत्र मोठाच हाहाकार झाला. आपल्या सेनेचा धीर खचला. कित्येक सैनिक वाट दिसेल

तिकडे पळत सुटले. कित्येक सैनिक 'कर्णाला बोलवा, कर्णाला बोलवा; आता तोच आमचं रक्षण करील, तोच आमचं नेतृत्व करील' म्हणून ओरडू लागले...''

रानरेड्याच्या आतड्यापासून तयार केलेली ती चिवट आणि टणक प्रत्यंचा आपल्या विजय धनुष्यावर चढवत कर्ण म्हणाला, ''.... अर्जुना...आता तू माझ्या हातून जिवंत सुटणार नाहीस...''

'' दोन्ही सैन्यांतील सर्व प्रमुख योद्धे त्यांच्या दर्शनासाठी येऊन गेले खरे... परंतु कोणाला तरी शोधत असल्याप्रमाणे त्यांचे डोळे सारखे भिरभिरत होते महाराजा.''

अरिष्टनेमी हाडाचा गुप्तचर आहे. प्रत्येक गोष्टीकडे गुप्तचराच्या डोळ्यांनीच पाहतो. जो सूतपुत्र कर्ण त्यांना डोळ्यासमोरही नकोसा वाटत असे, त्याला तर ते या अखेरच्या क्षणी शोधत नसतील? ...ते कोणालाही शोधत असोत. मला मात्र त्यांना भेटलंच पाहिजे...

८२.

कातरवेळेचा अंधकार रणभूमीवर पसरला. भगभगत्या पलित्यांच्या उजेडात शिबिरातले व्यवहार सुरू झाले. प्रेतांचा खच, सर्वत्र माजलेला रक्तमांसाचा चिखल, वेदनांनी विव्हळणारे मरणासन्न सैनिक, मोडके रथ, रथांचे तुटलेले दोर, मेलेले अश्व, हत्तींची प्रचंड धुडं, त्यांवर ताव मारणारी कोल्ही-कुत्री यांतून वाट काढत कर्ण पुढे निघाला. विषारी बाण लागून मेलेल्या सैनिकांचं मांस खाल्ल्यामुळे ठिकठिकाणी कितीतरी कोल्ही-कुत्री मरून पडली होती. कुजलेल्या मांसाचा उग्र दर्प अधिक तीव्र होऊन नाकात शिरू लागला.

...मनापासून लढायचं नव्हतं तर पितामहांनी सेनापतिपद स्वीकारलं तरी कशासाठी? दुर्योधनाचा हेतू स्पष्ट असला तरी पितामहांचा हेतू कधीच स्पष्ट झाला नाही. त्यांनी ठरवलं असतं तर ते निश्चितपणे युद्ध टाळू शकले असते; परंतु तो प्रयत्न न करता ते स्वतः सेनापती म्हणून युद्धाला उभे राहिले. हे त्यांनी जाणून केलं की पांडवांच्या रक्षणासाठी आत्माहुतीशिवाय पर्यायच त्यांच्यापुढे उरला नव्हता? त्यासाठीच त्यांनी कर्णाला युद्धभूमीपासून दूर ठेवलं की त्यांनाही कर्णाचं जन्मरहस्य माहीत आहे? परंतु कर्णाचा अव्हेर करून एवढा संहार टळणार होता थोडाच? आज ना उद्या कर्ण रणभूमीत उतरणार आहे, हे का त्यांना माहीत नव्हतं? कर्णाला रणभूमीपासून दूर ठेवण्याचा तो अयशस्वी प्रयत्न करून त्यांनी काय मिळवलं?

...अनेक प्रश्न कृष्णसर्पाप्रमाणे फडा काढून समोर उभे राहत होते. पण एकाही

प्रश्नाचं समाधानकारक उत्तर मिळत नव्हतं... आणि कदाचित मिळणारही नव्हतं. ...युद्ध ! ...निर्णायक युद्ध हेच सर्व प्रश्नांवरील निर्णायक उत्तर ठरणार आहे... हे मात्र निश्चित !

उघड्या मैदानावर तयार केलेल्या मृत्युशय्येवर पितामह पहुडले होते. वाऱ्यावर फरफरणाऱ्या पलित्यांचा उजेड सर्वत्र पसरला होता. आसपास कोणी दिसत नव्हतं. कर्णाला वाटलं, कदाचित त्यांना पूर्ण एकांत हवा असेल. त्यासाठी त्यांनीच सैनिकांना दूर जायला सांगितलं असेल. त्या शांततेचा भंग होऊ न देता कर्ण अश्वावरून खाली उतरला.

पितामह डोळे मिटून पडले होते. बाणांच्या जखमांनी अंगाची चाळण झाली होती. ठिकठिकाणी झालेल्या जखमांतून रक्त साकळलं होतं. त्यांच्या जराजर्जर चेहऱ्यावर दुःखाची छाया जाणवत असली तरी वेदनेचा अंशही दिसत नव्हता.

पावलांची चाहूल लागताच त्यांचे डोळे किलकिले झाले. तत्क्षणी त्यांच्या समोर जाऊन कर्ण हात जोडून उभा राहिला आणि म्हणाला, " हे कुरुश्रेष्ठ, निरपराध असूनही जो नेहमी आपल्या डोळ्यांत सलत असे, ज्याचा आपण सतत तिरस्कारच केला, तो मी राधेय कर्ण आपणास अभिवादन करतो आहे."

पितामहांनी खाड्कन डोळे उघडले. खरंच, ज्याला अर्धरथी म्हणून हिणवलं, वेळोवेळी ज्याचा सकारण वा अकारण अपमान केला, तो महारथी वीर हात जोडून त्यांच्यासमोर उभा होता. मित्रकर्तव्यासाठी यःकश्चित् बाणासारखं आयुष्य झोकून द्यायला निघालेला परंतु कर्तव्याच्या ऐन क्षणी प्रतिज्ञाबद्ध होऊन युद्धभूमीपासून पराङ्मुख झालेला एक स्वाभिमानी वीर या अंतसमयी त्यांच्या भेटीला आला होता.

पितामहांच्या चेहऱ्यावर आनंदाची छटा पसरली. याच क्षणाची वाट पाहत असल्याप्रमाणे त्यांच्या वृद्ध डोळ्यांत आनंदाश्रू उभे राहिले.

" राधेय नव्हे कौंतेय...महारथी कर्ण...ये...असा जवळ ये मुला..." आपला वृद्ध हात अधीरपणे कर्णाच्या मस्तकावर ठेवत पितामह पुढे म्हणाले, "माझ्या मनात तुझ्याविषयी कधीच तिरस्कार नव्हता. मला तुझा अपमान करावा लागला याची कारणं फार वेगळी आहेत मुला. अर्जुनाला तुल्यबळ ठरेल असा योद्धा फक्त तूच आहेस. आणि तेच माझ्या काळजीचं खरं कारण आहे. तुला युद्धभूमीपासून दूर ठेवायचं तर तुझा अपमान करणं मला भागच होतं. तू राधेय नाहीस, कौंतेय आहेस. तू माझ्या पांडूराजाचा ज्येष्ठ पुत्र आहेस."

" मला ते माहीत आहे पितामह..."

पितामहांच्या शुभ्र भिवया उंचावल्या. ते फारच आश्चर्यचकित झालेले दिसत होते.

" मी जन्मानं कौंतेय आहे हे मला कृष्णानं सांगितलं आहे पितामह."

" आणि तरीही —"

" हो, मी जन्मानं कोणीही असलो तरी जगाच्या दृष्टीनं मी सूतपुत्रच आहे. आयुष्यभर सूतपुत्र म्हणून जगलो आणि आता सूतपुत्र म्हणून मरण्यातच माझ्या आयुष्याची इतिकर्तव्यता आहे पितामह."

" इतिकर्तव्यता... इतिकर्तव्यता..." पितामहांच्या स्वरात हताश विकलता होती. " कर्ण, पुत्रा, काय झालं रे हे ! ज्येष्ठ कुरू असून मी ज्या सिंहासनापासून वंचित राहिलो, त्याच सिंहासनासाठी कर्तव्य म्हणून माझ्याच नातवांविरुद्ध लढायला उभा राहिलो. ज्येष्ठ कौंतेय असून तूही सिंहासनापासून वंचित राहिलास आणि आपल्याच भावांचा वैरी झालास. संधी मिळेल तेव्हा मी तुझा अपमान केला याबद्दल मला क्षमा कर. माझा तुझ्यावर कधीच राग नव्हता. पण हे वैर वाढायला तू कारणीभूत ठरलास, हे माझं खरं दुःख होतं. म्हणूनच पावलोपावली मी तुझा तेजोभंग केला आणि तुझ्यापासून पांडवांना सतत दूर ठेवण्याचा प्रयत्न केला. पांडवांचं तुझ्याशी कधीच वैर नव्हतं. पण दुर्योधनाच्या चिथावणीला बळी पडून तू हे वैर वाढवत राहिलास. तू कौरव पक्षात नसतास तर दुर्योधन एवढ्या हट्टाला पेटला नसता. तुझं शौर्य असीम आहे. तू कृष्णार्जुनांच्या तोडीचा वीर आहेस. गेल्या दहा दिवसांत तुला किती यातना झाल्या असतील याची कल्पना मी करू शकतो. निर्णायक युद्ध सुरू असताना तुझ्यासारखा वीर हात बांधून शांत राहू शकत नाही. ऐन युद्धभूमीवर तुझा अपमान करून तुला या युद्धापासून काही काळ दूर ठेवण्यात मी यशस्वी झालो खरा; परंतु माझा हेतू पूर्णतः सफल झाला नाही. माझा हेतू लक्षात घे. अजूनही वेळ गेलेली नाही. ऐक माझं. आपल्या भावांशी सख्य कर. माझ्यासोबतच या कुलांतक युद्धाचा शेवट होऊ दे. तू युद्धापासून परावृत्त झालास तर दुर्योधनालाही माघार घ्यावी लागेल. कुरुकुलासोबतच इतरही अनेक क्षत्रिय कुलांचा सर्वनाश टळेल... तुझ्या भेटीसाठी, तुला एवढं सांगण्यासाठीच मी प्राण अडवून ठेवला होता. माझ्या अंतासोबतच या सर्वविनाशक युद्धाचाही अंत होऊ दे. ज्येष्ठ कौंतेय, माझी ही विनंती मान्य कर. म्हणजे मी सुखानं प्राण सोडेन..."

पितामहांच्या स्वरातली हताश विफलता उत्तरोत्तर आणखीच गडद होत गेली होती. कर्णाचं जन्मरहस्य सांगून त्याला ते युद्धापासून परावृत्त करणार होते. कर्ण परावृत्त झाला तर युद्ध तिथंच थांबणार, यात शंकाच नव्हती. परंतु जन्मरहस्य ठाऊक असूनही कर्ण विचलित झालेला नव्हता. अजूनही तो दुर्योधनाच्या बाजूनं तसाच ठाम उभा होता.

महाराजा शंतनूचा ज्येष्ठ पुत्र, ज्येष्ठ असूनही प्रतिज्ञेला बांधला जाऊन सिंहासनापासून वंचित राहिलेला कुरुश्रेष्ठ, महाराणी कुंतीच्या कानीन पुत्राला, पांडूराजाच्या धर्मपुत्राला आणि आपल्या नातवाला विनंती करत होता. कुरू असूनही

ज्यांना कधीच कुरू असण्याचा लाभ मिळाला नाही त्या पितामहांनीच आजवर कुरूंच्या हिताची काळजी वाहिली होती. आणि आज त्या काळजीचं ओझं ते कुरू असूनही ज्याला कधीच कुरू असण्याचा लाभ मिळाला नाही त्या ज्येष्ठ कौंतेयावर सोपवून जाणार होते.

" हे महाबाहो..." दृढ स्वरात कर्ण म्हणाला, " आता ते शक्य नाही. आपली व्यथा मला समजते. परंतु मृत्यू किंवा विजय हे दोनच पर्याय आता कर्णासमोर उरले आहेत. हस्तिनापूरच्या सिंहासनाशी आपण वचनबद्ध होता. प्राणांचं दान देऊन तुम्ही ते वचन पाळलंत. आता मलाही माझं वचन पाळलं पाहिजे. मित्र दुर्योधनाचं माझ्यावर फार मोठं ऋण आहे. ते मला फेडलं पाहिजे. नाही तर मी कृतघ्न ठरेन. त्यानं माझ्या भरवशावरच या महायुद्धाचा डाव मांडला आहे. त्यापासून परावृत्त व्हायचा किंवा पांडवांकडे जायचा विचारही मी करू शकत नाही. आता दुर्योधनाची इच्छा तीच कर्णाची इच्छा. तुम्ही पराभव स्वीकारण्यासाठी युद्धात उतरलात. मी जिंकण्यासाठी या युद्धात उतरणार आहे."

"....तेच तर माझं मोठं दुःख आहे. जे घडू नये यासाठी मी आटोकाट प्रयत्न केला, तेच घडेल की काय या भीतीनं माझा प्राण अडखळतो आहे. प्राणांचं दान देऊनही मी शेवटी अयशस्वी ठरलो. कुरुकुलाच्या आणि कुरुसिंहासनाच्या रक्षणाची प्रतिज्ञा वाहणारा हा महाप्रतापी भीष्म शेवटी कुरुकुलाच्या सर्वनाशाचं कारण ठरला. पित्याच्या सुखासाठी प्रतिज्ञेला बांधला गेलो आणि कुरुसिंहासनाचा वारस असूनही आर्यधर्माच्या रक्षणासाठी हातात शस्त्र घेऊन हस्तिनापूरच्या सिंहासनामागे उभा राहिलो. परंतु शेवटी अधर्माचा रक्षक ठरलो."

" अधर्म? आपण आणि अधर्माचे रक्षक? ते कसे पितामह?"

" द्यूतसभेत द्रौपदीचा झालेला अपमान हा अधर्मच होता. परंतु हस्तिनापूरच्या सिंहासनाला निष्ठा वाहिलेला मी दुर्योधनाला अडवू शकलो नाही. द्रौपदीची हाक ऐकून माझ्यातला भीष्म दुःशासनाचा हात धरण्यासाठी पुढे सरसावू पाहत होता तर माझ्यातला आर्यधर्माचा रक्षक मला मागे खेचत होता. जे जे घडत गेलं ते ते पाहत राहण्यापलीकडे मी काहीच करू शकलो नाही. आणि आता एकमेकांच्या जिवावर उठलेल्या भावांच्या मध्ये उभा राहून मृत्यूला सामोरा गेलो... परंतु त्यातूनही काहीच साध्य करू शकलो नाही. महाप्रतापी भीष्म काय आणि महारथी कर्ण काय, शेवटी एकाच नावेचे प्रवासी ठरले..."

पितामहांच्या डोळ्यांत साकळलेले अश्रू खळ्कन जमिनीवर सांडले. पापण्यांची उघडझाप झाली. निर्माण झालेल्या नीरव शांततेचा भंग करत कर्ण म्हणाला, "आर्यधर्माप्रमाणे ते माझे भाऊ आहेत हे मला माहीत आहे. तरीही मला त्यांच्याशी लढलंच पाहिजे. माझं कर्तव्य मला केलंच पाहिजे. आज मला आपला आशीर्वाद

हवा आहे पितामह... मी आपला अपराधी आहे. आपला अपमान होईल असे कटू शब्द माझ्या तोंडून गेले आहेत. त्यासाठी क्षमा मागायला माझ्याकडे शब्द नाहीत. पण आपण उदार अंतःकरणानं मला क्षमा करा. हा देह दुर्योधनाच्या कार्यासाठी पडावा, एवढी एकच इच्छा आता उरली आहे. राधेय कर्णाला आपला आशीर्वाद द्या पितामह.''

बराच वेळ पितामह काहीच बोलले नाहीत. बोलण्यासारखं, सांगण्यासारखं आता काही उरलं नव्हतंच. ...ताजं मांस खाऊन माजलेली कोल्हीकुत्री एकमेकांशी भांडत होती. त्यांचा आवाज कानावर येत होता.

व्यथित अंतःकरणानं मिटून घेतलेले डोळे उघडून पितामहांनी कर्णाकडे पाहिलं. तो हात जोडून तसाच पुतळ्यासारखा उभा होता. पितामहांच्या वृद्ध चेहऱ्यावरच्या सुरकुत्या हलल्या. ते म्हणाले, '' तू दुर्योधनाचा खरा मित्र आहेस. माझा तुला आशीर्वाद आहे. त्याचं रक्षण कर. मनात द्वेष न ठेवता युद्ध कर. कीर्तिवंत हो...''

८३.

'' हे वीरश्रेष्ठ अंगराज कर्ण — '' दुःशासन, शकुनी, अश्वत्थामा, कृप, सुशर्मा, कृतवर्मा, भगदत्त, भूरी, भूरिश्रवा आदी अनेक योद्ध्यांसह कर्णाच्या भेटीला आलेला दुर्योधन कर्णाला उद्देशून बोलत होता- ''...आज सेनापती भीष्म पडले. आपल्या सेनेचा प्रचंड क्षय झाला आहे. पितामहांची शत्रुप्रीती हेच त्याचं मुख्य कारण आहे. पण तू आम्हाला निराश करणार नाहीस... अर्जुनवधाची प्रतिज्ञा करणारा दिग्विजयी योद्धा म्हणून तुझी ख्याती आहे. रणधीर सेनापती म्हणून तू सैनिकांना प्रिय आहेस. पितामह पडले तेव्हा आपले सैनिक 'कर्णाला बोलवा, कर्णाला बोलवा; आता तोच आमचं रक्षण करील' म्हणून तुझाच पुकार करत होते. आता पांडवांचा विनाश अटळ असून आमचा विजय निश्चित आहे, असंच मला वाटतं. तू फक्त सेनापतिपदाचा स्वीकार कर. विजय आपलाच आहे...''

'' मित्र दुर्योधन,'' दुर्योधनाच्या विनंतीनं आणि त्यानं उच्चारलेल्या गौरवपूर्ण शब्दांनी संतुष्ट होऊन कर्ण म्हणाला, '' तू देत असलेल्या सन्मानाबद्दल मी तुझा कृतज्ञ आहे. शस्त्रकौशल्य आणि ते वापरण्यासाठी लागणारं शौर्य, सेनाबल, युद्धतंत्र इत्यादी सर्व गोष्टींत इथं उपस्थित असलेले आपण सर्व योद्धे सारखेच पारंगत आहोत. त्यामुळे आपणापैकी कोणीही एक जण सेनापती झाला तरी ते उचित ठरेल. परंतु तेच आपसातील मत्सराचं कारण ठरू शकेल. म्हणून सेनापतिपदाचा सन्मान आपण आचार्य द्रोण यांना द्यावा हेच उत्तम. पितामहांसारख्या थोर सेनानीनंतर

रिक्त झालेलं कुरुसेनेचं सेनापतिपद भूषवायला तेच सर्वार्थानं योग्य आहेत, असं मला वाटतं. ते आपणा सर्वांचे आचार्य आहेत. सेनापतीला आवश्यक असलेले सर्व गुण त्यांच्या ठायी विद्यमान आहेत. ते युद्धशास्त्राचे जाणकार आहेत, तसे महान शस्त्रवेत्ते आहेत. त्यांच्या नेतृत्वाखाली लढताना कोणालाही कमीपणा वाटणार नाही. आपण सर्व जण त्यांचं अनुसरण करू. त्यांच्यासमोर येताना अर्जुनालाही दहा वेळा विचार करावा लागेल.''

खरं तर कर्णानंच सेनापतिपदाचा स्वीकार करावा, ही दुर्योधनाची उत्कट इच्छा होती. परंतु स्वतः कर्णानंच मांडलेल्या त्या प्रस्तावाला दुर्योधन विरोध करू शकला नाही. अधिक उशीर न करता त्याच पावली तो अश्वत्थामा आणि कृपाचार्य यांच्यासह द्रोणाचार्यांच्या भेटीसाठी निघून गेला.

कौरवशिबिरात सर्वत्र एकच चर्चा सुरू होती. भरपूर मद्य रिचवून बैलाच्या मांसावर तुटून पडताना सैनिक आपसात बोलत होते. '....खरं युद्ध सुरू होणार आहे ते आताच. म्हणजे उद्या सूर्योदयालाच...त्यांचा खरा वैरी कर्ण उद्या रणभूमीवर येणार आहे. आता त्यांचा सर्वनाश अटळ आहे. हे माहीत असल्यामुळेच तर इतके दिवस पितामहांनी त्याला हेतुतः अपमानित करून युद्धभूमीपासून दूर ठेवलं होतं ! परंतु आता त्याला कोणीही थांबवू शकणार नाही. पितामहांना दहा दिवसांत शक्य झालं नाही ते तो पाच दिवसांत सहज करून दाखवील. प्रतिज्ञा केल्याप्रमाणे तो पांडवांचा निःपात केल्याशिवाय राहणार नाही. कोणी म्हणालं, हे काय...दुर्योधन थोड्याच वेळापूर्वी कर्णराजाच्या शिबिराकडे गेला आहे. सेनापतिपदाचा अभिषेक सकाळी कर्णराजालाच होणार. त्याला नाही तर आणखी कोणाला? पितामह पडले तेव्हा आपले सैनिक कर्णाच्याच नावाचा पुकार करत होते, ते आठवतं ना? आता आपल्या सेनेला कर्णाशिवाय त्राता नाही हे लक्षात असू द्या...'

आता हा शेवटचा म्हणून आणखी एक पेला रिचवताना कोणीतरी दुसऱ्याला सांगत होता...आता पांडवांचा विनाश अटळ आहे... आपला विजय निश्चित आहे... मद्याच्या धुंदीत भान हरपलेले सैनिक आपसात बरळत होते...

८४.

'' अंगराज, तुझी अटकळ खरी ठरली.'' शकुनी आणि दुःशासन यांच्यासह तेवढ्या रात्री घाईघाईनं कर्णाच्या शिबिरात प्रवेश करत दुर्योधन म्हणाला. ''आचार्यांनी आपली विनंती तत्काळ मान्य केली. ....पण माझा खरा सेनापती तूच आहेस हे लक्षात असू दे. आता माझी सगळी भिस्त तुझ्यावरच आहे. आता पुढे काय करायचं

तेवढं सांग." दुर्योधनाच्या बोलण्यातला उतावळा उत्साह जाणवण्याइतपत स्पष्ट दिसत होता.

विचारात बुडालेला कर्ण शून्यात दृष्टी लावून बसला होता. त्याच्या मुखावर उमटलेली विषादाची छटा लपत नव्हती. दुर्योधनाचे शब्द त्याच्या कानांवर पडत होते खरे; परंतु ऐकू येत नसल्याप्रमाणे तो निश्चलपणे बसून होता.

" आता आपले डावपेच कसे असतील ते मी सांगतो..." बऱ्याच दिवसांनी आज शकुनीनं तोंड उघडलं होतं.

" सांगा, सांगा मामा..." दुर्योधन उत्सुकतेनं म्हणाला.

" मी पांडवांवर शस्त्र धरणार नाही हे भीष्मानं स्पष्टच सांगितलं होतं. द्रोणांनी तशी प्रतिज्ञा केलेली नाही. पण पांडवांवर शस्त्र उचलायला तेही मनापासून तयार नाहीत, हे गेल्या दहा दिवसांच्या युद्धात तुला दिसलंच आहे. ते शत्रूला ठार करतील या भ्रमात राहू नकोस. मुळात त्यांना ठार करणं हे वाटतं तितकं सोपंही नाही. आणि दुर्योधन, तुझा हितचिंतक म्हणून तुला एक सांगू? कर्णासारख्या कोणा असामान्य योद्ध्यानं त्यांना ठार करायची प्रतिज्ञा केली, तरी ते आमच्या हिताचं नाही."

" ते कसं?" मामांचं ते बोलणं ऐकून दुर्योधन गोंधळलाच. मामांच्या त्या सल्ल्याचा अर्थच त्याला कळेना.

" ज्यांना कृष्णासारखा पाठीराखा लाभला आहे त्यांना ठार करणं इतकं सोपं नाही दुर्योधन... एवढं करून त्यांच्यापैकी एखादा जरी ठार झाला तरी राहिलेले भाऊ कृष्णाच्या नेतृत्वाखाली आमच्यावर असा काही एकवटून हल्ला करतील की, त्यात ते मारले गेले तरी आम्ही जिवंत राहू याची खात्री कोणीही देऊ शकणार नाही."

" तुम्हाला काय म्हणायचं आहे ते स्पष्टच सांगा मामा. आता मी काय करावं असं तुमचं म्हणणं आहे?" शकुनीचं ते कोड्यातलं बोलणं दुर्योधनाला असह्य झालं होतं.

" तेच सांगतोय —" शकुनी म्हणाला." जिचा परिणाम अनिश्चित आहे अशी लढाई काय कामाची? उद्याच्या युद्धात ते ठार झाले तरी युद्ध संपत नाही. तो कृष्ण तर पुरता कारस्थानी आहे. आम्हाला ठार करून तो त्यांच्या मुला-नातवंडांना हस्तिनापूरच्या सिंहासनावर बसवल्याशिवाय राहणार नाही. तो अनर्थ ओढवू नये असं वाटत असेल तर त्यांना पुन्हा एकदा वनवासात पाठवण्याखेरीज दुसरा मार्ग नाही. आचार्यांना तू फक्त एकच सांग. त्यांना म्हणावं, युधिष्ठिराला बंदिवान करून माझ्यासमोर आणा. तो एकदा बंदिवान झाला की पुढच्या गोष्टी तू माझ्यावर सोपव. अरे, युद्धभूमीवरच द्यूताचा डाव मांडतो आणि या कुरुक्षेत्रावरूनच त्या पाचही भावांना द्रौपदीसह पुन्हा एकदा बारा वर्षांच्या वनवासाला पाठवतो..."

" दुष्टबुद्धी शकुनी !" इतका वेळ मूकपणे ऐकत असलेला कर्ण ताड्कन म्हणाला. " युद्धभूमीवर उतरला आहेस तर युद्धच कर. हे असले कुटील डाव काय सांगतोस? तुझ्याच कुटील नीतीचे परिणाम कौरव भोगत आहेत. तुला युद्धाची इतकीच भीती वाटत असेल तर तू तुझ्या गांधार देशाला परत जा. त्यांचा पराभव करायला मी समर्थ आहे."

" पाहिलं आहे, पाहिलं आहे अंगराज... तुझं शौर्य पाहिलं आहे आम्ही. तू किती वेळा अर्जुनासमोरून पळ काढला आहेस ते सांगायला लावू नकोस. एवढंच मित्रप्रेम होतं तर दहा दिवस गुडघ्यात तोंड खपसून बसायचं काय कारण होतं? भीष्मानं अर्धरथी म्हटलं एवढंच ना? सारथीपुत्राला एवढा ताठा हवा कशाला?"

" शकुनी !" खड्गाला हात घालत कर्ण ओरडला.

" सारथीपुत्र म्हटल्याचा एवढा राग येतो? स्वतःच्या पराक्रमावर एवढा विश्वास होता, तर चालून आलेलं सेनापतिपद का नाकारलंस?"

" मामा... अंगराज..." दोघांची विनवणी करत दुर्योधन म्हणाला. " मला तुम्हा दोघांच्या मदतीची गरज आहे. आपणच असे आपसात भांडू लागलो, तर ते शत्रूला मदत केल्यासारखंच नाही का होणार? मामा, अंगराजानं सेनापतिपद नाकारलेलं नाही. ते द्रोणाचार्यांना द्यावं, ही त्याचीच सूचना आहे. त्याची कारणं मला तशी तुम्हालाही चांगली माहीत आहेत. काही क्षत्रियांना एका सूताच्या नेतृत्वाखाली लढणं कमीपणाचं वाटेल आणि त्यामुळे कदाचित मित्रकार्याची हानी होईल, हाच विचार कर्णानं केला आहे, एवढंही तुमच्या लक्षात येऊ नये? कर्ण माझा किती हितचिंतक आहे, हे तर सर्वांनाच माहीत आहे."

सर्व गोष्टी त्या त्या वेळी शकुनीच्या लक्षात आलेल्या होत्याच. परंतु तरीही शब्दाने शब्द वाढत गेल्यानंच केवळ तो वाद वाढत गेला. शकुनीच्या वतीनं कर्णाची क्षमा मागून दुर्योधन शकुनीसह कर्णाच्या शिबिराबाहेर पडला.

...शेवटी शकुनीनं घाव घातलाच तर ! ते दोघे निघून गेल्यानंतरही कर्ण विचार करत राहिला. इतक्या दिवसांपासून ज्याची प्रतीक्षा होती ते अखेरचं युद्ध आता काही प्रहरांच्या अंतरावर येऊन ठेपलं आहे. परंतु युद्धाच्या विचारांनी उत्साह संचारण्याऐवजी गात्रांना असं शैथिल्य का आलं आहे? परंतु असं हतोत्साह होऊन चालणार नाही...

खरंच...! कर्णाचं मन जाणून घेईल असं वृषालीखेरीज आणि दुर्योधनाखेरीज आणखी कोण आहे? उद्याच्या युद्धाचा खरा सेनापती कर्णच आहे हे त्याला आणि दुर्योधनाला जेवढं माहीत आहे, तेवढं आणखी कोणाला माहीत असणार?

८५.

केव्हातरी उत्तररात्री डोळा लागला न लागला तोच चहूकडून उठा, उठा, सैन्य सिद्ध करा, सैन्य सिद्ध करा... म्हणून आरोळ्या उठू लागल्या. अश्वांच्या खिंकाळ्यांनी आणि हत्तींच्या चीत्कारांनी शिबिर भरून गेलं. सूर्योदयाला अजून बराच अवधी असला तरी युद्धाचा अकरावा दिवस आताच उजाडला होता. सैनिकांमध्ये आज कधी नाही एवढा उत्साह जाणवत होता. हत्तीवरून लढण्यात कुशल असलेले अंगदेशचे योद्धे कर्णराजाला लढाईत उतरताना पाहण्यासाठी कधीपासून उत्सुक झाले होते. अंगराजाच्या मदतीसाठी त्यांचे बाहू जणू फुरफुरत होते.

पितामह मनापासून लढले नाहीत, हे तर आता सर्वांनाच माहीत आहे. लढेन पण शत्रूला ठार करणार नाही, असं स्वतः सेनापतीनंच सांगून टाकल्यावर त्याचं सैन्य तरी काय करणार? आचार्य द्रोणांचीही तीच कथा आहे. द्रुपद त्यांचा शत्रू असला तरी आतून ते पांडवांचे हितचिंतकच आहेत. इतके दिवस रणभूमीवर आहेत; परंतु एकही सांगावा असा पराक्रम त्यांच्या हातून घडलेला नाही. परंतु आता कर्ण लढाईत उतरणार आहे. आता त्यांचा विनाश निश्चित आहे. खरी लढाई सुरू होणार आहे ती आजच. आज युधिष्ठिराचा एखादा तरी भाऊ पडणार, हे निश्चित...सैनिक एकमेकांना सांगत होते...

सेनापती द्रोणाचार्यांनी सूर्योदयापूर्वीच वर्तुळव्यूह सिद्ध केला. कर्णराजाचा गजकक्षांकित ध्वजयुक्त जैत्ररथ कुरूंच्या त्या विराट सेनासागरात उठून दिसत होता. विपुल शस्त्रांनी युक्त असलेल्या त्या व्याघ्रचर्मवेष्टित रथाला उत्तम असे चार शुभ्र अश्व जोडलेले होते. युवराज दुर्योधनाच्या हातून सेनापतिपदाची सूत्रे स्वीकारून रथावर पाऊल ठेवताना आचार्य द्रोण म्हणाले, " हे राजन्, कुरुसेनेचं सेनापतिपद प्रदान करून तू माझा मोठाच सन्मान केला आहेस. आज मी अत्यंत संतुष्ट आहे. त्याप्रीत्यर्थ मी तुझ्यासाठी काय करू ते सांग? "

दुर्योधन दोन्ही हात जोडून नम्रपणे म्हणाला, "आचार्य, कुरुराज्याचं रक्षण हाच या युद्धाचा मुख्य हेतू आहे; कोणाचा प्राण घेणं हा नव्हे. नीचपणाची परिसीमा गाठून त्यांनी पितामहांची हत्या केली म्हणून तुम्ही युधिष्ठिराची हत्या करावी, असं मी मुळीच म्हणणार नाही. त्याला ठार करावं हा माझा उद्देश कधीच नव्हता आणि अजूनही नाही. भीमार्जुनांसारखे भाऊ ज्याच्या पाठीशी आहेत, त्या युधिष्ठिराला ठार करणं इतकं सोपं नाही, हे मला कळत का नाही आचार्य? शिवाय तो ठार झाला म्हणून हे भांडण संपलं, असंही होत नाही. तो गेला तरी त्याचे भाऊ आहेतच. आम्हाला ठार केल्याशिवाय ते गप्प कसे बसतील...? तेव्हा त्याला ठार करून

कार्यभाग साधत नाही आचार्य. उलट त्यामुळे अनर्थच ओढवेल.''

एकदम आनंदविभोर होऊन द्रोणाचार्य म्हणाले, ''...खरंच, किती सुज्ञ आहेस तू ! पण तू हा विचार आधीच का केला नाहीस? माझा प्रिय शिष्य युधिष्ठिर अजातशत्रू आहे. आज तुझ्याही मनात त्याच्याविषयी आत्मीयता निर्माण झाली हे मोठंच सुचिन्ह आहे ! त्याचं राज्य त्याला परत देऊन सुखानं कालक्रमणा करावी ....''

''.... गैरसमज होतो आहे आचार्य...'' द्रोणाचार्यांना अडवत दुर्योधन म्हणाला. ''तुम्ही सेनापती असताना युधिष्ठिरावर विजय मिळवणं अशक्य नाही; परंतु तो विजय मला नको आहे. अशा क्षणिक आणि अनिश्चित विजयावर माझा विश्वासही नाही. कारण युद्धातील जय-पराजयाचं पारडं केव्हा कोणत्या बाजूला झुकेल, हे सांगता येत नाही. मला चिरकाल टिकणारा विजय हवा आहे आचार्य. आपला प्रिय शिष्य युधिष्ठिर मला जिवंत हवा आहे, तो त्याचं राज्य परत देण्यासाठी नव्हे तर पुन्हा एकदा द्यूताचा डाव मांडण्यासाठी ! परंतु त्यासाठी त्याला बंदिवान करणं आवश्यक आहे. माझं प्रिय करायची तुमची एवढीच इच्छा असेल तर एकच करा- युधिष्ठिराला बंदिवान करून माझ्यापुढे उभा करा. मग पाहा...या इथं, इथंच द्यूताचा डाव मांडतो आणि त्याला असाच पुन्हा वनवासाला पाठवतो. त्याच्या चारही भावांसह त्याला पुन्हा एकदा वनवासात पाठवल्याशिवाय मी सुखानं राज्य करू शकणार नाही आचार्य.''

दुर्योधनाचा हेतू लक्षात येताच थोड्या वेळापूर्वी प्रसन्न झालेली आचार्यांची सावळी मुखमुद्रा काळवंडल्यासारखी झाली. बराच वेळ विचार करून कपाळावरच्या शुभ्र भिवया आक्रसत ते म्हणाले,''....ठीक आहे. जशी तुझी इच्छा. परंतु आता मी वृद्ध झालो आहे. युधिष्ठिराला बंदिवान करण्याचा प्रयत्न मी करीनच; परंतु अर्जुन त्याचं रक्षण करत नसेल तेव्हाच ते शक्य होईल हे लक्षात घे. तेव्हा अर्जुन त्याच्यापासून दूर कसा राहील, हे तुला पाहिलं पाहिजे.''

'' का? सेनापती म्हणून ती तुमची जबाबदारी नाही का?''

'' माझी जबाबदारी काय आहे ते तू मला सांगू नकोस....'' आपले भेदक डोळे दुर्योधनावर रोखत द्रोणाचार्य म्हणाले. ''सेनापती म्हणून मी शत्रूशी लढत असताना राजा म्हणून तू काही जबाबदारी पार पाडणार आहेस की नाही? माझ्या निष्ठेविषयीच तुला शंका वाटत असेल तर....''

'' ...क्षमा असावी आचार्य. गेल्या दहा दिवसांत माझं अतोनात नुकसान झालं आहे. माझं लक्षावधी सैन्य मारलं गेलं आहे. त्याचं एकमेव कारण म्हणजे पितामहांच्या मनात त्यांच्याविषयी असलेलं प्रेम. तुम्ही अर्जुनावर अश्वत्थाम्याइतकंच प्रेम केलं आहे हे मी विसरू शकत नाही आचार्य. आणि तेच आज माझ्या

काळजीचं खरं कारण आहे. आपल्या निष्ठेविषयी माझ्या मनात कुठलीही शंका नाही. पण...''

'' भलत्या शंका मनातून काढून टाक आणि युद्धावर लक्ष केंद्रित कर. शिष्यहत्येचं पातक कपाळी नको असं मला वाटत असलं तरी युधिष्ठिराला जिवंत पकडण्यात काहीच अनुचित नाही. शिवाय द्रुपदासारखा शत्रू जिवंत असताना आणि त्याचा तो पोरटा रणांगणावर द्रोणवधाच्या वल्गना करत हिंडत असताना, मी स्वस्थ राहणं शक्य तरी आहे का?''

दुर्योधनाची समजूत घालून सेनापती द्रोणाचार्यांनी आक्रमणाचा आदेश दिला. तोच द्रोणाचार्यांनी रचलेल्या मंडलव्यूहावर भीमानं धडक दिली. अकराव्या दिवशीच्या युद्धाला तोंड फुटलं. गांधार देशाचा राजा शकुनी सहदेवाशी झुंजू लागला. दुर्योधनाचा भाऊ महारथी विविंशती यानं भीमाला अंगावर घेतलं. त्याच वेळी वेगवेगळ्या ठिकाणी नकुल आणि शल्य, धृष्टकेतू आणि कृपाचार्य, सात्यकी आणि कृतवर्मा यांच्यात तुंबळ संकुलयुद्धं सुरू झाली. अंगराज कर्णानं विराटाला आव्हान दिलं. कर्णाचा पराक्रम पाहून दुर्योधनाचा ऊर अभिमानानं भरून आला.

पितामहांच्या मृत्यूनं खचलेल्या दुर्योधनाची आशा कर्णाच्या आगमनानं आज पालवली होती. तो नव्या जोमानं सैनिकांचा उत्साह वाढवू लागला. भराभर आज्ञा देऊ लागला. कर्ण रणभूमीवर आलेला पाहून सैन्यातही उत्साह संचारला. सर्वत्र भीषण रणकंदन सुरू झालं.

द्रोणाचार्य युधिष्ठिराला मंडलव्यूहात खेचू पाहत होते. परंतु गुप्तचरांनी दिलेल्या संदेशामुळे सावध झालेला युधिष्ठिर इतक्या सहजपणे त्यांच्या हातात सापडणार नव्हता. नकुलाला पराभूत केल्याशिवाय युधिष्ठिराजवळ पोचणं शक्य नव्हतं. नकुलाचं निवारण करून युधिष्ठिराजवळ जाऊ पाहणाऱ्या शल्याच्या रथाचा चुराडा झाला. नकुलाच्या बाणांनी घायाळ झालेल्या शल्याला जिवानिशी पळ काढावा लागला. तोवर पुढे आलेल्या अभिमन्यूनं असामान्य पराक्रम दाखवून इतर अनेक कौरवयोद्ध्यांना पळवून लावलं. कौरवयोद्ध्यांची झालेली ती दुरवस्था पाहून शल्य पुन्हा रणांगणात परत आला. त्याला अडवण्यासाठी भीम पुढे होतो न होतो तोच द्रोणाचार्यांनी संधी घेतली. सिंधू देशातील वेगवान अश्व जोडलेला त्यांचा रथ युधिष्ठिराकडे सरकू लागला. युधिष्ठिराच्या रक्षणासाठी सिद्ध असलेले पांचालयोद्धे व्याघ्रदंत आणि सिंहसेन यांची मस्तकं क्षणार्धात धडावेगळी झाली; परंतु द्रोणांच्या वैतास्तिक बाणांना गरुडाची पिसं लावलेल्या बस्तिक बाणांनी उत्तर मिळालं. पुढे येणारा द्रोणाचार्यांचा रथ युधिष्ठिरानं वाटेतच अडवला. परंतु त्या प्रयत्नांत त्याचं धनुष्य तुटलं. असहाय झालेला युधिष्ठिर मदतीसाठी इकडेतिकडे पाहू लागला, तोच पांडवांचा सेनापती धृष्टद्युम्न द्रोणाचार्यांना अडवण्यासाठी पुढे झाला. परंतु

त्याचा तो प्रयत्न अयशस्वी ठरला. धृष्टद्युम्नाचं निवारण करून द्रोणाचार्य युधिष्ठिराकडे सरकू लागले.

पांडवसेनेत हाहाकार उडाला. युधिष्ठिर सापडला, बंदिवान झाला, बंदिवान झाला...सर्वत्र एकच हाकाटी सुरू झाली. आणखी काही वेळ हीच हाकाटी सुरू राहिली असती तर धीर खचलेली पांडवसेना दशदिशांना परागंदा झाली असती; परंतु ऐन वेळी धावून आलेल्या अर्जुनानं द्रोणाचार्यांचा हेतू धुळीला मिळवला. युधिष्ठिराला बंदिवान करायला निघालेल्या द्रोणाचार्यांना माघार घ्यावी लागली.

तोवर झालेल्या सूर्यास्तामुळे त्या दिवशीचं युद्ध तिथंच थांबलं. कुरुसैन्य पराभूत मनःस्थितीत शिबिराकडे परतलं. खिळखिळा झालेला सेनापती द्रोणाचार्यांचा रथ सेनेमागून रखडत खडखडत चालू लागला...

८६.

" त्याला बंदिवान करणं तुम्हाला मुळीच अशक्य नव्हतं आचार्य..." आपले मोठमोठे डोळे गरगरा फिरवत दुर्योधन त्रागा करत होता. " पितामहांचं तसं तर तुमचं हे असं ! ऐन वेळी तुमचंही शिष्यप्रेम उफाळून आलं की काय? इतका अगदी हाताशी आलेला शत्रू तुमच्या हातून सुटून जातो, यावर माझा विश्वासच बसत नाही."

" एक गोष्ट पुरतेपणी लक्षात घे..." सेनापती द्रोणाचार्य आपल्या निश्चयी आवाजात बोलू लागले. "अर्जुन जवळपास असताना युधिष्ठिर कधीही हाती लागणार नाही. तेव्हा तो युधिष्ठिरापासून दूर राहील, असं युद्धतंत्र अवलंबिलं पाहिजे. असं झालं तरच मी युधिष्ठिराला बंदिवान करू शकेन."

" मग ते युद्धतंत्र कोण अवलंबणार? सेनापती कोण आहे? मी की तुम्ही?" ताड् ताड् बोलून द्रोणाचार्यांचा चांगला पाणउतारा करावा, असं दुर्योधनाला फार वाटलं; परंतु या वेळी त्यानं जिभेवर नियंत्रण ठेवलं. शेवटी सेनापती या नात्यानं त्यांचा थोडा तरी आदर राखावाच लागणार होता.

त्रिगर्त देशाचा राजा सुशर्मा म्हणाला, " अर्जुनाला युधिष्ठिरापासून दूर ठेवणं मुळीच कठीण नाही. जिवावर उदार होऊन लढणाऱ्या संशप्तकांची फौज मी उभी करतो. सकाळी युद्ध सुरू होताच माझे संशप्तक वीर अर्जुनाला आव्हान देतील. अर्जुनाला त्यांचं आव्हान स्वीकारावंच लागेल. आणि अशा रीतीनं अर्जुनाला युधिष्ठिरापासून दूर नेणं सहज शक्य होईल."

सुशर्म्यानं तत्काळ आपल्या सेनाधिकाऱ्यांना आज्ञा दिल्या. थोड्याच अवधीत

शिबिरासमोर पेटलेल्या अग्नीच्या उजेडात लालभडक रणवस्त्रं परिधान केलेल्या संशप्तकांची पथकं उभी राहिली. ताज्या उष्ण रक्तात भिजवल्याप्रमाणे दिसणारी त्यांच्या अंगावरील रणवस्त्रं लालपिवळ्या ज्वाळांच्या उजेडात अधिकच भयावह वाटत होती. जिवंतपणीच आपला मृत्यू घोषित करून त्या सहस्रावधी संशप्तकांनी अग्नीच्या साक्षीनं शपथ ग्रहण केली...

"...उद्याच्या युद्धात आम्ही अर्जुनाला ठार करू किंवा त्या प्रयत्नांत आमच्या देहाचं विसर्जन करू. उद्या आम्ही अर्जुनाला ठार केलं नाही तर आम्हाला गुरुहत्येचं पातक लागो. गुरुमातागमनाचं पातक लागो. आश्रयाची याचना करणाऱ्या अतिथीपासून परावृत्त होण्याचं पातक लागो..." असं म्हणत सुशर्म्यासह ते रणभूमीच्या दक्षिणेला निघून गेले. त्या रात्री त्यांनी तिथंच झोप घेतली. आता ते स्वतःला जीवन्मृतच समजत होते...

८७.

युद्धाचा बारावा दिवस उजाडला. सूर्योदयाची वाटच पाहत असलेले संशप्तकांचे समूह अर्जुनाला आव्हान द्यायला पुढे झाले. सुशर्म्यासह त्याचे सत्यरथ, सुरथ, सुधर्मा, सुबाहू, सत्यधर्मा, सत्यव्रत इत्यादी अनेक भाऊ अर्जुनवधाची प्रतिज्ञा करून लढायला सिद्ध झाले. मालव राजपुत्र विंद-अनुविंद यांच्यासह तुंडीकेर योद्ध्यांचे कित्येक समूह आपापल्या रथदलांसह त्यांच्या मदतीसाठी निघाले. अर्जुनाला त्यांचं आव्हान स्वीकारावंच लागलं. द्रुपदाचा भाऊ सत्यजित याच्यावर युधिष्ठिराच्या संरक्षणाची जबाबदारी सोपवून तो संशप्तकांशी लढू लागला.

ठरल्याप्रमाणे सुशर्म्यानं आपली कामगिरी पार पाडताच आपल्या सेनेचा सुपर्णव्यूह रचून सिद्धच असलेल्या द्रोणाचार्यांनी आडव्या आलेल्या धृष्टद्युम्नाची पर्वा न करता युधिष्ठिरावर चाल केली. महारथी कर्ण आणि दुर्योधन सुपर्णव्यूहाच्या पार्श्वभागी राहून द्रोणाचार्यांना सहकार्य करू लागले. पांचाल राजपुत्र वृक आणि युधिष्ठिराच्या संरक्षणाचा भार वाहणारा द्रुपदाचा भाऊ सत्यजित कित्येक योद्ध्यांसह ठार झाले. तोच विराटाचा भाऊ शतानिक द्रोणाचार्यांना अडवायला पुढे झाला. परंतु त्याचीही तीच गत झाली. पराक्रमी शतानिकाचं मस्तक काही क्षणांतच धडावेगळं होऊन रणभूमीवर गडगडत गेलं आणि रक्तमांसाच्या चिखलात नाहीसं झालं. द्रोणाचार्य कोणालाही आटोपत नाहीत, असं पाहून पांचाल वीर युधामन्यू, शिखंडी, उत्तमौजा, युयुधान सात्यकी आणि राजा वसुधान यांनी द्रोणाचार्यांच्या मार्गात रथ आडवे घातले. झालेल्या युद्धात वसुधान, दृढसेन, क्षेमराज, क्षत्रदेव

असे कित्येक वीर धराशायी झाले, तर कित्येकांना विद्ध होऊन माघार घ्यावी लागली.

धृष्टद्युम्नानं रचलेला व्यूह उद्ध्वस्त करत द्रोणाचार्य युधिष्ठिराकडे सरकू लागले. विखुरलेली पांडवसेना पुन्हा एकदा द्रोणाचार्यांभोवती गोळा झाली. द्रोणाचार्यांची आक्रमक चाल पाहून युधिष्ठिराचा रथ हळूहळू मागे सरकू लागला.

त्याच वेळी इकडे दुर्योधनाचा मित्र अंगराज कर्ण दुर्योधनाची पाठराखण करत होता. कालपासून तो ही आणखी एक कामगिरी पार पाडतो आहे. शत्रूशी लढताना त्याचा एक डोळा दुर्योधनाच्या नागफडांकित ध्वजचिन्हावर खिळून आहे. युधिष्ठिराला बंदिवान करण्याच्या प्रयत्नांत इकडे दुर्योधनच बंदिवान झाला तर सगळाच अनर्थ ओढवण्याची शक्यता आहे. म्हणून दुर्योधनाचं संरक्षण करणं तेवढंच गरजेचं आहे. कृष्णासारखा बुद्धिमान प्रतिस्पर्धी समोर असताना कुठलीही शक्यता गृहीत धरणं आवश्यक आहे. म्हणून ती जोखीम कर्णानं स्वतःहूनच अंगावर घेतली आहे.

द्रोणाचार्यांचा पराक्रम पाहून दुर्योधन म्हणाला, "अंगराज, आपल्या सेनापतीचा पराक्रम पाहिलास? त्यांच्यासमोर पांडवसेनेची किती दुर्दशा झाली आहे, ती पाहा. आता आपला विजय दूर नाही."

कर्ण म्हणाला," हा तुझा गैरसमज आहे. ते पाहा, युधिष्ठिराला पाठीशी घालून भीमासह राजा द्रुपद, विराट आणि धृष्टकेतू द्रोणाचार्यांवर एकवटून चालून येत आहेत. युयुधान सात्यकी, युधामन्यू, शिखंडी आणि उत्तमौजा हे पुन्हा एकदा त्यांना जाऊन मिळाले आहेत. ते सर्व जण मिळून आचार्यांवर कोसळत असताना ते मात्र एकटे आहेत. त्यांच्या मदतीला गेलं पाहिजे युवराज. आपल्या सेनेला आक्रमणाची आज्ञा दे."

दुर्योधन कर्णासह द्रोणाचार्यांच्या मदतीला धावला. प्रथम म्लेंच्छ राजा अंग याच्या नेतृत्वाखाली आपलं प्रचंड हत्तीदल त्यानं भीमावर पाठवलं. एकामागून एक अचूक असे भल्ल बाण सोडून भीमानं पांडवसेनेवर चालून आलेली ती विराट गजसेना उधळून लावली. तिचं नेतृत्व करणारा म्लेंच्छांचा राजा अंग आपल्या हत्तीसह ठार झाला. गंडस्थळावर झालेल्या बाणांच्या प्रहारांनी मस्तक फिरलेले हत्ती मागे वळून आपलीच सेना पायाखाली तुडवत धावत सुटले. कौरवसेनेत मोठाच हाहाकार माजला.

भीमानं कुरुसेनेची ती दुर्दशा केलेली पाहून आपल्या सुप्रसिद्ध सुप्रतीक या हत्तीवर आरूढ झालेला प्राग्ज्योतिषपूरचा राजा भगदत्त भीमावर चालून गेला. बसक्या नाकाचा आणि पिवळसर तांबूस वर्णाचा राजा भगदत्त त्याच्या हत्तीसारखाच महाबलवान आहे. तो आता वृद्धत्वाकडे झुकला असला तरी त्याचं शौर्य अजूनही तसंच टिकून आहे. डोळ्यांवर येणारी भिवयांवरील कातडी नेहमीप्रमाणं त्यानं

कापडी पट्टीनं बांधून घेतली आहे. हत्तीवरून लढाई करण्यात कुशल असलेला तो अद्वितीय योद्धा भगदत्त आपल्या सुप्रतीक या हत्तीवर आरूढ होऊन लढाईत उतरला की शत्रुसैन्याची धूळधाण व्हायला उशीर लागत नाही.

आपली बलदंड शुंडा उगारून भयावह चीत्कार करत पुढे आलेल्या त्या उन्मत्त गजराजानं भीमाच्या रथाला जोरदार धडक दिली. धुरंधर वृक्षाच्या कठीण लाकडापासून तयार केलेला आपला मजबूत रथ खिळखिळा होऊन कोलमडण्यापूर्वी भीमानं रथावरून खाली उडी घेतली. अशा प्रकारच्या मद्य पाजून उन्मत्त केलेल्या हत्तींशी कसा सामना द्यावा, हे भीमाला चांगलं माहीत होतं. क्षणार्धात तो त्या विशालकाय हत्तीच्या पोटाखाली शिरला आणि त्याला हातातल्या खड्गानं त्रस्त करू लागला. सुप्रतीक त्याला आपल्या पायांखाली चिरडण्याचा प्रयत्न करत होता तर प्रत्येक वेळी भीम त्याच्या पकडीतून निसटून पुनःपुन्हा त्याला त्रस्त करत होता. परंतु हत्तीशी झुंज देता देता भीमही आता बराच थकला असावा. क्षणभर तो सुप्रतीकाच्या पायांखाली नाहीसा झालेला दिसताच पांडवसेनेत हाहाकार उडाला. त्या भयंकर हत्तीच्या तावडीतून भीमाला सोडवण्यासाठी दाशार्णराज हिरण्यवर्मा आपल्या गजदलासह भगदत्तावर चालून गेला. दाशार्णराजाचा हत्ती भगदत्ताच्या हत्तीशी झुंज देऊ लागला. परंतु सुप्रतीकापुढे त्याचं बळ कमी पडलं. आपले भाल्यांसारखे तीक्ष्ण दात खुपसून सुप्रतीकानं दाशार्णराजाच्या हत्तीला फाडून काढलं. प्राणांतिक चीत्कार करून दाशार्णराजाचा हत्ती मरून पडला. हीच संधी घेऊन भीम सुप्रतीक हत्तीच्या पायाखालून निसटला आणि विजेच्या वेगानं आपल्या सैन्याकडे परतला.

भीम सुखरूप सुटलेला पाहताच पांडवसेना भगदत्तावर तुटून पडली. परंतु भगदत्त डगमगला नाही. तो तत्काळ समोर आलेल्या सात्यकीवर चालून गेला. सात्यकीसह कित्येकांच्या रथाचा चुराडा करत सुप्रतीक पुढे निघाला. त्या एका हत्तीनं संपूर्ण पांडवसेनेत इतका हाहाकार माजवला, की भयभीत झालेले सैनिक वाट फुटेल तिकडे पळत सुटले. कित्येक योद्ध्यांना त्यानं सोंडेत धरून दूर भिरकावून दिलं. कित्येक सैनिक आणि घोडे त्याच्या अजस्र पायांखाली चिरडले गेले. तेवढ्यात भीम पुन्हा एकदा भयभीत झालेल्या सैन्याच्या मदतीला धावून आला. नव्या रथावर आरूढ होऊन त्यानं भगदत्तावर हल्ला चढवला..

भीम आणि भगदत्त यांच्यात सुरू असलेल्या द्वंद्वयुद्धाची वार्ता कळताच संशप्तकांशी लढण्यात गुंतलेला अर्जुन भीमाच्या मदतीसाठी धावला. आतापर्यंत भीमाशी लढण्यात गुंतलेल्या भगदत्तानं अर्जुनावर बाणांचा वर्षाव सुरू केला. भगदत्ताला ठार करायचं तर आधी त्याच्या सुप्रतीक हत्तीला ठार करणं आवश्यक होतं. एकापाठोपाठ कित्येक बाण सोडून अर्जुनानं सुप्रतीकाला जर्जर केलं. अंगावरील

लोहकवच छिन्नविच्छिन होऊन गंभीर जखमी झालेला तो हत्ती वेदनांनी चीत्कारू लागला. आपल्या प्रिय हत्तीची ती स्थिती झालेली पाहून, संतप्त झालेल्या भगदत्तानं हातातला दीर्घ पल्ल्याचा भाला अर्जुनावर फेकून मारला; परंतु अर्जुनानं वाटेतच त्याचे दोन तुकडे केले. तोच भगदत्तानं दुसरा भाला फेकला. मस्तकाचा वेध घेत आलेला तो भाला अर्जुनाचा किरीट घेऊनच जमिनीवर पडला.

"मरण्यापूर्वी एकदा तुझ्या डोळ्यांनी हे जग पाहून घे भगदत्त..." संतापानं बेभान होऊन अर्जुनानं गर्जना केली. आणि तत्क्षणी त्यानं भगदत्तावर तीक्ष्ण अशा जलाल बाणांचा वर्षाव सुरू केला. भगदत्ताच्या अंगावरील लोहकवच छिन्नविच्छिन्न झालं. परंतु भगदत्ताच्या हातात शस्त्र आहे तोवर काहीच साध्य होणार नव्हतं. तेव्हा त्याच्या कपाळावरील पट्टी कापून त्याला आंधळा करणं आवश्यक होतं. एक अत्यंत धारदार असा क्षुरप्र बाण धनुष्यावर चढवून अर्जुनानं भगदत्ताच्या कपाळावरील पट्टीचा वेध घेतला. कपाळावरील पट्टी छेदली जाताच भगदत्त आंधळ्यासारखा चाचपडू लागला. तरीही पराभव न स्वीकारता त्यानं हातातला अंकुश तसाच अर्जुनावर भिरकावला. तो वार चुकवून अर्जुनानं पुन्हा एकदा सुप्रतीक हत्तीच्या मस्तकाचा वेध घेतला आणि आणखी चार बाण टाकून त्याच्या शरीराची पार चाळण केली. विषारी बाणांनी मस्तक छिन्न होताच सुप्रतीक कोसळला आणि त्यासोबत वादळात वृक्ष उन्मळून पडावा त्याप्रमाणे किरातांचा राजा भगदत्त हाही रणभूमीवर कोसळला.

तोच शकुनीच्या वृषक आणि अचल या दोघा भावांनी अर्जुनावर दोन्ही बाजूंनी हल्ला चढवला. अर्जुनाशी कडवी झुंज देऊन तेही जमिनीवर कोसळले. आपल्या सिंहासारख्या पराक्रमी भावांची ती गत झालेली पाहून महारथी शकुनी अर्जुनावर चालून गेला. परंतु अर्जुनाच्या शस्त्रकौशल्यापुढे त्याला माघार घ्यावी लागली. महारथी शकुनीनं रणांगणातून पळ काढलेला पाहताच कौरवसेना दुभंग झाली. भयभीत सैनिक 'हे महारथी कर्ण, हे महारथी कर्ण...' असा धावा करत कर्णाच्या आश्रयार्थ पळू लागले. भयभीत सैनिकांना जीवदान देण्यासाठी दानशूर कर्ण पुढे सरसावला आणि आज प्रथमच कर्णार्जुनांची समोरासमोर गाठ पडली...

परंतु आता युद्धकाल संपत आला होता. तिकडे सूर्य झरझर पश्चिम क्षितिजाकडे निघाला होता. तोच युयुधान सात्यकीनं अर्जुनाला पाठीशी घालून स्वतःच कर्णाला आव्हान दिलं. इकडे दुर्योधन, द्रोणाचार्य आणि जयद्रथ कर्णाच्या मदतीला धावून आले. त्यानंतर भीम, अर्जुन, धृष्टद्युम्न आणि अभिमन्यू यांनी कर्ण, कृपाचार्य आणि द्रोणाचार्य यांना चहुबाजूंनी घेरून जे अभूतपूर्व घनघोर युद्ध सुरू केलं ते सूर्यास्तापर्यंत चाललं. युधिष्ठिराला बंदिवान करण्याचा द्रोणाचार्यांचा प्रयत्न पुन्हा असफल ठरला.

८८.

इतके आटोकाट प्रयत्न करूनही युधिष्ठिर जिवंत सापडत नाही म्हणून दुर्योधनाची अस्वस्थता वाढत चालली. द्रोणाचार्यांच्या नेतृत्वाखाली झालेल्या दोन दिवसांच्या युद्धात कौरवसेनेची अपरिमित हानी झाली होती.

युद्धाच्या तेराव्या दिवशी सकाळी व्यूहरचना करण्यात मग्न असलेल्या द्रोणाचार्यांच्या पुढे जाऊन दुर्योधन म्हणाला, "कालसुद्धा तीच पुनरावृत्ती झाली आचार्य. तुम्ही त्याला बंदिवान करायचं ठरवलं असतं तर कोणीही तुम्हाला अडवू शकलं नसतं. कालचं तुमचं वागणंच मला कळालं नाही. युधिष्ठिराला बंदिवान करण्यात काय अडचण होती तुम्हाला? खरंच तुम्हा मोठ्या लोकांच्या वागण्याचा अर्थच कधीकधी लागत नाही तो असा ! आमच्याकडील एकामागून एक योद्धे धारातीर्थी पडत आहेत आणि त्यांच्याकडचं मात्र कोणीही पडत नाही, हे कशाचं लक्षण आहे? "

उपस्थित कौरववीरांसमोर दुर्योधनानं अशी कानउघाडणी करावी हे द्रोणाचार्यांना फार अपमानास्पद वाटलं. दुर्योधन आपल्या स्वामिनिष्ठेवरच प्रहार करतो आहे असंच त्यांना वाटलं. ते म्हणाले," मी माझ्या सर्व सामर्थ्यानिशी प्रयत्न करतो आहे. तरीही तुझा माझ्यावर विश्वास नाही. अर्जुन जवळपास असेल तर युधिष्ठिराला बंदिवान करणं अशक्य आहे, हे मी तुला आधीच सांगितलं आहे. आज मी पुन्हा प्रयत्न करतो. युधिष्ठिर बंदिवान होईल न होईल; पण पांडवांकडचा एक तरी प्रमुख योद्धा तुला आज रणभूमीवर पडलेला दिसेल..."

मनाशी काहीतरी निर्णय घेऊनच द्रोणाचार्यांनी आक्रमणाचा आदेश दिला. आधीच ठरल्याप्रमाणे सुशर्म्याच्या नेतृत्वाखालील संशप्तकांनी अर्जुनाला युद्धाचं आव्हान दिलं. अर्जुनाशी युद्ध करत ते त्याला युद्धभूमीच्या दक्षिणेला घेऊन गेले. अर्जुन संशप्तकांशी लढायला निघून जाताच द्रोणाचार्यांनी सैन्याची रचना बदलली. सेनापतीचा आदेश मिळताच सर्व योद्ध्यांनी आपापल्या जागा ग्रहण केल्या. चक्राकार कमलव्यूह सिद्ध करून द्रोणाचार्यांनी युधिष्ठिराला आव्हान दिलं.

द्रोणाचार्यांनी केलेला कपटनीतीचा अवलंब पाहून दुर्योधनाच्या उत्साहाला उधाण आलं. द्रोणाचार्यांनी रचलेल्या कमलव्यूहाचा भेद करणं अर्जुनाशिवाय कोणालाही शक्य नव्हतं. युधिष्ठिरच काय पण आता महाबलवान भीम जरी पुढे आला तरी त्याचा सापळ्यात सापडलेल्या हरणाप्रमाणे अलगद बळी पडणार होता. पण दुर्योधनाला फार काळ वाट पाहावी लागली नाही. थोड्याच वेळात पांडवसेनेकडून एक युद्धरथ वायुवेगानं पुढे येताना दिसू लागला. त्यावर सोनेरी ध्वज फडकत होता. निश्चित, निश्चितच तो अभिमन्यूच होता. सेनापती धृष्टद्युम्न, भीम, सात्यकी,

चेकितान, युधामन्यू , शिखंडी, उत्तमौजा, द्रुपद, विराट असे कितीतरी योद्धे आपापलं सेनाबल घेऊन त्याच्या मागोमाग येत होते. अभिमन्यू म्हणजे प्रतिअर्जुनच. दिसायला अर्जुनासारखा रूपवान, तसा पराक्रमातही अर्जुनासारखाच असामान्य. कर्णाचा वृषसेन, दुर्योधनाचा लक्ष्मण, दुःशासनाचा दौःशासनी तसा अर्जुनाचा अभिमन्यू ! जणू प्रतिअर्जुनच...

बलशाली हत्तींच्या झुंडीवर सिंहाचा छावा तुटून पडावा त्याप्रमाणे अभिमन्यूनं द्रोणाचार्यांनी रचलेल्या कमलव्यूहावर जोरदार धडक दिली. अमोघ बाणांचा वर्षाव करत अभिमन्यू स्वतः द्रोणाचार्यांवर कोसळला. भीम, युधिष्ठिर, नकुल, सहदेव आदी सर्व योद्धे अभिमन्यूच्या पाठीशी होतेच. कित्येक मस्तकं धडावेगळी झाली. कित्येक सैनिक अश्वदलाच्या टापांखाली चिरडले गेले. अभिमन्यूचा तो हल्ला अंगावर घेऊन सेनापती द्रोणाचार्य आपलं युद्धकौशल्य पणाला लावू लागले. अधूनमधून आपल्या सैन्याला सूचना देऊ लागले. प्रत्यक्ष सेनापती द्रोणाचार्यांसमोरच कमलव्यूहाला भगदाड पडलं. द्रोणाचार्यांनी रचलेल्या चक्राकार कमलव्यूहाची पहिली पाकळी किलकिली झाली होती. अभिमन्यूनं चक्रव्यूहात प्रवेश केला होता. वणवा पेटत जावा त्याप्रमाणे अभिमन्यू आपल्या सैन्यासह पुढं सरकू लागला. कमलव्यूहाची अशी एक एक पाकळी उचकटत तो तरुण योद्धा असाच पुढे जात राहिला तर संपूर्ण व्यूहरचनाच कोलमडून पडणार होती. तेव्हा त्याला अडवणं आवश्यक होतं. किंवा त्याला आत घेऊन कमलव्यूहाचं मुख बंद करणं आवश्यक होतं.

अभिमन्यू पाठोपाठ आलेला भीम त्याच वेगात पुढे घुसला. तोच द्रोणाचार्यांनी दिलेल्या सूचनेचा अर्थ लक्षात घेऊन सिंधुराज जयद्रथ यानं त्वरा केली. तत्काळ पुढे होऊन त्यानं भीमाला आव्हान दिलं. भीमाला मागे रेटत तो कमलव्यूहाच्या मुखावर जाऊन उभा राहिला.

अभिमन्यूच्या संरक्षणासाठी निघालेले भीमादी सर्व योद्धे कमलव्यूहाच्या मुखावरच अडवले गेले. पुढे गेलेला अभिमन्यू आणि मागे राहिलेले भीमादी योद्धे यांच्यात मोठंच अंतर पडलं. चक्रव्यूहाची उघडलेली पाकळी अभिमन्यूचा रथ गिळून बंद झाली होती. चक्रव्यूहात शिरण्यासाठी भीम शक्ती पणाला लावत होता परंतु जयद्रथ त्याच्या मार्गात पहाडासारखा उभा होता. हताश झालेला भीम चक्रव्यूहाच्या मुखावर पुनःपुन्हा धडका देत राहिला. परंतु चक्रव्यूहात शिरणं त्याला शक्य झालं नाही. शत्रुसैन्यानं घेरलेल्या चक्रव्यूहात अभिमन्यू आता अगदी एकटा, एकाकी पडला. परंतु तो शूर योद्धा मुळीच डगमगला नाही. त्याच्या अगणित बाणांपुढे प्रेतांच्या राशी कोसळू लागल्या. शत्रुसैन्याची दाणादाण उडवत तो एकटा वीर प्राणपणानं अथक झुंजू लागला. अभिमन्यूनं मांडलेला तो विनाश पाहून दुर्योधन स्वतःच त्याच्याशी

लढण्यासाठी उभा राहिला. स्वतः दुर्योधन लढाईत उतरला आहे असं पाहून द्रोणाचार्य त्याच्या मदतीसाठी आले. अभिमन्यूवर चहुबाजूंनी बाणांचा वर्षाव सुरू झाला. दुर्योधन, कर्ण आणि द्रोणाचार्यांसह सर्व कौरवयोद्धे चक्राकार कमलव्यूहाच्या एकेका पाकळीवर उभे होते आणि अभिमन्यू कमलमध्यावर उभा होता. पितामह भीष्मांनी घालून दिलेले धर्मयुद्धाचे नियम मोडून सर्व कौरवयोद्धे एकट्या अभिमन्यूवर तुटून पडले.

परंतु एकटा असूनही अभिमन्यू डगमगला नाही. सर्व सामग्रीनिशी सज्ज असलेल्या कौरवयोद्ध्यांना तो एकटा निर्धारानं तोंड देऊ लागला. चहुबाजूंनी होणाऱ्या हल्ल्यामध्ये प्रचंड लाटांना तोंड देणाऱ्या शिलाखंडाप्रमाणे तो अडीगपणे उभा होता. पाहता पाहता त्यानं कर्णाचं कवच छिन्नविच्छिन्न केलं. मद्रराज शल्य त्याच्या बाणांनी घायाळ होऊन रथातच कोसळला. भावाची ती दुर्दशा झालेली पाहून त्वेषानं पुढे आलेला त्याचा भाऊ द्युतिमान तत्काळ मृत्युमुखी पडला. त्याच्या रथाचे तुकडे तुकडे झाले. याच रणधुमाळीत शल्याचा पराक्रमी पुत्र रुक्मरथ हाही ठार झाला. आपल्या वायुवेगानं धावणाऱ्या रथासह अभिमन्यूवर चालून गेलेल्या अश्मक राजाचीही तीच गत झाली. अभिमन्यूनं अगदी सहजपणे त्याला रणभूमीवर लोळवलं.

शरसंधान करतानाची अभिमन्यूची ती सहजता, त्याचं ते असामान्य कौशल्य आणि निर्भयता पाहून द्रोणाचार्यांचे डोळे आनंदानं भरून आले. अर्जुनाला दिलेलं धनुर्वेदाचं ज्ञान अभिमन्यूच्या रूपानं आज रणभूमीवर मूर्तिमंत अवतरलं होतं. अभिमन्यूचं ते धनुर्विद्याकौशल्य पाहून संतुष्ट झालेले द्रोणाचार्य कृपाचार्यांकडे पाहून म्हणाले, "शाबास ! धनंजयपुत्रा, आज तू माझा प्रिय शिष्य अर्जुनाचा पुत्र शोभलास! तुझा पराक्रम अतुलनीय आहे. तुझ्याशी तुल्यबळ ठरेल असा एकही योद्धा आज इथं उपलब्ध नाही."

" पाहिलंस अंगराज? आमचे पक्षपाती सेनापती शत्रूशी लढायचं सोडून त्याची स्तुती करत आहेत. ठरवलं तर त्याला ठार करणं त्यांना मुळीच अशक्य नाही. पण त्यांनी वेगळंच ठरवलं आहे. आज ते आमचा मृत्यू झालेला पाहणार आहेत." संतापानं बेभान होऊन दुर्योधन ओरडू लागला.

" काळजी करू नकोस बंधो, आता तो ठार झालाच म्हणून समज..." असं म्हणत दुःशासनानं वाटेत आलेला राजा बृहन्त याला ठार करून आपला रथ अभिमन्यूच्या रथावर घातला. पुन्हा भीषण रणकंदन सुरू झालं. अभिमन्यूच्या धनुष्यातून सुटलेला एक मर्मवेधी बाण मस्तकावर आदळताच दुःशासन मूर्च्छित होऊन रथातच कोसळला. त्याच वेळी तिकडे अंबष्ठ नरेश श्रुतायू याचा पुत्र श्रीमान हा दुर्योधनपुत्र लक्ष्मणाच्या हातून ठार झाला. अभिमन्यूच्या प्राणघातक हल्ल्यापासून दुःशासनाला वाचवायचं तर त्याला तत्काळ बाजूला न्यायला पाहिजे होतं.

" सारथी, रथ बाजूला घे..." दुःशासनाच्या सारथ्याला आज्ञा देऊन कर्ण पुढे सरसावला. एक कसलेला योद्धा आणि समोर विजेच्या वेगानं शरसंधान करणारा नवतरुण वीर या दोघांत जीवघेणी झुंज सुरू झाली. कर्णाच्या शस्त्रकौशल्यापुढे अभिमन्यू जेरीला आला. कित्येक प्रकारचे बाण, खड्ग, भाले, ढाली, गदा, तोमर, शूल, प्रास, भृशुंडी इत्यादी शस्त्रं, सैनिकांची तुटलेली मुंडकी, धारातीर्थी पडलेल्या योद्धयांचे देह आणि ठिकठिकाणी माजलेला रक्तमांसाचा चिखल ह्यांनी रणभूमी झाकून गेली. बराच वेळ चाललेल्या त्या युद्धात कोणीही थकलं नाही, की कोणी माघारही घेतली नाही. अचानक चमत्कार घडावा तसं काहीतरी घडलं. तरुण अभिमन्यूनं कसलेल्या योद्धयावर मात केली. अभिमन्यूच्या एका क्षुरप्र बाणानं कर्णाच्या धनुष्याचा वेध घेतला. विजय धनुष्याची प्रत्यंचा तुटून ते ताड्‌कन कर्णाच्या हातून निसटलं. कर्ण निःशस्त्र झाला. दुसरं धनुष्य घेऊन कर्ण त्यावर प्रत्यंचा चढवतो आहे तोवर अभिमन्यू आणखी पुढे आला. तीच संधी घेऊन कर्णबंधू शत्रुंजयानं अभिमन्यूला आव्हान दिलं. आता शत्रुंजय आणि अभिमन्यू यांच्यात तुंबळ युद्ध सुरू झालं. अभिमन्यू शत्रुंजयाला हार जात नव्हता आणि जाणारही नव्हता. शेवटी व्हायचं तेच झालं. अभिमन्यूच्या धनुष्यातून सुटलेला एक धारदार बाण शत्रुंजयाचा कंठनाल छेदून निघून गेला.

" बंधो ऽ ऽ शत्रुंजय..." कर्ण आक्रंदून उठला. प्रत्यंचा चढवून सिद्ध केलेलं त्याच्या हातातलं विजय धनुष्य थरकापलं. याच... अगदी याच क्षणी शत्रुंजयाचा बळी घेणाऱ्या अभिमन्यूचा कंठनाल छेदावा असं वाटू लागलं... परंतु बाण घ्यायला कर्णाचा हात उचलला नाही. कारण अभिमन्यू आता दुसऱ्या योद्धयाशी लढण्यात गुंतला होता. वाटलं... एकाच आञ्जलिक बाणानं क्षणार्धात त्याचं मस्तक... पण — नाही, दुसऱ्या योद्धयाशी लढण्यात गुंतलेल्या योद्धयावर बाण टाकणं हे कर्णाचं ब्रीद नाही. कर्ण शत्रूला ठार करील, ते त्याला सिंहासारखं आव्हान देऊनच...

...समोर दुर्योधनपुत्र लक्ष्मण आणि अभिमन्यू यांच्यात जीवघेणी झुंज पेटली होती. जणू दोन तुल्यबळ वनराज एकमेकांवर कोसळले होते. लक्ष्मणाचा पराक्रम पाहून कौरवसेनेचा उत्साह दुणावला. कर्णाच्या पराभवानं धीर खचून दूर गेलेले सैनिक परत येऊन लक्ष्मणाच्या बाजूनं लढू लागले. बराच वेळ ते युद्ध चाललं. आणि पुन्हा एकदा कौरवांचं दुर्दैव ओढवलं. अभिमन्यूच्या एका सर्पमुख बाणानं लक्ष्मणाच्या कंठाचा वेध घेतला. रूपागुणात प्रतिदुर्योधनच भासणारा तो तरुण राजपुत्र प्राणांतिक वेदनांनी तडफडत रणभूमीवर कोसळला. राजपुत्राची ती दुर्गती झालेली पाहून अवघं कौरवदल शोकविव्हल झालं.

" लक्ष्मण ऽ ऽ पुत्र लक्ष्मण..." शोकावेगानं दुर्योधन किंचाळला. अभिमन्यूकडे

पाहत तो पुढे ओरडला, "अरे, अर्जुनाच्या या क्रूर पोराला कोणी ठार करणार आहे का? आता आणखी कशाची वाट पाहतो आहेस अंगराज?"

दुर्योधनानं केलेल्या त्या आवाहनाबरोबर सेनापती द्रोणाचार्यांसह कृपाचार्य, कर्ण, अश्वत्थामा, भूरिश्रवा, बृहद्बल आणि कृतवर्मा या सर्वांनी एकवटून अभिमन्यूला वेढा दिला. आता अधिक थांबणं उचित ठरणार नव्हतं. आता आणखी कोणा महत्त्वाच्या योद्ध्याचा बळी पडायच्या आत आणि शक्य तेवढ्या लवकर अभिमन्यूला ठार करायलाच पाहिजे होतं. बंधू शत्रुंजयाच्या मृत्यूच्या दुःखानं कर्णाचं मस्तक बधिर झालं होतं, तर त्याच वेळी मित्र दुर्योधनाचा पुत्रविलाप त्याच्या कानाचे पडदे फाडत होता. आता अधिक थांबण्यात अर्थ नव्हता...समोर पाहतो तो काय? अभिमन्यूनं भयावह विनाश मांडला होता. सत्यश्रवा आणि वृंदारक हे दोन्ही राजे त्याच्या हातून ठार झाले. मगध युवराज अश्वकेतू , मार्तिकावत देशाचा राजा भोज आणि असेच आणखी कितीतरी नामवंत योद्धे खाली कोसळले.

" अर्जुनाचा हा पोर आपल्या सेनेवर संकटासारखा कोसळला आहे आचार्य, काहीही करून आधी त्याची बाणवृष्टी थांबवली पाहिजे." द्रोणाचार्यांना उद्देशून कर्ण ओरडला.

" त्याच्या अंगावरील कवच अभेद्य आहे." द्रोणाचार्य म्हणाले." अभेद्य कवचाचं रहस्य माझ्याखेरीज फक्त अर्जुनालाच माहीत आहे. अर्जुनाकडूनच त्याला ते प्राप्त झालेलं असणार. अंगावरील अभेद्य कवचामुळे तो अवध्य आहे आणि हातात शस्त्र आहे तोवर अजिंक्य आहे. त्याला ठार करणं सहज शक्य नाही. म्हणून आधी त्याला निःशस्त्र करा. त्याचे अश्व आणि सारथी मारा...त्याला विरथ करा... कर्णा तू त्याचं धनुष्य तोड. तो निःशस्त्र झाल्यावर त्याच्या पाठीमागे जाऊन त्याच्यावर हल्ला कर."

" पाठीमागे जाऊन हल्ला करू? नाही आचार्य.... कर्ण असं अधर्म युद्ध..." कर्ण म्हणाला. हातातल्या विजय धनुष्यावरची पकड सैल झाल्यासारखं वाटू लागलं. बाण चालवण्यासाठी शिवशिवणाऱ्या हातातलं बळच जणू कोणी शोषून घेतलं होतं. ' शत्रुंजय, बंधो शत्रुंजय ' मन आक्रोशत होतं. बंधुवियोगाचं दुःख काळजाला चिरत होतं. बंधू शत्रुंजयाला ठार करणारा कर्णाचा वैरी अंगात अभेद्य कवच घालून कौरव सेनेशी जीवनमरणाचा खेळ खेळत होता. परंतु वैरी झाला तरी त्याच्यावर पाठीमागून हल्ला करण्याची कल्पनाच मनाला पटत नव्हती. असहाय होऊन कर्णानं दुर्योधनाकडे पाहिलं. दुर्योधनाचे ते शोकसंतप्त लाल लाल डोळे कर्णाला एकच प्रश्न विचारत होते. " त्यानं तुझा भाऊ शत्रुंजय, माझा पुत्र लक्ष्मण यांना ठार केलं आहे कर्णा... आता आणखी कशाची वाट पाहतो आहेस?"

सेनापती द्रोणाचार्यांसह सहाही योद्ध्यांनी पुन्हा एकदा आपल्याला घेरलेलं आहे

असं पाहून अभिमन्यूनं चौफेर बाणवृष्टी सुरू केली. कोसल देशाचा राजा बृहद्बल अभिमन्यूच्या त्या बाणवृष्टीला बळी पडून रथावरून खाली कोसळला. अभिमन्यूला निःशस्त्र केलं नाही, तर सर्वनाश अटळ होता हे निःसंशय. आणि एका बेभान क्षणी कर्णानं तो निर्णय घेतला. रानरेड्याच्या शिंगांपासून तयार केलेलं अभिमन्यूच्या हातातलं ते भलंमोठं धनुष्य कर्णाच्या धनुष्यातून सुटलेल्या एका भल्ल बाणानं काड्कन मोडून पडलं. अभिमन्यू दुसरं धनुष्य घेऊन लढायला सिद्ध होतो आहे तोच सेनापती द्रोणाचार्यांची आज्ञा प्रमाण मानून कृतवर्म्यानं अभिमन्यूच्या रथाचे चारही घोडे ठार केले. कृपाचार्यांनी सुमित्रासह त्याचा दुसराही सारथी ठार केला. तीच संधी घेऊन इतर योद्ध्यांना उत्तेजन देत भूरिश्रवा पुढे घुसला. त्याच्यासह सर्वांनी मिळून अभिमन्यूवर बाणांचा अविरत वर्षाव सुरू केला. परंतु त्या वर्षावाला न जुमानता निःशस्त्र आणि विरथ झालेला अभिमन्यू एका हातात खड्ग आणि दुसऱ्या हातात ढाल घेऊन रणभूमीवर उतरला. अभिमन्यूचं ते असामान्य धाडस पाहून पांडवसेनेत अपरिमित उत्साह संचारला. सैनिक प्राणांची पर्वा न करता लढू लागले. भोवतालच्या सहाही कुरुयोद्ध्यांनी अभिमन्यूला बाणवृष्टीनं झाकून टाकलं. हातातल्या ढालीच्या साहाय्यानं त्या भीषण बाणवृष्टीला तोंड देताना आत्मसंरक्षण करणं, एवढंच आता अभिमन्यूला शक्य होतं. परंतु तो निःशस्त्र किंवा विरथ झाला म्हणून धोका टळला नव्हता. त्याला तत्काळ ठार केल्याशिवाय कौरवांच्या विजयाचा मार्ग निष्कंटक होणार नव्हता...

सेनापती द्रोणाचार्यांनी एक अवजड भल्ल बाण टाकून अभिमन्यूच्या हातातल्या खड्गाचे दोन तुकडे केले. त्याच वेळी कर्णाच्या बाणांनी त्याच्या ढालीचे तुकडे झाले. आत्मरक्षणासाठी अभिमन्यूनं आता एका मोडलेल्या रथाचं चक्र हाती घेतलं. ते गरगरा फिरवत चहुबाजूंनी होणारा बाणांचा वर्षाव तो थोपवू लागला. परंतु पाहता पाहता त्याच्या हातातल्या रथचक्राचेही तुकडे तुकडे झाले. असंख्य जखमांनी घायाळ झालेला, नखशिखान्त रक्तानं माखलेला अभिमन्यू आता पूर्णपणे निःशस्त्र झाला होता... इतका वेळ मृत्यूचं तांडव खेळणाऱ्या अभिमन्यूला आता आत्मसंरक्षण करणंसुद्धा अशक्य झालं. तशातही जवळच पडलेली एक गदा घेऊन त्यानं अश्वत्थाम्यावर भिरकावली. मस्तकाचा वेध घेत गरगरत येणारी ती गदा पाहून अश्वत्थाम्यानं तत्काळ रथावरून खाली उडी घेतली. रथावरून पळ काढल्याशिवाय अभिमन्यूचा तो प्रहार चुकवणं त्याला शक्य नव्हतं.

"हा ऽ ऽ दुष्टा, थांब — " दुःशासनाचा पुत्र दौःशासनी अभिमन्यूला आव्हान देत पुढे आला. हातातली गदा त्यानं अभिमन्यूवर भिरकावली. अभिमन्यूनंही त्याला तसंच प्रत्युत्तर दिलं. दोन तुल्यबळ योद्ध्यांची जीवघेणी झुंज सुरू झाली. युद्ध करून थकलेला अभिमन्यू ताज्या दमाच्या दौःशासनीशी वाघाच्या चापल्यानं लढू लागला.

प्रचंड झंझावातात वृक्ष उन्मळून पडावेत त्याप्रमाणे एकमेकांच्या गदाप्रहारांनी ते दोघे तरुण योद्धे मूर्च्छित होऊन जमिनीवर कोसळले.

कुरुसैनिकांनी धावत जाऊन दौःशासनीला सावध केलं. सकाळपासून सतत युद्ध करून थकलेला अभिमन्यू सावध होऊन जमिनीवरून उठू पाहत होता. डोकं गरगरत होतं. पाय लडखडत होते. तोच दौःशासनीनं घातलेली लोहगदा त्याच्या मस्तकावर आदळली. तत्क्षणी मस्तक छिन्नविच्छिन्न होऊन अभिमन्यू गतप्राण झाला.

...इतका वेळ सेनापती द्रोणाचार्यांसह महारथी कर्ण, कृतवर्मा, अश्वत्थामा आदी अनेक योद्ध्यांना जर्जर करणारा असामान्य वीर धारातीर्थी पडला. अभिमन्यू पडला म्हणून कुरुसैन्य आनंदानं वेडावून गेलं. सर्वत्र रणवाद्यांचा आनंदसूचक कल्लोळ उडाला. कित्येक कुरुसैनिक बलिपशूभोवती नाच करावा त्याप्रमाणे दौःशासनी आणि द्रोणाचार्यांचा जयजयकार करत अभिमन्यूच्या मृत देहाभोवती नाचू लागले.

परंतु कित्येकांना ते अमानुष कृत्य आवडलं नाही. त्यांचे डोळे दुःखाश्रूंनी डबडबून आले.

" हा...हा नीचपणा आहे —" संतप्त झालेला युयुत्सु ओरडून उठला. "पितामहांनी घालून दिलेले नियम इतक्यातच विसरलात? लज्जेनं मान खाली जावी असं दुष्कृत्य केलं असताना आनंद कशाचा साजरा करता? कुठलाही क्षत्रिय करणार नाही असं नीचपणाचं कृत्य तुम्ही केलं आहे. अरे, लांडग्यांनी सिंहाच्या छाव्याला चहुबाजूंनी घेरून ठार केलं म्हणून ते शूर ठरत नाहीत. निषेध... निषेध करतो मी तुमचा आणि तुमच्या त्या तथाकथित क्षात्रधर्माचा !" एवढं बोलून युयुत्सूनं हातातलं धनुष्य जमिनीवर आदळून दूर फेकून दिलं आणि तत्काळ युद्धभूमी सोडून तो निघून गेला.

८९.

बंधू शत्रुंजय, लक्ष्मण, रुक्मरथ, द्युतिमान आणि कोसलनरेश बृहद्बल यांना अग्निसंस्कार दिल्यानंतर मित्र दुर्योधनाला उराशी कवटाळताना कर्णाचं मन एकीकडे आत्मग्लानीनं आणि दुसरीकडे त्वेषानं भरून आलं. हात उचलत नव्हता तरीही अभिमन्यूवर पहिला प्रहार त्यानंच केला होता. बंधू शत्रुंजय आणि लक्ष्मण यांच्या हत्येचा सूड उगवायचा तर त्याला आधी निःशस्त्र करणं आवश्यकच होतं; अन्यथा अभेद्य कवचामुळं त्याला ठार करणं कठीणच ठरलं असतं. त्याशिवाय का सेनापती द्रोणाचार्यांनी ती आज्ञा दिली? आणि ऐन युद्धात सेनापतीची आज्ञा स्वीकारणं हे तर कुठल्याही योद्ध्याचं कर्तव्यच ठरतं.

परंतु संग्रामजिताची हत्या करणारा अर्जुन अजून एकदाही समोर आलेला नाही. संशप्तकांशी सुरू असलेलं युद्ध अर्धवट सोडून युधिष्ठिराच्या रक्षणासाठी धावून येणारा अर्जुन कर्णासमोर का येत नाही? कदाचित अभिमन्यूच्या हत्येला कर्णच कारणीभूत आहे हे वृत्त कळताच तो स्वतःच कर्णाला सामोरा येईल आणि अंगराज कर्ण तर कधीपासून तीच वाट पाहतो आहे. आणि तरीही तो समोर येत नसेल तर कर्णच त्याला सामोरा जाईल आणि आपली अर्जुनवधाची प्रतिज्ञा पूर्ण करील...

आजच्या युद्धात सिंधुराज जयद्रथानं त्याच्यावर सोपवलेली कामगिरी निष्ठेनं पार पाडली होती. कमलव्यूहाच्या मुखावर तो एखाद्या पहाडासारखा उभा राहिला होता. पर्वताजवळ पोचलेला पाण्याचा प्रवाह ज्याप्रमाणे पर्वत ओलांडू शकत नाही आणि परिणामी चहू दिशांनी विभागला जातो त्याप्रमाणे जयद्रथापर्यंत पोचलेलं पांडवसैन्य चहू दिशांनी विभागलं गेलं होतं. अगदी भीमालासुद्धा त्यानं व्यूहात प्रवेश करू दिला नव्हता. युधिष्ठिर, सात्यकी, धृष्टद्युम्न आणि भीम या सर्वांनी मिळून त्याला वाटेतून हटवण्याचे निकराचे प्रयत्न केले; परंतु त्या प्रयत्नांत ते पूर्णपणे असफल ठरले. भीमानं केलेल्या शेवटच्या हल्ल्यात त्याच्या रथाचे चारही अश्व ठार झाले. तरीही भीम कमलव्यूहाचा भेद करू शकला नाही तो नाहीच. उलट त्यालाच आत्मसंरक्षणासाठी सात्यकीच्या रथाचा आश्रय घ्यावा लागला.

पलित्यांच्या लाल-पिवळ्या भगभगीत उजेडात शिबिरातले व्यवहार चालले होते. सर्वत्र जणू उदासीन मरणकळा उतरली होती. आज दुर्योधनाचा पुत्र लक्ष्मण, अंगराजाचा भाऊ शत्रुंजय आणि कोसल नरेश बृहद्बल यांच्यासारखे अतिरथी, महारथी योद्धे धारातीर्थी पडले होते. अभिमन्यू पडला म्हणून आनंद साजरा करावा की आपल्या पक्षातले वीर गेले म्हणून दुःख करावं हेच कळेनासं झालं.

...पांडवशिबिराकडून शंखध्वनी कानावर येऊ लागला. निश्चितच हा कृष्णाच्या पाञ्चजन्य शंखाचा ध्वनी आहे. पाञ्चजन्यापाठोपाठ अर्जुनाच्या देवदत्त शंखाचा आणि भीमाच्या पौंड्र नामक महाशंखाचाही आवाज आकाशात घुमू लागला. निश्चितच, निश्चितच हे युद्धाचं आव्हान देणारे शंखध्वनी आहेत. अभिमन्यूच्या वधाची वार्ता कळलेला शोकार्त अर्जुन दुर्योधनाला उद्याच्या युद्धाचं आव्हान देतो आहे, यात शंकाच नाही.

बाहेर अरिष्टनेमी आल्याची सूचना मिळताच दुर्योधनानं त्याला आत बोलावून घेतलं. अरिष्टनेमी समोर येऊन उभा राहिला.

" काय वार्ता आहे अरिष्टनेमी?"

" अर्जुनानं जयद्रथवधाची प्रतिज्ञा केली आहे महाराजा."

अरिष्टनेमीनं सांगितलेली ती वार्ता ऐकून दुर्योधन दचकलाच ! तो म्हणाला, " तिथं काय घडलं ते सविस्तर सांग."

अरिष्टनेमी सांगू लागला...

“ नेहमीप्रमाणे शिबिरात येताच अर्जुनानं अभिमन्यूची चौकशी केली. परंतु सर्वांचे दुःखानं काळवंडलेले चेहरे पाहताच त्याला नको ती शंका चाटून गेली. अभिमन्यूच्या मृत्यूचं वृत्त कळताच अर्जुनाला फार शोक झाला महाराजा. दुःखानं रुद्ध झालेल्या आवाजात तो म्हणाला, मी त्यांना ठार करीन. त्यांच्या हितचिंतकांना ठार करीन. त्यांचं सगळं सैन्य ठार करीन. भीम, युयुधान, धृष्टद्युम्न एवढं सगळं घडलं तेव्हा तुम्ही कुठे होता? तुमच्यासमोर शत्रूनं माझ्या अभिमन्यूला ठार करावं याची तुम्हाला काहीच का लाज वाटली नाही? तुम्ही त्याचं रक्षण करायला असमर्थ होता की तुम्ही षंढ आहात? तुमच्या उपस्थितीत माझ्या अभिमन्यूला मारायचं त्यांचं धाडस तरी कसं झालं? षंढांनो, त्याला मी तुमच्या हाती सोपवायलाच नको होतं? ...खरं तर मीच त्याचं रक्षण करायला पाहिजे होतं. आता सुभद्रेला काय सांगू? द्रौपदीला आणि उत्तरेला काय सांगू... असं म्हणत त्यानं खूप विलाप केला. तेव्हा कृष्णानंच समजूत घालून त्याला शांत केलं. युधिष्ठिरानं आणि भीमानं घडलेला प्रकार सांगितला. ते सगळं ऐकून अर्जुनानं जमिनीवर अंग टाकून देऊन प्रिय पुत्रा...प्रिय पुत्रा...म्हणत फार विलाप केला महाराजा. आणि थोड्या वेळानं शोक आवरून त्यानं प्रतिज्ञाच उच्चारली...

...निश्चयी स्वरात तो म्हणाला, माझ्या अभिमन्यूच्या मृत्यूला कारणीभूत ठरलेल्या त्या जयद्रथाला उद्या सूर्यास्ताच्या आत ठार करीन... माझ्या प्रतिज्ञापूर्तीच्या मार्गात जे आडवे येतील तेही माझ्या बाणांना बळी पडतील. मग ते द्रोणाचार्य असोत वा कृपाचार्य असोत. ...मी ही प्रतिज्ञा पूर्ण करू शकलो नाही तर.... माझ्या त्या पराक्रमी पुत्राच्या स्मृतीला स्मरून सांगतो.... मी आत्मघात करून घेईन. एवढं बोलून त्यानं प्रत्यंचेचा टणत्कार केला. आपला देवदत्त शंख फुंकून असंतोष जाहीर केला. त्यानंतर कृष्णानंही आपला पाञ्चजन्य शंख फुंकून त्याच्या म्हणण्याला दुजोरा दिला. आपला पौंड्र नामक महाशंख फुंकून भीम म्हणाला, अंधपुत्र धार्तराष्ट्रांच्या मृत्यूचा संदेश घेऊन निघालेले हे शंखध्वनी एव्हाना त्यांच्यापर्यंत पोचले असतीलच. त्यांना म्हणावं आजची रात्र काळरात्र समजा. उद्या सकाळी तुम्हाला मरायचंच आहे.”

गुप्तचरांनी आणलेली ती वार्ता कानावर पडताच अस्वस्थ झालेला जयद्रथ तत्काळ दुर्योधनाच्या भेटीसाठी निघून आला.

“ युवराज, मला आज्ञा दे.” घाईघाईनं जयद्रथ म्हणाला.“ मृत्यूला सामोरं जाण्यापेक्षा सिंधुदेशाला गेलेलं काय वाईट? ”

“ भिऊ नकोस सैंधवा !” दुर्योधन म्हणाला.“ ही प्रतिज्ञा करून त्यानं आपला मृत्यूच ओढवून घेतला आहे असं समज. कुरुक्षेत्र सोडून जायचा विचारसुद्धा मनात आणू नकोस. उद्या आम्ही सगळे मिळून फक्त तुझंच रक्षण करू. अर्जुनाचा वाराही

तुला लागणार नाही, याची खात्री बाळग. तसं झालं तर उद्याच हे युद्ध संपेल आणि आपल्या विजयाचं सगळं श्रेय तुलाच मिळेल. हा पाहा, अर्जुनवधाची प्रतिज्ञा घेतलेला माझा महारथी मित्र कर्ण. त्यानं आता शस्त्र धारण केलं आहे. तो युद्धभूमीवर आहे तोवर तुला निराश व्हायचं कारण नाही. शिवाय मी स्वतः, दुःशासन, मद्रराज शल्य, सेनापती द्रोणाचार्य, गुरुपुत्र अश्वत्थामा, शकुनी, कर्णपुत्र वृषसेन, विविंशती, भूरिश्रवा, सत्यव्रत, विकर्ण हे आणि इतर अनेक कुरुयोद्धे तुझ्या रक्षणासाठी सिद्ध असताना तू काळजी कशाची करतोस? भिऊ नकोस. माझं संपूर्ण सेनाबल उद्या तुझ्या पाठीशी आहे. चल, आताच सेनापती द्रोणाचार्यांची भेट घेऊन उद्याच्या व्यूहरचनेविषयी त्यांनी काय ठरवलं आहे ते पाहू.''

जयद्रथ आणि कर्णाला सोबत घेऊन दुर्योधनानं आचार्यांची भेट घेतली. सायंकाळचं होमहवन आटोपून तेही तोच विचार करत बसले होते.

''आचार्य,'' दुर्योधन म्हणाला, ''आता आपण सर्वांनी मिळून जयद्रथाच्या संरक्षणाची जबाबदारी स्वीकारली पाहिजे. त्यात आपण यशस्वी झालो तर आपला कार्यभाग सहजच साध्य होईल, असं मला वाटतं. त्यासाठी आपण उद्याची व्यूहरचना काय ठरवली आहे?''

आचार्य म्हणाले,'' तोच विचार मी करतो आहे युवराज. अर्जुनाला सहजपणे जयद्रथापर्यंत पोचता येणार नाही अशा अभेद्य चक्रशकटव्यूहाची रचना मी करणार आहे. भीती टाकून तुम्ही सर्व जण शौर्यानं लढा. सिंधुराज, भिऊ नकोस. अर्जुन तुझ्यापर्यंत पोचणार नाही याची दक्षता आम्ही घेऊ. आता तुम्ही निश्चिंतपणे जा. मला आता व्यूहरचनेच्या कामाला लागलं पाहिजे.''

१०.

मध्यरात्रीनंतर सूर्योदयाला अजून बराच अवकाश असताना द्रोणाचार्यांच्या आदेशावरून सैन्याच्या वेगवान हालचाली सुरू झाल्या. द्रोणार्यांनी रचलेल्या चक्रशकटव्यूहात सर्व योद्ध्यांनी आपापल्या जागा ग्रहण केल्या. व्यूहाच्या अग्रस्थानी स्वतः द्रोणाचार्यांचा तांबूस वर्णाचे अश्व जोडलेला रथ उभा होता. त्यावर फडकणारा कमंडलुयुक्त शुभ्र ध्वज पाहून दुर्योधनाचा ऊर आनंदानं भरून आला. चक्रशकटव्यूहाच्या मदतीसाठी आचार्यांनी आणखी एक सूचिपद्मव्यूह रचून जयद्रथाच्या संरक्षणाची योजना तयार केली होती.

आचार्य म्हणाले,'' सिंधुराज, सूर्योदयाला युद्धारंभ होताच मी इकडे पांडवसेनेला आव्हान देतो. तोवर भूरिश्रवा, कर्ण, अश्वत्थामा, शल्य, वृषसेन, कृपाचार्य यांच्यासह

एक लक्ष अश्वदल, साठ सहस्र रथदल आणि चौदा सहस्र गजदल एवढी सेना सोबत घेऊन तू इथून तातडीनं बारा योजनं मागे जा. मला पराभूत केल्याशिवाय अर्जुन तुझ्यापर्यंत पोचू शकणार नाही.''

द्रोणाचार्यांनी दिलेल्या निर्देशाप्रमाणे नेमून दिलेलं सैन्य सोबत घेऊन जयद्रथ निघून गेला.

सूर्योदय होताच रणदुंदुभी निनादू लागल्या. युद्धाला तोंड फुटलं.

'' कुठे आहे तो षंढ अर्जुन! काय तुझा पराक्रम असेल तो आज आम्हाला दाखव म्हणावं...'' दुर्योधनाचा भाऊ दुर्मर्षण आपलं प्रचंड गजदल घेऊन अर्जुनाला आव्हान देत पुढे निघाला.

एक सहस्र रथदल, तीन सहस्र अश्वदल आणि दहा सहस्र पदातींसह बंधू दुर्मुख त्याच्या मदतीसाठी मागोमाग निघाला. दुर्मर्षणाचं आव्हान स्वीकारून स्वतः महाधनुर्धर अर्जुन भीम आणि धृष्टद्युम्नासह कुरुसेनेवर घसरला. थोड्याच वेळात दुर्मर्षणाच्या गजदलाचा धुव्वा उडवून तो पुढे घुसला. दुर्मर्षणाचं निवारण करून अर्जुन पुढे आलेला दिसताच दुःशासनाचा संताप अनावर झाला. त्यानं आपल्या गजदलासह अर्जुनाला घेरलं. परंतु तोही वेढा फोडून अर्जुन बाहेर पडला आणि द्रोणाचार्यांना टाळून जयद्रथाकडे सरकू लागला.

'' थांब...मला, ...तुझ्या शत्रूला पराभूत केल्याशिवाय तू पुढे जाऊ शकत नाहीस पार्था — '' अर्जुनाला आव्हान देत द्रोणाचार्य म्हणाले.

'' तुम्ही माझे गुरू आहात आचार्य, शत्रू नव्हे —'' अर्जुन म्हणाला आणि तसाच पुढे निघाला.

अर्जुन तसाच पुढे गेला तर आपली व्यूहरचनाच निरर्थक ठरेल हे जाणून द्रोणाचार्य अर्जुनाला तत्काळ आडवे गेले. आज गुरु-शिष्याची रणांगणावर प्रथमच समोरासमोर गाठ पडली. इतक्या सहज कोणीही कोणाला हार जाणार नव्हतंच. अर्जुनाला युद्धात गुंतवून ठेवण्याचा द्रोणाचार्यांचा हेतू लक्षात येताच कृष्णानं अर्जुनाचा रथ पिटाळला.

'' थांब... थांब.... '' म्हणत द्रोणाचार्य अर्जुनाचा पाठलाग करू लागले.

द्रोणाचार्यांना टाळून अर्जुन पुढे निघाला आहे हे पाहून कांबोजराज सुदक्षिण, वरुणपुत्र महारथी श्रुतायुध आणि कृतवर्मा अर्जुनाला अडवायला पुढे झाले. शूरसेन, शिबी, केकयबंधू आणि मद्रक त्यांच्या मदतीसाठी धावले. कृतवर्म्यानं अर्जुनाच्या दोन्ही चक्ररक्षकांना अडवलं. कृतवर्म्याची तमा न बाळगता अर्जुनानं रानडुकरासारखी मुसंडी मारली. वाटेत आडवा येईल त्याला लोळवत तो जयद्रथाच्या दिशेनं वेगात पुढे सरकू लागला.

झालेल्या युद्धात श्रुतायुध आणि सुदक्षिण ठार झाले. कृतवर्मा अर्जुनाच्या

बाणांनी विद्ध होऊन युद्धभूमी सोडून बाजूला गेला. कुरुसेनेची त्रेधा उडालेली पाहून कलिंग युवराज श्रुतायू आणि अश्रुतायू हे दोघे बंधू अर्जुनावर धावून गेले. अर्जुनाला त्यांनी खूपच संत्रस्त केलं. श्रुतायू आणि अश्रुतायू यांना त्यांच्या दोघा पुत्रांसह ठार करून अर्जुन तसाच पुढे निघाला.

" .... आचार्य !" तेवढ्यात धावत आलेला दुर्योधन द्रोणाचार्यांवर ओरडू लागला. "अर्जुन जयद्रथाकडे निघाला आहे आचार्य. त्याला अडवण्यासाठी तुम्ही काहीही केलेलं नाही. प्रत्यक्ष सेनापती द्रोणाचार्य आडवे आले असताना अर्जुन निघून जातो हे शक्य तरी आहे का? सेनापतीच असे निष्क्रिय राहणार असतील तर सेनेला लढायचं धैर्य राहील का? याला मी काय म्हणू आचार्य? याला त्यांच्यावरचं प्रेम म्हणू की आमचा तिरस्कार म्हणू? माझी मती कुंठित झाली आहे आचार्य. मी तुमचा कोणता अपराध केला आहे ते तरी सांगा? पितामह गेले, पुत्र लक्ष्मण गेला, पाठचे भाऊ गेले, माझं अर्धंअधिक सैन्य गेलं...अजून तरी तुम्ही मला मदत करणार आहात की नाही? की शत्रूचा पराक्रम पाहत स्वस्थ बसणार आहात? तुमच्या शब्दावर विसंबून जयद्रथाला थांबवून घेतलं, हेच चुकलं. तुम्ही असा घात कराल हे माहीत असतं तर ती चूक मी केलीच नसती. आज तो अर्जुनाच्या हातून वाचत नाही हेच खरं. ...माझं काही चुकलं असेल तर क्षमा करा आचार्य; पण जयद्रथाच्या संरक्षणाची जबाबदारी तुमची आहे हे लक्षात ठेवा. अजूनही जा.... त्याला वाचवा आचार्य..."

" तुला युद्धशास्त्रातलं काय कळतं म्हणून तू हे सांगतो आहेस? मी इथून हललो तर आपली व्यूहरचना कोलमडून पडेल. तो पाहा युधिष्ठिर येतो आहे. मी त्याला बंदिवान करतो. तोवर तू स्वतःच जाऊन अर्जुनाला अडव. हे घे, हे अभेद्य कवच शरीरावर धारण कर. म्हणजे तू अर्जुनाला तोंड देण्यास समर्थ होशील..." एवढं बोलून आचार्यांनी रथात ठेवून दिलेलं ते कवच दुर्योधनाच्या खांद्यावर चढवलं आणि ते म्हणाले, "युवराज, तुझ्या बोलण्याचा मला राग नाही. माझा शिष्य म्हणून तू मला मुलासारखा आहेस. एवढंच कशाला? तू मला माझ्या अश्वत्थाम्याहूनही अधिक प्रिय आहेस. तू शूर आहेस. अनुभवी आहेस. जा... शौर्यानं आणि आत्मविश्वासानं लढ. विजयी हो."

द्रोणाचार्यांनी दिलेलं ते अभेद्य कवच धारण करून दुर्योधन अर्जुनाच्या पाठलागावर निघाला. एव्हाना द्रोणाचार्यांनी रचलेल्या चक्रशकटव्यूहाचा भेद करून अर्जुन खूप पुढे निघून गेला होता.

आता सूर्य जवळपास डोक्यावर आला होता. अंगातून घामाच्या धारा वाहू लागल्या. अंगभर झालेल्या जखमा घामाच्या खारटपणामुळे अधिकच चरचरू लागल्या. सैनिकांना मद्य आणि पाणी पुरवणाऱ्या सेवकांची पुरती घाई उडाली.

जयद्रथाच्या शोधात निघालेला अर्जुनाचा रथही काही काळ वाटेत थांबला. कृष्णानं अश्वांना चारापाणी दिलं. रथचक्रांना वंगण घातलं. तोवर एका उंच झाडावर चढून अर्जुन रणभूमीचं निरीक्षण करू लागला. तोच अवंतीचे राजे विंद आणि अनुविंद या दोघा भावांनी मिळून अर्जुनावर हल्ला चढवला. घाईघाईनं रथ जुंपून अर्जुन त्यांना तोंड देऊ लागला. झालेल्या लढाईत विंद आणि अनुविंद हे दोघेही अर्जुनाच्या हातून ठार झाले. त्यांच्या सैन्याचा संहार करत अर्जुन पुढे निघाला. तोवर मागून आलेल्या दुर्योधनानं त्याला गाठलंच.

"अर्जुना, मागून दुर्योधन येतो आहे. शत्रूवर सूड घेण्याची आयती संधी चालून आली आहे. पण लक्षात ठेव. तो मोठा धनुर्धर आहे. त्याला सामान्य समजू नकोस." अर्जुनाला सावध करत कृष्ण म्हणाला.

"अर्जुना... थांब —" अर्जुनाला आव्हान देत दुर्योधन पुढे आलाच. "तुझ्या पराक्रमाविषयी मी खूप ऐकलं आहे, पण अजून पाहिला मात्र नाही. आज तुझा तो पराक्रम मला दाखव..."

अर्जुनाला आव्हान देऊन दुर्योधनानं बाणांचा वर्षाव सुरू केला. प्रत्युत्तरादाखल अर्जुनानंही तसेच अगणित अमोघ बाण टाकले. परंतु त्या बाणांचा दुर्योधनावर काहीच परिणाम झाला नाही. दुर्योधनानं अभेद्य कवच धारण केलं आहे हे लक्षात येताच त्याला निःशस्त्र करायचं ठरवून अर्जुनानं आधी त्याचे अश्व मारले. सारथी प्रभंजन याला ठार केलं. आणि शेवटी त्याच्या हातातलं धनुष्य छेदून दुर्योधनाच्या शरीराचा जो भाग अभेद्य कवचानं झाकलेला नव्हता, त्या भागावर सूची बाण टाकून त्याला इतकं जर्जर केलं की दुर्योधनाला माघार घेण्याशिवाय दुसरा पर्यायच उरला नाही.

दुर्योधनाला पराभूत करून अर्जुन सूचिपद्मव्यूहाच्या अगदी जवळ येऊन ठेपला. परंतु व्यूहाच्या आत अजूनही खूप दूरवर असलेल्या जयद्रथापर्यंत पोचणं इतकं सहज शक्य नव्हतं. कारण द्रोणाचार्यांनी नेमून दिलेले कर्णादी अनेक योद्धे आपापल्या विशाल सेनेसह त्याच्या रक्षणासाठी सिद्ध होते.

कृष्णानं आपला पाञ्चजन्य शंख फुंकून अर्जुनाचा रथ सूचिपद्मव्यूहाजवळ आल्याची सूचना दिली. त्याबरोबर जयद्रथाचं रक्षण करत असलेल्या सर्व योद्ध्यांनी अर्जुनाला वेढायला सुरुवात केली. तिकडे द्रोणाचार्यांनी रचलेला चक्रशकटव्यूह कधीच कोलमडून पडला होता. आता जयद्रथाचं रक्षण करायचं तर त्यांना सूचिपद्मव्यूहावरच लक्ष केंद्रित करायला पाहिजे होतं. त्यासाठी त्यांना दुर्योधनाच्या मदतीला जाणं आवश्यक होतं. परंतु पांडवसेनापती धृष्टद्युम्न आणि नकुल-सहदेवांसह प्रतिविंध्य, सुतसोम, श्रुतकीर्ती, श्रुतकर्मा आणि शतानिक या पांडवपुत्रांनी त्यांना पुरतं जखडून ठेवलं. पित्याचा अपमान करणाऱ्या द्रोणाच्या नरडीचा घोट घेण्यासाठी

धृष्टद्युम्न वाघासारखा टपूनच होता. इतका वेळ रथावरून लढणाऱ्या धृष्टद्युम्नानं हातातलं धनुष्य टाकून खड्ग हाती घेतलं आणि तो द्रोणाचार्यांवर धावला.

हातात खड्ग घेतलेल्या धृष्टद्युम्नाला तसा पिसाटासारखा धावत येताना पाहून द्रोणाचार्य गोंधळलेच. त्यांनाच काय पण जगालाही जाळून टाकील अशी आग त्याच्या डोळ्यांतून सांडत होती. अधिक उशीर झाला असता तर तो द्रोणाचार्यांच्या रथावरच चढला असता. परंतु झट्कन सावध होऊन द्रोणाचार्यांनी एक अर्धचंद्राकृती बाण धनुष्यावर चढवला आणि तत्काळ धृष्टद्युम्नाच्या कंठाचा वेध घेतला. तोच द्रोणाचार्यांच्या धनुष्यातून सुटलेल्या त्या बाणावर दुसरा बाण आदळला. द्रोणाचार्यांच्या बाणाची दिशाच बदलली. तत्क्षणी द्रोणाचार्यांनी वळून पाहिलं. तो बाण सात्यकीचा होता. हाती आलेली शिकार सात्यकीमुळे निसटली म्हणून संतप्त झालेले द्रोण सात्यकीकडे वळले.

" ब्राह्मण जातीत जन्म घेऊन क्षत्रिय कर्मं आचरणारा हा क्रियानष्ट ब्राह्मणच पांडवांच्या छळाचं मूळ कारण आहे. यालाच आधी संपवलं पाहिजे —" सात्यकी म्हणाला. आणि सेनेला आक्रमणाचा आदेश देत शुभ्र अश्व जोडलेला आपला रथ त्यानं द्रोणाचार्यांच्या रथावर घातला.

एकाच बाणात त्यानं प्रथम द्रोणाचार्यांचा ध्वज खाली पाडला. दुसरा बाण टाकून त्यांचं धनुष्य तोडलं. झट्कन दुसरं धनुष्य घेऊन द्रोणाचार्य निकरानं लढू लागले. बराच वेळ चाललेल्या त्या युद्धात दोघे रक्तबंबाळ झाले. द्रोणांपुढे सात्यकीचं बळ कमी पडू लागलं आहे असं पाहून धृष्टद्युम्नानं आपला रथ मध्ये घातला. आता धृष्टद्युम्न आणि द्रोण यांच्यात द्वंद्व सुरू झालं.

गुरुशिष्यांच्या त्या धुमश्चक्रीत द्रोणाचार्यांच्या हातून शिशुपालपुत्र धृष्टकेतू आणि केकयनरेश बृहत्क्षत्र हे दोघे महारथी वीर ठार झाले. धृष्टद्युम्नाचा पुत्र क्षत्रधर्मा हाही मारला गेला. द्रोणाचार्यांनी मांडलेला तो विनाश पाहून भीमाचं मस्तक संतापानं तापून निघालं. एका मोडक्या रथाचं चक्र उचलून त्यानं द्रोणांच्या रथावर घातलं. त्या आघातानं द्रोणाचार्यांचा रथ खिळखिळा झाला. त्यांना रथ सोडून बाहेर यावंच लागलं.

तोच दुर्योधनाचे भाऊ त्यांच्या रक्षणासाठी धावून आले. क्रूरकर्मा भीमानं एकेक करून त्यांची मुंडकी पिरगाळली आणि धडावेगळी करून कुरुसैन्यात भिरकावून दिली. भीमाचं ते क्रूर कृत्य पाहून कुरुसेनेत मोठाच हाहाकार उडाला.

भीमावर युधिष्ठिराच्या संरक्षणाची जबाबदारी सोपवून सात्यकी अर्जुनाच्या मदतीसाठी निघाला. सात्यकी युधिष्ठिरापासून बाजूला जातो आहे असं पाहून द्रोणाचार्यांचा उत्साह द्विगुणित झाला. धृष्टद्युम्नानं रचलेला व्यूह उद्ध्वस्त करण्याची संधी आता त्यांना मिळाली होती. तेवढ्यात युधिष्ठिराच्या आज्ञेवरून भीमदेखील

अर्जुनाच्या मदतीसाठी निघाला. वाटेत आलेल्या धृतराष्ट्रपुत्रांना आणि धृतराष्ट्राचा अमात्य वृषवर्मा यांना लोळवत भीम पुढे घुसला.

"— थांब भीमा !" भीमाला आव्हान देत द्रोणाचार्य गरजले. " हा मी तुझा शत्रू इथं उभा आहे. अर्जुनाच्या मदतीला जाण्यापूर्वी तुला आधी माझ्याशी लढावं लागेल. तो माझ्यासमोरून निघून गेला म्हणून तुला जाता येईल असं समजू नकोस."

हातातल्या लोहगदेवरची पकड घट्ट करत भीम म्हणाला," अरे धर्मभ्रष्ट ब्राह्मणा, अर्जुनाला तुझ्या अनुमतीची गरज नव्हती. त्यानं तुझ्यावर दया दाखवली म्हणून मीही दाखवीन असं समजू नकोस. कधी काळी तू आमचा गुरू होतास, गुरू म्हणून आम्हाला पितृस्थानी होतास; म्हणून मला तुझ्याविषयी आदर वाटत होता. परंतु आता तू शत्रू म्हणून समोर आला आहेस तर ठीक आहे. तुझ्या इच्छेप्रमाणे होऊ दे —" असं म्हणून भीमानं आपल्या हातातली लोहगदा द्रोणाचार्यांवर भिरकावली. विद्युत्वेगानं गरगरत आलेली ती गदा द्रोणाचार्यांच्या रथचक्रावर आदळताच ते काड्कन मोडलं. निकामी झालेला तो रथ सोडून द्रोण दुसऱ्या रथाचा आश्रय घेत आहेत तोवर भीम पुढे निसटला आणि पाहता पाहता थेट सूचिपद्मव्यूहापर्यंत जाऊन पोचला.

अर्जुनाच्या मदतीसाठी निघालेल्या सात्यकीला प्रथम कृतवर्म्यानं अडवलं. कृतवर्म्याला पराभूत करून आणि मगधराज सहदेवाचा भाऊ जलसंध याला ठार करून सात्यकी पुढे निघाला. तोच बाल्हिकराज सोमदत्ताचा पुत्र भूरिश्रवा त्याला अडवण्यासाठी उभा राहिला. त्याच वेळी दुसरीकडे अर्जुन आणि जयद्रथ यांच्यात जीवघेणी झुंज पेटली. दुर्योधन जयद्रथाला मदत करू लागला.

" ए सात्यकी, स्वतःला मोठा वीर समजतोस तू ! पण आज तू संपलास म्हणून समज. बरा सापडलास. इतके दिवस तुलाच शोधत होतो." भूरिश्रव्यानं सात्यकीला आव्हान दिलं. सात्यकीला पाहताच त्याच्या मनात सुडाची आग भडकली होती.

" खूप बडबडलास ! आता बोललास ते करून दाखव." भूरिश्रव्याचं ते आव्हान स्वीकारत सात्यकी म्हणाला.

दोन्ही घराण्यांत चालत आलेलं पूर्वापार वैर आठवून सात्यकी आणि भूरिश्रवा हे दोघं योद्धे उपाशी लांडग्यांसारखे एकमेकांवर तुटून पडले...

...वसुदेवाची पत्नी देवकी हिच्या स्वयंवरप्रसंगी झालेल्या युद्धापासून बाल्हिक आणि वृष्णी यांच्यात वैर पेटलं ते कायमचं. सात्यकीचा पिता शिनी यानं वसुदेवासाठी देवकीचं हरण केलं असता सोमदत्त त्याला आडवा गेला होता. सोमदत्ताचा पराभव करून शिनीनं त्याच्या मस्तकावर लाथ मारली होती. त्या वेळी झालेला तो दारुण

पराभव, शिनीनं मारलेली ती लाथ, सोमदत्त आणि त्याची मुलं अजूनही विसरलेली नाहीत...

पहिल्याच हल्ल्यात सात्यकीनं भूरिश्रव्याच्या मोठ्या भावाल- भूरीला लोळवलं. संतापलेला भूरिश्रवा आपला लहान भाऊ शल याच्यासह सात्यकीवर घसरला.

तिकडे भीमाची वाटच पाहत असल्याप्रमाणे कर्ण त्याच्या मार्गात पहाडासारखा उभा होता. कर्णाला टाळण्याचा प्रयत्न करत भीमानं मुसंडी मारली.

" षंढासारखी पाठ दाखवू नकोस कौंतेया !" भीमाचा तो प्रयत्न हाणून पाडत कर्णानं आव्हान दिलं.

शेपटीवर पाय पडताच सर्प उलटावा तसा भीम उलटला. पाहतो तर कर्ण प्रसन्नपणे त्याच्याकडेच पाहतो आहे. त्याच्या असामान्य देखण्या मुखमुद्रेवर कुठला राग नाही की द्वेष नाही. भीमाला प्रश्न पडला...हा माझा शत्रू ना? मग हे प्रसन्न हास्य कशाचं? मुखावर प्रसन्न वात्सल्य आणि जिभेवर मात्र हेटाळणीचे शब्द? निश्चितच यात काहीतरी कपट दिसतं. द्यूतसभेत द्रौपदीला वारांगना म्हणणाऱ्या या यःकश्चित् सूतपुत्राला अद्दल घडवलीच पाहिजे. याचा रथ उलथून टाकून या गदेनं याचं मस्तक चेचलं पाहिजे...

क्रुद्ध भीमानं निकराचा हल्ला चढवला. परंतु कर्ण अगदी सहजपणे आणि हसतमुखानं प्रतिकार करू लागला. परिणामी अधिकच क्रुद्ध झालेल्या भीमानं कर्णाचं धनुष्य तोडलं. त्याचा सारथी ठार केला आणि गदाप्रहारांनी त्याच्या रथाचा चुराडा केला.

" दुर्जय, तो दुष्ट भीम कर्णाला ठार करील. तू भीमाला आव्हान दे." रक्तानं निथळणाऱ्या कर्णाकडे पहात दुर्योधन ओरडला.

दुर्योधनाच्या आज्ञेप्रमाणे दुर्जयानं भीमावर हल्ला चढवला; परंतु भीमापुढे तो टिकाव धरू शकला नाही. प्राणांतिक जखमांनी घायाळ होऊन तो जमिनीवर कोसळला तो कायमचाच.

नव्या रथावर आरूढ होऊन कर्णानं पुन्हा एकदा भीमाला आव्हान दिलं. त्याच्या मुखावरील वात्सल्यदर्शक स्मितहास्य लुप्त होऊन त्याची जागा आता क्रोधाग्नीनं घेतली होती. संतापलेला भीम तर आता पुरता वेडापिसा झाला होता. त्यानं पुन्हा एकदा कर्णाला निःशस्त्र करून त्याच्या रथाचा चुराडा केला. तोच भावाच्या मृत्यूचा सूड घेण्यासाठी दुर्मुख पुढे आला. विरथ झालेल्या कर्णानं दुर्मुखाच्या रथाचा आश्रय घेतला. भीमाशी झालेल्या युद्धात दुर्मुख ठार झाला.

छिन्नकवच आणि जखमांनी घायाळ झालेला कर्ण दुर्मुखाच्या रथातून भीमाशी लढू लागला. विजयोन्मादानं सिंहनाद करणाऱ्या भीमाशी लढत असलेल्या कुरुसेनेचं

मनोधैर्य खचू द्यायचं नसेल, तर भीमाला थोपवणं भागच होतं. तशाही स्थितीत कर्णानं भीमाला जर्जर केलं. दुर्मर्ष, दुःसह, जय, चित्र, उपचित्र, चित्राक्ष, चारुचित्र, चित्रायुध, चित्रवर्मन आणि विकर्ण हे सारे दुर्योधनबंधू कर्णाच्या मदतीला धावून आले. परंतु एक एक करून भीमानं त्यांनाही ठार केलं. विकर्णाला ठार करताना तो म्हणाला, '' बंधो विकर्ण, या दुष्टांमध्ये तूच एक फक्त धर्म काय आहे ते जाणत होतास. परंतु हा क्षात्रधर्म हाही एक शापच आहे. त्यामुळेच पितामह भीष्म आणि तुझ्यासारख्या लोकांवर शस्त्र धरावं लागतं. मला क्षमा कर बंधो...''

आपल्या संरक्षणासाठी मृत्यूचं स्वागत करणाऱ्या त्या राजपुत्रांना पाहून कर्णाला इतकं दुःख झालं की शरीरभर झालेल्या जखमांच्या वेदना विसरून त्यानं भीमाशी निकराचं युद्ध आरंभलं. पहिल्याच तडाख्यात त्यानं भीमाचा सारथी विशोक याला ठार केलं. त्याच्या रथाचा चुराडा केला. निकामी झालेल्या त्या व्याघ्रचर्मवेष्टित रथातून बाहेर पडताना भीमानं एक लांब पल्ल्याचा भला मोठा भाला कर्णावर फेकून मारला. परंतु तो प्रहार शिताफीनं चुकवून कर्ण पुन्हा त्याच प्रसन्न मुखमुद्रेनं भीमासमोर उभा राहिला. आपला प्रहार कर्णानं चुकवलेला पाहून संतप्त झालेल्या भीमानं तत्काळ खड्ग हाती घेतलं आणि तेच फेकून मारलं. चक्राकार गतीनं भिरभिरत आलेलं ते खड्ग कर्णाच्या धनुष्याचे दोन तुकडे करत लांबवर जाऊन पडलं. तत्काळ दुसरं धनुष्य हाती घेऊन कर्ण पुन्हा युद्धासाठी सज्ज झाला.

निःशस्त्र झालेला भीम कर्णाला रथाखाली खेचण्यासाठी त्याच्या रथावर चढला. भीमाचं ते असामान्य धाडस पाहून आत्मसंरक्षणासाठी कर्णानं रथाच्या ध्वजदंडामागे आश्रय घेतला. कर्णाचा तो नागकक्षांकित ध्वजदंड खाली खेचत भीमानं रथाखाली उडी घेतली आणि कर्णाच्या बाणांपासून स्वतःचं रक्षण करण्यासाठी तो हाताला येतील ती शस्त्रं, मेलेले हत्ती आणि अश्वांचे अवयव, मोडलेल्या रथांची चक्रं असं जे जे म्हणून हाती लागेल ते ते कर्णावर भिरकावून फेकू लागला.

आत्मसंरक्षण करत असतानाच भीमानं कर्णाला पुरतं जखडून ठेवलं होतं; परंतु भीमाला ते फार काळ शक्य झालं नाही. भीमाच्या विशाल छातीवर धनुष्य टोचून कर्ण म्हणाला, '' मूर्खा, खादाडा, अरे, युद्धभूमी म्हणजे तुला विराटाचा भटारखाना वाटला की काय? युद्ध करणं म्हणजे माणसं मारणं नव्हे ! युद्धशास्त्र जाणत नाहीस तर क्षत्रिय कशाला म्हणवतोस? ते तुझ्यासारख्या रासवटाचं काम नाही. जा, जा भटारखान्यात जा, नाही तर वनात जाऊन कंदमुळं खा आणि आणखी लठ्ठ हो. तुला ज्या काही आज्ञा द्यायच्या असतील त्या बल्लवांना दे. सैनिकांना नव्हे ! '' आणि हसत हसत पुन्हा एकदा भीमाला धनुष्याच्या टोकानं डिवचत कर्ण म्हणाला, '' बाळ भीमा, जा... कृष्णार्जुन असतील तिथं जाऊन लढ. ते तुझी काळजी घेतील. यानंतर पुन्हा कर्णासमोर यायचं धाडस करू नकोस...''

सणक्‌न एक बाण कर्णाच्या मस्तकावरून निघून गेला. भीमाची ती अवहेलना होताना पाहून जयद्रथाला सोडून अर्जुन कर्णाकडे वळला होता. कर्णानंही मोठ्या आनंदानं अर्जुनाचं आव्हान स्वीकारलं. सूर्य आता अस्ताचलाकडे निघाला होता आणि सूर्यास्त होईपर्यंत अर्जुनाला युद्धात गुंतवून ठेवणं अत्यंत आवश्यक होतं.

सोमदत्ताचा पुत्र भूरिश्रवा आणि शैनेय सात्यकी या दोघांत पेटलेलं युद्ध आता इतकं भडकलं होतं की दोघांपैकी कोणीतरी एक जण संपल्याशिवाय ते थांबणार नव्हतं. सात्यकी द्रोणाचार्यांशी लढून बराच थकला असला तरी तो भूरिश्रव्याला हार जात नव्हता. त्याच्या मदतीला गेलेल्या श्रुतकर्म्यानं भूरिश्रव्याचा धाकटा भाऊ शल याला संपवलं. धाकट्या भावाच्या मृत्युमुळे अधिकच पेटलेल्या भूरिश्रव्यानं सात्यकीच्या दहा मुलांना संपवलं. आणि सात्यकीलाही ठार करण्यासाठी तो इरेला पेटला. सात्यकीच्या मदतीला गेलेला वत्सराज मणिमान हाही कधीच मृत्युमुखी पडला होता.

एकमेकांचे सारथी आणि अश्व ठार करून ते दोघे आता खड्‌ग आणि ढाली घेऊन एकमेकांसमोर उभे ठाकले. बेभान होऊन लढताना त्यांच्या हातातली खड्‌गं तुटली, ढाली फुटल्या. एकमेकांच्या नरडीचा घोट घेण्यासाठी आसुसलेले ते योद्धे आता एकमेकांना भिडले. भीषण मल्लयुद्ध सुरू झालं. आधीच थकलेल्या सात्यकीला भूरिश्रव्यानं वर उचलून खाली आदळलं आणि त्याचे केस धरून भूरिश्रवा त्या महारथी वीराला फरफटत ओढू लागला.

“ अर्जुना, तुझा प्रिय शिष्य युयुधान सात्यकीची ती दुरवस्था पाहा.... युद्ध करून थकलेल्या त्या वीराला भूरिश्रवा ठार करायला निघाला आहे.”

थोड्याच वेळापूर्वी अर्जुनाचं लक्ष भीमाकडे वेधणाऱ्या कृष्णानं त्याचं लक्ष आता सात्यकीकडे वेधलं. सात्यकीची ती दुरवस्था डोळ्यांना दिसत असूनही अर्जुनाचा हात भात्याकडे जात नाही, असं पाहून कृष्ण म्हणाला, “ तुला मदत करायला आलेल्या तुझ्या एका मित्राची तुझ्या डोळ्यांसमोर हत्या होत असताना तू काय पाहत बसणार आहेस का? सात्यकी निःशस्त्र आहे अर्जुना !”

सात्यकीच्या मस्तकावर लत्ताप्रहार करत भूरिश्रवा ओरडला,“ नीचा ! तुझ्या पित्यानं... शिनीनं माझ्या पित्याच्या मस्तकावर लाथ मारली होती. म्हणून हे पाहा... मीही तुझं मस्तक लाथांनी तुडवून काढतो आहे.”

सात्यकीच्या छातीवर पाय रोवून भूरिश्रव्यानं खड्‌ग उगारलं. खड्‌ग घेतलेला त्याचा हात खाली येणार तोच अर्जुनाच्या धनुष्यातून एक धारदार आञ्जलिक बाण सुटला आणि पापणी लवते न लवते तोच भूरिश्रव्याचा उजवा बाहू झाडाची फांदी तुटावी त्याप्रमाणे खड्‌गासह तुटून दूर जाऊन पडला.

गर्र्‌कन अर्जुनाकडे वळून भूरिश्रवा ओरडू लागला...

" अर्जुना, हे धर्मयुद्ध नाही ! तू पाठीमागून वार केला आहेस. हे क्षत्रियोचित नाही. मी तुझ्याशी लढत नव्हतो. मी तुला आव्हानही दिलेलं नव्हतं. असं असताना तू बाण का टाकलास? हाच का तुझा पराक्रम? श्रेष्ठ धनुर्धर म्हणवतोस ना स्वतःला? तुझ्या या नीच कृत्याचा युधिष्ठिराकडे कोणता हिशेब देणार आहेस तू? ...पण हे कृत्य तुझं नाही. ज्याच्या धमन्यांतून क्षत्रिय रक्त वाहत आहे, असा कुठलाही क्षत्रिय वीर असं अधम कृत्य कधीही करणार नाही. दोष तुझा नाही. तू धरलेल्या संगतीचा आहे. तो घातकी, हीन कुलोत्पन्न कृष्ण तुला दुसरं काय सांगणार आहे?"

" वाढत्या वयाबरोबर तुझी बुद्धीही तुला सोडून गेलेली दिसते." अर्जुन किंचाळला. " युद्धात थकलेल्या निःशस्त्र योद्ध्याला फरफटत नेऊन त्याचा शिरच्छेद करणं हे क्षत्रियोचित आहे का? सात्यकी माझा साह्यकर्ता मित्र आहे. त्याचं रक्षण करणं हे माझं कर्तव्य आहे. नीच माणसा, माझ्या निःशस्त्र झालेल्या अभिमन्यूवर तुम्ही सहा जण लांडग्यांसारखे तुटून पडलात तेव्हा तुमचा क्षात्रधर्म झोपला होता का? तूच तेव्हा इतरांना उत्तेजन देत होतास ना? कृष्णाला दोष देऊ नकोस. तो माझा हितकर्ता आहे."

अर्जुनानं म्हातारपणाचा उद्धार करताच भूरिश्रव्याच्या डाव्या हातातली ढाल गळून पडली. लज्जित होऊन त्याची मान खाली झुकली. तोच सात्यकीनं केलेल्या खड्गाच्या प्रहारानं त्याचं मस्तक धडावेगळं झालं.

त्या अधर्म्य कृत्याबद्दल सर्व सेना सात्यकीची निंदा करू लागली. परंतु त्याकडे लक्ष न देता तो म्हणाला," माझ्या पुत्रांना ठार करणाऱ्या, माझ्या मस्तकावर लत्ताप्रहार करणाऱ्या नीच शत्रूला ठार करणं हा अधर्म असेल, तर तो मी केला आहे!"

११.

सूर्य झरझर अस्ताचलाकडे निघाला होता. भूरिश्रव्याच्या मृत्यूनं खचलेल्या दुर्योधनाला अजूनही आशा वाटत होती... सर्व योद्ध्यांना तातडीनं जयद्रथाभोवती सुरक्षाकवच उभारायला सांगून कर्णाला सामोरा येत तो म्हणाला," मित्रा, आज आपलं दैव बलवत्तर आहे असंच मला वाटतं. अर्जुनाची प्रतिज्ञा आपल्या पथ्यावरच पडली आहे. आज आम्ही जयद्रथाचं रक्षण करू शकलो तरी पुरेसं आहे. तो आपली प्रतिज्ञा पूर्ण करू शकला नाही तर त्याचा आत्मनाश अटळ आहे. आपण ही संधी सोडता कामा नये. त्याची प्रतिज्ञा असफल कशी होईल, एवढंच आपण पाहायचं.

आज तुझ्या पराक्रमाची आणि शस्त्रकौशल्याची कसोटी आहे, असंच समज. अर्जुनाला जयद्रथाचं नखही दिसू देऊ नकोस. तो पाहा, सूर्य अस्ताचलाकडे निघाला आहे. आता लवकरच सूर्यास्त होईल. तोवर शल्य, अश्वत्थामा, कृपाचार्य यांच्यासह आपण सर्वांनी मिळून जयद्रथाभोवती सुरक्षाकवच उभं केलं तर अर्जुनाला जयद्रथापर्यंत पोचणं सर्वस्वी अशक्य आहे. राहिलंच तर अर्जुनाचं लक्ष विचलित करायला सुशर्म्याचं संशप्तकांचं दल केव्हापासून सज्ज आहे.''

" युवराज,'' कर्ण म्हणाला,'' भीमाशी लढताना मी फार घायाळ झालो आहे खरा. पण आता माघार नाही. माझं जीवित तुझ्यासाठी आहे. आज मी माझं संपूर्ण सामर्थ्य पणाला लावीन, यात शंका बाळगू नकोस.''

" कुठं आहे तो नीच जयद्रथ !'' जयद्रथाला शोधत पुढे आलेल्या अर्जुनानं रानरेड्यासारखी बेभान धडक दिली. परंतु जिवावर उदार झालेली संशप्तकांची तीच ती पथकं आजही पुन्हा त्याला समोर दिसू लागली.

" हे नपुंसका अर्जुना !'' संशप्तकांचा प्रमुख राजा सुशर्मा अर्जुनाला आव्हान देत होता. " काही पौरुष शिल्लक असेल तर आधी आमच्याशी लढायला ये...''

अर्जुनाचा अहंकार दुखावला. कृष्ण विरोध करत असतानाही अर्जुनानं त्याला आपला रथ संशप्तकांवर घालायला सांगितला. संशप्तकांच्या टोळीनं अर्जुनाला पुन्हा एकदा युद्धभूमीपासून दूर ओढून नेलं.

भीम आणि युयुधान सात्यकी हे दोघे कर्ण, दुर्योधन, शल्य, अश्वत्थामा आणि कृपाचार्य यांच्याशी झुंजू लागले. धृष्टद्युम्न आणि नकुल-सहदेव हे अजूनही तिकडे द्रोणाचार्यांशी लढण्यात गुंतले होते. सात्यकीनं कर्णाच्या रथाचा चुराडा केला. परंतु कर्ण लढायचा थांबला नाही. दुर्योधनाच्या रथावर चढून तो सात्यकीला तोंड देऊ लागला.

सर्वांचं लक्ष पुनःपुन्हा पश्चिम क्षितिजाकडे वळत होतं; परंतु सूर्यास्त व्हायला किती अवकाश आहे याचा अदमास येत नव्हता. कारण क्षितिजाला टेकलेल्या एका विशालकाय मेघानं सूर्यबिंब झाकून टाकलं होतं. थोड्याच अवधीत सुशर्म्यासह सर्व संशप्तकांचा नाश करून अर्जुन जयद्रथाकडे वळला. कोणत्याही परिस्थितीत त्याला सूर्यास्ताच्या आत जयद्रथापर्यंत पोचायचं होतं.

पहिल्यांदा त्याच्या समोर आला तो गुरुपुत्र अश्वत्थामा. तो पराभूत झाल्यावर कर्णानं अर्जुनाला आव्हान दिलं. दोघा महारथी योद्ध्यांचं घनघोर युद्ध पेटलं. अर्जुनाच्या एका भल्ल बाणानं कर्णाचं धनुष्य तुटलं. तो दुसरं धनुष्य घेऊन लढायला सज्ज होतो आहे तोच कृपाचार्यांना टाळून अर्जुनानं जयद्रथाच्या रानडुकराचं ध्वजचिन्ह फडकत असलेल्या रथाकडे धाव घेतली. तोवर चहुबाजूंनी जयद्रथ-विजयाच्या घोषणा निनादू लागल्या.

" सूर्यास्त झाला... सूर्यास्त झाला. युद्ध थांबवा..." जिकडे तिकडे एकच हाकाटी सुरू झाली. कुरुसेनेत तर अमाप उत्साह संचारला.

" अर्जुना, त्वरा कर... तो पाहा अजून सूर्यास्त झालेला नाही. जयद्रथ क्षितिजाकडे पाहतो आहे. त्वरा कर -" कृष्ण अर्जुनाला सांगत होता...

अर्जुनानं पश्चिम क्षितिजाकडे पाहिलं. क्षितिजाला टेकलेला तो विशालकाय मेघ आभाळात किंचित वर सरकला होता. इतका वेळ ढगात लपलेलं सूर्यबिंब अर्धअधिक क्षितिजाखाली गेलं होतं आणि त्याची इवलीशी कडा डोळ्यांना स्पष्ट दिसत होती. संकट टळल्याच्या आनंदात वेडा झालेला जयद्रथ सूर्यास्त झाल्याची खात्री करण्यासाठी क्षितिजाकडेच पाहत होता. क्षितिजावर टेकलेली सूर्यबिंबाची ती सोनेरी कडा दिसताच जयद्रथ भेदरला. परंतु आता उशीर झाला होता. त्याला लपायलाही वेळ मिळाला नाही. त्याच क्षणी अर्जुनाच्या धनुष्यातून सुटलेल्या आञ्जलिक बाणानं क्षणार्धात त्याचं मस्तक धडावेगळं झालं.

निराश झालेल्या पांडवसेनेत उत्साहाची लाट संचारली. सर्वत्र अर्जुनाचा जयघोष सुरू झाला. कृष्णासह अर्जुन, भीम, सात्यकी, युधामन्यू यांनी विजयदर्शक शंख फुंकले. ते शंखध्वनी ऐकताच तिकडे युधिष्ठिरानं द्रोणाचार्यांवर निकराचा हल्ला चढवला. सूर्यास्त झाला तरी आज युद्धविरामदर्शक भेरी वाजल्या नाहीत. भीमपुत्र घटोत्कचाच्या नेतृत्वाखाली पांडवसैन्य रात्रियुद्धासाठी सज्ज झालं. कुरुक्षेत्रावर सुरू असलेल्या धर्मयुद्धाचे अनेक नियम एक एक करून मोडत चालले होतेच. त्यातलाच एक नियम आज स्वतः धर्मराज युधिष्ठिरानंच मोडीत काढला...

१२.

भारतीय युद्धाच्या चौदाव्या दिवशीची ती रात्र चूड लागल्याप्रमाणे पेटून उठली. जयद्रथाच्या वधामुळे आनंदानं वेडावून गेलेल्या पांडवसैन्यानं घटोत्कच आणि भीम यांच्या नेतृत्वाखाली कौरवसेनेचा संहार मांडला. आठ महाकाय हत्ती जोडलेल्या आठ चक्रांच्या लोहनिर्मित रथावर आरूढ झालेला भीमपुत्र घटोत्कच कुरुसेना चिरडत पुढे घुसला. त्याच्या अस्वलचर्मवेष्टित रथावर ताज्या रक्तातून काढल्याप्रमाणे दिसणारा लालभडक ध्वज फडफडत होता. त्यावरील गृध्रचिन्ह रात्रीच्या काळोखात अधिकच भयावह वाटत होतं. त्याच्या रथचक्रांचा गडगडाट ऐकताच सैनिकांची गाळण उडाली. पलित्यांच्या धूसर उजेडात एकच रणकंदन सुरू झालं. रात्रियुद्धात प्रवीण असलेल्या घटोत्कचानं कुरुसेनेचा विनाश आरंभलेला पाहून दुर्योधन काळजीत पडला. घटोत्कचानं आरंभलेला तो नरसंहार असाच सुरू राहिला तर युद्धाचा अंत

पाहायला दुसरा दिवस उजाडायची गरजच पडणार नव्हती.

अश्वत्थाम्याजवळ जाऊन दुर्योधन म्हणाला,'' गुरुपुत्रा, आता तूच आपल्या सेनेचं रक्षण कर. रात्रियुद्धात प्रवीण असलेला माझा मित्र कर्ण कुठे दिसत नाही.''

'' तू निश्चिंत राहा युवराज. पिता द्रोणाचार्यांना पांडवांविषयी प्रेम आहे हे खरं, परंतु युद्धात अशा भावनांना स्थान नसतं...'' अश्वत्थामा म्हणाला. आणि एवढं सांगून दुर्योधनाच्या इच्छेप्रमाणे तो पांडवसेनेवर तुटून पडला.

पहिल्याच तडाख्यात त्यानं घटोत्कचाचा पुत्र अंजनपर्वा याला ठार केलं. घटोत्कच पुढे येताच त्यालाही मूर्च्छित पाडलं आणि हाती लागेल तेवढ्या सैन्याचा सर्वनाश करत तो पुढे घुसला.

पुढे येणाऱ्या अश्वत्थाम्याला अडवण्यासाठी धृष्टद्युम्न पुढे झाला. सामान्य सैनिकांचा संहार करत निघालेल्या अश्वत्थाम्याला आव्हान देत तो म्हणाला,''तुल्यबळ योद्ध्यांशी सामना कर अश्वत्थामा ! सामान्य सैनिकांना मारून शौर्य दाखवू नकोस.''

'' नीच पांचाल ! एवढीच तुला मरायची घाई झाली असेल तर ये माझ्यासमोर.'' धृष्टद्युम्नाचं आव्हान स्वीकारत अश्वत्थामा म्हणाला.

'' लक्षात ठेव... तुला ठार करण्यापूर्वी मी तुझ्या पित्याला ठार करणार आहे.'' धृष्टद्युम्न म्हणाला आणि युद्धभूमीवर इकडून तिकडे धावणाऱ्या पलित्यांच्या उजेडात तो अश्वत्थाम्यावर घसरला. युधिष्ठिर आणि भीम यांनीही अश्वत्थाम्याला वेढा दिला. तोच दुर्योधनानं भीमाला आव्हान दिलं. भीम आणि दुर्योधन, नकुल आणि शकुनी, शिखंडी आणि कृपाचार्य, द्रुपद आणि कर्णपुत्र सुषेण, विराट आणि शल्य यांच्यात द्वंद्वयुद्धे सुरू झाली.

तोच रात्रियुद्धात प्रवीण असलेला कर्ण एखाद्या झंझावाताप्रमाणे पांडवसेनेवर कोसळला. त्याची वाटच पाहत असल्याप्रमाणे दबा धरून बसलेल्या अर्जुनानं कर्णाला आव्हान दिलं. कर्णार्जुन पुन्हा एकमेकांसमोर आले. झालेल्या युद्धात सारथी आणि अश्व मारले जाऊन कर्ण विरथ झाला. भीमाशी झालेल्या निकराच्या युद्धात आधीच घायाळ झालेल्या कर्णाचा पराभव झालेला पाहून दुर्योधनानं किर्मिराचा पुत्र अलंबुष याला कर्णाच्या मदतीसाठी पाठवलं आणि त्याच वेळी पांडवसेनेचा नाश करण्यासाठी किर्मिराचा मोठा भाऊ अलायुध याची योजना केली. ताज्या दमाचा अलायुध आणि त्याचा पुतण्या अलंबुष या दोघांनी पांडवसेनेचा निर्घृण संहार आरंभला.

युद्धशास्त्रात दुर्योधनापेक्षाही अधिक चतुर असलेल्या कृष्णानं अलायुधावर घटोत्कचाला पाठवलं आणि धृष्टद्युम्न, अर्जुन, शिखंडी, युधामन्यू आणि उत्तमौजा यांना कर्णाविरुद्ध उभं केलं. अलंबुषाला ठार करून बंधू इरावान याच्या वधाचा सूड घेतल्यानंतर घटोत्कचानं कर्णाकडे मोर्चा वळवला. तोच अलंबुषाच्या हत्येनं वेड्या

झालेल्या अलायुधानं त्याला आव्हान दिलं. घटोत्कचानंही तेवढ्याच त्वेषानं अलायुधावर हल्ला चढवला. आपल्या दोन्ही भावांच्या हत्येच्या सुडासाठी दुर्योधनाच्या बाजूनं रणभूमीवर उतरलेला अलायुध घटोत्कचाच्या हातून ठार झाला.

"अंगराज..." दूर अंधारातून दुर्योधन ओरडून सांगत होता. "आपल्या सेनेला पांचाल, मत्स्य आणि पांडवसेनेचा विळखा पडला आहे. तिला तुझ्याशिवाय कोणीही वाचवू शकणार नाही. माझा तुझ्या पराक्रमावर विश्वास आहे अंगराज."

विजयोन्मादानं वेडा झालेला घटोत्कच आता कर्णावर चालून गेला. कर्णानं त्याला विरथ करून पळवून लावण्याचा प्रयत्न केला. परंतु घटोत्कचानं माघार घेतली नाही. घनदाट अंधारात शिरून त्यानं आणि त्याच्या सैनिकांनी कुरुसेनेचा विनाश सुरूच ठेवला. ठिकठिकाणी पेटलेल्या पलित्यांमुळे शत्रुपक्षातील सैनिकांना टिपणं त्यांना अधिकच सोयीचं जाऊ लागलं. रात्रियुद्धातलं हे रहस्य माहीत नसलेला दुर्योधन स्वतःवरच चडफडू लागला. पलित्यांमुळेच विनाश ओढवला आहे हे पाहून त्यानं पलिते विझवायची आज्ञा दिली. परिणामी सैन्यात आणखीच गोंधळ सुरू झाला. आपण कुठं आणि कोणाविरुद्ध लढतो आहोत हेच सैनिकांना कळेनासं झालं. आपल्या अनुमतीशिवाय पलिते पेटवले आणि पुन्हा विझवले म्हणून सेनापती द्रोणाचार्य दुर्योधनावरच संतापले.

घटोत्कच आणि त्याच्या राक्षस सैनिकांनी मांडलेला उच्छाद अजूनही थांबला नव्हताच.

"आज हा राक्षस संपला नाही तर आपला एकही सैनिक जिवंत राहणार नाही. अंगराज, आधी याला संपव." समोर आलेल्या नकुलावर धावून जात दुर्योधन ओरडला.

द्रोणाचार्यांच्या आज्ञेवरून पुन्हा पलिते पेटवण्यात आले. अंधाराचा अदमास घेऊन कर्णानं घटोत्कचावर निकराचा हल्ला चढवला. घटोत्कचानंही कर्णाला घायाळ केलं. परंतु महारथी कर्ण आता माघार घेणार नव्हता. भीम आपल्या पराक्रमी पुत्राच्या मदतीला येण्यापूर्वीच कार्यभाग साधायला हवा होता. हातात एक तीक्ष्ण भाला घेऊन त्यानं वेध घेतला आणि पुढच्याच क्षणी घटोत्कच त्या प्रहारानं रथाखाली कोसळला.

" घटोत्कच पडला, घटोत्कच पडला." एकच हलकल्लोळ उडाला.

घटोत्कच पडताच सेनापती द्रोणाचार्यांचा उत्साह दुणावला. त्यांनी आता नव्या जोमानं पांडवसेनेवर हल्ला चढवला.

जवळपास मध्यरात्र झाली असावी. अजूनही युद्ध थांबायचं कुठलंच चिन्ह दिसत नव्हतं. सकाळपासून लढत असलेल्या सैनिकांना झोप अनावर झाली होती. ते इतके थकले होते की अन्नपाणी मिळालं नसतं तरी चाललं असतं; परंतु त्यांना

आता झोप हवीशी झाली होती. रथांतून लढणारे योद्धेसुद्धा आता पेंगुळले होते. कित्येक सैनिक जागा दिसेल तिथे अंग टाकू लागले. हातातली शस्त्रं नकळत गळून पडू लागली. झोप न मिळाल्यानं मस्तकावरचा ताबा सुटलेले शत्रुसैनिक त्यांना झोपेतच ठार करू लागले.

" आचार्य —" महारथी अर्जुन मोठ्यानं ओरडून द्रोणाचार्यांना विनंती करत होता..." सर्व सैनिक थकले आहेत. सर्वांनाच झोप अनावर झाली आहे. प्रहरभरानं चंद्रोदय होईल. त्या वेळी पुन्हा युद्धारंभाचा शंख फुंकला जाईल. तोवर सर्वांना आहे तिथंच निद्रा घेऊ देत..."

अर्जुनानं केलेली ती विनंती आचार्यांना तत्काळ मान्य झाली. त्यांनी सर्व सेनेला रणभूमीवरच निद्रा घेण्याचा आदेश दिला. मद्य पुरवणाऱ्या सेवकांची घाई उडाली. मद्याचे घट घेऊन ते सैनिकांना मद्य पुरवू लागले. भरपूर मद्य प्राशन करून रथी, अतिरथी आणि महारथी वीर आपापल्या रथांवरच झोपले. सारथी घोड्यांना चारापाणी घालून रथनीडावरच लवंडले. विशालकाय हत्तींनी जमिनीवर बसकण घेतली. त्यांच्यावरून लढणारे योद्धे जागीच कलंडले. अश्वसादांनी अश्वांच्या पाठीवरच अंग टाकलं. लक्षावधी पदाती जागा मिळेल तिथं जमिनीवर पडले. आजूबाजूला माजलेला रक्तमांसाचा चिखल, मृत सैनिकांचे देह, रक्तलांछित शस्त्रास्त्रांचे ढीग, विषारी बाणांची टोकं, प्राणांतिक वेदनांनी घायाळ होऊन विव्हळणारे सैनिक आणि मृत्यूच्या प्रतीक्षेत तडफडत असलेल्या हत्ती-घोड्यांच्या सान्निध्यात ते निद्राधीन झाले.

मृतमांस खाण्यासाठी येणाऱ्या कोल्ह्या-कुत्र्यांना आणि लांडग्यांना दूर ठेवण्यासाठी ठिकठिकाणी पलिते पेटवून सेवक जागे राहिले. ताजं रक्त पिण्यासाठी चटावलेल्या त्या प्राण्यांचे भयावह आवाज, सैनिकांचे हुंकार आणि हत्तींच्या सोंडेतून निघणारे श्वासोच्छ्वासांचे फुत्कार कानावर येत राहिले...

१३.

प्रहररात्र उलटली. चंद्रोदय झाला. सारखं तेल ओतून तेवत ठेवण्यात आलेले पलिते विझवण्यात आले. युद्धभूमीवर सर्वत्र क्षीण चंद्रप्रकाश पसरला. प्रहररात्र शिल्लक असतानाच सर्वत्र युद्धारंभसूचक शंख वाजू लागले. पुन्हा एकदा रणदुंदुभी आणि रणभेरी निनादू लागल्या.

" अरे, काय चाललंय तरी काय?" दुर्योधन आपल्या शिबिरात सेनापती द्रोणाचार्यांसह सर्व कुरुयोद्ध्यांवर ओरडत होता. " रोज आमचं सहस्रावधी सैन्य मारलं जात आहे आणि आमचे सेनापती बघ्याची भूमिका घेत आहेत. कोण किती

मनापासून लढतो आहे ते तर दिसतंच आहे. मनापासून लढायचं नव्हतं तर इथं आला आहात तरी कशाला? तुमच्या मनात काय आहे ते तरी एकदा सांगा...''

द्रोण, कर्ण, कृप, अश्वत्थामा आदी सारे मुकाट्यानं ऐकत होते. दुर्योधनाचा रोख कोणावर आहे हे सर्वांना माहीतच होतं. दुर्योधनाचं बोलून झाल्यावर द्रोणाचार्य खाली मान घालून बाहेर पडले. सारथ्याला रथ सिद्ध करायला सांगून त्यांनी युद्धारंभाचा शंख फुंकला.

दिवस उजाडला. सूर्य आकाशात वर वर चढू लागला. थकल्या अंगानं घेतलेली रात्रीची ती प्रहरभराची झोप सोडली तर द्रोणाचार्यांनाही विश्रांती मिळालेली नव्हतीच. तरीही पंचाऐंशी वर्षांचे द्रोण सोळा वर्षांच्या नवतरुणासारखे त्वेषानं लढू लागले. कसलेला योद्धा महारथी राजा विराट त्यांना तोंड देत होता. उत्तर, शंख, श्वेत हे पुत्र आणि शतानिकासारखा पाठचा भाऊ गमावल्यानंतर विराटाकडे आता स्वतःखेरीज गमावण्यासारखं काही शिल्लक राहिलेलं नव्हतंच. जिवावर उदार होऊन तो लढत होता.

प्राणपणानं लढणाऱ्या विराटाला ठार करून द्रोणाचार्यांनी पांडवसेनेचा भीषण संहार सुरू केला. आज त्यांनी काय ठरवलं होतं कोणास ठाऊक ! कोणीही त्यांच्यासमोर टिकाव धरू शकलं नाही. कदाचित दुर्योधनानं केलेल्या अपमानामुळे दुखावून त्यांनी पांडवसेनेचा निःपात करायचं ठरवलं असावं. स्वतः अर्जुनसुद्धा आज त्यांच्यापुढे निष्प्रभ ठरला. सेनापतीच्या त्या पराक्रमानं आनंदून गेलेला दुर्योधन इतर योद्ध्यांना उत्तेजन देऊ लागला. सूर्य माथ्यावर आला तरी युद्ध थांबलं नाही की द्रोणाचार्यांनी घेतलेल्या आक्रमक पवित्र्यात शैथिल्य आलं नाही.

द्रोणाचार्यांनी पांडवसेनेचा चालवलेला तो भीषण संहार पाहून महाराजा द्रुपदानं त्यांना आव्हान दिलं. परंतु तोही द्रोणांपुढे टिकाव धरू शकला नाही. द्रोणांच्या शरवर्षावापुढे हतबल होऊन तोही मृत्युमुखी पडला. द्रुपदाच्या मृत्यूचा सूड घेण्याच्या प्रयत्नांत धृष्टद्युम्नाचे पुत्र क्षत्रंजय, क्षत्रवर्मा आणि शिखंडीचा पुत्र क्षत्रदेव हेही ठार झाले. याच रणधुमाळीत पांडवांचा आजोबा कुंतिभोज, मामा पुरुजित, भोजराज अंशुमान, शिशुपालाचा कनिष्ठ पुत्र सुकेतू, वीर व्याघ्रदत्त, राजा सत्यधृती हेही मृत्युमुखी पडले. कर्णपुत्र सत्यसेन अर्जुनाच्या बाणाला बळी पडला. परिणामी कर्णही सुडानं पेटून उठला. द्रोण आणि कर्ण या दोघांनी मिळून पांडवसेनेत हाहाकार माजवला. अर्जुनानंही संशप्तकांसोबतच आयुधजीवी म्लेंच्छ समूहांचा संहार सुरू केला.

युद्धाच्या धुमश्चक्रीत कोण कोणाविरुद्ध आणि कुठं लढतो आहे हेही समजेनासं झालं. आणि तेवढ्यात सर्वत्र ' अश्वत्थामा पडला... अश्वत्थामा पडला...' अशी हाकाटी सुरू झाली. ...खरंच अश्वत्थामा पडला आहे की द्रोणाचार्यांचं मनोधैर्य विचलित करण्यासाठी ही हाकाटी उठवण्यात आली आहे? काहीच कळेनासं झालं.

"अश्वत्थामा मेला. मी... मी त्याला ठार केला !'' मोठमोठ्यानं गर्जना करत भीम द्रोणाचार्यांकडेच येत होता. परंतु द्रोणाचार्य विचलित झाले नाहीत. मत्स्यपांचालांसह पांडवसेनेचा संहार त्यांनी सुरूच ठेवला. सहस्रावधी रथदल, गजदल आणि अश्वदल त्यांच्या बाणवर्षावापुढे धराशायी झालं होतं आणि अजूनही होणार होतं.

अश्वत्थामा पडल्याची हाकाटी सुरूच होती. ...खरंच का माझा प्रिय पुत्र अश्वत्थामा युद्धात ठार झाला आहे? द्रोणाचार्य क्षणभर विचलित झाले. ती वार्ता सत्य आहे की काय या आशंकेनं अस्वस्थ झालेले द्रोणाचार्य असहायपणे इकडेतिकडे पाहू लागले. वेड्यासारखे सैनिकांना विचारू लागले. आणि त्यांनी खरंच अश्वत्थामा गेला म्हणून सांगितलं तर विश्वास न पटून सैरभैर होऊ लागले.

...अश्वत्थामा जिवंत आहे, माझा प्रिय पुत्र अश्वत्थामा जिवंत आहे, भीम आणि त्याच्या सैनिकांनी ही खोटी कंडी पिकवली आहे... असं सांगणारं कोणीतरी त्यांना हवं होतं. परंतु ज्याला विश्वासानं विचारावं असं कोणीच त्यांना आसपास दिसेना. ...नाही, माझा अश्वत्थामा जिवंत आहे... निश्चित, निश्चितच जिवंत आहे ! द्रोणाचार्यांचं अंतर्मन त्यांना सांगत होतं. परंतु अश्वत्थाम्याला पाहिल्याशिवाय किंवा तो जिवंत असल्याची वार्ता कळाल्याशिवाय मनाला समाधान होणार नव्हतं...

" पुत्र युधिष्ठिर...." दूर अंतरावर लढत असलेल्या युधिष्ठिराला त्यांनी हाक दिली." खरंच का माझा प्रिय पुत्र अश्वत्थामा मला सोडून गेला आहे? तू सत्यवादी आहेस. सत्य काय आहे ते मला सांग...''

" होय आचार्य..." युधिष्ठिरानंही तेवढ्याच मोठ्या आवाजात ओरडून सांगितलं. चहुबाजूंनी वाढलेल्या रणवाद्यांच्या आवाजात युधिष्ठिराचे शब्द खूपच अस्पष्ट वाटले. पुढे तो म्हणाला," भीमानं सांगितलं ते सत्य आहे आचार्य. अश्वत्थामा गेला हे सत्य आहे; परंतु अश्वत्थामा नावाचा हत्ती की माणूस हे मला निश्चित..." रणवाद्यांच्या आवाजात युधिष्ठिराचे पुढचे शब्द कोणालाही ऐकू गेले नाहीत. रणवाद्यांचा दणदणाट इतका वाढला होता की युधिष्ठिराचं शेवटचं वाक्य कानात प्राण आणून ऐकत असलेल्या द्रोणाचार्यांनाही ऐकू गेलं नाही.

परंतु आता त्यांच्या मनात शंका उरली नव्हती. ...पुत्र युधिष्ठिर सत्यवादी आहे. तो सांगतो आहे ते असत्य असणार नाही. दुःखातिरेकानं द्रोणाचार्यांचं मस्तक गरगरू लागलं. क्षणभर हातातल्या धनुष्यावरची पकड सैल झाली. आता युद्ध करणं शक्य नव्हतं. परंतु युद्ध थांबवूनही चालणार नव्हतं... भीमाच्या रथावर आरूढ होऊन द्रुपदाचा पुत्र धृष्टद्युम्न त्यांच्याकडेच येत होता. त्याचं आव्हान स्वीकारायलाच पाहिजे होतं. द्रोणाचार्य पुन्हा लढायला सज्ज झाले.

युधिष्ठिरानं सांगूनही द्रोण परावृत्त झाला नाही. उलट त्वेषानं चालून आलेल्या धृष्टद्युम्नावर तो तेवढ्याच त्वेषानं तुटून पडतो आहे हे पाहून भीम ओरडला,"अधर्मी ब्राह्मणा, तू ज्याच्यासाठी एवढा संहार मांडला आहेस तो तर कधीच गेला. आता तरी शस्त्र खाली टाक. कोणासाठी लढतो आहेस? युधिष्ठिरानं सांगितलं तरीही तुझा विश्वास बसत नाही का? अहिंसा हाच धर्म आहे, धर्मरक्षण हेच ब्राह्मणाचं जीवितकार्य आहे हे तूच आम्हाला सांगत होतास ना? आज तुझा तो धर्म कुठं गेला आहे? युद्ध हे ब्राह्मणाचं कर्तव्यकर्म नसता तेच तू निर्लज्जपणे अंगीकारलं आहेस आणि त्याचीच कटू फळं आज तू भोगतो आहेस... ब्राह्मण असून माणसं मारायचा अधर्म करताना थोडी तरी लाज धर... "

भीमाच्या त्या कठोर शब्दांनी द्रोणाचार्य उद्विग्न झाले. धनुष्यावर सपासप बाण चढवणारा त्यांचा हात एकदम थांबला. एके काळच्या आपल्या शिष्यानंच असे अपमानकारक शब्द ऐकवावेत? आता जगण्यासारखं आणखी राहिलंच काय? ...त्यापेक्षा शस्त्र टाकावं हेच उत्तम...

" कर्ण, कृपाचार्य !" द्रोणाचार्यांनी हाक दिली. " मी काय सांगतो आहे ते नीट ऐका. युद्ध सुरू ठेवा. आपल्या सेनेचं धैर्य सुटू देऊ नका. मी शस्त्र टाकतो आहे..."

दुःखातिरेकानं हातातलं धनुष्य टाकून देऊन द्रोणाचार्य रथातच बसले आणि 'हे पुत्र अश्वत्थामा... हे पुत्र अश्वत्थामा...' म्हणत शोक करू लागले. द्रोणाचार्यांनी शस्त्रत्याग केला त्याच क्षणी भीमाचा रथ त्यांच्या रथाला भिडला होता. " उशीर करू नकोस. या अधर्मी ब्राह्मणाला तत्काळ ठार कर." भीम धृष्टद्युम्नाला सांगत होता...

धृष्टद्युम्नानं द्रोणांच्या रथावर उडी घेऊन त्यांचे केस धरले. क्षणभर त्याच्या हातातल्या खड्‌गाचं पातं सूर्यप्रकाशात चकाकलं. कोयत्यानं फळांचा घोस छाटावा त्याप्रमाणे एकाच घावात धृष्टद्युम्नानं द्रोणांचं मस्तक छाटलं आणि चार वेळा गरगरा फिरवून कुरुसैन्यात भिरकावून दिलं. धृष्टद्युम्नाचा तो हल्ला इतका अनपेक्षित होता की द्रोणाचार्यांना सावरायलाही वेळ मिळाला नाही. काय घडत आहे हे कळण्याच्या आत सारं काही घडून गेलं होतं.

" नीच पांचाल धृष्टद्युम्न ! पितृतुल्य आचार्यांची हत्या करताना तुला लाज कशी वाटली नाही? तुझ्या या नीच कृत्याबद्दल आज तू माझ्या हातून जिवंत सुटणार नाहीस." धृष्टद्युम्नाचा निषेध करत अर्जुन त्याच्यावर चालून गेला.

" अर्जुना, मूर्खासारखा बडबडू नकोस." अर्जुनाला अडवत भीम ओरडला. " तू क्षत्रिय आहेस की कोण आहेस? त्याच्यासारख्या अधर्मी ब्राह्मणाला ठार करायलाच पाहिजे होतं."

“ थांब भीमा, त्या धर्मभ्रष्ट ब्राह्मणासोबत त्याच्या या प्रिय शिष्यालाही ठार करतो. हा मेला म्हणून द्रौपदी विधवा होणार नाही.” अर्जुनाचं आव्हान स्वीकारत धृष्टद्युम्न म्हणाला.

युधिष्ठिर धृष्टद्युम्नाला शांत करण्याचा प्रयत्न करू लागला. परंतु संतप्त झालेला धृष्टद्युम्न ऐकायला तयार नव्हता. युधिष्ठिरावर ओरडत तो म्हणाला,“द्रौपदीशी ते कसे वागले हे तो विसरला असेल; पण मी विसरलेलो नाही. अशा नीच लोकांना मदत करणारे लोकही नीचच असतात. त्या ब्राह्मणानं माझ्या पित्याला किती अपमानित केलं आहे हे तर त्यालाही माहीत आहे. त्याला म्हणावं तुला काय शौर्य दाखवायचं असेल ते शत्रूशी लढून दाखव. मित्र म्हणून मी तुझ्या मदतीला आलो होतो. तुम्हाला माझ्या मदतीची गरज नसेल तर...”

“ नीच पांचालपुत्रा ! मी तुला ठार करीन.” अर्जुनाचा शिष्य सात्यकी धृष्टद्युम्नावर धावून येत म्हणाला. दोन्ही हातांनी कव घालून भीमानं त्याला अडवलं. अनावर झालेला सात्यकी भीमालाही ओढत तसाच पुढे जाऊ लागला.

युधिष्ठिर त्यालाही शांत करतो आहे तोच द्रोणपुत्र अश्वत्थाम्यानं आव्हानाचा शंख फुंकला.“ ज्यांनी माझ्या पित्याला कपटानं ठार केलं, त्यांनाही मी तसाच ठार मारीन. आज एकही पांचाल जिवंत सुटणार नाही. कुठं आहे तो स्वतःला सत्यवादी म्हणवून घेणारा नीच युधिष्ठिर...? नीच पांचाल धृष्टद्युम्न...?” पित्याच्या हत्येचं वृत्त कळताच क्रोधानं वेडा झालेला अश्वत्थामा गर्जत होता.

अश्वत्थामा, कर्ण आणि कृपाचार्य या तिघांनी मिळून पांडवसेनेचा संहार सुरू केला. त्यांना अडवणं आवश्यक होतं. धृष्टद्युम्न पुन्हा युद्धासाठी उभा ठाकला.

सत्य बाहेर यायला फार उशीर लागला नाही. द्रोणाचार्यांनी मांडलेला तो विध्वंस पाहून कृष्णानंच ते कृष्णकारस्थान रचलं होतं. त्याच्याच सूचनेवरून भीमानं मालवराज इंद्रवर्मा याचा अश्वत्थामा नावाचा एक हत्ती गदेच्या प्रहारानं ठार केला होता आणि सर्वत्र अश्वत्थामा मेल्याची हाकाटी उठवली होती.

सूर्यास्त व्हायला आला. युद्धविरामसूचक कर्णे वाजू लागले. तरीही अश्वत्थामा थांबायला तयार नव्हता. परंतु सतत दोन दिवस आणि एक रात्र युद्ध करून थकलेले सैनिक आता युद्धाला कंटाळले होते. सर्वांनाच विश्रांती हवीशी झाली होती.

कर्ण, कृपाचार्य आणि अश्वत्थामा यांना सोबत घेऊन दुर्योधन शिबिराकडे परतला. सत्यसेनाच्या हत्येची जखम काळजात घेऊन कर्णानं युद्धभूमी सोडली. ज्येष्ठ पुत्र वृषसेन, सुषेण, प्रसेन, भानुसेन आणि चित्रसेन यांच्या उपस्थितीत सत्यसेनावर अग्निसंस्कार करताना भडकत्या ज्वालांसोबत कर्णाच्या उरात सुडाची आग अधिकच भडकून उठली.

हे धर्मयुद्ध आहे की अधर्मयुद्ध? कर्णाच्या मनात प्रश्नचिन्ह उमटलं. नाही !

हे धर्मयुद्ध नाही! त्यक्तशस्त्र योद्ध्यांना ठार करायचं, युद्धरत योद्ध्याचा हात तोडायचा, सायंकाळ झाल्यावर युद्ध थांबवायचं असं ठरवूनदेखील रात्रीही युद्ध सुरूच ठेवायचं, यालाच का धर्मयुद्ध म्हणायचं? म्हणे यतो कृष्णस्ततो धर्मः आणि यतो धर्मः ततो जयः की यतो जयः ततो धर्मः? यतो जयः ततो कृष्णः? धर्म जिंकतो की जिंकला तोच धर्म ठरतो? ते काही असो. यतो दुर्योधनस्ततो कर्णः !

१४.

" वीरहो, तुमच्या सामर्थ्यावर माझा पूर्ण विश्वास आहे..." आपल्या शिबिरात जमलेल्या योद्ध्यांच्या सभेला उद्देशून दुर्योधन बोलत होता. "तुमच्याच भरवशावर मी या युद्धाचा डाव मांडला आहे. आणि युद्ध म्हणजे विजय किंवा मृत्यू हे तर प्रत्येकच योद्ध्याला माहीत असतं. तेव्हा निराश होऊ नका. आत्मविश्वासानं लढा. महारथी कर्ण आपल्यासोबत आहे. तुम्ही फक्त लढा. विजय आपलाच आहे. गुरुपुत्रा, तुझा काय सल्ला आहे?"

अश्वत्थामा म्हणाला," एखादी गोष्ट साध्य करायची असेल तर प्रबळ इच्छाशक्ती आणि सामर्थ्य तर हवंच पण त्याबरोबरच निश्चित धोरणही हवं. सैनिकांचे समूह म्हणजे सैन्य नव्हे. त्यांना योग्य मार्गदर्शन करण्यासाठी युद्धशास्त्र जाणणारा नेतृत्वकुशल सेनापती हवा. आपल्या पक्षातले लोकोत्तर सेनापती धारातीर्थी पडले आहेत ही गोष्ट खरी. परंतु म्हणून निराश व्हायचं कारण नाही. कर्णासारखा महारथी वीर आपल्या पक्षात आहे. त्याच्या नेतृत्वाखाली आम्ही शत्रूचा निःपात करू. त्यानं सेनापतिपदाचा स्वीकार केला तर विजय आपलाच आहे."

" विजय आपलाच आहे ! "

" विजय आपलाच आहे! "

चहुबाजूंनी सिंहनाद उमटले.

" गुरुपुत्र काय म्हणाला ते ऐकलंस ना अंगराज?" दुर्योधन म्हणाला." तुझं शौर्य मी पाहिलं आहे. तू महान वीर आहेस आणि आपली मैत्री ही तर जगजाहीर गोष्ट आहे. तुझं शौर्य आणि दुर्योधन-कर्ण मैत्री या दोन गोष्टी उद्या मी डावावर लावतो आहे. तुझी संमती आहे ना अंगराज? पितामह भीष्म आणि आचार्य द्रोण यांच्यानंतर सेनापतिपद स्वीकारण्यास तूच सर्वार्थानं योग्य आहेस. पराक्रमात तू त्यांच्यापेक्षाही श्रेष्ठ आहेस आणि तुझ्यावर माझा पूर्ण विश्वास आहे... तुझ्याच भरवशावर मी युद्धाची घोषणा केली आणि काय दुर्दैव पाहा... तुझ्याच मदतीला मी वंचित राहिलो. पितामह आणि आचार्य हे नेहमीच त्यांचे पक्षपाती होते. नाही म्हटलं तरी त्यांचा

ओढा तिकडेच होता. तरीही मी त्यांना एवढा मान दिला तो केवळ तुझ्या सांगण्यावरूनच. हे महाबाहो, माझ्या विराट सेनेचं सेनापतिपद स्वीकारून तुला आणि मला सतत दुःखच देणाऱ्या त्या कुंतिपुत्रांचा नाश कर. त्यांना खरी भीती वाटते ती तुझीच. स्वतः अर्जुनसुद्धा संशप्तकांचं निमित्त पुढे करून तुझ्यासमोर यायचं टाळतो आहे, हे तुझ्याही लक्षात आलंच असेल. तुझ्या नेतृत्वाखाली आपलं सैन्य लढणार असेल तर विजय माझाच आहे ! ''

' विजय आपलाच आहे... विजय आपलाच आहे... विजय माझाच आहे.'' चारही बाजूंनी त्या शब्दांचे घण कर्णाच्या मेंदूवर आदळू लागले. दुर्योधन म्हणाला तेच खरं... कर्णाच्या शस्त्रानं कुंतीची मुलं ठार झाली तर तो विजय दुर्योधनाचाच. कर्णाचा नव्हे !... पण आज असा अवसानघातकी विचार मनात का येतो आहे? दुर्योधनासाठी तू त्यक्तप्राण आहेस ना? मग असा विचार तुझ्या मनात का येतो आहे? दुर्योधनाचा विजय हा तुझाही विजय नाही का? ...कर्णाचं एक मन त्याला विचारू लागलं.

...या लढाईत तुला शस्त्र हाती घेतलंच पाहिजे. नव्हे दुर्योधनाचं शस्त्र झालं पाहिजे. समोर कोण आहे याचा विचार करू नकोस. पितामहांना मारताना अर्जुनानं हा विचार केला होता? माझ्या संग्रामजिताला, सत्यसेनाला मारताना त्याचा हात थरथरला होता? पण... भावानं भावाला मारणं, त्यातही मोठ्या भावानं पुत्रासमान असलेल्या लहान भावाला... तेही तो माझा भाऊ आहे हे माहीत असताना...

कौरवसेनेच्या महासेनानीला हा दुबळेपणा शोभत नाही अंगराज कर्ण ! महाधनुर्धर भीष्म, कौरव-पांडवांचे गुरू आचार्य द्रोण यांच्यानंतर एका सूतपुत्राला हा सन्मान मिळतो आहे. आहेस कुठं? धन्य तो राजा दुर्योधन. त्याच्यासारख्या गुणग्राहक राजाची मैत्री लाभणार असेल तर युधिष्ठिर आणि भीमार्जुनांचा भाऊ म्हणून जगण्यापेक्षा हस्तिनापूरच्या सिंहासनाचा सेनापती म्हणून मरण कवटाळणं अधिक भाग्याचं आहे...

'' युवराज, तू केलेल्या या सन्मानाचा मी कृतज्ञतापूर्वक स्वीकार करतो.'' कर्ण म्हणाला. ''कृष्णासह पांडवांचा निःपात करीन, ही माझी प्रतिज्ञा आहे. त्यांची भीती मनातून काढून टाक. आता ते मेलेच म्हणून समज. पितामहांना, आचार्यांना त्यांनी कपटानं मारलं; पण काळजी करू नकोस. त्या सर्वांना पराभूत करायला मी समर्थ आहे. अर्जुन, सात्यकी, धृष्टद्युम्न आणि अभिमन्यू यांच्याखेरीज कोणीही माझ्यासमोर उभा राहू शकणार नाही. त्यांनी कपटाचरण केलं नाही तर विजय आपलाच आहे.''

'' सेनापती अंगराज कर्णाचा —''

''— विजय असो !''

सेनापती कर्णाच्या जयजयकाराचे त्रिवार घोष आकाशात दुमदुमले.

१५.

सूर्योदयाला अजून खूप अवधी असतानाच सर्वत्र 'उठा, उठा, सैन्य सिद्ध करा, सैन्य सिद्ध करा...' असे आवाज उठू लागले. मोठमोठे हत्ती युद्धाकरता सज्ज होऊ लागले. अश्वांच्या पाठीवर आणि रथांवर कवचे चढवली जाऊ लागली. प्रातर्विधी आटोपून सैनिक शस्त्रसिद्ध होऊ लागले.

अंगराज कर्णाला रेशमी वस्त्रांनी आच्छादलेल्या औदुंबरकाष्ठाच्या आसनावर बसवण्यात आलं. मृत्तिका आणि सुवर्णकलशातील जलानं त्याला सेनापतिपदाचा अभिषेक करण्यात आला.

अर्जुनानं रचलेल्या अर्धचंद्राकार व्यूहाचा भेद करण्यासाठी मकरव्यूहाची रचना करायचं ठरवून कर्णानं प्रत्येक प्रमुख योद्ध्याला विशिष्ट स्थान ग्रहण करण्याची आज्ञा दिली. मकरव्यूहाच्या नेत्राच्या जागी शकुनी व त्याचा पुत्र उलूक हे उभे राहिले. मध्यभागी दुर्योधन उभा राहिला. मकरव्यूहाच्या पुढील डाव्या पायाची जागा कृतवर्म्यानं ग्रहण केली. तर उजव्या पायाच्या जागी महारथी गौतम उभा राहिला. शल्य आणि कर्णपुत्र सुषेण हे मागील डाव्या व उजव्या पायांच्या ठिकाणी उभे राहिले. मकराच्या मुखस्थानी स्वतः सेनापती अंगराज कर्ण उभा राहिला.

महापुराचे लोट एकमेकांवर आदळावेत त्याप्रमाणे दोन्ही सेना एकमेकांत मिसळल्या. भीमाच्या नेतृत्वाखाली पांडवसेना निर्वेधपणे पुढे सरकत आहे हे पाहून हत्तीवर आरूढ होऊन युद्ध करत असलेला कुलुताधिपती क्षेमधूर्ती यानं भीमाला आव्हान दिलं. नकुल कर्णावर धावून आला. संशप्तकांनी अर्जुनाला घेरलं. सात्यकी केकयनरेश बृहत्क्षत्र याचे पुत्र विंद आणि अनुविंद यांच्यावर कोसळला, तर युधिष्ठिराचा पुत्र प्रतिविंध्य अभिसारनरेश राजा चित्रसेन याच्यावर चालून गेला. दुर्योधनानं युधिष्ठिराला, कृपाचार्यांनी शिखंडीला, दुःशासनानं सहदेवाला, तर शल्यानं सहदेवाचा पुत्र श्रुतकीर्ती याला गाठलं.

क्षेमधूर्ती भीमसेनाच्या हातून ठार होताच अश्वत्थाम्यानं भीमावर आक्रमण केलं. तोच अर्जुनानं आपला रथ मध्ये घालून अश्वत्थाम्याला जखडून टाकलं. त्याच्या मदतीला आलेले दण्ड आणि दण्डधार हे दोघे बंधू मृत्युमुखी पडले. तोच हत्तीवरून युद्ध करण्यात प्रवीण असलेल्या पांड्यराज मलयध्वजानं पुलिंद देशाचे राजे सुकुमार आणि सुमित्र या दोघा भावांना ठार केलेलं पाहून अश्वत्थाम्यानं अर्जुनाला सोडून मलयध्वजावर चाल केली. अश्वत्थाम्याच्या हातून महापराक्रमी राजा मलयध्वज ठार झाला. ते पाहून पांडवसेनेचा उत्साह मावळल्यासारखा झाला. ही संधी घेऊन सेनापती कर्णानं पांडवसेनेचा संहार सुरू केला. सर्वत्र शस्त्रास्त्रांचा, रक्तमांसाचा,

हत्ती-घोड्यांच्या मृतदेहांचा आणि मानवी अवयवांचा इतका खच पडला की त्यातून मार्ग निघणं कठीण झालं. कर्णानं चालवलेला तो संहार पाहून नकुल-सहदेव आणि सात्यकी यांच्यासह द्रौपदीचे पाचही पुत्र कर्णावर चालून आले.

नकुल-सहदेवांचं ते धाडस पाहून कर्णाला कौतुक वाटलं. ...खरंच शत्रूवर तुटून पडताना ते प्राणांचीही पर्वा करत नाहीत. या युद्धात प्रत्यक्ष मामाशी लढायला सिद्ध असलेले हे दोघे भाऊ रूपाबरोबरच शौर्यादी गुणांतही किती सारखे आहेत नाही? आणि तो तुकतुकीत गौर कांतीचा बलदंड भीम किती बेभान होऊन लढतोय... भीती नावाची गोष्टच त्याला माहीत नाही... आणि ज्यांच्यावर शस्त्र धरावंसं वाटत नाही अशी त्यांची ती गोड मुलं. अर्जुन सोडला तर यांच्याशी माझं काय वैर आहे? धिक्कार, धिक्कार असो या क्षात्रधर्माचा आणि या युद्धाचा ! जिथं माणसं माणसांना पारखी होतात, रक्ताची नाती विसरून एकमेकांचे वैरी होतात...

रणवाद्यांचा कल्लोळ वाढला. सेनापतीच्या रक्षणासाठी पुढे आलेल्या दुःशासनाच्या रथाला सहदेवानं आपला रथ भिडवला होता.

" हा अधम सूतपुत्र हेच या सर्व अनर्थाचं आणि वैराचं मूळ कारण आहे. आज याला संपवून मी या कलहाचं मूळ कारणच नाहीसं करणार आहे !" कर्णाला आव्हान देत नकुल आपल्या पुतण्यांना युद्धासाठी प्रोत्साहन देऊ लागला.

वात्सल्यपूर्ण डोळ्यांनी नकुलाकडे पाहत आणि गालातच किंचित हसत कर्ण म्हणाला," वा ऽ ऽ ! वीर धनुर्धराला शोभावं असंच तू बोललास बाळ नकुल ! तुझा पराक्रम पाहावा, अशी माझीही खूप इच्छा आहे. पराक्रमाविषयी बडबडण्याऐवजी तो दाखवलेलाच बरा ! चल... सामर्थ्य असेल तर तो दाखव."

तत्काळ बाणांचा भडिमार करत कर्णानं नकुलाचं धनुष्य आणि कवच छेदून त्याला जर्जर केलं. संतप्त होऊन नकुलानंही तसंच उत्तर दिलं. नकुलाच्या बाणांनी घायाळ होताच संतप्त झालेल्या कर्णानं अश्व आणि सारथी ठार करून नकुलाला विरथ केलं. शतावधी बाणांनी त्याला इतकं जर्जर केलं की नकुलाला माघार घेण्याशिवाय दुसरा मार्गच उरला नाही. नकुलाचा पाठलाग करत कर्णानं आपलं विशाल धनुष्य त्याच्या गळ्यात टाकलं आणि तो म्हणाला," व्यर्थ बडबड केलीस बाळ नकुल. आपल्या बरोबरीच्या योद्ध्यांशी लढावं, हेच तुझ्यासाठी अधिक उत्तम. तुला ठार केलं तर माझीच अपकीर्ती होईल. जा... खेद करू नकोस. अर्जुनाला पाठवून दे."

सूर्य आता पश्चिमेकडे झुकला होता आणि सूर्यास्त व्हायला फार अवधी उरला नव्हता. कर्णाच्या नेतृत्वाखाली सुरू असलेल्या आजच्या युद्धात आतापर्यंत तरी कुरुसेनेची सरशी झालेली होती. नकुलाला जीवदान देऊन कर्णानं पांचालसैन्याचा संहार आरंभला. त्याच वेळी तिकडे शकुनीचा पुत्र उलूक यानं युयुत्सुचा पराभव केला. दुर्योधनाचा भाऊ श्रुतकर्मा यानं नकुलपुत्र शतानिकाला जर्जर केलं. शकुनीनं

भीमपुत्र सुतसोमाला निःशस्त्र केलं. गौतम आणि धृष्टद्युम्न यांच्या युद्धात धृष्टद्युम्नाला पराभूत होऊन पळ काढावा लागला. कृतवर्म्यानं शिखंडीचा पराभव केला.

आजही संशप्तकांनी अर्जुनाला पुरतं जखडून टाकलं. त्या प्रयत्नांत मित्रवर्मा, मित्रसेन आदी वीर धराशायी झाले. तिकडे दुर्योधनानंही युधिष्ठिराला संत्रस्त केलं. त्या वेळी कृतवर्मा दुर्योधनाच्या मदतीसाठी धावून गेला. परंतु भीम आणि सात्यकी युधिष्ठिराच्या मदतीसाठी येताच युद्धाचं पारडंच फिरलं. भीमानं दुर्योधनाची दाणादाण उडवलेली पाहून कौरवसेना माघार घेऊ लागली.

चहुबाजूंनी होणाऱ्या बाणवर्षावाला तोंड देत कर्ण पुढे घुसला. सात्यकी, अर्जुन, उत्तमौजा, युधामन्यू यांच्यावर बाणांचा अविरत भडिमार करत, तो कौरववीरांना धीर देऊ लागला. चेदी वीर दण्ड, अंबष्ठ वीर रोचमान कर्णाच्या बाणांपुढे मृत्युमुखी पडले. परंतु आता चेदी, करुष, मत्स्य, केकय यांच्यासह सेनापती धृष्टद्युम्नानं कर्णावर चाल केली.

" आधी या अधम सूतपुत्राला ठार करा. या अधम सूतपुत्राला ठार करा.'' अशा घोषणा करत त्यांनी चहुबाजूंनी कर्णाला पुरतं वेढून टाकलं. एकाच वेळी अनेक योद्ध्यांशी लढताना सारथी आणि अश्व मारले जाऊन कर्ण विरथ झाला. परंतु त्याचं धैर्य यत्किंचितही उणावलं नाही. शरीरभर झालेल्या जखमांनी घायाळ झालेला दुर्योधन कर्णाच्या मदतीला येऊ शकला नाही तरी कर्णाचे पराक्रमी पुत्र आणि हत्तीवरून लढण्यात प्रवीण असलेले अंगदेशचे योद्धे त्याला मदत करत राहिले.

सूर्यास्त होऊन युद्धभूमीवर धूसर संधिप्रकाश पसरू लागला. सर्वत्र कोंदाटलेल्या धुळीच्या ढगांमुळे अधिकच अंधारून येऊन सारंच अस्पष्ट झालं. आणि तेवढ्यात युद्धसमाप्तीसूचक कर्णे वाजू लागले. युद्ध करून थकलेल्या सैनिकांना हायसं वाटलं. कर्णाच्या नेतृत्वाखाली सुरू झालेलं आजच्या पहिल्या दिवसाचं युद्ध इथंच थांबलं.

१६.

" आज त्या कृष्णानं वाचवलं म्हणूनच केवळ तो वाचला. उद्या एक तर तो जिवंत राहील, नाही तर मी. कृष्णासारखा कुशल सारथी मिळाला तर मला काहीही अशक्य नाही युवराज. मद्रराज शल्य मोठा अश्वतज्ज्ञ आणि कुशल सारथी आहे. अश्वविद्येत तो कृष्णापेक्षाही श्रेष्ठ आहे. उद्याच्या युद्धात त्यानं माझं सारथ्य केलं तर विजय आपलाच आहे म्हणून समज...'' कर्ण दुर्योधनाला सांगत होता.

कर्णाच्या शब्दांनी उत्तेजित झालेला दुर्योधन विचारात पडला... मद्रराज शल्याला सारथ्य आणि त्यातही पुन्हा कर्णाचं सारथ्य करायला सांगायचं म्हणजे मोठाच

अवघड पेच होत; परंतु कर्ण सांगत होता तेही त्रिवार सत्य होतं. शल्यासारखा अश्वतज्ज्ञ सारथी आर्यावर्तात शोधावाच लागला असता. त्यानं कर्णाचं सारथ्य स्वीकारलं, तर कर्ण विजयश्री खेचून आणील, यात शंकाच नाही...

कर्णाला विश्रांती घ्यायला सांगून दुर्योधन स्वतःच शल्याच्या भेटीसाठी निघाला. ठिकठिकाणी जमलेले सैनिक आज कर्णानं दाखवलेल्या असामान्य पराक्रमाचं गुणगान करत होते. खरंच, आजच्या युद्धात कर्णानं असामान्य शौर्य प्रकट केलं होतं. कर्णाचा तो पराक्रम डोळ्यांसमोर येताच दुर्योधनाचा आत्मविश्वास वाढला. उद्याच्या युद्धात त्याला शल्य हाच सारथी हवा. शल्याचं सारथ्यकौशल्य आणि कर्णाचं युद्धकौशल्य एकत्र आलं तर उद्याच हे युद्ध संपेल. आता संमती हवी ती फक्त शल्याची.

कर्णाच्या नेतृत्वाखाली युद्ध करून थकलेला शल्य विश्रांती घेत पडला होता. सेवक जखमांवर उपचार करत होते. त्याचे सर्व सेनाप्रमुख आणि मित्रराजे त्याच्याजवळ बसलेले होते. दुर्योधनाचं स्वागत करण्यासाठी शल्य उठून बसला. दुर्योधनाची चिंताक्रांत मुद्रा पाहून तो म्हणाला,"कशाची एवढी काळजी करतो आहेस युवराज? माझ्यासारखे अनेक वीर तुझ्या पक्षात असताना तू काळजी करावं असं काय आहे?"

" म्हणूनच मी तुझ्या भेटीला आलो आहे शल्यराज." दुर्योधन म्हणाला.

" शत्रूच्या उरात तू शल्यवत् सलतोस म्हणूनच तुला शल्य म्हणतात. तू जेवढा पराक्रमी आहेस, तेवढाच श्रेष्ठ अश्वतज्ज्ञ आहेस. तेव्हा माझी काळजी तूच दूर करू शकशील. आजच्या युद्धात सेनापती कर्णानं किती असामान्य शौर्य प्रकट केलं, हे तूही पाहिलं आहेसच. परंतु दुर्दैव असं की आज त्याचा कुशल सारथी पडला. उद्याच्या युद्धात तुझ्यासारखा श्रेष्ठ अश्वतज्ज्ञ त्याला सारथी म्हणून लाभला, तर तो आजच्या पेक्षाही अधिक पराक्रम करून दाखवील आणि उद्याच हे युद्ध संपेल; पण त्यासाठी मला तुझी मदत हवी आहे शल्यराज. उद्याच्या युद्धात तू कर्णाचं सारथ्य केलंस, तर तो अर्जुनालाच काय पण कृष्णालाही अजिंक्य ठरेल, यात शंकाच नाही. नाहीतरी अर्जुन एवढा पराक्रमी ठरला आहे तो कृष्णामुळेच. सारथी होऊन कृष्ण अर्जुनाचा सांभाळ करतो, त्याप्रमाणे हे शल्यराज सारथी होऊन तू कर्णाचा सांभाळ कर. महारथी कर्ण आणि सारथ्यकुशल महारथी शल्य एकत्र आले तर काहीही अशक्य नाही. आधीच मी तुझा फार फार ऋणी आहे. आर्यधर्माला जागून केवळ माझ्या शब्दासाठी तू आपल्या भाच्यांचा त्याग करून माझ्या पक्षाला येऊन मिळाला आहेस. तुझ्यावर आणखी ही एक जबाबदारी टाकताना मला फार संकोच वाटतो आहे. पण काय करू? आर्यधर्माच्या रक्षणाची काळजी मला तुझ्यापर्यंत घेऊन आली आहे. माझी एवढी विनंती मान्य कर. उद्याच्या युद्धात कर्णाला मदत करून रुक्मरथाच्या हत्येचा सूड घे शल्यराज..."

वातचक्रानं पाण्यावर लाटा उठाव्यात त्याप्रमाणे शल्याच्या कपाळावर आठ्यांच्या

तीन लाटा उमटल्या. संतापातिरेकानं हात झाडत तो म्हणाला,'' तुझं आतिथ्य स्वीकारलं, आर्यधर्माला जागून प्रत्यक्ष भाच्यांशी वैर पत्करून तुझ्या पक्षात सामील झालो, म्हणून तू माझा अपमानच करायचं ठरवलं आहेस की काय? क्षत्रिय राजा आहे मी ! एका सारथ्याच्या नेतृत्वाखाली लढायला भाग पाडलंस तेवढं पुरेसं नाही का झालं? आज त्याच्या नेतृत्वाखाली लढायला लावलंस, उद्या त्याचं सारथ्य करायला सांगतो आहेस. अरे, ज्यानं माझं सारथ्यकर्म करण्यात धन्यता मानावी त्याचं सारथ्य मी कसं करावं? कुल आणि शौर्य या दोन्ही बाबतींत मी त्याच्याहून कितीतरी पटींनी श्रेष्ठ आहे हे तुला सांगितलं पाहिजे की काय? माझ्यासारख्या क्षत्रियांचा तू असाच अपमान करायचं ठरवलं असशील, तर मला इतःपर इथं थांबायची इच्छा नाही. तू मला सेनापतिपदाचं आश्वासन दिलं होतंस ना? त्याचं काय झालं? कुरुश्रेष्ठ भीष्म सेनापती झाले म्हणून मी काही बोललो नाही; त्यानंतर श्रेष्ठ धनुर्धर आचार्य द्रोण सेनापती झाले, तेव्हाही मी काही म्हणालो नाही. त्यांच्यानंतर समस्त क्षत्रियांना बाजूला सारून एका सारथ्याला सेनापतिपदाचा अभिषेक केलास. आम्हा क्षत्रियांचा असा अपमान करून तू काय मिळवलंस? ...इतके अपमान झाले. ...माझा रुक्मरथ गेला. ...तरीही तुझा त्याग करायचा विचार मी केला नाही. परंतु आज तू मला बोलायला भाग पाडतो आहेस. आज तू मला एका सारथ्याच्या नेतृत्वाखाली युद्ध करायला भाग पाडलंस; उद्या त्याचं सारथ्य करायला सांगतो आहेस. अजून तू माझे किती अपमान करणार आहेस, ते तरी सांग...''

'' तू म्हणतोस ते सत्य आहे शल्यराज. कर्ण तुझ्याहून अधिक पराक्रमी आहे असं मी कधीच म्हणालो नाही आणि म्हणणारही नाही. तुझ्या शौर्याविषयीदेखील माझ्या मनात कुठलीच शंका नाही. उद्याची युद्धनीती म्हणून मी काही ठरवलं आहे आणि त्यासाठी तुझी मदत मागायला आलो आहे. धनुर्विद्येत कर्ण अर्जुनापेक्षा श्रेष्ठ आहे, तसा अश्वविद्येत तू कृष्णापेक्षा श्रेष्ठ आहेस. म्हणूनच केवळ तुझी मदत मागायला मी आलो आहे एवढंच. शल्यराज... अरे, सूत म्हणजे सूत्रधार. रथावर आरूढ असलेल्या महारथी वीराचा पराक्रम सारथ्याच्या कौशल्यावरच अवलंबून असतो, हे का तुला सांगायला हवं? माझ्या सेनापतीचं सारथ्य करायची विनंती करून मी उद्याच्या युद्धाची सूत्रं तुझ्या हाती सोपवतो आहे, शल्यराज...''

इतका वेळ संतापाचे फुत्कार टाकणारा शल्य एकदम शांतच झाला. एवढंच नव्हे तर दुर्योधनानं आपली तुलना कृष्णाशी केलेली पाहून तो इतका आनंदून गेला की थोड्याच वेळापूर्वी तो दुखावलेल्या सापासारखे विखारी फुत्कार टाकत होता, हे कोणाला सांगूनही पटलं नसतं.

'' युवराज... '' शल्य म्हणाला,'' या सर्व योद्ध्यांसमोर तू मला कृष्णापेक्षा

श्रेष्ठत्व देत आहेस, म्हणून मी तुझ्यावर प्रसन्न आहे. आता तुझी प्रत्येक आज्ञा मला शिरोधार्य आहे. सज्जनाला परस्तुती किंवा परनिंदा जेवढी वर्ज्य, तेवढीच आत्मस्तुती किंवा आत्मनिंदाही वर्ज्य असते. परंतु तुझ्या हितासाठी आज मी आत्मस्तुती करतो आहे. सारथ्यकर्मात माझी बरोबरी करू शकेल असा कोणीही नाही. रथ हाकताना कोणती काळजी घ्यावी, किती सावध असावं, संभाव्य संकटाची चाहूल हेरून अश्व कसे हाताळावेत, रथ कसा ताब्यात ठेवावा, हे कोणी माझ्याकडून शिकावं. तू मला कर्णाचं सारथ्य करायची विनंती केलीस हे खरं; परंतु माझीही एक अट आहे. ती मान्य असेल तरच तुझ्या या विनंतीचा मी स्वीकार करीन.''

'' ती कोणती? ''

'' सारथ्य करताना मला जे उचित वाटेल ते मी बोललो, तर कर्णानं ते सहन केलं पाहिजे. ''

'' ठीक आहे शल्यराज.''

'' नाही, स्वतः कर्णानं माझी ही अट मान्य केली पाहिजे. ''

दुर्योधनानं तत्काळ कर्णाला बोलावून घेऊन झालेला सर्व वृत्तान्त त्याच्या कानावर घातला.

कर्णाला उद्देशून शल्य म्हणाला,'' अंगराज, युद्ध सुरू असताना मला उचित वाटेल ते मी बोलणारच. माझ्या मुखातून बाहेर पडेल ते प्रिय असो वा अप्रिय असो, ते तुला सहन करावं लागेल. माझी ही अट तुला मान्य असेल तरच...''

'' ठीक आहे शल्यराज.'' विचार करत कर्ण म्हणाला.'' कृष्ण अर्जुनाला साह्यकारी ठरला, तसा तू माझा साह्यकर्ता हो. ''

विचारांचं आवर्त डोक्यात घेऊनच कर्ण शिबिराकडे परतला. शल्यानं ही विचित्र अट का म्हणून घातली असावी? ही अट मान्य करायला लावून तो मला मदत करणार आहे की तोंडाला येईल ते बोलून माझा तेजोभंग करणार आहे?

... कर्ण विचार करत राहिला. ...एकामागून एक उसळणाऱ्या प्रश्नांची उत्तरं सापडत नव्हती... सापडल्यासारखी वाटली तरी उमगत नव्हती... शेवटी त्या नीचानं घाव घालायचा तिथं घातलाच तर ! पण कर्ण सूतपुत्र आहे म्हणून काय झालं? पावलोपावली त्याची आठवण करून द्यायची काय गरज आहे? कर्ण सूतपुत्र आहे तर आहे. पण दुसऱ्याची वर्णहीनता दाखवल्याशिवाय ब्राह्मणांचा आणि या तथाकथित क्षत्रियांचा वर्णजात अहंकार सुखावत नाही, हेच खरं. पण त्यांच्यापेक्षाही लोकोत्तर पराक्रम दाखवून कर्ण त्यांचा नक्षा उतरवल्याशिवाय राहणार नाही.

१७.

सूर्योदयापूर्वीच सेनेचा महाव्यूह रचून कर्णानं आक्रमणाची सिद्धता केली. सेनापतीच्या आज्ञेप्रमाणे कुरुयोद्ध्यांनी आपापल्या जागा ग्रहण केल्या. सेनापती कर्णाचा रथ महाव्यूहाच्या अग्रभागी उभा होता. स्वतः दुर्योधन दुःशासनासह कर्णाच्या रक्षणासाठी त्याच्या मागे उभा राहिला. कर्णाच्या सभोवताली वृषसेनासह त्याचे पाचही पुत्र अंग, वंग, मगध, मद्रक आणि केकय वीरांसह विपुल सेनाबल सोबत घेऊन उभे राहिले. खेरीज कृतवर्मा, कृपाचार्य, शकुनी, उलूक यांनी आपापल्या सेनेसह महाव्यूहाच्या डाव्या-उजव्या बाजू सांभाळल्या.

सर्व आयुधांनी सज्ज अशा आपल्या व्याघ्रचर्मवेष्टित बळकट जैत्ररथावर आरूढ होऊन कर्णानं आक्रमणसूचक शंख फुंकला आणि युद्धासाठी सज्ज असलेल्या पांडवसेनेकडे हात उंचावून दाखवत त्यानं आज्ञा दिली —

" आ ऽ ऽ क्रमण !"

" आ ऽ ऽ क्रमण ! आ ऽ ऽ क्रमण ! !" चहू दिशांनी गर्जना झाल्या. सेनापती कर्णाचा जयजयकार करत रणवाद्यांच्या जल्लोषात कुरुसेना पुढे सरकू लागली.

रथनीडावर बसलेल्या शल्याला उद्देशून कर्ण म्हणाला," मद्रराज त्वरा कर. अर्जुनासह पांडव असतील तिथं माझा रथ घेऊन चल. अर्जुनाला वधून आज मी मित्र दुर्योधनाचे मनोरथ पूर्ण करणार आहे. आज त्याला माझ्यापासून कोणीही वाचवू शकणार नाही."

मोठ्यानं हसून शल्य म्हणाला," आज अर्जुनाचं नव्हे, तुझंच मरण ओढवलेलं दिसतं. म्हणूनच तू या वल्गना करतो आहेस. अरे, युद्धात कोल्ह्याकुत्र्यांनी कधी सिंहाला जिंकलेलं पाहिलं आहे का? कुठं तो नरश्रेष्ठ प्रतापी धनंजय आणि कुठं तू नराधम कर्ण ! रणभूमीतून पळून गेला नाहीस तर आज तू मेलासच म्हणून समज."

" तुझं ऐकून घेतो आहे म्हणून वाट्टेल ते बडबडू नकोस. शत्रूचं गुणगान करून माझा तेजोभंग करू पाहणाऱ्या मित्रघातक्या, मला आधी मित्रकर्तव्य पार पाडू दे. त्यानंतर मी तुझाही समाचार घेतो. आज, आत्ता जो कोणी मला अर्जुन दाखवून देईल त्याला मी पाहिजे तेवढी धनसंपत्ती देईन. तेवढ्यावरही तो संतुष्ट झाला नाही तर त्याला पाहिजे तेवढ्या दासदासी, गाई, उत्तम अश्व जोडलेले कित्येक रथ आणि हत्ती देईन. एवढंच कशाला, तो जे जे मागेल ते मी त्याला देईन."

कुत्सित हसत शल्य म्हणाला," त्याची गरज नाही सूतपुत्रा. ते सारं तुझ्याजवळच ठेव. थोडा धीर धर. आज स्वतः अर्जुनच तुला शोधत येईल. तो समोर येईल तेव्हा आता जे बडबडलास ते विसरू नकोस म्हणजे झालं. अरे, उष्ट्या पत्रावळीवर

जगणाऱ्या कावळ्या, नुसता अर्जुनाच्या धनुष्याचा टणत्कार कानी पडला तरी तुझी ही बडबड संपुष्टात येईल.''

" नीच मद्रका ! " कमरेला लटकलेलं खड्ग उपसत कर्ण ओरडला." आता एक शब्द जरी उच्चारलास तर सर्पजिव्हेसारखी लवलवणारी तुझी विखारी जीभ या खड्गानं छाटून टाकीन. मुकाट्यानं घोडे हाक.''

कर्णाच्या रथाशेजारून चालत असलेल्या आपल्या रथावरून दुर्योधन ते भांडण ऐकत होता. कर्ण खड्ग उपसून शल्यावर धावून गेला आहे हे पाहताच तो घाईघाईनं कर्णाच्या रथावर चढला आणि हात जोडून दोघांनाही शांत राहण्याची विनंती करू लागला.

परंतु कर्णाला बोलल्याशिवाय राहवलं नाही. त्वेषानं तो पुढे म्हणाला," तू म्हणजे वरवर मैत्रीचा आव आणणारा अंतःस्थ शत्रू आहेस. आतून तू शत्रूला सामील आहेस. मद्र आणि आरट्ट देशातील माणसांची संगत धरू नये असं ज्ञाते म्हणतात ते तुझ्या या वर्तनावरून अक्षरशः सत्य आहे. परंतु मित्रहितासाठीच केवळ मला तुझी संगती धरावी लागली. तुझा देशच मुळात आचारहीन नीच लोकांचा. तिथल्या स्त्रिया तर त्याहून पापी आणि दुराचारी. त्यांच्या स्वैराचाराच्या गोष्टी लोक चवीनं सांगत असतात. नीच देशजा, तुझ्यासारख्यांकडून अपेक्षा ती कशाची? अरे, कुशल सारथ्य करून रथ्याचा उत्साह वाढवावा हे सारथ्याचं कर्तव्य; पण ते विसरून तू माझा तेजोभंग करतो आहेस. पण तुझ्यासारखे शतावधी शल्य एकत्र आले तरी मी युद्धापासून परावृत्त होणार नाही की माझ्या उद्दिष्टापासून दूर जाणार नाही. क्षत्रिय म्हणवतोस तर दिलेल्या शब्दाला जाग आणि मुकाट्यानं सारथ्य कर; अन्यथा ती रणगिधाडं पाहिलीस? पुन्हा असं काही बोललास तर तुझं मुंडकं धडावेगळं करून त्यांच्यापुढे फेकून देईन. दुर्योधनासाठी मी तुझं बोलणं सहन करतो आहे म्हणून माझ्या सहनशीलतेचा अंत पाहू नकोस.''

शल्य म्हणाला," दुसऱ्याचं उणं शोधून त्यावर कावळ्यासारखी चोच मारण्यात प्रवीण आहेस खरा. तेही तुझ्या स्वभावाला धरूनच आहे म्हणा; पण स्वतःचं वैगुण्य मात्र तुला दिसत नाही.''

"अरे, दुसऱ्याचे गुण दिसायला स्वतःच्याही अंगी काही गुण असावे लागतात. तुझ्यासारख्या नीचाला दुसऱ्याचे गुण ते काय दिसणार?''

कर्णाला अडवत दुर्योधन म्हणाला,"अंगराज, तू माझा हितचिंतक असशील तर आधी हे भांडण थांबव. शल्यराज... मला कर्णाइतकीच तुझ्याही मदतीची गरज आहे. समोरून शत्रू चालून येत असताना आपण असे आपसात भांडत बसलो तर त्याचा परिणाम चांगला होईल का?''

दुर्योधनाची ती कळकळीची विनंती ऐकून शल्य आणि कर्ण दोघांनीही शांतता

धारण केली. शल्य मुकाट्यानं रथ हाकू लागला.

"तो पाहा..." दुर्योधन म्हणाला." सेनापती धृष्टद्युम्न युधिष्ठिर, भीम, अर्जुन, नकुल, सहदेव, सात्यकी यांच्यासह आक्रमण करत पुढे येतो आहे..."

रणवाद्यांच्या कल्लोळात दुर्योधनाचे पुढील शब्द विरून गेले.

पाहता पाहता दोन्ही सेना एकमेकांना भिडल्या. दुर्योधन भीमसेनावर चालून गेला तर त्याच वेळी दुःशासन शतानिकावर, वृषसेन नकुलावर, शकुनी सहदेवावर, अश्वत्थामा धृष्टद्युम्नावर तर स्वतः सेनापती कर्ण अर्जुनावर चालून गेला. तेवढ्यात संशप्तकांनी अर्जुनाला आव्हान दिलं. त्यांच्याशी लढत अर्जुन मुख्य युद्धभूमीपासून दूर निघून गेला.

चंद्रदेव, वीरबाहू, दण्ड, भानुदेव, चित्रसेन, सेनाबिंदू, तपन, शूरसेन या पांचाल वीरांचा वध करून कर्ण झंझावाताप्रमाणे पांडवसेनेत घुसला. कर्णपुत्र वृषसेन, सुषेण आणि भानुसेन कर्णाचं रक्षण करू लागले. सुषेणानं एक भल्ल बाण टाकून भीमाचं धनुष्य छेदलं आणि एकापाठोपाठ अनेक नाराच बाण टाकून त्याला विद्ध केलं. वृषसेनानंही सात्यकीची तशीच दुरवस्था केली. वृषसेनाच्या हातून विद्ध आणि विरथ झालेला सात्यकी खड्ग घेऊन वृषसेनावर धावून गेला. तोच दुःशासनानं प्रसंगावधान राखून वृषसेनाला आपल्या रथात घेतलं. तेवढ्यात भानुसेनाच्या बाणांनी संत्रस्त झालेल्या भीमानं संतापून जाऊन त्याच्यावर असा काही निकराचा हल्ला केली की कर्णपुत्र भानुसेन गतप्राण होऊन रणभूमीवर कोसळला.

कर्णाचं मन पुत्रशोकानं आक्रंदून उठलं. क्षणभर त्याच्या हातातलं विजय धनुष्य थरकापलं. परंतु कुरुसेनेच्या सेनापतीला शोक करायला अवधी मिळाला नाही. हीच संधी साधून युधिष्ठिरासह सात्यकी, नकुल, सहदेव, शिखंडी आणि धृष्टद्युम्न यांनी एकाच वेळी कर्णावर बाणांचा वर्षाव सुरू केला. कर्ण त्या सर्वांना तोंड देऊ लागला. त्याचा हात भात्याकडे जातो केव्हा, हातातला बाण धनुष्यावर चढतो केव्हा आणि धनुष्यावरचा बाण अचूक वेध घेऊन सुटतो केव्हा हेही कळेनासं झालं. त्याच्या झंझावाती माऱ्यापुढे पांडवांचा सेनापती धृष्टद्युम्न पराभूत होऊन बाजूला झाला.

" मूर्ख सूतपुत्रा —" तिकडे युधिष्ठिर कर्णाला आव्हान देत होता." दुर्योधन आमच्याशी असा वागला तो केवळ तुझ्यामुळे. तूच त्याला सतत भडकावत असतोस. आज तुझा काय पराक्रम असेल तो मला दाखव."

युधिष्ठिराच्या त्या आव्हानावर कर्ण उपहासानं हसला आणि एकाच बाणात त्यानं युधिष्ठिराचा ध्वज उडवून लावला. कर्णाच्या त्या प्रत्युत्तरावर प्रक्षुब्ध होऊन युधिष्ठिरानं एकामागोमाग एक असे कित्येक बाण सोडून कर्णाला विद्ध करण्याचा प्रयत्न केला; परंतु त्या प्रयत्नांत तो यशस्वी झाला नाही. मात्र कर्णाच्या दणकट अशा नाराच बाणांनी युधिष्ठिराचं कवच छिन्नविच्छिन्नझालं. त्याचा सारथी ठार झाला.

युधिष्ठिराचं संरक्षण करण्याच्या प्रयत्नांत नकुलाचीही तीच गत झाली. रक्तबंबाळ झालेल्या युधिष्ठिरानं सहदेवाच्या रथावर चढून रणभूमीतून पळ काढला.

तत्क्षणी रथ आडवा घालून कर्णानं त्याला अडवलं. आणि तो म्हणाला,

" कुंतिपुत्रा, तुझ्यासारख्या नाममात्र क्षत्रियानं युद्धभूमीवर येऊ नये हेच उत्तम. स्वाध्याय, यज्ञानुष्ठान आदी कर्मे तू करावीस. मला अप्रिय शब्द बोलल्याचा परिणाम पाहिलास ना? आता अधिक थांबलास तर तुझी अवस्था याहून वाईट होईल. तेव्हा तत्काळ परत जा. तुझ्यासारख्या दुर्बलांना ठार करणं, हे कर्णाचं ब्रीद नाही !"

" सूतपुत्रा, तो पाहा, दुर्योधन भीमाच्या तावडीत सापडला आहे." शल्यानं कर्णाचं लक्ष दुर्योधनाकडे वेधलं." पण सांभाळ. भीम फार संतापलेला दिसतो. मला वाटतं कदाचित तूही त्याच्या क्रोधाला बळी पडशील..."

" रथ भीमावर घाल शल्या !" कर्ण किंचाळला.

पांडव शिबिराकडे निघालेल्या युधिष्ठिराला सोडून कर्णानं भीमावर चाल केली. हातातोंडाशी आलेला घास कर्णामुळे दूर जाताच भीम क्रुद्ध वाघासारखा कर्णावर तुटून पडला.

" नीच कुलोत्पन्न सूतपुत्रा, माझ्या घटोत्कचाला तूच मारलं आहेस. त्याचा सूड म्हणून मी आताच तुझ्या एका पोराला ठार केलं आहे. आता तुलाही ठार करतो." असं म्हणून भीमानं कर्णावर निकराचा हल्ला चढवला. भानुसेनाची हत्या करणारा भीम समोर दिसताच कर्णाचा संताप अनावर झाला. परंतु भीमालाही बाणांनीच उत्तर द्यायचं ठरवून कर्णानं त्याला प्राणांतिक जखमांनी घायाळ केलं; परंतु भीमाच्या एका बाणानं तो मूर्च्छित होऊन रथातच कोसळला.

श्रुतर्वा, दुर्धर, विकट, निषंगी, कवची, नंद, उपनंद आणि सुबाहू हे दुर्योधनाचे भाऊ कर्णाच्या संरक्षणासाठी धावून गेले; परंतु भीमानं एकेकाला निःशस्त्र करून क्रूरपणे ठार केलं आणि कर्णाला तोंड देण्यासाठी तो पूर्ववत् उभा राहिला. तोवर मूर्च्छेतून सावध झालेल्या कर्णानं कित्येक नाराच बाण टाकून भीमाला विद्ध केलं. विरथ झालेला भीम दुसऱ्या रथावर आरूढ होऊन पुन्हा एकदा कर्णावर चालून आला.

त्याच वेळी तिकडे धृष्टद्युम्न आणि कृतवर्मा, शिखंडी आणि कृपाचार्य, सात्यकी आणि अश्वत्थामा, नकुल-सहदेव आणि दुर्योधन अशी संकुलयुद्धे पेटली होती. भीमाला ठार मारण्याऐवजी त्याचं बळ कमी करण्यासाठी कर्णानं त्याचं सैन्य मारण्याचा सपाटा लावला. परिणामी भीमानंही तोच मार्ग अवलंबून कौरवसेनेचा विनाश आरंभला. भीमाचं ते कृत्य सहन न होऊन दुर्योधन पुन्हा एकदा भीमावर चालून गेला. ते पाहून नकुल-सहदेवांचा पाठलाग सोडून कर्णाला पुन्हा एकदा भीमाला आडवं जावं लागलं. त्याच वेळी अश्वत्थाम्यानंही सात्यकीला सोडून पित्याला ठार करणाऱ्या धृष्टद्युम्नावर निकराचा हल्ला चढवला.

जिकडेतिकडे फक्त विनाश...आणि मृत्यू यांचं थैमान माजलं होतं. सहस्त्रावधी पांडवसैनिक कर्णाच्या बाणांनी गतप्राण होऊन कोसळत होत; परंतु कर्णाला हवा होता तो अर्जुन ! संग्रामजिताची आणि सत्यसेनाची हत्या करणारा अर्जुन !

सूर्य डोक्यावर आला. निम्मा दिवस संपला. परंतु अजून कर्णाची अर्जुनाशी गाठ पडली नव्हती. संशप्तकांशी लढत असलेल्या अर्जुनाकडे कर्णानं रथ हाकारायची आज्ञा दिली. तोच कर्णाचं ते संभाव्य आक्रमण टाळून कृष्णानं अर्जुनाचा रथ पांडव शिबिराकडे वळवला आणि पाहता पाहता धुळीच्या ढगात तो दिसेनासा झाला. अर्जुनाला पाठीशी घालून भीमानं पुन्हा एकदा कर्णावर चाल केली. तोच वाटेत आलेल्या दुःशासनाचं निवारण केल्याशिवाय त्याला कर्णापर्यंत पोचणं अशक्य झालं.

"बैला, माझ्या भावांना निःशस्त्र करून मारताना लाज नाही वाटत?" भावांच्या क्रूर हत्यांमुळे चवताळलेला दुःशासन भुकेल्या लांडग्यासारखा भीमावर कोसळला.

इतका वेळ कर्णाशी लढून थकलेल्या भीमाला श्वास घ्यायलाही उसंत मिळाली नाही. दुःशासनाच्या धनुष्यातून सुटलेल्या एका जलाल बाणानं मूर्च्छित होऊन तो रथातच कोसळला; परंतु लगेच सावध होऊन त्यानं दुःशासनाचं आव्हान स्वीकारलं. द्रौपदीच्या कटिवस्त्राला हात घालणारा नीच दुःशासन समोर आलेला दिसताच भीमाच्या मनात साठून राहिलेला तेरा वर्षांचा संताप उफाळून आला. हातातलं धनुष्य टाकून देऊन त्यानं गदा हातात घेतली आणि प्रचंड आकाराची ती लोहगदा गरगरा फिरवून दुःशासनावर फेकत तो म्हणाला," माझ्यावर बाण टाकतोस काय? तर मग माझ्या या गदेचा प्रहार सहन कर..."

हातातली ती अवजड गदा दुःशासनावर भिरकावून भीमानं दाण्कन रथातून खाली उडी घेतली आणि दुःशासनाच्या नरडीचा घोट घेण्यासाठी तो वाघासारखा झेपावला. गदेचा प्रहार चुकवण्याच्या प्रयत्नांत दुःशासन रथावरून खाली कोसळला. त्याच्या मस्तकावरील किरीट घेऊन जमिनीवर गडगडत गेलेली ती गदा उचलून घेत भीम म्हणाला, " नीच दुःशासना, आज तू माझ्या हातून जिवंत सुटणार नाहीस..."

सेनापती कर्ण तो प्रकार पाहत होता. दुर्योधन आणि कृतवर्मा हेही पाहत होते. हातातली गदा उंचावून दाखवत दुर्योधनाला उद्देशून भीम म्हणाला," दुर्योधन...! आज तुझ्या डोळ्यांसमोर तुझ्या या नीच भावाला मी ठार करणार आहे. तुला शक्य असेल तर त्याचं रक्षण कर ! "

जमिनीवर पडलेला दुःशासन मस्तकावर झालेल्या गदेच्या प्रहारातून सावरण्याचा प्रयत्न करत उठू पाहत होता. तोच भीमानं लत्ताप्रहार करून त्याला पुन्हा खाली पाडलं. दुःशासनाच्या छातीवर आपला खांबासारखा पाय रोवून त्यानं खड्‌ग हाती घेतलं आणि तो म्हणाला," द्रौपदीची विटंबना करणारा नीच दुःशासन तो तूच ना? बोल कोणत्या हातानं ते नीच कृत्य केलं होतंस? आम्हाला गाय गाय म्हणून

हिणवणारा तो तूच ना?''

" होय, मीच तो.'' गजशुंडेसारखा आपला पुष्ट उजवा बाहू उंचावून दाखवत दुःशासन म्हणाला. "आणि हाच तो माझा बलदंड हात. याच बलदंड हातानं मी मदिराक्षींचे घाटदार वक्ष कुस्करले आहेत, सहस्त्रावधी गोप्रदाने दिली आहेत. याच हातानं पांचालीचे निळसर सुंदर केस धरून मी तिला द्यूतसभेत फरफटत आणलं आणि याच हातानं मी तिच्या कटिवस्त्राला —''

" हा .... नीचा !'' हातातलं खड्‌ग फेकून देऊन भीमानं दोन्ही मुठींच्या घट्ट पकडीत दुःशासनाचा हात जखडला आणि त्याला जोराचा हिसडा देत तो ओरडला, " तोच तुझा हात मी अस्सा उखडून फेकतो आहे...''

दुःशासनाचे पुढचे शब्द त्याच्या तोंडातच राहिले. गुरासारखा ओरडत तो गडबडा लोळू लागला. प्राणांतिक वेदनांनी तडफडू लागला. सर्व शक्ती एकवटून भीमानं त्याचा उजवा बाहू इक्षुदंडासारखा पिरगाळला आणि जोरदार हिसडा देऊन धडापासून उखडून काढला. रक्तानं माखलेला तो बाहू कौरवसेनेत भिरकावून देऊन तो वेदनांनी तडफडणाऱ्या दुःशासनाच्या देहावर बसला आणि त्याच्या कवचहीन छातीवर मुठी आदळू लागला. त्या घणाघाती मुष्टिप्रहारांनी दुःशासनाच्या बरगड्या पिचल्या आणि तत्काळ उष्ण रक्ताचा प्रवाह उसळी मारून बाहेर आला.

" दुर्योध ऽ ऽ न !'' भीम किंचाळला." हे पाहा, तुझ्या भावाचं रक्त प्राशन करून मी माझी प्रतिज्ञा पूर्ण करतो आहे.''

कारंजासारख्या उसळून आलेल्या त्या रक्तधारा भीमानं ओंजळीत भरून घेतल्या आणि रक्त गळणारी ती ओंजळ ओठापर्यंत नेऊन ते उष्ण रक्त तो अक्षरशः घटघटा प्यायल!

— ते विक्राळ दृश्य पाहून सैनिकांचा थरकाप झाला. स्वतः सेनापती कर्णसुद्धा ते दृश्य पाहून मुळापासून हादरला. तो दुःशासनाचं रक्त पितोय... हा माणूस आहे की कोणी श्वापद? भेदरलेले सैनिक हातातली शस्त्रं टाकून भीतीनं पळत सुटले.

" वा ऽ ऽ ! कुठल्याही मधुर पेयापेक्षा दुःशासनाचं हे रक्त अधिक मधुर आहे... मातेच्या दुधापेक्षा, मधापेक्षा आणि मद्यापेक्षाही हे रक्त अधिक चवदार आहे !''

...भीम थयथयाट करत होता. रक्तानं माखलेले हात आणि तोंड सर्वांना दाखवत किंचाळत होता... " घेतला, मी सूड घेतला ! नीच दुःशासन ! आज मी माझी प्रतिज्ञा पूर्ण केली आहे. अरे, आज माझ्या हातून मृत्यूनंच तुझी सुटका केली म्हणून — !'' खदखदा हसत थयथयाट करत असलेला भीम गर्र्कन मागे वळला आणि द्रौपदी, द्रौपदी... म्हणत धावत सुटला. प्रतिज्ञा केल्याप्रमाणे खरंच त्या रक्तमाखल्या हातांनी तो द्रौपदीची वेणी बांधणार होता की काय? भीमाचं ते क्रूर कृत्य पाहून महाप्रतापी दुर्योधन असहायपणे कर्णाकडे पाहू लागला.

दुर्योधनाची ती अवस्था पाहून रथनीडावर बसलेला शल्य म्हणाला," राधेया, खचू नकोस. सैन्याचा धीर सुटेल असं काहीही घडू नये. तो पाहा, भावाच्या मृत्यूनं शोकाकुल झालेला दुर्योधन भीतीनं कापतो आहे; पण तू सेनापती आहेस. युद्धाची मदार आता सर्वस्वी तुझ्यावरच आहे. तो पाहा, अर्जुन इकडेच येतो आहे. तुला मित्रऋणातून मुक्त व्हायचं आहे ना? मग उचल धनुष्य आणि चालव बाण..."

...कर्णाचा कानावर विश्वासच बसेना. इतका वेळ तेजोभंग करणारा शल्य तो हाच का? आताच त्याला इतका शहाणपणा कसा आला? कर्णाला प्रश्न पडला.

" आता तरी हे विनाशकारी युद्ध थांबव युवराज. पांडवांशी संधी कर. आपल्याच आप्तस्वकीयांचे वाहणारे हे रक्ताचे पाट थांबव युवराज." दुःखावेगानं विकल झालेल्या दुर्योधनाला अश्वत्थामा सांगत होता.

" काय बोलतोस हे गुरुपुत्रा?" दुर्योधन म्हणाला." इतकं रक्त वाहिल्यावर संधी? तो राक्षस भीम काय म्हणाला ते ऐकलंस ना? त्यानं माझ्या भावाच्या छातीवर पाय दिला आहे. त्याचं रक्त प्राशन केलं आहे. आता युद्धाशिवाय अन्य पर्याय नाही. तो पाहा, कर्ण अर्जुनावर चालून जातो आहे. आज तो अर्जुनाला ठार मारील, यात शंकाच नाही. चल, आपण त्याच्या मदतीला जाऊ या..."

१८.

पांडवशिबिराकडून वायुवेगानं येत असलेला अर्जुनाचा रथ कर्णाच्या दिशेनंच पुढे येत होता. अर्जुनाच्या आगमनानं उत्साहित झालेलं पांडवसैन्य नव्या जोमानं कुरुसैन्यावर तुटून पडलं. युधामन्यू चित्रसेनावर, उत्तमौजा सुषेणावर, श्रुतश्रवा अश्वत्थाम्यावर, सहदेव शकुनीवर तर शतानिक वृषसेनावर चालून गेला. नकुलानं कृतवर्म्याला तर सात्यकीनं दुर्योधनाला गाठलं. पुन्हा एकदा भीषण रणकंदन सुरू झालं. उत्तमौजाच्या धनुष्यातून सुटलेल्या एका अमोघ बाणानं कर्णपुत्र सुषेणाचं मस्तक उडालं. सूडाग्नीनं पेटलेल्या कर्णानं उत्तमौजाचा पाठलाग सुरू केला. तोवर शिखंडीच्या रथाचा आश्रय घेऊन उत्तमौजानं रणभूमीवरून पळ काढला.

शकुनीनं भीमाला परास्त करण्याच्या हेतूनं त्याच्यावर चाल केली; परंतु भीमाच्या बाणांनी विद्ध होऊन तो स्वतःच पराभूत झाला. शकुनीला रथात घालून दूर न्यावं लागलं. या वेळी झालेल्या रणकंदनात निषादांचा राजा नैषादी ठार झाला. सर्व पांडववीरांनी पुन्हा एकदा कर्णाला वेढा दिला. कर्णानं जनमेजय या पांचाल वीराला रथावरून खाली पाडून सुतसोम आणि शतानिक यांच्यावर बाणांचा भडीमार केला. धृष्टद्युम्नाला विद्ध केलं. केकय राजाचा पुत्र विशोक याला ठार केलं. हे पाहून

त्याचा सेनापती उग्रकर्मा पुढे येताच कर्णानं त्यालाही ठार केलं.

त्याच वेळी युद्धभूमीवर दुसरीकडे कर्णपुत्र प्रसेन आणि सात्यकी यांच्यात भीषण युद्ध जुंपलं होतं. तरुण राजपुत्र प्रसेन सात्यकीला हार जात नव्हता. सात्यकीच्या एका बाणानं प्रसेनाचा शिरच्छेद झालेला पाहून कर्णानं सात्यकीवर हल्ला चढवला. सात्यकीच्या कंठाचा वेध घेत निघालेला कर्णाचा बाण शिताफीनं छेदून शिखंडीनं सात्यकीला वाचवलं. कर्णानं तत्काळ शिखंडीला विद्ध करून धृष्टद्युम्नाच्या पुत्राचं मस्तक उडवलं आणि सोबतच भीमाचा मुलगा सुतसोम यालाही घायाळ केलं.

त्याच वेळी एकीकडे कर्णाचा ज्येष्ठ पुत्र वृषसेन आणि नकुल यांच्यात जीवघेणी झुंज पेटली होती. वृषसेनाशी लढताना महारथी नकुल विरथ झाला. त्याच्या हातातील खड्‌ही छेदून वृषसेनानं त्याला पुरतं नि:शस्त्र केलं. नकुलाची ती असहाय अवस्था पाहून अर्जुन भावाच्या मदतीसाठी धावून आला. वृषसेनावर बाण सोडून धृष्टद्युम्नासह पांचालांशी लढण्यात गुंतलेल्या कर्णाला तो म्हणाला, " कर्ण, तुम्ही सहा मारेकऱ्यांनी मिळून माझ्या अभिमन्यूची हत्या केलीत. हा पाहा, तुझ्या या ज्येष्ठ पुत्राला मी तुझ्यासमोर एकट्यानं ठार करतो आहे. सूतपुत्रा, या कलहाचं मूळ कारण तूच आहेस. तुझ्यामुळेच दुर्योधन उन्मत्त झाला आहे. तुला शक्य असेल तर तुझ्या पुत्राचं रक्षण कर..."

पांचालांनी दिलेला वेढा फोडून कर्ण बाहेर येतो आहे, तोच महारथी वृषसेन गतप्राण होऊन रणभूमीवर कोसळला. ठिकठिकाणी लागलेल्या बाणांनी विद्ध झालेला वृषसेनाचा छिन्नकवच बाहूविहीन देह समोर दिसताच अनावर सुडाग्नीनं कर्णाचं मस्तक पेटून उठलं. आज त्याचे चार पुत्र धराशायी झाले होते. पित्याला अभिमान वाटावा असा पराक्रम करून त्यांनी आपले देह ठेवले होते. अर्जुनाशी झुंज घेऊन महारथी वृषसेनानं देदीप्यमान पराक्रम गाजवला होता; परंतु शेवटी कंठ आणि बाहू छेदून अर्जुनानं त्याचा प्राण घ़ेतला होता.

" क्रूर पांडवा, आज हे तुझ्याशी शेवटचं युद्ध असेल." वृषसेनाचं मस्तक कुरवाळून कर्णानं अर्जुनाला आव्हान दिलं आणि तत्काळ आपला रथ अर्जुनाच्या रथावर घातला. एकापाठोपाठ कित्येक नाराच बाण सोडून त्यानं अर्जुनाला संत्रस्त करून सोडलं. त्या बाणवर्षावाला तोंड देता देता अर्जुनाची पुरती त्रेधा उडाली. तशातच त्याच्या धनुष्याची प्रत्यंचा तुटली आणि तीच संधी घेऊन कर्णानं अर्जुनाला अधिकच जर्जर केलं. अर्जुनाच्या बाणांनी कर्णही रक्तबंबाळ झाला. निर्वाणीचा बाण टाकायचं ठरवून त्यानं अर्जुनाच्या कंठाचा वेध घेतला. आता हा बाण सुटला तर अर्जुनाचा कंठच्छेद होणार हे निश्चित...

"— सूतपुत्रा, या बाणानं अर्जुनाचा कंठच्छेद होणार नाही. पुन्हा एकदा नीट शरसंधान कर." हळूच शल्य म्हणाला.

'' कर्ण दोन वेळा शरसंधान करत नाही. तसं केलं तर लोक मला कुटील योद्धा म्हणतील...'' ताड्कन कर्ण म्हणाला. आणि तत्काळ तो बाण सोडून त्यानं समोर पाहिलं.

अर्जुनाच्या कंठनालाचा वेध घेत गेलेला तो बाण अर्जुनाच्या मस्तकावरील सुवर्णकिरिटावर आदळला होता आणि त्या आघातानं अर्जुनाचा किरीट दूर जाऊन पडाला होता. तो बाण अर्जुनाचा कंठनाल छेदूनच बाहेर पडणार होता; परंतु सावध असलेल्या कृष्णानं तत्काळ रथ खाली दाबून तो बाण चुकवला होता. कृष्णाच्या सतर्कतेमुळेच केवळ अर्जुन वाचला होता !

खांडववनातील नाग लोकांचा सेनापती तक्षकपुत्र अश्वसेन कर्णाच्या उजव्या बाजूला राहून पांडवसैन्याशी लढत होता. अर्जुनाचं सैन्यबल कमी करण्याचा आटोकाट प्रयत्न करणारा अश्वसेन कर्णाच्या मदतीसाठी पुढे आला.

'' मला अर्जुनावर बाण टाकायची अनुमती दे अंगराज. माझ्या विषारी बाणाचा नुसता स्पर्श झाला तरी तो संपलाच म्हणून समज.'' अर्जुनावर सूड उगवायची संधी शोधत असलेला अश्वसेन ओरडला.

'' नाही !'' कर्ण म्हणाला,'' कर्ण दुसऱ्याच्या बळावर लढत नाही. तसं केलं तर ते धर्मयुद्ध ठरणार नाही.''

अश्वसेनानं देऊ केलेली मदत नाकारून कर्णानं अर्जुनावर पुनश्च नाराच बाणांचा वर्षाव सुरू केला.

कर्णानं केलेल्या त्या प्राणघातक प्रहारानं संतप्त झालेल्या अर्जुनानं कर्णाचं कवच तोडलं. ठिकठिकाणी बाण मारून त्याला पुरतं घायाळ केलं. तशाच एका घातक बाणानं कर्ण मूर्च्छित झालेला पाहून अर्जुनाचा हात नकळत थबकला.

'' अर्जुना, अरे, थांबलास का?'' कृष्ण ओरडलाच.'' तू वेडा तर नाहीस ना? शत्रूवर आलेलं संकट हीच आपली संधी समजून तत्काळ त्याचा नाश करावा. क्षणाचाही विलंब करू नकोस. चढव बाण...''

अर्जुन कर्णावर बाण टाकतो आहे तोच अश्वसेनानं स्वतःच अर्जुनाला आव्हान दिलं. तोही मोठाच धनुर्धर होता. अश्वसेनाच्या विषारी बाणांनी अर्जुन फारच त्रस्त झाला. त्याचं रक्षण करताना कृष्णाचीही बरीच त्रेधा उडाली. कृष्णार्जुनांची ती अवस्था झालेली पाहून तोवर मूर्च्छेतून सावध झालेल्या कर्णाच्या मुखावर उपहासाचं हास्य उमटलं. कर्ण उपहासानं हसतो आहे हे पाहून अर्जुनाचा क्रोधाग्नी आणखीच उफाळून आला. तत्काळ अश्वसेनाचा शिरच्छेद करून त्यानं कर्णावर हल्ला चढवला.

'' सूतपुत्रा, रथ हलेनासा झाला आहे. रथाचं डावं चक्र जमिनीत रुतून बसलं आहे...'' शल्य सांगत होता.

कर्ण चक्रावलाच. आता या अटीतटीच्या युद्धात जमिनीत रुतलेलं रथचक्र

काढायला वेळ कुठला? युद्ध थांबवून खाली उतरलो आणि अर्जुनानं तीच संधी घेऊन डाव साधला तर...? कर्ण धर्मयुद्धाचे नियम पाळतो म्हणून ते इतरांनीही पाळावेत असं कुठं आहे? ...पण याच वेळी रथचक्र जमिनीत रुतावं, हा कुठला दैवदुर्विलास? कर्णानं धर्माची कास कधी सोडली नाही. आयुष्यभर धर्माचरण करण्याचाच प्रयत्न केला. असं असूनही आज त्याला धर्माची मदत मिळू नये ना? धर्माचरण करणाऱ्यांकडेच धर्मानं पाठ फिरवावी आणि अधर्मयुद्ध करणाऱ्या पांडवांना मात्र मदत करावी...? कृष्ण... कृष्णासारखा कुटील माणूस त्यांचा मित्र असल्यावर काय...तो धर्माच्याही नाकात वेसण घालणा, यात कुठली शंका?

" सूतपुत्रा, अश्वांच्या गळ्याला फास लागला आहे. भूमीत रुतून बसलेलं रथचक्र तू बाहेर काढणार नसशील तर मला रथ सोडून जावं लागेल. तत्काळ रथचक्र बाहेर काढ."

सातत्यानं सुरू असलेलं शरसंधान थांबवून तत्काळ रथाखाली उतरून कर्ण म्हणाला," क्षणभर थांब अर्जुना ! माझ्या रथाचं चक्र जमिनीत रुतून बसलं आहे. ते मला वर काढलं पाहिजे. तू क्षत्रिय आहेस. धर्मयुद्धाचे नियम तुला पूर्ण विदीत आहेत. धर्मयुद्ध करणारे क्षत्रिय वीर शरणागत, युद्धविमुख, कवचहीन किंवा निःशस्त्र शत्रूवर शस्त्रप्रहार करत नाहीत. या वेळी तू रथात आहेस आणि मी जमिनीवर आहे. या क्षणी निःशस्त्र आहे. अशा स्थितीत तू माझ्यावर बाण टाकलास तर ते क्षत्रियोचित ठरणार नाही. मी तुला किंवा कृष्णाला भीत नाही. फक्त क्षणभर थांब. मला हे रथचक्र वर काढायची संधी दे. तू क्षत्रिय आहेस. क्षत्रियासारखा वाग. धर्मयुद्ध कर..."

इतका वेळ शिताफीनं चालणारा अर्जुनाचा हात क्षणभर थांबला. तीच संधी घेऊन कर्णानं रथचक्राकडे पाहिलं. मऊ माती आणि रक्तमांसाच्या घट्ट चिखलात रुतून बसलेल्या त्या रथचक्राकडे पाहून कर्ण सैरभैर झाला. ते वर काढायला त्याला फक्त काही क्षण हवे होते. परंतु तो कुटील कृष्ण तेवढाही अवधी मिळू देईल की नाही याची शंका होती. आणि युद्धभूमीकडे पाहिलं तर आतापासूनच सर्वत्र सायंकाळचं ऊन पसरू लागलं होतं.

" वा ऽ ऽ ! महारथी अंगराज कर्ण, वा ऽ ऽ ! !" रथनीडावर बसलेला कृष्ण कर्णाकडे पाहत खदखदा हसत होता. रथाचे वेग डाव्या हातात घेऊन उजव्या हाताची तर्जनी कर्णावर रोखून तो पुढे म्हणाला," ...धर्म नावाची गोष्ट जगात आहे याची तुला आठवण आहे तर ! बरोबरच आहे... धर्म विसरून अधर्मानं वागणाऱ्या तुझ्यासारख्या नीच माणसांना संकटात पडल्यावरच धर्माची आठवण होते. तीही दुसऱ्याला त्याची आठवण करून देण्यासाठी! स्वतःसाठी नव्हे ! स्वार्थासाठी धर्म गुंडाळून ठेवणाऱ्या तुझ्यासारख्या नीचांनी धर्माचरणाच्या गोष्टी करूच नयेत. तुझी एकेक धर्मकृत्यं जरा आठवून पाहा...

" ...दुर्योधन, दुःशासन आणि शकुनी यांच्यासह तूच भर सभेत द्रौपदीची विटंबना केली होतीस ना? तेव्हा तुझा धर्म कुठं गेला होता? पांडवांना जाळून मारायचं कारस्थान केलंत, कपटद्यूतात गोवून त्यांचं राज्य गिळंकृत केलंत, तरीही ठरल्याप्रमाणे वनवास भोगून परत आलेल्या पांडवांना त्यांचं राज्य द्यायचं नाकारलंत तेव्हा तुला धर्माचा विसर पडला होता का? तुझ्याच चिथावणीवरून दुःशासनानं द्रौपदीच्या वस्त्राला हात घातला होता ना? तेव्हा तू द्रौपदीला काय म्हणाला होतास ते जरा आठवून पाहा... पाच पुरुषांशी रममाण होणारी स्त्री वारांगनाच असते...जिंकले गेलेले तुझे हे पती षंढ आहेत... त्यांच्यापासून तुला काय सुख मिळणार... तेव्हा तू आता खुशाल दुसरे पती कर... असले ओंगळ प्रलाप काढताना तुझा धर्म झोपला होता का? त्याच जिभेनं आज धर्माच्या गोष्टी सांगताना तुला लाज कशी वाटत नाही? निःशस्त्र झालेल्या वीर अभिमन्यूला तुम्ही सहा जणांनी मिळून ठार केलंत... ते धर्मयुद्ध होतं का? बोल... बोल कर्णा, आता का दातखीळ बसली? नीच माणसा, आता तू धर्माच्या नावानं कंठशोष करू नकोस. कारण तू स्वतः कधीच धर्माप्रमाणे आचरण केलेलं नाहीस. आज तू कितीही धर्माला हाके घातलेस तरी तू जिवंत सुटणार नाहीस हे निश्चित !

"...अर्जुना.... धर्माधर्माची निरर्थक चर्चा उपस्थित करून तो तुला गोंधळात टाकू पाहतो आहे. द्यूतप्रसंगी तो द्रौपदीला काय म्हणाला होता ते आठव, या नीच कर्णासह सहा जणांनी मिळून अभिमन्यूला निःशस्त्र करून ठार केलं आहे, हे आठव... कर्णासारख्या बलाढ्य शत्रूला ठार करायची दुर्मिळ संधी चालून आली आहे. ती व्यर्थ घालवू नकोस. तो निःशस्त्र आणि विरथ आहे तोवरच बाण टाक. आता आणखी उशीर करू नकोस पार्था —"

कर्णाची मान लज्जेनं खाली गेली. तो एक शब्दही उच्चारू शकला नाही. कृष्ण म्हणाला त्याप्रमाणे कर्णानं धर्मयुद्ध केलं नसेल; पण युद्धापासून परावृत्त होणं हा त्याचा धर्म नाही. युद्धसज्ज अर्जुनाच्या प्रत्यंचेचा टणत्कार कानांवर पडताच कर्ण तसाच रथावर चढला आणि त्यानं पुन्हा एकदा अर्जुनाशी निर्णायक युद्ध मांडलं.

सारथी शल्य रथ सोडून गेलेला, रथचक्र अधिकाधिक जमिनीत रुतत चाललेलं अशा अवस्थेत कर्ण द्वैरथयुद्धाची शिकस्त करू लागला. त्याच्या एका बाणानं अर्जुन इतका विद्ध झाला की तो मूर्च्छित होऊन रथातच कोसळला. कर्णानं अजून एक बाण टाकला असता तर अर्जुन तत्काळ गतप्राण झाला असता; परंतु अर्जुनावर बाण टाकण्याऐवजी कर्णानं हातातल्या धनुष्यासह रथावरून खाली उडी घेतली आणि जमिनीत रुतून बसलेल्या रथचक्राला हात घातला. अर्जुन सावध होण्याच्या आत पुन्हा रथारूढ होणं गरजेचं होतं. परंतु रक्तमांसाच्या चिखलात रुतलेलं ते रथचक्र थोडसं हललं खरं; परंतु तसूभरही पुढे सरकलं नाही. रथचक्राचे दोन आरे

तेवढे खाड्कन निखळून कर्णाच्या हाती आले.

"आता अधिक वेळ घालवू नकोस पार्था ! तो रथारूढ होत नाही तोवरच बाण टाक." मूर्च्छेतून सावध झालेल्या अर्जुनाला कृष्ण सांगत होता... "लक्षात ठेव... तो पुन्हा रथारूढ झाला तर मात्र तुझी धडगत नाही. या नीचानं केलेला द्रौपदीचा तो अपमान आठव, अभिमन्यूचा अमानुष वध आठव आणि सोड बाण. उडव त्याचं मस्तक." एक आञ्जलिक बाण अर्जुनापुढे धरून कृष्ण अधीरपणे सांगत होता...

अर्जुनाचं चित्त दोलायमान झालं असावं. कारण त्याचे हात कापत होते. हातातलं धनुष्य थरथरत होतं. परंतु कृष्णाचे ते शब्द ऐकताच त्याचं हरवलेलं धैर्य क्षणार्धात परत आलं. कृष्णानं पुढे केलेला तो अर्धचंद्राकृती आञ्जलिक बाण घेऊन अर्जुनानं प्रत्यंचेवर चढवला आणि क्षणार्धात वेध घेऊन कर्णावर सोडला.

सारं इतकं निमिषार्धात घडलं की कर्णाला रथावर चढायचीही उसंत मिळाली नाही. विद्युत् वेगानं आलेला तो बाण कर्णाचा कंठनाल छेदून निघून गेला. धडापासून विलग झालेलं कर्णाचं मस्तक युद्धभूमीवर गडगडत गेलं. त्याच्या मस्तकावरील सुवर्णकिरीट रक्तरंजित मातीत मिसळला आणि हातातल्या धनुष्यासह कर्णाचं मस्तकविहीन कबंध वादळात उन्मळून पडलेल्या शालवृक्षासारखं जमिनीवर कोसळलं.

कौरवसेनेत हाहाकार उडाला. भ्यालेले सैनिक वाट फुटेल तिकडे पळत सुटले. कर्णवधाची दुर्वार्ता कळताच दुर्योधन मूर्च्छित पडला. पांडवसेनेत मात्र उत्साहाची लाट पसरली. पांडवयोद्धे विजयदर्शक शंखनाद करू लागले. जिकडेतिकडे आनंदसूचक वाद्यघोष सुरू झाले. कित्येक सैनिक आनंदानं नाचू लागले. तीच संधी घेऊन भीमानं कौरवसेनेचा संहार सुरू केला. कर्णपुत्र चित्रसेन, कृतवर्मा, शल्य आणि अश्वत्थामा सैनिकांना थोपवण्याचा प्रयत्न करू लागले.

"भेकडांनो ! शत्रूला पाठ दाखवून कुठं निघालात?" मूर्च्छेतून सावध झालेला दुर्योधन सैनिकांना आवाहन करू लागला. सुडानं पेटलेला दुर्योधन शकुनीसह भीमावर तुटून पडला. परंतु एकदा खचलेला सैनिकांचा धीर पुन्हा परत आला नाही.

महारथी कर्णाच्या मृत्यूसोबतच जणू भारतीय महायुद्ध संपलं होतं. सूर्यास्त होऊन सर्वत्र धूसर संधिप्रकाश पसरू लागला होता. धुळीनं कोंदाटलेल्या आकाशामुळे आताच अंधारल्यासारखं वाटू लागलं होतं. तेवढ्यात युद्धविरामसूचक कर्णे वाजू लागले. दुर्योधनाला युद्ध थांबवावं लागलं. कृतवर्मा, शकुनी, कृपाचार्य आणि अश्वत्थामा हेही युद्ध थांबवून दुर्योधनाजवळ आले.

इतस्ततः विखरून पडलेले मोडके रथ, देह छिन्नविच्छिन्न होऊन मरून पडलेले कित्येक अश्व आणि हत्ती, वेदनांनी विव्हळणारे सहस्रावधी सैनिक आणि सर्वत्र माजलेला रक्तमांसाचा चिखल यातून वाट काढत दुर्योधन कर्णाकडे निघाला. सर्वत्र मृतदेहांचे आणि रक्तलांछित शस्त्रास्त्रांचे ढीग साचले होते.

कर्णपुत्र चित्रसेन पित्याचं किरीटविहीन मस्तक मांडीवर घेऊन अश्रू ढाळत होता. त्याचा ज्येष्ठ भ्राता महारथी वृषसेन याचाही मृतदेह त्याच्या पित्याशेजारी पहुडला होता. कर्णाच्या किरीटविहीन मस्तकावरील केस इतस्ततः विखुरले होते.

"...हे मित्र अंगराज कर्ण !" जिवलग मित्राचा मृतदेह समोर दिसताच दुर्योधनाच्या मुखातून आक्रोश बाहेर पडला. मातीत मिसळलेला कर्णाचा सुवर्णकिरीट दुर्योधनानं पुन्हा होता तसा त्याच्या मस्तकावर ठेवला आणि ते मस्तक मांडीवर घेऊन तो शोक करू लागला.

" राजन्... आता यापुढे युद्ध सुरू ठेवण्यात अर्थ नाही..." कृपाचार्य दुर्योधनाला सांगू लागले." संधी करावा हेच उत्तम. तुझे बंधू आणि पुत्र मारले गेले आहेत. ज्याच्या बळावर तुझा एवढा भरवसा होता तो कर्ण त्याच्या महारथी पुत्रासह मृत्युमुखी पडला आहे. आता लढायचं तरी कोणाच्या बळावर?"

"— ती वेळ कधीच निघून गेली आहे आचार्य !" शोकसंतप्त दुर्योधन किंचाळलाच." आयुष्यभर ज्याच्याशी फक्त वैरच केलं, त्या युधिष्ठिरासमोर हात जोडून उभा राहू? हस्तिनापूरचा सम्राट दुर्योधन युधिष्ठिराचा अंकित कसा होईल आचार्य? आणि आपल्या प्रियजनांचं एवढं रक्त सांडलं त्याचं काय? कर्णासारखा माझा जिवलग मित्र गेला, दुःशासन, दुःसह यांच्यासारखे सहोदर बंधू गेले. लक्ष्मण, दौःशासनी, वृषसेन यांच्यासारखे महारथी पुत्र गेले. आता ती शांतता घेऊन काय करायचं आहे? एवढं सगळं झाल्यावर प्राणरक्षणासाठी मी संधी केला तर जगभर माझी निंदा होईल, त्याचं काय? आणि तशा लाजिरवाण्या जगण्यात कुठला आला आहे पुरुषार्थ? नाही, नाही आचार्य — युद्धाशिवाय अन्य पर्याय मला दिसत नाही...! आता मी मेलो तरी युद्ध करतच मरेन..."

९९.

अंधारातून रथघंटांचा ध्वनी कानावर येऊ लागला. थोड्याच वेळात तो रथ समोर येऊन उभा राहिला. आणि पलित्यांच्या उजेडात दुर्योधन पाहतो तो काय...? त्याचा डोळ्यांवर विश्वासच बसेना. युधिष्ठिर कृष्णार्जुनांसह रथावरून खाली उतरत होता. या वेळी युधिष्ठिर इथं कशासाठी आला असेल? आणि इतक्या शोधकपणे तो पाहतो आहे ते काय? दुर्योधनाचा तर्क चालेना.

युधिष्ठिर कर्ण आणि वृषसेन या दोघा पितापुत्रांना न्याहाळत होता. डोळ्यांवर विश्वास बसत नसल्याप्रमाणे पुनःपुन्हा निरखून पाहत होता. जणू ते खरोखरच मरण पावले आहेत की अजूनही जिवंत आहेत, हेच तो पाहत होता. दुर्योधनाच्या

मांडीवरील कर्णाचं रक्तलांछित मस्तक पलित्यांच्या लालपिवळ्या उजेडात चकाकत होतं. त्या गौर मुखावर अजूनही निर्भयतेचं तेज तसंच विलसत होतं. जे दिसताच युधिष्ठिराला मातेच्या पायांची आठवण येते ते कर्णाचे गौर निमुळते पाय, ती लांबसडक बोटं रक्तानं माखली होती...

कर्ण मरण पावला आहे याची खात्री होताच युधिष्ठिराच्या मुखावर समाधानाचं स्मितहास्य फुलून आलं. अर्जुनाकडे वळून तो म्हणाला," अर्जुना, आज तू खरा पराक्रम केलास. या सूतपुत्राच्या भीतीपोटी गेली तेरा वर्षं मला दिवसा कधी स्वस्थता लाभली नाही की रात्री सुखाची झोप लागली नाही. जिकडेतिकडे मला फक्त कर्णच दिसत होता. दुर्योधनाच्या पक्षात केवळ हाच एक योद्धा असा होता की ज्याची मला सतत भीती वाटत होती. आज तू माझी फार मोठी काळजी दूर केलीस." आणि एवढं बोलून युधिष्ठिरानं अर्जुनाला उराशी कवटाळलं.

" मोठा धर्मराज म्हणवून घेतोस तू स्वतःला..." दुर्योधन म्हणाला. " दुसऱ्याचं राज्य हिसकावून घेणं यालाच धर्म म्हणतात का धर्मराज युधिष्ठिर? तुझ्या पित्याकडे हस्तिनापूरचं राज्य आलं ते केवळ माझे वडील जन्मांध होते म्हणून. आर्यधर्मानुसार राज्याचे खरे उत्तराधिकारी महाराज धृतराष्ट्र हेच होते आणि त्यांच्यानंतर आम्ही. आपद्धर्म म्हणून पित्याकडे आलेलं राज्य त्याच्या पोरांनीही बळकावून बसायचं, हा कुठला धर्म आहे युधिष्ठिर? महाराज धृतराष्ट्र अंध होते; मी नव्हतो. माझा कुठलाही भाऊ अंध नव्हता. हस्तिनापूरच्या सिंहासनाचे खरे वारसदार आम्हीच होतो आणि अजूनही आहोत...

"...हाच आर्यधर्म आहे. महाराज धृतराष्ट्र जन्मांध नसते तर हा अनर्थ ओढवलाच नसता. तुमची अमंगल छाया मी हस्तिनापूरच्या सिंहासनावर पडूच दिली नसती. कारण पांडव ही अधर्म्य संतती आहे हे पितामहांना माहीत होतं. अन्यथा ते माझ्या बाजूनं लढायला सिद्ध झालेच नसते. द्रोणाचार्य, कृपाचार्य, अश्वत्थामा यांनी आणि आर्यावर्तातल्या कित्येक क्षत्रिय राजांनी माझी बाजू उचलून धरली ती यामुळेच. अरे, तुझा हा मामा शल्य पाहा... तो माझ्या मदतीला आला तो कशासाठी? माझी बाजू न्याय्य आहे म्हणूनच ना? तरीही या धूर्त आणि कारस्थानी कृष्णाच्या चिथावणीनं तू हे युद्ध मांडलं आहेस...

"...आणि इतरांना धर्माची आठवण करून देणाऱ्या घातकी कृष्णा, तूच या विनाशाला कारणीभूत आहेस. त्यांचा हितकर्ता होऊन तू एवढा धर्मरक्षणाचा आव आणतो आहेस, तर तुझ्या या सत्कार्यात तुझाच मोठा भाऊ बलराम तुझ्या पाठीशी का उभा राहिला नाही? तुझा सेनापती कृतवर्मा माझ्या मदतीला आला तो कशासाठी? 'दुर्योधनानं भर सभेत द्रौपदीचा अपमान केला...दुर्योधनानं भरसभेत द्रौपदीचा अपमान केला' म्हणून रात्रंदिवस कंठशोष करून त्यांना चिथावणी देत असतोस. पण त्या उर्मट राजकन्येनं आमचेही अपमान भर सभेतच केले होते ना? आणि त्यापूर्वी

डावावर लावून स्वतः युधिष्ठिरानं तिचा कोणता सन्मान केला होता?

"...अभिमन्यूच्या वधाबद्दल उसासे सोडायला तुला रे काय झालं? अभिमन्यूचा वध अधर्म्य होता तर पितामहांचा वध धर्म्य होता का? भूरिश्रव्याचा, आचार्य द्रोणांचा, कर्णाचा वध धर्म्य होता का? ज्या न्यायानं तुम्ही भीष्म, द्रोण, भूरिश्रवा आणि कर्ण यांचे वध केलेत त्याच न्यायानं आम्ही अभिमन्यूचा वध केला आहे. आज कर्ण निःशस्त्र असताना तूच अर्जुनाकरवी त्याला ठार केलं आहेस !

"...तू किती कुटील आहेस ते जगाला माहीत आहे. तू कितीही ओरडून सांगितलंस तरी जगाला हे मान्यच करावं लागेल की, धर्मयुद्ध केलं ते फक्त कौरवांनीच. तुला तर साधा युद्धधर्मही माहीत नव्हता. लक्षात ठेव कृष्णा, माझ्या हक्काचं असून जे मला मिळणार नसेल ते मी त्यांनाही मिळू देणार नाही. आणि मिळालं तरी लाभू देणार नाही. या साऱ्या अनर्थाचा मी पुरता... पुरता सूड घेईन. शत्रूच्या रक्तानंच माझ्या या मित्राचं तर्पण करीन. धर्मराज म्हणून मिरवणाऱ्या अधर्मी युधिष्ठिरा, सांग — तू धर्मयुद्ध कधी केलंस? धर्मयुद्धाचे नियम प्रत्येक वेळी तूच आधी पायदळी तुडवलेस. पितामह, आचार्य द्रोण यांना तुम्ही ज्या पद्धतीनं ठार केलंत ते धर्मयुद्ध होतं का? दुसऱ्याशी लढण्यात गुंतलेल्या भूरिश्रव्यावर अर्जुनानं वार केला तो धर्म होता का? सांग युधिष्ठिर...माझ्या प्रश्नाचं उत्तर दे —"

कर्णाच्या निमुळत्या पायांकडे पहात युधिष्ठिर निश्चल उभा होता. त्याची वाचाच जणू कोणी काढून घेतली होती. त्याच्या ऐवजी बोलला तो कृष्णच. तो म्हणाला," फार बोललास दुर्योधन ! आता मी काय सांगतो तेही थोडं ऐक. धमदेखील बलवंतांनाच साथ देतो. भर सभेत तुम्ही द्रौपदीची विटंबना केलीत त्या प्रसंगी पितामह काय म्हणाले होते ते थोडं आठव. एरवी बलवान सांगतील तोच धर्म आणि ते आचरतील तीच नीती हाच जगाचा न्याय असतो. तुझ्या दृष्टीनं तू धर्मयुद्ध केलंही असशील; पण आम्ही धर्मयुद्ध करायला निघालो होतो हे तुला कोणी सांगितलं? युद्ध हे कधीही धर्मयुद्ध नसतं दुर्योधन. युद्धात उतरायचं असतं ते फक्त जिंकण्यासाठी ! तुझं नाव दुर्योधन असूनही, हा साधा युद्धधर्म तुला कधी कळालाच नाही. तुला युधिष्ठिर सुयोधन म्हणतो ते खरंच आहे. कपटाचा अवलंब केला नसता तर पांडवांना विजय मिळालाच नसता. आता आम्ही सांगू तोच धर्म आणि आम्ही जिचं आचरण करू तीच नीती ठरेल."

कृष्णानं युधिष्ठिराकडे पाहिलं. कर्णाच्या पायांवर दृष्टी खिळवून तो अजूनही तसाच निश्चलपणे उभा होता...

१००.

रणभूमीवर घडलेल्या घटनांचं वृत्त घेऊन संजय हस्तिनापूरकडे निघाला होता. कर्णाच्या मृत्यूचं वृत्त महाराजाला सांगायचं म्हणजे... हा विचार मनात येताच संजयाच्या हातातील वेग शिथिल झाले. हस्तिनापूरला लवकर पोचू नये असंच त्याला वाटू लागलं. ओठाळीतले वेग सैलावताच नित्याप्रमाणे वाऱ्याच्या वेगानं धावणारा अश्व अडखळलाच.

सारं काही ऐकून घेऊन रोज अगदी डोळ्यांत पाणी आणून महाराजा म्हणतो... ‘ संजय, तूसुद्धा आताशा फार कठोर होऊ लागला आहेस हेच खरं. अरे, कधीतरी चांगलं वृत्तसुद्धा आणत जा.’ ...तशात आज कर्णाच्या मृत्यूची वार्ता ऐकून त्याला काय वाटेल? कदाचित नातू लक्ष्मण आणि जामात सिंधुराज जयद्रथाच्या मृत्यूची वार्ता ऐकून तो मूर्च्छित पडला होता तसाच कदाचित आजही... मग त्याला धीर देण्यासाठी विदुराला बोलावून आणावं लागेल. कर्णवधाचं वृत्त ऐकताच माता गांधारीचा शोक आज पाहवणार नाही. रोज त्याच्या पराक्रमाचं वृत्त ती आवर्जून विचारते. आज मी तिला काय सांगू?

पण... मी संदेशवाहक आहे... चांगली असो वा वाईट... वार्ता पोचवणं हे माझं काम. तिथं माझ्या इच्छेअनिच्छेचा प्रश्न येतोच कुठं? मनाची समजूत घालत संजयानं वेग आवळले. अश्वाच्या पाठीवर आश्वासक थाप दिली. भोवतीचा घनदाट अंधार चिरत अश्व पूर्ववत् वायुवेगानं धावू लागला.

कर्ण...! अंगराज कर्ण...! सूतपुत्र असूनही तो सूतासारखा कधी राहिलाच नाही. पण राजा झाला म्हणून का सूताचा क्षत्रिय होतो? आम्हा सूतांचं आयुष्य म्हणजे क्षत्रियांची सेवा. पण हे त्याला कधी उमगलंच नाही. तो राजा होता, कुठल्याही क्षत्रिय राजापेक्षा सामर्थ्यसंपन्न होता. पण म्हणून का कुलाचा ठसा पुसला जातो? म्हणूनच तर तो आयुष्यभर अपमानाच्या जखमांनी ठेचाळत राहिला. तरीही अप्राप्य तेच मागत राहिला आणि शेवटी अस्वस्थ, अतृप्त मनानंच मृत्यूला सामोरा गेला. दुर्योधनाला मदत करून त्यानं क्षत्रियांचं दास्यच नाही का केलं? त्याला सहोदर बंधू मानणाऱ्या दुर्योधनानं तो सूतपुत्र आहे हे कधी नजरेआड केलं असेल का? पण आम्हा सूतांचंही एक कळत नाही. आपण सूत आहोत हे माहीत असूनही त्यांना आपलं क्षत्रियत्व सिद्ध करायची मोठीच इच्छा असते. म्हणूनच तर अंगदेशच्या आणि हस्तिनापूरच्याही सूत योद्ध्यांना कर्णाचा एवढा अभिमान वाटत होता. तो युद्धात उतरताच कितीतरी सूत योद्धे प्राणांची पर्वा न करता त्याच्या मागोमाग युद्धभूमीवर गेले होते.

राजमहालाजवळ येईपर्यंत मध्यरात्र झाली. संजयाला अपेक्षित होतं तेच झालं. कर्ण पडल्याची वार्ता ऐकताच महाराजानं जमिनीवर अंग टाकून दिलं. कर्णाचे पराक्रम आठवून तो शोक करू लागला. महाराणीलाही शोकावेग आवरला नाही. दुर्योधनाचा सखा, खरा पाठीराखा गेल्याचं दुःख तिच्या पट्टी बांधलेल्या डोळ्यांच्या आडून घळघळा ओघळू लागलं.

" पुत्र, पुत्र कर्ण... पुत्र कर्ण..." म्हणत ती शोक करू लागली.

एवढं झाल्यावर विदुराला बोलावून आणणं आलंच. तेवढ्या रात्री संजय विदुराच्या घरी गेला. विदुर जागाच होता. युद्धभूमीवर काय घडलं हे जाणून घ्यायची त्यालाही उत्सुकता होतीच. संजयाची वाटच पाहत असल्याप्रमाणे विदुर पुढे आला.

" दुःखद वार्ता आहे महात्मा." संजय म्हणाला," आजच्या युद्धात वृषसेन, सुषेण, प्रसेन आणि भानुसेन या चारही पुत्रांसह अंगराज पडला."

" कर्ण पडला? माझा ज्येष्ठ पुत्र कर्ण गेला?" विदुराच्या मागे उभ्या असलेल्या कुंतीनं किंकाळी फोडली आणि तत्क्षणी ती जमिनीवर कोसळली.

कुंतीची किंकाळी ऐकताच विदुराची पत्नी पार्शवी धावून आली. कुंतीला सावध करण्याचा प्रयत्न करू लागली... संजय आणि विदुर हे मात्र मती कुंठित झाल्याप्रमाणे एकमेकांकडे पाहत होते. क्षणभर त्यांचा कानांवर विश्वासच बसला नाही.

बराच वेळ कोणीच काही बोललं नाही. कर्ण... आणि कुंतीचा पुत्र? कुंती काय बोलून गेली होती हे ते पुनःपुन्हा आठवत होते. संजय अजूनही पुरता गोंधळलेला दिसत होता, तर बऱ्याच वर्षांपासूनचा संशय फिटल्याप्रमाणे विदुराचा वृद्ध चेहरा काहीसा समाधानी वाटत होता. परंतु त्याच वेळी त्याच्या मनातली अस्वस्थताही लपून राहिली नव्हती.

मूर्च्छित होऊन जमिनीवर कोसळलेल्या कुंतीनं एकाच वाक्यात सारं काही सांगून टाकलं होतं. एव्हाना सावध झालेली कुंती विदुराच्या पायांवर हात ठेवून म्हणाली, " ...विदुर, तुला खरं काय ते सांगितल्याशिवाय माझ्या मनावरचं कित्येक वर्षांचं हे ओझं दूर होणार नाही. मी त्याला जन्म दिला; पण त्याची माता होऊ शकले नाही. मातृधर्म पाळू शकले नाही. त्यानं मात्र पुत्रधर्म पाळला. माझ्या मुलांना ठार न करण्याचं अभयदान देऊन त्यानं मला जन्माचं ऋणी करून ठेवलं. माझ्या त्या दानशूर ज्येष्ठ पुत्रानं प्राणांचं मोल देऊन आपलं वचन पाळलं... त्यानं मला भरभरून दिलं. पण मी मात्र आयुष्यभराच्या अपमानाच्या यातनांशिवाय, कुलहीनतेच्या दुःखाशिवाय त्याला काहीच दिलं नाही. ...मी त्याची अपराधी आहे विदुर..." आणि एवढं बोलून कुंती केविलवाणं रडू लागली.

तिची ती अवस्था पाहून विदुराला राहवलं नाही. त्याच्याही डोळ्यांतून घळघळा अश्रू वाहू लागले. तो धक्कादायक प्रसंग पाहून संजय बावचळलाच ! त्याला काय

करावं तेच कळेना. पार्शवीही पुरती गोंधळली होती. तिलाही कुंतीची कशी समजूत काढावी ते कळेना.

" विदुर, मला कुरुक्षेत्रावर घेऊन चल. निदान त्याचं शेवटचं दर्शन तरी..." याचना करत कुंती म्हणाली.

" पण राजमाते..." संजय म्हणाला," युद्धभूमीवर थांबायला वेळ कुठला? कदाचित एव्हाना त्या सर्वांचे देह एकत्र करून त्यांना अग्नीही दिला गेला असेल..."

अगतिकपणे संजयाकडे पाहात कुंती म्हणाली," पण आपण आताच निघालो तर?"

विचारात पडलेल्या विदुरानं सहेतुकपणे संजयाकडे पाहिलं. आता काय करायला हवं ते उमजून संजय बाहेर पडला.

१०१.

रथशाळेतले सगळे रथ कुरुक्षेत्रावर नेण्यात आले होते. त्यातल्या त्यात एक सुस्थितीत असलेला रथ शोधून काढून संजयानं तो विदुराच्या वाड्यासमोर उभा केला. महाराणी कुंती विदुराला सोबत घेऊन कुरुक्षेत्राक़डे निघाली. संजय रथ हाकत होता. कोणीच काही बोलत नव्हतं. कुंतीचं मूक रुदन विदुराच्या काळजाला घरं पाडत राहिलं. त्याचं ते मूक सांत्वन कुंतीच्या आसवांना धीर देत राहिलं. एक माता आपल्या महारथी पुत्राच्या अंत्यदर्शनासाठी युद्धभूमीकडे निघाली होती. परंतु त्याची भेट होईल की नाही हे तिला माहीत नव्हतं... परंतु विदुराला अजूनही आशा वाटत होती. वृषसेन, सुषेण, भानुसेन आदी चारही पुत्रांसह कर्ण पडला असं संजय म्हणाला आहे. म्हणजे अजूनही त्याचा कनिष्ठ पुत्र चित्रसेन मागे आहे. कर्णाचा प्रिय सखा दुर्योधन मित्राला आणि त्याच्या पुत्रांना विधिवत् अग्नी दिल्याशिवाय कसा राहील? त्यांना तो निश्चितच चित्रसेनाच्या हातून अग्नी देईल. तोवर आपण तिथं पोचलो तर कुंतीची पुत्राच्या अंत्यदर्शनाची इच्छा... पण त्या वेळी कुंती तिथं दिसताच पुढं काय घडेल याची कल्पनाच त्याला करवेना. त्याची काहीशी कल्पना येताच विदुराच्या पापभीरू मनाचा थरकाप झाला.

भोवतालचा अंधार चिरत रथ वेगानं मार्गक्रमण करत राहिला... भोवतालच्या नीरव शांततेत रथचक्रांचा खडखडाट अधिकच मोठा वाटत राहिला...

* * *